"मी अगदी मंत्रमुग्ध झालो. एक आनंददायी मनोरंजक व मनाची पकड घेणारं पुस्तक. लेखकाने केलेल्या इतिहास संशोधनाने मी प्रभावित झालोय."

– डॉ. शशी थरुर

"अश्विन सांघी यांची 'चाणक्याज चँट' ही कादंबरी कधी आपल्याला २३०० वर्षांपूर्वीच्या तर कधी आजच्या काळात नेत, मोठी मौज आणते. या पुस्तकाने मनावर भुरळ घातली."

– इंद्रजित हजरा

"दि रोझाबल लाईनसारखंच चमकदार व मनोवेधक असलेलं, अश्विन सांघी यांचं 'चाणक्याज चँट' हे पुस्तक प्रत्येकाने वाचायलाच हवं."

– प्रितिश नंदी

"इथे आहेत जणू काही अंगठ्यांनी ताणून धरलेल्या जानव्यासारखी आपल्याला तणावात ठेवणारी स्वगतं व वर्णनं. ही आहे अश्विन सांघी यांची पानं पटापट उलटायला लावणारी, स्फोटक कादंबरी, 'चाणक्याज चँट.' यातील दोन्ही कथा गंगा आणि यमुना ह्यांच्या प्रवाहासारख्या वाहत राहतात. वेगवान, बहुरंगी आणि चित्तथरारक."

– हिंदुस्थान टाइम्स

"वेगवान व खिळवून ठेवणारी कहाणी. डॅन ब्राऊनच्या परंपरेशी साधर्म्य सांगणारी ही खरीखुरी खळबळजनक कादंबरी आहे."

– पिपल मॅगेझिन

“अश्विन सांघी यांचं ‘चाणक्याज चँट’ हे पुस्तक आत्ताच वाचून संपवलं. खूपच आवडलं. सर्वांनी ते जरूर वाचावं अशी मी आवर्जून शिफारस करतो.”

— **अमिश त्रिपाठी,** इममॉर्टल्स ऑफ मेलुहाचा लेखक

“अश्विन सांघी ह्यांच्या ह्या इतिहासाधारित चित्तथरारक कथेच्या केंद्रस्थानी आहेत, कटकारस्थानं व यशस्वी राजकारणाची करून घेतलेली तयारी. रक्तपात, न्यायालयीन लढाया, खून, हत्या करण्याचे प्रयत्न आणि अशा बऱ्याच वेगवान घडामोडी तुम्हाला कादंबरीची पानं भराभर उलटायला लावतात.”

— सकाळ टाइम्स

“भारतामध्ये सर्व थरांतून स्वागत व कौतुक झालेली ‘चाणक्याज चँट’ ही पानागणिक उत्सुकता वाढवणारी राजकीय कादंबरी आहे.”

— बिझिनेस इंडिया

“हे जबरदस्त पुस्तक आहे... उत्तम संशोधन करून लिहिलेलं. हे पुस्तक वाचण्याइतपत आपले राजकीय नेते साक्षर असतील, अशी मी आशा करतो.”

— प्रल्हाद कक्कर

आपल्या स्नेहीजनांना पुस्तके भेट द्या

'CHANADKYA'S CHANT' या इंग्रजी पुस्तकाचा अनुवाद

चाणक्याचा मंत्र

अश्विन सांघी

अनुवाद

दीपक कुळकर्णी

मेहता पब्लिशिंग हाऊस

Please contact us at **Mehta Publishing House Pvt. Ltd.**
✆ +91 020-24476924 / 24460313 / Mob. No. 9545000513
Email : production@mehtapublishinghouse.com
Website : www.mehtapublishinghouse.com

- *या पुस्तकातील लेखकाची मते, घटना, वर्णने ही त्या लेखकाची असून त्याच्याशी प्रकाशक सहमत असतीलच असे नाही.*

CHANAKYA'S CHANT by **ASHWIN SANGHI**

Translated into Marathi Language by Deepak Kulkarni

चाणक्याचा मंत्र / अनुवादित कादंबरी

अनुवाद : दीपक कुळकर्णी

author@mehtapublishinghouse.com

मराठी अनुवादाचे व प्रकाशनाचे हक्क मेहता पब्लिशिंग हाऊस प्रा. लि.

संस्थापक : सुनील अनिल मेहता

प्रकाशक : मेहता पब्लिशिंग हाऊस प्रा. लि.
१९४१, सदाशिव पेठ, माडीवाले कॉलनी, पुणे ४११०३०.

मुद्रक : ट्रिनिटी ॲकॅडमी फॉर कॉर्पोरेट ट्रेनिंग लिमिटेड

मुखपृष्ठ : मेहता पब्लिशिंग हाऊस प्रा. लि.

प्रथमावृत्ती : सप्टेंबर, २०२२

किंमत : ₹ ५४५

P Book ISBN 9789395477574
E Book ISBN 9789395477581
E Books available on : amazonkindle Apple Books Google Play Books

---

प्राक्कथन

ते वृद्ध गृहस्थ इस्पितळातील पाठीमागून उंच केलेल्या पलंगावर पडून होते. बाजूला अत्यावश्यक वैद्यकीय चाचण्या करणाऱ्या मोजयंत्रावर अखंडपणे बीप... बीप... आवाज करत आकडे व आलेख उमटत होते. त्यांच्या अशक्त हातांमध्ये असंख्य सुया टोचल्या होत्या आणि एक रबरी नळी तोंडातून छातीत सोडली होती. आपल्या शरीरातून हळूहळू प्राण निघून चालला आहे याची त्यांनासुद्धा जाणीव होती, पण तरीही ज्या क्षणाची त्यांनी आजपर्यंत उत्कटतेने वाट पाहिली होती, त्या क्षणाचा साक्षीदार होण्यासाठी आपल्याला जिवंत ठेवावं अशी कळकळीची प्रार्थना त्यांनी त्या परमोच्च शक्तीला केली. तो क्षण त्यांना प्रत्यक्ष अनुभवायचा होता. त्याचा पुरेपूर आनंद लुटायचा होता.

खोलीत पूर्ण अंधार होता. खिडक्यांना काळे पडदे लावल्यामुळे प्रकाशाचा किरणही आत येऊ शकत नव्हता. समोरील टीव्हीवर एक प्रकारचा जल्लोष सुरू असल्याची चलचित्रं दिसत होती. खोलीत तेवढाच काय तो मिणमिणता उजेड पडला होता. बिछान्याच्या बाजूला ठेवलेल्या खुर्चीवर बसलेली परिचारिका मधूनमधून डुलक्या घेत होती. नव्वदीला पोहोचलेल्या म्हाताऱ्याचे डोळे टीव्हीच्या पडद्यावर खिळले होते. त्यांच्या डोळ्यांत आता वेगळीच चमक दिसू लागली. भारताच्या अठराव्या पंतप्रधानांच्या शपथविधी सोहळ्याचं प्रक्षेपण सुरू झालं होतं.

अंधाऱ्या खोलीतून तीन मोबाइल फोन एकाच वेळी वाजू लागले. तो कर्कश्श आवाज ऐकून वृद्ध गृहस्थाचा स्वीय साहाय्यक, मेनन लगबगीनं आत येऊ लागला. अखंड वाजणाऱ्या त्या फोनमुळे आपल्याला अतिशय त्रास होत असल्याची तक्रार शेजारच्या खोलीतील रुग्णानं आधीच नोंदवली होती. पन्नास वर्षीय मेनन दरवाजातूनच डोकावला. आपला साहेब पलंगावर झोपून नवी दिल्लीवरून दिसणाऱ्या प्रतिमांकडे टक लावून बघत असल्याचं त्यानं पाहिलं. शेजारी जोरजोरात वाजणाऱ्या फोनच्या आवाजाची साहेबाला जाणीवही नव्हती. गेली तीस वर्षं त्या वृद्धानं या क्षणाची आतूरतेनं वाट पाहिली होती. फोनच्या क्षुल्लक आवाजांनी त्यांची तंद्री भंग पावू शकणार नव्हती. शिवाय तोंडातील ट्यूबमुळे ते बोलूही शकत नव्हते. आपण सगळे फोन बंद करून ठेवू या, असं मेनननं सुचवलं होतं, पण त्यांनी ती विनंती धुडकावून लावली. तो क्षण मन:पूतपणे त्यांना भोगायचा होता आणि तोपर्यंत त्यांना

कोणतीच गोष्ट बंद करू द्यायची नव्हती. फोनचा आवाजच काय, स्वत:च्या हृदयाचे ठोकेदेखील.

कानपूरमधील ते इस्पितळ त्यांच्यावर उत्तम इलाज करण्याइतकं सुसज्ज नव्हतं. पंडित गंगासागर मिश्रांना मात्र त्या गोष्टीची जराही पर्वा नव्हती. नवी दिल्ली किंवा मुंबईतील एखाद्या इस्पितळात मृत्यू येणं, त्यांना मंजूर नव्हतं. तिथे जायला त्यांनी साफ नकार दिला. कानपूर ही त्यांची जन्मभूमी होती व तिथूनच ते आपल्या सर्वशक्तिमान निर्मात्याला भेटायला जाणार होते आणि तेही आपल्या मर्जीने.

राष्ट्रपती भवनात घडणारा तो प्रसंग ते एकचित्तानं पाहत होते. माननीय राष्ट्रपती एका प्रभावी व्यक्तिमत्त्वाच्या स्त्रीला पंतप्रधानपदाची शपथ देत होते. तिनं नेहमीप्रमाणे सोनेरी काठ असलेली भुऱ्या रंगाची साडी नेसली होती. कानातील हिऱ्याच्या कुड्या सोडल्या तर अंगावर दुसरा एकही दागिना नव्हता. तिच्यासमोर शपथेचा मजकूर लिहिलेला कागद ठेवलेला होता, पण तो बघून वाचण्याची तिला गरजही भासत नव्हती. जणू आयुष्यभर ती ह्या प्रसंगाचीच तयारी करत होती. सुस्पष्ट ऑक्सफर्ड उच्चारात ती शपथ घेऊ लागली. ''मी चंदिनी गुप्ता, ईश्वराला साक्ष ठेवून शपथ घेते की कायद्याद्वारे स्थापित झाले आहे अशा भारतीय संविधानाबद्दल मी खरी श्रद्धा व निष्ठा बाळगेन. मी भारताची सार्वभौमता व एकात्मता उन्नत राखेन. पंतप्रधान म्हणून मी माझी कामे निष्ठापूर्वक व शुद्ध बुद्धीने पार पाडेन आणि संविधान व कायदा यानुसार सर्व तऱ्हेच्या लोकांना मी निर्भयपणे व नि:स्पृहपणे आणि तसेच कोणाच्याही विषयी ममत्वभाव किंवा आकस न बाळगता, न्याय्य वागणूक देईन.'' अनुभवी वृद्ध स्वत:शीच हसला. म्हणे निर्भयपणे... नि:स्पृहपणे... कोणाविषयीही ममत्वभाव किंवा आकस न बाळगता... सगळा भंपकपणा नुसता! पंतप्रधानांना असं वागता येणं, शक्य तरी असतं का?... आणि तिलाही हे पक्कं ठाऊक आहे. अर्थात हे पंडित गंगासागर मिश्रा यांचं वैयक्तिक मत होतं. पण तो धूर्त व धोरणी म्हातारा नेहमीच म्हणत आला होता की खरी माहिती तर एखाद्या मूर्खाकडेही असू शकते, आपलं स्वत:चं मत मांडता येण्यातच खरी अक्कल असते.

ते पुन्हा गालातल्या गालात हसले, पण त्यांचं जर्जर शरीर तेवढंही हसणं सहन करू शकलं नाही. खोकल्याची मोठी उबळ आली आणि तीच जणू त्यांना सांगून गेली की गंगासागर मिश्रा, तूही अखेरीस एक मर्त्य मानव आहेस. तुझ्या शरीरात पसरलेल्या कर्करोगानं तुझी फुप्फुसं पार निकामी केली आहेत. खोलीबाहेर उभ्या असलेल्या गुप्तचर पथकाने त्यांच्या खोकल्याचा आवाज ऐकला. आपण त्यांचं नक्की कोणापासून संरक्षण करतोय हेच त्यांना उमजेना. कारण ते लवकरात लवकर मरावे अशीच बऱ्याच जणांची इच्छा होती, पण परमेश्वराची इच्छा काही वेगळीच असावी. गंगासागर जणू त्यांच्या शत्रूंना कुत्सितपणे वेडावत म्हणत होते,

‘या, हिंमत असेल तर मला पकडून दाखवा, पण मी तुमच्या हाती लागणं शक्य नाही.’

त्यांच्या पूर्ण टक्कल पडलेल्या डोक्यावर घामाचा पातळ थर पसरला होता. परिचारिकेनं तो हळुवारपणे टॉवेलनं टिपून घेतला. ते तिच्या सर्व हालचाली आपल्या खोल, भेदक व दिव्य दृष्टीनं न्याहाळू लागले. त्यांच्या मेंदूत बसवलेल्या व्हिडिओ कॅमेऱ्यातील हार्ड डिस्कच्या गिगबाईट्समध्ये त्यांनी आजपर्यंत अनेक घृणास्पद मानवी वर्तवणुकीचे नमुने पाहिले व साठवले होते. त्यांचे पातळ ओठ अचानक थरथरू लागले. श्वास घेताना त्यांना धाप लागत होती. घशात ट्यूब असतानाही त्यांचं गरुडासारखं टोकदार नाक प्राणवायू आत खेचण्यासाठी धडपडत होतं. त्यांची त्वचा एखाद्या वस्तुसंग्रहालयात ठेवलेल्या दुर्मीळ चर्मपत्रासारखी अर्धपारदर्शक व पिवळसर दिसत होती. पलंगाचा जेमतेम अर्धा भाग त्यांच्या कृश देहानं व्यापला होता. एवढ्या छोट्या चणीचा हा माणूस इतका प्रभावशाली कसा होऊ शकला?

खोलीबाहेरील व्हरांड्यात नेते मंडळी उभी होती. पंडित गंगासागर मिश्रा यांना मित्र नव्हते. त्यांच्या राजकीय विश्वात त्यांनी फक्त शत्रूच निर्माण केले होते. तिथे जमलेले पत्रकार, नेतेमंडळीशी जास्तच सलगी दाखवत होते. जणू गंगासागरजी प्रत्यक्ष मरण्याआधीच त्यांच्या मृत्यूची बातमी मिळवायची, त्यांना घाई झाली होती.

गंगासागर मिश्रा काहीतरी पुटपुटत होते. एकेक शब्द उच्चारताना त्यांना खूप प्रयास पडत होते. ती त्यांची रोजची प्रार्थना होती. ‘हे आदिम शक्ती, मी तुला नमस्कार करतो, हे सर्वसमावेशक शक्ती, मी तुला नमस्कार करतो, ज्यामधून परमेश्वर निर्मिती करतो, त्या शक्तीला मी नमस्कार करतो; सर्वांची माता असलेल्या कुंडलिनी शक्तीला, तिच्यातील निर्मितीक्षमतेला मी नमस्कार करतो.’ आज पंतप्रधानपदाची शपथ घेतलेल्या आपल्या लाडक्या शिष्येकडे त्यांनी पाहिलं. ती आता हात जोडून दूरचित्रवाणीच्या छायाचित्रकारांचे नम्रपणे आभार मानत होती... आणि तेवढ्यात अचानक तोल जात ती मागे कोसळली. तिच्या डाव्या दंडावर रक्ताचा लाल ठिपका उमटला आणि हातावर पसरत गेला. सारं काही अगदी मंद गतीने घडत होतं. तिच्यावर स्टिंगर ·२२ मॅग्नम पिस्तुलातून गोळी झाडली होती.

राष्ट्रपती भवनातील सुप्रसिद्ध अशोक सभागृहात एकच हाहाकार उडाला. मिश्रांनी तो सारा प्रसंग दूरचित्रवाणीवर प्रत्यक्ष घडताना पाहिला. त्यांनी डोळे मिटले व पुन्हा प्रार्थना म्हणायला सुरुवात केली. ‘आदिशक्ती नमो नमः, सर्व शक्ती नमो नमः, प्रथम भगवती नमो नमः, कुंडलिनी माता शक्ती, माता शक्ती नमो नमः’

लेखकाचे टिपण

चाणक्यावर कादंबरी लिही, असं प्रथम सुचवणाऱ्या अपर्णा गुप्ताचा मी आभारी आहे. तिने माझ्या मनात रुजवलेली मूळ कल्पना, कादंबरीत अंतिमत: विकसित झाली आहे.

या कादंबरीचं लेखन करताना, तसंच जीवनाच्या इतर बाबतीत तारेवरची कसरत करत असताना, मला माझ्या पत्नी व मुलापासून दूर राहावं लागलं. माझी अनुपस्थिती त्यांनी कोणतीही कुरबूर न करता सहन केली. त्याबद्दल त्यांचे मन:पूर्वक आभार.

लेखनासह मी केलेल्या इतर प्रत्येक प्रयत्नांमध्ये माझ्या कुटुंबाची मला जी साथ मिळाली, त्याबद्दल मी अतिशय उपकृत आहे.

मी विविध लेखकांचे तसेच स्वतंत्र किंवा व्युत्पन्न कलाकृतीच्या सर्व निर्मात्यांचे मन:पूर्वक आभार मानतो.

मी माझी संपादिका प्रिता मैत्र व माझे प्रकाशक गौतम पद्मनाभन यांचा ऋणी आहे. त्यांच्या मदतीशिवाय माझ्या ह्या कादंबरीसह, माझं इतरही लिखाण प्रकाशित होऊ शकलं नसतं.

कुशल गोपालका व अमेय नाईक या दोन प्रतिभाशाली व्यक्तींसोबत काम करण्याचं भाग्य मला प्राप्त झालं. त्यांच्या परिश्रम व प्रेरणेशिवाय चाणक्याच्या मंत्राची मनात रुंजी घालणारी ध्वनीरचना तयार होऊ शकली नसती.

अखेरीस दोन महान व्यक्तींबद्दल मी माझं ऋण व्यक्त करतो. दिवंगत श्री. राम प्रसाद गुप्ता व त्यांचे बंधू, दिवंगत श्री राम गोपाल गुप्ता यांचा नातू होण्याचं सौभाग्य मला लाभलं. त्या दोघांच्या प्रेमळ आशीर्वादामुळेच माझ्या लेखणीतून शब्द अखंडपणे झरत राहतात.

अस्वीकृती

हे पुस्तक काल्पनिक कथेवर लिहिलं असून, त्यातील नावं, पात्रं, स्थळं, आणि घटना ही लेखकाची काल्पनिक निर्मिती आहे. त्यांचं प्रत्यक्ष घटना, स्थळ, संस्था किंवा जिवंत वा मृत व्यक्तींशी साधर्म्य आढळल्यास तो योगायोग समजावा. सार्वजनिक क्षेत्रातील कोणाही परिचित व्यक्तींचा किंवा ऐतिहासिक व्यक्तिमत्त्वांचा या कादंबरीत केवळ पात्र म्हणून वापर केला आहे आणि या पुस्तकातील घटना अथवा संवाद प्रत्यक्ष घडले आहेत असं लेखक मानत नाही.

प्राचीन भारतातील राज्यांचा नकाशा

हा नकाशा प्रमाण नाही. नकाशातील स्थळे आणि राज्ये सर्वसाधारणपणे मांडण्यात आली आहेत. संहितेच्या साधर्म्यासाठी स्थळांची नावे संयुक्तिक करण्यात आली आहेत.

१

अंदाजे 2300 वर्षांपूर्वी

ओठांवर ओठ बराच वेळ रेंगाळले होते. ती आपले ओठ त्याच्या ओठांवर अलगद घासत होती आणि त्या घर्षणातून वीजेसारखी सणकन निघणारी लहर त्याच्या पाठीच्या कण्यात शिरत होती. तृप्तीचा तो परमोच्च क्षण अनुभवण्याच्या उत्कट अभिलाषेने तो पुढची क्रिया करायला आतूर झाला होता. तिचं नाव होतं विशाखा. विशाखा नक्षत्रच जणू. स्वर्गीय अप्सरेचं लावण्य तिला लाभलं होतं. निळसर हिरवी छटा असलेली हस्तिदंती अंगकांती, मोहक चेहरा आणि मधाळ, खट्याळ नजर. त्याच्या अंगावर ओणवी होऊन ती त्याच्या डोळ्यांवर, नाकावर ओठांवर चुंबनांचा वर्षाव करत होती. पिंगट, रेशमी मुलायम केसांमागे पाचूच्या रंगाचे तिचे डोळे अर्धवट झाकले गेले होते.

राजवाड्याच्या आलिशान महालातील मऊ रेशमी बिछान्यावर पौरस पहुडला होता. अंत:कक्षामध्ये एक गणिका वीणेवर राग हिंदोळ वाजवत होती. प्रेमभावना व्यक्त करणाऱ्या त्या रागाचे सूर हवेत तरंगत सर्वत्र पसरत होते. महालाच्या उत्तर-पूर्वेच्या भिंतीपाशी ठेवलेल्या सुवर्णपात्रात, गुलाबपाणी काठोकाठ भरलं होतं. त्याच्या अगदी विरुद्ध बाजूला उभा केलेला सुवर्णदीप, चंदनाच्या तेलावर जळत होता. पौरस आता एका परमानंद अवस्थेत पोहोचला होता.

विशाखाच्या विलक्षण प्रणय कौशल्यावर लुब्ध होत, पौरसानं स्वत:ला तिच्या स्वाधीन केलं आणि समाधानानं उसासा सोडला. ईश्वराला सर्वस्वी शरण जाणं, हाच मोक्षाचा खरा मार्ग आहे, हे आपल्याला कोणत्या गुरूनं सांगितलं होतं, हे तो आठवण्याचा प्रयत्न करत होता. विशाखाला समर्पित होण्यातही तोच आनंद लाभतोय. तीही त्याच तोलामोलाची आहे. त्यानं तिला घट्ट कवटाळून आपल्या अगदी जवळ घेतलं. विशाखाच्या श्वासाला लवंग व वेलचीचा धुंद करणारा सुवास होता. त्या सुगंधानं आपली तृष्णा शमवण्यासाठी त्याचे ओठ सरसावले. पौरस पेटला होता.

दुसऱ्याच क्षणी मात्र त्याचा घसा आग-आग होऊन होरपळू लागला. प्राणांतिक वेदनेनं तो तडफडू लागला. विशाखाला दूर लोटत, त्यानं आपला गळा घट्ट पकडून ठेवला. पारा आणि जालीम विषाच्या मिश्रणानं त्याचे ओठ, जीभ आणि घसा भाजून निघाले होते. जीवाच्या आकांतानं त्यानं किंकाळी मारण्याचा प्रयत्न केला, पण त्याच्या कंठातून आवाजच फुटला नाही. तिच्या ओठांवरील संखिया विषानं त्याचं स्वरयंत्र नष्ट केलं होतं. ती मादक सुंदरी आता आपल्या सुडौल स्तनांची उब देत त्याला हळुवारपणे जोजवत होती. त्याचा श्वास शांतपणे त्याला सोडून चालला होता. बाहेरच्या राजेशाही उद्यानात मोर नृत्य करण्यात मग्न होता. आतमध्ये राजाला होणाऱ्या यातनांशी जणू त्याला काही देणंघेणंच नव्हतं. केकय व मगध राज्यांचा सम्राट पौरसाचा आत्मा आता पंचतत्त्वात विलीन झाला. राजा चिरायू होवो!

* * *

पूर्व भारतातील गंगेच्या सुंदर खोऱ्यात वसलेली व महान ब्राह्मण्यवादी साम्राज्य असलेल्या मगध राज्याची राजधानी, पाटलीपुत्र ही रात्रीच्या त्या प्रहरी शांत, निपचिप दिसत होती. नगरातील किल्ल्याच्या भोवती असलेल्या खंदकात ठेवलेल्या सुसरी गाढ झोपेत होत्या आणि रात्र झाल्यामुळे रक्षकांनी नगराचे दरवाजे बंद केले होते. फक्त शहराच्या दक्षिणेला असलेल्या यमद्वाराजवळील मदिरालयात व गणिकांच्या कोठ्यांवर तेवढी वर्दळ सुरू होती. राजवाडा व ब्राह्मण वस्ती ही नगराच्या उत्तरेला असलेल्या ब्रह्मद्वार भागात होती. तेथील रस्त्यावर मात्र शुकशुकाट होता.

एका साध्या, झोपडीवजा घरात बसलेला चाणक्य अगदी लक्ष देऊन विशाखाचं बोलणं ऐकत होता. त्याच्यासमोरील लेखनाच्या उतरत्या मेजाच्या दोन्ही बाजूस तेलाचे दिवे जळत होते. त्यातून येणाऱ्या प्रकाशाची छाया चाणक्याच्या कळकट चेहऱ्यावर आलटून-पालटून पडत होती. चाणक्य दिसायला अत्यंत कुरूप होता. अंगावर देवीचे व्रण आणि मुद्रेवर कुटिल भाव असायचे. पूर्ण मुंडण केलेल्या त्याच्या मस्तकाची त्वचा, काळ्या चामड्यासारखी टणक होती. तो नेहमी कपाळावर त्रिशुळाच्या आकाराचे गंध लावी. राजधानीतील बहुतेक ब्राह्मणांप्रमाणे त्यानंही लांब शेंडी राखली होती. त्याच्या अंगावर फक्त जाडंभरडं सुती धोतर असायचं आणि खांद्यावर धारण केलेलं यज्ञोपवीत, अर्थात पवित्र वैदिक जानवं. त्याच्या चेहऱ्यावर क्वचितच स्मित उमटायचं, कारण हसलं तर त्याची बत्तिशी उघडी पडायची. चाणक्याला पूर्ण बत्तीस दात होते. राजयोगाची ती खूण समजली जाई. पण दिव्यदृष्टी लाभलेल्या एका योग्यानं असं भाकित केलं होतं, की चाणक्य हा राजा न होता राजनिर्माता होईल. सत्तेची सूत्रं त्याच्या हातात असतील. राजा कोणाला

करायचं, हे तोच ठरवेल. काही जण त्याला कौटिल्य नावानं ओळखत. कौटिल्य म्हणजे कुटिल व्यक्ती. बालपणीचे सवंगडी मात्र त्याला विष्णूगुप्त नावानं हाक मारत, पण बहुतेक जण त्याला चाणक्य म्हणून ओळखत. मगधाचे महान व विद्वान आचार्य चणक यांचा कीर्तिवान पुत्र चाणक्य.

विशाखा, पौरसाच्या मृत्यूचं सविस्तर वर्णन करत होती व चाणक्य तिचं बोलणं शांत व निर्विकारपणे ऐकत होता. आपल्या मनातील भावना कधीही दुसऱ्याला ज्ञात करू द्यायच्या नसतात, हे त्या कावेबाज, ब्राह्मणाला पुरतं ठाऊक होतं. तो नेहमी म्हणायचा की तिघांमधील गुपित हे त्यातले दोघे मेले तरच राखलं जातं.

विशाखाचं बोलणं ऐकताना, खरं तर त्याला आनंदानं उकळ्या फुटत होत्या. 'मूर्ख पौरसाला वाटलं की त्याच्या बाहुपाशात आलेली विशाखा ही खरोखरच आकाशात चमचम करणारी चांदणी आहे. विशाखा ही मी तयार केलेली एक विषकन्या आहे, हे त्या मूढाला कळलंदेखील नाही,' चाणक्य मनात म्हणाला. चाणक्यानं स्वत:च्या देखरेखीखाली अशा विषकन्यांची मोठी फौज बनवली होती. ज्या आकर्षक व उपवर तरुणींच्या कुंडलीत वैधव्ययोग लिहिला आहे, अशा मुलींना त्याचे हेर बरोबर शोधून काढत. त्यांची एका विशिष्ट ठिकाणी उत्तम सोय केली जात असे, पण त्यांना रोज प्रमाणबद्ध मात्रांमध्ये निरनिराळ्या प्रकारचं विष पाजलं जाई. हळूहळू ते प्रमाण वाढवलं जात असे. परिणामी विषाच्या विनाशकारी परिणामांना निष्प्रभ करण्यात, त्या सक्षम बनत. चाणक्याची प्रत्येक विषकन्या ज्या वेळी वयात येई, तेव्हा ती पूर्ण विषारी झालेली असे. तिनं घेतलेल्या साध्या चुंबनातून निघालेल्या लाळेचा अल्पांश जरी शरीरात उतरला तरी तो एखाद्या बैलासारख्या दणकट पुरुषासाठीही प्राणघातक ठरायचा.

''जा आणि चंद्रगुप्ताला सांग की तो आता मगधाचा सम्राट बनला आहे,'' धूर्त ब्राह्मणानं विशाखाला शांतपणे सूचना केली. त्याचं मन आता भूतकाळात शिरू पाहत होतं. या महाकथेला नेमकी कधी व कशी सुरुवात झाली, हे तो आठवू लागला.

* * *

मगधसम्राट धनानंद मनातून त्रस्त झाला होता. त्याचा विद्वान महामंत्री शक्तार त्यालाच उपदेश करत होता. स्वत:ला म्हणे पृथ्वीवरील परमेश्वराचा प्रतिनिधी समजतो, हा शक्तार! त्याच्या मते राजानं मदिरा व विषयोपभोगात मशगूल न राहता, प्रजाजनांचं जीवन सुधारण्याकडे अधिक लक्ष द्यायला हवं. शक्तारसारख्या बुद्धिवंतांची अशी वक्तव्यं धनानंदाला नेहमीच रटाळ व उद्धट वाटत; पण त्याला

नाइलाजानं ते बोलणं सहन करावं लागे. कारण त्याच्या मंत्रिमंडळातील इतर मंत्री शक्तारला प्रज्ञावंत समजत.

मगधाच्या राजदरबाराचं छत, ऐंशी भक्कम खांबांवर उभं होतं. उंची पडदे, गालिचे व सुसज्ज आसनांनी जगातील सर्वांत श्रीमंत सम्राटाचा दरबार सजला होता. राजवाड्यापासून थोड्याच अंतरावर दुराखी देवीचं सुवर्णमंदिर, बुद्धविहार व आयुर्वेदिक रुग्णालय होतं. त्या तीनही वास्तू मगध राज्याच्या धार्मिक, भौतिक व आध्यात्मिक प्रगतीची साक्ष देत होत्या.

धनानंदानं आपल्या डावीकडील आसनाकडे कटाक्ष टाकला. राज्यात सर्वाधिक मान असलेल्या ब्राह्मणासाठी ते आसन राखून ठेवलं होतं, तो म्हणजे महामंत्री शक्तार. आसन रिकामं होतं, कारण राजाला उपदेशपर भाषण करण्यासाठी शक्तार उभा होता. पक्का हरामी आणि आढ्यताखोर माणूस आहे, धनानंद स्वत:शीच चरफडत म्हणाला. हे सगळेच ब्राह्मण स्वार्थी आणि बदमाश आहेत. आपल्या गटातील सर्वांत माजोरड्या व्यक्तीला मंत्री बनवण्याची ते शिफारस करतात, मग धनानंदाचंच धन वापरून ते आपापसात इनाम, अनुदान, मानमरातब व किताब वाटून घेतात आणि वर बलाढ्य धनानंदालाच राजाची कर्तव्यं शिकवतात! ब्राह्मणांच्या दांभिकपणाचा त्याला उबग आला.

दरबारातील स्त्री सेविकांवरून धनानंदाची नजर फिरू लागली. मगधाच्या सम्राटाभोवती कायमच स्त्रियांचा गराडा पडलेला असे. त्या विविध प्रकारची कामं करत. त्यामध्ये राजाच्या माणसांवर पाळत ठेवणं, राजाच्या महालावर पहारा राखणं, राजानं अन्नग्रहण करण्यापूर्वी ते विषमिश्रित आहे का हे तपासण्यासाठी त्याची आधी स्वत: चव घेणं, आलेले सांगावे, राजापर्यंत पोहोचवणं, राजाचं चिलखत घासून-पुसून चकचकीत ठेवणं, गायन-वादन करून त्याचं मनोरंजन करणं, त्याला स्नान घालणं, पोशाख चढवणं, त्याच्या कामवासना तृप्त करणं व रात्री बिछाना तयार करून राजाला निजवणं, अशा अनेक गोष्टींचा समावेश असे.

धनानंदापाशी असलेल्या स्त्री सेविका व गणिका यांची संख्या हजाराच्या वर होती. मांजरीप्रमाणे त्या निर्दय व आपल्या मालकाचं रक्षण करण्यासाठी सदैव दक्ष असायच्या. धनानंदाची नजर एका कमनीय बांध्याच्या मादक युवतीवर खिळली. त्या मादक देहामध्ये भरपूर ताकद व प्रसंगी दुसऱ्याचा जीव घेण्याची क्षमता होती, हे चटकन कुणाच्या लक्षात येत नसे. धनानंदानं तिला डोळ्यांनीच इशारा केला व तिनंही लाजून स्मित करत, त्याला प्रतिसाद दिला.

राजानं केलेली नेत्रपल्लवी शक्तारच्या नजरेतून सुटली नाही. आता मात्र त्याची सहनशक्ती संपली. सहसा न संतापणाऱ्या शक्तारचा संयम सुटला. एखादी चिघळलेली जखम अचानक उघडून त्यातून दुर्गंधी व पू भळभळा वाहू लागावा

तसा त्याच्या मनात इतकी वर्षं साचलेला क्रोध एकदम उफाळून बाहेर आला. ‘‘हे सम्राटा, राजवाड्यातील कामांध वर्तणुकीमुळे नगरातील एकही स्त्री आता सुरक्षित राहिलेली नाही. रोज गंगेच्या काठावर बलात्कार केलेल्या किंवा बलात्कार करून मारल्या गेलेल्या मुली पाहायला मिळतात. अशा घटनांचा मागोवा घेतला तर त्यांचा संबंध राजवाड्याशी असतो.’’

शक्तारचं बोलणं ऐकताच राजा धनानंद प्रक्षुब्ध होत कडाडला, ‘‘जीभ आवर तुझी शक्तार, नाहीतर तीच छाटून तुझ्या हातात ठेवेन! मी दिलेल्या भिकेवर तू जगतोस आणि वर मला – विश्वातील सर्वश्रेष्ठ सम्राटाला – राज्य कसं चालवायचं, याचा उपदेश करतोस?’’ त्याचा संताप अनावर झाला. ‘‘राक्षसा! ह्याला नंदाच्या नरकात फेकून दे. यमयातना म्हणजे काय, याचा त्याला प्रत्यक्षच अनुभव घेऊ दे.’’ आपला अंतर्गत सुरक्षा मंत्री, राक्षस याला त्यानं आज्ञा केली.

धनानंदाच्या कारागृहातील नंदाची नरक कोठडी ही कैद्यांना हालहाल करून ठार मारण्यासाठी कुप्रसिद्ध होती. कोठडीचा मुख्य अधिकारी, गिरीक हा तर दैत्य होता. लहानपणी त्याला मुंग्या, मधमाश्या, उंदीर आणि मासे पकडून त्यांचे हाल करण्यात मोठी मौज वाटत असे. तो मोठा होत गेला तसतसा तो लोखंडी गळ, जाळं, गरम मेण, उकळतं पाणी आणि तापलेल्या सळ्यांनी कुत्र्यामांजरांना चटके व डाग देऊन छळू लागला. गिरीकच्या अंधारकोठडीतून दिवसरात्र जिवाच्या आकांतानं ओरडणाऱ्या कैद्यांच्या थरकाप उडवणाऱ्या किंकाळ्या ऐकू येत. लोखंडी पकडीनं तो कैद्यांचे दात उपटत असे, त्यांच्या गुप्तांगात वितळलेल्या तांब्याचा उष्ण रस ओतत असे आणि त्यांच्या गुदाशयात जळते निखारे सारत असे.

राक्षस अस्वस्थ होऊन बसल्या जागी चुळबुळत होता. लालबुंद निखाऱ्यांचा विचार मनात येताच, त्याची मूळव्याध डोकं वर काढे. एका विचित्र कोंडीत तो सापडला होता. महाराजांच्या आज्ञेचं पालन केलं तर लोक त्याला राजाचा दलाल म्हणणार होते – मुळात तो तसा होताही आणि राजाचा हुकूम मोडला असता तर त्यालाही अंधार कोठडीत धाडण्यात आलं असतं.

राक्षस हा एक उत्तम व सुसंस्कृत कलावंत होता. नृत्य, नाट्य, संगीत, साहित्य व चित्रकला या साऱ्यांमध्ये त्याला रस व गती होती. त्याच्या त्या कलाविश्वामध्ये सामील होण्यासाठी अनेक सुंदर व मोहक स्त्रिया त्याच्याभोवती गोंडा घोळत. राक्षस त्यांच्यातील सौंदर्यवतींना निवडून राजाकडे पाठवत असे. हेच त्याच्या यशाचं गमक होतं. तो धूर्त राजकारणी होता. तो कोणाशीही उघड संघर्ष करत नसे. मूर्ख शक्तारला, गोष्टी इतक्या थरापर्यंत न्यायची काय आवश्यकता होती असं स्वत:शीच म्हणत तो आपल्या आसनावरून उठला व त्यानं आपल्या रक्षकांना महामंत्र्याला अटक करण्याचा अनिच्छेनं आदेश दिला.

हे सारं घडत असताना दरबाराच्या महाद्वाराबाहेरील दगडी कट्ट्यावर उभं राहून एक व्यक्ती कठोर शब्दांत धनानंदाचे जाहीर वाभाडे काढत होती – 'मगधाच्या नागरिकांनो, हा जुलमी माणूस बराच काळ इथे राज्य करतोय. त्याच्यासमोर ताठ मानेनं उभा राहून त्याला जाब विचारणारा एकच मंत्री त्याच्या दबारात होता. ह्या महाठकानं त्यालाच तुरुंगात डांबलंय. राज्याचा खरा संरक्षक, कीर्तिवंत व विद्वान अशा शक्तार यांना इतकी लज्जास्पद व मानहानीकारक वागणूक मिळत असताना आपण केवळ हाताची घडी घालून पाहत राहणार आहोत का? धनानंदाच्या करवसुली अधिकाऱ्यांनी धान्य लुटल्यामुळे आणखी किती शेतकऱ्यांना आत्महत्या कराव्या लागणार आहेत? विलासी राजाच्या मद्याचे चषक भरावेत, म्हणून घडवून आणलेल्या लढायांमध्ये आणखी किती सैनिक धारातीर्थी पडणार आहेत? आपल्या बलात्कारित मुलींच्या शवांसमोर बसून अजून किती मातांना अश्रू ढाळावे लागणार आहेत? ह्या दुष्ट आणि पापी महाराजाला आपण आणखी किती काळ सहन करणार आहोत?' तो त्वेषानं बोलत होता.

त्याच्यासमोर बरेच लोक जमा झाले होते. तो काही साधासुधा इसम नव्हता. तो होता चणक. नगरातील आदरणीय आचार्य. बुद्धिमान चाणक्याचा पिता आणि महामंत्री शक्तारचा अत्यंत विश्वासू व जिवलग मित्र. आपल्या पुत्रांना व भावी राजकुमारांना स्वत:च्या कर्तव्याचं व राज्यकारभाराचं शिक्षण आचार्य चाणकांकडून मिळावं, यासाठी देशोदेशींच्या राजा-महाराजांची अहमहमिका लागत असे.

इकडे दरबारात सुरक्षा रक्षकांनी महामंत्री शक्तारना पकडून, गुप्त मार्गानं झटपट, अंधार कोठडीत नेलं. शक्तारना सन्माननीय वागणूक मिळावी व गिरीकला त्यांच्यापासून दूर ठेवावं, अशा सूचना राक्षसाने मुख्य सुरक्षा अधिकाऱ्याला हळू आवाजात दिल्या होत्या. 'गिरीकला सांग की, त्यानं महामंत्र्यांच्या केसाला जरी स्पर्श करण्याचा प्रयत्न केला तरी मी त्याची वृषणं कापून उद्याच्या न्याहारीला भाजून खाईन,' असं त्यानं अधिकाऱ्याला गुरकावून सांगितलं होतं.

आता पुढे काय करायचं, या विचारात राक्षस असतानाच राखीव रक्षक दलाचा प्रमुख धावत राजापाशी येऊन त्याच्या कानात कुजबुजला. तो खूपच अस्वस्थ व चिंताग्रस्त दिसत होता. दरबाराबाहेर मोठा जनसमुदाय जमलाय आणि चणक राजाविरुद्ध बंडखोरी करण्यासाठी त्यांना चिथावतोय असं थरथरत्या आवाजात प्रमुखानं राजाला सांगितलं.

ते ऐकून धनानंदाच्या तळपायाची आग मस्तकाला गेली. संतापानं त्याचा चेहरा वेडावाकडा झाला. गळ्याच्या शिरा ताडताड उडू लागल्या. ''त्या नापाक माणसाला ठार मारा! त्याचं मुंडकं धडावेगळं करून ते गंगेच्या तीरावर सर्वांना दिसेल असं लटकत ठेवा. निघा ताबडतोब!'' तो कडाडला. बिचारा दलप्रमुख

आपल्या विक्षिप्त राजाची आज्ञा शिरसावंद्य मानून तडक बाहेर पडला. राजाज्ञेचा भंग केला तर आज रात्री आपलं मुंडकं राजाच्या भोजनकक्षात ठेवलेलं असेल आणि ते राजासमोर ठेवण्याआधी एखादी सेविका त्याची चव घेऊन बघेल, हे त्याला पक्कं ठाऊक होतं.

* * *

"विष्णूगुप्ता, तुझ्या वडिलांना मारण्यात आलंय. तुला हे दु:ख सहन करणं खूप अवघड आहे, पण शोक करायलाही आता वेळ नाही. राजाचे हेर सर्वत्र आहेत. तुला पळून जावंच लागेल. ते तुझ्याच मागावर असणार." कात्यायन सांत्वन करत म्हणाले. धनानंदाच्या दरबारातील तेही एक मंत्री होते व चणकांचे निष्ठावंत मित्र. दरबारात त्यांनी चणकांना मारण्याचा आदेश ऐकला व ते त्वरेनं चणकाचा मुलगा, विष्णुगुप्त याला सावध करायला आले.

"मी इथून पळून गेलो तर माझ्या आईला कोण सांभाळणार? या उतारवयात ती कुठे जाऊही शकत नाही," तो मुलगा म्हणाला.

"तू काळजी करू नकोस, मी तिला सांभाळेन." कात्यायनांनी त्याला धीर दिला.

"आणि सुवासिनी?" विष्णूगुप्तानं विचारलं. सुवासिनी ही महामंत्री शक्तार यांची कन्या व विष्णूगुप्ताची अत्यंत लाडकी बालमैत्रीण होती.

"विष्णूगुप्ता, तू फक्त स्वत:ची नीट काळजी घे, बाकीची जबाबदारी माझ्यावर सोपव." ते म्हणाले.

खरं तर विष्णूगुप्ताचा निर्विकार चेहरा पाहून कात्यायन विस्मित झाले होते. इतकी धक्कादायक बातमी ऐकूनही तो खिन्न व दु:खी दिसत नव्हता.

"मला विष्णूगुप्त म्हणू नका," तो काहीसा चिडून पण ठामपणे म्हणाला.

"आजपासून चाणक्य हीच माझी ओळख असेल. चाणक्य. थोर चणकांचा पुत्र!"

* * *

ती अमावस्येची रात्र होती. पंधरवड्यातील सर्वांत काळोखी रात्र. कात्यायनांनी आखलेली योजना अमलात आणण्यासाठी चाणक्यानं पूर्ण दोन दिवस धीर धरला. सर्वांगाला कोळसा व तेल फासून त्यानं आपलं शरीर काळं कुळकुळीत केलं. चंद्रप्रकाशाचा अभाव आणि काळी काया यामुळे चाणक्य कोणाच्याही नजरेस न पडता गंगातीरावरून चालत राहिला. नदीकाठी वटवृक्ष नेमका कुठे आहे, याच्या अचूक खाणाखुणा कात्यायनांनी सांगितल्या होत्या. त्या नीट लक्षात ठेवून चाणक्य तिथे सहज पोहोचला. तो वृक्ष पवित्र समजला जायचा व सणाच्या दिवशी त्याची

पूजा केली जात असे. त्यामुळे कोणीही त्यावर चढण्याचं धैर्य दाखवणार नाही, हे गृहीत धरूनच धनानंदाच्या रक्षकांनी चणकाचं मुंडकं वडाच्या फांदीवर लटकवलं. झाडापाशी येताच, तिथे ठेवलेल्या कंदिलाकडे दुर्लक्ष करत चाणक्यानं वर चढायला सुरुवात केली. वरून येणाऱ्या दुर्गंधीच्या दिशेनं तो जाऊ लागला आणि अचानक एका फांदीमधून पिशाच्यासारखं बाहेर डोकावणारं, आपल्या पित्याचं शिर त्याला दिसलं. फांदीला फक्त शेंडी घट्ट बांधली होती.

आपल्या पित्याचं धडावेगळं शिर वेगवान वाऱ्यामुळे हेलकावे घेताना बघून, चाणक्याचे डोळे भरून आले. चणकांचे डोळे टक्क उघडे होते व दोन्ही गालांना पडलेले खळगे किड्यामुंग्यांनी भरून गेले होते. त्यांचे ओठ मात्र बंद होते. जणू त्यांचं एक आवडतं नीतिवचन त्यांनी उपरोधिकपणे सिद्ध केलं होतं. 'ज्या माणसाचं तोंड सतत उघडं असतं, त्याचा अपचनाने किंवा देहदंडाने दुर्दैवी अंत होतो!'

चाणक्यानं स्वत:ला सावरलं. झटकन वर चढत तो त्या फांदीपर्यंत पोहोचला व त्यानं सहजपणे शेंडीची गाठ सोडवली. हळुवारपणे आपल्या पित्याचं शिर दोन्ही हातात धरून चाणक्यानं त्यांच्या कपाळावर ओठ टेकवले. आता मात्र तो अश्रू आवरू शकला नाही. पित्याचं शिर त्याच्या घळाघळा वाहणाऱ्या आसवांनी न्हाऊन निघालं. तोपर्यंत त्याच्या डोळयातून एक टिपूसही बाहेर पडला नव्हता, पण त्याक्षणी साचलेलं दु:ख मोकळं करायचं, असं त्यानं आधीपासूनच ठरवलं होतं. एरवी चाणक्य हा इतरांना अश्रू ढाळायला लावायचा. त्यांच्या दृष्कृत्यांची त्यांना किंमत चुकती करायला भाग पाडायचा. डोळ्यात उभ्या राहिलेल्या आसवांचा बदला तो आता रक्तानं घेणार होता.

तो झाडावरून झरझर खाली उतरला व बरोबर आणलेल्या मलमलच्या वस्त्रात त्यानं आपल्या पित्याचं शिर गुंडाळलं. मलमलचं ते कापड आपल्या पाठीशी घट्ट बांधून गंगेच्या काळोख्या पात्रात त्यानं उडी ठोकली. थंडगार पाण्याच्या स्पर्शानं भरलेली हुडहुडी निवळायला काही मिनिटं जावी लागली. मग तो झपाझप पोहत दुसऱ्या तीराला पोहोचला. जवळच दुर्गामंदिर होतं. कात्यायनांनी राजाच्या रक्षकांना लाच देऊन चणकाचं धड मंदिराच्या आवारात आणण्याची व्यवस्था केली होती. हिंदू रिवाजाप्रमाणे शवाला सूर्यास्तापूर्वी अग्नी द्यावा लागतो, परंतु ज्या परिस्थितीमध्ये चणकाचा मृत्यू झाला, ती पाहता नेहमीची प्रथा बाजूला ठेवण्याखेरीज पर्याय नव्हता. चाणक्य आपल्या वडिलांवर अंत्यसंस्कार करतोय, याची धनानंदाला थोडी जरी कुणकुण लागली असती तरी त्यानं चाणक्याला पकडण्यासाठी आपल्या खास पित्त्यांना पाठवलं असतं.

चिंब ओल्या अवस्थेत चाणक्य जेव्हा देवळापाशी पोचला, तेव्हा पोक आलेला कुरुप किरवंत लाल सोवळं नेसून त्याचीच वाट पाहत होता. त्याच्या हातात

जळती मशाल होती. त्यानं चाणक्याला आपल्या मागून यायचा इशारा केला. चिता आधीच रचून तयार ठेवली होती. एकही शब्द न बोलता त्यानं मलमलच्या वस्त्रातील चणकाचं शिर आपल्या हातात घेऊन ते सरणावर ठेवलेल्या धडाशी नीट जोडून घेतलं. मग चाणक्याच्या हाती पेटलेली गवताची गंजी देऊन, शवाभोवती एक प्रदक्षिणा घालायला सांगत चितेला अग्नी देण्याची सूचना केली. चणकाच्या मृतदेहानं पेट घेताच किरवंतानं चाणक्याच्या हातात एक बांबू देऊन, शवाच्या मस्तकावर जोरदार प्रहार करण्यास सांगितलं. असं केल्याने देहात घुटमळणाऱ्या आत्म्याला मुक्ती मिळते, हा त्यामागचा समज होता.

चिता विझल्यावर ब्राह्मणानं त्याला भगव्या रंगाचे कपडे देत नदीमध्ये आणखी एक डुबकी मारायला सांगितली. थोड्याच वेळात स्नान करून व नवे कपडे घालून चाणक्य किरवंतासमोर आला. ब्राह्मणानं त्याच्या हातात एक लहानसं गाठोडं ठेवलं. नगराचा निरोप घेण्यापूर्वी कात्यायनांनी दिलेली ती एक छोटीशी भेट होती. त्या गाठोड्यात आत्मसंरक्षणासाठी एक लहान कट्यार, पन्नास सुवर्ण पणस (नाणी) व तक्षशीला विद्यापीठ प्रमुखाला लिहिलेलं पत्र, अशा तीन गोष्टी होत्या.

पाटलीपुत्रापासून नऊशे मैल दूर असलेलं तक्षशीला हे जगातील पहिलं विद्यापीठ होतं. तीनशे वर्षांपूर्वी स्थापन झालेल्या व देशाच्या उत्तर-पश्चिमेला असलेल्या या विद्यापीठात साठ निरनिराळे विषय शिकवले जात आणि दरवर्षी दहा हजारांहून अधिक विद्यार्थी पदवीधर होऊन, तिथून बाहेर पडत.

तक्षशीलेला पोचण्यासाठी किमान वर्ष लागणार होतं. चाणक्यानं त्या दीर्घ प्रवासाला प्रारंभ केला.

२

वर्तमानकाळ

कानपूरमधील धुळीनं भरलेला बिन्हाना पथ खाद्यप्रेमींमुळे दिवसभर गजबजून गेलेला असे. रस्त्याच्या बाजूनं असलेल्या दुकानांमध्ये चमचमीत पदार्थांची रेलचेल असायची. केवळ नाव ऐकून तोंडाला पाणी सुटावं असे पाणीपुरी, आलूटिक्की व दही कचोरीसारखे आंबट गोड पदार्थ तिथे मुबलक प्रमाणात मिळत. परंतु हे सर्व पदार्थ मैदा, साखर, मीठ व खूप जास्त तेल अशा आरोग्याला अत्यंत घातक असलेल्या अन्नघटकांपासून बनवले जात. आपल्या शरीरातील चरबी वाढणार हे ठाऊक असूनही सगळे खवय्ये मंडळी तिखट-तेलकट पदार्थ खाऊन झाले की, लाडू, बर्फी, कुल्फी, जिलबी, मलई मख्खन, गुलाबजाम व अशा प्रकारचे इतर शेकडो पदार्थ विकणाऱ्या दुकानांकडे आपला मोर्चा वळवत. रस्त्यावर काळा धूर सोडत जाणाऱ्या रिक्षा, मोटारी, स्कुटर्स, हातगाड्या, गायीम्हशी आणि माणसं या साऱ्यांचीच सतत गर्दी असल्यामुळे तिथली वाहतूकही कायम ठप्प झालेली असे किंवा वाहनं कूर्मगतीने पुढे सरकताना दिसत. हवा दुषित असली तरी वातावरण मात्र उत्साही असायचं. त्यातच घाम, प्राण्यांचं मूत्र, व अति तळलेले पदार्थ यांच्या दुर्गंधामध्ये देवळात लावलेल्या अगरबत्त्यांचा सुगंध मिसळून एक वेगळा विचित्र वास सर्वत्र पसरलेला असे.

बिन्हाना पथाच्या एका आडगल्लीत कानपूरच्या गतवैभवाची साक्षी असलेली पण आता जुनी पुराणी झालेली एक इमारत स्वतःचा तोल कसाबसा सांभाळत उभी होती. तिथला जिना तर अगदीच मोडकळीस आला होता. इमारतीच्या दुसऱ्या मजल्यावरील सदनिकेत इतिहास या विषयात कानपूरमध्ये सर्वोत्तम प्राध्यापक म्हणून गणले गेलेले पंडित गंगासागर मिश्रा राहायचे. नुकतंच स्नान आटोपून शुचिर्भूत झालेले पंडितजी साधा सफेद सुती कुरता व पायजमा घालून आपल्या सकाळच्या पूजा-प्रार्थनेत गर्क होते. एका छोट्या चटईवर पूर्वेला तोंड करून ते समोर असलेल्या देव्हाऱ्यातील चांदीच्या मूर्तींची गंध, पुष्प वाहत मनोभावे पूजा

करत होते. उगवलेल्या नव्या दिवसाबद्दल परमेश्वराचे आभार मानत ते पूजा संपवून घराबाहेर पडले व डुगडुगणाऱ्या जिन्यावरून सावधपणे पावलं टाकत रस्त्यावर आले.

आपल्या तरुणपणी मिश्राजी देखणे व रुबाबदार दिसत असणार, यात काही शंकाच नव्हती. त्यांना खानदानी रूप लाभलं होतं. भव्य कपाळ आणि गरुडासारखं टोकदार नाक. ते काहीसे बुटके असले तरी लख्ख गोरेपान होते. कमी उंची असल्यामुळे नेपोलियनप्रमाणेच त्यांच्याही कुवतीचा लोकांना चटकन अंदाज येत नसे. आता डोक्यावरचे बरेचसे केस गळून गेले असले तरी उरलेल्या थोड्याफार केसांचा ते हळुवारपणे डावीकडून उजवीकडे भांग पाडत, त्यांना जिवापाड जपत असत.

रोज सकाळी घराबाहेर पडल्यावर ते अर्धा तास चालून मोतीझिल चौराहा येथील त्यांच्या नेहमीच्या बनारसी टी हाऊस या टपरीवजा दुकानात पोहोचत. दुकानाचा मालक आधीच चहा बनवून त्यांची वाट पाहत बसलेला असे. पंडितजींच्या नोकराला मात्र त्यांची ही सवय पसंत नव्हती. मी घरी इतका उत्तम चहा बनवत असताना तुम्ही रोज इतक्या दूर जाऊन चहा का पिता अशी तक्रार तो त्यांच्यापाशी वारंवार करत असे. परंतु पंडितजींना सकाळचं तासभर चालणं व बनारसी टी हाऊसमध्ये येणारे लोक आणि तिथलं छान वातावरण मनापासून आवडायचं. चहा पिऊन झाला की ते दोन दुकानं सोडून पलीकडे असलेल्या वृत्तपत्रविक्रेत्यागाशी जात व आपला ठरावीक वर्तमानपत्रांचा गठ्ठा विकत घेत. तिथून पुन्हा अर्धा तास चालून घरी येत व पुढचे दोन तास वर्तमानपत्रं वाचण्यात गढून जात. त्या वृत्तपत्रविक्रेत्यानंही त्यांच्यासाठी कानपूर व लखनौच्या स्थानिक वृत्तपत्रांसह मुंबई, नवी दिल्ली, कोलकता व चेन्नई येथून प्रसिद्ध होणारी महत्त्वाची वर्तमानपत्रंही मागवलेली असत.

"पण पंडितजी तुम्ही रोज इतकी वर्तमानपत्रं का वाचता?" एका मुलानं एकदा त्यांना उत्सुकतेनं विचारलं. त्यावर पंडितजी म्हणाले, "कारण देशात चालणाऱ्या प्रत्येक घडामोडीची मला खडान्‌खडा माहिती असणं, गरजेचं असतं. त्याशिवाय मी देशाची सत्ता कशी मिळवू शकणार?" त्यांनी दिलेल्या या अजब उत्तरावर तो बिचारा मुलगा पंडितजींकडे आ वासून पाहतच राहिला.

घड्याळात दहाचे टोले पडले आणि भेटायला येणाऱ्या पहिल्या व्यक्तीचं स्वागत करायला पंडितजी तयार होऊन बसले. दरम्यान त्यांचा स्वीय साहाय्यक मेनन घरी आला होता व पंडितजींना आलेल्या टपालाची त्यानं नीट विभागणी करायला सुरुवात केली होती.

पंडित गंगासागर मिश्रा हे इतिहासाचे प्राध्यापक होतेच, पण त्यांच्या आयुष्याला

आणखीही एक बाजू होती जी त्यांच्यासाठी प्राध्यापकीपेक्षा अधिक महत्त्वाची होती. अखिल भारतीय नवनिर्माण समितीचे ते अध्यक्ष होते. एवढं लांबलचक नाव लक्षात ठेवणं अवघड असल्यामुळे पत्रकारांनी अभानस असं त्याचं संक्षिप्त रूप केलं होतं. खूप वर्षांपूर्वी पंडितजींनी आपल्या या नव्या राजकीय पक्षाची स्थापना केली आणि सुरुवातीला नवख्या व नगण्य अस्तित्व असलेल्या या पक्षानं हळूहळू लोकांचा विश्वास संपादन करत एक बलशाली पक्ष म्हणून मुख्य प्रवाहात स्वत:चं स्थान निर्माण केलं.

"सुप्रभात साहेब," असं म्हणत मेननन त्या दिवसाशी संबंधित असलेल्या कार्यक्रमाविषयीचा एक इंच जाडीच्या कागदपत्रांचा गठ्ठा पंडितजींसमोर ठेवला.

"शुभ सकाळ, मेनन. इथे येण्यासाठी तू चंदिनीला कोणती वेळ दिली आहेस?" पंडितजींनी विचारलं.

"साहेब त्या इथे अकरा वाजता येणार आहेत. येताना त्या विरोधी पक्षाच्या काही आमदारांना सोबत आणणार आहेत. त्या सर्व आमदारांना त्यांच्या पक्षातून बाहेर पडण्याची इच्छा आहे." मेनन किंचित हसत म्हणाला. आजचा दिवस सनसनाटी ठरणार, हे त्याला ठाऊक होतं. अभानस पक्ष आज देशामध्ये फार मोठी राजकीय उलथापालथ घडवून आणणार होता. भारतात सर्वांत जास्त लोकसंख्या असलेल्या उत्तर प्रदेश राज्याचं सरकार कोसळून, आज अभानसच्या गळ्यात मुख्यमंत्रीपदाची माळ पडणार होती. उत्तर प्रदेशात सरकार स्थापन करणं, ही दिल्लीतील सत्ता काबीज करण्याची सुवर्णसंधी मानली जायची. या सर्वामागचे सूत्रधार पंडितजीच होते. साध्यासुध्या राहणीचे, निरभिमानी. रोज सकाळी बनारसी चहापान गृहात जाणारे आणि स्वत:ला केवळ इतिहासाचे प्राध्यापक समजणारे.

त्यांना जवळून ओळखणाऱ्यांना मात्र पक्कं ठाऊक होतं की पंडित गंगासागर मिश्रांना इतिहास शिकवण्यात फारसा रस नव्हता, त्यांना इतिहास घडवायचा होता.

* * *

गंगासागरचा जन्म १९२९साली गंगातीरावर वसलेल्या व काहीशा निद्रिस्त भासणाऱ्या कानपूर गावात झाला. कानपूरचं मूळ नाव कान्हापूर. महाभारताचा नायक असलेल्या कृष्णाला बालपणी लाडाने कन्हैया, कान्हा म्हटलं जाई. त्यावरून कान्हापूर हे नाव पडलं. मग ब्रिटिशांचं राज्य आलं. त्यांनी गावाचा चेहरामोहरा बदलून त्याला सैन्याच्या छावणीचं रूप देत, सात हजार शिपायांची तिथे राहण्याची व्यवस्था केली. एवढंच नव्हे, कान्हापूर नाव बदलून त्याचं कानपूर केलं. त्यानंतर १८५७साली शिपायांनी मोठं बंड केलं. बहुधा आपल्या गावाचं नवीन नाव त्यांना पसंत पडलं नसावं.

गंगासागरचे वडील मिश्राजी हे गरीब ब्राह्मण होते. नदीच्या काठावरील सरकारी अनुदान असलेल्या शाळेत शिक्षकाची नोकरी करून ते आपला व आपल्या कुटुंबाचा उदरनिर्वाह करत. त्यांना दोन मुलींच्या पाठीवर जेव्हा मुलगा झाला, तेव्हा त्यांनी त्याचं नाव ठेवलं गंगासागर – गंगेसारखा विशाल. गंगासागरची आई फार साधी होती. कुटुंबाच्या मूलभूत गरजा भागवण्यातच बिचारीची ओढाताण व्हायची. गंगा तिचा सर्वांत लाडका होता. त्या वेळच्या समाजात मुलगा म्हणजे गळ्यातील ताइत व मुलगी म्हणजे गळ्यातील लोढणं समजलं जाई. दोन्ही मुलींच्या लग्नात द्याव्या लागणाऱ्या हुंड्याची भरपाई एकटा गंगा करू शकेल, याची तिला खात्री होती. प्रसंगी स्वत: उपाशी राहून ती गंगाला पोटभर जेवू घालायची.

हिंदू रीतिरिवाजाप्रमाणे पितृपंधरवड्यात ब्राह्मणांना सर्वत्र मोठी मागणी असायची. आपल्या पूर्वजांच्या स्मृत्यर्थ अनेक श्रीमंत कुटुंबं त्या पंधरा दिवसांत त्यांना भोजनासाठी बोलवत व नवी वस्त्रेही दान करत. व्यवसायानं व्यापारी असलेले धनाढ्य अग्रवालजी हे मिश्राजींचे आश्रयदाते होते. श्राद्धकाळात कधी एकदा अग्रवालांच्या घरी भोजनाची संधी मिळेल याची छोटा गंगा अगदी आतुरतेनं वाट पाहत असे. त्यांच्या घरी जेवणाबरोबर त्याला हवी तेवढी तांदळाची गोड खीर प्यायला मिळायची. एकदा अग्रवालजींच्या घरी जेवत असताना गंगासागरनं आपल्या वडिलांना विचारलं, "बाबा, आपल्या पूर्वजांचं स्मरण करण्यासाठी श्राद्ध केलं जातं ना?"

"होय बाळा, ब्राह्मणांना भोजन देऊन जणू प्रत्येकाला मृतात्म्यांना तृप्त केल्याचं पुण्य लाभतं."

"म्हणजे तुम्हीही एक दिवस मरणार?" गंगासागरनं खिन्नपणे विचारलं.

मिश्राजी हसले. आपल्या मुलांनी आपल्यावर जिवापाड प्रेम करावं अशी प्रत्येक आईबापाची इच्छा असते आणि मिश्राजीही त्याला अपवाद नव्हते. गंगाचं आपल्यावरील प्रेम पाहून त्यांचा ऊर अभिमानानं भरून आला.

"होय गंगा. प्रत्येकाला मृत्यू अटळ आहे, तसाच तो मलाही आहे."

गंगाचा चेहरा निराशेनं काळवंडून गेला. बदाम व मनुका घातलेल्या गोड खिरीचा आणखी एक भुरका मारताना त्याच्या डोळ्यांतून अश्रू वाहू लागले. आपल्या बोलण्यामुळे आपल्या मुलाला दु:ख झालेलं पाहून त्यांचं अंत:करण हेलावलं. त्याचं दु:ख हलकं करण्याचा त्यांनी प्रयत्न केला, "गंगा, तुला असे प्रश्न का पडतात?"

"मी विचार करत होतो की तुम्ही गेल्यावरही अग्रवालजींच्या घरी मला खिरीच्या भोजनाचं आमंत्रण असेल का?"

* * *

आपण शिकवत असलेल्या सरकारी अनुदानाच्या शाळेत गंगाने शिकू नये, असं मिश्राजींना मनापासून वाटत होतं. अखेर आपल्यापाशी शिल्लक असलेली सारी रक्कम खर्चून त्यांनी त्याला आपल्या शाळेपक्षा थोड्या चांगल्या दर्जाच्या शाळेत पाठवलं. स्वत:ची वर्तणूक नेहमी उत्तम ठेव असं त्यांनी गंगाला बजावून सांगितलं. कानपूरमधील त्याहून चांगल्या दर्जाच्या शाळेत नाव घालायची त्यांची ऐपत नव्हती.

नव्या शाळेतील पहिल्याच दिवशी शिक्षकांनी त्याला उभं राहायला सांगून काही प्रश्न विचारायला सुरुवात केली. आपण उत्तरं देऊ शकू असा गंगासागरला आत्मविश्वास होता. शाळेत आधीपासून शिकणाऱ्या मुलांनी मात्र आता या नव्या विद्यार्थ्याची फजिती उडणार या अपेक्षेनं एकमेकांकडे पाहून हसत डोळे मिचकावले.

"अमेरिकेचा पहिला राष्ट्राध्यक्ष कोण?" मुख्याध्यापकांनी विचारलं.

"जॉर्ज वॉशिंग्टन," गंगासागर उत्तरला.

"वा! इतिहास सांगतो की लहानपणी त्यानं काहीतरी व्रात्यपणा केला होता. तो कोणता?"

"आपल्या वडिलांनी लावलेलं चेरीचं झाड त्यानं तोडून टाकलं."

"शाब्बास गंगासागर. इतिहास आपल्याला असंही सांगतो की त्या चुकीबद्दल वडिलांनी त्याला मुळीच शिक्षा केली नाही. काय कारण असावं त्याचं?"

"कारण जॉर्ज वॉशिंग्टननं त्याच्या हातातील कुऱ्हाड खाली ठेवली नसावी. हो ना?" असा प्रतिप्रश्न करत गंगासागर आपल्या जागेवर बसला.

* * *

काही महिन्यांतच तो मुलांची प्रगती-पुस्तकं तयार करायला मदत करू लागला. शिक्षकांचा लाडका विद्यार्थी बनला. शाळेला लवकरच दिवाळीची सुट्टी लागणार होती. परीक्षा नुकतीच संपली होती व गंगासागर मुख्याध्यापकांना इतिहास विषयाच्या उत्तरपत्रिका तपासण्यासाठी मदत करत होता. इतिहास हा त्याचा सर्वांत आवडता विषय होता. आपल्या वर्गमित्रांनी काही प्रश्नांना दिलेली अजब उत्तरं वाचताना त्याला हसू आवरत नव्हतं.

'प्राचीन भारताचा इतिहास हा जुन्या पुराण्या कहाण्यांनी भरलेला आहे. या कहाण्या मुलं आपल्या वडिलांच्या पिढीकडे सोपवत. या कहाण्यांच्या संग्रहाला पौराणिक कथा असं म्हणतात.'

'मुघल हे सर्वांत महान सत्ताधारी होते. अकबर हा सर्वश्रेष्ठ मुघल होता.'

'त्यानंतर इंग्रज आले, येताना ते आपल्यासोबत नव्याने शोध लागलेले क्रिकेट, ट्राम आणि वाफेवर चालणारी आगगाडी असं बरंच काही घेऊन आले.'

'अखेरीस त्यांनी भारतावर वरचढ व्हायला सुरुवात केली कारण भारतीयांच्या एकतेमध्ये खूप भिन्नता होती. ते आयात-निर्यातीमध्ये वाकबगार होते. त्यांनी मीठाची निर्यात व कपड्यांची आयात सुरू केली.'

प्रश्नपत्रिकेतील सर्वांत अवघड प्रश्न हा चंद्रगुप्त मौर्याचा विद्वान गुरू चाणक्याविषयीचा होता. प्रश्न असा होता 'राजकीय अर्थव्यवस्थेवर चाणक्यानं लिहिलेला अर्थशास्त्र हा ग्रंथ त्यानं स्वत: लिहिला होता की, आधीच प्रस्थापित असलेल्या विचार व मतांचं ते केवळ संकलन होतं?' ह्या प्रश्नाचं उत्तर देताना एका हुशार पण आळशी मुलानं लिहिलं, 'चाणक्य आता या जगात नसल्यामुळे फक्त परमेश्वरालाच ह्या प्रश्नाचं उत्तर ठाऊक असेल. दिवाळीच्या शुभेच्छा.'

त्यावर गंगासागरने बाजूच्या समासात शेरा मारला. 'परमेश्वराला अ+ ही श्रेणी मिळत आहे तर तुला ड श्रेणी मिळत आहे. तुलाही दिवाळीच्या शुभेच्छा!'

* * *

मिश्राजींची ती अखेरची दिवाळी ठरली. आयुष्यभर त्यांना प्रतिकूल परिस्थितीशी झगडावं लागलं, अनेक धक्के सोसावे लागले. त्यातून निर्माण झालेल्या ताणतणावांचा परिणाम त्यांच्या प्रकृतीवर झाला. वयाच्या पंधराव्या वर्षी गंगासागरचं पितृछत्र हरपलं आणि म्हातारपणाकडे झुकू लागलेली आई व उपवर झालेल्या दोन बहिणींची जबाबदारी त्याच्यावर आली. आता ताबडतोब शाळा सोडायची, महाविद्यालयीन शिक्षणाचा विचारही मनातून काढून टाकायचा आणि अर्थार्जनासाठी मिळेल ते काम कराचं. असं त्यानं ठरवलं. त्याला अग्रवालजींचा मोठा आधार वाटायचा. वडिलांच्या त्या आश्रयदात्याने गंगासागरला नेहमीच प्रेमळ वागणूक दिली होती.

कानपूरच्या एका निर्जन कोपऱ्यातील गर्द वनराईमध्ये अग्रवालजींची प्रशस्त हवेली होती. गंगेच्या काठावर दहा एकर जमिनीत बांधलेल्या त्या बंगल्याला दहा खोल्या होत्या. बंगल्याच्या मागे असलेल्या नदीतटाचा एक खास भाग, त्यांनी स्वत:साठी राखीव ठेवला होता. त्या ठिकाणी दररोज दहा ब्राह्मण पवित्र यज्ञकर्म करत. अग्रवालजींच्या पुढील दहा पिढ्या सुखसमृद्धीत नांदाव्यात हाच त्या यज्ञयागामागचा उद्देश होता.

१८६४ साली जेव्हा कापसाला अचानक तेजी आली, तेव्हा अग्रवालजींच्या वडिलांनी त्या व्यापारात भरपूर कमाई केली व ते कानपूर कापूस विनिमय केंद्रातील प्रमुख व्यापारी बनले. अमेरिकन नागरी युद्धाच्या काळात ब्रिटनला नेहमी मिळणारा कापूस पुरवठा अचानक खंडित झाला व कापसाच्या आयातीसाठी त्यांना भारताची मदत घ्यावी लागली. परिणामी कापसाच्या व्यापारात प्रचंड सट्ट्याला सुरुवात झाली. आंतरराष्ट्रीय बाजारपेठेतील कापसाच्या किंमतीचे आकडे समजेपर्यंत भारतातील

कापसाची बाजारपेठ रोज रात्री उशिरापर्यंत चालू असायची. अग्रवालजींच्या वडिलांना हा सट्टा खूप आवडायचा; परंतु त्या वेळच्या अनेक व्यापाऱ्यांना ही गोष्ट ठाऊक नव्हती की ते स्वत: कधीही सट्टा करत नसत. मॉर्स कोड या तंत्रज्ञानाचा आधार घेत त्यांनी सारी संपत्ती कमावली. धूर्त व बिलंदर असलेल्या अग्रवालजींनी न्यू यॉर्क व टोकियो येथे काम करण्यासाठी दोन व्यक्तींची नेमणूक केली होती. न्यू यॉर्कमधील त्यांचा कर्मचारी तेथील बाजारपेठेतील कापसाच्या किंमतीचा भाव दूरसंचार यंत्रणेतर्फे टिंब व जोडरेघ या गुप्तभाषेत (मॉर्स कोड) रूपांतरित करून टोकियोच्या कर्मचाऱ्याला पाठवत असे व मग तो ते भाव त्याच गुप्तभाषेत कानपूरला अग्रवालजींच्या वडिलांना कळवत असे. त्यामुळे त्यांना इतरांपेक्षा ते भाव जवळजवळ एक तास आधी समजत. त्याचा फायदा उठवून पिताश्री त्याप्रमाणे कापसाची खरेदी-विक्री करत. त्यांनी मिळवलेल्या प्रचंड दौलतीमागे सट्टा नव्हे तर हे खरं रहस्य होतं.

वडिलांचा धूर्त व कावेबाजपणा अग्रवालजींच्याही रक्तात मुरला होता. पित्यानं आपल्या व्यापारवृद्धीसाठी अमेरिकन नागरी युद्धाचा वापर करून घेतला तर पुत्रानं त्याचसाठी दुसऱ्या महायुद्धामुळे निर्माण झालेल्या टंचाईचा फायदा उठवला. इंग्रजांच्या भारतीय वसाहतीने सुमारे अडीच दशलक्ष सैनिकांच्या कपडे व इतर व्यवस्थेसाठी आणि ब्रिटिशांच्या युद्धातील सहभागासाठी राष्ट्रीय उत्पन्नाचा ऐंशी टक्के भाग खर्च केला. अग्रवालजींनी यासाठी ब्रिटिशांना सर्वाधिक कपड्यांचा पुरवठा केला व त्याबदल्यात भरपूर नफाही कमावला. परंतु याचा अर्थ अग्रवालजी हे ब्रिटिशधार्जिणे होते, असा मात्र मुळीच नव्हे. दूरदृष्टी लाभलेले ते एक चाणाक्ष गृहस्थ होते. इंग्रजांना काही काळातच भारत सोडावा लागणार, याची त्यांना कल्पना होती. ते गृहीत धरूनच अग्रवालजींनी स्वातंत्र्य लढ्यासाठी उदार मनानं व देशभक्तीची जाण ठेवून मोठमोठ्या देणग्या दिल्या.

गंगासागर लहान होता तेव्हा कानपूरभेटीसाठी महात्मा गांधी आले होते व त्या भेटीदरम्यान ते अग्रवालजींकडे उतरले होते. भारतीय राष्ट्रीय काँग्रेसच्या चाळिसाव्या वार्षिक अधिवेशनासाठी ते खास अलाहाबादहून आले होते. त्यांच्या स्वागतासाठी कानपूर रेल्वे स्थानकावर पंचवीस हजार लोकांनी गर्दी केली. अग्रवालजी गांधीजींना आपल्यासोबत घरी घेऊन आले. महात्माजींची वैयक्तिक सेवा करण्याची संधी गंगासागरला द्यावी अशी विनंती मिश्राजींनी केली व अग्रवालजींनी ती तात्काळ मान्यही केली.

कानपूरमधील प्रसिद्ध अशा परेड मैदानात गांधीजींची सभा झाली. सभेला हजारोंच्या संख्येने लोक उपस्थित होते. त्या सभेत कानपूरवासियांनी असहकार चळवळीला भरघोस पाठिंबा देऊन ती यशस्वी करावी असं आवाहन गांधीजींनी

केलं. सभेनंतर घरी झालेल्या खासगी गप्पांमध्ये अग्रवालजींनी त्या महान नेत्याला विचारलं, ''बापू, आपण ब्रिटिशांविरुद्ध यशस्वीपणे लढा देऊ शकू हा आत्मविश्वास तुम्ही कसा मिळवलात?''

महात्मा गांधींनी त्यावर मंदस्मित केलं. ते म्हणाले, ''आपण जिंकणार कारण स्वातंत्र्यलढ्याच्या चार टप्प्यांपैकी आता आपण तिसऱ्या टप्प्यावर पोहोचलोय.''

''लढ्याचे चार टप्पे?'' अग्रवालजींनी विस्मयानं विचारलं.

''प्रथम ते तुमच्याकडे दुर्लक्ष करतात, दुसऱ्या वेळी ते तुम्हांला पाहून कुचेष्टेनं हसतात, तिसऱ्या टप्प्यात ते तुमच्याविरुद्ध लढू लागतात व चौथ्या वेळी तुम्ही जिंकता. अग्रवाल, माझ्या मित्रा हेच ते चार टप्पे असतात.'' महात्मा सहजपणे उद्गारले. लहानगा गंगासागर गांधीजींचे पाय चेपत होता. त्यानं महात्माजींचं बोलणं लक्षपूर्वक ऐकलं होतं. तो संकोचत म्हणाला, ''मी तर एवढा छोटा मुलगा! मी कसा त्यांच्याविरुद्ध लढणार? ते खूपच शक्तिशाली आहेत.''

महात्मा गांधींनी आपला हात हलकेच गंगाच्या डोक्यावर ठेवला व ते म्हणाले, ''शारीरिक क्षमतेतून शक्ती मिळत नसते. आपल्या अदम्य इच्छाशक्तीतून ती आपल्याला प्राप्त होते. बाळा, मला दिसतेय की ती तुझ्यापाशी आहे.''

त्या दिवसापासून गंगासागर हे जाणून होता की साम्राज्य घडवण्याची किंवा ती लयाला नेण्याची ताकद, एक दिवस त्याच्यापाशीही असणार आहे.

* * *

गंगासागर अग्रवालजींसमोर अवघडून बसला होता. त्याच्या अंगावरचे पाश्चिमात्य पद्धतीचे कपडे अगदीच गबाळे दिसत होते. एल्विसची नक्कल करत त्यानं कानावरचे कल्ले लांब व तळाशी रुंद राखले होते. डोळ्यांवर जाड फ्रेमचा चश्मा बसवण्यासाठी त्याच्या ठसठशीत नाकावर भरपूर जागा होती. तेल चोपडलेले केस मागे फिरवत त्यानं डाव्या बाजूला भांग पाडला होता आणि जुन्या बेल बॉटम पँटमध्ये खोचलेला पूर्ण बाह्यांचा ढगळ सदरा निम्म्याहून अधिक बाहेर लोंबत होता. त्यानं आपली दाढी मात्र नीट घोटून केली होती. गंगासागर लख्ख गोरापान असला तरी काहीसा बुटका होता. त्याची उंची पाच फुटांहून किंचित जास्त होती. पायात चढवलेले बूट आकारानं अंमळ मोठेच होते. 'मला दुसऱ्या कुणाकडे जावं, हे सुचेना.' तरुण गंगासागर चाचरत म्हणाला. ''साहेब, तुमच्याकडे नोकरी करण्याची माझी फार इच्छा आहे. तुम्ही सांगाल ते काम मी करेन. खूप मेहनत घेईन. खरंच सांगतो साहेब, कृपा करून माझी मदत करा.'' तो अजिजीनं म्हणाला.

अग्रवालजी हुक्का ओढत होते. केशर व वेलचीचा सुगंध असलेल्या तंबाखूचा एक जोरदार दम मारत ते त्याच्याकडे पाहून शांतपणे हसले. ''मला स्वत:ला

मुलं नाहीत. हे बघ गंगासागर, मी तुला नोकरीला ठेवेन पण तुझ्याकडून गुलामासारखं काम करून घेईन. तुझा महिन्याचा पगार असेल पंचवीस रुपये. मान्य आहे तुला?''

''हो सर मान्य. एक गोष्ट सांगू, मला नोकरीवर ठेवल्याचा तुम्हांला कधीही पश्चात्ताप होणार नाही, साहेब. मला चांगल्या नशिबाचं वरदान मिळालंय.''

''माझाही नशिबावर विश्वास आहे... आणि मी जितकी जास्त मेहनत घेतो, तितकं नशीबही मला अधिक साथ देतं.'' अग्रवालजी थट्टेनं म्हणाले.

* * *

जमाखर्च व हिशेब लिहिण्याची पद्धत हा गंगासागरसाठी पहिला धडा होता. अग्रवालजींच्या खातेवह्या व हिशेब सांभाळण्याची जबाबदारी त्यांनी आपला खजिनदार व अत्यंत विश्वासू अशा मारवाडी मुनीम यांच्यावर सोपवली होती. त्यांनी मुनीमजींनाच गंगासागरला दुहेरी नोंद लेखापद्धती, तिचे नियम व त्यातील गुंतागुंतीचा भाग शिकवण्यास सांगितलं.

''गंगासागर, दोन अधिक दोन म्हणजे किती?'' मुनीमजींनी पहिल्याच दिवशी विचारलं.

''चार,'' गंगासागरनं झटकन उत्तर दिलं.

''चूक,'' हाच प्रश्न मी तुला पुन्हा कधीतरी विचारेन.

त्यानंतर बरेच दिवस उलटले. रोजकीर्द, पक्क्या खतावणीतील नोंदी व तेरीज पत्रकं बनवण्यापर्यंत गंगासागरचं शिक्षण पूर्ण झालं होतं. मुनीमजींनी त्याला पुन्हा विचारलं, ''गंगासागर, दोन अधिक दोन म्हणजे किती?''

''चार.' गंगासागर उत्तरला.

''चूक. मी तुला योग्य उत्तर द्यायची आणखी एक संधी देईन.''

त्यानंतर काही आठवड्यांनी प्राप्य उत्पन्नाचे निकष, खर्चाचा एकूण अंदाज व अंतिम नफा-तोटा पत्रक तयार करण्यापर्यंत गंगासागरची प्रगती झाली.

''आज तुला शेवटची संधी देतोय. दोन अधिक दोन किती?'' मुनीमजींनी विचारलं.

हताश झालेला गंगासागर खाडकन म्हणाला, ''दोन अधिक दोन म्हणजे तुम्ही म्हणाल तितके!''

''अचूक उत्तर,'' मुनीमजी हसत म्हणाले, ''अखेर हिशेब करण्यातील खरी खुबी तुझ्या लक्षात आली तर!''

* * *

नफा मिळवणं, हे अग्रवाल यांच्या रक्तातच होतं. जिच्या खरेदी विक्रीतून फायदा

कमावता येईल अशा प्रत्येक वस्तूत अग्रवालजींना रस होता. आपल्याला एका निष्णात गुरूचं छत्र लाभलंय हे गंगासागरच्या लवकरच लक्षात आलं. एकदा तो अग्रवालजी व मुनीमजी यांच्या बैठकीत सामील झाला होता.

"मुनीमजी, आपण तागाचा व्यापार का सुरू करत नाही?"

"त्यात नफ्याचं प्रमाण अत्यल्प आहे. फायदा तर होणारच नाही आणि श्रम मात्र वाया जातील."

"पण तागाची निर्यात केली तर?"

"इथल्या खरेदीच्या किंमतीपेक्षा निर्यात करून मिळणारा भाव खूपच कमी आहे. आपण तागाची निर्यात केली तर तोट्यात जाऊ."

"पण जर आपण इथलं टाकाऊ ताग खरेदी करून ते निर्यात केलं तर? काही झालं तरी ते शेवटी तागच आहे."

"पण साहेब, इतक्या निकृष्ट जातीचं ताग आपल्याकडून कोण विकत घेईल?"

"मी घेईन."

"तुम्हांला नक्की काय म्हणायचंय मालक? मी समजलो नाही."

"तुम्ही म्हणता ते टाकाऊ ताग आपण अग्रवाल हाँगकाँग कंपनीला खरेदी करायला सांगू शकतो ना? आपण भारतातलं वाया गेलेलं ताग किरकोळ किंमतीत विकत घ्यायचं आणि चांगलं ताग म्हणून आपल्याच परदेशी साहाय्यक कंपनीला विकायचं."

"पण त्यातून खरा फायदा होणारच नाही. आपली भारतातील शाखा नफा दाखवेल आणि आपलीच परदेशी शाखा तोटा दाखवेल. एकूण व्यवहार शून्य असेल."

"तसं नाही होणार मुनीमजी. कारण आपण जितक्या किंमतीचा माल निर्यात करतो, तितक्याच किंमतीचा आयात परवाना सरकार आपल्याला देऊ करते. तागाच्या त्या विशिष्ट व्यवहारात जरी आपल्याला फायदा झाला नाही, तरी आयात परवान्याच्या अधिमूल्याच्या रूपात आपण कमाई केलेली असेल."

त्याच क्षणी गंगासागरनं मनोमन ठरवलं की आपल्या या मार्गदर्शकाकडून हा धूर्त कावेबाजपणा शिकण्यासाठी पडेल ते काम व लागेल तितका वेळ द्यायला हवा.

* * *

एकदा अग्रवालजी भल्या पहाटे फिरायला बाहेर पडले होते. ते नेहमी आपल्या ऑफिसवरून पुढे चालत जात. थंडीचे दिवस असल्याने कानपूर अजून जागं झालं नव्हतं. आपल्या मालकाला पाहताच कार्यालयाबाहेर उभ्या असलेल्या रखवालदारानं

चटकन सलाम ठोकला.

“राम राम, साहेब,” तो म्हणाला.

“राम राम, गौरीप्रसाद,” अग्रवालजी म्हणाले. “ऑफिसमधले दिवे का चालू आहेत? इतक्या पहाटे कोण आहे आतमध्ये?”

“गंगासागरजींनी दिवे चालू केलेत.” रखवालदार उत्तरला.

“गंगासागर इतक्या लवकर ऑफिसला येतो?” चकित होऊन अग्रवालजींनी विचारलं.

“नाही साब. बहुतेकदा ते असे पहाटे येत नाहीत.” गौरीप्रसाद म्हणाला.

“बरोबर आहे. त्याच्या घरी आई आणि दोन बहिणीही आहेत. त्यांच्यासाठीही त्यानं वेळ द्यायला हवा.” अग्रवालजी म्हणाले.

“नाही, नाही साब. लवकर येण्याचा प्रश्नच येत नाही, कारण अनेकदा ते ऑफिसमधून रात्री घरीच जात नाहीत.”

* * *

गंगासागर ऑफिसमध्ये बसून आपल्या साहेबांबरोबर एका नव्या विषयावर चर्चा करत होता. अग्रवालजींच्या डोक्यात कायम फायदेशीर योजना घोळत असत. त्या वेळी त्यांचं मन सोन्यामध्ये गुंतलं होतं. दुसरं महायुद्ध नुकतंच संपलं होतं व त्यामुळे त्यांच्या हाती एक नवी संधी आली होती.

“अमेरिकेचा डॉलर हा नेहमी सोन्याच्या भावाशी जोडलेला असतो. आत्ताआत्तापर्यंत एक ट्रॉय औंस सोन्याची किंमत वीस डॉलर्स होती, पण अलीकडच्या जागतिक युद्धामुळे सगळीच समीकरणं बदलली. डॉलरचं आता अवमूल्यन झाल्यामुळे एक ट्रॉय औन्स सोन्यासाठी आता पस्तीस डॉलर्स मोजावे लागतात,” अग्रवालजी म्हणाले.

“काय म्हणायचंय तुम्हांला?” गंगासागरनं विचारलं.

“याचा अर्थ असा होतो गंगासागर की आता एका डॉलरमध्ये फक्त एक पस्तिसांश औंस सोनं विकत घेता येतं.”

“पण ही संधी कशी असू शकते?”

“अमेरिकेच्या सरकारने जरी डॉलरची किमत सोन्याशी जोडली असली तरी युद्धामुळे जी आर्थिक तूट निर्माण झाली आहे ती भरून काढण्यासाठी त्यांना जास्त प्रमाणात डॉलर्स छापावे लागतील व त्यामुळे डॉलरचं वास्तविक मूल्य यापुढे घसरतच जाणार.”

“आणि मग?”

“जसजसं डॉलरचं वास्तविक मूल्य घसरेल, तसतसं सोन्याचं वास्तविक

मूल्य नक्कीच वाढत जाईल.''

''म्हणजे इथे संधी आहे तर?''

''नुसती संधीच नव्हे, ही आहे किमतीतील फरकाचा फायदा उठवण्याची संधी!''

''मी समजलो नाही.''

''सोपं आहे. जर माझ्यापाशी एक डॉलर असेल तर त्याच्या बदल्यात मी एक पस्तीसांश औंस सोनं घेऊ शकतो.''

''हो.''

''पण एक औंस सोन्याच्या अल्पांशांचं वास्तविक मूल्य हेदेखील डॉलरच्या मूल्यापेक्षा जास्त असेल, बरोबर?''

''होय. बरोबर.''

''तर मग आपण डॉलर्स खरेदी करत राहिलो आणि मग तेच डॉलर्स विकून बाजारभावाने सोनं घेतलं तर काय होईल?''

''आपला फायदा होईल!''

''हो ना? मग आता वाट कशाची बघत बसलायस?''

अग्रवालजींनी डॉलरच्या बदल्यात सोनं घेऊन आपल्या कंपनीला लाखो रुपये मिळवून दिले. गंगासागर हे सगळं बारकाईनं पाहत होता, ऐकत होता आणि त्यातून बरंच काही शिकत होता.

* * *

दुसऱ्या एका प्रसंगी कापूस व्यवसायावर बोलणं सुरू होतं. त्याआधी काही वर्षं भारत देश ब्रिटिशांच्या गुलामगिरीतून स्वतंत्र झाला होता व नव्या सरकारनं राष्ट्रीय कारभार हाती घेतला होता.

''आपल्या उद्योग मंत्र्यांनी कापड गिरण्याचं राष्ट्रीयीकरण करायचं योजलेलं दिसतंय.'' एक दिवस अग्रवालजी सहज बोलले.

''त्याचा आपल्यावर काहीच परिणाम होणार नाही. आपण काही कापड उत्पादक नाही, केवळ व्यापारी आहोत,'' गंगासागर सावधपणे म्हणाला.

''चुकीचं बोलतोयस तू. त्याचा परिणाम आपल्यावरही होणार. कारण सगळ्या कापड उद्योगातच मंदी येणार.''

''त्यामुळे काय होईल?''

''कापसाचे भाव घसरणार.''

''मग आपण काय करायला हवं?''

''आपल्याकडे नसलेला कापूस विकायचा.''

"काय?"

"आजच्या वरच्या भावात कापूस विकायचा आणि नंतर भाव कमी झाले की तो विकत घ्यायचा."

"पण साहेब राष्ट्रीयीकरणाची घोषणा लगेच झाली नाही, तर विक्री-खरेदीसाठी आल्याला पुरेसा वेळ मिळणार नाही."

"मंत्रीसाहेब राष्ट्रीयीकरणाची घोषणा लांबणीवर टाकतील, याची व्यवस्था आपण करायची."

"ती कशी काय?"

"या फायदेशीर योजनेत ते आपले भागीदार कसे बनू शकतात, हे त्यांना नीट पटवून द्यायचं."

उद्योगपती व राजकीय नेते यांच्यात नेहमी घट्ट संबंध असतात, हे गंगासागरला हळूहळू समजू लागलं.

* * *

संध्याकाळ उलटून काळोख पडू लागला होता. गंगासागर आपलं काम आटोपून घरी जायला निघत असताना, अग्रवालजींनी त्याला आपल्या केबिनमध्ये बोलावलं.

"नियोजन आयोगानं घोषणा केलीय की पुढच्या पाच वर्षांत देशामध्ये धरणं, रस्ते व पूल बांधण्यासाठी खूप मोठ्या प्रमाणावर गुंतवणूक केली जाणार आहे," ते म्हणाले.

"आपण तर बांधकाम व्यवसाय करत नाही." गंगासागर नम्रपणे बोलला.

"मग आपण तो आता सुरू करू या."

"पण सर, तो एक विशेष प्रकारचा उद्योग आहे. आपण तर केवळ व्यापारी आहोत, बांधकाम व्यवसायातील एकही गोष्ट आपल्याला ठाऊक नाही."

"तू फक्त नवीन कंपनी स्थापन कर आणि त्या कंपनीचे दहा टक्के समभाग 'लक्ष्मी ॲन्ड कंपनी'ला देण्याची व्यवस्था कर. आणखी एक गोष्ट. स्टील व सिमेंट पुरवठादार निबंधक कचेरीत आपल्या कंपनीच्या नावाची नोंदणी कर."

"हे सर्व कशासाठी?"

"त्यामुळे आपल्याला बांधकाम साहित्य खरेदी करता येईल."

"पण त्या साहित्याचं करायचं काय? आपल्यापाशी बांधकाम प्रकल्पच नाही."

"कारण वर्षभरानं आपण ती कंपनी विकणार आहोत."

"सर, एकही प्रकल्प नसलेली कंपनी कोण विकत घेईल?"

"आपली कंपनी विकत घ्यायला कोणीही तयार होईल, कारण एवढा मोठा स्टील व सिमेंटचा साठा त्या वेळी कोणाकडेच नसेल. पुढच्या वर्षाअखेर प्रत्येक

बांधकाम कंपनीला सिमेंट व स्टीलची टंचाई जाणवत असेल!''

''आणि जर अर्थमंत्र्यांनी आपल्यावर साठेबाजीचा आरोप केला तर?''

''तो कसा करू शकेल? 'लक्ष्मी ॲन्ड कंपनी' ही त्याच्या जावयाच्या मालकीची आहे.''

* * *

''मी तुला पाटण्याला पाठवतोय,'' अग्रवालजी गंगासागरला म्हणाले.

''जशी तुमची आज्ञा, सर.'' गंगासागर नम्रपणे म्हणाला.

''तू कारण नाही विचारलंस?'' साहेब म्हणाले.

''तसंच महत्त्वाचं असेल तर तुम्ही सांगालच.'' गंगासागर उत्तरला.

''पाटणा ही बिहारची राजधानी आहे, हे तर तुला ठाऊकच आहे. बिहार राज्यात खनिजांचा फार मोठा साठा आहे. विशेषत: लोखंडाच्या खनिजाचा.''

'बरं.''

''सरकार खनिज अधिकाराचं भाडेतत्त्वावर वाटप करणार आहे. आपण त्या संबंधात काही हालचाली करायला हव्या.''

''साहेब, मी काय करायला हवं?''

''त्या खनिजांचा साठा नेमका कुठे आहे, हे सरकारला ठाऊक नसावं. गंगासागर, मला बोली लावायच्या आधी ती जागा शोधायची आहे. बोली लावल्यानंतर नव्हे.''

''म्हणजे मी हातात फावडं धरून लोखंडाचं खनिज शोधण्यासाठी खणत बसू का?''

''नाही. तू पाटण्याला जाऊन माझ्या एका मित्राला भेट. तो आरएएफ म्हणजे जलद कार्यवाही पथकात लढाऊ वैमानिक होता.''

''बॉंब टाकून धरणीच्या पोटात शिरायचा, आपला विचार आहे का?''

''गंगासागर चेष्टा पुरे. त्या माणसाचं महत्त्व तुझ्या नंतर लक्षात येईल. माझ्या मते तोच अगदी साधा आणि योग्य उपाय आहे.''

* * *

स्क्वाड्रन लिडर मोहनलाल हा मद्यप्रेमी होता. व्हिस्की हे त्याच्यासाठी अमृत होतं. जाडजूड झुपकेदार पांढऱ्या मिश्यांमुळे कोणतंही पेय आपोआप गाळूनच त्याच्या घशात उतरत असे. दिल्ली फ्लाईंग स्कूलमधून त्यानं वैमानिकाचं शिक्षण घेतलं व तो भारतीय हवाईदलात नोकरीसाठी रुजू झाला. त्याच वेळी ब्रिटिश रॉयल एअर फोर्सनं तुफानी हरिकेन्स विमानांतून जर्मनीवर चढाई करण्यासाठी चोवीस भारतीय वैमानिकांचं पथक तयार केलं. त्या पथकात मोहनलालची निवड करण्यात

आली.

मोहनलालनं जर्मनीवर केलेल्या त्याच्या शेवटच्या हल्ल्यात विमानाचा डॅश बोर्डच गायब झाल्याचं अखेरच्या क्षणी त्याच्या लक्षात आलं. इंजिनाच्या प्रचंड आवाजामुळे ती गोष्ट आधी त्याच्या नजरेतून सुटली होती. हरिकेन इंग्लिश खाडीवरून अठरा हजार फूट उंचीवर तुफानी वेगात जात असताना त्यातून अचानक काळा धूर व तेल बाहेर पडू लागलं. मोहनलालनं विमान सात हजार फुटांवर खाली आणलं. त्याच वेळी पॅरॅशूटच्या साहाय्यानं इंग्लिश खाडीमध्ये उडी मारण्याची सूचना त्याला नियंत्रण कक्षातून देण्यात आली. त्याला उतरवून घेण्यासाठी एका खास बोटीचीही व्यवस्था केली गेली.

"कृपा करून बोट पाठवू नका." मोहनलालनं रेडिओवरून ओरडून सांगितलं.

"का?" नियंत्रण कक्षातील अधिकाऱ्यानं विचारलं.

"कारण मला पोहता येत नाही," तो आणखी जोरात ओरडला.

मोहनलालनं शिताफीनं विमान डोव्हरच्या पांढऱ्या पहाडानजिक आणलं, परंतु विमान खाली उतरवण्यासाठी जेव्हा त्यानं विमानाची खालची चाकं उघडली तेव्हा अचानक मोठा स्फोट होऊन हरिकेनला ज्वाळांनी वेढलं. त्याही परिस्थितीत त्यानं धोका पत्करून विमान वेगानं जमिनीवर उतरवलं आणि पेटलेल्या हरिकेनमधून स्वत:ला खेचून बाहेर काढलं. काही वेळातच त्याला इस्पितळात नेण्यात आलं. तो बरेच दिवस तिथे होता. इस्पितळातील जेवण त्याला मुळीच पसंत नसलं तरी तिथे त्याची सेवा करणारी परिचारिका आणि मिळणारी स्कॉच व्हिस्की यावर मात्र तो बेहद्द खूश होता. लवकरच त्याला समजून चुकलं की परिचारिका स्वभावाने चंचल असल्या तरी स्कॉच मात्र आपल्याशी कायम एकनिष्ठ राहते.

युद्ध संपल्यावर मोहनलाल भारतात परतला. आरएएफतर्फे त्याला घसघशीत मासिक निवृत्तिवेतन मिळू लागलं. त्या पैशांतून त्यानं आरएएफकडून युद्धात वापरलेलं हॉकर हार्ट (दोन आसनी छोट्या आकाराचं विमान) विकत घेतलं व त्यानं मर्यादित मार्गापर्यंत विमान वाहतूक सेवा सुरू केली. अग्रवालजींनी गंगासागरला जेव्हा खनिज लोखंड शोधण्यासाठी एक साधा, सोपा उपाय असल्याचं सांगितलं होतं, तेव्हा त्यांच्या मनात हेच हॉकर हार्ट होतं.

* * *

"ते पाहिलंस? खाली दिसतंय ते पाटणा शहर आहे." मोहनलाल जोरात ओरडत म्हणाला. विचित्र आवाज करत वेगानं जाणाऱ्या हॉकर हार्टनं पुन्हा एक जोरदार हेलकावा घेतला. गंगासागर अस्वस्थ झाला होता. पोटात मळमळू लागल्यानं आपल्याला आता उलटी होणार, असं त्याला वाटू लागलं. कडाक्याच्या थंडीत

पहाटे पाच वाजता आपल्याला या स्थितीत आणून ठेवल्याबद्दल त्यानं अग्रवालजी व मूर्ख मोहनलालला मनातून लाखोली वाहिली. विमानातील दोन आसनांवर गंगासागर मोहनलालच्या मागे बसला होता.

''रेल्वेमार्गाच्या दक्षिणेला तुला भग्नावशेष दिसताहेत ना? तेच कुम्हार - पाटलीपुत्र या पुराणकालीन नगरीचे ते अवशेष आहेत. पाटणा हे नाव त्या नगरीवरूनच पडलं.''

मोहनलाल पुन्हा मोठ्या आवाजात म्हणाला. आपल्या मागे बसलेली व्यक्ती प्रथमच विमान प्रवास करतेय, हे त्याला ठाऊकही नव्हतं. दोघांनी बी-८ गॉगल्स, आरएएफ हेल्मेट्स व ए-२ बॉम्बर जॅकेट घातलं होतं आणि दोघांच्याही पाठीला हवेत फुगणारी १९४१ सालची आरएएफ पॅरॅशूट्स बांधली होती. गंगासागर मनातून चांगलाच घाबरला होता. कसाबसा खाली वाकत तो ते अवशेष पाहू लागला.

''दोन हजार तीनशे वर्षांपूर्वी चंद्रगुप्त मौर्याच्या विरतीर्ण साम्राज्याची पाटलीपुत्र ही राजधानी होती. पाटण्याची आजची स्थिती पाहून माझ्या बोलण्यावर तुझा विश्वासही बसणं, कठीण आहे. हो ना?'' नदीच्या दिशेनं उत्तरेला विमान वळवत तो ओरडला.

''पाटणा शहर गंगेच्या दक्षिण काठावर वसलेलं आहे आणि हा सगळा प्रदेश लोखंडाच्या खनिजाने समृद्ध आहे. ते खनिज नेमकं कुठल्या भागात आहे, हे शोधण्यातच खरं कौशल्य आहे. सरकारलाही अजून त्याचा शोध घेता आलेला नाही.''

गंगासागर मनातून इतका चिडला होता की तो दबक्या आवाजात मोहनलालची निर्भर्त्सना करत होता, पण इंजिनाच्या कर्कश आवाजामुळे त्यानं उच्चारलेले शब्द वैमानिकाला ऐकू येणं, अशक्य होतं.

''गेल्या अनेक वर्षांत जगामध्ये खनिजं शोधून काढण्यासाठी वापरले जाणारे भूभौतिकीय (जिओफिजिकल) तंत्रज्ञान खूपच विकसित झालं आहे. माझ्यापाशी त्याच तंत्रज्ञानासाठी वापरलं जाणारं एक साधन आहे, मॅग्नेटोमीटर. हे उपकरण आता अभावानंच कोणापाशी असू शकेल. तुझ्या साहेबाच्या अमेरिकेत बऱ्याच ओळखी असल्यामुळे तो हा मॅग्नेटोमीटर मिळवू शकला. तुला सांगतो, हा मॅग्नेटोमीटर म्हणजे एक विलक्षण आश्चर्यच आहे!'' मोहनलाल उद्गारला.

''पण ही वस्तू आपलं काम कसं करते?'' क्षणभर पोटातील मळमळ व मनातील चिडचिड विसरून गंगासागरनं ओरडून विचारलं.

''हे उपकरण पृथ्वीच्या पृष्ठभागावरील निरनिराळ्या क्षेत्रात चुंबकीय आकर्षणाची असणारी कमी जास्त शक्ती मोजते. लोहभस्म इतर खनिजांच्या तुलनेत सर्वांत

जास्त चुंबकीय आकर्षण दाखवतं. त्यामुळे आपण ज्या वेळी खनिज साठ्यांवरून उड्डाण करतो, तेव्हा आपल्याला चुंबकीय आकर्षणात विशिष्ट प्रकारचे बदल दिसू लागतात.'' मोहनलालनं समजावून सांगितलं, पण घोंघावणाऱ्या इंजिनाच्या आवाजात त्याचं बोलणं गंगासागरला अर्धवट ऐकू आलं.

* * *

''आपण खाली जात आहोत.'' मोहनलाल किंचाळून म्हणाला. हॉकर हार्ट प्रचंड वेगानं खाली उतरत होतं. गंगासागरनं आधी मोहनलालला मग अग्रवालजींना व शेवटी स्वतःच्या दुर्दैवाला अशी क्रमाक्रमाने दूषणं दिली. क्षणभर त्याला वाटलं की मोहनलाल आपली क्रूर चेष्टा करतोय, पण दुसऱ्याच क्षणी गंगासागरला त्या भीतिदायक वास्तवाची जाणीव झाली. विमान सुसाट वेगानं खाली कोसळत होतं.

''आपण बाहेर उडी मारायला हवी,'' मोहनलाल ओरडला. खाली पाटलीपुत्राचे भग्नावशेष पसरलेले दिसत होते. एवढ्या सकाळी तिथे एखादा हौशी पर्यटक आला असण्याचीही शक्यता नव्हती. 'माझी दैवगतीही किती विचित्र आहे. भोवताली दोन हजार तीनशे वर्षांपूर्वी पसरलेल्या अस्थिंमध्ये मला मृत्यू येणार. काही काळाने जरी कोणाला माझ्या मृतदेहाचा शोध लागला तरी त्याला वाटेल की मीही त्या पुराणकालीन संस्कृतीचा एक अवशेष आहे! जमिनीखाली शेकडो फूट दडून बसलेल्या लोखंड खनिजाचा शोध घेण्यासाठी मलाच पाठवायची साहेबांना का बुद्धी व्हावी? लोखंडाचं खनिज शोधण्याऐवजी माझं मृत शरीर शोधण्यासाठी जमीन खणण्याची आता त्यांच्यावर वेळ येणार. अग्रवालजी, तुम्हांला हवं असलेलं हे पहा, ते लोखंड!'

थडथड आवाज करत विमानानं खालच्या दिशेला चक्राकार झेप घेतली आणि गंगासागरला भोवंडल्यासारखं झालं. ''लगेच उडी ठोक!'' मोहनलाल किंचाळून म्हणाला. पाठोपाठ पॅराशूटची दोरी खेचत त्यानं स्वतःला विमानाबाहेर झोकून दिलं. गंगासागरनं अक्षरशः आंधळेपणानं त्याचं अनुकरण केलं. त्याला आता जिवाची पर्वाच उरली नव्हती. आपण मरणार याची त्याला खात्री पटली होती व त्यामुळे पॅराशूट उघडेल की नाही याची त्याला चिंताच वाटली नाही. मोहनलालच्या विमानाची एकूण अवस्था पाहून, आपल्या पाठीवरच्या पिशवीत पॅराशूट नसण्याचीच शक्यता त्याला अधिक वाटत होती.

* * *

गंगासागर आता स्वर्गात पोहोचला होता. आपण मेलोय आणि ढगांवरून तरंगत इंद्राच्या राज्यात चाललोय याबद्दल त्याच्या मनात जराही शंका उरली नव्हती. परंतु जेव्हा त्यानं शेजारी मोहनलाललाही आपल्याबरोबर तरंगताना पाहिलं तेव्हा

मोहनलाल सोबत असताना आपल्यासाठी कोणीही स्वर्गाचा दरवाजा उघडणं शक्य नसल्याचं त्याच्या ध्यानात आलं. दोघांचीही पॅराशूट यशस्वीपणे उघडून धरणीमातेच्या दिशेनं खाली जात होती.

धम्म!!! बसलेला धक्का महाभयंकर होता. पॅराशूटनं हळूवार उतरायला नको का? परंतु जमिनीवर मारलेल्या जबरदस्त धडकेबद्दल क्षणभरही विचार करायला वेळ नव्हता. कारण पाठोपाठ शंभर यार्डावर मोहनलालचं हॉकरही कोसळलं व निमिषार्धात हवेमध्ये आगीचा मोठा लोळ उसळला. मोहनलाल व गंगासागर चटकन सावध झाले व जळून खाक झालेल्या विमानाच्या उत्स्फोटातून बाहेर पडणाऱ्या प्रचंड उष्णतेपासून स्वत:ला वाचवण्यासाठी दोघांनी जमिनीवर अंग झोकून दिलं.

बराच वेळ दोघांपैकी एकानंही डोकं वर करून आजूबाजूला पाहण्याचा प्रयत्न केला नाही. त्यांचे चेहरे काजळीनं काळे ठिक्कर पडले होते व कपडे फाटले होते. केसांमधून विद्युतप्रवाह जावा, तसे गंगासागरचे केस ताठ उभे राहिले होते. हात, पाय व चेहऱ्यावर छोट्या-मोठ्या जखमा झाल्या होत्या. त्या असाहाय्य परिस्थितीतही मोहनलालचा गळा आवळण्याची त्याला तीव्र इच्छा झाली, पण महत्प्रयासानं त्यानं स्वत:वर संयम ठेवला.

त्यानं आजूबाजूला पाहिलं. पहाटे ५.३० वाजता भग्नावशेषातील पाटलीपुत्र एखाद्या भूतनगरीसारखं दिसत होतं. जणूकाही चंद्रगुप्ताचं एके काळी आनंदानं व उत्साहाने रसरसलेलं साम्राज्य अचानक एक दिवस आपलं चैतन्य हरपून बसलं होतं. कुम्हारच्या मध्यभागी, त्या काळी मगधाच्या राजदरबारात दिमाखानं उभे राहिलेले ऐंशी बलशाली खांब अजूनही जसेच्या तसे दिसत होते. अर्थात त्यावरचं छप्पर, चकचकीत फरशी, उंची पडदे आणि आसनं आता नाहिशी झाली होती. तिथून काहीच अंतरावर उद्ध्वस्त झालेल्या दुराखी देवीच्या देवळाच्या अर्धवट खुणा दिसत होत्या. बाजूचा बुद्धविहार व आयुर्वेदिक इस्पितळाचीही तीच अवस्था झाली होती. 'त्या वेळी ही नक्कीच भव्य आणि वैभवशाली राजधानी असणार.' त्याही स्थितीत गंगासागरचं मन भूतकाळात गेलं. काही झालं तरी इतिहास हीच त्याची मूळ आवड होती.

"अहो महाशय, आपण कुठे तंद्री लावून बसला आहात?" गंगासागरच्या डोळ्यांसमोर हात फडफडवत मूर्ख मोहनलालनं विचारलं, "आधी आपण जळलेल्या विमानाजवळ जाऊन पाहायला हवं की त्या वेळी तिथे माणसांचा वावर तर नव्हता ना? असला तर कुणी जखमी किंवा मरण्याची शक्यता आहे." मोहनलाल म्हणाला. दोघंही धूर व आगीनं लपेटलेल्या विमानाच्या दिशेनं जाऊ लागले.

* * *

जिथे विमान कोसळलं होतं, त्याजागी एक मोठा खड्डा पडला होता. त्या प्रचंड तापलेल्या यंत्रामधून धुराचे लोट बाहेर येत होते. विमान अगदी सरळ रेषेत खाली येऊन त्याचं पुढचं टोक जमिनीत घुसलं होतं. तिथून पश्चिमेकडे शंभर यार्डांवर पाटलीपुत्राच्या दरबाराचे अवशेष दिसत होते. "आपण पाटण्याच्या दिशेनं चालायला सुरुवात करायची का?'' गंगासागरनं विचारलं.

"हे बघ, तसा प्रयत्न करण्यात काहीच अर्थ नाही. आपण आता पर्यटकांच्या परिक्रमेच्या अगदी मध्यावर येऊन पोहोचलोत. एक-दोन तास इथेच वेळ काढू या. तोपर्यंत पर्यटकांना आणणाऱ्या बसगाड्या येतीलच. आपण त्यातूनच पाटण्याला जाऊ.'' मोहनलालनं सुचवलं.

दोघेही विमान अपघाताच्या जागेपासून दूर जाऊन बसले. एव्हाना ज्वाळा विझू लागल्या होत्या. गंगासागरनं कपड्यांवर पसरलेली काजळी झटकून टाकली. हातावर थुंकी घेऊन त्यानं डोळे स्वच्छ केले. आपल्या बाटलीतील मद्याचा एक घुटका घ्यायचा मोहनलालनं त्याला आग्रह केला पण त्यानं त्याकडे लक्षही दिलं नाही. गंगासागरला एक तुटकी फांदी सापडली होती व तो ती मातीत खुपसत होता. सभोवताली मऊ लालसर रेताड जमीन होती. लोखंडाच्या खनिजानं समृद्ध असलेली. "अग्रवालजी हा बघा मी तुमच्यासाठी लोखंडाच्या खनिजाचा केवढा मोठा साठा शोधून काढलाय,'' गंगासागर स्वत:शीच पुटपुटला.

गंगासागरनं जमिनीत खुपसलेली काठी आणखी खोल नेण्याचा प्रयत्न केला, पण मध्येच त्याला कसला तरी अडथळा जाणवला. त्याची उत्सुकता वाढली व तो ती काठी आणखी दाब देत खाली घुसवू लागला. गंगासागरचा चाललेला वेडेपणा, मोहनलालला सहन होईना, मन शांत करण्यासाठी त्यानं आणखी थोडी दारू ढोसली. गंगासागर आता गुडघे टेकवून बसला व त्यानं जमीन उकरण्यास सुरुवात केली. कसला अडथळा येतोय हे शोधल्याखेरीज त्याला चैन पडेना. एकीकडे मोहनलालचं मद्यप्राशन सुरू होतं, तर बाजूला गंगासागर एकचित्ताने खणत होता. अखेर त्याला अडथळ्याचं कारण सापडलं.

तो एक चौकोनी आकार असलेला काळ्या ग्रॅनाइटचा छोटा खडक होता. बराच काळ जमिनीत राहूनही तो नितळ व चकचकीत दिसत होता. त्यावर चिकटलेली माती गंगासागर तळहातानं साफ करू लागला आणि त्याला जाणवलं की दगडाच्या पृष्ठभागावर कोरीवकाम केलेलं आहे. हळूहळू त्याच्या लक्षात आलं की तो साधासुधा खडक नसून एक शिलालेख होता!

"अरे नुसता काय बसून राहिलायंस तू... चल ऊठ आणि मला जरा मदत कर!''

गंगासागर मोहनलालच्या अंगावर खेकसला. मोहनलाल वैतागत उठला.

मद्याची कुपी बंद करून त्यानं ती आपल्या ढगळ पँटीच्या खिशात ढकलली. "ही जमीन उकरण्यासाठी मला विमानाच्या पत्र्याचे काही तुकडे आणून दे." गंगासागर पुन्हा ओरडला. त्याचा आणखी रोष ओढवून घ्यायची, मोहनलालची हिंमत नव्हती. तो धुसफुसत उठून निघून गेला. विमानाच्या पंख्याचा एक मोठा तुकडा उडून बाजूला पडलेला होता. मोहनलालनं हलकेच त्याला स्पर्श केला. चटका बसण्याएवढा तो आता गरम राहिला नव्हता. त्यानं तो उचलून आणताच गंगासागरने त्याच्या हातातून खेचून घेतला व भराभर माती खणायला सुरुवात केली.

"त्या खडकाला एवढं का महत्त्व देतोयस? एक छोटा ग्रॅनाइटचा दगड आहे तो. त्याला पाहून इतकं उत्तेजित होण्यासारखं त्यात काय आहे? त्याचा आकार तुला स्तनाग्रांसारखा दिसतोय का?" मोहनलालनं मनातील मळमळ बाहेर काढली.

गंगासागरनं त्याच्या बोलण्याकडे दुर्लक्ष करत आपलं खणण्याचं काम चालू ठेवलं. पंधरा मिनिटं तो माती उपसत होता आणि अचानक थडग्याच्या आकाराचा एक मोठा दगड त्याला दिसला. तो काळा कुळकुळीत ग्रॅनाइट होता, पण त्यावर जे कोरलं होतं ते त्याला वाचता येईना. ती बहुधा मौर्य काळात वापरली जाणारी, ब्राह्मी लिपी असावी, पण त्याला त्याबद्दल पक्की खात्री नव्हती.

* * *

"आदि शक्ती, नमो नमः, सर्व शक्ती नमो नमः, प्रथम भगवती नमो नमः, कुंडलिनी माता शक्ती, माता शक्ती नमो नमः - स्त्री शक्तीची महती सांगणारा हा प्राचीन संस्कृत मंत्र आहे" गंगासागरच्या वृद्ध मुख्याध्यापकांनी त्याला समजावून सांगितलं. त्याआधी त्यांनी वाळलेलं घोसाळं व पाण्याने तो शिलालेख घासून-पुसून स्वच्छ केला होता.

तो शिलालेख सापडल्यावर गंगासागर व मोहनलालनं तिथे पर्यटक येण्याची वाट पाहिली होती. मग त्यांच्या मदतीने दोघांनी तो दगड बाहेर काढून बसमध्ये ठेवला व ते पाटण्याला परतले. त्यानंतर विमान प्रवासाचा धोका न पत्करता रेल्वेमधून तो शिलालेख घेऊन गंगासागर कानपूरला आला.

तो सुखरूप परत आल्याचा अग्रवालजींना आनंद झालाच पण मॅग्नेटोमीटरनं काढलेल्या अनुमानांमुळे ते अधिक खूश झाले. त्यामुळे खनिज वाटपासाठी आता ते पूर्ण आत्मविश्वासानं बोली लावू शकणार होते. गंगासागर पाटण्याला गेल्यापासून त्याच्या आईचं चित्त मात्र थाऱ्यावर नव्हतं. मुलाच्या काळजीनं ती वेडीपिशी झाली होती. गंगासागर दिसताच तिनं त्याला आवेगानं घट्ट मिठी मारली आणि डोक्यावर मायेनं हात फिरवत त्याचे लहान बाळासारखे पटापट मुके घेऊ लागली. आपला मुलगा सुरक्षितपणे घरी परत आलाय, यावर बराच वेळ तिचा विश्वास बसत

नव्हता. त्याच्या बहिणींनी खास गंगासागरच्या आवडीची खीर बनवली. दरम्यान दोन्ही मुलींचा वाङ्निश्चय झाल्यामुळे गंगाच्या आईची मोठी चिंता मिटली होती. हुंड्याची रक्कम उभी करण्यासाठी अग्रवालजींनी सढळ हस्ते मदत केली होती.

काही दिवस विश्रांती घेतल्यावर गंगासागरनं तो ग्रॅनाइटचा दगड बैलगाडीत चढवला व आपल्या शाळेतील शिक्षकांना दाखवायला नेला. तेच फक्त शिलालेखाचा अर्थ सांगू शकतील, याची त्याला खात्री होती. ''एक गोष्ट तुला ठाऊक आहे का गंगा, बहुतेक लोकांचा असा समज आहे की पाटलीपुत्रामधील सर्व शिलालेख हे चंद्रगुप्त मौर्याचा नातू आणि मौर्य घराण्यातील सर्वांत महान सम्राट राजा अशोक याच्याच आदेशानुसार लिहिलेले आहेत, पण तू जो मला दाखवतोयस तो राजा अशोकाच्या काळातील शिलालेख नक्कीच नव्हे!'' मास्तर उद्‍गारले.

''कशावरून?'' गंगासागरनं विचारलं.

''सम्राट अशोकाची कारकीर्द सुरू होण्याआधीच संस्कृत भाषेचा व्यवहारातील वापर थांबला होता. अशोकानं कलिंगावर केलेल्या चढाईत एक लाखाहून अधिक माणसं मारली गेली. त्यानंतर त्यानं बौद्ध धर्माची दीक्षा घेतली. बौद्ध धर्माचे अनुयायी नेहमीच संस्कृत भाषा बोलण्याचं टाळत असत. त्याच्या मते संस्कृत ही केवळ उच्चवर्णीय ब्राह्मणाची भाषा होती. आपल्या प्रार्थना सामान्य माणसांनाही समजायला हव्या, असा त्यांचा आग्रह असे. त्यामुळे अशोकानं सर्व शिलालेख संस्कृत भाषेत लिहून न घेता सर्वसामान्यांना समजणाऱ्या प्राकृतात लिहायला सांगितलं. पण तू आणलेला शिलालेख मात्र संस्कृतमध्ये लिहिला आहे!'' मास्तर उत्साहानं म्हणाले.

''मला ही ब्राह्मी भाषा वाटली.'' गंगासागर म्हणाला.

''ब्राह्मी ही लिपी आहे, भाषा नव्हे, तुम्ही संस्कृत भाषा वापरा किंवा प्राकृत अखेर तुम्हांला ते ब्राह्मी लिपीतच लिहावं लागतं.''

''मग ह्या मंत्राचा अर्थ काय?'' गंगासागरनं विचारलं.

''आदिशक्ती नमो नमः, सर्वशक्ती नमो नमः, प्रथम भगवती नमो नमः, कुंडलिनी माताशक्ती... माताशक्ती नमो नमः - स्त्री शक्तीचं हे सर्वोच्च अभिज्ञान आहे.'' गुरूजी हसत म्हणाले.

''पण दगडाच्या मागच्या बाजूलाही काहीतरी कोरलंय. तोच मंत्र पुन्हा लिहिलाय का?'' गंगासागरनं विचारलं.

''नाही, नाही. मी तेसुद्धा वाचलं. हा मंत्र कशाप्रकारे उच्चारायचा व त्याचे पठण केल्याने काय परिणाम होतात, यासंबंधीच्या त्या सूचना आहेत.''

गंगासागरचे डोळे आश्चर्यानं चकाकले. ''गुरुजी मला ते वाचून दाखवा.'' तो उत्सुकतेनं म्हणाला.

मुख्याध्यापक मंदस्मित करत म्हणाले, ''गंगा, मी खास तुझ्यासाठी... तुला विशेष उपयोगी पडेल या दृष्टीनं त्याचा अनुवाद एका कागदावर उतरवलाय. तो ऐक.''

चार हजार दिवस तू म्हणायची ही प्रार्थना.
चारशे वेळा मंत्र जपत तू करायची ही साधना.
चाणक्यानं मिळवलेली महान शक्ती तुलाही प्राप्त होईल.
चंद्रगुप्ताला घडवायचा की धुळीला मिळवायचा, तुला ठरवता येईल.
साधनेत खंड पडला तर नव्याने पुन्हा सुरुवात करायची.
राणीलाच राज्यपदी बसवायचं, याची मात्र खात्री बाळगायची.
सुवासिनीच्या शापाचा होईल अखेर अस्त
चाणक्यानं केलेली चूक जर करशील तू दुरुस्त.

३

अंदाजे 2300 वर्षांपूर्वी

मगध व गांधार राज्यांमधून जाणारा उत्तरपथ महामार्ग आणि काश्मिर व सुप्रसिद्ध रेशीम पथ यांच्यामधून जाणारा सिंधू मार्ग हे दोन व्यापारी दळणवळणाचे महामार्ग ज्या ठिकाणी एकमेकांना मिळत, त्या विलोभनीय खोऱ्यामध्ये गांधारची राजधानी तक्षशीला शांतपणे विसावली होती. संस्कृत भाषेत सुगंध म्हणजे गांधार. नयनरम्य डोंगरदऱ्या, सुंदर फळबागा, रानफुलं यांनी नटलेलं गांधार हे निसर्गाच्या विविधतेचं आणि विपुलतेचं जणू मूर्तिमंत उदाहरण होतं.

नुकतंच तांबडं फुटत होतं. हिमालय व हिंदुकुश पर्वतावरून हिवाळी वारे प्रचंड वेगानं वाहत होते. चाणक्य त्या हुडहुडी भरवणाऱ्या थंडीत तक्षशीला विद्यापीठाच्या द्वारपंडितासमोर उभा होता. त्याच्या अंगावर जीर्ण झालेल्या पायघोळ झग्याखेरीज काहीच नव्हतं. देवळातील धुपाचा दरवळ आणि पहाटे सुरू असलेल्या वेदपठणाच्या मंत्रघोषानं सारं वातावरण पवित्र व प्रसन्न झालं होतं. विद्यापीठातील प्रशस्त रस्त्यांची झाडलोट सुरू होती आणि पथिकाश्रमात येणाऱ्या ग्राहकांसाठी न्याहरी बनवायची तयारी चालली होती.

"मुला, तू कोणाला भेटू इच्छितोस?" द्वारपंडितानं विचारलं. त्यावर आपल्याला विद्यापीठाचे प्रमुख आचार्य पुंडरिकाक्षांना भेटायचं असल्याचं, चाणक्यानं त्याला सांगितलं. द्वारपंडितानं सांगितलेल्या दिशेनं चालत चाणक्य एका वृक्षाच्छादित पर्णकुटीपाशी पोहोचला. विद्यापीठाचे अधिष्ठाता बाहेरच्या बागेत बसले होते. बोचऱ्या थंडीतही सदरा न घालता केवळ खांद्यावर एक शाल टाकून ते उघड्या अंगाने सकाळची प्रार्थना व ध्यान करत होते. त्यांच्या साधनेत व्यत्यय न आणता, चाणक्य बागेच्या एका कोपऱ्यात कुडकुडत बसून राहिला. काही वेळाने पुंडरिकाक्षांनी आपलं ध्यान संपवून डोळे उघडले. त्यांना समोर एक काळसर रंगाचा, कृश शरीराचा, ओंगळवाणा व काहीसा बेढब दिसणारा मुलगा थंडीत थरथरत बसलेला दिसला.

"मुला तू कोण आहेस?" त्यांनी विचारलं.

"गुरुजी माझं नाव चाणक्य. मगधेच्या आचार्य चणकांचा मी मुलगा. मगधेच्या दरबारातील महामंत्री कात्यायनजींनी आपल्याला लिहिलेलं पत्र घेऊन मी आलोय. त्यांनी मला सांगितलं की त्यांचा आपल्याशी उत्तम परिचय आहे." चाणक्य त्यांना म्हणाला.

कात्यायनांचं नाव ऐकताच त्यांचे डोळे चमकले. ते दोघेही बालमित्र असणार हे उघडच होतं. पुंडरिकाक्षांनी पुढे होत आपल्या खांद्यावरची शाल काढून चाणक्याच्या अंगाभोवती गुंडाळली आणि त्याला घेऊन ते घरातील उबदार स्वयंपाकगृहात आले. चाणक्याला पेलाभर दूध व लाडू द्यायची त्यांनी आपल्या सेवकाला सूचना केली. चाणक्य भुकेनं व्याकूळ झाला होता. दुधाचे घोट घेता घेता त्यानं ताटलीत ठेवलेल्या सगळ्या लाडवांचा अधाशीपणे फडशा पाडला.

कात्यायनांनी लिहिलेलं पत्र वाचण्यात पुंडरिकाक्ष मग्न होते. त्यात त्यांनी म्हटलं होतं की चाणक्य हा मगधेतील सर्वांत हुशार व तल्लख मुलगा आहे व राज्यशास्त्र आणि अर्थशास्त्र या विषयातील अधिकारी व्यक्ती समजल्या जाणाऱ्या आचार्य चणक यांचा तो पुत्र आहे. "मी तुला विद्यापीठात प्रवेश द्यावा अशी कात्यायनाची इच्छा आहे." पुंडरिकाक्ष म्हणाले. *पण तक्षशीलेच्या पवित्र द्वाराने आपल्याला स्वीकारावं म्हणून जगभरातील राजपुत्र अनेक वर्षं वाट पाहत राहतात ते माझ्या मित्राला ठाऊक नाही का?* पत्र वाचता वाचता ते स्वतःशीच पुटपुटले. हळूहळू त्याचं मन भूतकाळात शिरलं. त्यांना आपले जुने दिवस आठवले, जेव्हा कात्यायन व ते ह्याच विद्यापीठात शिकत होते. पुंडरिकाक्ष हा मातापित्याचं छत्र हरपलेला, पोरका मुलगा होता. त्या वेळी कात्यायनाच्या वडिलांनी त्याच्या सर्व शिक्षणाचा खर्च केला होता. कात्यायन आपल्याकडून मदतीची अपेक्षा करतोय, हे त्यांच्या लक्षात आलं. या मुलाला प्रवेश नाकारणं, त्यांना शक्यच नव्हतं.

"चाणक्य, तू थकला असशील. थोडी विश्रांती घे, सेवकाला सांगून मी तुझ्यासाठी बिछान्याची व्यवस्था करतो. मला आता संचालकांशी तुझ्या प्रवेशासंबंधी चर्चा करावी लागेल. जर त्यांना तुझ्या बुद्धिमत्तेची चाचणी घ्यावीशी वाटली, तर मी तुला त्यांच्याकडे पाठवेन." असं बोलून ते बाहेर पडले.

* * *

"चाणक्य, उत्तम शासनकर्ता असण्यामागचा खरा हेतू काय असतो?" संचालकांनी विचारलं. आपल्या कार्यालयातील फरशीवर ते बसले होते. माफक सजावट केलेल्या त्या खोलीत जुनी कागदपत्रं, चर्मपत्र व हस्तलिखितं रचून ठेवलेली दिसत होती. संध्याकाळी खोली उजळवून टाकणाऱ्या दिव्यांमधील निलगिरी तेलाचा

वास सर्वत्र पसरला होता.

चाणक्यानं दिलेलं उत्तर अचूक व आत्मविश्वासपूर्वक होतं. "प्रजेच्या आनंदातच राजाचा आनंद सामावलेला असतो आणि त्यांचं कल्याण होण्यातच त्याचं हित असतं." त्यानं ठामपणे सांगितलं.

"मुला, राजाची कर्तव्यं कोणती?"

"सत्ताधीशांची तीन कर्तव्यं असतात. रक्षण – परकीय आक्रमणापासून राज्याचं संरक्षण करणे, पालन – कायदा व सुव्यवस्था प्रस्थापित करणे, आणि तिसरं म्हणजे योगक्षेम – प्रजेचं कल्याण साधणे."

"चणकांच्या पुत्रा, राजाने राजकीय तंटे कोणत्या मार्गाने सोडवावेत?"

"गुरुजी, त्यासाठी चार पद्धती सांगितल्या गेल्या आहेत. साम – कौतुकाने व सामोपचाराने, दाम – आर्थिक उत्तेजनाने, दंड – सजा किंवा युद्धाने आणि भेद – बुद्धीने, प्रचाराने व चुकीच्या संदेशाने."

"राज्य, देश व त्यात राहणाऱ्या प्रजेमध्ये नेमका काय फरक असतो?"

"लोकांशिवाय देश असू शकत नाही आणि देशच नसेल तर राज्य कसे असू शकेल? प्रजा हाच राज्याचा मुख्य घटक असतो. एखाद्या भाकड गायीप्रमाणे प्रजेशिवाय राज्य काहीच उत्पन्न मिळवू शकत नाही."

"राज्याचा मुख्य घटक कोणता? त्यातील ज्ञानसंपन्न विद्यार्थी?"

"आदरणीय गुरुजी, राज्याचे एकूण सात मुख्य घटक आहेत. राजा, मंत्रिमंडळ, राज्याचा एकूण मुलूख व त्यात राहणारे लोक, संरक्षक तटबंदी उभारलेली मोठी गावं, कोषागार, सशस्त्र सेना आणि सहयोगी राष्ट्र."

"राजाला मंत्र्यांची आवश्यकता का भासते?"

"एका चाकाने रथ पळू शकत नाही. म्हणून राजाने विद्वान व्यक्तींची मंत्री म्हणून निवड करून नेहमी त्यांचा सल्ला ऐकायला हवा."

"संपत्तीचं मूळ कशात आहे?"

"आर्थिक व्यवहार हा संपत्तीचा मूळ स्रोत आहे, आर्थिक व्यवहारांचा अभाव म्हणजे भौतिक संकटांना आमंत्रणच होय. राज्यामध्ये जर फायदेशीर आर्थिक घडामोडी होत नसतील, तर वर्तमानकाळातील उत्कर्ष व भविष्यातील भरभराट, या दोन्हींचाही ऱ्हास होण्याचा धोका असतो. ज्याप्रमाणे हत्तींना पकडण्यासाठी हत्तींचीच जरुरी असते, त्याचप्रमाणे संपत्तीच्या वर्धनासाठी धनाचीच आवश्यकता असते."

"राज्यातील जनतेवर योग्य करपातळी किती असावी?"

"ज्याप्रमाणे आपण बागेतील फळे पिकल्यावरच ती तोडतो, त्याप्रमाणे राजाने योग्य वेळ येईल तेव्हाच जनतेकडून महसूल गोळा करावा. आपण कच्ची फळं कधीही तोडत नाही, तसंच सत्ताधीशाने चुकीच्या वेळी प्रजेकडून करवसुली करू

नये कारण त्यामुळे लोकांमध्ये चीड व असंतोष निर्माण होऊन महसूल निर्मितीचा ओघ आटू लागतो.''

''राजाने आपल्या महसूल अधिकाऱ्यांवर किती विश्वास ठेवावा?''

''समुद्रात पोहणारा मासा हा त्यातील किती पाणी पितो हे समजणं अशक्य असतं. त्याचप्रमाणे सार्वजनिक उपक्रम राबवण्यासाठी नेमलेले सरकारी कर्मचारी पैशांची किती अफरातफर करतात, हे सांगणं अवघड असतं.''

''राज्याच्या कारभारामध्ये दंड वा सजेला किती महत्त्व आहे?''

''राज्याच्या प्रशासनात शिक्षेला खूपच महत्त्व आहे. मात्र ती अपराधाच्या प्रमाणानुसार दिली गेली पाहिजे. तसंच अपराधी राजपुत्र असो वा गुलाम, त्या दोघांमध्ये थोडाही भेदभाव न करता योग्य ती सजा दिली तर त्यामुळे आजच्या आणि भविष्यातील जगाचं रक्षण होईल.''

''एखाद्या राजाने, कोणत्या देशाचा राजा आपला मित्र आहे व कोण आपला शत्रू आहे हे कसं ठरवावं?''

''आपल्या सीमेलगत असलेल्या राज्याचा राजा आपला शत्रू आहे हे ओळखावं आणि त्यापलीकडील मुलूखाचा राज्याधिपती हा आपला मित्र मानावा, आपल्या शत्रूचा शत्रू हा नेहमी आपला मित्र असतो.''

चाणक्यानं दिलेल्या उत्तरांनी संचालक थक्क झाले. ते पुंडरिकाक्षांकडे पाहून समाधानाने हसले. ''मला ह्या मुलाचं ज्ञान, विश्लेषण कौशल्य व बुद्धीविषयी जराही शंका नाही, पण त्याच्या शिक्षणाचा खर्च कोण करणार?'' त्यांनी विचारलं. त्यावर पुंडरिकाक्ष किंचित ओशाळून म्हणाले, ''मित्रा, माझ्या बालपणीचा दोस्त कात्यायन याच्याकडून घेतलेल्या कर्जाची मला परतफेड करायची आहे. मी स्वत: चाणक्याच्या खर्चाची जबाबदारी घेतो.''

चाणक्यानं पुंडरिकाक्षांसमोर दंडवत घातला. कात्यायनांनी त्याला प्रवासखर्चासाठी पन्नास सुवर्णमुद्रा दिल्या होत्या. त्यातील शिल्लक राहिलेल्या दहा सुवर्णमुद्रा घेण्याची त्यानं त्यांना विनंती केली. ''ह्या तुझ्याचपाशी राहू दे. योग्य वेळी मी तुझ्याकडे मागेन.'' विद्यापीठाच्या अधिष्ठात्यांनी चाणक्याला समजावलं. ''तू भारताला अखंडत्व प्राप्त करून देशील, तुझ्या प्रखर बुद्धितेजामुळे अनेक राजे-महाराजे तुझ्याकडे काजव्यांसारखे आकर्षित होऊन तुला शरण जातील. ऊठ, चाणक्या, मातृभूमीला तुझी गरज आहे.'' त्यांनी जणू भविष्यवाणी उच्चारली. चाणक्यानं नि:शब्दपणे त्यांना चरणस्पर्श केला व तो तिथून निघून गेला.

''ह्या मुलाला तक्षशीलेत शिकण्याची गरज आहे का, हाच मला प्रश्न पडलाय.'' चाणक्य निघून जाताच संचालक पुंडरिकाक्षांच्या कानात कुजबुजले.

* * *

चाणक्याचे पुढे आलेले दात, कृश शरीर, व्रण पडलेला चेहरा, कोळशासारखा काळा वर्ण व डाग असलेली त्वचा यामुळे तो तक्षशीला विद्यापीठातील सर्वांत कुरुप मुलगा समजला जाई. चाणक्याची रांगडी बुद्धिमत्ता व जवळजवळ प्रत्येक विषयावर ठाम व निर्भयपणे आपलं मत व्यक्त करण्याच्या वृत्तीमुळे त्याची कोणाशीच मैत्री होऊ शकली नाही.

एक दिवस तो आपल्या वसतिगृहातून पाठशाळेत जात असताना नदीच्या काठी उगवलेल्या कुश गवताचं तीक्ष्ण पातं त्याच्या उजव्या पायात घुसलं व तो वेदनेनं कळवळला. त्यानं यांत्रिकपणे आपला पाय उचलत ते पातं पायातून खेचून बाहेर काढलं व झालेली जखम नदीच्या पाण्यात नीट स्वच्छ धुतली. त्यानंतर तो परत नदीच्या तीरावर अस्ताव्यस्त वाढलेल्या गवतापाशी आला व कुश गवताचे जुडगेच्या जुडगे उपटून नदीत फेकू लागला.

"मित्रांनो, त्या चाणक्याकडे पहा! राष्ट्राच्या शत्रूचा कसा नि:पात करायचा असतो, याचं जणू प्रतिकात्मक शिक्षणच तो आपल्याला देतोय. गवताचं साधं पातं पायाला टोचलेलंही त्याला सहन होत नाही!" त्याच्या वर्गातील एक मित्र त्याच्याकडे पाहून उपहासानं उद्‌गारला. सहाध्यायानं मारलेल्या कोपरखळीकडे दुर्लक्ष करत त्यानं आपलं काम सुरू ठेवलं. सर्व जण त्याची टर उडवत, कुत्सितपणे हसत होते, पण त्याला त्याची जाणीवही नव्हती. चिवट व जमिनीत घट्ट रुतलेली कुश गवताची पाती उखडण्यात तो मग्न होता. पण काही वेळातच त्याच्या लक्षात आलं की इतक्या साध्या सोप्या पद्धतीनं आपण सारं गवत नष्ट करू शकणार नाही. त्यानं मनातल्या मनात काहीतरी ठरवलं व तो घाईघाईनं आपल्या वर्गात जायला निघाला. 'हरला, हरला' सगळी मुलं जोरजोरात ओरडली. 'ही जर खरी लढाई असती तर रक्ताचा एक थेंबही न वाहता, संपली असती, कारण चाणक्यानं शत्रूसमोर हात जोडून शरणागती पत्करली असती.' एक राजपुत्र उपहासानं म्हणाला. चाणक्यानं त्याला प्रत्युत्तरही दिलं नाही.

दुसऱ्या दिवशी चाणक्याच्या हातात दुधाळ रंगाच्या पाण्यानं भरलेलं एक मोठं भांडं पाहून त्याचे वर्गमित्र चकित झाले. ते लगबगीनं त्याच्याबरोबर जाऊ लागले. चाणक्यानं ते पाणी कुश गवत उगवलेल्या सर्व ठिकाणी थोडं थोडं ओतलं. ते पाहून मुलांनी पुन्हा उपरोधिक टोमणे मारायला सुरुवात केली. 'चाणक्याची ही नवी युद्धनीती आहे, जर तुम्ही शत्रूला पराभूत करू शकत नसाल तर त्याला दूध पाजा, म्हणजे तो अधिक बलवान बनून तुम्हांला सहज नेस्तनाबूत करू शकेल." एक जण म्हणाला. त्यावर दुसरा अधिक कुत्सितपणे म्हणाला, "नाही, नाही. तुमच्या लक्षात आलेलं नाही... हे कुश गवत आहे, आपल्या वेदांनी गौरवलेलं. चाणक्य त्या गवताला काहीतरी मनोभावे अर्पण करतोय. त्यामुळे देव

प्रसन्न होईल व चाणक्याऐवजी परमेश्वरच शत्रूचा विनाश करेल.'' नेहमीप्रमाणे चाणक्यानं त्यावर काहीही प्रतिक्रिया दिली नाही.

त्यानंतरच्या दिवशी नदीकाठचं सारं कुश गवत नाहीसं झालेलं पाहून मुलं चक्रावून गेली. ''काय रे चाणक्या, काल तू इथे ओतलेल्या दुधात नक्की होतं तरी काय?'' एकानं न राहवून विचारलं.

''कुश गवत खूप उंच आणि भरमसाट वाढलं होतं. ते सर्व उपटून टाकणं मला शक्य होणार नाही हे माझ्या लक्षात आलं. मग मी विचार करू लागलो की जर शत्रूचा शत्रू हा माझा मित्र असेल, तर कुशाचा सर्वांत मोठा वैरी कोण असेल? उत्तर आलं, बुरशी व मुंग्या. हे दोघेही गवतावर हल्ला करतात व ते खाऊन फस्त करतात. काल जे मी इथे ओतलं, ते दूध नव्हतं. मित्रांनो, ती विरजणामधील दह्याची निवळ होती. निवळीतील प्रथिनांमुळे बुरशी वाढायला मदत झाली आणि त्यातील साखरेच्या अंशामुळे मुंग्या आकर्षित झाल्या.'' चाणक्याचं बोलणं ऐकून मुलं मनातून खजिल झाली. आजही त्याच्या हातात कालच्यासारखंच दह्याच्या निवळीनं भरलेलं भांडं पाहून त्यांना अधिकच आश्चर्य वाटलं.

''चाणक्या, तू तर इथलं गवत आधीच नष्ट केलं आहेस, मग पुन्हा हे भांडं घेऊन का आलायंस?'' आदल्या दिवशी त्याची टर उडवणाऱ्या एका राजपुत्रानं आता उत्सुकतेनं विचारलं.

''आपण घेतलेलं कर्ज हे नेहमी शेवटच्या दमडीपर्यंत फेडलं पाहिजे आणि आपल्या शत्रूची शेवटची खूण नाहीशी होईपर्यंत त्याचा समूळ नाश केला पाहिजे.'' आपल्या नव्या चाहत्यांना चाणक्यानं एका वाक्यात सर्व कारणमीमांसा नीट समजावून सांगितली.

* * *

''भारत म्हणजे सर्व आर्यवंशीय भारतीयांची जीवनभूमी आणि युगायुगांची संस्कृती. दुर्दैवाची गोष्ट ही की क्षुद्र व हीन वृत्तीचे राज्यकर्ते व परकीय सत्ता ह्यांनी ही संकल्पना पायदळी तुडवली. आपले धर्मग्रंथ व परंपरा, संस्कृती, प्रार्थनास्तोत्रं आणि देवदेवता ह्या एकच आहेत. तर मग आपण स्वत:ला मगध, काशी, कुरू, कोसला मलयराज्य किंवा पांचालचे नागरिक असं का म्हणतो? आम्ही सर्व भारताचे नागरिक आहोत, असं का सांगत नाही? आपल्यातील या मूळ फुटीर वृत्तीमुळेच भविष्यात आपला अध:पात होणार आहे.'' आपली मान खूप तिरकी करत चाणक्यानं आपलं मत मांडलं. तो दंडायन ऋषींची भेट घेऊन त्यांच्याबरोबर चर्चा करण्यासाठी आला होता. तक्षशीला नगरीच्या सीमेलगत असलेल्या एका झोपडीत ते राहत होते. ऋषी दंडायन हे योगी होते व गेले काही दिवस ते

शीर्षासनात म्हणजे डोकं खाली व पाय वर अशा अवस्थेत उभे होते. त्यामुळे त्यांच्याकडे पाहून बोलण्यासाठी चाणक्याला बरीच कसरत करावी लागत होती.

गेल्या सहा वर्षांत चाणक्यानं तक्षशीला विद्यापीठाच्या अभ्यासक्रमातील प्रत्येक विषयात उत्तम प्रावीण्य तर मिळवलंच होतं, पण दरवर्षी त्याचं नाव गुणवत्ता यादीतही झळकलं होतं. त्यानं प्राप्त केलेल्या या अद्वितीय यशामुळे राज्यशास्त्र व अर्थशास्त्र ह्या त्याच्या आवडत्या विषयात त्याला उपाचार्य – शिक्षक साहाय्यक हे पद देऊन गौरवलं गेलं. त्याबद्दल चाणक्याला मिळणाऱ्या अल्पस्वल्प मानधनातून त्यानं गुरु पुंडरिकाक्षांकडून घेतलेल्या कर्जाची परतफेड करायला सुरुवात केली. घेतलेलं कर्ज हे नेहमी शेवटच्या पैशापर्यंत फेडलं पाहिजे, हे तत्त्व त्यानं अंगी बाणवलंच होतं. आचार्य पुंडरिकाक्ष मात्र त्याला थट्टेनं म्हणत की तू तर फक्त मुद्दलाची परतफेड करतोयस, पण त्यावर जमा झालेल्या व्याजाचं काय? मला त्या व्याजाची तुझ्याकडून रोख रकमेत परतफेड नकोय. तू जेव्हा अखंड भारताचं स्वप्न पूर्ण करशील, तेव्हाच तू खऱ्या अर्थानं माझ्या ऋणांतून मुक्त होशील.

पुंडरिकाक्षांनीच चाणक्याची त्या योगीपुरुषाशी भेट घडवून आणली होती व चाणक्यालाही ऋषी दंडायनांबरोबर चर्चा करण्यात एक वेगळाच आनंद व समाधान लाभत असल्यामुळे तो अधूनमधून त्यांच्याकडे आवर्जून जात असे. प्रत्येक महत्त्वाच्या विषयावर आपलं ठाम मत मांडणाऱ्या या तल्लख विद्यार्थ्याविषयी दंडायनांच्या मनातही लोभ होता. “हे बघ चाणक्य, जोपर्यंत आच लावली जात नाही तोपर्यंत एका पात्रात अनेक मेणबत्त्या असल्या तरी त्या फक्त एकेकट्या व केवळ स्वत:च्या ज्योतीसाठीच जळत राहतात, पण जेव्हा त्यांचा समान शत्रू असलेल्या उष्णतेला त्यांना सामोरं जावं लागतं, तेव्हा त्या एकत्र येतात आणि त्यांची एक मेणबत्ती व एक ज्योत होऊन जाते.” साधूजींनी चाणक्याला दृष्टांतरूपी उदाहरण दिलं. त्यांच्या डोक्यावरील व वाढलेल्या दाढीतील केस जमिनीवर पसरले होते.

योगीमहाराजांनी सर्वांगाला भस्म लावलं होतं. ते पुढे म्हणाले, “सूर्याला पूर्व दिशेला जाग येते व तो पुन्हा पश्चिमेला गाढ निद्रेत जातो. परंतु अलीकडेच एक ग्रीक तारा पश्चिमेला उगवून आता पूर्वेकडे वेगानं प्रवास करत आहे. हा गौरवर्णीय प्रतिपरमेश्वर, त्याच्या वाटेत येणाऱ्या व त्याच्याशी संघर्ष करू पाहणाऱ्या प्रत्येकाचा समूळ नाश करतोय. हे चणकपुत्रा, धनानंद हा तुझा खरा शत्रू नसून, मॅसेडोनियामध्ये ज्याला महान अलेक्झांडर म्हणून संबोधलं जातं, तो तुझा खरा शत्रू आहे.”

“पण गुरुवर्य, मी काय करू? माझ्या मनात धनानंदाविषयी असलेली घृणा व क्रोध अजून शमलेला नाही. मी माझ्या ध्येयाचा कसा अनादर करू?” ऋषींच्या बोलण्याने विचलित झालेल्या चाणक्यानं विचारलं.

“चाणक्य, एक गोष्ट लक्षात ठेव. झाडावर पिकलेलं फळ कोणी तोडत

नाही. कारण ते झाडावरून आपोआपच गळून पडणार असतं. नेहमी मोठ्या ध्येयावर लक्ष केंद्रित कर, ते जर तू प्राप्त करू शकलास तर तुझ्या मनातील इतर हेतू हे आपोआपच साध्य होतील.''

* * *

एक विद्वान व विद्यार्थिप्रिय शिक्षक म्हणून चाणक्याचा दिवसेंदिवस नावलौकिक वाढत होता. त्याच्या वर्गात प्रवेश मिळवण्यासाठी विद्यार्थ्यांमध्ये चुरस लागलेली असायची. अनेकदा चाणक्य मूळ अभ्यासक्रम बाजूला ठेवून मुलांना मनात येईल ते प्रश्न विचारायची मुभा द्यायचा. अशा वेळी तो राजकीय सचोटीला फारसं महत्त्व न देता विचारलेल्या प्रश्नांना मिश्कील, परंतु भेदक उत्तरं देत असे.

''आचार्य, आपण तर सर्वांत विद्वान शिक्षक आहात मग आपण राजा होण्याची इच्छा का बाळगत नाही?''

''खरं सांगायचं तर मी राजा नसल्याचं मला मुळीच वैषम्य वाटत नाही. पण दुसरा कोणीतरी राजा असल्याची मात्र मला अडचण वाटते.''

''आचार्य, सरकारी कामात गुप्तता बाळगण्यामागचं नेमकं कारण काय?''

''तुम्ही काय काम करता हेच जर नागरिकांना ठाऊक नसेल तर तुम्ही चुकीचं काम करताय, असं ते कधीच म्हणू शकणार नाहीत. मुला, त्यासाठीच गुप्ततेची आवश्यकता असते.''

''आचार्य, कायद्याचं पालन न करताही लोक त्यातून सहीसलामत निसटू कसे शकतात?''

''जर लोकांनी कायद्याचा आदर राखावा असं आपल्याला वाटत असेल, तर आपण आदराला पात्र ठरेल असाच कायदा केला पाहिजे.''

''आचार्य, राजा हा खरं तर जनतेचा सेवक असतो ना?''

''एक दुरुस्ती सुचवतो. राज्याचा अधिपती होण्यासाठी आपण जनतेचे सेवक आहोत असा राजाने आव आणला पाहिजे.''

''आचार्य, गंभीर किंवा आणीबाणीच्या परिस्थितीत प्रधान मंत्र्याने राजावर आलेला भार कसा कमी करायला हवा?''

''कशासाठी कमी करायचा? प्रधान मंत्र्याने राजाला चिंताग्रस्त व भयभीत होऊ द्यायला हवं. विविध समस्यांमध्ये राजाला सतत गर्क ठेवणं, गरजेचं असतं. तीच त्याच्या कर्तृत्वाची खरी कसोटी असते.''

''आचार्य, सदा सत्य बोलणं हे राजाचं पवित्र कर्तव्य असायला हवं ना?''

''छे छे! राजाला सत्य प्रतिपादनाची अजिबात गरज नसते. जनता ही मला परमप्रिय आहे, एवढंच त्याला प्रजेच्या मनात सतत बिंबवायचं असतं. राजानं

केलेल्या प्रभावी भाषणातून, तो सत्य बोलला हे सिद्ध होणं महत्त्वाचं नसतं, तर तो खोटं बोलला हे कोणालाही सिद्ध न करता येणं हे अधिक आवश्यक असतं.''

"आचार्य, राजाने प्रजेला कोणत्या प्रकारची स्वातंत्र्य द्यायला हवी?''

"सांगतो, एक गोष्ट तर सर्वश्रुत आहे की भुकेल्या माणसाला चार प्रकारची स्वातंत्र्य मिळण्यापेक्षा, भाकरीचे चार तुकडे मिळण्याची जास्त अपेक्षा असते.''

"आचार्य, तुमच्यासारखे ब्राह्मण राजकारणात का सहभागी होतात?''

"राजकारण हा अतिशय गहन व गंभीर विषय आहे. तो केवळ राजकीय नेत्यांवर सोपवता येणार नाही.''

"आचार्य, राजकीय मतभेद किंवा वैमनस्यावर युद्ध हा एकच उपाय आहे का?''

"हुशार मुलांनो, राजकारण म्हणजे रक्तपाताशिवाय केलेलं युद्ध आणि युद्ध म्हणजे रक्तपातासह केलेलं राजकारण.''

"आचार्य, आपण दिलेल्या कर महसूलाचा कशा प्रकारे विनियोग केला जातो याची माहिती मिळणे हा नागरिकांचा हक्क नव्हे का?''

"नाही रे मुलांनो. मुळीच नाही. आपण दिलेल्या कररकमेचा कसा वापर केला जातो. याची माहिती लोकांना नको असते. आपण देवासमोर ठेवलेल्या दक्षिणेचं पुढे काय झालं, असा प्रश्न भक्त कधी देवळातील पुजाऱ्याला विचारतो का?''

"आचार्य चांगल्या सरकाराने तत्त्वांनुसार काम करायला हवं ना?''

"नक्कीच. सरकार अखेर तत्त्वांवरच चालतं. आणि तत्त्वांवर कधीही चालायचं नाही, हे त्यातील मूळ तत्त्व.''

"आणि पैशापेक्षा तत्त्वं मोठी असतात?''

"मुला, एक मूलभूत सिद्धान्त लक्षात ठेव. जेव्हा एखादा म्हणतो, 'माझ्यासाठी पैसा महत्त्वाचा नाही. तत्त्व महत्त्वाचं' तेव्हा त्यांच्या लेखी, पैसा हेच सर्वस्व असतं.''

"आचार्य, राजाच्या दरबारातील मंत्रिमंडळाने एखाद्या समस्येवर किती वेळ चर्चा करणं, योग्य असतं?''

"जर मंत्रिमंडळाने एखाद्या जटिल, प्रश्नावर फार वेळ चर्चा करू नये असं तुम्हांला वाटत असेल तर अल्पोपहाराची वेळ अगदी जवळ आली की तो मुद्दा चर्चेला घ्यावा.''

"आचार्य, कायदा व न्याय प्रस्थापित करण्यासाठी राजाने युद्ध पुकारावे का?''

"राजाने परराष्ट्र नीतीची मर्यादा पाळून नेहमीच कायदा व न्यायाच्या बाजूनं

उभं राहायला हवं.'

"आचार्य, प्रधानमंत्र्याने जर राज्यात घडणाऱ्या काही घटनांबद्दल राजाला अंधारात ठेवलं तर अशा प्रधान मंत्र्याला कोणत्या प्रकारची शिक्षा द्यायला हवी?"

"माझ्या मुला, प्रधानमंत्र्यांकडून योग्य उत्तरं न मिळाल्यामुळे राज्यातील काही घटनांबद्दल राजा अनाभिज्ञ असतो, असं म्हणणं चुकीचं आहे. तो आपल्या प्रधानमंत्र्यांना योग्य प्रश्न विचारत नाही, हे त्यामागचं खरं कारण आहे. चला, आजचा पाठ आपण इथेच संपवू."

* * *

चाणक्याचं बोलणं जरी मार्मिक व मिश्कील वाटत असलं तरी त्यानं तो चढवलेला मुखवटा होता. मनातून मात्र तो उदास व उद्ध्वस्त झाला होता. कात्यायनांनी दिलेल्या वचनावर विश्वास ठेवून तो आपल्या मातेला मगधेलाच सोडून आला होता. तिची तब्येत बरी असेल ना? आपल्या मुलाचा विरह ती कशी सहन करत असेल? पती व पुत्राशिवाय ती कशी जीवन कंठत असेल? तक्षशीलेला येणाऱ्या व्यापारी तांड्यामार्फत व भटकत्या भाटांकरवी त्यानं आईला, तिची खुशाली विचारणारे अनेक संदेश धाडले होते, परंतु कोणाकडूनही त्याला उत्तर मिळालं नव्हतं. याचा अर्थ एक तर ते सर्व जण आईचा शोध घेऊ शकले नव्हते... किंवा काहीतरी अघटित घडलं होतं.

अमावस्येच्या त्या अंधाऱ्या रात्री चाणक्य लपतछपत मगधेतून बाहेर पडला, त्या घटनेला आता दहा वर्षं झाली होती. त्याचे मार्गदर्शक पुंडरिकाक्षजीही वर्षापूर्वी हे जग सोडून गेले होते. 'आपल्या आईला तक्षशीलेला आणून तिचा नीट सांभाळ कर' अशी मृत्यूशय्येवर असताना त्यांनी चाणक्याला गळ घातली. "तुझ्या मातेला व तुझ्या मातृभूमीला कोणीतरी सांभाळण्याची नितांत गरज आहे. पण चाणक्या, मातृभूमीपेक्षाही प्रथम आपल्या आईला प्राधान्य द्यायला हवं."

आचार्य पुंडरिकाक्षांनी मृत्युसमयी आपल्या मालकीचं घर, हस्तलिखितं व त्यांचा इमानदार सेवक यांना आपल्या प्रिय शिष्याच्या हवाली केलं. त्यानंतर चाणक्यानं आपले तीन आवडते विद्यार्थी सिंहरन, मेहेर व शारंगराव यांची आपले साहाय्यक म्हणून त्वरित नियुक्ती केली. चाणक्याच्या गैरहजेरीत हे तिघेही त्याच्या सर्व व्यवहारांची पूर्तता करणार होते. सिंहरन हा मलयराज्याच्या अधिशासकांचा पुत्र होता. त्याच्या वडिलांना कावेबाजपणे पदच्युत करून, सिंहरनच्या काकानं त्यांची गादी बळकावली होती. मेहेर हा पर्शियाचा रहिवासी होता. अलेक्झांडरनं पर्शियावर केलेल्या स्वारीनंतर तो आपली मातृभूमी सोडून तक्षशीलेला आला होता. शारंगराव हा विद्यापीठातील सर्वांत हुशार व तल्लख ब्राह्मणपुत्र होता. ते

तिघेही चाणक्याचे अत्यंत लाडके शिष्य होते. गांधार राज्याचा युवराज अंभी हा त्या वेळी विद्यापीठात नुकताच दाखल झाला होता. स्वभावाने अहंकारी व उद्धट असल्याने त्याचं वर्तन या चौघांनाही पसंत नव्हतं. "सिंहरन, त्याला स्वैरपणे वागू देऊ नकोस. आपल्या नियंत्रणात ठेव." चाणक्यानं निक्षून सांगितलं व विद्यापीठाच्या कुलगुरूंकडून दीर्घकालीन रजा मंजूर करून त्यानं मगधाला प्रयाण केलं.

मगधच्या दीर्घ व जिकिरीच्या प्रवासात चाणक्याला केवळ आपल्या मातापित्यांचीच नव्हे तर प्रिय सुवासिनीचीही प्रकर्षानं आठवण येत होती. सुवासिनी ही कैदेत असलेल्या महामंत्री शक्तार यांची कन्या व चाणक्याची बालमैत्रिण होती. लहानपणी ती एखाद्या कोरीव पुतळ्यासारखी नाजूक व रेखीव दिसायची. तिच्या गोड गुलाबी गालांनी व तीक्ष्ण तपकिरी नेत्रांनी त्याला अक्षरश: वेड लावलं होतं. चाणक्य तिच्या प्रेमात होता पण ते व्यक्त करायचं धाडस मात्र त्याच्यापाशी नव्हतं. तो आपल्या प्रेमात पडलाय हे सुवासिनीही जाणून होती, पण आपल्याला त्याची कल्पनाही नाही, असं ती मुद्दाम खट्याळपणे त्याला भासवत राहायची. प्रवास संपवून तो जसजसा मगधाच्या नजिक येऊ लागला तसतशी त्याला पौगंडावस्थेत केलेल्या प्रेमाची व प्रेमिकेची तीव्रतेने आठवण येऊ लागली.

* * *

पाटलीपुत्राचा केवळ आकारानंच विस्तार झाला नव्हता, तर नगरीमध्ये व्यसनाधीनता, स्वैराचार, व्यभिचार व भ्रष्टाचारही खूप बोकाळला होता. नाक्यानाक्यावर जुगारी अड्डे उघडले होते व लांडीलबाडी आणि हातचलाखी केल्याच्या आरोपावरून भांडणं व मारामाऱ्या जुंपत होत्या. अतिरिक्त मद्यसेवनामुळे झिंगलेले मद्यपी मदिरालयातून झोकांड्या देत बाहेर पडत होते. मगधाच्या मद्यालयात किण्व, आसव, मैरेय, भेदक व मधू अशी विविध प्रकारची मद्यं उपलब्ध होती. अनैतिकतेच्या दुसऱ्या प्रकारात गणिका, रुपाजीवा व पुंश्चली यांचा म्हणेच, वेश्या, वारांगना व रखेल्यांचा समावेश होता. मधगेतील गणिका ह्या गायन, वादन, संवाद कौशल्य, नृत्य, अंगमर्दन, अत्तरं बनवणं, हार गुंफणं, केश प्रक्षालन, न्हाऊ घालणे व सर्वांत मुख्य म्हणजे रतिक्रिडा अशा नानाविध कलांमध्ये पारंगत होत्या. त्याच सुमारास मगधेतील प्रख्यात गुरू वात्सायन यांनी बाराशेहून अधिक श्लोक असलेला व संभोगाची सत्याहत्तर निरनिराळ्या आसनांचा अंतर्भाव असलेला कामजीवनविषयक 'कामसूत्र' हा ग्रंथ लिहिला होता.

चाणक्य ज़ेव्हा पाटलीपुत्राच्या प्रवेशद्वारापाशी पोहोचला तेव्हा बाहेरील राज्यातून येणाऱ्या प्रवाशांच्या कागदपत्राची तपासणी करणारा अधिकारी, माध्यान्हीची वेळ असूनही नशेत चूर असल्यामुळे चाणक्याची तपासणी करण्याच्या अवस्थेतही

नव्हता. आधल्या रात्री केलेल्या मद्यसेवनामुळे द्वाररक्षक पिंजारलेले केस व तांबरलेले डोळे या स्थितीत कसेबसे स्वत:चा तोल सावरत उभे होते. मगध राज्याची अवस्था बिकट झाली होती. ते राज्यसत्तेची जबाबदारी टाळत होते. भारताच्या सीमेवरील राज्यांसमोर मॅसेडोनिया सम्राट अलेक्झांडरच्या आक्रमणाचं संकट आ वासून उभं होतं, पण कोणालाच त्याची पर्वा नव्हती. राजा व प्रजा नशेच्या आधीन झाली होती.

नगरामध्ये फार मोठा बदल झाला नसल्यानं कात्यायनांचं घर शोधणं, चाणक्याला फारसं कठिण गेलं नाही. रस्ते, रस्त्याच्या बाजूंची घरं आणि रस्त्याच्या कोपऱ्यांवर असणारे तेलाचे दिवे सारं काही जसंच्या तसं होतं. कात्यायनांमध्ये मात्र खूपच फरक पडला होता. चाणक्य त्यांना चटकन ओळखू शकला नाही. दहा वर्षांत त्यांचं वय जणू पंचवीस वर्षांनी वाढलं होतं. त्यांनी मात्र चाणक्याला दुरूनच ओळखलं आणि त्याला भेटण्यासाठी ते धावतच बाहेर आले. खरं तर त्यांनी शेवटचं त्याला पाहिलं होतं, तेव्हा चाणक्य एक कोवळा मुलगा होता. कात्यायनांनी चाणक्याला आवेगानं कवेत घेतलं व त्यांच्या डोळ्यांतून अश्रुधारा वाहू लागल्या. घरात येताच त्यांनी आपल्या सेवकाला चाणक्याचे हातपाय धुऊन त्याच्या भोजनाची व्यवस्था करण्यास सांगितलं.

दोघेही जण स्वयंपाकघरातील जमिनीवर बसले. सेवकानं त्यांच्यासमोर केळीची पानं व मातीचे गडू ठेवले. ब्राह्मण रितीनुसार धरणी मातेला पवित्र करण्यासाठी दोघांनीही केळ्याच्या पानाभोवती पाण्याचे थेंब शिंपडले. सेवकाने पानावर भात, वरण व भाजी वाढली. परंपरेनुसार भोजनाला आरंभ करण्यापूर्वी दोघांनीही चित्रावती म्हणजे पानाच्या बाजूला भाताचे छोटे घास ठेवले. जेवण्यापूर्वी आपण आधी गायी, कुत्रे, कावळे व मुंग्या यांना घास भरवायला हवे, ही त्यामागची संकल्पना. दोघांची एका दशकानंतर भेट होत असली तरी भोजन करताना जराही बोलू नये, या रितीनुसार त्यांनी एकमेकांशी न बोलता जेवण संपवलं.

भोजन संपवून जेव्हा ते अंगणात आले तेव्हा चाणक्य म्हणाला, ''कात्यायनजी, मी माझ्या आईला घेऊन जाण्यासाठी पाटलीपुत्राला आलो आहे. तिची तब्येत कशी आहे?'' त्यानं विचारलं. त्यावर कात्यायन बराच वेळ काही बोलले नाहीत. चाणक्याला ती प्रदीर्घ शांतता असह्य होऊ लागली. अखेर कात्यायन म्हणाले,

''विष्णू... चाणक्या... तुला कसं सांगावं हेच मला समजत नाही. तुझ्या वडिलांना दिलेल्या देहदंडानंतर व तू तक्षशिलेला निघून गेल्यावर मी तिला उत्तम प्रकारे सांभाळण्याचा सर्वतोपरी प्रयत्न केला. ती माझ्या सांगण्यानुसार पाटलीपुत्राजवळ असलेल्या कुसूमपूर या तुमच्या घराण्याच्या मूळ गावीही जाऊन राहिली. पाटलीपुत्रापासून दूर गेल्यावर तिच्या मनातील पतीच्या वधाचं व पुत्राच्या वियोगाचं दु:ख कमी

होईल, असा माझा कयास होता. तिला मी नियमितपणे पैसे व धान्य पाठवत असे. आणि शक्य होईल तेव्हा तिला प्रत्यक्ष भेटूनही येत असे. पण चाणक्या, तुम्हा दोघांच्या आठवणीनं ती दिवसेंदिवस खंगत गेली. नंतर तिनं अन्नत्याग करण्यास सुरुवात केली. अखेरीस सहा-सात वर्षांपूर्वी तिनं देहाचाही त्याग केला. चाणक्या, मला माफ कर. तुला दुःखद वार्ता कथन करण्याची, माझ्यावर दुर्दैवानं ही दुसरी वेळ आली आहे.

दहा वर्षांपूर्वी वडिलांच्या मृत्यूची वार्ता सांगितल्यावर चाणक्याच्या नजरेत जो त्रयस्थ परकेपणा व निर्विकारपणा दिसला होता, त्याचाच कात्यायनांना या वेळीही प्रत्यय आला. त्यांनी चाणक्याचा हात धरून त्याचं सांत्वन करण्याचा प्रयत्न केला, पण चाणक्यानं कुठल्याही भावनेच्या आहारी न जाण्याचा जणू निश्चयच केला होता. त्यानं चटकन विषय बदलला. त्याला कात्यायनांशी अनेक विषयांवर चर्चा करायची होती. त्यामुळे त्याच्या लेखी आईच्या मृत्यूविषयी आता अधिक बोलण्यात काही अर्थ नव्हता.

"महामंत्री शक्तार अजून जिवंत आहेत ना? कसे आहेत ते?" त्यानं विचारलं.

"ते अजून कारागृहातच आहेत. धनानंदानं त्यांच्या साऱ्या कुटुंबाचा निःपात केला. गिरीकाला कायम लाच देत राक्षसानं व मी अजूनपर्यंत त्यांना जिवंत ठेवलंय. तुला तर ठाऊकच आहे, नंदाच्या त्या तुरुंग नामक नरकातून व गिरीकाच्या ताब्यात असलेल्या अंधारकोठडीतून सहीसलामत निसटणं, अशक्य आहे. माझ्या खबऱ्यांकडून मला समजलंय की शक्तारजी जिवंतपणी रोज यमयातना भोगत आहेत."

"मग शक्तारजींची कन्या... सुवासिनीही... आता जिवंत नाही?" चाणक्यानं अडखळत विचारलं.

"चाणक्या, मला ठाऊक आहे... तुला तिच्याबद्दल नेहमीच आस्था वाटत असे. आता काय सांगू तुला?... मृत्यूहून भयंकर जीवन ती जगते आहे. त्या व्यभिचारी राक्षसाच्या कृपेमुळे ती वाचली, पण अखेरीस तिला त्याची रखेली व्हावं लागलंय."

"माझ्या लाडक्या सुवासिनीवर वेश्या व्हायची वेळ यावी? माझ्या मातेला मृत्यूला कवटाळावं लागलं? महामंत्र्यांना अंधारकोठडीत नरकयातना भोगाव्या लागतायंत? मग मगधामध्ये न्याय उरलाय कुठे?"

"या सर्वांत दिलासादायक एकच गोष्ट म्हणजे ब्राह्मणांचा होणारा छळ मात्र आता पूर्ण थांबलाय. राक्षसानं महामंत्र्यांची सूत्रं स्वीकारल्यापासून तो धनानंदाला मदिरा आणि मदिराक्षींमध्ये गुंतवून ठेवण्यात यशस्वी झालाय. त्याचा परिणाम म्हणजे ब्राह्मणविरोधी धोरणात शैथिल्य आलंय. राक्षस हा स्वतः ब्राह्मण असल्यामुळे

विद्वान ब्राह्मणांना कायमस्वरूपी अनुदान मिळावं यासाठी एक प्रतिष्ठान स्थापन करण्यासाठी त्यानं धनानंदाला राजी केलंय नाहीतर एका शूद्राच्या मनात ब्राह्मणांवर थोडी का होईना, पण मेहरबानी करावी असा विचार तरी कधी आला असता का?''

''याचा अर्थ प्रतिष्ठान स्थापन करून धनानंद व राक्षसानं ब्राह्मणांना ताटाखालचं मांजर बनवलंय असंच ना? या विश्वासघातामुळे बिचारी धरणीमाता सध्या अश्रू गाळतेय, ब्राह्मण हे तिचे पालनकर्ते समजले जात. सदाचरणी, धर्माभिमानी, ईश्वरावर निष्ठा असणारे, सत्याची चाड असलेले सद्गुणी, स्वाभिमानी आणि प्रामाणिक अशी ब्राह्मणांची प्रतिमा होती. आणि आज मात्र आपली वेश्यांसारखी अवस्था झालीय. जो जास्त किंमत मोजेल त्याचे आपण गुलाम व्हायला तयार झालो आहोत!''

''शूऽऽ... एवढ्या मोठ्या आवाजात बोलू नकोस. भिंतींनाही कान असतात. तुझं म्हणणं अगदी बरोबर आहे, चाणक्य. खरोखरंच एखाद्या रखेलीसारखी आपली स्थिती झाली आहे. मीसुद्धा तुझा अपराधी आहे. पण मीही अगतिक आहे. तुझ्या वडिलांनी चणकांनी जेव्हा सत्य बोलण्याचं धाडस केलं तेव्हा काय घडलं, हे मी पाहिलंय. सम्राटासमोर त्याच्या पापाचा घडा वाचणारे महामंत्री शक्तार आज कुठल्या अवस्थेत खितपत पडलेत याचा मी साक्षी आहे. हे बघ चाणक्या, तुझ्या भात्यात जर बाणंच शिल्लक नसतील तर उगाच धनुष्य परजण्यात काय हशील आहे? सहन होत नसलं तरी हेच आजचं जळजळीत वास्तव आहे.''

''माफ करा कात्यायनजी, मी तुम्हांला दोष देत नाही. तुम्ही नसता, तर आज मी जिवंत राहिलो नसतो. मी आजन्म तुमचा ऋणी आहे व राहीन. पण आजूबाजूची ही उद्वेगजनक परिस्थिती पाहून माझा राग अनावर झाला. मी तुम्हांला उद्देशून नाही बोललो.''

''ते मलाही समजतंय, चाणक्य. पण या क्रोधाला योग्य दिशा देऊन तो आपण विधायक कार्यासाठी वापरायला हवा. तुला जर धनानंदाला सिंहासनावरून खाली खेचायचं असेल तर तुला मनुष्यबळ, साधनसामुग्री, सहयोगी मित्र आणि उत्तम नियोजनाची गरज लागेल. आणि संपत्ती हे अखेर या सर्वांचं मूळ आहे, हे तर तुला ठाऊकचं आहे. मगधाला पुन्हा शुद्ध, पवित्र करण्यासाठी तुझ्यापाशी पैसा असायला हवा.''

* * *

राज्यातील ज्ञानी ब्राह्मण आचार्यांचा सन्मान व सत्कार करण्याच्या निमित्तानं मगधाचा राजा दरवर्षी विद्वानांचा उत्सव साजरा करत असे. त्या दिवशी प्रथम ब्राह्मणांची

पाद्यपूजा केली जाई व त्यानंतर त्यांना पंचपक्वानांचं भोजन व भेट म्हणून सोनं देण्यात येत असे. तृप्त झालेले ब्राह्मण राजाला व राज्याला आशीर्वाद व शुभकामना देत आपल्या घरी परतत. त्या भव्य कार्यक्रमासाठी पाटलीपुत्राचा प्रासाद केळीच्या पानांनी व झेंडूच्या फुलांनी सजवलेला होता. मुदपाकखान्यात शेकडो आचारी स्वादिष्ट पदार्थ तयार करण्यात मग्न होते. राजवाड्याच्या मुख्य दरवाजाबाहेर ढोल व ताशा वादक एका बेहोषी आणणाऱ्या तालात ज्ञानोत्सवाला आरंभ झाल्याची नांदी देत होते. उत्सवाला सुरुवात होण्याआधी गौरवास पात्र ठरलेल्या विजेत्या विद्वान ब्राह्मणांची निवड करावी लागे. त्यासाठी खुल्या दरबारात राजाच्या समक्ष विविध विषयांवरच्या वाद-प्रतिवाद सत्रांचं आयोजन केलं जाई व त्यात उत्तम कामगिरी करणाऱ्या वादपटूंना राजमान्यता व राजसन्मान प्राप्त होत असे.

धनानंदाची स्वारी राजदरबारात हजर झाली, पण काहीशा अनिच्छेनं. तो चिडलेल्या मन:स्थितीत होता. लठ्ठ व आडमुठ्या स्वभावाच्या राजपुरोहितानं काही वेळापूर्वी त्याची जन्मकुंडली तपासली. त्याच्या म्हणण्यानुसार कुंडलीतील दुसऱ्या स्थानात असलेल्या शुक्राची युती, सहाव्या स्थानातील आणि शनीच्या युतीत असलेल्या वक्री केतूशी झाली होती. आजचा दिवस अशुभ असल्याचं त्यानं धनानंदाला बजावलं होतं व त्या संकटाचा सामना करावा लागेल असा इशाराही दिला होता. "महाराज, गेले वर्षभर आपल्याला राहूची महादशा आहे. आठव्या म्हणजे मृत्युस्थानी मंगळ आहे. लग्न स्थानातील चंद्र आणि रवी हे बदल व उलथापालथ दर्शवतात. सहाव्या म्हणजे दरबारातील कलहस्थानाचा (शत्रुस्थानाचा) अधिपती शनी आपल्या रवीचंद्राच्या मागून आणि त्यांच्यापासून दहाव्या स्थानातून व आपल्या लग्नस्थानापासून तिसऱ्या स्थानामधून भ्रमण करत आहे. हे राजा, आपण आज ते काही बोलाल व कराल ते अतिशय काळजीपूर्वक व विचारपूर्वक करावं." ज्योतिषी उद्गारला.

* * *

"चाणक्या, आज तू जे काही बोलशील व करशील ते अत्यंत काळजीपूर्वक आणि विचारपूर्वक कर." कात्यायनांनी सल्ला देत म्हटलं. खरं तर चाणक्याला त्या स्पर्धेत सहभागी व्हायची मुळीच इच्छा नव्हती. त्याच्या अफाट विद्वत्तेपुढे ही स्पर्धा तशी सामान्य दर्जाची होती. त्याला फक्त धनानंदाच्या दरबारात कामकाज कसं चालतं व राजा आणि त्याचा नवा महामंत्री राक्षस यांचे एकमेकांशी कसे संबंध आहेत, याचं जवळून निरीक्षण करायचं होतं. धनानंदाच्या नजरेत न येता, आमंत्रकांच्या गर्दीत लपून उभं राहण्याची दक्षता त्यानं घेतली. पण त्या गडबडीत त्याची एक चूक झाली. तो कात्यायनांच्या शेजारी उभा राहिल्यानं राक्षसाचं त्याच्याकडे

लक्ष गेलं व कुरूप चाणक्याला त्यानं चटकन ओळखलं. दरबारात शाब्दिक चकमक घडवून आणण्याची ही नामी संधी आहे हे ध्यानात येऊन तो सभेला उद्देशून म्हणाला, "मगध राज्यासाठी आज अतिशय सन्मानाची बाब म्हणजे तिचे सुविख्यात सुपुत्र व नामांकित तक्षशीला विद्यापीठाचे अध्यापक, चाणक्य हे आज आपल्यामध्ये उपस्थित आहेत. त्याहून आनंदाची गोष्ट ही की आजच्या स्पर्धेचा प्रारंभ आपण आचार्यांशी संवाद साधत करणार आहोत." टाळ्यांच्या गजरात चाणक्य काहीशा नाखुशीनं व्यासपीठावर येऊन उभा राहिला. "शब्द जपून वापर आणि आपल्या रागावर नियंत्रण ठेव." व्यासपीठाकडे जात असताना कात्यायन, चाणक्याच्या कानाशी कुजबुजले.

"ओम! देव आणि दानवांचे गुरू बृहस्पती व शुक्र तसेच राज्यशास्त्राच्या प्रवर्तकांना मी सर्वप्रथम वंदन करतो." चाणक्यानं नम्रपणे आवाहन करत सुरुवात केली. समोर धनानंद सिंहासनावर आरूढ झाला होता व त्याच्या उजव्या बाजूला राक्षस उभा होता. 'ओम!' दरबारात जमलेल्या सर्वांनी एकसूरात उद्घोष केला.

"आचार्य, राज्याच्या प्रगतीसाठी प्रजेनं एकोपा राखून कसं काम करायला हवं?" राक्षसानं विचारलं.

"प्रत्येकानं आपापलं कर्तव्य बजावत. अध्ययन, अध्यापन व माणूस आणि परमेश्वरामधील दुवा होणं हे ब्राह्मणाचं कर्तव्य आहे. क्षत्रियाचं काम म्हणजे शस्त्र धारण करून सर्व जीवांचं रक्षण करणं. व्यापार, उत्पादन व संपत्ती निर्माण करणं, हे वैश्याचं कर्तव्य आणि या तीनही वर्णांची सेवा करणं, हे शूद्राचं काम." चाणक्यानं स्पष्टपणे सांगितलं. समोर सिंहासनावर बसलेला राजा हा शूद्र आहे, हे तो जाणून होता.

राक्षस मनोमन खूश झाला. त्यानं ठिणगी पेटवली होती, आता स्फोट व्हायला थोडाच अवधी उरला होता. नवल म्हणजे चाणक्याचं बोलणं ऐकून न ऐकल्यासारखं करत धनानंदानं स्वत:वर संयम राखला होता.

"आचार्य राजापाशी कोणते गुण असायला हवे?"

"आदर्श राजापाशी ओघवतं वक्तृत्व, विलक्षण धाडसी वृत्ती, तीक्ष्ण बुद्धिमत्तेची देणगी, तल्लख स्मरणशक्ती व विचक्षण दृष्टी असायला हवी. अधिकारी व्यक्तींकडून मार्गदर्शन घ्यायची त्याची सदैव तयारी असली पाहिजे. तो स्वत: बलवान असावा व त्याच्यापाशी आपल्या सैन्याचं नेतृत्व करण्याची क्षमता हवी. शिक्षा सुनावण्यात किंवा इनाम देण्यात त्यानं निष्पक्ष न्यायबुद्धी दाखवली पाहिजे. त्याच्यापाशी दूरदृष्टी असायला हवी व प्रत्येक संधीचा त्यानं योग्य तो उपयोग करून घ्यायला हवा. युद्धकाळात किंवा शांततेच्या काळात राज्यकारभारावरील पकड ढिली होऊ न देण्याइतका तो सक्षम असावा. समरांगणात कधी उतरावं आणि सामंजस्य कधी

दाखववावं, योग्य क्षण येईपर्यंत शांतपणे कशी वाट पाहावी व तो क्षण येताच हल्ला कसा चढवावा याचं भान त्याच्यापाशी असलं पाहिजे. त्याची वाणी मधूर, स्वभाव प्रेमळ व वागणं सडेतोड असलं तरच राजाची स्वप्रतिष्ठा कायम सांभाळली जाते. उत्कट भावना, क्रोध, लालसा, दुराग्रह, चंचलता आणि चहाडखोरपणा या सर्व दोषांपासून त्यानं सदैव चार हात दूर राहायला हवं. राजानं ज्येष्ठांच्या सल्ल्यानुसार आचरण केलं पाहिजे...''

''तोंड आवर तुझं! मला कुणाच्या उपदेशाची गरज नाही.'' क्रोध अनावर होऊन धनानंद मध्येच गरजला. दरबारात कमालीची शांतता पसरली. राक्षसाला काय बोलावं ते समजेना. इतक्या लवकर स्फोट होईल अशी त्यानंही अपेक्षा केली नव्हती.

''हे राजा, मी तुमच्याशी सहमत आहे. तुम्हांला खरोखरंच माझ्या सल्ल्याची गरज नाही. ज्यांना तो पचवायची व अंमलात आणायची कुवत आहे, त्यांनाच मी हा सल्ला दिलाय. तुमच्यापाशी दुर्दैवानं या दोन्ही क्षमता नाहीत.'' चाणक्यही तितक्याच उच्चरवात बोलला. कात्यायन त्याच्या बोलण्यानं मनातून आक्रसून गेला. आपण चाणक्याला इथे आणायलाच नको होतं. त्यानं नकळत सिंहाच्या जबड्यातच हात घातलाय. हे त्याच्या लक्षात आलं होतं.

''राक्षसा! हा मूर्ख कुरूप माणूस कोण आहे? त्याला तू विद्वान आचार्य म्हणतोस हा कोण मला सल्ला देणारा... त्याची या सभागृहात यायची तरी लायकी आहे का?'' धनानंदाचा संताप अनावर झाला होता.

''राजाधिराज, याचं नाव चाणक्य. दिवंगत चणकाचा पुत्र.''

''आत्ता आलं माझ्या ध्यानात. ज्या वेळी त्या उद्धट व बेअक्कल चणकाचा शिरच्छेद करण्याची मी आज्ञा दिली होती, त्याच वेळी मी त्याच्या मुलालाही तीच शिक्षा फर्मावयाला हवी होती. उंदरांची संख्या ही नेहमीच शतपटीने वाढत असते.'' धनानंद कुत्सितपणे म्हणाला.

''पुन्हा एकदा मी तुमच्याशी पूर्ण सहमत आहे, महाराज, मला जिवंत ठेवण्यात, तुम्ही नक्कीच चूक केली. शत्रूची शेवटची खूण मिटेपर्यंत त्याचा निःपात करायला हवा. जसा एक दिवस मी तुमचा व तुम्ही कुमार्गाला नेलेल्या तुमच्या राजवंशाचा समूळ नाश करणार आहे.'' चाणक्य शांतपणे म्हणाला.

''ह्या अधमाला बेड्या घालून नंदाच्या नरकात धाडा. गिरीकच्या सांडणी एषनींचे डाग आणि चटके बसल्यावर माझा अधःपात कसा घडवून आणायचा याचे नवे मार्ग त्याला शोधत बसू दे. उंदराला शेपटी पकडून उचलतात तशी याची शेंडी पकडून त्याला फरफटत घेऊन जा.'' धनानंद त्वेषाने म्हणाला, तसे त्याचे रक्षक चाणक्याला पकडायला धावले.

चाणक्यानं हातांनी आपली शेंडी धरली आणि झटकन शेंडीची गाठ सोडली. चाणक्याचा चेहरा रागानं लालबुंद झाला होता, पण स्वाभिमान दुखावलेल्या धनानंदानं त्याला पुन्हा डिवचलं, ''शेंडी सोडून काहीच फरक पडत नसतो. मर्कट हे अखेर मर्कटच राहतं!''

''हे मूर्ख व अज्ञानी राजा, परकीय आक्रमणाला समर्थपणे सामोरं जाण्यासाठी संपूर्ण भारताला एकत्र आणणं, हे मी माझं परम कर्तव्य मानतो. तुझं नाव इतिहासातून कायमचं पुसलं जाईल, याची मी सर्वप्रथम व्यवस्था करेन. आज मी प्रतिज्ञा करत आहे! मी माझ्या विद्वान पित्याच्या व प्रेमळ मातेच्या अस्थिरक्षेची शपथ घेऊन सांगतो की जोपर्यंत मी तुला आणि मॅसोडेनियाच्या अलेक्झांडरला माझ्या देशातून कायमचा हद्दपार करणार नाही आणि एका परोपकारी व दयाळू राजाच्या प्रेमळ छत्राखाली माझ्या मायभूमीला एकत्र आणणार नाही, तोपर्यंत मी माझ्या शेंडीला गाठ बांधणार नाही.'' केस मोकळे सोडलेल्या चाणक्यानं गगनभेदी गर्जना केली. दुसऱ्याच क्षणी राजाचे रक्षक त्याला नंदाच्या नरकात खेचत नेऊ लागले.

४

वर्तमानकाळ

"अग्रवालजी मी नम्र विनंती करतो की आपण आशीर्वाद देऊन मला आपल्याकडील नोकरीतून मुक्त करावं." गंगासागर म्हणाला. गेली अनेक वर्षं तो अग्रवालजींकडून धंद्यातील युक्तीच्या जवळजवळ सर्वच गोष्टी शिकला होता आणि त्याबद्दल अग्रवालजींविषयी त्याच्या मनात कृतज्ञता होती. पण आता त्याला स्वत:चा मार्ग चोखाळायचा होता.

"का असं ठरवलंस गंगा? माझ्या हाताखाली तू बरंच काही शिकलास आणि त्या सर्वांवर आता पाणी सोडतोयंस?"

"साहेब, मला वाटतं की मी तुमच्यासोबत राहण्यापेक्षा बाहेरून तुम्हांला अधिक मदत करू शकेन."

"तुला नक्की काय म्हणायचंय?"

"भारताच्या गचाळ लोकशाहीमध्ये राजकारण आणि व्यापार यांना नेहमीच एकमेकांचा आधार लागतो. राजकारण सत्तेभोवती फिरतं, पण सत्ता मिळवण्यासाठी व टिकवण्यासाठी पैशांची गरज असते. याउलट व्यापार हा पैशाभोवती फिरतो, पण संपत्ती कमावण्यासाठी व जतन करण्यासाठी त्याला सत्ताधीशांचा पाठिंबा लागतो."

"मग तुला माझ्याकडून नेमकं काय हवंय?"

"आर्थिक मदत. त्या बदल्यात मी तुम्हांला वेळोवेळी राजकीय पाठबळ पुरवण्याची हमी घेतो."

"गंगासागर, माझे आशीर्वाद सदैव तुझ्यासोबत आहेत."

* * *

गंगासागर मिश्रा पानपट्टीच्या ठेल्यासमोर उभे होते. गुप्ता पानवाला तोंडात चिरूट ठेवून हिरव्या जर्द पानाला चुना लावून, त्याला वेलची, सुपारी व गुलकंद टाकून

एकाग्रपणे मसाला पान बनवत होता. भोवतालचं वातावरण अत्यंत गलिच्छ होतं आणि त्यातच बाजूच्या उघड्या गटारामधून येणाऱ्या असह्य दुर्गंधीमुळे श्वास घेणंही मुश्कील झालं होतं. "म्हणून तर मी सतत चिरूट ओढत राहतो. त्यामुळे या बकाल हवेत मला श्वास तरी घेता येतो. आता चिरूट ओढल्याने कर्करोगाचा धोका असतो, पण मी त्याची पर्वा करत नाही."

मृत प्राण्यांची कातडी कमावणे हा कानपूरमधील एक प्रमुख व्यवसाय होता. आणि गुप्ता पानवाल्याच्या परिसरात तो छोट्या प्रमाणात व चोरट्या पद्धतीनं चालत असे. मृत प्राण्याचं मांस व अंगावर लोंबणारे केस घेऊन अनेक जण तिथे लपून छपून यायचे. मग मूत्र व चुनखडीच्या गाळानं प्रथम त्यांची त्वचा स्वच्छ केली जायची आणि त्यानंतर तेथील कामगार कबुतरांची विष्ठा वापरून प्राण्यांच्या कातड्यांवर प्रक्रिया करत. त्यामुळे कुजणाऱ्या मांसाची, शिळ्या मूत्राची आणि कबुतरांच्या विष्ठेची किळस आणणारी दुर्गंधी तिथे कायम पसरलेली असे. शहरातील ती अत्यंत गरीब वस्ती असल्यामुळे, तिथल्या प्रत्येकाला झोपडीत राहण्यावाचून पर्याय नसायचा. त्यामुळे हळूहळू तिथली झोपडपट्टी चांगलीच फोफावली.

ही झोपडपट्टी म्हणजे शहराला झालेलं लाजिरवाणं गळू आहे, असं कानपूरच्या धनिकांना वाटत असे आणि त्या झोपडपट्टीचं लवकरात लवकर निर्मूलन व्हावं अशी त्यांची तीव्र इच्छा होती. परंतु त्यात राहणाऱ्या गरिबांना मात्र तिथलं वातावरण कितीही गलिच्छ असलं तरी त्यांच्यासाठी जगण्याचा तोच एक आधार होता. पंधराशे रहिवाशांमागे फक्त एक प्रसाधनगृह असल्यामुळे उघड्या गटारांमध्ये प्रातर्विधीचा कार्यक्रम करावा लागे. त्यातच कत्तलखान्यातील प्राण्यांचे अवशेष तिथे येऊन मिसळत. परिणामी पृथ्वीवरील त्या नरकात विषमज्वर, पटकी व हिवतापाची साथ सदैव पसरलेली असे.

गुप्ता पानपट्टी ठेल्याचा तो परिसर तसा आत्मनिर्भर होता. पान सिगरेट व चहाच्या टपऱ्या, धान्याच्या आणि औषधाच्या दुकानांचा धंदा तिथे तेजीत असायचा कारण तिथले रहिवासी हेच त्यांची गिऱ्हाइकं होती. "गुप्ताजी, या भागात शाळा आहेत?" पान चघळत गंगासागरनी त्याला विचारलं.

"पूर्वी इथे एक नगरपालिकेची शाळा होती, पण सगळे शिक्षक पळून गेले. इथल्या गुंडदादाला त्या जागेत देशी दारूचा अड्डा सुरू करायचा होता." ओठांतून धूर सोडत गुप्ता म्हणाला. "आमच्या मुलांना शिकण्यासाठी इथे शाळा असायला हवी, असं स्थानिक पुढारी आपल्या भाषणात तावातावानं सांगत असतात, पण आम्ही अशिक्षित व निरक्षर राहावं, अशीच त्यांची खरी इच्छा आहे, त्यामुळे त्यांना एकगठ्ठा मतं मिळणं सोपं जातं." गुप्तानं दबक्या आवाजात सांगितलं.

"जर मी इथे शाळा सुरू केली, तर इथले पालक आपल्या मुलांना शाळेत

पाठवतील?' गंगासागरनी विचारलं.

"इतरांचं मला ठाऊक नाही, पण मी माझ्या मुलीचं नाव अगदी आनंदानं तुमच्या शाळेत घालेन."

"तिचं नाव काय?"

"चंदिनी, फक्त दहा वर्षांची आहे."

* * *

तो बेडौल आणि रांगडा दिसत असला तरी त्याच्या अंगावरचे कपडे अगदी टापटीप होते. त्याच्या डोळ्यांच्या लालभडक रंगासारखेच त्याचे दातही पान खाऊन लाललाल झाले होते. डोळे लाल असण्याचा दारूशी काहीच संबंध नव्हता. कारण इक्रमभाईनं आयुष्यात मद्याला स्पर्शही केला नव्हता. दारू पिणं हे त्याच्यासाठी धर्मविरोधी कृत्य होतं. जमिनी बळकावणं, बेकायदेशीर सट्टा, खंडणी व देशी दारूचे अड्डे चालवून त्यानं भरपूर पैसा कमावला होता. पण दारू प्यायला मात्र त्यानं कायम नकार दिला होता. त्याचे डोळे तांबडे असण्यामागचं कारण म्हणजे तो क्वचितच झोपत असे. झोपडपट्टीच्या दादालाही कठोर परिश्रमाला पर्याय नव्हता. त्यानं घातलेला सफेद नक्षीदार झब्बा हा त्याच्या काळ्या वर्णाला अगदीच विशोभित दिसत होता. झब्ब्याला हिऱ्यांची बटणं होती आणि हातातील प्रत्येक बोटांत अनेक अंगठ्या होत्या. सगळ्या अंगठ्यांमध्ये वेगवेगळ्या प्रकारचे मौल्यवान खडे होते.

उत्तम आरोग्य व दीर्घायुष्य लाभण्यासाठी तो माणिक वापरायचा. त्याला दीर्घायुष्य मिळणं याचा अर्थ त्याच्या शत्रूंचं आयुष्य कमी होणं, हाच होता. एका अंगठीतील वैदूर्य खडा हा मनःशांती प्राप्त करण्यासाठी होता. इक्रमभाईचे गुंड त्याचा कायदा न पाळणाऱ्यांची जोरदार धुलाई करत, पण इक्रमभाई मात्र ती पिटाई अगदी शांतपणे पाहत राही. शिवाय राग, संताप न येण्यासाठी त्याच्यापाशी पांढरा मोतीही होता. कमाई वाढण्यासाठी त्याच्यापाशी पिवळसर नीलम होता आणि नवल म्हणजे दरवर्षी संपत्तीमध्ये काही पटींनी वाढ होत राहायची. मर्दानगीची समस्या त्याला कधीच जाणवली नसली तरी लैंगिक क्षमता अबाधित राहावी यासाठी तो हिऱ्याची अंगठी घालायचा. गिऱ्हाइकांबरोबर उत्तम संवाद साधता यावा म्हणून हिरवा पाचू, तर दुष्ट शक्तींपासून संरक्षण मिळावं म्हणून त्यानं गळ्यात पोवळ्याची माळ घातली होती.

"तू नीळा नीलम का वापरत नाहीस?" इक्रमभाईच्या हातातील अंगठ्या निरखत गंगासागरनी त्याला विचारलं.

"का? त्याचा मला काय उपयोग होईल?"

"तुला सत्ता मिळेल आणि सगळीकडे तुझा दबदबा राहील. खरी सत्ता आणि प्रभाव."

"हात्तिच्या! या दोन्ही गोष्टी आताही माझ्यापाशी आहेत. या झोपडपट्टीत माझ्या शब्दाबाहेर जायची कोणामध्येही हिंमत नाही." गंगासागर यांच्या डोळ्यात रोखून बघत तो गुर्मीत म्हणाला.

"या झोपडपट्टीचा तू असशीलही दादा, पण बाकीच्या जगाचं काय? तुझं जग फार छोटं आहे. तुझं एवढं कर्तृत्व आहे, एवढी ताकद आहे तुझ्याकडे की त्याचा सदुपयोग आपल्या शहरासाठी– सगळ्या राज्यासाठी व्हायला पाहिजे."

"म्हणजे तुम्हांला म्हणायचंय की मी अख्ख्या शहरात जुगाराचे अड्डे आणि हातभट्ट्या सुरू करायला हव्या?" इक्रमभाईनं अगदी मनापासून विचारलं.

"आज तू या छोट्या साम्राज्याचा मालक आहेस. पण एक गोष्ट लक्षात घे की इथला कारभार चालवण्यात आणि आपल्या संपूर्ण शहराचा कारभार करण्यात तसा काहीच फरक नाही. तुझ्यासारख्या माणसानं राजकारणात यायला हवं. हेच सांगण्यासाठी आज मी इथे आलोय. तुझी तयारी असेल तर मी तुझा गुरू होतो."

* * *

अग्रवालजींनी उदार हस्ते शाळेसाठी देणगी दिली. ती काही फार मोठी रक्कम नसली तरी त्यातून दिवे, पंखे, फळा, खुर्ची, टेबल, मुलांना बसण्यासाठी बाकं, थोडी रंगरंगोटी व भरपूर पुस्तकांची सोय झाली. इक्रमभाईच्या हस्ते नव्या शाळेचं उद्घाटन करण्यात आलं. इक्रमभाईची साथ मिळाल्याशिवाय शाळा चालवणं शक्य नाही, हे गंगासागरना पक्कं ठाऊक होतं.

"पण तू त्याला एवढा का मान देतोयस? मुलांना इतिहास शिकवण्यापासून अनेक कामं तू करतोयस आणि त्यासाठी लागणारा पैसा तर मी पुरवतोय." अग्रवालजींनी विचारलं.

"लोकांना नुसता उपदेश करून ते तुमचं म्हणणं मान्य करत नाहीत, त्यासाठी उपदेशाबरोबर बंदुकीचा धाकही दाखवावा लागतो. शाळा सुरू करण्याचं थोडं श्रेय इक्रमभाईला दिल्यामुळे आता आम्हांला गुंडांची भीती उरलेली नाही. अहो, इतकंच काय, मुलांना शाळेत पाठवलं नाही तर मी तुम्हांला चोपून काढेन असा सगळ्या पालकांना त्यानं दम भरलाय," गंगासागर हसत म्हणाले.

"पण इक्रमभाई अचानक इतका कसा परोपकारी बनला?" अग्रवालजींनी विचारलं.

"कारण त्याला नगरपालिकेची निवडणूक लढवायची आहे आणि त्यासाठी त्याला आर्थिक आणि बौद्धिक मदत हवी आहे," गंगासागरनी सांगितलं.

"म्हणजे मी त्याला पैसे देईन असं तू त्याला वचनही दिलंस?" अग्रवालजी थोडे नाराज झाले होते.

"हो, तुमचे पैसे आणि माझी बुद्धी. फक्त त्यानं अभानस पक्षातर्फे निवडणूक लढवायला हवी."

"हा कुठला पक्ष? मी तर हे नावदेखील कधी ऐकलं नाही."

"अजून त्याची स्थापनाही झालेली नाही. पण पुढच्या नगरपालिका निवडणुकीपर्यंत नक्की होईल."

"गंगा, तू तुझ्या नव्या पक्षाच्या तिकिटांवर गुंडांना उभं करणार?"

"बँकेचं संरक्षण कसं करायचं याचा सर्वांत उत्तम सल्ला फक्त दरोडेखोरच देऊ शकतो. माझ्या पक्षाच्या मत बँकेचं संरक्षण इक्रमभाई करेल."

"ते कसं काय?"

"मी ब्राह्मण आहे. उच्चवर्णीय हिंदूंची मतं मी सहज मिळवीन. पण अवर्ण आणि मुस्लीम लोक माझ्यावर विश्वास ठेवणार नाहीत. इक्रमभाई मला मुस्लीम मतं मिळवून देईल."

"अरे गंगा, त्याला जवळ केलंस तर तुझी प्रतिष्ठा धोक्यात नाही का येणार?"

"तुम्ही जे खरोखर आहात, तेच तुमचं चारित्र्य असतं आणि तुमची सामाजिक पत व प्रतिष्ठा हे इतर लोक ठरवतात. जोपर्यंत इक्रमभाई माझं चारित्र्य बदलवू शकत नाही, तोपर्यंत तो माझ्या बरोबर असला तरी मला काहीच फरक पडत नाही."

"तू काय करतोयस हे समजतंय ना तुला? तू तर सैतानाशी दोस्ती करायला निघालयस."

"ईश्वर मला क्षमा करेल. अखेर त्याचं कामही तेच आहे म्हणा," डोळे मिचकावत गंगासागर अग्रवालजींना म्हणाले.

* * *

कानपूरची नगरपालिका ही ब्रिटिश राज असतानाच अस्तित्वात आली होती, पण स्वातंत्र्यानंतर काही वर्षांनी तिचं रूपांतर कानपूर महानगरपालिकेत झालं. तेव्हापासून दर पाच वर्षांनी शहराच्या महापौराची निवड केली जाऊ लागली. ही निवड कानपूरच्या विविध भागांतून निवडून आलेले शंभर नगरसेवक करत. इक्रमभाई हा त्यांपैकी एका मतदारसंघातून निवडणूक लढणार होता. गंगासागरजींनी इतर अनेक उमेदवारांना अभानसच्या तिकिटावर उभं राहायला राजी केलं होतं. मात्र इक्रमभाईलाच महापौर करायचं हे त्यांनी आधीच ठरवलं होतं.

"महानगरपालिकेतील सदस्य हे पूर्णपणे जात व धर्मावर विभागले आहेत. पंचवीस टक्के नगरसेवक हे ब्राह्मण तर पंचवीस टक्के यादव समाजातील, पंचवीस टक्के दलित व उरलेले पंचवीस टक्के मुस्लिम धर्माचे आहेत," गंगासागरनी नीट कल्पना दिली.

"मग तर तुला काहीच संधी नाही," अग्रवालजी निराश होत म्हणाले.

पण हे राजकारण होतं, अर्थकारण नव्हे आणि ह्या खेळाचे सूत्रधार गंगासागर होते, अग्रवालजी नव्हे.

"तसं नाही, अग्रवालजी. मला त्या चारही गटातून प्रत्येकी पाच टक्के सदस्य माझ्या पक्षातर्फे निवडून आणायचेत, म्हणजे माझा वीस टक्के नगरसेवक असलेला पाचवा गट तयार होईल."

"पण तुझ्याकडे वीस टक्के म्हणजे उरलेल्या चार गटाएवढेच सदस्य असणार." अग्रवालजी वाद घालत म्हणाले खरे, पण हा बुद्धिबळासारखा डाव होता, हे त्यांना उमजलं नव्हतं. गंगासागरनी मात्र त्या डावाच्या पुढच्या अनेक चाली मनात रचून शत्रूवर मात कशी करायची याची पूर्ण तयारी केली होती.

"आमचा गट सोडला तर उरलेले चार गट हे एकमेकांचा प्रचंड द्वेष करतात. त्यामुळे ज्या कुणाला महानगरपालिकेत सत्ता स्थापन करायची इच्छा असेल, त्यांना आमच्याशी हातमिळवणी करण्याखेरीज दुसरा पर्याय उरणार नाही. कारण फक्त आमचा गट हा जात व धर्मनिरपेक्ष असेल," गंगासागर विजयी मुद्रेनं म्हणाले.

"अरे पण तू जर त्यांच्या गटातील उमेदवाराला महापौर व्हायला मान्यता दिलीस, तरच ते तुला पाठिंबा देतील. मग अशा परिस्थितीत तू इक्रमला महापौर कसा बनवणार?"

"अग्रवालजी, महापौराची निवड नेहमी एकल हस्तांरणीय मतदान पद्धतीनं होत असते. नेहमीच्या मतदानापेक्षा ही पद्धत वेगळी असते. सर्वांत लवकर येणाऱ्या पक्ष्याला अळी सापडते, पण त्यानंतर येणाऱ्या उंदराला मात्र चीज मिळतं असं म्हणतात. इक्रमभाई हा सर्वांच्या प्रथम पसंतीचा उमेदवार नसला तरी त्याला माझी काहीच हरकत नाही, पण त्याला सर्वांकडून दुसऱ्या पसंतीचा उमेदवार म्हणून मत मिळायला हवं."

"त्यातून काय साधणार?' अग्रवालजींनी विचारलं.

"महापौरपदासाठी पाचही गटातून एकेक उमेदवार उभा केला जाईल आणि शंभर नगरसेवकांना आपल्या पसंतीच्या क्रमवारीनुसार पाचही उमेदवारांना मत द्यावं लागेल."

"बरं. मग?"

"पाचही गट, आपापल्या उमेदवाराला पहिल्या पसंतीचं मत देतील."

"हो. पण याचा अर्थ इक्रमला इतर चार उमेदवारांएवढीच मतं मिळतील."

"निवडणूक प्रक्रिया इथेच संपत नाही, कारण प्रत्येक नगरसेवकाने पहिल्या पसंतीच्या मताबरोबर दुसऱ्या, तिसऱ्या, चौथ्या व पाचव्या पसंतीच्या उमेदवारालाही मतं दिलेली असतात. आता आमचा सोडून उरलेले चारही गट एकमेकांचा तिरस्कार करत असल्यामुळे ते इतर गटाच्या उमेदवाराला कदापि दुसऱ्या पसंतीचं मत देणार नाहीत. मी फक्त त्यांना इक्रमला दुसऱ्या क्रमांकाचं मत द्यायला सांगणार."

"ही निवडणूक प्रक्रिया नेमकी कशी काम करते?" अग्रवालजींनी विचारलं.

"पहिल्या फेरीत फक्त प्रथम पसंतीची मतं मोजली जातात. साहजिकच त्या फेरीअखेर इक्रमसह पाचही उमेदवारांना समान मतं मिळालेली असतील. पण त्यात कोणताही उमेदवार निर्विवाद विजयी न झाल्याने दुसऱ्या फेरीत दुसऱ्या पसंतीची मतं मोजून ती प्रत्येकाच्या आधी मिळालेल्या मतांमध्ये मिळवली जातील. त्यामुळे दुसऱ्या फेरीअखेर इक्रमला सर्वांत जास्त मत मिळाल्यानं महापौरपदाची माळ त्याच्या गळ्यात पडेल. थोडक्यात दुसरा आलेल्या उंदरानं चीज मिळवलेलं असेल."

"ठीक आहे, पण गंगा, तुझ्या उंदराची मांजर न होवो एवढीच इच्छा आहे," अग्रवालजी म्हणाले.

* * *

"महात्मा गांधींच्या एकूण तत्त्वज्ञानाचा मूळ गाभा काय होता, हे तुमच्यापैकी कोणी मला सांगू शकेल का?"

"अहिंसा," मागच्या बाकावरून आवाज आला. ती एक तेरा वर्षांची नाजूक बुटकी मुलगी होती. तिनं आपल्या तेल लावलेल्या लांबसडक केसांची वेणी घालून, तिला लाल रिबीन बांधली होती. अंगात राखाडी रंगाचा स्कर्ट व निळा पोलका होता. झोपडपट्टीतील शाळांमध्ये मुलींचा हाच गणवेश असे. दिसायला मात्र ती लख्ख गोरीपान होती आणि छोटे शुभ्र दात, लालचुटूक ओठ व चमकणारे पाचूच्या रंगाचे हिरवे डोळे यामुळे तिच्या निरागसपणाला बुद्धीच्या तेजाची जोड मिळाली होती.

गंगासागरांची नजर तिच्याकडे जाताच, ती मान खाली घालून उगाचच पेन्सिलीशी चाळा करत उभी राहिली. "शाब्बास चंदिनी. आता मला त्या शब्दाचा अर्थ सांग."

"अंहिसा म्हणजे कोणतीही हिंसा, जुलूम न करणं."

"याचा अर्थ कोणाविरुद्धही लढायचं नाही, असंच ना?"

"नाही. अहिंसा म्हणजे भित्रेपणा नव्हे. फक्त धैर्यवान मनुष्यच अंगावर प्रहार झेलू शकतो."

"तुला म्हणायचंय की कोणालाही मारहाण न करता आपलं ध्येय गाठणं, बरोबर?"

"होय, पण तुमचं ध्येय काय आहे, हे लोकांना समजावून सांगण्यासाठी तुमच्यापाशी नैतिक अधिकार असायला हवा. गांधीजींपाशी तसा तो होता."

"हा नैतिक अधिकार त्यांना कसा मिळाला?"

"स्वत:च्या वागणुकीनं त्यांनी इतरांसाठी एक आदर्श उदाहरण घालून दिलं. हो ना?" गुप्ताची कन्यका बोलताना काहीशी गोंधळली.

"होय. आपण भारतीय अजूनही संन्यास, सर्वसंगपरित्याग या कल्पनेचा खूप आदर करतो. प्राचीन काळातील योगीपुरुषांपासून ही परंपरा चालत आली आहे. त्या अर्थाने, गांधीजी हे आधुनिक काळातील योगी होते."

"ते गरिबीत राहिले, म्हणून का?" प्रश्न विचारताना तिचे हिरवे डोळे विस्फारले गेले.

"हो, पण त्यांची गरिबी हे एक प्रतीक होतं. त्या प्रतीकामुळे लोकांना आपल्यासोबत घेऊन जाण्याचा राजकीय अधिकार त्यांना प्राप्त झाला."

"आणि त्यामुळे आपल्या देशाची लाखो रुपयांची बचत होऊ शकली?"

"हाऽहाऽ... आपल्या उत्तर प्रदेशाच्या पहिल्या राज्यपाल सरोजिनी नायडू यांनी यावर फार सुंदर भाष्य केलं होतं. त्या म्हणाल्या की महात्माजींना गरिबीत ठेवण्यासाठी भारत देशाला खूप खर्च सोसावा लागला!"

"मग त्यांनी गरिबीत राहायचं का ठरवलं?"

"कारण त्यागामध्येच खरी शक्ती असते, मुली."

"म्हणजे इक्रमचाचाला महापौर पद मिळावं, म्हणून जसा तुम्ही त्याग केला तसंच ना?"

"हो, तसंच काहीसं," गंगासागर गालातल्या गालात हसत म्हणाले.

* * *

"इक्रम, आपण हे शहर स्वच्छ केलं पाहिजे."

"स्वच्छ करायचं म्हणजे खूनखराबा करायचा, असंच म्हणायचंय ना गंगासागरजी तुम्हांला?"

"नाही."

"मग आपण काय रस्ते झाडायचे आणि कचरा साफ करायचा?"

"हो, हेच म्हणायचंय मला. आपलं शहर बकाल झालंय."

"महापालिकेचा ताबा घ्यायचा म्हणजे फक्त भरपूर पैसा कमवायचा, अशी खरीखुरी स्वच्छता नाही करायची."

"भ्रष्टाचार हा रोजच्या जगण्याचाच एक भाग झालाय, हे मान्य न करण्याइतका मी मूर्ख नक्कीच नाही. अभानस पक्ष मजबूत करण्यासाठी आपल्याला पैशाची गरज लागणारच, पण त्याचबरोबर आपण काही चांगलं कामही करायला हवं."

"कशासाठी? आजपर्यंत कुठल्या सत्ताधारी पक्षानं असं केलंय?"

"एक गोष्ट लक्षात घे, इक्रम. आपल्याला चांगलं काम करायची आवड आहे म्हणून आपण शहर स्वच्छ करायचं ठरवलेलं नाही. आपण ते करणार आहोत कारण आपल्याला पुढच्या निवडणुकीत इतर पक्षांचा आधार न घेता विजयी व्हायचंय."

"गंगासागरजी, ह्या पाच वर्षांतच इतके पैसे कमावून श्रीमंत व्हायचं की पुन्हा महापालिकेत सत्ता स्थापन करायची वेळच येऊ द्यायची नाही."

"महापालिकेबद्दल कोण बोलतंय?"

"मग?"

"अरे मित्रा, सत्तेची खरी ताकद ही स्थानिक महापालिकेत नसते, ती राज्यातील सरकार बनवण्यात असते. अजून पाच वर्षांनी आपल्याला उत्तर प्रदेश राज्याची सत्ता काबीज करायची आहे."

* * *

"गंगासागरजी, सफाई कामगारांनी संप पुकारलाय. शहरात स्वच्छता मोहीम सुरू केल्यापासून त्यांच्यावर कामाचा खूप बोजा पडतोय. त्यांना जास्त वेळ काम करावं लागतंय आणि त्यासाठी त्यांना अधिक पगार व भत्ते मिळावेत अशी मागणी केलीय.'

"इक्रम, त्यांना आधीच जास्त पगार मिळतोय. याहून अधिक पैसे देणं, महापालिकेला परवडणार नाही."

"मग मी काय करू, ते तरी सांगा. महापालिकेचे आयुक्त मला दर दहा मिनिटांनी फोन करून हा संप वाटाघाटीनं मिटवण्याची विनंती करतायत."

"वाटाघाटी करताना आपली बाजू नेहमी वरचढ असायला हवी, कमकुवत नव्हे. अत्यावश्यक सेवा जर विस्कळीत झाल्या तर त्यांना अधिक चेव चढेल."

"तुमचा काय सल्ला आहे?"

"कोणत्याही परिस्थितीत रस्त्यांची साफसफाई आणि कचरा गोळा करण्याचं काम थांबता नये. तसं झालं तरच ते गुडघे टेकत वाटाघाटींना तयार होतील."

"म्हणजे आता मी – शहराच्या महापौरानं कचरा गोळा करायला सुरुवात

करायची का?''

''काहीच गरज नाही. तुझ्या झोपडपट्टीत डबा, बाटल्या आणि चिंध्या गोळा करणारे शेकडो जण आहेत. त्यांना शहर सफाईसाठी थोडा भत्ता द्यायला सुरुवात कर. ते हे काम तर आनंदानं करतीलच, शिवाय त्या कचऱ्यावर पुनर्प्रक्रियाही करू लागतील. त्यामुळे अर्थकारणाला चालना मिळेल आणि पर्यावरणही राखलं जाईल.''

''असं केलं तर सफाई कामगार चिडतील.''

''आपला संताप अनावर होण्यापेक्षा त्यांची माथी भडकलेली केव्हाही बरी. त्यांचं डोकं ठिकाणावर आलं की तू त्यांच्याशी बोलणी सुरू कर.''

* * *

''गंगासागरजी, महापालिकेच्या इस्पितळांची स्थिती फारच खालावलीये.''

''इक्रम, आपण ती स्थिती सुधारायला हवी.''

''पण आपल्याकडे तेवढा निधी नाही. अर्थसंकल्पात तूट आहे.''

''मग त्याऐवजी आपण इस्पितळांना नवी नावं देऊ.''

''नावं बदलून इस्पितळांचा दर्जा कसा सुधारेल?''

''सोपं आहे. मला सांग, ज्यांच्यावर कर चुकवल्याबद्दल आपण कारवाई केलीय असे कोण व्यापारी आहेत?''

''खूप आहेत. का?''

''त्यांना सांग की काही धर्मादाय कार्यासाठी आम्हांला त्यांच्या कुटुंबाचं नाव जोडण्याची इच्छा आहे. इस्पितळात चांगल्या सुविधा निर्माण करण्यासाठी त्यांना मोठी देणगी द्यायला सांग. मग आपण त्यांचं नाव इस्पितळांना देऊ. त्यांच्या दानशूरपणाची कीर्ती सगळीकडे पसरेल आणि इस्पितळांची स्थिती सुधारण्यासाठी आपल्याला पैसा मिळेल.''

''पण ते देणगी द्यायला तयार झाले नाहीत, तर?''

''तर कर चुकवल्याबद्दल त्यांच्यावर जे खटले दाखल केलेत, त्यांचा आम्ही दुप्पट जोमाने पाठपुरावा करू अशी त्यांना धमकी दे.''

* * *

''गंगासागरजी, रस्त्यांवर पुन्हा खड्डे पडायला सुरुवात झाली आहे.''

''इक्रम, ज्या बांधकाम संस्थांना आपण रस्ते दुरुस्तीचं कंत्राट दिलंय, त्यांच्यावर दंड आकारायला काय हरकत आहे?''

''त्याचं म्हणणं आहे की महापालिकेच्या निर्देशानुसार आम्ही साहित्य वापरतो. जर महापालिकाच आम्हांला हलक्या दर्जाचं साहित्य वापरायला सांगत असेल तर

त्यात आमचा काहीच दोष नाही.''

''ठीक आहे. पुढच्या वर्षी आपण नवे रस्ते बनवण्याचे अनेक मोठे प्रकल्प हाती घेतोय अशी घोषणा करा आणि सगळ्या वृत्तपत्रांना जाहीर निवेदन पाठवून द्या.''

''पण आपला असं काही करण्याचा विचारही नाही.''

''हो. नक्कीच. पण हे त्यांना कुठे माहीत आहे? पुढच्या वर्षीचं कंत्राट मिळावं म्हणून ते आपल्याकडून एकही पैसा न घेता रस्त्यावरचे सगळे खड्डे बुजवतील.''

* * *

''या वर्षी महसूल उत्पन्नात खूपच घट झाली आहे, गंगासागरजी.''

''इक्रम आपल्याला महसूल कुठून मिळतो?''

''मालमत्ता कर, परवाना शुल्क आणि महापालिकेची जमीन वापरल्याबद्दल मिळणारं भाडं, यामधून.''

''हे बघ, मालमत्ता कर किंवा परवाना शुक्लामध्ये वाढ करणं योग्य ठरणार नाही. कारण त्यामुळे आर्थिक घडामोडींवर विपरीत परिणाम होतो आणि कर महसूलात घट होते. तू पालिकेच्या जमिनीवरचं भाडं वाढव.''

''आपण महापालिकेच्या भाड्यात वाढ करू शकत नाही. आपण जे भाडं आकारतोय ते बाजारभावापेक्षा कमी आहे, हे मलाही ठाऊक आहे. पण सर्व भाडेकरूंशी आपण आधीच भाडेकरार केलाय.''

''तो करार मोडून टाका.''

''मग भाडेकरू कोर्टात धाव घेतील.''

''घेऊ दे. प्रत्येक भाडेकरूला त्यासाठी वकिलांचा ताफा बरोबर घ्यावा लागेल आणि आपल्याला मात्र एक सरकारी वकील पुरेसा होईल. त्यांच्या मानानं आपल्याला खूपच कमी खर्च करावा लागेल.''

''पण हे दावे कोर्टात वर्षानुवर्षं चालत राहतील आणि अखेर आपली हार होईल. मला हा पर्याय तितकासा फायदेशीर वाटत नाही.''

''बरं ठीक आहे. मग भाड्यानं दिलेली जागा, पालिकेनं आहे त्या स्थितीत विकण्याचं ठरवलंय अशी त्या भाडेकरूंना धमकी द्या.''

''गंगासागरजी भाड्यानं दिलेली जमीन कोणीही खरेदी करणार नाही.''

''मित्रा, मला सांग की तू महापौर होण्याआधी झोपडपट्टीचा दादा होतास ना?''

''हो साहेब, तुमच्या आशीर्वादानं आणि मार्गदर्शनामुळे इथपर्यंत येऊन

पोहोचलोय.''

''मग स्वत:लाच एक प्रश्न विचार. तुझ्यासारख्या एका दादानं त्या जमिनी विकत घेतल्या तर असा गुन्हेगारी जगातील दादा आपला मालक असल्याचं, त्या भाडेकरूना चालेल?''

''नक्कीच नाही. तो दादा, भाडेकरूंना जागा मोकळी करायला सांगेल व त्यासाठी कोणत्याही थराला जायची, त्याची तयारी असेल. अशी दहशत निर्माण करणारा मालक त्यांना नक्कीच परवडणारा नाही.''

''म्हणून त्या भाडेकरूंना जाऊन सांग की त्यांच्यासमोर फक्त दोन पर्याय आहेत. एक तर भाडेवाढीबद्दल आमच्याशी चर्चा करायला तयार व्हा नाहीतर दादाच्या गुंडगिरीला सामोरं जायला तयार व्हा. मला खात्री आहे, ते नक्कीच पहिला पर्याय स्वीकारतील.''

* * *

''गंगासागरजी, मी शहराच्या सांडपाण्याच्या व्यवस्थेसाठी एका कंपनीबरोबर कंत्राट केलंय.''

''त्यातील पाच टक्के रक्कम तू पक्षासाठी बाजूला ठेवलीयेस ना, इक्रम?''

''होय साहेब. तुम्ही आधीच मला सूचना केली होती.''

''आणि त्यातल्या वीस टक्के रक्कमेचा शहरासाठी उपयोग करण्याची हमी घेतली आहेस ना?''

''निविदा प्रक्रियेतच मी त्याची काळजी घेतलीय.''

''छान. हे बघ, विधानसभेच्या पुढच्या निवडणुकीसाठी आपल्या पक्षाकडे पुरेसा निधी जमा होणं तर आवश्यकच आहे, पण लोकोपयोगी कामं करणंही मी तेवढंच महत्त्वाचं मानतो. आपल्या महापालिकेत असे अनेक भ्रष्ट अधिकारी आहेत की जे सामान्य जनतेची कामं न करता फक्त स्वत:चेच खिसे भरतात.''

''काय करणार साहेब, पण पैसा हेच पापाचं मूळ आहे.''

''बरोबर आहे तुझं. आणि माणसाला काही वेळा मुळाकडे जायची गरज भासतेच.''

* * *

''कमिशनर साहेब, आपण नोकरशाहीमुळे कामात येणारे अडथळे जास्तीत जास्त कमी करण्याचा प्रयत्न करू या.'' गंगासागरजींनी नव्यानं नियुक्त झालेल्या महापालिका आयुक्तांना सुचवलं. मुख्य आयुक्तांच्या आलिशान कार्यालयात बैठक सुरू होती. गंगासागर हेच खरे राजकीय सूत्रधार आहेत, याची कमिशनर साहेबांना पूर्ण कल्पना होती. इक्रमभाईच्या हातात सत्ता असली तरी त्याचा रिमोट कंट्रोल

गंगासागरजींच्या हातात आहे हे ते जाणून होते.

गंगासागरजींना खूश करण्यासाठी, सरकारी लाल फितीचा कारभार कसा नियंत्रणात ठेवावा याचा अभ्यासपूर्वक अहवाल तयार करण्याची आपल्या साहाय्यकांना सूचना केली. काही दिवसांनी सरकारी औपचारिक व तांत्रिक भाषेत लिहिलेला दीर्घ व क्लिष्ट अहवाल त्यांना पाठवण्यात आला. गंगासागरजींनी त्यावर एक संक्षिप्त टीप लिहून तो दुसऱ्याच दिवशी आयुक्तांच्या कार्यालयाला परत केला. त्यात म्हटलं होतं.

गायत्री मंत्र - १४ शब्द

पायथागोरस सिद्धान्त - २४ शब्द

आर्किमिडिज तत्त्व - ६७ शब्द

दहा आज्ञा - १७९ शब्द

जवाहरलाल नेहरू यांचं उद्घाटनपर भाषण - १०९४ शब्द

लालफितीचा कारभार कमी करण्यासंदर्भातील तुमच्या शिफारसी - २२,९१३ शब्द

* * *

बंगल्यापाठी राखीव असलेल्या नदीतटावर इक्रम, गंगासागर व अग्रवालजी अर्ध्या विजारीत पाय मोकळे सोडून बसले होते. त्या तिघांच्याही मागे एकेक मालिशवाला उभा होता. सगळीकडे मोहरीच्या तेलाचा घमघमाट पसरला होता. कानपूरचे मालिशवाले प्राधान्यानं तेच तेल वापरत. त्यांनी तिघांच्याही डोक्यांना भरपूर तेल चोपडलं होतं आणि आता ते प्रत्येकाचं डोकं जोरजोरात चोळत होते. अग्रवालजींना पूर्ण टक्कल होतं तरीही त्यांचा मालिशवाला तितक्याच उत्साहानं त्यांचं शिरमर्दन करत होता. मधूनमधून त्यांचे हात डोक्यावरून खाली येत आणि तिघांच्याही माना, खांदे, कोपर, मनगट, आणि तळहातांवरही मध्यम दाब देत कधी हळुवारपणे तर कधी जोरात हिसके देत त्यांना छान मसाज करत होते.

"गंगा, पुढची विधानसभा निवडणूक लढवण्याएवढा आपला पक्ष मजबूत आहे?" अग्रवालजींनी विचारलं.

"मला वाटतं आपला पक्ष मजबूत आहे का, हा वादाचा मुद्दा नसून आपण आपल्या विरोधी पक्षाला किती कमकुवत करू शकतो, हा खरा प्रश्न आहे." गंगासागर उत्तरले. मालिशवाला आपल्या कानात बोटं घालून कर्णपटलाला कंपनं देत जुन्या भारतीय पद्धतीप्रमाणे मसाज करतोय हे त्यांना जाणवत होतं.

"तुझी काम करण्याची पद्धत मला ठाऊक आहे, त्यामुळे तू नक्की एखादी योजना आखली असणार याचीही मला खात्री आहे." अग्रवालजी आपला हात पुढे

ताणत म्हणाले. त्याबरोबर मालिशवाल्यानं त्यांच्या तळहातावर जास्त दाब देत आपला अंगठा वर्तुळाकार फिरवला. रक्ताभिसरणासाठी असा मसाज फार उपयुक्त असतो.

“आपल्या माननीय मुख्यमंत्र्यांना काही अशोभनीय सवयी आहेत, असं माझ्या कानावर आलंय,” गंगासागर कूस बदलत म्हणाले.

“त्या काय बरं?” इक्रमनं विचारलं.

“त्या कोण बरं, असं खरं तर तू विचारायला हवं होतंस.” नर्मविनोदाने गंगासागर म्हणाले.

“ठीक आहे, सांगा, त्या कोण बरं?”

“आद्याक्षरानुसार नाव सांगू?” गंगासागर पुन्हा हसत बोलले.

“ते जाऊ दे. मला सांग, ह्याचा आपल्याला कसा उपयोग होईल?” अग्रवालजींनी त्यांना विचारलं, “आपल्या मुख्यमंत्र्यांची उत्तम सरकार चालवण्याबाबत ख्याती आहे, ते आज लोकप्रियतेच्या शिखरावर आहेत. अशा काळात त्यांचं सरकार पाडणं, ही अवघड गोष्ट आहे. पण जर तू त्यांचा काटा काढू शकलास तर मात्र सारं काही बदलू शकेल.”

“जी माणसं आपली कामं पोटतिडकीनं व तडफेनं करत असतात, ते आपले इतर उद्योगधंदेही तितक्याच आवेशानं करतात.” गंगासागरनी आपलं निरीक्षण नोंदवलं.

“पण साहेब, निवडणूक तोंडाशी आली आहे. आता ते सावधपणे वागणार. त्यांना जाळ्यात पकडणं, सोपं जाणार नाही.” इक्रम म्हणाला.

“अनेकदा मोहातून बाहेर पडण्याचा एकच मार्ग असतो. तो म्हणजे त्या मोहाला शरण जाणं.” गंगासागर शांतपणे म्हणाले.

* * *

अकबरी दरवाजाजवळील गुलबदनची कोठी ही साऱ्या लखनौमध्ये खूपच प्रसिद्ध होती. गणिकांच्या अनेक कोठ्या कालौघात नाहीशा झाल्या असल्या तरी ही कोठी मात्र अजूनही टिकून होती. कोठीची मालकीण असलेल्या गुलबदननं भरपूर माया जमवली होती व ती श्रीमंती थाटात राहत असे. तिच्या अंगावर नेहमी उंची काश्मिरी शाल असायची. ती बिलोरी काचेचा हुक्का वापरायची आणि हिरेजडित पेल्यातून पाणी प्यायची. तिच्या पायात रत्नांनी मढलेल्या सपाता असायच्या, पान थुंकण्यासाठी चांदीची पिकदाणी आणि मऊ बिछान्यावर रेशमी चादर पांघरलेली असे. घरंदाज वेश्या असूनही तिचं वेगळेपण म्हणजे ती फक्त एकाच पुरुषाबरोबर शय्यासोबत करायची.

ती निवड करण्यात अतिशय काटेकोर होती. त्यात तिला पैशाचा सोस

नसायचा. तो तर तिच्यापाशी भरपूर होता. तिला सत्तेची हाव होती. सत्ताधीश पुरुषाच्या सहवासात ती कमालीची उत्तेजित होऊन त्याला परमसुख मिळवून द्यायची. आणि राज्याच्या मुख्यमंत्र्याहून लखनौमध्ये अधिक प्रबळ व शक्तिशाली पुरुष कोणीही नव्हता.

शयनगृहाच्या बाहेर उभा असलेला वार्ताहर अस्वच्छ व गबाळा होता. त्याचे केस विस्कटलेले तर शर्ट घामानं भिजलेला होता. त्यानं चुरगळलेली पॅन्ट घातली होती व त्याच्या उजव्या बुटाची नाडी सुटलेली होती. अमेरिकन गायक बडी हॉलीसारखा त्यानं जाड, जड व शिंगांसारख्या टोकदार काड्यांचा चश्मा घातला होता आणि डोकं खाजवताना केसातील कोंडा खांद्यावर सांडला होता. त्याच्या गळ्याभोवती मात्र ब्रिटिश बनावटीचा एजीलक्स कॅमेरा लटकत होता. कॅमेऱ्याला एक विभक्त आंतरमापक होता. वार्ताहराला त्या कामाबद्दल जवळजवळ त्याच्या महिन्याच्या पगाराइतका, घसघशीत मोबदला मिळणार होता. एका कागदाच्या चिटोऱ्यावर त्याला स्थळ, तारीख व वेळ लिहून कळवली होती. त्याच्या पत्रकारितेतील ती सर्वांत मोठी उलथापालथ घडवून आणणारी बातमी ठरणार होती.

शय्यागृहाच्या बाहेर उभ्या केलेल्या सेविकेनं त्याला दरवाजा हळूच ढकलायचा इशारा केला. तो दबक्या पावलांनी दरवाजापाशी गेला आणि दाराच्या मुठीवर हात ठेवून तो हलकेच ढकलला. सेविकेनं तिच्यापाशी असलेल्या चावीनं दाराचं कुलूप आधीच काढल्यामुळे तो सहज उघडला गेला. सेविकेनं केलेल्या सहकारामागे तसंच महत्त्वाचं कारण होतं. काही वेळापूर्वीच तपकिरी रंगाच्या कागदात गुंडाळलेला व दोरीनं घट्ट बांधलेला एक खोका तिच्या हातात ठेवला गेला होता. क्षयरोग पूर्णपणे बरा करणाऱ्या औषधाचा अमेरिकेत शोध लागला होता व ते औषध फक्त अमेरिकेतच उपलब्ध होतं.

गुलबदनच्या कोठीवर पाळत ठेवणाऱ्या गुप्तहेरांनी त्या सेविकेची मदत होऊ शकेल, असं सुचवलं होतं. त्यानंतर केलेल्या चौकशीत समजलं होतं की सेविकेची आई क्षयरोगानं मृत्युपंथाला लागली होती व आईसाठी लागणाऱ्या औषधपाण्याचा खर्च करण्यासाठी तिच्यापाशी पैसे नव्हते. क्षयरोगाच्या रुग्णाला दिलासा देणारा शोध नुकताच लागला होता आणि अग्रवालजींनी त्यांच्या अमेरिकेतील ओळखीच्या व्यापाऱ्यांशी संपर्क साधून त्या औषधाची आयात करावी अशी गंगासागरनी त्यांना विनंती केली. औषध मिळाल्यावर त्या सेविकेला आपल्या कटात सामील करून घेण्यात त्यांना काहीच अडचण आली नाही. वार्ताहरानं दरवाजाची मूठ सोडली व कॅमेरा डोळ्याला लावत त्यानं उघड्या दाराची कडी पकडून ठेवायचा सेविकेला इशारा केला व तो हळूच पुटपुटला, "मी तीन हा आकडा उच्चारताच तू दरवाजा धाडकन उघडून टाक. एक-दोन-तीन!" दार उघडलं जाताच त्यानं उत्स्फूर्तपणे

कॅमेरा क्लिक केला. मग त्यानं कामक्रीडेत रत असलेल्या जोडप्याचा चटकन शोध घेत आणखी एक छायाचित्र टिपलं. त्याला आणखी एक फोटो काढायचा होता, पण आपल्यापाशी आता क्षणाचाही वेळ नाही हे त्याच्या लक्षात आलं. तोच मुख्यमंत्र्यानी आपल्या सुरक्षारक्षकांना किंचाळत हाक मारली, "कुठे गेले सगळे पहारेकरी... त्या हलकट कुत्र्याला ताबडतोब पकडाऽऽ!" पण तोपर्यंत खूपच उशीर झाला होता.

वार्ताहराचा नोकरांच्या खोलीतून कोठीबाहेर जाण्याचा मार्ग, सेविकेच्या मदतीनं आधीच ठरवण्यात आला होता. तो बाहेर जात असताना मुख्यमंत्र्याचे सुरक्षारक्षक कोठीच्या पुढच्या बाजूला उभ्या केलेल्या अँबेसॅडर गाडीत सावधपणे बसले होते.

चोरवाटेनं पळता पळता अखेर कोठीच्या उत्तरेला असलेल्या एका अंधाऱ्या गल्लीत पोहोचताच त्या पत्रकारानं सुटकेचा नि:श्वास सोडला. आता तो अधिक वेगानं धावू लागला. आपल्या संपादकासाठी व दुसऱ्या दिवसाच्या वर्तमानपत्रासाठी कशी खुमासदार बातमी बनवायची याचे विचार त्याच्या मनात सुरू झाले. आपल्या कॅमेऱ्यातील रोलमध्ये टिपलेली छायाचित्रंही त्याच्या डोळ्यांसमोर नाचू लागली. तो स्वत:शीच हसला. 'शृंगारिक आणि अश्लील छायाचित्रात खरं तर प्रकाशयोजना हा एकच फरक असतो.' त्याच्या मनात विचार आला.

* * *

"त्यांनी राजीनामा दिलाय. नेमका कुठे घाव घालायचा हे मला बरोबर ठाऊक होतं." गंगासागर विजयी मुद्रेनं म्हणाले.

"पण साहेब, तुम्ही अगदी नको तिथे घाव घातला," इक्रम चावटपणे हसत बोलता.

गंगासागरनी त्याच्या विनोदाकडे दुर्लक्ष केलं. "त्यांनी राजीनामा दिल्यामुळे आता त्यांच्या पक्षाची वाताहत होणार. आपण डाव्या हातानं पहिला ठोसा लगावलाच आहे, आता लगेच उजव्या हातानं त्यांच्या हनुवटीला खालून वर गुद्दा हाणायला हवा, म्हणजे त्यांना सावरायला आणि पुन्हा एकत्र यायला वावच मिळणार नाही." आणखी एक पान खात गंगासागर म्हणाले.

"राज्याच्या मुख्यमंत्र्यांनंतर दुसरा महत्त्वाचा माणूस कोण?"

"राज्याचा गृहमंत्री," इक्रमनं उत्तर दिलं.

"आणि गृहमंत्र्याचं काय काम असतं?"

"कायदा आणि सुव्यवस्था राखणं."

"कायदा आणि सुव्यवस्था जर खालावत गेली तर काय होईल?"

"त्याचे सहकारी मुख्यमंत्रीपदी त्याचं नाव सुचवायला राजी होणार नाहीत."

"इक्रम, महापौर म्हणून तू पोलिस आयुक्तांशी थेट संपर्क करू शकतोस. हो ना?"

"माझ्यासारख्या बदमाश माणसांचं पोलिसांशी नेहमीच सूत जमलेलं असतं. तुम्हांला नक्की कोणतं काम करून हवंय?" इक्रम हसत म्हणाला.

* * *

रज्जो भैय्या महिंद्र कंपनीच्या आपल्या दणकट जीपमध्ये चालकाच्या आसनावर बसून, त्याच्या भिजलेल्या झुपकेदार मिश्या हातानं पुसत होता. त्याच्या हातात स्टीलचा पेला होता. पेल्यातील थंडगार दुधामध्ये बदाम, साखर, बडीशेप, गुलाब पाकळ्या, मिरपूड, वेलची व खसखस यांचं मिश्रण करून तयार केलेली थंडाई होती. पेला आता अर्धाच भरलेला होता व निम्मा त्याच्या पोटात आधीच रिता झाला होता. खून, प्राणघातक हल्ले व बेकायदेशीर शस्त्रं बाळगल्याच्या आरोपांवरून त्याच्यावर सव्वीस गुन्हे दाखल केले होते. रज्जो हा विधानसभेचा सदस्य होता. वेश्येबरोबर रंगे हाथ पकडलेल्या मुख्यमंत्र्यांचा तो अत्यंत विश्वासू साथीदार होता. रज्जो हे राज्यातील राजकारणाच्या भ्रष्ट बाजूचं आणखी एक गलिच्छ गुपित होतं.

रज्जो भैय्याच्या शेजारच्या आसनावर मुख्य पोलिस आयुक्त बसले होते. दोघांची फार जुनी मैत्री होती. रज्जोला भेटण्यासाठी आयुक्तांनी मुद्दामच अशी निर्जन जागा निवडली होती. लोकांच्या नजरेत हे दोघेही एकमेकांचे कट्टर शत्रू असल्यामुळे ते सार्वजनिक ठिकाणी एकत्र भेटू शकत नव्हते. खरी गोष्ट ही होती की रज्जो भैय्या व मुख्य पोलिस आयुक्त हे दोघेही आपापल्या व्यावसायिक यशाबद्दल एकमेकांचे ऋणी होते, पण भ्रष्टाचाराविरुद्ध पेटलेल्या पत्रकारांना किंवा भोळ्याभाबड्या जनतेला हे कटू सत्य कधीही पटलं नसतं. रज्जोसारखे लोक हे नागरी वेषातील गुन्हेगार होते तर बऱ्याचदा पोलीस हेही गणवेषातील गुन्हेगार असत. पोलिस आयुक्तांचा सतत नाकात बोटं घालण्याचा व घसा खाकरत राहण्याचा आवडता छंद होता. आत्ताही नाकात बोट घालून विचारात मग्न असताना अचानक त्यांचा घसा खवखवू लागला आणि त्यांनी घशातून विचित्र आवाज काढत कफाची मोठी गुठळी जमिनीवर जोरात थुंकली.

"त्या बुटक्या, बारीक तोंडाच्या गृहमंत्र्यानं मला तुझ्यावर दाखल केलेल्या गुन्ह्यांची पुन्हा एकदा चौकशी करण्याचे आदेश दिले आहेत. तुला अटक करून त्याला जनतेसमोर एक नवा आदर्श घालून द्यायचा आहे," अखेर पोलिस आयुक्त बोलले.

"त्याचं डोकं फिरलंय का? यामुळे आपल्याच पक्षाची बाजू कमकुवत होईल, हेदेखील त्या हरामखोराच्या लक्षात येत नाही? मी सत्ताधारी पक्षाचा एक आधारस्तंभ आहे... आहे ना? आणि मला तुरुंगात टाकून तो निवडणुका कसा जिंकू शकेल?"

संतापलेल्या रज्जोनं पोलिसप्रमुखांना विचारलं.

"हे बघ आपल्या अंगात धमक आहे हे आत्ताच्या घडीला त्याला त्याच्या सगळ्या सहकाऱ्यांना दाखवून द्यायचं आहे. एकदा का पक्षामधील त्याची स्वत:ची बाजू बळकट झाली की मग तो निवांतपणे पक्षाच्या कामगिरीचा विचार करेल," बराच वेळ त्रास देणारा नाकातला केस उपटत, आयुक्त म्हणाले.

"तसं असेल तर रज्जो ही काय चीज आहे, हे मलाही त्याला दाखवावं लागेल," जीपच्या उघड्या दारातून पेल्यातील उरलेली थंडाई जमिनीवर फेकत रज्जो भैय्या म्हणाला.

"एक मार्ग आहे. तू जर मी सांगेन तसं केलंस तर तुला त्याच्याविरुद्ध जाहीरपणे दुश्मनी न पुकारताही कायदा आणि सुव्यवस्था कोलमडून टाकता येईल आणि त्यातून तू त्याच्यापर्यंत योग्य तो संदेशही पोहाचवू शकशील," पोलिस आयुक्तांनी सुचवलं.

"कोणता मार्ग?" गुरगुरत रज्जोनं विचारलं.

"तू त्याला राजकीय आव्हान देऊ शकतोस. त्याच्या मतदारसंघात मोठी मिरवणूक काढून एक सभा घे. ते पाहिल्यावर तो मनातून हादरून जाईल."

रज्जो दिलखुलासपणे हसला. हसताना त्याचे दोन सोन्याचे दात चमकले. त्याच्या चेहऱ्यावर विजयी भाव उमटले होते. तो खूश होत म्हणाला, "तुला नुसतेच इकडून तिकडे कागद सरकवणारा पोलिस आयुक्त कोणी बनवला?" तू तर मंत्री व्हायला हवा होतास आणि तोही कुणाची हाजी-हाजी करणारा नव्हे!"

* * *

"साहेब, मी त्याला मिरवणुका आणि सभा घेऊ नकोस, असं बजावलं होतं. त्यामुळे कायदा व सुव्यवस्थेचा प्रश्न निर्माण होईल याचीही कल्पना दिली होती. त्यानं आपल्या निर्णयाचा फेरविचार करण्याचं वचन दिलं होतं, पण ते त्यानं पाळलं नाही," पोलिस आयुक्तांनी उत्तर प्रदेशाच्या गृहमंत्र्यांना आपली भूमिका समजावून सांगितली.

"मग त्या मूर्ख माणसाला काय वाटलं की मी त्यानं उघडपणे केलेल्या बंडाला शरण जाईन? आपल्या पक्षाची घडी विस्कटून जाईल, याची मला जास्त चिंता आहे. तुम्ही त्याला ताबडतोब अटक करा," गृहमंत्री खेकसत म्हणाले.

गृहमंत्री रागानं बेभान झाले होते. रागाच्या भरात ते आपल्या खुर्चीला जोरजोरात पुढे-मागे हेलकावे देत होते. 'चिंता म्हणजे जणू हेलकावे घेणारी खुर्चीच. ती नुसतीच तुम्हांला डोलवत राहते. पण तुमचा प्रश्न सोडवायला काही मदत करत नाही.' पोलिस आयुक्तांच्या मनात विचार आला.

“साहेब, तसं करणं शहाणपणाचं ठरणार नाही. त्याच्या पाठीशी त्याचे सारे जातभाई आहेत. त्यांच्या मनात त्याच्याबद्दल रॉबिन हूडसारखी प्रतिमा आहे. आपण त्याला अटक केली तर ते त्याच्या मनासारखंच होईल,” पोलिस आयुक्त गंभीरपणे म्हणाले.

“पण मी जर त्याला तुरुंगात धाडू शकलो नाही, तर सर्वांसमोर मी दुबळा आणि निर्णय घ्यायला कचरणारा नेता ठरेन. हे सर्व कसं दिसेल मग? तुम्हा सरकारी अधिकाऱ्यांना कधी निवडणूक लढण्याची चिंता नसते हो. तुम्ही फक्त निवृत्त होईपर्यंत नोकरी टिकवायची धडपड करत राहता. आमच्यासारख्या राजकारण्यांना मात्र आमची सत्ता पुढच्या आठवड्यापर्यंत तरी टिकेल की नाही, याची शाश्वती नसते.”

“साहेब, मी तुमच्या भावना समजू शकतो. एक गोष्ट नम्रपणे सुचवू का?”

“हं बोला,” मंत्रीमहाशयांच्या रागाचा पारा अजूनही वाढलेलाच होता.

“रज्जोला अटक करण्याऐवजी सर्वांना माहीत असलेल्या त्याच्या काही कट्टर साथीदारांना अटक केली तर? आपण भले त्यांना नंतर जामिनावर सोडून देऊ. पण साहेब, त्यामुळे एक गोष्ट साध्य होईल. बेशिस्त व आज्ञाभंग करणारी व्यक्ती कितीही मोठी असली तरी तुम्ही तिची गय करत नाही, हे सिद्ध होईल. शिवाय तुम्हांला त्याच्यावर प्रत्यक्ष आरोपही करावे लागणार नाही. त्याच्या शिडातील सगळी हवाच निघून जाईल. त्याला कोणीही पाठिंबा द्यायला तयार होणार नाही.”

उत्तर प्रदेशचे गृहमंत्री समाधानानं हसले. ते मनातून सुखावले होते. नुकतीच त्यांनी पंचाहत्तरी पूर्ण केली होती. दात पडून त्या जागी कवळी आली होती. ते बोलत असताना प्रत्येक वेळी ती कवळी त्यांना हवी असेल त्या दिशेला सोडून दुसरीकडेच हलत राहायची. त्यांनी पोलिस आयुक्तांकडे अभिमानाने पाहिले. “अहो, तुम्ही राजकारणात का उतरत नाही? तुम्ही पुरेसे धूर्त आणि लबाड आहात.”

त्यांनी आता खुर्चीला हेलकावे देणं, थांबवलं होतं.

* * *

“मित्रांनो, एकमेकांच्या उरावर बसणाऱ्या या नीच गुन्हेगारांकडे नीट लक्ष द्या. ते म्हणत असतात की तुम्ही सुखरूप आणि सुरक्षित राहणं, ही एकच गोष्ट त्यांच्या दृष्टीने सर्वांत महत्त्वाची आहे, पण खरी गोष्ट ही आहे की ते स्वत:लाच सुरक्षित राखण्यामध्ये कायम गर्क असतात. तुमच्या सुरक्षेचं त्यांना काही देणं घेणं नसतं. ती गेली तेल लावत!” इक्रमभाई जोरात गरजताच सर्वांनी टाळ्यांचा कडकडाट केला. “मला सांगा, त्या अधम नीच रज्जोवर सव्वीस गुन्हे दाखल आहेत, तरी तो सगळीकडे मोकाट कसा फिरू शकतो?” इक्रम आणखी आवाज चढवत

बरसला. पुन्हा सर्वांनी टाळ्या वाजवल्या.

"गृहमंत्र्यांच्या मतदारसंघात घुसून त्यांचाच अपमान करायची, त्याला कोणी परवानगी दिली? याचा अर्थ काय होतो? हे सगळेच चोर आहेत आणि एकमेकांचे साथीदार आहेत." जोरदार टाळ्या वाजल्या.

"ज्यांना कोर्टाने गुन्हेगार म्हणून शाबित केलंय, अशांना आपले गृहमंत्री का पाठीशी घालतायत? आपल्या सक्षम पोलिस आयुक्तांनी रज्जोच्या शंभर साथीदारांना तुरुंगाचा रस्ता दाखवला. पण अखेर त्या शंभरही जणांना जामिनावर सोडा, असं राजकीय दडपण त्यांच्यावर आणण्यात आलं. हा बिनकण्याचा डरपोक माणूस, स्वतःला राज्याचा गृहमंत्री म्हणवून घेतो. आपण सर्वांनी त्यांच्या राजीनाम्याची मागणी केली पाहिजे." सर्वांनी पुन्हा एकवार टाळ्यांचा कडकडाट केला व मंत्रीसाहेबांची हुर्यो उडवली.

* * *

"तू तर इक्रमला एका झटक्यात हीरो बनवून टाकलास. येत्या निवडणुकीत जर तुझ्या अभानस पक्षानं चांगली कामगिरी केली तर तो मुख्यमंत्रीपदासाठी प्रमुख दावेदार असेल," अग्रवालजी म्हणाले.

""तोच तर माझ्यासमोरचा अवघड प्रश्न आहे. इक्रम त्या पदासाठी लायक माणूस नाही," गंगासागर म्हणाले.

"हे काय बोलतोयस तू, गंगा? तू त्याला शून्यातून घडवलंस आणि आता उत्तर प्रदेशच्या सत्तेची सूत्रं त्याच्या हातात येण्याची वेळ जवळ येऊन ठेपलेली असताना तू त्याला माघार घ्यायला लावणार? माझा तर यावर विश्वासच बसत नाही," अग्रवालजी कुरकुरत म्हणाले.

"तुम्ही ॲट्रोपाइन किंवा बेलाडोनाचं नाव कधी ऐकलंय?'

"नाही. काय आहे ते?"

"विष आहे. प्राणघातक काळ्या धोतऱ्याच्या वनस्पतीपासून ते बनवलं जातं."

"गंगा म्हणजे इक्रमला विष पाजण्याचा तुझा इरादा आहे? हा अतिरेक होतोय, असं नाही वाटत तुला?"

"मला फक्त तुम्हांला एवढंच सांगायचं, की या जहरी बेलाडोनाचा उपयोग मज्जा बाधक वायू म्हणूनही करता येतो, त्याचा जर अगदी छोट्या प्रमाणात वापर केला तर ते बलाढ्य संकटाशीही मुकाबला करू शकतं."

"याचा अर्थ इक्रम ह्या विषाचा छोट्या छोट्या मात्रेत उपयोग करून घ्यायला हवा. असंच म्हणायचं ना तुला?"

"दुर्दैवानं इक्रम या जहरी औषधाची आता कालबाह्य होण्याची तारीखही उलटून गेली आहे."

* * *

खांद्यावर दप्तर अडकवून ती आपल्या झोपडीकडे परतत होती. तिनं स्कर्टच्या खिशातील पैशातून मसालेदार दाणे विकत घेतले होते. लाल तिखट शिंपडून लिंबू पिळलेले दाणे म्हणजे तिचा जीव की प्राण होते. गेल्याच आठवड्यात तिच्या वडिलांनी तिला हिंदी चित्रपट दाखवायला सिनेमागृहात नेलं होतं. त्यातलंच एक गाणं गुणगुणत ती रमतगमत चालली होती. तिच्या डोळ्यासमोर दुःख, दारिद्र्य, रोग, घाण, गलिच्छपणा यापासून मुक्त झालेल्या नव्या जगाचं स्वप्न तरळत होतं. दारू प्यायलेला एक मवाली आपला पाठलाग करतोय, याची त्या बिचारीला काहीच कल्पना नव्हती.

घर अगदी जवळ आलं होतं. ती उजवीकडे वळली. तिथून पुढे थोडा निर्जन रस्ता होता. ती त्या पट्ट्यात पोहोचत असतानाच त्यानं मागून येऊन तिला घट्ट पकडलं. ती गर्रकन वळून त्याला सामोरी आली. मुठीत पकडलेले दाणे खाली पडून रस्त्यावर विखुरले गेले.

पुढे येऊन त्यानं तिचे वक्ष पकडण्याचा प्रयत्न केला. त्याच्या तोंडाला येणाऱ्या दारूच्या दर्पाची तिला शिसारी आली ती जोरात किंचाळली; पण गळ्यातून आवाज उमटलाच नाही. त्यानं एका हातानं तिचं तोंड घट्ट आवळून धरलं होतं. व दुसऱ्या हातानं तो तिच्या शरीराचा चोळामोळा करायचा प्रयत्न करत होता. त्याच्या किळसवाण्या मिठीतून तिनं स्वतःला सोडवून घेण्याची निकरानं शर्थ केली.

आपलं तोंड उघडून तिनं त्याच्या बोटांचा करकचून चावा घेतला. तिला बाजूला ढकलत तो वेदनेनं विव्हळला. ती खर्रकन वळली आणि त्याच्या डोळ्यात रोखून पाहू लागली. त्याच्याकडे पाहून ती विचित्र हसली आणि दुसऱ्याच क्षणी अगदी नेम धरून तिनं त्याच्या दोन पायांच्यामध्ये सणसणीत लाथ हाणली. तो कळवळत ओरडून तिला शिव्या देऊ लागला.

चंदिनी पुन्हा एकदा हसली. त्या क्षणाला ती एक छोटी, दुबळी मुलगी राहिली नव्हती. त्याच्यासमोर ठामपणे पाय रोवत ती म्हणाली, "पुन्हा कधी तू माझ्या अंगाला स्पर्श करून तरी बघ, मी एवढी शक्तिमान आहे ना की मी तुझं ते इंद्रियच कापून टाकण्याचा आदेश देईन."

मग मात्र हुंदके देत घरी जाऊ लागली.

* * *

"मला ती हवी आहे. तिची मला खूप गरज आहे," गंगासागर म्हणाले.

"पण गंगासागरजी, चंदिनी आता सोळा वर्षांची आहे. मला तिचं लग्न लावून द्यायला हवं. मी तुमच्याकडे तिला कशी सोपवू?" गुप्तानं विचारलं.

गंगासागरजींनी जवळच दिसणाऱ्या शाळा व इस्पितळाकडे बोट दाखवत म्हटलं, "हे बघ गुप्ता मी तुला दिलेली सगळी वचनं पाळली आहेत की नाही? शिवाय एक गोष्ट पक्की ध्यानात ठेव, एक दिवस ती इतकी ताकदवान होईल की तुला तिचा खूप अभिमान वाटेल. मी पुन्हा तुला वचन देतो."

"तिला पक्षाचं कोणतं काम करावं लागेल?"

"आधी तिनं परदेशात जाऊन तिचं शिक्षण पूर्ण करावं, अशी माझी इच्छा आहे. जेव्हा ती भारतात परतेल, तेव्हा ती पक्षाची सामान्य कार्यकर्ता म्हणून काम करेल. देशाच्या ज्या भागात पूर, दुष्काळ किंवा भूकंपासारख्या नैसर्गिक आपत्तींमुळे जनजीवन विस्कळीत झालं असेल. त्या ठिकाणी ती भेट देईल. ती इतर सामान्य कार्यकर्त्यांसोबत काम करून, त्यांचं मन जिंकेल. आपल्या भूमिकेला साहाय्यभूत ठरेल असं राजकीय व सामाजिक व्यासपीठ तिनं निर्माण करायला हवं."

"गंगासागरजी, तुमची माझ्याकडून आणखी कोणती अपेक्षा आहे?"

"तिला दत्तक देण्यासाठी परवानगी दे."

* * *

"गंगासागरजी, हे तुम्ही काय बोलताय? तिचे सख्खे आईवडील जिवंत असताना, तिनं नवीन आईवडील शोधायचे? आमच्यात काय कमी आहे?" गुप्ता चिडून ओरडला. त्याच्या तोंडातून पानाचा रस बाहेर ओघळला.

"इक्रमभाईनं तिला दत्तक घ्यावं, असं मला वाटतं."

"तुम्हांला वेड लागलंय. माझ्या मुलीला मी एका मुस्लीमाला दत्तक देऊ? कदापि नाही. हजार वेळा मी नाही म्हणेन."

"दत्तक गेल्यामुळे फक्त तिचं नाव बदलेल, पण कायम ती तुझीच मुलगी राहील."

"पण असा विचित्र डाव का खेळायचा?"

"इक्रमभाईनं तिला दत्तक घेतलं तर त्याचे तीन मोठे फायदे मला मिळतील. पहिलं म्हणजे तिच्या परदेशातील शिक्षणाचा खर्च इक्रमभाई करेल. दुसरं म्हणजे इक्रम तिला मुलीसारखी वागवेल व तिला आपली राजकीय वारस करेल, आणि तिसरी गोष्ट ही की ती मुस्लीम पालकांची हिंदू मुलगी असल्यामुळे सर्व भारतीय जनता तिचा प्रेमानं स्वीकार करतील. हा एक विलक्षण राजकीय संयोग असेल,"

गंगासागर विचारपूर्वक म्हणाले.

"पण त्यानं दत्तक घेतली तर ती माझी मुलगी राहणार नाही." गुप्ता रडवेला झाला होता.

"मुस्लीम शरीयत कायदा हा दत्तकविधानाला मंजुरी देत नाही."

"जर त्याच्या धर्माच्या कायद्यालाच मान्य नसेल तर तो तिला कसा दत्तक घेऊ शकेल?"

"आपल्या विशिष्ट धार्मिक जमातीत दत्तक घेण्याची परंपरा असल्याचं, त्याला दिवाणी न्यायालयात सिद्ध करावं लागेल!"

"खरंच अशी परंपरा आहे?"

"नाही. पंजाब, सिंध, काश्मिर, राजस्थान व मध्य प्रदेशातील काही मुस्लीम समाजात दत्तक घेण्याची पद्धत प्रचलित आहे. पण उत्तर प्रदेशात राहणाऱ्या मुस्लीम धर्मीयांमध्ये ती रूढ नाही. त्यामुळे इक्रम न्यायालयात काहीही सिद्ध करू शकणार नाही."

"मला समजलं नाही. इक्रमनं चंदिनीला दत्तक घ्यावं, अशी तुमची इच्छा आहे आणि तसं केल्यामुळे त्याचा धार्मिक कायदा व न्यायालय ते दत्तकविधान अमान्य करणार, हेदेखील तुम्हांला ठाऊक आहे?"

"अगदी बरोबर. दत्तकविधान कायदेशीर न झाल्यामुळे चंदिनी अखेरपर्यंत तुझीच मुलगी असणार; पण लोकांचं प्रेम आणि भावनांचा तिला फायदा मिळणार. राजकारण म्हणजे भावना आणि प्रतीकांचा सारा खेळ असतो. हिंदुत्व आणि इस्लाम या दोन भिन्न तत्त्वप्रणालींच्या संयोगाचं ती प्रतिनिधित्व करेल."

"पण मुळात इक्रमभाई तिला दत्तक घ्यायला तयारच का होईल?"

"कारण चंदिनीमुळे त्याला हिंदू मतं मिळतील व तिला मुस्लिमांची मतं मिळतील! दोघांचं एकमेकांशी फक्त प्रतीकात्मक नातं असेल."

* * *

"नाही, नाही, नाही. मी हजार वेळा नाहीच म्हणेन. इक्रमभाईना दत्तक जाण्यासाठी माझा ठाम नकार असेल."

"चंदिनी माझं ऐक..."

"नाही, गंगा काका... ते तुमचे राजकीय मित्र असतीलही, पण मला माझे प्रेमळ वडील आणि मायाळू आई आहे. इक्रमभाई मला दत्तक घेऊ शकत नाहीत."

"तुझ्या आईवडिलांना सोडून दे, असं मी तुला सांगतच नाही. तुझे मातापिता हे कायम तुझेच असणार आहेत. कोणीही त्यांना तुझ्यापासून दूर करू शकणार

नाही. मुली, मी फक्त तुझ्या राजकीय जीवनाचा पाया रचतोय.''

''पण मी माझ्या आईवडिलांना कशी सोडू? एवढी मोठी किंमत मी नाही मोजू शकत.''

''चंदिनी, तुझ्यावर बलात्कार झाला नाही, हे सुदैव समज,'' गंगासागरजी शांतपणे म्हणाले.

''त्यात नशिबाचा काही संबंध नाही.''

''पण त्या वेळी तुझ्या जागी दुसरी कोणी असती तर? भारतात रोज दर अर्ध्या तासाला एका स्त्रीवर बलात्कार होतो, हे तुला ठाऊक आहे?''

''नाही. मला कधीच...''

''तुला ठाऊक आहे, दर दोन तासाला एका स्त्रीला ठार मारण्यात येतं? आणि बहुधा तिनं हुंडा न आणणं, हेच त्यामागचं कारण असतं?''

''हो... म्हणजे मला म्हणायचंय... नाही... मला नाही ठाऊक...''

''चंदिनी, तुला या आकडेमोडीत सामील व्हायचंय का?''

''नाही, गंगाकाका... मुळीच नाही.''

''या देशावर सत्ता गाजवावी, असं तुला नाही का वाटत? आपण ताकदवान व्हावं? कोणा पुरुषाच्या दयेवर आपल्याला कधीही जगण्याची वेळ येऊ नये... नाही असं वाटत तुला?''

''होय. नक्कीच वाटतं.''

''आज तुझ्याभोवती जी घाण आणि दारिद्र्य पसरलंय, त्यातून बाहेर पडायची इच्छा आहे ना तुझी?''

''होय.''

''तुझी कारकीर्द बहरेल असं उत्तम आंतरराष्ट्रीय दर्जाचं शिक्षण तुला हवंय ना? तुला तुझं आयुष्य घडवावंसं वाटतं की नाही?''

''हो. वाटतं.''

''मग मी सांगतो, तसं कर! इक्रमने दत्तक घ्यायला तू राजी हो!''

चंदिनीनं त्यांच्या प्रस्तावाला शांतपणे मान हलवून मूकसंमती दिली. गंगासागरजींच्या चेहऱ्यावर मंदस्मित झळकलं. त्यांनीच इक्रमच्या गुंडाला चंदिनीचा पाठलाग करून तिला घाबरवायला सांगितलं होतं. आता त्यांना त्या गुंडाला तोंडातून चकार शब्द काढण्यापासून रोखणं महत्त्वाचं होतं.

''आदिशक्ती नमो नमः, सर्व शक्ती नमो नमः, प्रथम भगवती नमो नमः, कुंडलिनी माता शक्ती, माता शक्ती नमो नमः,'' ते शांतपणे स्वतःशी पुटपुटले.

५

अंदाजे २३०० वर्षांपूर्वी

मानवी मलमूत्राचा येणारा दुर्गंध असह्य होता. पायाखालील खडबडीत जमीन रक्त, घाम, मूत्र व मलाने माखली होती. धनानंदाच्या तुरुंगात आलेल्या नव्या पाहुण्याचं स्वागत कैद्यांच्या थरकाप उडवणाऱ्या किंकाळ्यांनी केलं गेलं. ज्या काही थोड्या पेटत्या मशाली होत्या, त्यांच्या प्रकाशात छिन्नी हातोड्यांनी खोदून बनवलेल्या ओबड धोबड दगडी भिंती व त्यावर ठोकून खिळ्यांनी पक्क्या केलेल्या साखळ्या व जेरबंद करण्याची साधनं अगदी अंधुकशी दिसत होती.

त्या गलिच्छ कोठडीचं दार बंद होत असतानाच आत आलेल्या चाणक्याला आपल्या पायावरून काहीतरी सरपटत जात असल्याचं जाणवलं. बहुतेक तो सर्प असावा. त्यानं ताबडतोब आपला दुसरा पाय त्या लिबलिबीत प्राण्यावर ठेवला व त्याची हालचाल पूर्णपणे थांबेपर्यंत तो जोरात दाबून धरला. मग तिथल्या अंधाराला नजर सरावण्यासाठी तो एकाच ठिकाणी बराच वेळ उभा राहिला. डोळ्यांच्या बाहुल्या हळूहळू विस्फारू लागल्यावर त्याला दोन-तीन उंदीर मांसाच्या एका तुकड्यावर तुटून पडलेले दिसले. ते बहुधा मानवी मांस होतं.

'गुदद्वार शेकडो वेळा स्वच्छ केलं तरी ते जसं ओंगळवाणं दिसतं. तसंच धनानंदानं ब्राह्मणांना हजारो बक्षिसं व अनुदानं दिली तरी तो अखेरपर्यंत भ्रष्टाचारीच राहणार,' चाणक्याच्या मनात विचार आला. त्यानं त्या कोठडीतील कमी अस्वच्छ असलेला एक कोनाडा शोधला व तिथल्या ओलसर भिंतीला पाठ टेकत खाली बसला. कोठडीला एकही खिडकी नसल्यानं कुठूनही हवा येणं शक्य नव्हतं. डोळे बंद करून त्यानं प्राणायाम करायला सुरुवात केली. आरोग्याला हानिकारक असलेल्या वातावरणातही आपलं स्वास्थ्य राखण्यासाठी वंदनीय योगी दंडायनांनी त्याला प्राणायाम हा यौगिक श्वसनप्रकार शिकवला होता.

अनपेक्षितपणे त्यानं कुठूनतरी किट् असा आवाज ऐकला व पाठोपाठ कोठडीच्या दारातून आत आलेली प्रकाशाची एक बारीक तिरीप त्याला दिसली. एक ठेंगू

माणूस हातात तेल दिवा धरून उभा होता. त्यानं हळूच आपले बोट ओठांवर ठेवत चाणक्याला शांतता राखण्याचा इशारा केला. मान हलवत त्यानं चाणक्याला उठून आपल्या मागून येण्याची खूण केली.

तो ठेंगू माणूस तिथल्या एका भिंतीला लागून असलेल्या एका अतिशय खोलगट जागेपाशी त्याला घेऊन गेला. इतक्या कमी जागेची त्या बुटक्याला काहीच अडचण भासली नाही. त्यानं अत्यंत कुशलतेनं एक दोरखंड चाणक्याच्या कंबेरला घट्ट बांधला. दोरखंडाच्या दुसऱ्या टोकाशी काय असेल याचा चाणक्याला काहीच अंदाज करता येत नव्हता. अचानक त्याला एक झटका बसला व पुढच्याच सेकंदाला तो वर उचलला गेला. त्याचे पाय जमिनीपासून सुटले. त्या फारच चिंचोळ्या नळकांड्यातून पुढे पुढे जात असताना, घुसमटून गेल्यामुळे तो भयभीत झाला होता. वर खेचले जात असताना त्याचं तोंड, मांड्या व हात खरचटले गेले. काही ठिकाणी तर शरीराला जखमा होऊन रक्त येऊ लागलं. हे दिव्य कधी संपणारच नाही, असं त्याला वाटू लागलं. बऱ्याच वेळानंतर अखेरीस त्याला थंड हवेचा स्पर्श जाणवला व त्यापाठोपाठ खळाळत्या पाण्याचा नादही ऐकू येऊ लागला. आता तो पुन्हा एकदा गंगेच्या काठावर येऊन पोहोचला होता.

आपल्या कंबरेला बांधलेल्या दोरखंडाचं दुसरं टोक, समोर उभा असलेल्या ठेंगु माणसांचा जथाच खेचतोय हे पाहून चाणक्य विस्मित झाला. त्याला असा गोंधळलेला पाहून बुटक्यांचा सरदार पुढे आला. "आचार्य, तुम्ही मुळीच काळजी करू नका. कात्यायनजींनी आम्हांला तुमची मदत करायला सांगितलं. कारागृहातून गुप्तपणे पलायन करण्यासाठी प्राचीन काळात जो अरुंद भुयारी मार्ग बनवला गेला, तो शोधून काढण्यासाठी त्यांनी आम्हा ठेंगू लोकांची मदत घेतली. आम्हांला तुमच्यासाठी तो मार्ग बराच रुंद करावा लागला."

"मी तुमचा आणि कात्यायनजींचा अत्यंत ऋणी आहे, पण तुम्ही कोण आहात आणि इथे काय काम करता?" त्या विचित्र परिस्थितीतही चाणक्याचं कुतूहल जागृत झालं.

"आचार्य, मगध राज्यासाठी आजपर्यंत ठेंगू लोकांनी फार महत्त्वाचं कर्तव्य बजावलंय. राजाच्या खजिन्याचे म्हणजेच कोषागाराचे आम्ही रक्षक आहोत. तुम्हांला ठाऊकच असेल की राजांचे खजिने हे नेहमीच वेगवेगळ्या गुप्त ठिकाणी लपवलेले असतात आणि चोर व दरोडेखोरांना तिथे पोहोचता येऊ नये म्हणून तिथे जाण्याचा मार्गही तितकाच गुप्त असतो. आम्ही बुटके लोकच त्या कोषागारांचं योग्य प्रकारे रक्षण करू शकतो."

"म्हणजे तुम्ही तर राजाचे सेवक आहात. मग तुम्ही मला का मदत केली?"

"आपले पूर्वीचे महामंत्री शक्तारजी यांना मदत करण्याची आमच्या मनात

तीव्र इच्छा होती. कारण पहिली गोष्ट म्हणजे त्यांनीच सर्वप्रथम हे कोषागार निर्माण केलं आणि त्याच्या रक्षणाची जबाबदारी त्यांनीच आम्हा ठेंगू लोकांवर सोपवली. ते कित्येक वर्ष तुरुंगात अडकून पडले होते. आम्ही बरेच महिने हा गुप्त मार्ग आणखी बऱ्याच दूरपर्यंत वाढवण्यासाठी निश्चयाने पण शांतपणे प्रयत्न करत होतो आणि तुमच्याआधी आम्ही त्यांचीही थोड्याच वेळापूर्वी सुटका करू शकलो. तुम्हांला मुक्त करायचं, ही आमची पुढची चाल होती. याच मोहिमेसाठी कात्यायनजी आणि सेनापती मौर्य ह्यांनी आम्हांला एकत्र येण्यास सांगितलं.

"सेनापती मौर्य – म्हणजे मगधाच्या सैन्याचा सरसेनापती? तो धनानंदाच्या विरोधात आहे?"

"गुरुवर्य, मला वाटतं की याबद्दल त्यांनी स्वतःच आपल्याशी बोललेलं बरं."

"महामंत्री शक्तारजी कुठे आहेत?"

"त्यांना पिपलीवनात नेण्यात आलंय. सेनापती मौर्य त्यांची तिथेच वाट पाहत होते. राजापासून त्यांना पूर्णपणे सुरक्षित ठेवणं, आवश्यक होतं आणि सेनापती मौर्यांच्या छावणीइतकी दुसरी सुरक्षित जागा असू शकत नाही. आचार्य, आपल्यालाही आता त्वरेनं पिपलीवनात जाण्यासाठी निघायला हवं. एव्हाना धोक्याच्या घंटा बाजू लागल्या असणार आणि राजाचे रक्षक आपल्या शोधार्थ बाहेर पडले असणार. तुमच्यासाठी मी एक घोडा आणून ठेवला आहे."

"पण कात्यायनजींची काय खबर? धनानंदाच्या दरबारात मी मनाचा तोल राखू न शकल्याबद्दल मला त्यांना भेटून, त्यांची माफी मागायची आहे." चाणक्य म्हणाला.

"आचार्य, ते तुम्हांला पूर्णपणे ओळखतात. तेही सत्य व न्यायाच्याच बाजूनं उभे आहेत. त्यांचा असा ठाम विश्वास आहे की मंत्रिमंडळातून बाहेर पडण्यापेक्षा राजदरबारात राहूनच ते धनानंदाला पदच्युत करण्यासाठी बरंच काही करू शकतील. ते नेहमी म्हणतात की तुम्ही वाघ आहात आणि धनानंदावर तुम्ही समोरून हल्ला कराल. ते मात्र एका छोट्या जंतूसारखे आहेत, पण ते धनानंदाच्या पोटात शिरून त्याला विकलांग करतील!"

ती शांत, काळोखी रात्र होती. पण ज्या अमावस्येच्या रात्री चाणक्य आपल्या वडिलांवर अंत्यसंस्कार करून नगराबाहेर पडला होता, तितका काळाकुट्ट अंधार नव्हता. चाणक्य घोड्यावर स्वार झाला आणि सगळे जण पिपलीवनाच्या दिशेने दौडत निघाले.

* * *

ते पिपलीवनला पोहोचले तेव्हा पहाट व्हायला थोडाच अवधी राहिला होता. पिपलीवन, एका नदीपात्राच्या काठावर वसलं होतं. बऱ्याचशा झोपड्या आणि काही मातीच्या विटांनी बांधलेली छोटी घरं दिसत होती. एका ठेंगू घोडेस्वाराने चाणक्याला त्यातील एका मोठ्या घरापाशी नेलं. सेनापती अजूनही जागे होते व कोणाशी तरी चर्चा करत होते. ही मंडळी तिथे पोहोचताच, ती व्यक्ती उठून निघून गेली.

चाणक्य सुरक्षित आलेले पाहून सेनापती मौर्यांच्या मनावरचा ताण हलका झाला. आचार्यांना झुकून अभिवादन करत ते म्हणाले, ''आपल्यासारख्या विद्वान गुरूची आता मगधाला फार गरज आहे. माझ्या मातृभूमीला चिकटलेल्या जळवा, तिचं रक्त शोषत आहेत. आचार्य, त्या जळवांपासून तिची सोडवणूक करण्यासाठी तुम्ही मला मदत करा!''

''सेनापती, अजून ती योग्य वेळ आलेली नाही. आजपर्यंत इतिहासानं ज्यांच्या यशस्वी कामगिरीची दखल घेतली आहे, त्यांनी सखोल चिंतन आणि भरपूर मेहनत व तयारी करूनच ते कर्तृत्व संपादन केलं होतं.''

''आदरणीय गुरुजी, मला आपल्याच मार्गदर्शनाची प्रतीक्षा आहे. पण या क्षणी तुम्ही खूप थकलेले आहात. तुमच्या अंगावरील जखमा आधी स्वच्छ करायला हव्या. तुमच्यासाठी स्वच्छ कपडे व थोड्या न्याहरीची व्यवस्था करायला, मी माझ्या पत्नीला सांगतो. या, तुम्हांला मी स्नानगृह दाखवतो.''

''एका वृषलाकडून मी इतक्या चांगल्या आतिथ्याची अपेक्षा केली नव्हती.'' चाणक्य मनात म्हणाला. चाणक्यासारखे उच्चवर्णीय ब्राह्मण मौर्याला वृषल – एक बहिष्कृत क्षत्रिय समजत. मौर्याच्या वडिलांनी हिंदू वर्णव्यवस्थेचा त्याग करून, महान गुरू गौतम बुद्धांचा मार्ग अनुसरला होता. सेनापती मौर्यांनी जरी पुन्हा हिंदू धर्माचा स्वीकार केला असला तरी संतप्त हिंदूंनी त्या भरकटलेल्या मौर्यावर वृषल असा कायमचा शिक्का मारला होता.

स्नान आटोपून, नवी वस्त्रं परिधान करून व पहाटेची प्रार्थना म्हणून चाणक्य मौर्याच्या घराबाहेरील पडवीत बसला होता. मौर्याच्या पत्नीनं त्याच्यासमोर बाजरीची लापशी आणि गरम दूध अशी साधी न्याहरी ठेवली. सूर्य नुकताच उगवत होता आणि बाहेरच्या उद्यानात मोर नर्तन करू लागले होते. पिसांवरील गूढरम्य नेत्र दाखवण्यासाठी त्यांनी आपला मोरपिशी रंगाचा पिसारा फुलवला. ही मयूरांची भूमी होती आणि त्यावरूनच मौर्य हे नाव पडलं होतं. मयूर – मौर्य.

* * *

घराबाहेरील अंगणात काही मुलं भूमिका वठवण्याचा खेळ खेळत होते. एका

मुलानं डोक्याभोवती गळपट्टा गुंडाळून त्यात एक मोरपीस खोवलं होतं. एका मोठ्या खडकावर ऐटीत बसून तो सम्राटाची भूमिका निभावत होता. त्याच्याभोवती उभी असलेली मुलं, त्याची रयत किंवा दरबारी अधिकारी होते.

"सावधान! विद्वान व दयाळू अशा विश्वसम्राट चंद्रगुप्त यांचा दरबार भरत आहे होऽऽ. या आणि आपली गाऱ्हाणी ऐकवा," राजाच्या बाजूला उभा असलेला महामंत्री ललकारी देत म्हणाला.

"हे महान राजा, मी संकटात आहे. माझ्या शेजाऱ्यानं मला त्याची विहीर विकली, पण तो अजूनही त्यातील पाणी वापरतोय. कृपा करून त्याला अडवा," पीडित नागरिकाची भूमिका करणारा मुलगा म्हणाला.

"विहीर विकणारा कोण आहे?" छोट्या सम्राटानं विचारलं.

"मी आहे, सरकार. पण मी त्याला फक्त विहीर विकली, त्यातील पाणी नव्हे. आपणच न्याय करा," थोड्या मोठ्या वयाचा मुलगा म्हणाला.

त्या मोठ्या मुलाला उद्देशून राजाने ठामपणे आपला निर्णय सांगितला,

"तुझं बरोबर आहे. तू विहीर विकलीस, पण पाणी विकलं नाहीस. याचा अर्थ तू दुसऱ्या कुणाच्या तरी विहिरीत पाणी ठेवण्याची चूक करतोयस. ताबडतोब ती विहीर रिकामी कर! पुढची तक्रार काय आहे?"

चाणक्य मिश्कील हसला. तो कुतूहलानं समोर घडणारं नाटक पाहत होता. त्यात त्यालाही सामील व्हावंसं वाटलं. तो उठून राजदरबारात आला आणि हात जोडून राजासमोर उभा राहिला.

"बोल ब्राह्मणा, तुला काय हवंय," मुलाने गंभीरपणे विचारलं.

"हे कीर्तिवान सम्राटा, मी एक गरीब ब्राह्मण आहे. यज्ञ व कर्मकांड करणं हे माझं काम आहे. त्यासाठी मला दूध व तूप लागतं, पण माझ्याकडे गाय नाही. हे भूमिरक्षका, कृपा करून मला मदत कर," चाणक्यानं विनवणी केली.

"खजिनदार! या ब्राह्मणाला एक गाय द्या," राजानं आज्ञा फर्मावली. एक मुलगा खजिनदार बनून आला आणि त्यानं चाणक्याच्या हातात गारगोटी ठेवली. गारगोटी ही गायीसाठी निवडलेला पर्याय होता.

"पण महाराज गाय विकत घेण्यासाठी माझ्यापाशी धन नाही," चाणक्य म्हणाला.

"हे ब्राह्मणा, जर देवाला होम हवनातून अर्पण करणाऱ्या वस्तू तुझ्यापाशी पुरेशा नसतील, तर माझ्या राज्यात सुबत्ता कशी निर्माण होणार. माझी प्रजा समृद्ध नसेल, तर मी त्यांच्याकडून कर कसा गोळा करू शकणार? कराची रक्कम जमा झाली नाही तर माझा खजिना कसा भरणार, सैन्याला रसद कशी मिळेल आणि सैन्य नसेल तर मी माझ्या राज्याचं रक्षण कसं करू शकणार? तुझ्या लक्षात

येतंय ना की मी तुझ्यावर उपकार करत नाही, मला माझ्या उत्कर्षाची हमी हवी आहे.'' त्या हुशार मुलानं नीट समजावून सांगितलं. चाणक्य समाधानानं हसला व त्यानं मुलाला आशीर्वाद दिला. ''मुला तुझं नाव काय?'' त्यानं विचारलं.

''मी चंद्रगुप्त. सेनापती मौर्यांचा पुत्र.''

* * *

''आपण शक्तारजींना भेटायला जायचं का?'' घरातून बाहेर येत सेनापतीनं विचारलं. चाणक्यानं होकार दिला. चणकानं ज्या साथीदारासाठी आपल्या प्राणाची आहुती दिली होती, त्या आपल्या दिवंगत पित्याच्या जिवलग मित्राला भेटण्यासाठी चाणक्य उत्सुक होता.

चाणक्यासमोर एक जबर मारहाण झालेला अशक्त वृद्ध माणूस उभा होता. अनेक वर्षं केली गेलेली नागवणूक, गलिच्छ जागेत कंठावं लागणारं जीवन, माणूस खाऊ शकणार नाही असा आहार, आजारपण आणि पाशवी अत्याचार यांचे त्यांच्या शरीरावर विपरीत परिणाम झाले होते. चाणक्याच्या डोळ्यासमोर शक्तारांची प्रतिमा खूप वेगळी होती. त्यानं पाहिलेले शक्तार हे खानदानी, तेजस्वी व उमद्या व्यक्तिमत्त्वाचे होते. त्यांच्या अंगावर उत्तमोत्तम रेशमी कपडे, गळ्यात सोन्याची साखळी आणि हिऱ्यांचा ताईत, हातात रत्नजडित अंगठ्या असायच्या. एके काळी राजानंतर ज्याची राज्यात सत्ता चालायची अशा ताकदवान माणसाला अशा आश्रित दुबळ्या अवस्थेत पाहणं, त्याला असह्य झालं.

चाणक्यानं शक्तारांच्या पायावर डोकं टेकवलं. शक्तारांनी त्याला उठायला सांगितलं. चाणक्य उभा राहून शक्तारांकडे पाहू लागला. नव्वदीकडे झुकलेल्या या वयोवृद्धाचे डोळे अश्रूंनी भरले होते. त्यांनी आपला हात चाणक्याच्या मस्तकावर ठेवून त्याला प्रेमानं आशीर्वाद दिला.

''चाणक्या, जिवंत असलेला तू माझा एकमेव मुलगा आहेस. माझी स्वत:ची मुलं आता हे जग सोडून गेली आहेत आणि माझी मुलगी – सुवासिनी – जिच्यावर तू जिवापाड प्रेम केलंस ती आज मरणाहूनही भयंकर जीवन जगतेय. तुझ्या वडिलांनी जरी तो विषय माझ्यासमोर कधीही काढला नसला, तरी तुमचा दोघांचा विवाह व्हावा आणि आपली दोन कुटुंबं एकत्र जोडली जावी, अशी त्यांची आंतरिक इच्छा होती.''

चाणक्य त्यावर गप्प राहिला.

''माझ्या जन्मपत्रिकेत अशा कोणत्या ग्रहांची अभद्र युती झाली की कधीही न संपणारं एक दु:स्वप्न माझ्या वाट्याला यावं? माझी पत्नी देवाघरी गेली, माझ्या सर्वांत जवळच्या मित्राची चणकांची हत्या करण्यात आली, माझ्या मुलांना मारण्यात

आलं, माझ्या मुलीला राक्षसाची रखेली व्हावं लागलं. माझं शरीर दुबळं होत थकून गेलं आणि माझं राज्य एका मनोविकृत माणसाच्या हातात गेलं!'' शक्तार दुःखावेगाने बोलत राहिले.

शक्तारांचा हात घट्ट पकडत चाणक्य म्हणाला, ''हे दुःस्वप्न लवकर संपणार आहे. मी वचन देतो, पण या क्लेशदायक निद्रेतून तुम्ही स्वतःला जोरात हलवून जागं केलं पाहिजे. तुम्ही जागं होऊन जेव्हा उगवत्या सूर्याची किरणं पाहाल, तेव्हा आपण जे अनुभवत होतो ते कितीही दुःसह असलं तरी ते केवळ स्वप्न होतं, याची तुम्हांला जाणीव होईल. शक्तारजी आणि सेनापतीजी, मला तुमची मदत हवी आहे.''

''चाणक्य, माझ्यापाशी असं काय आहे, की ज्याची तुम्हांला मदत होऊ शकेल?'' सेनापती मौर्यानि विचारलं.

''चंद्रगुप्त.''

''आणि तुला मदत करण्यासाठी माझ्यापाशी आता काय उरलंय?'' शक्तारांनी विचारलं.

''बुटके.''

* * *

मगधाचे जे राजे होऊन गेले, त्या सर्वांना पक्कं ठाऊक होतं की सैन्य हे नेहमी भरल्या पोटीच आपलं काम करत असतं, पण सैन्याहूनही अधिक महत्त्वाचं असतं ते राजाचं कोषागार – राजकोष. कारण त्या लढाऊ यंत्राला इंधन पुरवण्याचं काम अखेर राजाचा खजिनाच करत असतो. सर्व खाणींवर केवळ राज्याचा अधिकार असल्यामुळे खाणीतून मिळणारं सोनं, चांदी आणि रत्नं ही आपोआपच राजकोषात जमा होत.

राजकोषाची सुरक्षा व संरक्षण विविध मार्गांनी केलं जाई. राज्याचं अधिकृत कोषागार हे नेहमीच राजधानीत असे. परंतु ते अशा प्रकारे बांधलेलं असायचं की तळघरातील तीन मजले उतरल्यावर त्यात प्रवेश करता येत असे. या प्रत्येक मजल्याला चोरदरवाजे व काढता येण्याजोग्या शिड्या असत. तळघरातील तिन्ही मजले व त्यांच्या भिंतींना बाहेरून दगडांच्या थराचं आणखी एक आच्छादन दिलेलं असल्यामुळे भुयारी मार्गानं येणाऱ्या चोरांनाही तिथे प्रवेश करणं, अशक्य होतं. कोषागाराची जागा ही साधारणपणे राजधानीच्या उत्तर भागात, राजवाडा व नगराचं मुख्य मंदिर यांच्या मधोमध असे. समकेंद्री वर्तुळात उभे असलेले सुरक्षारक्षक दिवसरात्र डोळ्यात तेल घालून कोषागाराची राखण करत असत. त्याच वेळी राजकोषाभोवती बांधलेल्या असंख्य बुरुजांवर निष्णात नेमबाज हातात धनुष्य व

विषानं माखलेले बाण घेऊन सभोवार पाळत ठेवत. एखादा चोर धनाच्या लोभानं तिथे आलाच, तर त्याच्या नशिबात तत्काळ मृत्यू लिहिलेला असे.

सुरक्षेचा दुसरा मार्ग म्हणजे राजकोषाचं विकेंद्रीकरण करणे – अतिशय दूरच्या, वेगवेगळ्या ठिकाणी खोल खड्डे खणून त्यात धन पुरून ठेवणे. हे खड्डे खणण्यासाठी सहसा दीर्घकाल सजा भोगत असलेल्या कैद्यांचा उपयोग केला जायचा व काम पूर्ण झाल्यावर त्यांना ठार मारलं जायचं. फक्त राजा व महामंत्र्यांना ह्या गुप्त जागांचा ठावठिकाणा माहीत असायचा. बहुतेक वेळा जमिनीखाली ठेवलेल्या राजकोषात प्रवेश करण्यासाठी अतिशय चिंचोळा मार्ग बांधलेला असायचा. त्यात सर्वसाधारण शरीरयष्टीचा माणूस शिरू शकत नसे. म्हणूनच त्या कामासाठी प्रशिक्षित ठेंगू लोकांचा वापर केला जायचा. शिवाय डाकू-लुटेऱ्यांना संशय येऊ नये म्हणून राजकोषाभोवतीचा परिसर दाट झाडाझुडपांनी वेढलेला असे व त्यात साप, विंचू व इतर हिंस्र प्राणी हिंडत असत.

धनानंदाचे भूतपूर्व महामंत्री शक्तार यांना अशा गुप्त जागा ठाऊक असणार व तो खजिना मिळवण्यासाठी कात्यायनांच्या बुटक्या लोकांची गरज लागणार, हे चाणक्य ओळखून होता.

* * *

पिपलीवनाच्या उत्तरेला असलेली जंगलं, विस्तीर्ण, घनदाट व भीतिदायक होती. जंगलाची रचना समकेंद्री वर्तुळांसारखी होती. कांदा सोलताना जसा एकाच्या आत आणखी एकेक थर निघत जातो, तसाच अनुभव त्या जंगलात शिरल्यावर येत असे. सुरुवातीच्या भागातील वृक्ष व झाडाझुडपांपासून इमारती लाकूड व औषधी वनस्पती मिळत. त्याच्या आतील थरातील वनराजींपासून ऋषीमुनींच्या आश्रमात चालणाऱ्या होमहवनासाठी लाकूड व समिधा मिळत. त्याच्या पुढच्या थरात राजे व रईस मंडळी आपला शिकारीचा शौक पुरवण्यासाठी येत. त्यानंतरचा भाग हा हत्तींच्या संवर्धनासाठी राखून ठेवलेला असे. याच हत्तींचा वापर पुढे सैन्यातील गजदळात होत असे. जंगलाच्या अगदी आतील व शेवटच्या भागात सिंह, वाघ, बिबटे व चित्त्यांसारख्या हिंस्र श्वापदांचा मुक्त वावर असायचा. शक्तारजींनी सांगितलेलं राजकोषाचं गुप्त ठिकाण, जंगलातील याच शेवटच्या भागात होतं.

त्या अखेरच्या भागापासून एक योजन – चार मैलाचं – अंतर राखून घोडेस्वार खाली उतरले. घोड्यांना काही रक्षकांच्या हाती सोपवून तिथेच बांधून ठेवण्यात आलं. घनदाट झाडी व त्यापुढे रस्ताच जात नसल्यामुळे घोड्यांना आणखी पुढे नेण्यात काहीच प्रयोजन नव्हतं. चाणक्य, सेनापती मौर्य व कात्यायनांचा अत्यंत विश्वासू साहाय्यक जीवसिद्धी आणि बुटक्यांची छोटी फौज हळूहळू पुढील मार्गक्रमण

करू लागले. शक्तारांनी बनवलेला नकाशा फारच उपयोगी ठरत होता. जंगलातील वातावरण सतत बदलत असतानाही, शक्तारांनी सांगितलेली खुणेची स्थळं सहज सापडत होती. या शोधमोहिमेसाठी लागणाऱ्या पथकाची अगदी काळजीपूर्वक निवड करण्यात आली होती. खजिन्याच्या शोधासाठी माणसांचा मोठा ताफा नेला तर त्याची कुणकुण धनानंदाच्या कानावर जाण्याची मोठी शक्यता होती. जर फारच थोड्या जणांना बरोबर नेलं तर हिंस्र श्वापदांनी हल्ला करून त्यांना मारलं असतं किंवा एवढी मोठी लूट घेऊन येण्यासाठी मनुष्यबळ कमी पडलं असतं.

चालता चालता ते अशा एका ठिकाणी पोहोचले की तिथे समोर मोठमोठ्या खडकांच्या राशी पडल्या होत्या व अजस्र वेलींनी त्या खडकांना पूर्ण वेढा घातला होता. आपण इच्छित स्थळाच्या अगदी जवळ येऊन पोहोचलो आहोत, हे चाणक्यानं ताडलं. तो आपल्यापाशी असलेला नकाशा उघडणार, इतक्यात त्याच्या डाव्या गालाच्या अतिशय जवळून एक बाण इतक्या वेगानं त्याच्या पलीकडे गेला की त्याला त्याची प्रचंड उष्णताही जाणवली. तत्काळ सावध होत त्यानं हल्लेखोराशी सामना करण्यासाठी आपल्याजवळील तलवार उपसली. तोच त्याच्या लक्षात आलं की काही अंतरावर जीवसिद्धी उभा आहे व तो दुसरा बाण त्याच्याच दिशेनं सोडण्याच्या तयारीत आहे.

चाणक्याच्या जागी दुसरा कोणी सामान्य माणूस असता तर त्यानं जीवसिद्धीवर संशय घेतला असता. चाणक्याच्या लगेच ध्यानात आलं की जीवसिद्धीनं बाण जरी त्याच्यावर रोखला असला, तरी त्याची नजर आपल्यापलीकडे काहीतरी शोधत आहे. चाणक्यानं शांतपणे मागे वळून पाहिलं. एक मोठा वाघ त्याच्यावर हल्ला करण्यासाठी झेप घेत असतानाच, जीवसिद्धीच्या अस्त्रानं त्याला मध्येच गाठलं आणि तो तीर त्याच्या मानेतून आरपार घुसल्यानं ते देखणं जनावर जमिनीवर कोसळलं.

चाणक्य पुन्हा मागे वळला. त्यानं हातातील तलवार म्यान केली व हात वर उचलून जीवसिद्धीला दुरूनच आशीर्वाद दिला. तो काहीच बोलला नाही, पण हजारो शब्दांतून जे व्यक्त करता आलं नसतं, ते त्या मूकसंवादातून सहज साधता आलं. त्या दिवसापासून जीवसिद्धी हा चाणक्याचा विश्वासू साथीदार बनला. सर्व जण हळूहळू सरपटत खडकांपाशी पोहोचले. खडकांवर शेवाळं आणि वेली पसरल्या होत्या. चाणक्यानं सेनापती मौर्यांना त्यांच्यापाशी ठेवायला दिलेली सुकी भुकटी बाहेर काढायला सांगितली. चाणक्याच्या सूचनेनुसार व त्याच्या देखरेखीखाली ती पूड बनवली होती. मौर्याने ती बुटक्यांच्या हातात दिली व त्यांनी तिथल्या खडकांवर थोडी थोडी शिंपडली. पुदिन्याच्या वाळक्या मुळाचं तेल, सडलेली अंडी, लसूण, ओव्याचं तेल व गंधकाच्या मिश्रणातून ती पूड बनवली होती.

तिला कुजल्यासारखा दुर्गंध येत होता. आपल्या रीतीरिवाजानुसार ब्राह्मणांना त्यातील अंड्यासारखे अनेक घटक वर्ज्य होते व ते त्यापासून दूर राहत; पण बुटक्या लोकांनी जेव्हा ती भुकटी बनवली तेव्हा चाणक्य तिथे स्वत: हजर होता.

त्या भयंकर मिश्रणाचा दुर्गंध हवेत पसरला आणि अचानक खडकांमधून सळसळ असा आवाज येऊ लागला. दुसऱ्याच क्षणी असंख्य साप सरपटत बाहेर आले आणि सैरावैरा पळू लागले. चाणक्यानं सेनापती मौर्य व जीवसिद्धीला इशारा केला. सर्व जण चोरदरवाजाकडे जाणारा रस्ता स्वच्छ करू लागले. चोरदरवाजातून पुढे जमिनीखाली भुयारांचा चक्रावणारा मार्ग सापडणार होता.

खडक व उंच वाढलेली झाडंझुडपं यांच्या खाली दडलेला चोरदरवाजा फारच छोटा होता. त्याची रुंदी पंधरा अंगुळ म्हणजे साधारण एक फूट होती. सेनापती मौर्यांनी आपल्या गदेचा एक जोरदार प्रहार करताच दारावरील तांब्याच्या कुलपाचे तुकडे तुकडे झाले आणि काही मिनिटातंच त्यांना जमिनीखाली नेणारी एक उभी अरुंद व काळोखी नलिका दिसली. एका मोठ्या खडकाला दोरखंडाचं एक टोक घट्ट बांधण्यात आलं व त्याचं दुसरं टोक पकडून एक बुटका त्या नलिकेतून आत शिरला. त्याच्या डोक्याला एक छोटी पेटती मशाल बांधली होती. काही मिनिटानंतर तो ओरडून म्हणाला. ''इथे सगळं रिकामं आहे. मला दुसरा दरवाजा शोधावा लागेल. आणखी एकाला खाली पाठवा.'' दुसरा ठेंगू माणूस पहिल्याच्या मागोमाग आत उतरला. त्याच्या हातात सुताराची हत्यारं होती. काही वेळानं हातोडी ठोकल्याचे आवाज ऐकू आले. याचा अर्थ पहिल्या स्तराच्या आतील दुसरा चोर दरवाजा सापडला होता. तिसरा बुटका हातात फास तयार केलेला दोरखंड घेऊन खाली जाऊ लागला. दुसऱ्या चोरदरवाजापर्यंत जाण्यासाठी त्याचा उपयोग होणार होता.

''लक्ष्मीचा विजय असो! आपल्याला खजिना सापडलाय!'' आतमधून एक बुटका ओरडला. चाणक्य, सेनापती मौर्य व जीवसिद्धी एकमेकांकडे पाहून हसले. आणखी काही बुटक्यांना खाली पाठवण्यात आलं. त्यामुळे निरोप देणं व चीजवस्तू वर आणणं सोपं जाणार होतं. ''तिथे जे काही असेल ते छोट्या छोट्या प्रमाणात वर पाठवत रहा. सर्व काही घेऊन जाण्याएवढं मनुष्यबळ आपल्यापाशी नाही. आपण सर्वांत मौल्यवान पण वजनाने हलक्या असलेल्या चीजवस्तूंवर आपलं लक्ष केंद्रित करू.'' चाणक्यानं सूचना केल्या. खजिन्यातून एकेक प्रकारच्या मौल्यवान वस्तू त्यांच्यासमोर येऊ लागल्या – हिरे, मोती, माणिक, नीलम, स्फटिक, पाचू, चांदीची नाणी आणि तांब्यांची काकणी.

''गाईचं शेण आणि तिळाच्या तेलाचा शोध घ्या,'' चाणक्यानं सूचना केली.

सेनापती व जीवसिद्धी यांनी एकाच वेळी एकमेकांकडे व चाणक्याकडे पाहिलं. तो असं का बोलतोय, हे दोघांना समजेना. पण थोड्याच वेळात गाईच्या

शेणाने माखलेल्या व तिळाच्या तेलाने भिजवलेल्या विटा त्यांच्यासमोर येऊ लागल्या. दोघेही बुचकळ्यात पडलेले पाहून चाणक्य त्यांना म्हणाला, "गाईच्या शेणामुळे फसून जाऊ नका. सगळं सोनं शिशाने शुद्ध केलंय आणि गाईच्या शेणाने जास्त झालेलं शिसं काढून टाकलंय. सुवर्ण जर सहज भंग पावत असेल तर तीळाच्या तेलानं ते मऊ केलं जातं. सोनं वर्षानुवर्षं जतन करून ठेवण्यासाठी त्याच्याभोवती गायीच्या शेणाचं व तिळाच्या तेलाचं घट्ट आवरण तयार करावं लागतं. तुम्ही जे समोर पाहताय ते शंभर नंबरी सोनं आहे.

"आपण सोन्याला सर्वांत अधिक प्राधान्य द्यायला हवं. त्याची किंमत सर्वाधिक असते व त्याचं मुद्रेत रूपांतर करणं, सोपं असतं. त्यानंतर आपल्यासाठी महत्त्वाची मौल्यवान वस्तू म्हणजे चांदीची नाणी आणि अखेर हिरे व माणिक. आपण तांबं, मोती, नीलम किंवा शुद्ध स्फटिक घेऊन जाण्यात फारसा अर्थ नाही. तसंच चंदन, कोरफड, धूप आणि कापूर या तिजोरीतील वस्तूंकडेही दुर्लक्ष करू या." चाणक्यानं समजावून सांगितलं. खजिन्यासंबंधीही चाणक्याला असलेली सखोल माहिती ऐकून मौर्य व जीवसिद्धी थक्क झाले. "आचार्य, तुम्ही तर ब्राह्मण साधू आहात, आदरणीय आचार्य आहात. मग धनदौलतीविषयी तुम्हांला इतकी आस्था का?"

चाणक्यानं त्यांच्या प्रश्नाचं उत्तर दिलं, पण त्या वेळी त्याची नजर समोर खच पडलेल्या मौल्यवान वस्तूंवरही खिळली होती. तो म्हणाला, "मनुष्यानं जीवनात कशासाठी झगडलं पाहिजे? काम, प्रेम, धर्म, कर्तव्य, अर्थ, संपत्ती, आणि मोक्ष, मुक्ती. परंतु सत्य असं आहे की तुम्ही जर निर्धन असाल, तर तुमची बायको मुलं तुमच्यावर प्रेम करणार नाहीत. आर्थिक लाभाचं आमिष असल्याशिवाय किंवा दंड भरावा लागण्याची भीती असल्याशिवाय शहरातील एकही नागरिक आपलं कर्तव्य बजावणार नाही आणि आपल्यामागे आपल्या कुटुंबाची नीट गुजराण होऊ शकेल इतकी संपत्ती आपल्यापाशी नसेल तर मुक्तीच्या शोधासाठी भौतिक जीवनाचा कोण त्याग करेल? मी शिक्षक आहे, पण मी अर्थशास्त्र म्हणजेच संपत्ती, समृद्धीचं शास्त्र शिकवतो. धन हाच माणसाच्या उदरनिर्वाहाचा खरा स्रोत आहे आणि ते मिळवण्याचं व टिकवण्याचं साधन, राजकारण हे आहे!"

* * *

गुप्त खजिन्यातून मिळालेली धनदौलत घोड्यांच्या पाठीवर ठेवून व त्यामागोमाग संरक्षणासाठी असलेल्या सशस्त्र रक्षकांसह चाणक्य व त्याचे साथीदार पिपलीवनला पोहोचले. त्या संध्याकाळी बाहेर शेकोटीभोवती बसून चाणक्यानं एक नवा विषय मांडला. "सेनापती, आपण आपलं कर्तव्य बजावत योग्य रितीने आपलं जीवन व्यतीत केलं आहे; पण तुमच्या कल्पनेत मगध राज्याचं जे भव्य व संपन्न चित्र

आहे, ते स्वप्न केवळ चंद्रगुप्तच साकार करू शकतो. राजा होण्यासाठी लागणारी सर्व गुणवैशिष्ट्यं त्याच्यापाशी आहेत. त्याला तक्षशीलेला घेऊन जाण्याची मला परवानगी द्या. मी त्याला राज्यपदासाठी तयार करतो. तोपर्यंत आज आपल्याला मिळालेल्या संपत्तीचा तुम्ही योग्य विनियोग करून मला सैन्य उभारण्यासाठी मदत करा.''

चाणक्याच्या बोलण्यावर सेनापती बराच विचार करत राहिले. अखेर ते म्हणाले, ''आचार्य, मला एकच मुलगा आहे. त्याचा विरह मी सहन करू शकणार नाही. त्यापेक्षा तुम्हीच इथे का राहत नाही?'' त्यावर चाणक्य हसून म्हणाला, ''आपला देश एकत्र आणणं, इतकं सोपं असतं तर मी निश्चितच इथे राहिलो असतो. या घडीला गांधारच्या सीमेवर धोका वाढला आहे. अलेक्झांडरच्या फौजा केव्हाही आक्रमण करतील. जर गांधारचा पाडाव झाला तर उरलेला भारतही तो सहज बळकावू शकेल. आपल्या प्रवेशद्वारातूनच जर शत्रू आत घुसला तर आपण त्याला पुढे रोखू कसं शकणार? आजच्या संपत्तीतून जे सैन्य मला उभं करायचंय ते अलेक्झांडरला टक्कर देण्यासाठी आणि त्याचबरोबर अगदी क्षुल्लक कारणावरून एकमेकांशी वैर पत्करलेल्या आपल्या छोट्या छोट्या राज्यांमध्ये एकी घडवून आणण्यासाठी.''

''तसं असेल, तर तुम्ही आणि चंद्रगुप्तासोबत मी व माझी पत्नी तक्षशिलेला आलो तर चालेल का?'' मौर्यांनी विचारलं.

''नाही ते योग्य ठरणार नाही. तुम्ही दोघे चंद्रगुप्ताबरोबर नसाल तरच त्याला यशस्वी व्हायची अधिक संधी आहे. तुम्ही धनानंदाचे कट्टर शत्रू आहात. त्यामुळे त्याचे हेर सतत तुमच्या पाळतीवर असणार. चंद्रगुप्त जर तक्षशिलेला शेकडो विद्यार्थ्यांबरोबर शिक्षण घेत राहिला तर त्याला कोणी ओळखणारही नाही आणि त्याच्या जिवालाही धोका असणार नाही. शिवाय मला तुम्ही, शक्तारजी व कात्यायनजी इथेच मगधेच्या आसपास, असलेले हवे आहात. कारण चंद्रगुप्त जेव्हा इथे परतेल तेव्हा धनानंदाला धडा शिकवण्यासाठी तुम्ही तिघेही सज्ज असाल.''

सेनापतीची पत्नी घरातून त्यांचा संवाद ऐकत होती. मौर्यांनी तिला बाहेर बोलावलं आणि त्यांनी आचार्यांनी केलेल्या सूचनेवर तिचं मत विचारलं. तिच्या मुखातून जे शब्द उमटले त्यात अस्सल क्षत्रियत्वाची, लढवय्याच्या पत्नीची छाप होती.

''भगवान बुद्धांची अस्थिरक्षा मिळालेल्या भाग्यवंतांपैकी आपण एक आहोत. आपल्या भगवंताने मोक्षप्राप्तीसाठी स्वत:च्या राज्याचा त्याग केला, हे आपण कायम लक्षात ठेवलं पाहिजे. सर्व जीवांचं रक्षण करणं, हे एक क्षत्रिय म्हणून आपलं परम कर्तव्य आहे. जर एका उदात्त हेतूसाठी आपल्याला मुलाचा त्याग

करावा लागत असेल, तर तो आपण केला पाहिजे. बुद्धी नसलेला ब्राह्मण आणि अंगी धाडस नसलेला क्षत्रिय, हे दोघेही समाजासाठी निरुपयोगी ठरतात," ती ठामपणे म्हणाली.

* * *

सेनापती मौर्य हा मगधेचा शिशूनाग वंशिय राजा महानंदिन व पिपलीवनच्या क्षत्रिय समाजाचा प्रमुख असलेल्या मोरियाची कन्या मूरा, यांचा सुपुत्र. खरं म्हणजे सेनापती मौर्य हेच राजा महानंदिनाचे योग्य वारस ठरले असते. परंतु महानंदिनाला आणखीही मुलगे असल्यामुळे त्यांना वारस म्हणून अधिक लायक ठरवलं गेलं. परंतु अखेर त्यांच्यापैकी कोणीही सिंहासनावर बसू शकला नाही. वृद्ध महानंदिनाच्या पदरी महापद्म नावाचा एक धूर्त व राजाची सदैव खुशामत करणारा नाभिक सेवक होता. महापद्म हे क्षत्रिय पिता व शुद्र माता यांचं अनौरस अपत्य होतं.

न्हावी महापद्म हा लबाड होता. त्यानं केवळ राजाचीच नव्हे तर राणी सुनंदाचीही मर्जी संपादन केली. लवकरच त्यानं आपलं न्हावी काम सोडलं व राणीशी अनैतिक संबंध जोडले. राणीला आपल्या कह्यात आणल्यावर त्यानं तिचीच मदत घेऊन राजाला व त्याच्या सर्व वारसदारांना ठार मारलं. केवळ मौर्य एकटाच जिवंत राहिला, पण त्या वेळी तो इतका छोटा होता की महापद्माला त्याच्यापासून काही धोका वाटला नाही.

महापद्म हा नाभिक असला तरी त्याच्यापाशी विलक्षण रांगडी बुद्धिमत्ता होती. त्यानं सेनापती मौर्यापाशी असलेलं शौर्य व धाडस बरोबर जोखलं व त्याला आपला सेनाप्रमुख बनवलं. महापद्म हा जुलमी असला तरी दयाळू व परोपकारीही होता. त्याच्या कारकिर्दीत राज्यातून गुन्हेगारीचं समूळ उच्चाटन झालं आणि महानंदिनाच्या काळात जी काही रईस मंडळी आणि छोटे राजे शिरजोर झाले होते, त्यांना महापद्मानं शरण आणलं. त्यानं उत्तर भारत व दख्खनचा बराचसा भाग काबीज केला आणि हिमालय ते कुंतल, यमुना ते ब्रह्मपुत्रा येथीलही मोठा भू-भाग आपल्या आधिपत्याखाली आणत मगधेला उत्तर भारतातील सर्वांत शक्तिशाली राज्य बनवलं. तो स्वत: जरी क्षत्रिय-शुद्र असला तरी त्यानं वररुचि, व्यादि, वर्ष अशा ब्राह्मण पंडित व आचार्यांचा कायम योग्य तो सन्मान राखला. उत्तम कार्यक्षमता, सुसज्ज लष्करी दल, योग्य कर आकारणी, मोठे पाटबंधारे प्रकल्प आणि रयतेपोटी एकूण दातृत्व व सहिष्णूतेचा दृष्टिकोन हे त्याच्या राज्यकारभाराचं खास वैशिष्ट्य होतं.

परंतु त्याचा मुलगा धनानंद गादीवर आला आणि त्या सुवर्णकाळामध्ये नाट्यमय परिवर्तन होऊ लागलं. सेनापती मौर्य, भ्रष्ट धनानंदाच्या डोळ्यात खुपू

लागला. त्यानं सेनापतीला दूर लोटलं. भारताचा बहुतांश भाग काबीज करण्यात ज्यानं महापद्माला मदत केली, त्याच्यावर मगधेमधून परागंदा होण्याची वेळ आली. धनानंदानं केलेल्या अपमानानं सेनापती मौर्य पेटून उठला होता.

चाणक्याला रागानं पेटून उठलेला माणूस नेहमीच आवडत असे. त्याच्या मते अशा रागामध्ये फार मोठी ऊर्जा दडलेली असते आणि तिचा योग्य दिशेनं वापर करता आला तर त्याचा सकारात्मक कार्यासाठी उपयोग करता येतो.

६

वर्तमानकाळ

कुमारी फिव्हरशमनं तिच्याकडे वरपासून खालीपर्यंत नीट निरखून पाहिलं. "हे बघ, माझं मत मी तुला अतिशय प्रामाणिकपणे व परखडपणे सांगणार आहे. तुझे खांदे नेहमी खाली पडलेले असतात. गुडघेही घट्ट असल्यामुळे तुझ्या हालचालीत लवचिकता नाही आणि तुझं पोटही सुटलंय." अशा प्रकारच्या निर्भिड आणि बोचऱ्या सूचनांचा तिच्यावर आणखी तासभर मारा झाला. चंदिनीनं झटकन पोट आत खेचून घेत, खांदे वर उचलले. त्याचा परिणाम अधिकच विपरीत झाला. कुमारी फिव्हरशमनं निराश होत सुस्कारा दिला. काम फारच अवघड दिसतंय, असंच जणू तिला म्हणायचं होतं. चंदिनी कुमारी फिव्हरशमच्या व्यक्तिमत्त्व विकास संस्थेत आली होती खरी, पण ती शरीरानं व मनानं पार थकून गेली होती. "तुझा एक खांदा दुसऱ्यापेक्षा थोडा उंच आहे आणि चालताना तुझी पावलं बाहेरच्या बाजूला वळतात. तू जे पोक काढून चालतेस, ते स्त्रीला शोभणारं नाही."

चंदिनीला शेकडो वेळा उभं करून पुन्हा बसवलं गेलं आणि तिच्या प्रत्येक हालचालीचं अगदी सूक्ष्मपणे निरीक्षण करण्यात आलं. "तू खूप जागा व्यापतेस आणि तू कशी उभी राहतेस ते एकदा स्वतःच बघ. सतत हातांशी काहीतरी चाळा करत राहतेस. मला तर तू उंदरासारखीच वाटतेस. उंदीर अगदीच लीन आणि सामान्य असतो. चालताना तू छातीवर काचोळीच्या खालच्या बाजूला, बरगड्यांचा मध्यबिंदू पुढे करत, दिमाखाने एकेक पाऊल टाकायला हवं. मान ताठ करून डोकं वर उचललं पहिजेस." अशा सूचना देत कुमारी फिव्हरशमनं तिचे खांदे खाली व सरळ ठेवण्यासाठी पाठ व हातांमधून एक काठी सरकवली.

मागच्या एक महिन्यापासून कुमारी फिव्हरशमनं चंदिनीच्या इंग्रजी भाषेवर लक्ष केंद्रित केलं होतं. कानपूरच्या झोपडपट्टीतील शाळेमध्ये तिनं जी काही इंग्रजी बोलण्याची कौशल्यं आत्मसात केली होती त्यावर तिचे आईवडिल खूश झाले

असले तरी इंग्लंडमध्ये बोलताना, त्यांचा काहीच उपयोग होणार नव्हता. कुमारी फिव्हरशमच्या शिकवणीमुळे चंदिनीला इंग्लडमध्ये रोज बोलल्या जाणाऱ्या इंग्रजी भाषेत आत्मविश्वासानं व परिणामकारकपणे संवाद साधणं, सोपं जाणार होतं. तिथल्या व्यापक अभ्यासक्रमामुळे तिच्या इंग्रजी लिहिण्या, बोलण्या, वाचण्या व ऐकण्याच्या क्षमतेत खूपच सुधारणा होणार होती.

पण केवळ इंग्रजी भाषा अवगत होणं, अपुरं होतं. चंदिनीला काटे व सुऱ्या कशा वापरतात, हेही शिकवणं आवश्यक होतं. टेबलावर जर बरेच काटे, चमचे इत्यादि वस्तू असतील तर प्रथम थाळीच्या सर्वांत बाहेरील बाजूचे काटे, चमचे किंवा सुरी वापरावे, एखाद्या उपाहारगृहात गेल्यावर खाण्याचे पदार्थ कसे मागवावेत?– आज कोणतं सूप बनवलंय, मला सांगू शकाल का?; एखाद्या मेजवानीचं आमंत्रण असेल तर तुम्ही तिथे कसे जाल?– यमजानांना भेट देण्यासाठी तुम्ही एखादी मद्याची बाटली किंवा फुलं किंवा चॉकलेट्स घेऊन जायला हवं. उपाहारगृहात गेल्यावर खाण्याचे पैसे कसे द्यावे?– जर बिलागध्ये रोवाशुल्काचा अंतर्भात केला नसेल तर बक्षिसी म्हणून दहा टक्के अधिक रक्कम देण्याची पद्धत असते. चहा कसा प्यावा – किटलीतून चहा दिला असेल तर आधी कपावर गाळणं ठेवून, चहा गाळून घ्यावा, केक खाण्याची योग्य पद्धत कोणती?– प्रथम सुरीने केकचे दोन भाग करायचे, प्रत्येक भागाला जाम लावायचा, आधी लोणी लावण्याची गरज नसते, मग वरच्या भागावर मलई परारावी, केकचे दोन्ही भाग सँडविचसारखे एकत्र न खाता, प्रत्येक भाग वेगवेगळा खायला हवा.

"जेव्हा तू बोलायला सुरुवात करशील तेव्हा हातांच्या हालचाली हळुवार व मोहक व्हायला हव्या. खाली बसताना आधी खुर्चीसमोर काटकोनात उभी रहा, मग शरीराचा वरचा भाग वळवून खाली वाक आणि एक पाय दुसऱ्या पायामागे दुमडून हळुवार खाली बस. बसताना कसलाही आवाज होता नये," कुमारी फिव्हरशमनं मुलीला समजावून सांगितलं.

"दुसऱ्याला स्पर्श करताना, इंग्लिश माणसं अतिशय सावधपणे वागतात. हस्तांदोलन करताना इंग्रज लोक आपला हात, दुसऱ्याच्या हातात जास्त रेंगाळू देत नाहीत. 'कसे आहात?' एवढा एकच प्रश्न विचारून, हस्तांदोलन संपतं. त्याशिवाय एकही अवांतर शब्द बोलला जात नाही. एकमेकांना ओळखणाऱ्या स्त्रिया परस्परांच्या एका किंवा दोन्ही गालांचं चुंबन घेतात. काही वेळा स्त्रिया 'उडतं चुंबन' देतात, म्हणजे त्या ज्याला उडतं चुंबन देतात, त्याला चुंबन देण्याचा हावभाव करतात व त्याच्या कानाजवळ त्या प्रकारचा आवाज काढतात. पुरुषही अभिवादन करताना स्त्रियांचं चुंबन घेऊ शकतात, पण ते त्यांच्या दोन्ही गालांवर नव्हे तर फक्त एकाच गालावर ओठ टेकवतात." कुमारी फिव्हरशमच्या

या बोलण्यानं चंदिनी पार चक्रावून गेली. इंग्रज फारच विचित्र असतात.

* * *

ऑक्सफर्डशायर हे इंग्लंडमधील एक अत्यंत नयनरम्य शहर होतं. आठशे वर्षांपूर्वी स्थापन झालेल्या विद्यापीठाच्या भव्यतेनं व त्याभोवती असलेल्या ऐतिहासिक वलयानं चंदिनी थक्क झाली होती. बोल्डेनियन ग्रंथालय, रॅडक्लिफ कॅमेरा, शेल्डोनियन नाट्यगृह आणि ॲशमोलिअन वस्तुसंग्रहालयाच्या भव्यदिव्य इमारती एकाच परिसरात एकत्र आल्यामुळे तिथे जणू इतिहास, संस्कृती, मुक्त विचार व बौद्धिक स्वातंत्र्याचा मिलाफ होऊन सारं वातावरण भारून गेलं होतं. तिथे येणाऱ्या सर्व नवोदित विद्यार्थ्यांप्रमाणे ती प्रथम कार्फाक्स टॉवरच्या वरच्या टोकावर चढून गेली आणि मग धापा टाकत मुख्य रस्त्यावरील विद्यापीठ चर्चच्या उंच पायऱ्या भराभर चढत वर आली. दोन्ही ठिकाणांहून तिनं त्या विस्मयकारक शहराचं विलोभनीय दर्शन डोळे भरून घेतलं.

ऑक्सफर्ड विद्यापीठाच्या परिसरात अनेक महाविद्यालयं होती. त्यामध्ये ख्राइस्ट चर्च महाविद्यालय हे सर्वांत मोठं व उत्कृष्ट दर्जाचं होतं. शिवाय त्या महाविद्यालयाचं चर्च हे ऑक्सफर्ड विद्यापीठाचं मुख्य चर्च म्हणून गणलं गेलं होतं. ऑक्सफर्डच्या पूर्वेला असलेला मुख्य रस्ता हा युरोपमधील सर्वांत सुंदर रस्ता समजला जाई. त्या रस्त्याजवळच हेडिंग्टन हिल व साऊथ पार्क ही दोन रम्य उद्यानं होती. ऑक्सफर्डमधील इमारतीच फक्त आकर्षक नव्हत्या, तर या एकाच शहरावर निसर्गानं आपली विपुलता व वैभव मुक्तहस्तानं उधळलं होतं. दूरदूरपर्यंत पसरलेली डोलणारी कुरणं, शेतात चरणारी जनावरं आणि थेम्स नदीचं चमचमणारं पात्र यामुळे पृथ्वीवर जणू नंदनवन अवतरलं होतं.

कुमारी फिव्हरशमच्या व्यक्तिमत्व विकास केंद्रातील प्रशिक्षणामुळे चंदिनीचा आत्मविश्वास वाढला असला तरी अखेर ती कानपूरच्या एका गलिच्छ वस्तीत राहिलेली लाजाळू आणि अबोल मुलगी होती. अचानक ऑक्सफर्डसारख्या एवढ्या मोठ्या शहरात आल्यावर कधीच न अनुभवलेल्या तिथल्या वातावरणामुळे ती एकदम दडपून गेली आणि अजून काही काळ तरी त्या दडपणातून बाहेर पडणं, तिला अवघड जाणार होतं. ऑक्सफर्डमध्ये आपल्याला भेटणारा प्रत्येक जण हा आपल्यापेक्षा आर्थिक, बौद्धिक व सामाजिक पातळीवर खूप वरच्या दर्जाचा असणार या कल्पनेनं ती पॅडिंग्टनहून सेंट हिल्डाला – मुलींच्या महाविद्यालयात – येतानाच्या प्रवासात खूपच घाबरून गेली होती. पण आल्याआल्याच तिनं सेंट हिल्डाच्या विद्यार्थिनी कक्षातील कौटुंबिक जिव्हाळ्याचं वातावरण अनुभवलं व त्याच क्षणी तिच्या मनावरचा सारा ताण निघून गेला. सेंट हिल्डाच्या मैदानात असलेल्या

वुल्फसन या इमारतीत तिला एक खोली देण्यात आली. हातातील सुटकेस ओढत ती आपल्या खोलीपाशी पोहोचत असताना, एक उंच, सडपातळ व सोनेरी केसांची मुलगी तिला खोलीत सामान ठेवायला मदत करण्यासाठी मागून धावत आली. ''हॅलो, माझं नाव जोसोफिन रिचर्डसन. मी कला शाखेची विद्यार्थिनी आहे. मला समजलंय की माझ्या शेजारची खोली एका भारतीय मुलीला दिलीय. तू तीच ना?''

''तुला भेटून फारच आनंद झाला आणि मला सामान ठेवण्यासाठी मदत केल्याबद्दल धन्यवाद,'' कुमारी फिव्हरशमच्या कठोर तालमीत तयार झाल्यामुळे अनोळखी व्यक्तीशी बोलण्याइतकं धैर्य तिच्यापाशी होतं.

''ठीक आहे ग. तू इथे जरा स्थिरस्थावर झालीस की आपण बटरीला जायचं का?''

''काय म्हणालीस बट्... म्हणजे?''

''सेंट हिल्डाच्या विद्यार्थिनींचं खूप आवडतं ठिकाण. तिथे टोरट सँडविच, वेफर्स, हॉट चॉकलेट, चहा असं सगळं काही मिळतं. इथल्या सगळ्या मुलींचा तो खास अड्डा आहे. ओहो! पाहिलीस तुझी खोली. या इमारतीतल्या सगळ्या खोल्या एकाच पद्धतीच्या आहेत. प्रत्येक खोलीत एक पलंग, ब्लँकेट, एक टेबल, दोन खुर्च्या, कपड्यांसाठी एक कपाट आणि बाकीचं सामान ठेवण्यासाठी अनेक खणांचं आणखी एक कपाट. तुला चादरी आणि उशीचे अभ्रे विकत घ्यावे लागतील. जवळच एक चांगलं दुकान आहे. तिथे अशा बऱ्याच गोष्टी मिळतात. तुला हवं असेल, तर मी तुला तिथे घेऊन जाईन.'' जोसेफिनच्या इतक्या निर्मळ, प्रेमळ बोलण्यानं चंदिनीच्या मनातील भीती, उदासीनता पार पळून गेली.

जगातील सर्वांत प्रसिद्ध असलेल्या वादविवाद सभेची स्थापना १८२३मध्ये झाली. ऑक्सफर्ड युनियन हे तिचं नाव. ऑक्सफर्ड युनियन हे तीव्र मतभेद व दूरगामी परिणाम करणाऱ्या विषयावरील वादविवादाचं केंद्र म्हणून अजोड होतं. १९३३मध्ये तिथे मांडलेला 'हे सदन कोणत्याही परिस्थितीत राजा व देशासाठी लढा देणार नाही' हा ठराव २७५ विरुद्ध १५३ मतांनी मंजूर झाला, पण प्रसारमाध्यमांनी ती बातमी जाहीर करताच त्याविरुद्ध देशभर संतापाची लाट उसळली. विन्स्टन चर्चिल यांनी तर देशासाठी लज्जास्पद असलेल्या त्या ठरावाची 'स्वाभिमानशून्य, हिडीस व बेशरम वृत्तीची खुली कबुली' या शब्दात निर्भर्त्सना केली. हिटलरनं युरोपवर आक्रमण करण्याचा जो निर्णय घेतला, त्यासाठी हा ठराव कारणीभूत ठरला, असं अनेकांनी त्यानंतर मत व्यक्त केलं. ऑक्सफर्ड युनियनच्या सदस्यांनी चर्चिल किंवा प्रसारमाध्यमांच्या मतांची मुळीच पर्वा केली नाही. नि:संकोचपणे आपले मतभेद व्यक्त करणं व स्पष्टपणे आपल्या मतांचं प्रतिपादन करणं, हे तर

युनियनचं मूळ तत्त्व होतं.

चंदिनी आल्यानंतर काहीच दिवसांनी ऑक्सफर्ड युनियननं नवीन आलेल्या सदस्यांसाठी स्वागत समारंभ आयोजित केला व जोसेफिन आणि ती, त्या कार्यक्रमाला उत्साहाने आल्या होत्या. आपली ओळख करून देताना चंदिनीनं खुल्या चर्चेद्वारे मुक्त समाजाची मूल्यं अबाधित ठेवल्याबद्दल युनियनच्या अध्यक्षाचं अभिनंदन व कौतुक केलं. अध्यक्षाने हसत तिच्याशी हस्तांदोलन केलं व तो म्हणाला, "मुक्त समाजामध्ये तुम्ही अप्रिय मत व्यक्त केली तरी तुमची सुरक्षितता धोक्यात येत नाही, पण एक लक्षात ठेव की तुला जसं भाषण स्वातंत्र्य मिळालंय तसं इतरांना तुझं भाषण न ऐकण्याचंही स्वातंत्र्य दिलं आहे!"

आपण आता ह्या क्षेत्रात प्रावीण्य मिळवायचं, असा निर्णय चंदिनीनं त्याच क्षणी घेतला. त्यानंतर तिनं आपल्या नवोदित मित्रमैत्रिणींसोबत राजकीय चर्चासत्राच्या त्या चित्तवेधक जगतामधील प्रवास सुरू केला.

* * *

सभापतीनं गुरुवारच्या चर्चासत्राचा प्रारंभ करताना चर्चेचा विषय व मतदान पद्धतीची थोडक्यात माहिती करून दिली. तो म्हणाला, "स्त्रीपुरुष हो, आजच्या वादविवाद सत्राचं अध्यक्षपद स्वीकारताना मला खरोखरच आनंद होतोय कारण आज जो विषय आपण निवडलाय तो अनेक वर्षं चर्चेत आहे आणि जगभर त्यावर उलटसुलट मतं मांडली गेली आहेत. आजचा प्रस्ताव आहे, स्त्रियांना समान वेतनाची कायदेशीर हमी मिळायला हवी, याला या सदनाची मान्यता आहे का? वादविवाद सत्र सुरू करण्यासाठी त्यानं पहिला वक्ता जॉफरी हेमिंगफोर्डला व्यासपीठावर पाचारण केलं.

पहिल्या वक्त्यानं चर्चेत सामील झालेल्या इतर वक्त्यांची ओळख करून द्यायची पद्धत असल्यामुळे जॉफरी सुरुवातीलाच म्हणाला, "माननीय अध्यक्ष महोदय, चर्चेचा पहिला वक्ता या नात्याने इतर पाहुण्यांची ओळख करून देणं, हा मी माझा सन्मान समजतो. विरोधी बाजूनं प्रथम बोलणार आहे – चंदिनी गुप्ता. ऑक्सफर्डची चंदिनी ही कदाचित भारताच्या पंतप्रधानपदासाठीची भावी उमेदवार असू शकेल. गेल्या काही वर्षांत सर्व वादविवाद स्पर्धांमध्ये सातत्याने अपराजित राहण्याचा विक्रम तिनं नोंदवला आहे. यातील महत्त्वाची बाब म्हणजे एखाद्या विषयाची बाजू तिला स्वत:ला पटत नसली तरी चंदिनी ती ठामपणे इतरांना पटवून देऊ शकते. मला वाटतं, कोणत्याही राजकीय व्यक्तीच्या अंगी हे वैशिष्ट्य असावं लागतं. आणि म्हणूनच मी हे बोलण्याचं धाडस करतो की आजच्या विषयाच्या ज्या बाजूनं ती बोलणार आहे, त्याच्या अगदी विरुद्ध तिची खरी मतं

असू शकतील. तिचा प्रतिवाद करणं, हे माझ्यासाठी नक्कीच आनंददायक आहे. त्यानंतर ठरावाच्या बाजूनं बोलणारी, एलिझाबेथ लिटन ही माझ्याच विचारांना समर्थन देणार आहे. लिटन, ट्रायन आणि यारबरा कंपनीतील तिची नोकरी आधीच पक्की झालेली आहे आणि ती त्यासाठी नक्कीच लायक उमेदवार आहे. ऑक्सफर्डमधील हुशार व तल्लख मुलगी अशी ओळख असणारी एलिझाबेथ ठरावाला पाठिंबा देणारं वक्तव्य करेल. विरोधी गटाचा दुसरा वक्ता आहे, व्हिक्टर वॉलसिंघम. गेले बारा महिने तो स्वेच्छेने रजा घेऊन अमेरिकेत प्रवास करत होता. आपल्या तेथील भावंडांच्याबाबतीतील त्याच्या मर्मदृष्टीला जाणवलेली नवी-ताजी निरीक्षणं तो आपल्या भाषणात नोंदवेल. सभापती महाशय, हे सर्वजण आजच्या सत्राचे सहभागी आहेत आणि आपण त्यांचं स्वागत करू या.'' जमलेल्या अंदाजे पाचशे प्रेक्षकांनी टाळ्या वाजवत सर्वांना अभिवादन केलं.

''अध्यक्ष महाशय,'' जॉफरीनं बोलायला सुरुवात केली, ''१९१८च्या लोक प्रतिनिधित्व अधिनियमाने, ग्रेट ब्रिटनमधील महिलांना मतदानाचा हक्क मंजूर केला. परंतु गंमत म्हणजे तीस वर्षांवरील आणि ज्यांची स्वत:च्या मालकीची घरं आहेत अशाच स्त्रिया मतदान पत्रिकेवर शिक्का मारण्यासाठी पुरेशा बुद्धिवान समजल्या गेल्या. दहा वर्षांनंतर कायद्यात दुरुस्ती केली गेली व एकवीस वर्षांवरील सर्व महिलांना मतदानाचा हक्क मिळाला. आपण अशा चुकांची दुरुस्ती आपोआप किंवा नैसर्गिक पद्धतीनं होईल, ह्याची फक्त शांतपणे वाट पाहत राहायचं का?''

जॉफरीनं क्षणभर थांबून समोर पाहिलं. प्रेक्षागृहातील बहुतेक स्त्रिया, त्याच्या बोलण्याला होकार दर्शवत मान डोलावत होत्या. त्यानं पुन्हा बोलायला सुरुवात केली. ''युद्धाच्या समाप्तीनंतरच्या काळात स्त्रियांना खूप वेगवेगळे अनुभव आले. विमान किंवा शस्त्रास्त्र बनवण्याच्या कारखान्यात धातूकाम किंवा लोहकाम करणाऱ्या महिलांना युद्धकाळात करत असलेलं पुरुषी काम व मिळणारं पुरुषाचं वेतन अचानक गमवावं लागलं. कारखान्यात काम करणारी एखादी रोझी, पुन्हा मद्यालयात सेविकेचं काम करू लागली. पुरुषांना मिळणाऱ्या पगाराच्या पंचाहत्तर टक्के पगार म्हणजे समान वेतन असं गृहीत धरलं जाऊ लागलं. तेव्हापासून हा जो भेदभाव सुरू झालाय तो आजतागायत आमच्या पिढीपर्यंत चालत आलाय. आपण हा अन्याय यापुढेही असाच चालू द्यायचा का?'' त्यानं विचारलं.

''अध्यक्ष महाशय, काही जण म्हणतात की ह्या बाबतीत संसदेने हस्तक्षेप करण्याची गरज होती आणि एव्हाना तो ठराव बहुमताने मंजूर व्हायला हवा होता. पण तसं घडलेलं नाही. म्हणजे ह्या ठरावाच्या बाजूनं बहुमत नाही, असा युक्तिवाद केला जातो. त्यावर माझं म्हणणं असं की काही वेळा सर्व मूर्खांनी एकत्र, एका बाजूला येणं, हाही बहुमताचा अर्थ होऊ शकतो. दुर्दैवाने आज तीच परिस्थिती

आहे.'' स्त्रियांनी टाळ्यांचा कडकडाट केला व तो स्वीकारत जॉफरी विजयी मुद्रेनं खाली बसला.

चंदिनी उठली व तिनं शांतपणे सभोवताली एक नजर फिरवली. समोरच्या श्रोत्यांमध्ये पुरुषांची संख्या निम्म्याहून अधिक होती. त्यांना आपल्या बाजूला वळवलं पाहिजे, हे तिच्या लक्षात आलं. प्रास्ताविक करताना तिनं सुरुवातीलाच जॉफरी हेमिंग्टनचं कौतुक केलं. जॉफरी हा विद्यार्थ्यांमध्ये खूप लोकप्रिय होता. गेल्या वर्षी बोटीच्या शर्यतीत जेव्हा ऑक्सफर्डनं केंब्रिजवर विजय मिळवला होता, तेव्हा त्यात जॉफरीनं महत्त्वाची भूमिका बजावली होती. स्पर्धेच्या दिवशी जॉफरीचा संघ जिंकत असताना थेम्सच्या काठावर पटनीपासून मॉर्टलेकपर्यंत अंदाजे अडीच लाख लोकांनी गर्दी केली होती. चंदिनीला जमलेल्या श्रोत्यांमधून जास्तीत जास्त मतं मिळवायची होती. केवळ युक्तिवादात जिंकून मतदानात हरायचं नव्हतं.

''अध्यक्ष महोदय, विरोधी पक्षातील प्रथम वक्ती या नात्याने मला ठरावाच्या बाजूनं आधी बोललेल्या जॉफरी हेमिंग्टनची ओळख करून देताना मनापासून आनंद होतोय. खरं म्हणजे जॉफरीची ओळख करून देण्याची आवश्यकताही नाही. तुम्हा सर्वांना उत्तरेच्या फेनलंड, पॉलिटेक्निकच्या आपल्या मित्रांच्याबाबतीत घडलेली जुनी गोष्ट ठाऊकच आहे.'' ती म्हणाली. ऑक्सफर्डचे विद्यार्थी नेहमी तिरस्कारानं केंब्रिजच्या मुलांचा फेनलंड पॉलिटेक्निकची मुलं, असा उल्लेख करत. ''तर त्यांनी आपल्याविरुद्ध नौकायन स्पर्धेत त्यांचा संघ खेळवण्याचा निर्णय घेतला. दररोज अनेक तास सराव करूनही त्यांना एकदाही ऑक्सफर्डला हरवता आलं नाही.

अखेर त्यांनी जॉफरीच्या नेतृत्वाखाली खेळणाऱ्या संघावर पाळत ठेवण्यासाठी एक हेर पाठवला. तो रोज झुडपात लपून बसायचा आणि जॉफरीच्या संघाच्या सरावाचं निरीक्षण करायचा. दोन आठवड्यांनी तो केंब्रिजला परतला आणि आपल्या प्रतिस्पर्धी संघाचं गुपित समजलंय असं सर्वांना सांगू लागला. ''काय म्हणतोस? सांग तरी.'' त्याचे मित्र म्हणाले. ''सांगू? आपल्यातल्या फक्त एकाने जोरजोरात ओरडत राहायचं आणि बाकीच्या आठ जणांनी नौका चालवत राहायची!'' हेर म्हणाला. चंदिनीनं जॉफरीचं केलेलं दिलखुलास कौतुक ऐकून सर्वांनी टाळ्यांचा गजर केला. प्रेक्षागृहातील बहुतेक पुरुषांची आपण मनं जिंकली आहेत, हे तिनं ताडलं व ती पुढे बोलू लागली.

''अध्यक्ष महाराज, असं म्हणतात की ब्रह्मचारी पुरुषापेक्षा विवाहित पुरुष खूप जास्त जगतो. नोकरी करणाऱ्या स्त्रियांच्या बाबतीत हा युक्तिवाद आपोआपच लागू होतो. कार्यालयातील स्त्रियांच्या केवळ उपस्थितीनेही तिथल्या पुरुष सहकाऱ्यांची वयोमर्यादा वाढते. पण मला असंही समजलंय की जरी अविवाहित पुरुषांपेक्षा

लग्न झालेले पुरुष जास्त जगत असले तरी त्यांच्यापैकी बऱ्याच जणांची मरायची तयारी असते.''

प्रेक्षकांमध्ये एकच हशा पिकला. ''आणि म्हणून जर एखाद्याने तुमची बायको पळवली तर सूड म्हणून तुम्ही तिला त्याच्यापाशीच राहू द्यायला हवं.'' ती म्हणाली. प्रेक्षागृहात आणखीनच मोठा हशा उसळला. सभागृहात पुरुषांची संख्या जास्त होती व ते सर्व आता आपल्या मुठीत आले आहेत, हे तिनं ओळखलं.

''मी भारतीय स्त्रीच्या अनुभवातून तुम्हांला सांगते की स्त्रीचं मूल्यमापन हे तिची कोणाबरोबर तुलना होते – आणि ती सहसा पुरुषाशीच होते – ह्यावर अवलंबून असतं. केवळ कायदे बदलून महिलांचे पगार वाढवले तरी ती व्यापक समानता साधली जाणार नाही. त्यासाठी ह्या तुलनेतील मूळ आधारतत्त्वच बदलायला हवं. काही प्रकारची कामं, पुरुष अधिक सक्षमतेने करू शकतात. अशा ठिकाणी पुरुषांना जास्त पगार द्यायला हवा. आणि याउलट काही कामं पुरुषांपेक्षा स्त्रिया अधिक कौशल्याने करू शकतात. तिथे स्त्रियांना अधिक वेतन मिळालं पाहिजे. पण पुरुषाला किंवा स्त्रीला कामाचा किती मोबदला द्यायचा, हे ठरवणार कोण? मंत्रालयात बसून फक्त इकडची कागदपत्रं तिकडे हलवणारे सरकारी अधिकारी? ते म्हणजे माझ्या माननीय प्रतिस्पर्ध्याला कुणीतरी तू नौकानयनासाठी आठ ऐवजी दहा जण घेऊन स्पर्धेत उतर असं सांगण्यासारखं आहे!'' भाषण संपवून चंदिनी जागेवर बसत असताना टाळ्यांचा प्रचंड कडकडाट झाला. चंदिनी आपलं कौतुक करत होती की कुचेष्टा, हेच जॉफरीला कळलं नाही.

चंदिनी त्याच्याकडे पाहून सूचक हसली. त्या नयनबाणांनी जॉफरी घायाळ झाला.

* * *

''त्यांनी निवडणुका जाहीर केल्या आहेत,'' गंगासागर विजयी स्वरात म्हणाले.

''त्यांच्यापाशी दुसरा पर्याय तरी कुठे उरला होता? सत्ताधारी पक्ष अक्षरश: दुभंगला गेलाय. उत्तर प्रदेशचे गृहमंत्री आणि रज्जो भैयांमध्ये वाद निर्माण झाला आणि आपण जे आपल्या ताकदीवर मिळवू शकलो नसतो ते आपोआप साध्य झालं.''

''आपण जिंकणार, हे आता निश्चित आहे.'' अग्रवालजी समोरच्या थाळीतील केशरयुक्त मलई-मक्खनचा आस्वाद घेत म्हणाले.

''जीवनात एकच गोष्ट निश्चित असते आणि ती म्हणजे मृत्यू,'' गंगासागर अचानक आपल्या आवडत्या तत्त्वज्ञानांच्या भूमिकेत शिरले, ''आता मी या विद्यमान सरकारचा अंत घडवून आणणार आहे.''

"पण तू इक्रमला तुझ्या मार्गातून बाजूला सारणार होतास ना?" थाळीतील मलई मक्खन संपवून समाधानानं मागे टेकत अग्रवालजी म्हणाले.

"ज्याला पराभूत वा फसवता येऊ शकणार नाही, असा माणूसच या जगात असू शकत नाही." गंगासागर एक घोट घेत म्हणाले. दोघेही कानपूरच्या 'ठग्गू के लड्डू' या प्रसिद्ध मिठाईवाल्याच्या उपाहारगृहात बसले होते. गल्ल्यावर बसलेल्या मालकाच्या आजोबाचं नाव ठग्गू होतं. महात्मा गांधींनी साखरेवर बहिष्कार टाकायला सांगितलं होतं. त्यांचा आदेश धुडकावून ठग्गूने साखरेचा वापर करत मिठाईचं दुकान सुरू केलं. म्हणूनच त्याचं नाव ठग्गू पडलं. जो ठकवतो, तो ठग्गू. 'ऐसा कोई सगा नही, जिसको हमने ठगा नहीं.' हे त्या खाद्यपानगृहाचं ब्रीद वाक्य होतं. ती ओळ म्हणजे कानपूर व तिथे चालणाऱ्या तुर्रेबाज राजकारणाचं जणू प्रतीक होती. गंगासागर, हे त्याचंच एक उदाहरण होतं.

* * *

"त्यांनी निवडणुका जाहीर केल्या आहेत," चंदिनी विजयी स्वरात म्हणाली.

"त्यांच्यापाशी दुसरा पर्याय तरी कुठे उरला होता? एलिझाबेथ व व्हिक्टरमध्ये निर्माण झालेली दुही, दिवसेंदिवस वाढतच चालली होती. त्यामुळे अध्यक्षपदाच्या स्पर्धेत तडजोड होणं, अशक्य झालं होतं."

"हे बघ चंदिनी, मी तुझं तैलचित्र काढतेय. ते पूर्ण होईपर्यंत तू एका जागेवर स्तब्ध बसायला हवं." जोसेफिन त्रासून म्हणाली. तिच्या कलाशिक्षकाने तिच्यावर तैलचित्र काढण्याची जबाबदारी सोपवली होती. अखेर चित्र संपवून जोसेफिननं हातातील ब्रश खाली ठेवला. एका जागी कधीही स्थिर न बसणाऱ्या चंदिनीचं चित्र काढणं म्हणजे तिच्यासाठी मोठं आव्हानच होतं. "दोघेही उमेदवार ह्यात काहीतरी काळंबेरं असल्याचा आरोप करत होते ना? निवडणुकीत गैरवर्तन झाल्याच्या अफवांना उधाण आलं होतं." जोसेफिन म्हणाली.

चंदिनीनं मान डोलावली. "जोसेफिन, घडलेली गोष्ट मी तुला थोडक्यात सांगते, म्हणजे तुझ्या नीट लक्षात येईल. तेवीस वर्षांचा व्हिक्टर वॉलसिंगहम हा मर्टन महाविद्यालयातला समाजशास्त्राचा विद्यार्थी आहे. गेल्या नोव्हेंबरमध्ये ऑक्सफर्ड युनियनच्या उन्हाळी सत्रासाठी निवडणूक झाली आणि त्यात तो अधिकृतपणे विजयी झाला. त्यात त्यानं बॅलियल महाविद्यालयातील राजकारण व कायद्याची विद्यार्थिनी असलेल्या तेवीस वर्षीय एलिझाबेथ लिटनचा ९६१ विरुद्ध ६५६ अशा दणदणीत मतांनी पराभव केला." चंदिनी उत्साहात सांगत होती, "त्यानंतर व्हिक्टर युनियनचा खजिनदार बनला. आता पुन्हा जेव्हा त्यानं या वेळच्या निवडणुकीसाठी अर्ज भरला, तेव्हा त्यानं निवडणुकीच्या आधल्या दिवशी एका

राखीव खोलीत पस्तीस मुलांची बैठक घेतली आणि त्याचं हे कृत्य युनियननं आखून दिलेल्या निवडणूक नियमावलीच्या विरुद्ध असल्याची तक्रार एलिझाबेथनं नोंदवली. त्यावर विद्यापीठाच्या न्यायासनानं त्याला निवडणूक लढवायला बंदी घातली.

"मग शेवटी कोण जिंकलं?" ब्रश धुवत जोसेफिननं विचारलं.

"कोणीच नाही. कारण ग्रंथपाल असलेल्या एलिझाबेथनं तिचं प्रतिनिधित्व करायला, आपल्या वडिलांच्या लिटन, ट्रायन व यारबरा या कंपनीतील, एका वकिलाला सांगितलं, जे युनियनच्या प्रथेविरुद्ध असल्याची तक्रार व्हिक्टरच्या गटानं केली. एलिझाबेथला वाटत होतं की तिला आपोआपच अध्यक्षपद मिळेल, पण युनियनने निवडणुका घोषित केल्या." चंदिनी म्हणाली.

"मग तू का निवडणूक लढवत नाहीस?" जोसेफिननं विचारलं.

'मी नाही तसं करू शकत. एलिझाबेथ आणि व्हिक्टर दोघेही माझे मित्र आहेत." चंदिनी म्हणाली.

"राजकारणात मित्र असले की हाच प्रश्न येतो," जोसेफिन म्हणाली.

"म्हणजे?"

"मित्र येतात आणि जातात. शत्रू मात्र वाढत राहतात."

* * *

"मी ती गोष्ट शोधून काढली आहे." गंगासागरनी सांगितलं.

"कोणती?" अग्रवालजींनी विचारलं.

"लोकप्रतिनिधी कायदा, कलम आठ पोट-कलम तीन."

"काय?' अग्रवालजींनी पुन्हा गोंधळून विचारलं.

"एखादी व्यक्ती जर फौजदारी गुन्ह्याखाली दोषी ठरली असेल तर गुन्हा शाबित झालेल्या तारखेपासून पुढील सहा वर्षं तो अपात्र ठरतो."

"पण इक्रम अजून कुठल्याही गुन्ह्यात दोषी ठरलेला नाही. तुझ्यासह सर्वांना ठाऊक आहे की तो एका टोळीचा दादा आहे आणि आपण कोणत्याही गुन्ह्यात अडकणार नाही याची त्यानं नीट व्यवस्था केली आहे. पोलीस मुख्य आयुक्त त्याचा जानी दोस्त आहे आणि त्यामुळे त्याला अभयदान मिळालंय."

"पण जर उत्तर प्रदेशच्या गृहमंत्र्यांच्या ही गोष्ट लक्षात आणून दिली की त्यांच्यात आणि रज्जो भैय्यात फूट पाडण्याचं कारस्थान, पोलिस आयुक्तानं रचलं होतं, तर?" गंगासागरनी खट्याळपणे विचारलं.

"हे जरा अतीच होतंय. शिवाय अशा परिस्थितीत अभानसलाही काहीच फायदा होणार नाही, गंगा. पक्षाला आपला मुख्य उमेदवार इक्रम गमवावा लागेल,"

अग्रवालजी म्हणाले.

"अगदी बरोबर बोललात, म्हणून इक्रमला हे समजायला हवं की कायद्यानं जिला निवडणूक लढवण्यापासून अटकाव केलेला नाही, अशा त्याच्या एखाद्या वारसदार व्यक्तीच्या माध्यमातून त्यानं सत्तेचा वापर केला पाहिजे."

"कोणती व्यक्ती?"

"स्वत:च्या मुलीशिवाय दुसरी कोण?" गंगासागर खोडकरपणे म्हणाले. अग्रवालजींना हसू आवरेना.

"आदिशक्ती नमो नम:, सर्व शक्ती नमो नम:, प्रथम भगवती नमो नम:, कुंडलिनी माताशक्ती, माता शक्ती नमो नम:," गंगासागर म्हणाले.

* * *

"त्यानं निवडणूक न लढवायचं ठरवलं," चंदिनीच्या चेहऱ्यावरून आनंद ओसंडत होता. ती जोसेफिनला म्हणाली, "त्याऐवजी त्यानं आपलं वजन माझ्यासाठी खर्ची घालायचं ठरवलंय."

"अरे वा... पण का?" जोसेफिनलाही आनंद झाला होता.

"त्याला वाटतंय की मी तिसऱ्या जगातील देशातून आलेली एक दुबळी, घाबरट मुलगी आहे आणि मला त्याच्या हुकुमाखाली ठेवून तो माझ्यामार्फत युनियनचा कारभार चालवू शकेल."

"बिच्चारा व्हिक्टर. मला वाटतं त्यानं आधी जॉफरीशी तरी बोलावं," गालातल्या गालात हसत जोसेफिन म्हणाली.

* * *

सी.एस.लेक्सि व जे.आर.आरटोल्किनसारखे महान लेखक जिथे साहित्य, प्रेम व जीवनावर चर्चा करण्यासाठी भेटत, त्या ऑक्सफर्डमधील इगल अँड चाइल्ड या प्रसिद्ध मद्यालयात ते दोघेही बसले होते. तिथल्याच भिंतीवरील एका लाकडी फळ्यावर दोन्ही थोर लेखकांची स्वाक्षरी केलेली छायाचित्रं लावली होती. चित्रामध्ये मद्याचे पेले उंचावत दोघेही मद्यालयाच्या मालकाला शुभेच्छा देत होते.

वादविवाद सत्राच्या अखेरीस तिनं केलेल्या सूचक हास्यानंतर त्यांचं प्रेम दिवसागणिक बहरत गेलं. फारशी ओळख नसलेल्या मुलाबरोबर बाहेर जायला भारतीय मुलगी तयार होऊ शकेल का, याची खात्री नसल्यामुळे जॉफरीनं पहिल्या वेळेस चंदिनीला चाचरतच आमंत्रण दिलं होतं. तो आपल्याला विचारेल अशी तिनं आधीच अपेक्षा केली होती. त्यामुळे तिनं चटकन होकार दिला.

अनेक तास अखंड गप्पा मारल्यावर व दरम्यानच्या काळात काही वाइनच्या बाटल्या संपवल्यावर दोघेही एकदम शांत होऊन गेले. चंदिनीच्या मनात विचार

आला की प्रेमाच्या पहिल्या भेटीत आपल्याला हवी तीच ही मुलगी असेल का याबद्दल मुलगा साशंक असतो पण मुलीला मात्र तिच्या निवडीची पक्की खात्री असते.

* * *

तिथून ते तडक जॉफरीच्या खोलीवर आले आणि दुसऱ्याच क्षणी एकमेकांच्या मिठीत विरघळून गेले. जणू त्या क्षणासाठीच ते जन्माला आले होते. त्यानं तिचं चुंबन घेतलं आणि चंदिनीनं दुप्पट आवेगानं त्याच्या ओठांवर ओठ भिडवले. त्याला आपल्या आत सामावून घ्यायला ती आतूर झाली होती आणि तिला स्वत:ला त्याच्याशी एकरूप व्हायचं होतं.

दुसऱ्या दिवशी सकाळी तिला जाग आली, तेव्हा जॉफरी स्वयंपाकघरात चहा आणि ऑम्लेट बनवत होता. त्यांनी बिछान्यातच न्याहारी केली. काही चुका इतक्या गोड असतात की त्या फक्त एकदाच करून समाधान होत नाही, यावर दोघांचही एकमत झालं.

* * *

ती रविवारची सकाळ होती. होलीवेल संगीत सभागृहात चंदिनी व जॉफरी बसले होते. युरोपमधील ते सर्वांत जुनं सभागृह होतं आणि केवळ संगीत कार्यक्रम सादर करण्याच्या उद्देशानंच ते बांधलं होतं. १७४८ साली उद्‌घाटन झालेल्या त्या सभागृहात हायडन व हेंडलसारख्या नावाजलेल्या संगीतकारांनी आपली कला सादर केली होती. रविवारी सकाळी ऑक्सफर्डतर्फे होणाऱ्या कॉफी मैफली नेहमी होलीवेलमध्ये आयोजित केल्या जात. अतिशय आकर्षक नेपथ्य रचना केलेल्या त्या हॉलमध्ये गायन-वादन करण्यासाठी जगातील नामवंत कलाकार येत असत.

बॉलीवूडमधील गाणी ऐकत, चंदिनीला संगीतामध्ये रुची निर्माण झाली होती. जॉफरीला आवडणारं बाथ, बिथोवन आणि मोझार्टचं संगीत तिला सुरुवातीला नीरस व बेचव वाटलं होतं, परंतु लवकरच ती ऑर्गन आणि व्हायोलिन ह्या वाद्यांतून उमटणाऱ्या विशुद्ध स्वरांच्या प्रेमात पडली.

मंचावरील व्हायोलिनवादक विवाल्डीची ए मायनरमधील रचना वाजवत होता. त्याच्या साथीला तंतुवाद्य वादकांचा चमू आणि एक ऑर्गन वादकही होता. जॉफरीनं तिच्या हाताला हलकासा स्पर्श केला. काही वेळाने त्या वादकानं आपल्या व्हायोलिनमधून ब्रचच्या स्कॉटिश फँटसीचे सूर छेडायला सुरुवात केली. जॉफरीनं आता तिचा हात आपल्या हातात घट्ट धरला होता. मैफलीत जेव्हा बिथोव्हनच्या डी मेजरमधील समूह वादन सुरू झालं, तेव्हा त्याचा हात तिच्या मांडीवर स्थिरावला होता. त्यानंतर बाथच्या डी मायनरमधील पार्टीतातील धून ऐकण्यासाठी मात्र ते

थांबले नाहीत.

* * *

गंजलेल्या पंख्याच्या पात्यांनी कुरकुरत एक वर्तुळ पूर्ण केलं, पण त्यातून कणभरही हवा सुटली नाही. त्याच पंख्याखाली बसलेला माणूस मात्र ती मोठ्या प्रमाणात सोडत होता. मळलेल्या खराब प्लॅस्टिकच्या खूर्चीवर तो बसला होता. समोरचं डुगडुगणारं टेबल, पिवळ्या तेलकट प्लॅस्टिकच्या तुकड्यानं आच्छादलं होतं. भेटायला येणाऱ्या लोकांसाठी टेबलापलीकडे आणखी दोन प्लॅस्टिकच्या मळक्या खुर्च्या ठेवल्या होत्या.

उपनिरीक्षक ब्रिजलाल हा त्या पोलिस चौकीला आपली खासगी मालमत्ता समजे. त्याच्या भव्य दरबारात डावीकडे पुरुष कैद्यांची कोठडी होती. तिथून येणारी दुर्गंधी चौकीभर पसरलेली असायची. उजवीकडील स्त्रियांची कोठडी मात्र अंधारी व एकाकी दिसत असे. त्याच्या कार्यालयाच्या मधोमध ठेवलेल्या स्टीलच्या कपाटात वेगवेगळ्या खटल्यांच्या शेकडो फायली खच्चून भरल्या होत्या व त्यातील बऱ्याचशा उंदरांनी कुरतडल्या होत्या. टेबलावर असलेला जुन्या काळातला फोन बरेच दिवस नादुरुस्त अवस्थेत पडून होता. फोनच्या बाजूला व्हिस्कीची बाटली होती. ब्रिजलालनं ग्लास तोंडाला लावत एक मोठा घोट घेतला व अचानक समोर उभा ठाकलेला प्रश्न कसा सोडवायचा यावर तो विचार करू लागला.

उत्तर प्रदेश गृहमंत्रालयातून पोलीस महासंचालकांना सूचना देण्यात आल्या होत्या. त्यांनी त्या सूचना पोलीस उपमहानिरीक्षकांकडे व तिथून त्या वरिष्ठ पोलीस अधीक्षकांपर्यंत पोहोचल्या होत्या. त्यानंतर ती साखळी अतिरिक्त पोलिस अधीक्षकांकडून पुढे सरकत उपअधिक्षकांकडे आली. उपअधिक्षकांनी मंडळ अधिकाऱ्यांना त्या सूचना दिल्या. त्यांनी त्या वरिष्ठ निरीक्षकांकडे व अखेर वरिष्ठ निरीक्षकांनी तो आदेश पाळण्याच्या सूचना ब्रिजलालला दिल्या. आता ब्रिजलालला, त्याच्या ताब्यात असलेल्या कैद्याकडून कोणत्याही मार्गानं कबुलीजबाब लिहून घ्यायचा होता. तो कैदी म्हणजे कानपूरचा महापौर इक्रमभाईचा साथीदार होता व इक्रमभाईच्या वतीनं खंडणी वसूल करण्याची सारी सूत्रं त्याच्या हातात होती.

इक्रमभाईचे मित्र असलेल्या पोलीस उपायुक्तांच्या कारकिर्दीत इक्रमभाईच्या एकाही साथीदाराला पकडण्याची कोणामध्ये हिंमत नव्हती, पण आता परिस्थिती बदलली होती. पोलीस आयुक्तांनी मुद्दाम कारस्थान रचून त्यांच्यामध्ये व रज्जो भैय्यात विद्वेषाचा वणवा भडकवला होता अशी खात्रीलायक माहिती उत्तर प्रदेशच्या गृहमंत्र्यांना मिळाली होती. तत्काळ उपायुक्तांना अपमानास्पदरीत्या त्याच्या पदावरून दूर करण्यात आलं. गृहमंत्र्यांना आता इक्रमभाईचा काटा काढण्यासाठी, त्याला

दोषी शाबित करायचं होतं व त्यासाठी कोणत्याही पातळीवर जायची त्यांची तयारी होती.

पोलीस उपनिरीक्षक ब्रिजलालनं व्हिस्कीचा आणखी एक मोठा घोट घशाखाली रिचवला व शरीर मागे ताणत अपानवायू सोडला. पोलीस उपाहारगृहातील अन्न त्याला नीट पचत नव्हतं. पोटात गेलेल्या त्या दूषित अन्नातील किटाणू मारण्यासाठी त्याला भरपूर व्हिस्की ढोसावी लागायची. काही वेळानं तो खुर्चीतून उठला, शेजारी उभ्या असलेल्या हवालदाराच्या अंगावर खेकसत, त्याला आपल्याबरोबर येण्यास सांगितलं आणि इक्रमच्या साथीदाराला ठेवलेल्या अंधारकोठडीच्या दिशेनं तो चालू लागला. दहा बाय दहाच्या त्या खोलीत एकही दिवा नव्हता. एका कोपऱ्यात अर्धवट कुरतडलेल्या घोंगडीवर तो बिथरलेला कैदी नग्नावस्थेत अंग चोरून बसला होता. खोलीत तीन फूट उंचीची भिंत होती व त्यापलीकडे शौचालय होतं. त्यामुळे खोलीत कायम मलमूत्राची दुर्गंधी पसरलेली असे.

ब्रिजलालच्या हातात लाकडी मूठ असलेला दोन फूट लांबीचा रबरी पट्टा होता. त्यानं त्या पट्ट्याला 'समाज सुधारक' असं नाव दिलं होतं. कैद्याचे केस घट्ट पकडत तो त्याच्या कानात ओरडला, ''जेव्हा आम्ही ह्या समाज सुधारक सोट्याचा वापर करतो तेव्हा एकही हाड मोडत नाही, रक्त येत नाही, कातडी सोलली जात नाही. तुझ्या शवविच्छेदनाच्या तपासात यातलं काहीच सापडणार नाही. तुला मात्र मरणयातना सोसाव्या लागतील. तू पुन्हा पुन्हा देवाचा धावा करत राहशील, पण तोही तुझ्या हाकेला धावून येणार नाही. तर मित्रा, तू सुधारायला तयार आहेस?'' त्यानंतर तासाभरातच कैद्याकडून कबुलीजबाब लिहून त्यावर त्याची सहीसुद्धा घेतली गेली. समाज सुधारकाबरोबरच गंगासागरजींनी पुरवलेल्या गुप्त माहितीमुळे योग्य तो डाव साधला गेला.

* * *

''सार,'' त्या केरळी तरुण मुलाने तोडक्या मोडक्या भाषेत बोलायला सुरुवात केली, ''तुमचं तोंड बगुन सुख झालं बगा.''

''तुमचं तोंड बगुन सुख जालं बगा?'' गंगासागरनी त्याचं वाक्य पुन्हा मनात म्हणून पाहिलं. त्या काळसर तरुण व नम्र मुलाला नक्की काय म्हणायचं ते त्यांच्या लक्षात येईना. नंतर त्यांच्या लक्षात आलं की तो दक्षिण भारतीय मुलगा म्हणत होता, 'तुम्हांला भेटून आनंद झाला.'

''मी केरळाच्या काळजात शिकलो. तुमी धंदापानी दिला तर मला थोडा पैका भेटंल.''

गंगासागरनी मनात त्याच्या वाक्याचं भाषांतर केलं. मी केरळच्या कॉलेजात

शिकलो. तुम्ही नोकरी दिलीत, तर मला थोडे पैसे कमावता येतील.

"पण तू केरळ सोडून इथे का आलास?" गंगासागरनी विचारलं.

"मला बारतच्या रोजकारनात घुस पडायचं मन करत होतं."

मला भारतीय राजकारणात उडी घ्यायची इच्छा होती, गंगासागरनी पुन्हा मानात त्याच्या बोलण्याचा अर्थ समजून घेतला व त्या प्रामाणिक मुलाकडे पाहून ते हसले.

"तू किती शिकला आहेस?"

"यम बी ये."

"एमबीए... वा छान! मीही व्यवस्थापन कौशल्य असलेल्या मुलाच्या शोधात होतो."

"मला समजते सार... तुमी खूप गर्दीत असता."

"हो. मी बऱ्याच कामांमध्ये गर्क असतो, पण तरीही मी माझी सर्व कामं एकटा सांभाळू शकतो. ठीक आहे... मी तुला संधी देतो आणि मला आतून खात्री वाटतेय की त्याबद्दल मला पश्चात्ताप होणार नाही. एक हजार रुपये पगार देईन. चालेल?"

"सार, मला इंगम टेक्स लागेल?"

"आयकर? तुला नाही भरावा लागणार. कारण तुझी वर्षभराची कमाई किमान मर्यादेपेक्षा कमी असेल." गंगासागर आपल्या नव्या स्वीय साहाय्यकाकडे पाहून हसत म्हणाले.

* * *

"सर, हा माझा दोस्त. हॉटेलमंदी वेटरचं काम करतो. ते तुमाला भेटायला मागते."

"मेनन, तो का मला भेटायला मागतो?" अनेक महिने मेननच्या सहवासात असल्यामुळे आपणही आता त्याच्यासारखं बोलू लागलोय, हे गंगासागरजींच्या लक्षात येऊन ते स्वतःशीच हसले. मेननची भाषा हळूहळू सुधारत होती.

"सर, मला वाटतं तुमी तेला भेटावं. त्याचा खूप उपयोग होईल."

"अरे, पण हॉटेलमधल्या वेटरचा मला काय उपयोग होणार?"

"सर, तेला तुमच्यापाशी यायचं होतं."

"मला स्वयंपाक्याची गरज नाही. त्याला दुसऱ्या कोणाकडे तरी पाठव."

"नाय, नाय, सर. तेला नोकरी नकोय. तेला तुमच्यासंग बोलायचंय."

"काय सांगायचंय मला?"

"एक खास माहिती."

गंगासागरजींचे कान एकदम टवकारले.

"मी तेला बोलवू? बेचारा तासभर बाहेर बसलाय." मेननं विचारलं.

"हो. हो. घेऊन ये त्याला." गंगासागर म्हणाले.

तो केरळचा मुस्लिम तरुण होता. मेनन उत्साहानं त्याला आत घेऊन आला.

"सर, हा हमीद. कानपुरमधल्या गोल्डन गेट बारमध्ये वेटरचं काम करतो. बोल रे हमीद... आमच्या सरना तुजी सगळी स्टोरी ऐकव." मेनन त्याला म्हणाला.

* * *

उपन्यायालयीन दंडाधिकारी साहेबांनी एक मोठी जांभई दिली. दिवसभर कैद्यांच्या जामीन अर्जांची सुनावणी ऐकून ते कंटाळले होते. तेवढ्यात बचाव पक्षाचा आणखी एक वकील उठून आपली बाजू मांडू लागला. दंडाधिकारी साहेबांना त्या कैद्याविषयी काहीच माहिती मिळाली नव्हती. वकिलाचं बोलणं मध्येच तोडत, ते जोरात ओरडले, "जामिन नामंजूर!" आपल्याला बाजू मांडण्याची संधीही न देता, साहेबांनी निर्णय जाहीर केल्यामुळे तो वकील चकित झाला. पण तो वकील बोलायला उभा राहण्याआधीच दंडाधिकारी साहेबांनी निर्णय घेतला होता, हे त्या बिचाऱ्याला ठाऊकही नव्हतं.

दंडाधिकारी साहेबांचं एक ओंगळवाणं गुपित होतं. खरं तर त्यांचा संसार सुखात चालला होता. घरी प्रेमळ पत्नी व दोन मुलं होती, पण त्यांना आता पत्नीबद्दल शारीरिक आकर्षण वाटेनासं झालं होतं. आपल्या दुबळ्या झालेल्या कामेच्छेवर उपचार करण्यासाठी त्यांनी आयुर्वेदिक औषधं घेण्याचाही प्रयत्न करून पाहिला, पण त्यात यश आलं नाही. ते वेश्यागृहात गेले, परंतु त्यांचा तोही प्रयत्न फसला. उलट तिथल्या मुली त्यांच्याकडे पाहून कुचेष्टेनं हसल्या. हतबल झालेले दंडाधिकारी साहेब अखेर एका मद्यालयात शिरले आणि त्यांनी व्हिस्की मागवली. चलाख वेटरनं त्यांना मद्यासोबत भरपूर शेंगदाणे व इतर चमचमीत पदार्थही दिले. रात्री उशिरा ते त्या वेटरसमवेतच हॉटेलमधून बाहेर पडले. त्यांना आता एक नवीन जाणीव झाली होती. आपली कामयंत्रणा अगदी सुरळीतपणे चालू आहे, फक्त त्याचं आकर्षण केंद्र बदललंय, हे त्यांना समजून चुकलं. अचानक त्यांच्यात पूर्वीच जोम व उत्साह आला. आता ते आनंदी आणि समलिंगी झाले होते.

वेटरनंही मिळालेल्या फायदेशीर संधीचा पुरेपूर लाभ उठवायला सुरुवात केली. गोल्डन गेट मद्यालयात आपल्या टेबलापाशी उभं राहून गिऱ्हाइकाची वाट पाहत राहण्याचे, ताटल्या धुणं, असंतुष्ट गिऱ्हाइकाला शांत करण्याचे ते कंटाळवाणे दिवस आता संपले होते. तो आता उपन्यायालयीन दंडाधिकाऱ्याचा गुप्त प्रेमिक बनला होता.

दंडाधिकारी समलिंगी होते, हे काही त्यांचं ओंगळवाणं गुपित नव्हतं. तर ठरावीक रकमेच्या मोबदल्यात कोणत्याही खटल्यात निर्णय आधीच निश्चित करणं, हे खरं गुपित होतं. त्यांचा आवडता वेटर या कामात त्यांना दलाल म्हणून कुशलतेनं मदत करायचा. एके काळी गिऱ्हाइकांना मद्य व शेंगदाणे देणाऱ्या त्या वेटरनं आता शिक्षा सुनावणीचा निर्णय घेण्याइतकी प्रगती केली होती. त्या वेटरचं नाव होतं, हमीद.

* * *

आता शंकेला जागाच उरली नव्हती. सगळी चिन्हं स्पष्ट संकेत देत होती. दर महिन्याच्या त्या काळात तिच्या ओटीपोटात वेदना सुरू व्हायच्या, गर्भाशयात पेटके येऊ लागायचे, डोकं गरगरून जायचं आणि बाकी सगळं शरीर फुगल्यासारखं वाटे. पण ह्यावेळी तसं काहीच घडलं नव्हतं. ती आता निश्चितच गर्भवती झाली होती. आता होणाऱ्या परिणामांच्या विचारानं चंदिनीचा थरकाप उडाला आणि ती जॉफरीला भेटायला धावत त्याच्या महाविद्यालयापाशी गेली आणि वर्ग संपवून तो बाहेर येईपर्यंत तिथेच त्याची वाट पाहत राहिली. त्यानं लांबूनच तिच्या निळ्या डोळ्यातील भाव पाहिले आणि तो सारं काही समजून चुकला. दोघेही हेडिंग्टन हिलच्या उद्यानात आले. जॉफरीनं तिचा हात घट्ट पकडला होता.

अखेर तिनं विचारलं, "जॉफरी, आता आपण काय करायचं?"

आपण या शब्दावर तिनं जोर दिला होता.

"आता तू काय करावंस, हे खरंच मला समजत नाही," जॉफरी म्हणाला.

तू या शब्दावर त्यानं जोर दिला होता.

* * *

"हे घे तुझे पाच पौंड, पैज जिंकल्याबद्दल." व्हिक्टरनं जॉफरीच्या हातात नोट सरकवली.

"हेमिंगफोर्ड कधीच पैज हरत नाही," जॉफरी प्रौढी मिरवत म्हणाला. "पण तू मला दहा पौंड देणं लागतोस."

"का?"

"मी तिच्याशी शय्यासोबत केल्यास तू मला पाच पौंड देणार होतास आणि तिला पोटुशी केलं तर आणखी पाच," जॉफरी निर्लज्जपणे म्हणाला.

"म्हणजे... ती गरोदर आहे?"

"मी एवढंच म्हणेन की तू आता ऑक्सफर्ड युनियनच्या अध्यक्षपदावर नक्कीच दावा करू शकतोस," व्हिक्टरकडून दुसरी नोट स्वीकारत जॉफरी म्हणाला.

* * *

गंगासागरजींच्या समोर नुकतीच पोस्टानं आलेली तार होती आणि त्यातील मजकूर त्यांना मुळीच रुचलेला नव्हता. हार्वे रिचर्डसन त्यांना दर महिन्यालाच तिची खुशाली व प्रगती कळवत असे. त्यात तिनं जिंकलेल्या वादविवाद स्पर्धा, परीक्षेत मिळवलेली श्रेणी, तिचे मित्रमैत्रिणी आणि तिच्या अभ्यासेतर उपक्रमाबद्दल हार्वे त्यांना थोडक्यात माहिती देत असे. या खेपेस मात्र तिनं बऱ्याच मर्यादांचं उल्लंघन केल्याचं तारेत म्हटलं होतं.

रिचर्डसन हा काही श्रीमंत माणूस नव्हता पण अनेक प्रसंगी गंगासागरना त्याचा खूप उपयोग झाला होता. खरं म्हणजे तो मूळचा अग्रवालजींचा सहयोगी होता. इंग्लंडमधून माल आयात करण्यासाठी, इंग्लंडला माल निर्यात करण्यासाठी त्यानं गंगासागरना मदत केली होती. त्याची मुलगी जोसेफिन रिचर्डसन हिचा ऑक्सफोर्डच्या शिक्षणाचा सर्व खर्च करण्याची तयारी गंगासागरजींनी दाखवल्यामुळे हार्वेच्या आनंदाला पारावार राहिला नव्हता. गंगासागरनी केलेल्या मदतीमुळे तो भारावून गेला.

पण अनेकदा औदार्यामागे एखादा हेतू लपलेला असतो. सेंट हिल्डा महाविद्यालयात शिकणाऱ्या चंदिनीची, जोसेफिननं लहान बहिणीसारखी काळजी घ्यावी, अशी गंगासागरजींची अपेक्षा होती.

* * *

गर्भपाताच्या प्रक्रियेतील अत्यावश्यक गोष्टी म्हणजे इंजेक्शनची सुई आणि कार्बोलिक साबणाचा कीस वापरण्याची पद्धत. ह्या मिश्रणाचा फवारा मारल्याचा परिणाम अठ्ठेचाळीस तासानंतर होतो. गरोदर स्त्रीच्या गर्भाशयाच्या आतला स्तर गळून जातो आणि मग सारं वातावरण पूर्वीसारखंच आनंदी व उत्साही होऊन जातं. जोसेफिन चंदिनीला जिथे घेऊन आली होती ते एक गरीब वस्तीतील घर होतं. तिथली मध्यमवयीन अनुभवी स्त्री अशा बिथरून गेलेल्या मुलींची सोडवणूक करत असे. आजपर्यंत तिनं शंभराहून अधिक मुलींचे गर्भपात केले होते. आणि तिनं आपलं बेकायदेशीर केंद्र अतिशय आरोग्यकारक आणि स्वच्छतापूर्ण ठेवलं होतं.

जोसेफिननं गर्भपात केंद्र चालवणाऱ्या महिलेचा फोन नंबर दुसऱ्या एका मुलीकडून मिळवला होता. चंदिनी खूपच घाबरून गेली होती. आपल्या आत्ताच्या स्थितीची आपल्या वडिलांना – गुप्ताजींना जर माहिती समजली तर ते दुसऱ्या क्षणी इंग्लंडला यायचं ठरवतील आणि आपल्या घराची अब्रू धुळीला मिळवल्याबद्दल तिचा गळा दाबून प्राण घेतील, या कल्पनेनं ती मनातून हादरली होती. पण जेव्हा जोसेफिननं तिला शांत करून सारी सूत्रं आपल्या हातात घेतली तेव्हा चंदिनीला थोडा धीर आला होता.

त्या अनुभवी परिचारिकेनं चंदिनीला कपडे उतरवून लाकडी टेबलावर झोपायला सांगितलं आणि तिचा एकेक पाय पाय टेबलावर लावलेल्या रिकिबीत घट्ट अडकवून ठेवला. चंदिनीच्या दोन पायांच्या मधोमध उभी राहून तिनं तिला पाय फाकवायला सांगितलं, पण बराच प्रयत्न करूनही ती आज्ञा मानायला चंदिनीचे गुडघे तयार होईनात. ते एकमेकांना घट्ट चिकटून बसले होते. आणि हा गर्भपात करू नकोस असं तिला तिचा आतला आवाज ठामपणे सांगत होता.

* * *

ग्रॅसमीरमधील माता व बालक गृह हे शहरापासून खूप दूर असल्यामुळे ते कोणाच्याही सहज नजरेत येत नसे. शिवाय अशा प्रकारच्या इतर ठिकाणी ते केंद्र चर्चमधील संन्यासिनींच्या हातात असे. प्रसुतीनंतर कुमारी मातांच्या अनौरस संततीला त्या गुपचूपपणे कुणाला तरी दत्तक देत असत. परंतु माता व बालक गृहाचा कारभार अगदी स्वच्छ होता. श्रीमंत कुटुंबातील अविवाहित गरोदर मुली तिथे येत व त्यांच्या प्रसुतीसाठी भरपूर शुल्क आकारले जाई. प्रख्यात कवी विलियम वर्डसवर्थनं ग्रॅसमीरला चौदा वर्षं वास्तव्य केलं होतं. त्याच्या मते ते अतिशय नयनरम्य स्थळ होतं. आकर्षक लेक डिस्ट्रिक्टच्या मध्यावर वसलेल्या ग्रॅसमीरभोवती धुक्यानं वेढलेले पर्वत, असंख्य तलाव व सदैव डोलणारी शेतं पाहायला मिळत. हार्वे रिचर्डसननं जोसेफिनला तिथे चंदिनीला गुपचूप घेऊन जायला सांगितलं होतं. ही गोष्ट गंगासागरजींनाच नव्हे तर स्वत: हार्वेलाही न कळवण्याच्या सूचनाही त्यानं आपल्या मुलीला दिल्या होत्या.

चंदिनीच्या खोलीतील एका कोपऱ्यात जोसेफिननं एक ग्रामोफोन आणून ठेवला होता आणि बाख, बिथोवन, बाम्स, चेकॉस्की आणि पागानिनी यांच्या व्हायोलिन वादनाच्या रेकार्ड्सही तिनं मिळवल्या होत्या. चंदिनी खिडकीजवळ बसून दूरवर दिसणारी ग्रॅसमीरमधील उंच शिखरं न्याहाळत असे. जोसेफिन खरेदीसाठी बाजारात गेली की ती व्हायोलिनच्या रेकॉर्ड्स ऐकायची. जोसेफिन जेव्हा परत यायची, तेव्हा चंदिनीचे डोळे तिला पाणावलेले दिसायचे आणि चेहऱ्यावर सुकलेल्या अश्रूंच्या खुणा असायच्या. व्हायोलिनच्या सुरांबरोबर तिला जॉफरीची खूप आठवण यायची. खिडकीवरच्या फुलदाणीत आठवड्यातून एक-दोनदा शेवंतीची फुलं ठेवून जोसेफिन तिचं मन रिझवायचा प्रयत्न करायची. चंदिनीला शेवंतीच्या फुलांचं वेड होतं.

तिथे येऊन आठ आठवडे पूर्ण झाले आणि चंदिनीच्या प्रसूतीची वेळ जवळ येऊन ठेपली. प्रसूतिवेदना किती भयंकर असतात याची तिला काहीच कल्पना नव्हती. चंदिनीला टेबलावर निजवण्यात आलं. तिचं गर्भाशय किती ताणलंय हे

मेट्रन तपासत असताना, जोसेफिननं तिचा हात घट्ट धरून ठेवला. परिचारिका तिला जोर द्यायला सांगत होती. गर्भाशयातून रक्त व पातळ द्रव बाहेर झिरपत होता. चंदिनीनं किंचाळत जोर देण्याचा प्रयत्न केला आणि तिच्या डोळ्यासमोर अंधारी आली. त्याच क्षणी एक चिकट गोळा तिच्या शरीरातून बाहेर पडला.

चंदिनीला शुद्ध आली तेव्हा आपल्याला नीट स्वच्छ करून परत आपल्या खोलीत आणल्याचं तिच्या हळूहळू लक्षात आलं. जोसेफिन बाजूला बसून तिच्या केसांमधून हलकेच हात फिरवत होती. चंदिनीनं जोसेफिनच्या डोळ्यात क्षणभर निरखून पाहिलं आणि काय घडलंय याचा तिला तत्क्षणी अंदाज आला.

''फार वाईट झालं गं,'' जोसेफिन हळूच पुटपुटली. ''डॉक्टर म्हणाले की तुला पुन्हा मूल नक्की होऊ शकेल, पण हे मात्र मृतजात होतं.''

* * *

काही दिवसांनी गंगासागरना आणखी एक तार मिळाली. आवश्यक त्या सर्व गोष्टी नीट पार पडल्या आहेत असा मजकूर त्यात लिहिला होता. गंगासागरनी त्याबद्दल तिच्या दोनपैकी एकाही वडिलांना – गुप्ता व इक्रम – काहीही सांगितलं नाही. तारेत असंही म्हटलं होतं की दोन्ही मुलींनी लेक डिस्ट्रिक्टमध्ये एक घर भाड्यानं घेतलं आहे आणि तिथे आणखी काही आठवडे राहून, मग चंदिनी भारतात परतणार आहे.

''चला, एक काम झालं... आता अजून एक काम बाकी आहे,'' गंगासागर स्वत:शीच म्हणाले आणि अग्रवालजींना भेटण्यासाठी घराबाहेर पडले.

* * *

लंडन-कैरो-जिनिव्हा-मुंबई या मार्गानं येणाऱ्या एअर इंडिया ७०७-४२० ह्या बोईंग विमानात एकशे साठ प्रवासी होते. वादळामुळे विमान जेव्हा जिनिव्हा विमानतळावर हेलकावे खात उतरलं तेव्हा पोटात मळमळल्यानं चंदिनीला अस्वस्थ वाटत होतं. बराच लांबचा प्रवास करून जेव्हा विमान मुंबईला पोहोचलं, तेव्हा तिनं सुटकेचा नि:श्वास सोडला.

आपल्या आयुष्याशी क्रूर खेळ खेळलेल्या जॉफरीला ती कधीही माफ करणार नव्हती. त्याला ती विसरून जाण्याचा प्रयत्न करणार होती – पण माफ मात्र नक्कीच करू शकत नव्हती. जॉफरीला माफ करण्याचा विचार, गंगासागरजींच्या मनात येणं तर कधीच शक्य नव्हतं.

* * *

लंडनच्या नाईट्सब्रिजजवळील एका अद्ययावत गजबजलेल्या रस्त्यावर असलेल्या विल्टन प्लेस इमारतीत एसमराल्डा बार्न नावाचा नाईटक्लब होता. खेळांसंबंधीचा

नवा कायदा अस्तित्वात आल्यानंतर लगेच हा क्लब सुरू झाला. ह्या क्लबमध्ये जुगाऱ्यांच्या पैशाची देवाण-घेवाण करणारे उत्तम व्यवस्थापक, गिऱ्हाईकांची उत्तम बडदास्त ठेवणारे सेवक व सेविका आणि चविष्ट पदार्थ बनवणारे उत्कृष्ट आचारी होते. मिणमिणत्या प्रकाशातील एका अरुंद रस्त्याच्या शेवटी एक प्रशस्त खोली होती. खोलीत दोन मोठे नक्षीदार मेज होते. मेजामागे बसलेले दोघेही जण क्युबन चिरूट ओढत होते. त्या दोघांच्या वयामध्ये फक्त दहा मिनिटांचं अंतर होतं. टेड हा फ्रेडपेक्षा दहा मिनिटं अगोदर जन्माला आला होता. पुढे ह्याच जुळ्या भावांच्या पेन ब्रदर्स या नावानं गाजलेल्या सर्वांत मोठ्या गुन्हेगार टोळीनं इंग्लंडमध्ये हाहाकार उडवला.

लंडनच्या पूर्व भागातील हॉक्स्टनमध्ये त्यांचा जन्म झाला. वडील, जॅक पेन ह्यांचा जुन्या-पुराण्या व तोडक्या-मोडक्या सोन्याच्या दागदागिन्यांची खरेदी-विक्री करण्याचा व्यवसाय होता. दोघांचीही शाळेतील वर्तणूक इतकी चांगली होती की ते पुढे जाऊन निदर्य गुन्हेगार होतील असं भाकित कुणीही करू शकलं नसतं. त्यांच्या आजोबांनी दोघांना हौशी मुष्टियुद्ध क्षेत्रात प्रावीण्य मिळवण्यासाठी प्रोत्साहन दिलं आणि दोन्ही बंधूंनी त्यानंतर एकाही लढतीत पराभव पत्करला नाही; पण ते केवळ आखाड्यातच नव्हे तर बाहेरही मारपीट करू लागले. त्यांनी लवकरच बेथनल ग्रीन येथील बंद पडलेला स्नुकर क्लब विकत घेतला. त्या क्लबमध्ये त्यांनी एखाद्याला संरक्षण देणे, अपहरण करणे, सशस्त्र दरोडा घालणे, जाळपोळ करणे, सट्टेबाजी, वेश्याव्यवसायासाठी मुली पुरवणे अशी बेकायदेशीर व अनैतिक कृत्यं करणारी टोळी बनवली. एसमराल्डा बार्न हा त्यांचा सर्वत्र गाजावाजा झालेला श्रीमंती थाटाचा क्लब होता.

हार्वे रिचर्डसन चक्रीपाशी आला. ते मोठं चाक जोरात फिरवून त्यात चेंडू फेकला जाई व चाक थांबल्यावर तो चेंडू कोणत्या रंगाच्या पट्टीवर असेल, यावर खेळणारे पैज लावत. त्याला चाकावरचा जुगार म्हटलं जाई. चाक फिरवणारा इसम पैसा गोळा करण्यात दंग होता आणि जमलेले जुगारी वेगवेगळ्या रंगाच्या पट्ट्यावर पैज लावत होते. त्या इसमानं चेंडू आपला अंगठा व तर्जनीमध्ये पकडून तो कौशल्यानं फिरत्या चाकामध्ये फेकला. चेंडू अतिशय वेगानं त्या चक्रात गरागरा फिरू लागला. हार्वेनं काळ्या पट्टीवर पाच पौंडाची पैज लावली. चाकाचा वेग हळूहळू मंदावत गेला आणि चेंडू दोन शून्य रंगवलेल्या पट्टीवर स्थिर झाला. 'दोन भोपळे' तो इसम जोरात ओरडला. 'कुणीही जिंकलेलं नाही.'

"हात्तिच्या!" हार्वे वैतागून उठला. लांबून सुरक्षारक्षक त्याला मान हलवत इशारा करत होता. त्याला भेटण्यासाठी पेन बंधू तयार झाले होते. हार्वे मनातून घाबरला होता, पण चेहऱ्यावरून त्यानं तसं न दाखवण्याचा प्रयत्न केला. पेन

बंधूंची दहशतच जबरदस्त होती. एकदा म्हणे त्यांनी नशेत गोंधळ घालणाऱ्या एका माणसाला जिवंतपणी शेतातील डुकरांच्या तोंडी दिलं होतं. जेव्हा टेड किंवा फ्रेड हॅरॉडस मॉलमध्ये प्रवेश करत तेव्हा मोझेससमोर लाल समुद्र जसा विलग झाला होता, तशी तिथे जमलेली माणसं चटकन बाजूला सरत, त्यांना आधी आज जाऊ देत. त्यांनी दाखवलेल्या भीतियुक्त आदराच्या बदल्यात पेन बंधू त्या लोकांची काळजी घेत. मागच्या वर्षी गाय फोक्सच्या दिवशी फटाक्यांच्या आतशबाजीवर हजारो पौंड्स खर्च करून लोकांचं मनोरंजन केलं होतं.

हार्वे त्यांना आधीपासून ओळखत होता. काही वर्षांपूर्वी हार्वे पती-पत्नी बाहेर गेले असताना चोरांनी घरफोडी करून घरातील बऱ्याच मौल्यवान गोष्टी लुटून नेल्या होत्या. हार्वेनं पोलीस चौकीत रीतसर तक्रार नोंदवली होती, पण त्याचा काही फायदा झाला नव्हता. त्यानंतर एक रुबाबदार पोशाखातील माणूस हार्वेच्या घरी आला आणि त्यानं सर्व हकीगत ऐकून घेतली. तो पेन बंधूंचा प्रतिनिधी होता. आपण लवकरात लवकर चोरांना पकडू, असं त्यानं हार्वेला आश्वासन दिलं. आठवड्याच्या आत हरवलेले सगळे दागदागिने व इतर मौल्यवान वस्तू हार्वे पती-पत्नींना परत मिळाल्या होत्या.

गंगासागरना जी गोष्ट हवी होती, ती दुसरं कोणीही त्यांना देऊ शकलं नसतं. ते काम करण्याची कुवत फक्त पेन बंधुपाशीच होती. खऱ्या अर्थाने ते समाजसेवक होते. गंगासागरजींनी ते काम करण्याबाबतच्या अटी आणि द्यावा लागणारा मोबदला, या दोन्ही गोष्टी निश्चित करण्याची जबाबदारी हार्वेवर सोपवली होती.

* * *

नेहमीप्रमाणे ओयुबीसीच्या – ऑक्सफर्ड युनिव्हर्सिटी बोट क्लबच्या – कामकाजाला सकाळी लवकर सुरुवात झाली होती. सकाळी सहा वाजताच काही बोटी थेम्स नदीमध्ये सोडल्या होत्या. त्यानंतर तासाभरात क्लबमध्ये एकच खळबळ उडाली. कनिष्ठ युवक संघाची नौका अचानक नदीत तरंगणाऱ्या एका नग्न प्रेतावर आदळली होती. ही घटना सकाळी सात वाजता घडली व पोलिसांना त्याची ताबडतोब वर्दी देण्यात आली. वीस ते पंचवीस वयोगटातील एका सुदृढ गोऱ्या तरुणाचं ते शव होतं. त्याच्या चेहऱ्यावर अनेक प्रहार करून तो पार ठेचण्यात आला होता. त्यामुळे त्याची ओळख पटणं शक्य नव्हतं.

तीस मिनिटांनी एका नौकेमधून सात पोलीस व एक मृत्यूसंबंधात चौकशी करणारा अधिकारी असे आठ जण तिथे पोहोचले आणि त्या अनोळखी मृत व्यक्तीचे कपडे व काही चीजवस्तूंचा शोध घेण्यासाठी ते नदीच्या काठालगत आपली नौका वल्हवत राहिले. काही तासांनंतर त्यांना रक्ताने माखलेलं एक गर्द

निळ्या रंगाचं 'ऑक्सफर्ड आठ' प्रकारचं व बाह्या नसलेलं जाकीट सापडलं. त्याच्याच बाजूला बोट क्लबमध्ये वापरलं जाणारं निळं वल्हं होतं. त्यावरही खूप रक्त सांडलं होतं. मृत व्यक्तीचा चेहरा विच्छिन्न करण्यासाठीच त्याचा उपयोग केला होता. नदीकाठावर सापडलेल्या निळ्या जाकिटामागे एक पट्टी शिवलेली होती. त्यावरचं नाव होतं 'जॉफरी.'

७

अंदाजे 2300 वर्षांपूर्वी

अंगाभोवती कांबळं गुंडाळून आणि डोक्याला निळं पागोटं बांधून चाललेला तो माणूस कुणालाही तक्षशीलेच्या रस्त्यावरून जाणाऱ्या हजारो रहिवाशांपैकी एक वाटला असता. गळ्यात सोन्याचा ताईत असल्यामुळे तो व्यापाऱ्यासारखा दिसत असला तरी पीळदार मिश्या व लांब केसांमुळे त्याला योद्धा म्हणणंही चुकीचं ठरलं नसतं. संध्याकाळ सरून गेली होती. त्याच्या हिशेबाप्रमाणे रात्र होऊन आता दहा मुहूर्त झाले असावेत. दिवस व रात्र ही प्रत्येकी पंधरा मुहूर्तांची असते. तो वेगात चालत नसला तरी चालताना तो लांब पावलं टाकत होता. इतक्या रात्री कोणालाही आपला संशय येऊ नये, याची तो खबरदारी घेत होता. तिचं घर आता त्याच्या नजरेच्या टप्प्यात आलं. जलक्रीडा. घराचं नाव अगदी अनुरूप होतं, कारण त्या प्रशस्त घराच्या आवारात श्रीमंत व प्रतिष्ठित लोकांच्या चैनीसाठी पोहण्याच्या तलावाचीही सोय होती. तक्षशीलेतील एका प्रसिद्ध गणिकेचं ते घर होतं. मेनका तिचं नाव.

कांबळं गुंडाळलेली व्यक्ती जलक्रीडेपाशी पोहोचली. आपल्याला कोणी पाहिलं नाही, याची खात्री करून तो दरवाजापाशी गेला व त्यानं दारावर एक-एक-दोन, एक-दोन-एक, अशा घरातील स्त्रीला सहज ओळखता येणाऱ्या टिचक्या मारल्या. दार अर्धवट उघडलं गेलं. तो आत आल्यावर तिनं चटकन दरवाजाला आतून कडी लावली व त्याला थेट शय्यागृहात घेऊन गेली. पण आज तो मेनकेच्या गुप्त उद्यानात सुखोपभोगासाठी आला नव्हता. त्यामुळे तो तसाच उभा राहिला व हळू आवाजात म्हणाला, "तुझ्यासाठी एक खबर आहे."

"काय रे मी अजून किती ताण सहन करायचाय?" तिनं कडवटपणे विचारलं.

"अजून थोडे दिवस धीर धर. मी सांगतोय म्हणून. गांधारचे सैनिक धनगरांच्या छुप्या वेषात येऊन केकयच्या सीमेवरील शेतावर हल्ला करायचे. जनावरं व धान्य लुटायचे आणि हे आपण थंडपणे पाहत असायचो. त्यांना आपण प्रत्युत्तर द्यायचं

ठरवलंय.''

"पण कधी? आणि त्यात मी करण्यासारखं काय आहे?'' मेनकेनं विचारलं.

"ऐक. येत्या माघ महिन्यातील कृष्णतृतीयेला केकयचं सैन्य गांधारवर आक्रमण करेल. त्या वेळी गांधारचा सरसेनापती तुझ्या बाहुपाशात असायला हवा. ती जबाबदारी तुझी.''

"सरसेनापती माझ्यावर लुब्ध आहेत कारण मी त्यांना नेहमीच स्वर्गीय सुख देते. रोज रात्री इथल्या गरम पाण्यात स्नान करण्यासाठी ते येतात. पण ते इथे काही वेळच असतात. तुमची लढाई तर बराच वेळ चालू असणार. इतके तास मी त्यांना इथे गुंतवू शकणार नाही. तुला ठाऊकच आहे, पुरुषाला खुलवत सुखाच्या अंतिम टोकापर्यंत घेऊन जाणं, एवढंच माझं काम. सुखाचा तो परमोच्च क्षण संपल्यानंतर मी त्यांना इथे रोखू शकणार नाही,'' मेनका म्हणाली.

"हे बघ मेनका, आम्हांला गांधारच्या सेनेला बेसावध क्षणी गाठायचंय. त्यासाठी आम्ही जेव्हा हल्ला करू तेव्हा गांधारच्या सैन्याचं नेतृत्व करण्यासाठी सरसेनापती हजर नसणं, अतिशय महत्त्वाचं आहे. त्यासाठी जे काही करावं लागेल, ते तू केलं पाहिजेस. तुझ्यापाशी हशिशचा धूप असेल, तर त्याचा वापर कर.'' त्यानं तिला खडसावलं.

"अरे... पण... म्हणजे... आपण असं का करतोय? दोन्ही राज्यातील मुत्सद्दी राजकारणी चर्चा करून यावर तोडगा काढू शकत नाहीत का?'' तिनं विचारलं.

"तुझं म्हणणं बरोबर आहे. गांधारचे वयोवृद्ध राजे गंधारराज हे आपले स्वामी आणि केकयचे राजाधिराज पौरस यांच्याशी सौहार्दपूर्ण संबंध ठेवू इच्छितात, पण त्यांचा हट्टी व उर्मट राजपुत्र अंभीला शेजारच्या राज्याचा नि:पात करायचाय व त्यासाठी प्रसंगी मॅसेडिनियन अलेक्झांडरच्या पायावर लोळण घ्यायचीही त्याची तयारी आहे. अशा वेळी आक्रमण करणं हाच बचावाचा उत्तम मार्ग असतो.' केकयच्या गुप्तहेरानं तिला सांगितलं.

"अंभी तर तक्षशीला विद्यापीठात शिकतोय. तो राज्यकारभारावर कसं नियंत्रण ठेवू शकेल?'' गणिकेने चकित होऊन विचारलं.

"अंभीच्या गैरवर्तनामुळे त्याची विद्यापीठातून हाकलपट्टी करण्यात आली. पण विद्यापीठ अधिकाऱ्यांनी ते प्रकरण गुप्त ठेवलं. राजवाड्यात राहूनच राजपुत्र आता गांधारचं राज्यपद मिळवण्यासाठी आपल्या पित्यालाच गादीवरून खाली खेचायला निघालाय. त्यासाठी तो कोणाची मदत घेतो, ठाऊक आहे? हरामखोर अलेक्झांडरची...''

"शूऽऽ...'' तिनं त्याचं वाक्य मध्येच तोडलं, "हे घर एका गणिकेचं असलं तरी माझ्या या पवित्र प्रेमगृहात आम्ही कधीही अपशब्द वापरत नाही.''

"प्रिय मेनके, झालेल्या प्रमादाबद्दल मी तुझी हजार वेळा माफी मागतो. एक गोष्ट मी विसरूनच गेलो. आपल्या पौराणिक ग्रंथामध्ये मेनका ही अलौकिक लावण्य लाभलेली स्वर्गातील सर्वांत सुंदर अप्सरा होती आणि विश्वामित्र मुनींची कठोर तपश्चर्या मोडण्यासाठी देवांचा राजा इंद्र यानं खास तिला पाठवली होती," तो थट्टेनं म्हणाला.

"बरोबर बोललास. मग तुला हेही ठाऊक असेल की विश्वामित्रांनी जेव्हा मेनकेला त्यांच्या आश्रमाजवळील तलावात पोहताना पाहिली, तेव्हा कामवासना जागृत झाल्यानं त्यांचा तपोभंग झाला. आता सरसेनापतींच्या सोबतही मी तसंच वागावं, अशी तुझी अपेक्षा आहे. हो ना?" मेनकेनं प्रत्युत्तर दिलं.

"हो. पण फरक एवढाच आहे की इथे तर तुझा स्वत:चा पोहण्याचा तलाव आहे!" असं मिश्कीलपणे म्हणत तो चटकन तिथून बाहेर पडला व पाहता पाहता तक्षशीलेच्या गारठलेल्या अंधाऱ्या रस्त्यावरून दिसेनासा झाला.

* * *

चाणक्यानं आपल्या नव्या शिष्याची, सिंहरन, मेहेर व शारंगराव या त्याच्या जुन्या विद्यार्थ्यांशी ओळख करून दिली. "चंद्रगुप्त. सेनापती मौर्यांचा सुपुत्र. त्याला मी राज्यकारभारातील युद्ध, राजकारण, अर्थशास्त्र, भाषा, गणित व विज्ञान या विषयांत प्रभुत्व मिळवण्यासाठी इथे आणलंय. सिंहरन, तू त्याचा जिवलग मित्र बनावंस अशी माझी इच्छा आहे."

"नक्कीच, आचार्य. मला त्याचा मित्र व्हायला आवडेल." चंद्रगुप्ताच्या खांद्यावर हात ठेवत सिंहरन म्हणाला. "चंद्रगुप्ता, गेली काही वर्षं आचार्यांनी मला हेच विषय शिकवलेत. माझे वडील मलय राज्याचे अधिशासक होते. तुमच्याइतकाच आम्हांलाही मॅसेडोनियनपासून धोका आहे. आचार्य तुला जे शिकवणार आहेत, ते माझ्या मदतीमुळे तू दुप्पट वेगानं आत्मसात करशील, हे मी तुला खात्रीनं सांगतो," तो थट्टेनं म्हणाला. आईवडिलांपासून दूर आलेल्या चंद्रगुप्ताशी तो जवळीक साधण्याचा प्रयत्न करत होता.

"हा माझा मित्र मेहेर. पर्शियाहून इथे आलाय. त्याच्याकडून मी पर्शियन भाषा म्हणजे त्या भाषेतील फक्त अपशब्द शिकतोय. तुला सांगतो, गांधारचा राजपुत्र अंभी जेव्हा इथे शिकत होता, तेव्हा आम्ही दोघं त्याच्याबद्दल काय बोलतोय याची त्याला उत्सुकता असायची. पण आम्ही त्याच्यावर पर्शियन भाषेतील दुर्वचनांची मुक्त उधळण करतोय, हे त्याला कधी समजायचं नाही. हा माझा दुसरा मित्र, शारंगराव. त्याच्यासमोर जरा जपूनच बोल. हत्तीसारखी त्याची स्मरणशक्ती आहे," सिंहरननं आपल्या मित्रांची चंद्रगुप्ताला ओळख करून दिली.

चाणक्य व चंद्रगुप्त दूरचा प्रवास करून थकले होते. पूर्व भारताच्या टोकाला असलेल्या मगधापासून भारताच्या वायव्य सीमेवरील गांधारपर्यंत पोहोचण्याचा प्रवास थकवणारा असला तरी दोघांनी तो फार कुशलतेनं पार पाडला. तक्षशीलेला येण्यासाठी त्यांना सहा महिने लागले. मागच्या वेळेस चाणक्यानं केलेला प्रवास खूपच खडतर होता. पण या खेपेस त्याच्यापाशी उमदे घोडे व शिपायांचा लवाजमा होता. मगधावरून निघताना चाणक्यानं त्याला मिळालेल्या खजिन्यातील काही भाग सेनापती मौर्याच्या हाती सोपवला होता.

धनानंदाला पदभ्रष्ट करण्यासाठी व परकीय आक्रमणाला थोपवण्यासाठी मोठ्या प्रमाणावर सैन्य उभारण्याची गरज होती व सेनापती मौर्यानं खजिन्याचा विनियोग सैनिकांच्या खर्चासाठी करावा अशी चाणक्याची इच्छा होती. 'सेनापती लबाडी करून आपल्याला फसवणार तर नाही ना?' असा विचार राजनीती तज्ज्ञ चाणक्याच्या मनात आला. 'तो नाही फसवणार. त्याचा मुलगा माझ्याबरोबर आहे आणि तो मगधाचा भावी राजा किंवा कदाचित अखंड भारताचा सम्राट होण्याची शक्यता आहे.' चाणक्यानं आपल्या प्रश्नाचं आपणच उत्तर दिलं.

चाणक्य व चंद्रगुप्तानं तक्षशीलेला येताना बरंच सोनं आणलं होतं. गांधारच्या सीमेपाशी येऊन ठेपलेल्या अलेक्झांडरला माघारी पाठवण्यासाठी बुद्धिमान विद्यार्थ्यांची मोठी फळी उभारणं गरजेचं होतं व त्यासाठी ते आणलेल्या सोन्याचा उपयोग करणार होते. मगध ते तक्षशीला हा प्रवास खूप मोठा व जिकिरीचा होता. शिवाय वाटेत दरोडेखोरांचा हल्ला होण्याचा कायम धोका होता. सेनापती मौर्यानं जर त्यांच्यासोबत निष्णात व प्रशिक्षित माणसं पाठवली नसती तर ते आपल्या जवळील खजिन्यासह तक्षशीलेला सुखरूप पोहोचण्याची फारच कमी शक्यता होती.

* * *

''हे बघ मित्रा, आपण आधी इथली बदलती समीकरणं लक्षात घेऊ या. गांधार हे शक्तिशाली राज्य आहे, पण गांधारचा राजा आता वृद्ध व दुबळा झालाय. त्याचा मुलगा अंभी हा अतिशय उतावीळ व महत्त्वाकांक्षी आहे. माझं हे म्हणणं कालांतरानं नक्कीच खरं ठरेल, पण माझी खात्री आहे की पित्याची गादी बळकावण्यासाठी तो नक्कीच आपल्या शत्रूशी – अलेक्झांडरशी हातमिळवणी करेल. मात्र आजच्या घडीला गांधारवर आक्रमण करणं मूर्खपणाचं ठरेल कारण त्यामुळे परिस्थिती आणखीनच बिघडेल आणि अंभीला शत्रूगोटात सामील व्हायला आपणच मदत केल्यासारखं होईल,'' चाणक्य, आपला खास मित्र व केकयचा महामंत्री इंद्रदत्तला सावध करत म्हणाला.

दोघेही सिंधू नदीच्या काठावर, तागाच्या जाजमावर बसले होते. त्यांनी आखलेल्या

या छोट्या सहलीकरता इंद्रदत्तांच्या पत्नीने त्यांना फळं, दही व काही चमचमीत पदार्थ तयार करून दिले होते. दोघांनी आपले घोडे बाजूच्या झाडाला बांधले होते. चाणक्य व इंद्रदत्त यांची भेट गुप्त असणं गरजेचं होतं, नाहीतर चाणक्य शत्रूबरोबर कटकारस्थान आखतोय असा अंभीनं त्याच्यावर आरोप केला असता. चाणक्याचं म्हणणं योग्य आहे, हे इंद्रदत्ताला समजत होतं. शत्रू अगदी दाराबाहेर उभा असताना, आपलं दार खिळखिळं करण्यात अर्थ नव्हता. परंतु तो आपल्या राजालाही ओळखून होता. आपलं ध्येय साधण्यासाठी पौरस कितीही मोठा धोका पत्करायला तयार होतो, हे त्यानं अनेकदा अनुभवलं होतं. पौरस हा अतिशय शूर व धैर्यवान राजा होता. अंभीला आयुष्यभर लक्षात राहील असा धडा त्याला शिकवायचा होता.

"विष्णू, तुझं म्हणणं मला पटतं." चाणक्य हा त्याचा इतका जुना मित्र होता की इंद्रदत्त त्याला विष्णूगुप्त या त्याच्या मूळ नावानं हाक मारू शकत होता. "पण अंभीनं सीमेजवळ सतत खुसपटं काढून मुद्दाम वातावरण प्रक्षोभित केलंय. त्याचे सैनिक धनगरांच्या वेषात येऊन गुरंढोरं पळवतात. त्यामुळे केकयचे प्रजाजन हैराण झालेत. महाराज पौरसही बेचैन आहेत. त्यांची स्थिती दिवसेंदिवस अवघड होत चाललीय. जर त्यांनी गांधारविरुद्ध काही कारवाई केली नाही तर त्यांची रयत त्यांना भेकड म्हणेल, अशा महाराजांना भीती वाटतेय," इंद्रदत्तानं आपल्या राजाची भूमिका मांडली.

"इंद्रदत्ता, असे प्रसंग येतात तेव्हा प्रत्यक्ष कारवाई करण्याची आवश्यकता नसते, फक्त आपण कारवाई करतोय, असं भासवायचं असतं. माझ्या मते पौरसानं एक जोरदार भाषण करावं. तक्षशीलेबरोबर असलेले राजनैतिक संबंध तोडावेत आणि गांधारच्या राजाला खरमरीत शब्दांत धमकी देणारं एक पत्र पाठवावं. थोडक्यात प्रत्यक्ष कोणतीही कारवाई न करता, त्यानं कारवाई केल्याचा आभास निर्माण करायचा."

इंद्रदत्तानं उसासा सोडला. आपल्या चतुर व चाणाक्ष मित्रानं नेहमीप्रमाणे बिनतोड युक्तिवाद केलाय, हे त्याच्या लक्षात आलं. अंभीला मॅसेडोनियनच्या कह्यात जाऊ देण्याऐवजी मॅसोडेनियनला गांधारपासून दूर ठेवणंच सगळ्यांच्या हिताचं होतं. तसं केलं नाही, तर अलेक्झांडरचे सैनिक गांधारचा किल्ल्यासारखा सुरक्षित वापर करून केकयवर आक्रमण करतील, हे त्यालाही पटलं.

"विष्णू गांधारवर हल्ला करण्याचे काय परिणाम होतील, हे मी पौरस महाराजांना पटवून देण्याचा प्रयत्न करेन. पण त्यांना ही गोष्ट मान्य होईलच, हे मी सांगू शकत नाही. मी माझ्या राजाला, तो स्वतःला जितका ओळखत नसेल, त्याहून जास्त ओळखतो."

* * *

परमेश्वर संतुष्ट झाला. हा परमेश्वर मॅसोडेनियन होता. त्याचं नाव अलेक्झांडर. तो सर्वशक्तिमान असला तरी ईश्वरासारखा दिसत नव्हता. देव त्याच्याइतका बुटका असणं, अशक्य होतं. अलेक्झांडरचे लांब, सोनेरी केस मानेपर्यंत खाली रुळत होते. बुटका असला तरी सरळ व तरतरीत नाक, भव्य कपाळ आणि किंचित पुढे आलेली राजेशाही हनुवटी यामुळे तो रुबाबदार दिसायचा. त्याच्या सैन्यानं सिरिया, इजिप्त, मेसोपोटॅमिया, पर्शिया व बॅक्ट्रिया असे देश वेगानं काबीज केल्यामुळे त्या ईश्वरी अवतारानं सर्वत्र हाहाकार उडवला होता. मॅसेडोनियाचा राजा फिलीपची पत्नी व अलेक्झांडरची आई, ऑलिंपियस हिला लग्नाच्या रात्री आपल्या गर्भाशयात अचानक एक विजेचा लोळ येऊन आदळल्याचं स्वप्न पडलं आणि खरोखरच तिच्या पोटी विजेच्या लोळासारखा प्रखर तेजस्वी मुलगा जन्माला आला.

या विजेच्या लोळानं सिंहासनावर ताबा मिळवण्यासाठी आपल्या चुलत भावाला सुळावर चढवलं, मॅसेडोनियाच्या दोन राजपुत्रांचा खून केला, सेनापतीवर विषप्रयोग केला आणि त्याची सावत्र आई व तिच्या मुलीला जिवंत जाळलं. विजेच्या लोळानं त्यानंतर आपल्या बेचाळीसशे सैनिकांसह दूर व दुर्गम भागातून प्रवास करत पर्शियावर स्वारी केली आणि पर्शियाचा पराक्रमी राजा डेरीयस तिसरा याचा पराभव केला. युद्धात झालेल्या नुकसानभरपाईबद्दल अलेक्झांडरनं डेरीयसला जबरदस्तीनं त्याच्या मुलीला आपल्या ताब्यात द्यायला लावलं. तिथून कूच करत अलेक्झांडर पर्शियाची राजधानी, पर्सेपोलीसला पोहोचला आणि तिथे त्यानं स्वत:ला शहेनशहा म्हणजे राजांचा राजा, असं घोषित केलं. दरम्यानच्या काळात त्यानं पराभूत करून कैद केलेल्या व लष्करात भरती होण्यास पात्र असलेल्या सर्व पुरुषांचं शिरकाण केलं. व त्यांच्या बायकामुलांना गुलाम बनवलं.

अलेक्झांडरला तरुण मुलांचं शारीरिक आकर्षण होतं, पण या वेळी तो आपली नवोदित पत्नी आणि उझबेकिस्तानची मोहक लावण्यवती राजकन्या रोक्सानाशी प्रणयाराधना करत होता. अचानक त्याच क्षणी त्याच्या मनात भारतावर स्वारी करण्याची कल्पना चमकली. त्यानं तत्काळ अंभीशी संधान बांधायचा निर्णय घेतला.

* * *

धुळीनं भरलेल्या शेतांतून हजारो घोडेस्वारांना वेगानं दौडत जाताना पाहणं, हे जितकं भीतिदायक होतं तितकंच भारावून टाकणारंही होतं. केकयचं चतुरंगदल बलाढ्य होतंच, पण त्यांचं घोडदळ हे शत्रूच्या छातीत धडकी भरवणारं होतं. चतुरंगदलाचे पायदळ, अश्वदळ, गजदळ व रथदळ असे चार विभाग असतात.

केकयनं या खेपेस गांधारमध्ये जास्तीतजास्त वेगानं घुसून त्यांचे सैनिक बेसावध असतानाच त्यांच्यावर हल्ला करून, त्यांना शरण येण्यास भाग पाडण्याच्या उद्देशानं फक्त घोडदळाचाच वापर केला होता.

मेनकेच्या जलक्रीडेमध्ये सरसेनापती निश्चेष्ट होऊन पडला होता. मादक मेनकेनं शृंगारिकपणे त्याच्या शरीराचं मर्दन केलं, हळुवार हातांनी त्याला अंघोळ घातली व प्रेमळपणे जेवू घातलं. अतीव समाधानानं सुस्त होऊन तो निद्रेच्या आधीन होताच, त्याला गुंगीत ठेवण्यासाठी तिनं त्याच्या बिछान्याशेजारी हाशीशचा धूप लावला आणि झटकन दरवाजाला कुलूप लावून ती खोलीबाहेर आली. आता तो एखाद्या तेल संपून विझलेल्या दिव्यासारखा अनेक तास थंड पडून राहणार होता.

धोक्याचा इशारा वाजला. तक्षशीला नगरीच्या महाद्वाराच्या चलकप्प्या आणि साखळ्यांनी आपल्या क्षमतेपलीकडे जाऊन मोठे अडथळे उभे करण्याचे प्रयत्न केले, पण तोपर्यंत खूप उशीर झाला होता. केकयच्या घोडदळानं किल्ल्याच्या शिबंदीला वेढा घातला आणि गांधारराजच्या राजवाड्यापर्यंत वर चढून जात त्यांनी राजवाड्याच्या आत व बाहेर जाण्याचा मार्ग बंद केला. गांधारच्या राजाचं कुटुंब आता कैदी होऊन सोनेरी पिंजऱ्यात अडकलं होतं. आक्रमक घोडेस्वारांच्या झुंडी अचानक नगरात घुसून तक्षशीलेचा ताबा घेत असताना गांधारचा सरसेनापती मेनकेच्या शय्यागृहात बेहोश होऊन पडला होता.

राजवाड्यात कैद झालेल्या गंधारराजाला निरोप धाडण्यात आला. ''गंधारराजांना मोकळा वेळ असेल तेव्हा राजा पौरस यांचे महामंत्री इंद्रदत्त त्यांना भेटू इच्छितात.'' मोकळा वेळ! फारच उपहासात्मक निरोप होता तो. राजाला मोकळा वेळ नसायला काय झालं... त्याच्या राजवाड्याला तर चारही बाजूंनी वेढा पडला होता.

''महामंत्र्यांना मुख्य सभागृहात बोलवा. थोड्याच वेळात मी त्यांना भेटेन,'' थकलेले गंधारराज, इंद्रदत्ताच्या दूताला म्हणाले. दूत निघून गेल्यावर सेवकांनी त्यांना हातांना धरून हळूहळू उभं केलं. ''महामूर्ख आहे हा अंभी! केकयवर हल्ला करू नकोस, असं ह्याला हजारदा बजावलं होतं. भोग आता आपल्या कर्माची फळं!'' राजांनी आपल्या अविवेकी पुत्राला मनात दुषणं दिली. महामंत्र्याच्या भेटीसाठी तयारी करताना सेवकांनी राजांच्या गळ्यात तेहतीस कॅरटचा रत्नजडित हार व खांद्यावर शाल चढवली.

* * *

गंधारराजाला लवून वंदन करत इंद्रदत्त म्हणाले, ''हे महान सम्राटा, गांधार खोऱ्याच्या सर्वेसर्वा, तक्षशीलेच्या अन्नदाता, गांधारच्या प्रजापिता, विद्वान, ज्ञानी पराक्रमी...''

गंधारराजानी त्यांना मध्येच अडवलं, "तू अजूनही मला सन्मानाने संबोधत आहेस, हा तुझ्या मनाचा मोठेपणा असला तरी इंद्रदत्ता, या क्षणी तू जेता आणि मी एक पराभूत राजा आहे." असं म्हणत त्यांनी इंद्रदत्तांना समोरच्या खुर्चीत बसण्यास सांगितलं. पण राजांचा मान राखून इंद्रदत्त खुर्चीवर न बसता त्यांच्या पायाशी नम्रपणे मांडी घालून बसले.

"माझ्याशी तू इतका आदरपूर्वक का वागतोयस? मी तर आता तुमचा कैदी आहे. केकयच्या सेनेने आज आमचा संपूर्ण पराजय केलाय," गंधारराज म्हणाले.

"महाराज, केकयमध्ये सर्वांच्याच मनात आपल्याबद्दल अत्यंत आदर आहे. आमचे राजे पौरस आपल्याबद्दल नेहमीच प्रेमाने व आदराने बोलतात. आपण विद्वान, न्यायप्रेमी व प्रामाणिक आहात, याची त्यांना जाण आहे. तुमच्यावर आक्रमण करण्यापूर्वी आम्हांला अनेकदा विचार करावा लागला, पण आमच्यासमोर दुसरा पर्यायच उरला नव्हता. आपला पुत्र अंभी आमच्या प्रजाजनांना त्रास देण्यासाठी सीमेवर वेषांतर केलेल्या सैनिकांना पाठवून छुपे हल्ले करायचा. सुरुवातीच्या छोट्या चकमकींकडे आम्ही दुर्लक्ष करण्याचा प्रयत्न केला, पण कोणतंही ठोस कारण नसताना आमच्यावर सतत आक्रमण होतंच राहिलं," इंद्रदत्तांनी राजांना आपली भूमिका समजावून सांगितली.

"इंद्रदत्ता, मी तुझी चिंता समजू शकतो. मी माझ्या अधिकाराचा वापर करून अंभीला काबूत ठेवेन, पण तो मूर्ख व अविवेकी आहे. पौरस राजांना सांग की निदान माझ्यासाठी तरी त्यांनी अंभीला माफ करावं," गंधारराज काकुळतीनं म्हणाले.

इंद्रदत्त काही वेळ गप्प बसले. त्यांना पुढे बोलावं की नाही, हे समजेना. अखेर ते म्हणाले, "महाराज, मला खजिल करू नका. मी आपला नम्र सेवक आहे. पौरस राजांचा आपल्यावर मुळीच रोष नाही. पण अंभीमुळे मात्र ते त्रस्त व संतप्त झाले आहेत. आपला पुत्र हा अलेक्झांडरबरोबरही काही गुप्त करार करण्यासाठी खलबतं करतोय. आमचे राजे ही गोष्ट मुळीच सहन करू शकणार नाहीत. गांधारने जर अलेक्झांडरला भारतात येण्यासाठीचा मार्ग खुला करून दिला, तर आमच्या सर्व राज्यांना धोका निर्माण होईल," ते म्हणाले.

"मी असं कदापि होऊ देणार नाही. माझ्या मान्यतेशिवाय अंभी कोणाबरोबरही करार करू शकत नाही. त्याला हा अधिकार नाही आणि तोही हे जाणतो," गंधारराज ठामपणे म्हणाले, पण मनातून मात्र त्यांना अंभीविषयी जराही खात्री वाटत नव्हती.

"महाराज, अंभीच्या दुष्कृत्यांबद्दल मी आपली कशी खात्री पटवू?" इंद्रदत्त विचारात पडले, पण दुसऱ्याच क्षणी त्यांनी बाहेर उभ्या असलेल्या व्यक्तीला हाक मारली.

"अभय! आत ये." काही दिवसांपूर्वी मेनकेला रात्री उशिरा महत्त्वाची खबर देण्यासाठी गेलेला, केकयचा गुप्तचर सभागृहात आला. त्यानं हात जोडून दोघांनाही अभिवादन केलं व इंद्रदत्तांच्या पुढील सूचनांची वाट पाहत तो शांतपणे उभा राहिला.

"अभय, तुझी माणसं, राजपुत्र अंभीच्या सतत पाळतीवर असतात?" इंद्रदत्तांनी काहीशा न्यायालयीन भाषेत प्रश्न विचारला.

"होय, सरकार," अभयनं उत्तर दिलं.

"म्हणजे दिवसाचे पंधरा मुहूर्त व रात्रीचे पंधरा मुहूर्त, तुमची राजपुत्रांवर नजर असते?"

"होय सरकार. राजपुत्रांना आम्ही कधीही आमच्या नजरेबाहेर जाऊ देत नाही."

"मागच्या शुक्लपक्षातील सर्व दिवस राजपुत्र तक्षशीलेमध्येच होते?"

"नाही सरकार. शुक्लपक्षाच्या दुसऱ्या दिवशी ते शिकारीसाठी बाहेर पडले व सीमा ओलांडून कंबोजला गेले."

"त्यांनी कंबोजला मुक्काम केला?"

"होय सरकार. तीन दिवस व तीन रात्री ते कंबोजमध्येच होते."

"त्या काळात कोणी खास व्यक्ती राजपुत्रांना भेटायला आली होती?"

"फक्त एकच व्यक्ती, सरकार. सेल्युकस त्यांच्या भेटीला आले होते व काही तास त्यांच्यासमवेत होते."

"सेल्युकस म्हणजे अलेक्झांडरचा विश्वासू सेनापती?"

"होय सरकार. घोड्यावर लावलेल्या मॅसोडोनियाच्या राजमुद्रा काही वेगळाच अर्थ ध्वनित करत होत्या."

"त्या दोघांच्यात झालेली चर्चा, तुमच्यापैकी कोणी ऐकली?"

"नाही. पण सेल्युकसचा सचिव, गरम मेण व सेनापतींची मुद्रा घेऊन जाण्यासाठी बैठकीतून बाहेर आलेला आम्ही पाहिला."

"याचा अर्थ राजपुत्र अंभी शिकारीच्या उद्देशाने नक्कीच तिथे गेला नव्हता. अर्थात शिकारीसाठी मिळालेल्या करंडकांवर मेणाची मुद्रा उठवण्याची नवी पद्धत आली असल्याचं निदान मला तरी ठाऊक नाही," इंद्रदत्त उपहासानं म्हणाले. झालेलं संभाषण ऐकून गंधारराज खूपच व्यथित झाले होते.

"धन्यवाद अभय. तू जाऊ शकतोस," इंद्रदत्त म्हणाले.

"अरे देवा, माझ्या मूर्ख मुलाने हे काय केलं? इंद्रदत्त, अंभीने केलेल्या चुकांची मी कशी भरपाई करू?" हताश झालेल्या राजांनी विचारलं.

इंद्रदत्तांपाशी राजांनी विचारलेल्या प्रश्नाचं उत्तर नव्हतं. चाणक्याचं म्हणणं बरोबर होतं, हे त्याला पुन्हा एकदा जाणवलं. पौरसानं गांधारवर आक्रमण करून,

अंभीला अलेक्झांडरच्या आणखी जवळ जाण्यास प्रवृत्त करण्याखेरीज काहीच साधलं नव्हतं.

* * *

त्या आकृतीनं सैल काळा पायजमा व सुती कापडाचं काळं जाकिट परिधान केलं होतं. चेहरा लपवण्यासाठी तोंडावर काळा मुखवटा चढवल्यामुळे फक्त त्याचं डोकं व डोळे दिसू शकत होते. त्याच्या कमरेला तागाचा लांब दोरखंड बांधला होता. रात्रीच्या किट्ट काळोखात सहज मिसळून जाता यावं यासाठी त्यानं आपल्या उघड्या असलेल्या अंगावर म्हणजे चेहरा व हातांना काजळ फासलं होतं. त्याच्या कमरेच्या एका बाजूला खंजीर लटकत होता, तर दुसऱ्या बाजूला बासरीच्या आकाराची एक चकचकीत नळी अडकवली होती. तो अनवाणी पावलांनी झिजलेल्या दगडी फरशांवरून जराही आवाज न करता राजवाड्याच्या मार्गिकेमधून सावधपणे चालत होता. काही मिनिटांतच तो एका खिडकीपाशी येऊन थांबला. कमरेभोवती गुंडाळलेला दोरखंड सोडून त्यानं तो जवळच्या खांबाला घट्ट बांधला व दोराचा उरलेला भाग खाली फेकला. दोरखंड घट्ट पकडून तो खालच्या मजल्यावरील खिडकीजवळ आला आणि खिडकीच्या चौकटीत उभा राहून त्यानं स्वत:ला आतील लांबलचक मार्गिकेच्या फरशांवर झोकून दिलं. स्वत:चा तोल नीट सावरल्यावर, दूर दिसणाऱ्या राजेशाही शयनगृहाच्या दरवाजाकडे तो निरखून पाहू लागला.

त्या दरवाजाकडे जाण्याच्या मार्गावर दोन रक्षक आपापल्या हातातील भाले एकमेकांवर तिरपे ठेवून उभे होते. मार्गिकेमध्ये अनेक मोठे खांब होते, त्यामुळे त्या खांबांच्या मागे लपत छपत ती काळी आकृती रक्षकांच्या दृष्टीस न पडता हळूहळू दरवाजाच्या दिशेनं पुढे सरकू लागली. त्यानं आपली शेवटची काही पावलं अगदी मोजून मापून काळजीपूर्वक टाकली आणि आपण आता निशाणा साधण्याच्या टप्प्यात आल्याची खात्री करून तो तिथल्या एका खांबामागे गुडघे टेकवून बसला. त्यानं कमरेभोवती बांधलेली बासरीसारखी नळी खेचून बाहेर काढली व एक दीर्घ श्वास घेतला.

नळी आपल्या ओठांपाशी आणून त्यानं दोघांपैकी अधिक सावध असलेल्या रक्षकावर नेम धरून नळीतून जोरात फुंकर मारली. बदामाचा कंदरस व सर्पविषाचं वेष्टन असलेला एक अगदी छोटा तीर नळीतून वेगानं बाहेर पडत रक्षकाच्या मानेत घुसला. छोट्याशा तीरानं मच्छरासारखा दंश केला असला तरी विनाशकारी परिणाम साधण्याची ताकद त्यात होती. आपल्या साथीदाराला सावध करून तो रक्षक खाली कोसळेपर्यंत वाटाण्याच्या आकाराचा टाचखिळा नळीतून तितक्याच वेगानं बाहेर पडत दुसऱ्या रक्षकाच्या दोन डोळ्यांच्या मधोमध आत घुसला. काही

सेकंदातच दोघेही रक्षक जमिनीवर कोसळले आणि त्यांच्याबरोबरच फरशीवर पडलेल्या भाल्यांचा आवाज बराच वेळ विचित्रपणे घुमत राहिला.

आपल्या जागेवरून हळुवार उड्या मारत तो मृत रक्षकांपाशी आला व त्यानं दोघांच्याही मानेची शीर नीट तपासली. दोघेही निष्प्राण झाल्याची खात्री पटल्यावर त्यानं खंजीर बाहेर काढत हळूच दरवाजा उघडला. खोलीमधील मोठ्या बिछान्यावर झोपलेल्या व्यक्तीच्या घोरण्याचा आवाज सोडल्यास सगळीकडे चिडीचूप शांतता होती. दारापाशी ठेवलेल्या तेलदिव्याचा मंद, अंधूक प्रकाश खोलीत पसरला होता.

मारेकरी घोरणाऱ्या व्यक्तीच्या दिशेनं पुढे जात बिछान्यापाशी आला. त्यानं आपल्या वडिलांच्या चेहऱ्याकडे पाहिलं आणि गंधारराज यांच्या छातीत जोरात खंजीर खुपसला. रक्ताच्या चिळकांड्या उडाल्या आणि बिछाना लाल रंगाने भिजून गेला. महाराजांचे डोळे क्षणभर उघडले गेले आणि त्यावर आपल्या खुनी पुत्राची प्रतिमा उमटली. भीतीनं थरकाप उडाल्यासारखे त्यांचे डोळे विस्फारले गेले, पण पुढच्याच क्षणी, नामुष्कीनं जगाव्या लागलेल्या जीवनाचा आता अंत होतोय याची जाणीव होऊन जणू कायमची मुक्तता लाभल्याच्या समाधानानं त्यांचे डोळे हळूहळू मिटत गेले.

* * *

"मी तुला आधीच इशारा दिला होता," चाणक्य म्हणाला. त्याच वेळी समोरच्या चिखलानं भरलेल्या आखाड्यात चंद्रगुप्त व सिंहरन यांच्यात रंगलेला मल्लयुद्धाचा डावही तो बारकाईनं निरखत होता. दोन्ही मल्लांनी लंगोट कसले होते आणि तिळाचं तेल व घामाच्या मिश्रणानं त्यांचं अंग निथळलं होतं. दोघेही हनुमंती, जांबूवंती, जरासंधी व भीमसेनी या भारतातील मल्ल युद्धाच्या चारही प्रचलित पद्धतींचा मुक्तपणे वापर करत होते. पण हा मल्लयुद्धाचा साधासुधा सामना नव्हता. सामन्यातील एक स्पर्धक जेव्हा आपल्या प्रतिस्पर्ध्याला खाली खेचून काही काळ रोखून धरण्यात यशस्वी व्हायचा तेव्हा हातात दंडुके घेतलेली चार-पाच आडदांड मुलं त्या स्पर्धकावर हल्ला चढवायची. तो स्पर्धक त्यांचा प्रतिकार करत असताना, खाली पडलेल्या त्याच्या प्रतिस्पर्ध्याला स्वत:ला सावरण्यासाठी वेळ मिळायचा.

चाणक्यानं केलेल्या टिप्पणीवर इंद्रदत्त डोळे मिचकावून हसले. "तू हेच बोलणार, हे मला ठाऊक होतं. 'मी म्हणालो होतो ना तुला' असं तू मला सहज सांगू शकतोस, पण पौरस राजांनी माझ्यासमोर दुसरा पर्यायच ठेवला नाही. मी माझ्या मुलाला काबूत ठेवेन, असं राजा गंधारराजनी मला वचन दिल्यामुळे मी

गांधारमधून केकयचं सैन्य काढून घेतलं. पण तो करंटा अंभी आपल्याच बापाचा खून करेल, याची कोणाला कल्पना असणार! गांधारवर आक्रमण करून आम्हीच गोंधळाची परिस्थिती निर्माण केली. आता अलेक्झांडरशी केलेला करार निभावण्यासाठी अंभीला पूर्ण स्वातंत्र्य मिळालंय. सगळे म्हणतात की अलेक्झांडर देवासारखा दिसतो!'' इंद्रदत्तानं तक्रारीच्या सुरात सांगितलं. त्याच वेळेस चंद्रगुप्तानं सिंहरनवरील आपली पकड घट्ट करत त्याला जमिनीवर लोळवलं.

गेल्या काही वर्षांत चंद्रगुप्तामध्ये खूपच फरक पडला होता. त्याला अस्सल मर्दानी सौंदर्य लाभलं होतं. रुंद खांदे, पिळदार बाहू आणि मल्लाला शोभतील अशा मांड्या, पण देहयष्टीला विसंगत असा मृदू चेहरा, राजबिंडं धारदार नाक, खांद्यावर रुळणारे काळे कुरळे केस. चंद्रगुप्ताच्या प्रशिक्षकांनी त्याला मल्लयुद्ध, धनुर्विद्या, घोडेस्वारी आणि तलवारबाजीमध्ये तरबेज केलं होतं.

चंद्रगुप्ताचा दिनक्रम हा एखाद्या साधूच्या तपश्चर्येहूनही कठोर होता. दिवस व रात्र मिळून होणाऱ्या तीस मुहूर्तांपैकी सूर्योदयानंतरचे पहिले दोन मुहूर्त हे व्यायाम आणि शारीरिक व युद्ध प्रशिक्षणासाठी राखून ठेवलेले असत. त्यानंतरच्या दोन मुहूर्तांमध्ये तो अर्थशास्त्र, राजनीती, इतिहास व भूगोल या राज्यकारभारासाठी आवश्यक असलेल्या विषयांचं अध्ययन करायचा. पुढच्या दोन मुहूर्तांच्या काळात तो स्नान व भोजन करत असे. माध्यान्हीनंतरचे दोन मुहूर्त हे गणित, सामान्य विज्ञान व भाषा अशा इतर विषयांच्या अभ्यासासाठी राखून ठेवलेले असायचे. नंतरच्या दोन मुहूर्तांमध्ये घोड्यावर आरूढ होऊन करायच्या युद्धपद्धती व अशा प्रकारच्या अश्वारोहण कलांचं प्रशिक्षण त्याला दिलं जाई. सूर्यास्तापूर्वीचे दोन मुहूर्त आध्यात्मिक प्रवचनं, पौराणिक ग्रंथांचं पठण व त्यानंतरचे दोन मुहूर्त पुन्हा स्नान व भोजनादि विधींमध्ये व्यतीत होत. जेवणानंतरच्या दोन मुहूर्तांमध्ये गृहपाठ व दिवसभरात शिकलेल्या विविध गोष्टींची तो उजळणी करायचा आणि अखेरच्या दोन मुहूर्तांचा वापर चिंतन-मननासाठी केला जाई. दिवसभराच्या अध्ययन व अथक परिश्रमानंतर चंद्रगुप्त निद्रेच्या आधीन होई व काही तासांनंतर पहाटेपासून त्याच्या दिनक्रमाला पुन्हा सुरुवात होत असे.

"इंद्रदत्ता, मला मुळीच चिंता वाटत नाही. अशा वेळी काहीही न करता शांत राहणे हीच उत्तम रणनिती ठरते. तुझ्याजागी मी असतो, तर हेच केलं असतं,'' चाणक्य म्हणाला. समोरच्या आखाड्यातील मल्ल आता गळ्यात गोल आकाराचे दगड अडकवून बैठका मारत होते.

"विष्णू, तुला समजून घेणं खूप अवघड आहे. एकीकडे तू म्हणतोस की अलेक्झांडरच्या आक्रमणापासून आपल्या राष्ट्राला फार मोठा धोका आहे आणि आता तो आपल्या सीमेपाशी येऊन थडकलाय, तर तू आम्हांला शांत राहायला

सांगतोयस!'' इंद्रदत्त उद्वेगाने म्हणाला.

''मेहेर, जरा इकडे ये. मी इतक्या खात्रीपूर्वक का म्हणतोय, ते इंद्रदत्तजींना समजावून सांग.'' चाणक्यानं आपल्या पर्शियन विद्यार्थ्याला बोलावलं. तोही व्यायाम करत होता. हातातील वजनं खाली ठेवत तो पुढे आला व त्यानं हात जोडून दोघांना अभिवादन केलं.

''सध्याच्या प्रसंगी त्यानं काहीही करू नये असं मी का म्हणतोय, ते केकयच्या महामंत्र्यांना जरा सांग,'' चाणक्य म्हणाला.

''आचार्यांच्या सल्ल्यानुसार मी पर्शियातील व्यापाऱ्यांचा एक गट तयार केलाय. ते मला पर्सेपोलिसमधील घटनांची बित्तंबातमी पुरवत असतात. मॅसेडोनियन सेनेने ताबा घेतल्यानंतर मी ते शहर सोडून इथे आलो. त्यानंतर काही महिन्यांनी अलेक्झांडरनं राजवाड्यात एक जंगी मेजवानी आयोजित केली. अनिर्बंध मद्यपान व लैंगिक भोग ह्यांचा तिथे धुमाकूळ होता. त्या वेळी लागलेल्या प्रचंड आगीत जवळजवळ सर्व पर्सेपोलिस नगरी आणि तेथील अद्भुत खजिना जळून खाक झाले. पर्शियाच्या संपत्तीमुळे अलेक्झांडरच्या युद्धकारणाला जी शक्ती लाभली होती ती त्या आगीत नाहीशी झाली,'' मेहरनं सांगितलं.

''इंद्रदत्ता, याचा अर्थ असा होतो की अलेक्झांडरची घोडदौड आता मंदावली आहे. त्याच्या सैन्यात भाडोत्री सैनिकांचा जास्त भरणा आहे. त्यांना जर पैसे मिळाले नाहीत, तर ते लढायला तयार होणार नाहीत आणि मग अपुऱ्या सैन्यासह केकयच्या बलाढ्य सेनेचा पराभव करणं, अलेक्झांडरला अवघड जाईल,'' चाणक्य म्हणाला.

''मग मी आता माझ्या राजांना काय सांगू?'' इंद्रदत्तानी विचारलं.

''सुखेनैव निद्रा घ्या असं त्यांना जाऊन सांग,'' चाणक्यानं उत्तर दिलं.

* * *

''पर्सेपोलिस आगीत भस्मसात झालं असलं, तरी त्यामुळे अलेक्झांडरच्या तलवारीची धार जराही बोथट झालेली नाही, पण तरीही तुम्ही मला केकयच्या महामंत्र्यांना असत्य कथन करायला सांगितलंत. त्याचं काय कारण, आचार्य?'' इंद्रदत्त निघून जाताच मेहेरनं विचारलं.

''मेहेर, मी आता तुला जे प्रश्न विचारणार आहे, त्यांची मला नीट विचारपूर्वक उत्तरं दे. भारतातील सर्वांत बलवान राज्य कोणतं?''

''मगध हे निर्विवादपणे शक्तिशाली राज्य आहे.''

''आणि मगधावर कोण राज्य करतं?''

''धनानंद.''

“धनानंदाशी लढण्यासाठी आपल्याला दुसऱ्या कोणत्या बलवान राज्याची मदत घ्यावी लागेल?”

“केकय.”

“आणि केकयचा राजा कोण?”

“पौरस.”

“आता मला सांग जर पौरसाला मगधावर स्वारी करण्याची गरजच वाटत नसेल, तर तो आपल्याला का म्हणून मदत करेल?”

“जर त्याच्यावर कोणी आक्रमण केलं असेल, तर तो निश्चितच आपल्याला मदत करायला तयार होईल.”

“पौरसाचा कट्टर शत्रू कोण?”

“गांधारचा राजा अंभी.”

“पौरसाबरोबर एकट्याने लढण्याची ताकद अंभीपाशी आहे?”

“नक्कीच नाही. केकयने त्याची राजधानी सहज काबीज केली होती.”

“मग केकयवर आक्रमण करण्यासाठी अंभीची ताकद कोणामुळे वाढू शकते?”

“अलेक्झांडरमुळे!”

“अगदी बरोबर.”

“पण आचार्य तुम्ही तर म्हणाला होता की मॅसेडोनियन लोक जहरी आहेत, आपण हे विष पसरू देता कामा नये?”

“एखादा आजार बरा करण्यासाठी आपण रोग्याला छोट्या मात्रेमध्ये विष देत असतो. बरोबर ना? जे विष एखाद्या माणसाला मारू शकतं, तेच जर अचूक मात्रेमध्ये दिलं, तर रोग्याला जीवदान देऊ शकतं. आपण मॅसेडोनियनवर अगदी तोच प्रयोग करायचा आहे.”

“अलेक्झांडर व अंभी मित्र होऊन त्या दोघांनी पौरसावर हल्ला चढवला तर अलेक्झांडर हा सर्व भारताचा सम्राट होऊ शकेल!”

“मेहेर, मी तुला पुन्हा एकदा सांगतो, पुढच्या प्रश्नाचं उत्तर पूर्ण विचार करून दे. भारताविरुद्ध मोहीम आखण्याआधी अलेक्झांडरने कोणत्या देशांवर विजय मिळवले?”

“पर्शिया, सिरिया, इजिप्त, असिरिया, बाबिलोनिया...”

“ठीक आहे. आलं लक्षात. पण एकूण अलेक्झांडर किती आहेत? एक? दोन? दहा?”

“फक्त एकच,” मेहेरनं हसत उत्तर दिलं.

“म्हणजे अलेक्झांडर तर एकच आहे, पण त्यानं दहा भूप्रदेश जिंकलेत. याचा अर्थ तो एका ठिकाणी लढाई करतो आणि पुढे निघून जातो. एका वेळी तो

दहा ठिकाणी असू शकत नाही.''

''पण तिथे त्याचे सैन्याधिकारी राहत असतील. तो तिथे एखाद्या सेनाप्रमुखाची नेमणूक करू शकतो.''

''मॅसेडोनियामधून तो जग जिंकण्यासाठी निघाला, तेव्हा अलेक्झांडरपाशी किती सैन्य होतं?''

''मला ठाऊक असलेल्या माहितीप्रमाणे त्याच्यापाशी साधारण बेचाळीस हजार सैनिक होते.''

''आणि तुझ्या माहितीप्रमाणे आज त्याच्यापाशी किती शिपाई असतील?''

''साधारण तेवढेच.''

''कमाल आहे. जर त्यानं पर्शिया, सिरीया, इजिप्त, असिरिया, बाबिलोनिया, बॅक्ट्रिया आणि जिंकलेल्या इतर प्रदेशांमध्ये आपले काही सैनिक ठेवले असते तर आज त्याच्या सेनेतील सैनिकांची संख्या निश्चितच कमी असायला हवी होती. याचा तू कसा अर्थ लावशील?''

''याचा अर्थ, जिंकलेल्या भूप्रदेशावर नियंत्रण ठेवण्यासाठी तो आपल्या फौजेतील फारशा लोकांना मागे ठेवत नाही. हो ना?''

''आणि जिंकलेल्या राज्याचं संरक्षण करण्याची जबाबदारी तो त्याच्या स्थानिक सहयोगी राजांवर सोपवतो.''

''आचार्य, म्हणजे तुमचं म्हणणं आहे की आपण तटस्थ राहून, आंभी व अलेक्झांडर यांच्या एकत्र सेनेला पौरसाचा पाडाव करून द्यायचा. मला नाही पटत. माझ्या देशासाठी मी मरण पत्करेन.''

''मूर्ख माणसं आपल्या देशासाठी प्राणाहुती देतात. बुद्धिवान लोक, त्यांच्या देशासाठी इतरांना प्राण गमवायला लावतात. लक्षात ठेव. जो आधीच नीट विचार करून पळ काढतो, तो दुसऱ्या दिवशी लढण्यासाठी जिवंत असतो. याला भित्रेपणा म्हणत नाही. हा बुद्धिबळाचा डाव आहे. आणि त्याचा पट माझ्या हातात आहे. अलेक्झांडरच्या मोहिमेमुळे पौरस व अंभी, दोघेही दुर्बल होतील. त्यांच्या कमजोरीचा फायदा उठवून अलेक्झांडर त्याच्या सेनापतीपैकी कोणाची तरी – बहुधा सेल्युकसची – दोन्ही राज्यांच्या प्रमुखपदी निवड करून, तो पुढचा देश काबीज करायला निघून जाईल. तो क्षण आपला असेल. चंद्रगुप्ताचा असेल. अख्ख्या भारताचा असेल!''

''आणि पौरसाला पराभवापासून वाचवण्यासाठी आपण काही करायचं नाही?''

''लढाई प्रत्यक्ष लढण्याआधीच ती जिंकलेली किंवा हरलेली असते.''

''मग आपण तोपर्यंत काय करायचं?'' आपल्या मार्गदर्शकाकडे सहेतुक पाहत मेहेरनं विचारलं.

"आपण आपली लष्करी ताकद वाढवत राहायची आणि सबुरीने वाट पाहायची."

"आणि इंद्रदत्तांचं काय?"

"आज मी त्याच्याशी असत्य बोलून, त्याच्याकडे परत जाण्याचा मार्गच बंद करून टाकलाय."

८

वर्तमानकाळ

बेलिफनं पुकारा केला. ''उपन्यायिक जिल्हा दंडाधिकारी न्यायालयाचं काम सुरू होत आहे. माननीय न्यायाधीश एस.सी.पांडे हे न्यायालयाची सूत्रं सांभाळतील. सर्वांनी शांतता व शिस्त पाळावी. परमेश्वर या सन्माननीय न्यायालयाचं रक्षण करो!''

माननीय उपन्यायिक जिल्हा दंडाधिकारी एस.सी.पटेलनी त्यांच्या समोर उभ्या असलेल्या वकिलाकडे पाहिलं. ''तुमचा अशील कुठे आहे?'' त्यांनी विचारलं. वकिलाने सभोवार पाहिलं. अशील कोर्टात आलेला असणार, असं त्यानं गृहीतच धरलं होतं. दंडाधिकाऱ्यांनी उसासा सोडला. आपण उगाचच कोर्टात आलो, असे भाव त्यांच्या चेहऱ्यावर उमटले. या वेळी शहराबाहेरील हॉटेलात आपल्याला हमीदसोबत स्वर्गीय आनंद लुटता आला असता. हमीदची आठवण येताच, त्यांच्या ओठांवर मंद हास्य उमटलं.

''साहेब, मला नाही ठाऊक. ठरलेल्या वेळेआधी इथे दहा मिनिटं हजर राहतो, असं त्यानं मला सांगितलं होतं,'' वकिलाच्या बोलण्यानं पांडेची तंद्री भंग पावली. ''तसं असेल, तर आम्ही त्याला अटक करण्याचा आदेश देतो. बेलिफ, अटक वॉरंट जारी करा आणि श्री. इक्रम शेख याला लवकरात लवकर आमच्यासमोर हजर करा.''

* * *

''त्या नीच हरामखोरानं मला अटक वॉरंट पाठवण्याची हिंमत केली?'' इक्रम पिसाळला होता.

''इक्रम... इक्रम... आधी शांत हो बघू. काय झालंय?'' आपल्याला जणू काही माहितच नसल्याचं भासवत गंगासागरनी विचारलं.

''तुम्हांला तर ठाऊकच आहे, गृहमंत्र्यांनी पोलीस आयुक्तांची उचलबांगडी

केली. तो इथून गेल्यावर माझं सगळं महत्त्वच संपून गेलं. मी या शहराचा नगराध्यक्ष असूनही, त्यांनी माझी आणि माझ्या धंद्याची तपासणी सुरू केली.''

''मग त्यात काय झालं? आत्तापर्यंत अशा अनेक चौकश्या आणि तपासण्यांना तू सामोरा गेला आहेस. जो कोण तपासणी करणार असेल, त्याची किंमत चुकती करायची,'' गंगासागरनी सुचवलं.

''पण या वेळचं प्रकरण वेगळंच दिसतंय. त्यांनी अहमदला कोठडीत टाकून जबर मारहाण केली. अहमद खंडणी वसून करणारा, माझा उजवा हात. त्याच्याकडून त्यांनी माझ्याविरुद्ध खोटानाटा कबुलीजबाब लिहून घेतला,'' इक्रमभाई मनातून चांगलाच चरकला होता.

''ठीक आहे रे. पण तरीसुद्धा हे सारं प्रकरण जेव्हा कोर्टासमोर येईल, तेव्हा आपण ते आपल्या पद्धतीनं मिटवू. नाही का?'' गंगासागरनी धूर्तपणे विचारलं.

''साहेब, मी ह्या बदमाष माणसाला फितवायचे सगळे प्रयत्न करून पाहिले, पण तो मागे हटायलाच तयार नाही. एकही आमिष दाखवायचं बाकी ठेवलं नाही, पण तो माझा पिच्छा सोडत नाही. एरवी मी त्याला माझा इंगा दाखवला असता, पण सारा फौजफाटा माझ्या माणसांच्या मागे हात धुऊन पडलाय,'' इक्रम चरफडत बोलला.

''हे बघ इक्रम, तू माझा जिगरी दोस्त आहेस. माझा सल्ला ऐकशील? काही दिवस तू सगळ्यांच्या नजरेपासून जरा दूर राहा. एक महापौर म्हणून – मुख्यमंत्रीपदाचा एक भावी उमेदवार म्हणून – सगळ्यांच्या नजरेत तू सलतोयस,'' गंगासागरनी शांतपणे त्याला सुचवलं आणि 'सगळ्यांच्या' म्हणताना गंगासागरनी त्या सगळ्यांमधून स्वत:चं नाव शिताफीनं वगळलं.

''साहेब, पण आता राज्याच्या निवडणुका दारापाशी येऊन ठेपल्यायत. त्या वेळी मीच हजर नसलो तर पक्षाचं प्रतिनिधित्व कोण करणार? पक्षाला एवढं वर आणण्यासाठी आपण दिवसरात्र झटलोय. मी माझा मोठेपणा सांगत नाही. तुमच्याविषयी आणि आपल्या अभानसविषयी वाटणाऱ्या कर्तव्याच्या भावनेतून मी बोलतोय,'' इक्रम अजिजीनं म्हणाला.

''इक्रम, तू निवडणुकीत हरलास तर ते मला मुळीच सहन होणार नाही, पण त्याहीपेक्षा आपली मैत्री संपून मी तुला कायमचा गमावून बसण्याचा धोका मात्र मी कधीही पत्करणार नाही. म्हणून मला असं वाटतं की तू मुख्यमंत्रीपदाच्या स्पर्धेतून माघार घे आणि दुसऱ्या कुणाच्या तरी मागे स्वत:चं वजन खर्ची घाल.''

''तुम्हांला काय सुचवायचंय?'' इक्रमनं विचारलं.

''मला एक व्यक्ती ठाऊक आहे. आपल्याला जे हवंय ते काम ती व्यक्ती त्या दंडाधिकाऱ्याकडून करून घेईल. पण मी म्हटलं तसं, काही दिवस तू

सगळ्यांच्या नजरेपासून दूर राहा म्हणजे सरकारी यंत्रणाही आपोआप तुझ्यापासून दूर राहील. चंदिनी परत आली आहे. तुझी राजकीय वारसदार म्हणून तू तिचंच नाव का घोषित करत नाहीस? ती बिचारी गरीब, दुबळी मुलगी आहे. ती कधीच तुझ्या शब्दाबाहेर जाणार नाही,'' गंगासागरनी सल्ला दिला.

* * *

''त्यानं निवडणूक न लढवायचं ठरवलंय,'' गंगासागर अग्रवालजींना म्हणाले. ''त्याऐवजी त्यानं आपल्या दत्तक मुलीला जाहीरपणे पाठिंबा दिलाय.''

''कसा काय तयार झाला तो?'' अग्रवालजींनी विचारलं.

'जेव्हा तुम्ही एखाद्याला बरोबर कोंडीत पकडता, तेव्हा तो त्याची बुद्धी आणि मनही तुमच्या हवाली करतो,'' गंगासागर जोरात हसत म्हणाले. मनात मात्र ते हमीदशी ओळख करून दिल्याबद्दल आपला सचिव, मेननचे आभार मानत होते.

* * *

''चंदिनी, मला काही अत्यंत चांगल्या विद्यार्थ्यांबरोबर तुझी ओळख करून द्यायची आहे. हा लखनौ विद्यापीठात शिकणारा उपेंद्र कश्यप, हा अलाहाबाद विद्यापीठातील ब्रिजमोहन राय, अलिगढ मुस्लीम विद्यापीठाचा इकबाल आझमी, हा गिरीश बाजपाई, बनारस हिंदू विद्यापीठात शिकतो...''

उत्तर प्रदेश राज्यातील वेगवेगळ्या विद्यापीठात शिकणाऱ्या तीस जणांकडे चंदिनी पाहत होती. ते विद्यार्थी वाटत नव्हते. त्यातील बहुतेकजण तिशी-चाळिशीतील दिसत होते. लखनौ विद्यापीठातील उपेंद्र कश्यप पुढे आला आणि त्यानं हात जोडून चंदिनीला अभिवादन केलं. ''चंदिनीजी, तुमच्या मनात कोणता विचार आलाय हे मला ठाऊक आहे. आम्ही विद्यार्थ्यांच्या मानाने खूपच मोठे दिसतोय. पण पंडित गंगासागरजींच्या मार्गदर्शनाखाली आम्ही शैक्षणिक पदव्या संपादन करण्यासाठी आमचं आयुष्य वाहून घेतलंय.''

''तू कुठल्या शाखेत शिकतोयस?'' चंदिनीनं उत्सुकतेनं विचारलं.

''तसं पाहिलं तर मी पंधरा वर्षांपूर्वी विद्यापीठात आलोय. आधी मी तत्त्वज्ञान विषय घेऊन बी.ए. झालो. मग पुन्हा इंग्रजी हा मुख्य विषय घेऊन बी.ए. (ऑनर्स) ही पदवी मिळवली. दुहेरी पदवीधर झाल्यानंतर मी पदव्युत्तर अभ्यासक्रमासाठी मानववंशशास्त्र निवडला व एम.ए. पदवी संपादन केली. आता मी भाषाशास्त्रात डॉक्टरेट करतोय.''

''ही एवढी तरुण माणसं विद्यापीठात राहून इतक्या वेगवेगळ्या पदव्या का मिळवतायत?... आणि तेही कला शाखेत शिकून?'' चंदिनीनं हळू आवाजात गंगासागरना विचारलं.

"कारण त्यामुळे ह्या विद्यार्थ्यांना बरीच वर्षं विद्यापीठ परिसरात राहता येतं," गंगासागर म्हणाले.

"पण त्यांना इतकी वर्षं विद्यापीठात ठेवण्यामागे उद्देश तरी काय?" चंदिनीनं विचारलं.

"त्यांना निवडणुका लढवता येतात," गंगासागरनी सांगितलं.

"कोणत्या निवडणुका?"

"विद्यार्थी संघटनेच्या निवडणुका."

"उत्तरप्रदेश राज्यात तीसहून जास्त विद्यापीठं आहेत. त्या प्रत्येक विद्यापीठातील संघटनांच्या कार्यात अभानस का एवढा रस घेतेय?"

"कारण विद्यापीठातील विद्यार्थी संघटना जर आपल्या तरुण मुलांच्या हातात असतील तर आपण म्हणजे अभानस पक्ष – युवकांना आपल्या नियंत्रणाखाली ठेवू शकू. राज्यात सत्ता मिळवण्यासाठी युवकांची मतं मिळवणं, फार महत्त्वाचं ठरतं."

"पण त्या मुलांचं भवितव्य काय?"

"कला शाखेतील शिक्षण, ह्या मुलांना आयएएस किंवा आयआरएस व्हायला पुरेसं असतं."

"म्हणजे ते नोकरशाहीचा रस्ता पकडणार तर?" चंदिनीनं विचारलं.

"त्यातले काही जण युनियनचे पुढारी होतील, बाकीचे आयकर आयुक्त होतील किंवा रिझर्व बँकेत सचिव पदावर काम करतील. सरकारी कार्यालयातील उच्च पदांवर आपली माणसं असणं गरजेचं आहे."

काही अंतरावर जीप व व्हॅन्सच्या बाजूला हातात रायफल्स घेतलेले तीस पोलीसशिपाई उभे होते. "विद्यार्थी संघटनांच्या अध्यक्षांभोवती एवढे पोलीस कशासाठी?" चंदिनीनं विचारलं.

"संरक्षणासाठी." गंगासागर म्हणाले.

"संरक्षण?' चंदिनीनं गोंधळून विचारलं.

"यातील निम्म्या विद्यार्थी नेत्यांना इतर पक्षांच्या उमेदवारांकडून संरक्षण मिळणं, आवश्यक असतं. कारण हे उमेदवार आपल्या विद्यार्थी नेत्यांना त्यांच्या पदावरून हटवण्यासाठी उत्सुक असतात आणि त्यासाठी कोणत्याही थराला जायची त्यांची तयारी असते."

"आणि उरलेले अर्धे?"

"त्यांना पहिल्या निम्म्यांकडून संरक्षणाची गरज असते," गंगासागर खदखदून हसत म्हणाले.

* * *

''तुला एका मोठ्या विजयाची गरज आहे,'' चंदिनी आत येताच, गंगासागर तिला म्हणाले.

''पण निवडणूक कशी लढवतात याबद्दल मला काहीच माहित नाही,'' ती म्हणाली.

''अगं मुली, मी निवडणुकीतील विजयाबद्दल बोलत नाही. मला म्हणायचंय की तुला एखाद्या जनसंपर्क मोहिमेची खूप गरज आहे. त्यामुळे तुला चटकन लोकप्रियता मिळेल आणि इथली जनता तुझ्याकडे इक्रमची वारस म्हणून पाहू लागेल.''

''गंगा काका, तुम्ही नक्कीच आधी काही तरी ठरवलेलं असणार,'' चंदिनी चतूरपणे म्हणाली.

गंगासागर मनापासून हसले. आपण चंदिनीची सार्थ निवड केल्याचा त्यांना अभिमान वाटला.

''तुला ठाऊक आहे, रुंगठा आणि रोगाणी कंपनीतर्फे आपल्या शहराच्या बाहेरील भागात एक मोठा पोलाद प्रकल्प उभारला जातोय?'' त्यांनी विचारलं.

''हो, मी त्याबद्दल वाचलंय. आपल्या राज्यासाठी तो खूप महत्त्वाचा प्रकल्प ठरणार आहे. त्यामुळे उत्पादन विभागापासून विक्री विभागापर्यंत एकूण पंचवीस हजार लोकांना नोकऱ्या मिळतील. जपानमधील एका बहुराष्ट्रीय कंपनीच्या सहयोगानं हा प्रकल्प उभा राहतोय आणि भारतातील हा आजपर्यंतचा सर्वांत मोठा पोलाद कारखाना ठरणार आहे.'' चंदिनी म्हणाली.

''या प्रकल्पासाठी किती एकर जमीन लागेल, याची तुला काही कल्पना आहे का?'' गंगासागरनी विचारलं.

''माझ्या माहितीनुसार या कारखान्यासाठी एक हजार एकर जमीन लागेल आणि उत्तर प्रदेश सरकारनं ती सर्व जमीन मोफत द्यायची तयारी दाखवली आहे. देशातील अनेक राज्यांच्या मुख्यमंत्र्यांनी हा प्रकल्प आपल्या राज्यात यावा यासाठी आर अँड एस कंपनीच्या मालकांची मनधरणी करायचा प्रयत्न केला. या कारखान्यामुळे देशांतर्गत उत्पन्न म्हणजेच जीडीपी वाढायला झटपट वेग येणार आहे,'' चंदिनीनं हातवारे करत सांगितलं.

''आणि हा प्रकल्प जिथे उभा केला जातोय, त्या जमिनीचे मालक कोण आहेत?''

''तिथली खूपशी जमीन ही छोट्या आणि गरीब शेतकऱ्यांच्या मालकीची आहे. ते त्यांचं उदरनिर्वाहाचं एकमेव साधन आहे. शेतकरीही आपली जमीन आनंदाने कंपनीला द्यायला तयार आहेत, कारण आर अँड एसने त्यांना कारखान्यात नोकरीची हमी दिलीय.''

"पण शेतकऱ्यांनी अचानक बंड पुकारलं तर? आमच्या छोट्या जमिनी बळकावून कंपनीने आमची घोर फसवणूक केली आहे, असं त्यांनी जाहीर केलं, तर काय होईल?"

"पत्रकार आणि प्रसारमाध्यमांसाठी ती सुवर्णसंधी असेल, पण जर आरअँडएसनी तो प्रकल्प दुसरीकडे हलवण्याचं ठरवलं तर आपल्या राज्याचं फार मोठं नुकसान होईल," चंदिनीनं उत्तर दिलं.

"तू तिथल्या काही शेतकऱ्यांना भेटायचं. ते तुला त्यांची प्रवक्ता बनवतील, अशी व्यवस्था करायची. मग तिथून थेट प्रस्तावित प्रकल्पाच्या प्रवेशद्वारापाशी येऊन बसायचं आणि जोपर्यंत ह्या गरीब आणि दुर्दैवी शेतकऱ्यांवर झालेला अन्याय व फसवणुकीची योग्य ती दखल घेऊन, त्यांना न्याय मिळत नाही, तोपर्यंत मी इथे आमरण उपोषण करणार आहे, असं जाहीर करायचं."

"पण मला भूक सहन होत नाही!" ती चटकन म्हणाली.

"चंदिनी, त्यागामधली शक्ती ओळख. महात्मा गांधींनी केलेले उपवास आठव."

"पण मला उपाशी राहायची सवय नाही. चोवीस तास काही खाल्लं नाही, तर माझ्या रक्तातील साखरेची पातळी चटकन कमी होते," समोर ठेवलेल्या कपातील वेलचीयुक्त चहाचा गरम घोट घेत चंदिनी म्हणाली. वेलची घातलेला मधुर चहा हे चंदिनीसाठी अमृततुल्य पेय होतं.

"माझ्यावर विश्वास ठेव. एका दिवसात तू यशाचं शिखर गाठशील."

"ते कसं? आपण कंपनीच्या व्यवस्थापनाशी अजून बोलणीही केली नाहीत."

"अरे हो... मी तुला सांगायचं विसरूनच गेलो. मी आरअँडएस कंपनीचे उपाध्यक्ष श्री. सोमाणींना भेटलो आणि..."

"काय?"

"ते शेतकऱ्यांना द्यायच्या नुकसान भरपाईची रक्कम वाढवायला तयार झाले."

"पक्का वायदा केला त्यांनी?"

"दुर्दैवानं त्यांचे भागीदार व कंपनीचे अध्यक्ष श्री. रुंगठांनी ही मागणी मान्य केली नाही. ते म्हणाले की जास्त रक्कम देणं त्यांना परवडणार नाही."

"त्यावर तुम्ही काय म्हणालात?"

"मी त्यांना सांगितलं की येत्या निवडणुकीत जर अभानस पक्षानं सत्ता स्थापन केली तर पुढची वीस वर्षं आम्ही त्यांना विक्रीकर न भरण्याची सूट द्यायला तयार आहोत. हा प्रस्ताव त्यांनी आनंदानं स्वीकारला."

"सूट दिलेल्या विक्रीकराची रक्कम किती असेल?" तिनं धूर्तपणे विचारलं.

"काही अब्ज रुपये," ते म्हणाले.

"म्हणजे सत्तारुढ सरकारनं त्यांना जो प्रस्ताव दिला, त्यामध्ये वाटाघाटी

करताना तुम्ही अधिक भर टाकली?'' चकित होऊन चंदिनीनं विचारलं.

''होय. पण कराच्या सवलतीमुळे त्यांना जो फायदा होणार आहे, ती सारी रक्कम ते शेतकऱ्यांना नुकसानभरपाई म्हणून देणार आहेत.''

''याचा अर्थ त्यांना आपल्या खिशातून एकही पैसा खर्च करावा लागणार नाही, पण तरीही आपण केलेल्या मागण्यांसमोर मान तुकवून ते शेतकऱ्यांच्या जमिनीसाठी खूप मोठा मोबदला द्यायला तयार झाल्याचं भासवणार. होय ना?''

''अगदी बरोबर. सगळे खूश आणि आपला निवडणुकीतील विजय पक्का!''

''पण मग... मी कशासाठी उपोषण करायचं? आपण जर आधीच त्यांच्याशी करार केलाय, तर तो पत्रकारांसमोर फक्त जाहीर करायचा,'' चंदिनीनं सुचवलं.

''अगं माझ्या लाडक्या मुली, जे प्रश्न आधीच सुटलेले असतात, त्यात पत्रकारांना मुळीच रस नसतो. ते अशा एका सनसनाटी समस्येच्या शोधात असतात की जी सहजासहजी सुटणं, शक्य नसतं. अशा बातम्यांसाठी ते एका पायावर उडी मारायला तयार असतात. कारण त्यावर त्यांना रसभरित चर्चा करता येते. आपण फक्त एवढंच करायचं की त्यांच्यासमोर न सुटू शकणारा गंभीर प्रश्न ठेवायचा आणि मग त्याचीच आश्चर्यकारक उकल करून दाखवायची. मी सांगतो तसं करून दाखवलंस, तर लगेच तू महानायिका बनलेली असशील.''

चंदिनी विस्मित होऊन गंगाकाकांकडे पाहू लागली. आपल्याला अजून खूप काही शिकायचंय, याची तिला जाणीव झाली. ''आज भरपूर जेवून घे. उद्या तुला काही खायला मिळणार नाही,'' ती उठून निघत असताना गंगासागर म्हणाले.

* * *

बिऱ्हाना पथावरील गंगासागर यांच्या छोट्या घरात, माजी पोलीस आयुक्त त्यांना भेटण्यासाठी आले होते. ''तुमच्या सूचनेप्रमाणे मी गृहमंत्री आणि रजोभैय्यामधील दुही वाढवून इक्रमची मदत केली. पण त्याचा परिणाम काय झाला? माझी हकालपट्टी केली गेली. आता तुम्ही माझी मदत करायला हवी,'' ते म्हणाले.

''तुझं म्हणणं अगदी बरोबर आहे. मी दिल्लीतील माझ्या माणसाशी बोलून तुझी आणखी चांगल्या पदावर नेमणूक करतो. पण त्याआधी तुला माझ्यासाठी अजून एक गोष्ट करावी लागेल,'' गंगासागर म्हणाले.

''कोणती?'' पोलीस आयुक्तांनी उत्सुकतेनं विचारलं.

''चंदिनीला गोळी मारायची,'' गंगासागर सहजपणे बोलले.

* * *

कारखान्याबाहेर रणरणत्या उन्हात बसलेल्या त्या तरुण मुलीचा टवटवीत चेहरा आणि तिच्यातील सळसळता उत्साह पाहून पत्रकार प्रभावित झाले. सर्व वर्तमानपत्रांनी

तिच्यावर स्तुतीसुमनं उधळली. 'चंदिनी : चमकती चांदणी' टाइम्स ऑफ इंडियानं मथळा दिला, 'चंदिनीनं कराराला कलाटणी दिली' असं दैनिकनं म्हटलं. 'धैर्यवान चंदिनीनं धोका स्वीकारत विजय मिळवला' लोकभारतीमध्ये छापून आलं.

वर्तमानपत्रांच्या मथळ्यांवरून त्याची नजर फिरत होती. गुलबदनच्या कोठीबाहेर उभा राहून आधीच्या मुख्यमंत्र्यांना सत्तेवरून खाली खेचण्याच्या कटात त्यानंच महत्त्वाची भूमिका बजावली होती. त्याची नजर त्या सुंदर आकर्षक स्त्रीच्या छायाचित्रावर खिळली. पांढरी शुभ्र साडी नेसून, शेकडो शेतकऱ्यांसोबत उपोषणाला बसलेल्या त्या स्त्रीच्या चेहऱ्यावर एक वेगळंच तेज झळकत होतं. माजी मुख्यमंत्र्यावर लिहिलेल्या खळबळजनक बातमीमुळे त्यालाही भरपूर प्रसिद्धी मिळाली होती. चंदिनी अजून किती काळ पत्रकारांच्या मर्जीत राहू शकेल? तो विचार करू लागला. तिची ही लोभस प्रतिमा मलीन करायला, कितीसा वेळ लागेल? तिच्या मुखवट्यामागचा खरा चेहरा कुठे सापडेल? त्यानं तिचं चरित्र व चारित्र्य शोधण्याचं ठरवलं.

* * *

"तुझी मुलगी म्हणजे खरोखरंच कमाल आहे," लिंबू सरबताचा घोट घेत गंगासागर इक्रमभाईला म्हणाले. त्याच्या घराच्या व्हरांड्यात दोघे बोलत बसले होते.

"तांत्रिकदृष्ट्या बोलायचं झालं, तर ती माझी मुलगी नाही. मी तिला दत्तक घेऊ शकलो नाही. तुम्हाला तर माहितीच आहे की मुस्लिम वैयक्तिक कायद्याने त्या दत्तकविधानाला मंजुरी दिली नाही," इक्रम उपरोधानं म्हणाला.

"हे बघ, शेवटी प्रतिमा महत्त्वाची ठरते. ती तुझी मुलगी आहे, ही प्रतिमा लोकांच्या मनात ठसलेली आहे. लोक तिला तुझी वारसदार समजतात," गंगासागर म्हणाले.

"गमतीशीरच आहे सारं," इक्रम मिश्कील हसत म्हणाला.

"म्हणजे?" डोळ्यावरचा चश्मा टेबलावर ठेवत गंगासागरनी विचारलं.

"मलाच अजून यश मिळालं नाही, आणि ती म्हणे माझा यशस्वी वारसा पुढे चालवणार!" त्याच्या या बोलण्यावर गंगासागरही जोरजोरात हसू लागले.

* * *

"तर मग मी काय करावं, अशी तुमची अपेक्षा आहे?" ग्लासातील सरबताचा शेवटचा घोट घेत इक्रमनं विचारलं.

"मतं मिळवण्याचं काम माझं, मतमोजणीचं, तुझं," गंगासागर त्याला म्हणाले.

"निवडणूक आयुक्त मतमोजणी करतात मी नव्हे!"

"मतमोजणीच्या वेळी काही गडबड झाली तर? इक्रम, हल्ली निवडणुकीत

खूप गैरप्रकार घडतात. तशी काही परिस्थिती उद्भवली तर ती तू सांभाळायला हवी.''

''म्हणजे तुम्हांला म्हणायचंय की मी एखाद्या आलिशान गाडीत बसून राज्यातील प्रत्येक मतदान केंद्राचा ताबा घ्यायचा आणि तिथली प्रत्येक पेटी अभानसच्या मतांनी भरून टाकायची?'' इक्रमनं विचारलं. बऱ्याच काळानंतर हाणामारी करायची संधी मिळणार, या विचारानं तो मनातून खूश झाला.

''नाही. प्रत्येक मतदान केंद्रावर तुझा एक तरी माणूस असायला हवा. एखाद्या ठिकाणी गैरप्रकार होतोय असा थोडा जरी संशय आला, तर लगेच मला फोन करायचा.''

''मग तुम्ही काय तिथे बंदोबस्त करण्यासाठी सुपरमॅनप्रमाणे आकाशातून उडत पोचणार?'' इक्रमनं त्यांना उपरोधानं विचारलं.

''नाही. पण निदान आपल्या एवढं तर लक्षात येईल की झालेल्या गैरप्रकाराची भरपाई करण्यासाठी आपल्याला दुसऱ्या एखाद्या मतदारसंघाचा ताबा घ्यावा लागणार आहे.''

* * *

''पिलाभीत मतदारसंघात विरोधी पक्षाचा मुख्य उमेदवार कोण आहे?'' गंगासागरनी विचारलं.

''रामप्रसाद त्रिवेदी,'' चंदिनीनं उत्तर दिलं.

''मला त्याच नावाचा दुसरा एक माणूस शोधून दे. बिलासपूरमध्ये आपला खरा स्पर्धक कोण आहे?''

''रफिक अहमद हुसेन.''

''तिथे फारसं कठीण जाणार नाही. बिलासपूरमधील निवडणूक लढवण्यासाठी आपल्याला अगदी त्याच नावाचा माणसू पाहिजे. बरं मला सांग, पुराणपूरमध्ये सर्वांत तुल्यबळ उमेदवार कोण आहे?''

''प्रकाश यादव.''

''दुसरा प्रकाश यादव शोधून काढ.''

''म्हणजे तुम्हांला अभानसच्या तिकिटांवर असे उमेदवार हवे आहेत की ज्यांच्यापाशी शैक्षणिक पदवी, अनुभव, मत मिळवण्याची लोकप्रियता नसली तरी चालेल, पण त्या मतदारसंघातील ताकदवान उमेदवाराशी फक्त त्याचं नाव जुळायला हवं?''

''नाही. अभानसच्या तिकिटांवर नाही. आपण त्यांना लागणाऱ्या खर्चाची जबाबदारी घेऊ, पण ते सगळे अपक्ष उमेदवार म्हणून निवडणूक लढवतील.''

“आपण हे का करतोय?”

“कारण मुख्य विरोधी पक्षाच्या उमेदवाराची मतं, त्यामुळे विभागली जातील. सारख्या नावांमुळे मतदारांचा गोंधळ उडेल आणि काही मतं आपण मदत केलेल्या अपक्ष उमेदवारांना मिळतील.”

“विरोधी पक्षांच्या उमेदवारांविरुद्ध उभे करण्यासाठी शेकडो अपक्ष उमेदवार शोधायचे? आणि समजा एवढा खटाटोप केला, तर त्याचा नक्की फायदा होणार आहे का?”

“विजय मिळवण्यासाठी केवळ आपली ताकद वाढवायची नसते. विरोधकांना दुबळं करणंही, तितकंच गरजेचं असतं. आपल्याला जर जिंकायचं असेल, तर विरोधी पक्षाची मतं जितकी कमी करता येणं शक्य असेल, तितकी कमी केली पाहिजेत.”

“पण विरोधी पक्षही आपल्याविरुद्ध हीच रणनीती आखू शकेल,” चंदिनी वाद घालत म्हणाली.

“मला सांग, निवडणूक आयोग निवडणुकीच्या तारखा कधी जाहीर करेल अशी अपेक्षा आहे?”

“एकवीस एप्रिलला.”

“म्हणजे उमेदवारी अर्ज भरायची अखेरची तारीख, अठ्ठावीस एप्रिल असेल. बरोबर ना?”

“होय.”

“अठ्ठावीस एप्रिलला अर्ज भरण्याची मुदत किती वाजेपर्यंत आहे?”

“संध्याकाळी ६.३० पर्यंत.”

“मग निरनिराळ्या मतदारसंघातील आपल्या सगळ्या अपक्ष उमेदवारांनी संध्याकाळी सहा वाजता आपापले अर्ज भरायचे, म्हणजे विरोधकांना त्यावर काही प्रतिसाद द्यायला वेळच उरणार नाही.”

* * *

फोनचं बिल खूपच वाढल्यामुळे, संपादक त्याच्यावर नक्कीच संतापणार होता. पण एकदा का त्याची ती चटपटीत कथा वर्तमानपत्राच्या पहिल्या पानावर झळकली की त्याच्या सर्व चुका माफ केल्या जाणार होत्या. ‘चंदिनीचं विवाहपूर्व अपत्य’ निश्चितच खळबळजनक ठरणार होतं. आपल्याला मैलभर दूर असलेली दुर्गंधीही हुंगता येऊ शकणारं सक्षम नाक दिल्याबद्दल शोधपत्रकारिता करणाऱ्या त्या वार्ताहरानं परमेश्वराचे आभार मानले.

प्रत्येकानंच भूतकाळात काही ना काही चुका केलेल्या असतात, तो पत्रकार

विचारात गढला होता. चंदिनीही त्याला अपवाद नव्हती. याच गृहीतकाचा आधार घेऊन त्यानं, काही वर्षांपूर्वी इंग्लंडमध्ये स्थलांतरित झालेल्या व पेशानं शिक्षक असलेल्या त्याच्या चुलत भावाशी फोनवरून अनेकदा संपर्क साधला होता. चुलत भावानं ऑक्सफर्ड परिसरातून माहिती मिळवण्याचं त्याला आश्वसान दिलं. चुलत भावाच्या डॉक्टर मित्रानं राष्ट्रीय आरोग्य सेवा संस्थेत चौकशी केली. काही दिवसांनी त्या डॉक्टरानं चुलत भावाला फोन करून सांगितलं, की चंदिनीच्या ऑक्सफर्डमधील डॉक्टरनं तिला सेंट हिल्डातील तिच्या वर्गांना गैरहजर राहण्याची परवानगी देणारं वैद्यकीय प्रमाणपत्र दिलं होतं. 'मासिक पाळीच्या काळात येणारे असह्य पेटके' हे कारण त्या प्रमाणपत्रात लिहिलं होतं. पण मासिक पाळीच्या काळात येणाऱ्या पेटक्यांमुळे कोणी आठ आठवड्यांची रजा घेत नाही, असं त्या डॉक्टरचं म्हणणं होतं. चंदिनीच्या डॉक्टरला विश्वासात घेतल्यावर, त्यानं गर्भपात करणाऱ्या महिलेचं नाव सांगितलं आणि त्या महिलेनं पत्रकाराच्या भावाला ग्रॅसमीरमधील माता व बालक गृहाचा पत्ता दिला.

चटपटीत लेखाचा पहिला खर्डा समोर टेबलावर ठेवला होता. त्यानं त्यावर एक नजर टाकली. 'उत्तर प्रदेशच्या किंवा भारतातील इतर प्रांतातील मंदिरात आता लक्ष्मी, सरस्वती किंवा दुर्गा या पवित्र देवतांची पूजा केली जात नाही, त्यांच्या जागी एका नव्या देवीनं थरार निर्माण केलाय. तिचं नाव चंदिनीदेवी. उत्साहानं सळसळलेल्या या तरुण व आकर्षक राजकारणी स्त्रीनं मतदारांची मनं जिंकून त्यांच्या हृदयातही स्थान मिळवलंय. आता मुख्यमंत्रीपदावर दावा सांगण्यासाठी ती सिद्ध झाली आहे. शेतकऱ्यांसाठी ती आमरण उपोषण करते, लोकांना प्रामाणिकपणा, एकात्मता, नैतिक मूल्यं व सदाचरणाचे धडे देते. परंतु राजकारणात नुकतंच पदार्पण केलेल्या चंदिनीची पार्श्वभूमी किती जणांना ठाऊक आहे? कोणालाच नाही. आपल्या सर्वांना फक्त एवढंच ठाऊक आहे की ती पांढरी साडी नेसते व त्यात ती सुंदर दिसते. पण थोडा शोध घेतल्यावर या पत्रकाराला तिच्या शुद्ध व शुभ्र प्रतिमेवर पडलेले डाग अगदी स्पष्टपणे दिसले. त्यानं जे शोधलं, ते खरोखरच धक्कादायक होतं.

लेखाची सुरुवात उत्तम झाली होती. रेमिंग्टन विद्युत टंकलेखन यंत्रावर टंकालिखित केलेला कथेचा उरलेला भाग त्यानं चाळला व तो उठून संपादकाच्या टेबलापाशी गेला. ''मी लिहिलेली कहाणी वाचल्यावर मी त्यासाठी केलेला खर्च योग्यच होता हे तुमच्या लक्षात येईल'' एवढं एकच वाक्य बोलून तो आपल्या टेबलापाशी आला आणि त्यानं आपला टाइपरायटर, राखाडी रंगाची धूळ पडलेल्या प्लॅस्टिकच्या आच्छादनानं झाकला.

* * *

"तू लिहिलेल्या या कथेची सत्यता तपासून पाहण्यासाठी तुला इंग्लंडला जावं लागेल." संपादक त्या पत्रकाराला म्हणाला.

"क... काय? एखाद्या वार्ताहराला त्याच्या बातमीतील तथ्यता तपासून पाहण्यासाठी परदेशात पाठवण्याएवढे पैसे खर्च करायला आपल्या दैनिकाचे मालक कसे काय तयार झाले? मी टॅक्सीचं बिल लावलं तरी तुम्ही कुरकुर करता," वार्ताहर म्हणाला.

"अरे बाबा... उद्या तुझी बातमी खोटी निघाली तर तिचा दत्तक बाप इथे येऊन आपल्याला झोडेल, नाहीतर तिचे धर्मपालक गंगासागर आपल्यावर अब्रूनुकसानीचा खटला भरतील, या भीतीनं आम्ही एवढा मोठा खर्च करायला तयार झालोय."

"गंगासागर मला हातसुद्धा लावू शकत नाहीत. मागच्या मुख्यमंत्र्यांचा पर्दाफाश करण्यासाठी मी केलेली मदत ते विसरू शकणार नाहीत. मी जर त्या मुख्यमंत्र्यांचा सर्वनाश घडवून आणला नसता, तर आज ते आपल्या शिष्येला राज्याच्या मुख्य पदावर बसवायची स्वप्नंही पाहू शकले नसते."

"पण त्याबरोबर एक गोष्ट लक्षात ठेव की राज्याच्या प्रत्येक मुख्यमंत्र्याशी किंवा तो होऊ इच्छिणाऱ्याशी कायम नैतिक धर्मयुद्धाचा पवित्रा घेणारं वर्तमानपत्र अशीही आपली प्रतिमा आम्हांला होऊ द्यायची नाही. त्यासाठी तू प्रत्यक्ष घटनास्थळी जाऊन त्याची सत्यता तपासून पाहावीस असं आम्हांला वाटतं. ही बातमी खूप प्रक्षोभक आहे. केवळ तुझ्या चुलतभावाच्या ऐकीव माहितीच्या आधारे ती आपण छापू शकत नाही."

* * *

तो नवी दिल्लीच्या विमानतळावर पोहोचला. विमान उड्डाणाला अजून दोन तास होते. कैरो व जिनिव्हावरून ते विमान लंडनला पोहोचणार होतं. त्याला किफायती श्रेणीतील तिकीट व इतर खर्चांसाठी किरकोळ भत्ता देण्यात आला होता. त्यामुळे लंडनमध्ये त्याला एखाद्या सामान्य दर्जाच्या हॉटेलात राहावं लागणार होतं. सामानाची तपासणी झाल्यावर तो पासपोर्ट नियंत्रक कक्षापाशी गेला. तेथील अधिकाऱ्यानं त्याच्या कागदपत्रावर शिक्कामोर्तब केलं. आपला पासपोर्ट त्यानं खांद्यावर अडकवलेल्या चामड्याच्या बॅगेत काळजीपूर्वक ठेवला. विमानतळाच्या प्रस्थान क्षेत्रापाशी पोचल्यावर सुरक्षाअधिकाऱ्यानं त्याची चामडी बॅग तपासली.

"हे काय आहे, साहेब?" बॅग तपासताना अधिकाऱ्यानं विचारलं. बॅगेच्या अगदी तळाशी चिकटपट्टीनं नीट बंद केलेल्या राखाडी रंगाच्या प्लॅस्टिक पिशवीत एक छोटं पुडकं ठेवलेलं होतं. "ते माझं नाही." पत्रकार म्हणाला. हे पुडकं आपल्या बॅगेत कसं आलं, ते त्याला समजेना. धिप्पाड हरियाणवी अधिकाऱ्याने

त्याच्या बोलण्याकडे दुर्लक्ष करत खिशातून छोटा चाकू काढला व ते पुडकं उघडलं.

पांढरी शुभ्र, स्फटिकासारखी दिसणारी पूड खाली सांडली. सुरक्षा अधिकाऱ्यानं ती पूड किंचित चाखून पाहिली. पावडरला गंध नव्हता व चव कडवट होती. ते नक्कीच हेरॉईन होतं. "आपल्याला अफू कायदा १८७८ व घातक औषधीद्रव्य १९३०च्या कायद्यात केलेल्या तरतूदी माहिती आहेत?" अधिकाऱ्यानं आवाज चढवत पत्रकाराला विचारलं आणि त्याला हातकड्या चढवण्याची सूचना आपल्या सहकाऱ्याला केली.

"ते माझं नाही! मी खरंच सांगतोय, ते माझ्या बॅगेत कसं आलं याची मला काहीच..." तो ओरडून गयावया करत सांगत राहिला पण त्याचा काही उपयोग झाला नाही. दणकट जाट अधिकाऱ्यानं त्याला खाली वाकवून त्याचे दोन्ही हात मागे घट्ट ओढले व मनगटांवर हातकड्या घातल्या. "हे पुडकं तुझं नसेल तर त्यावर तुझ्या बोटांचे ठसे कसे उमटलेत?" आवाज चढवत अधिकाऱ्यानं विचारलं व त्याची मानगूट पकडून त्याला भिंतीपाशी खेचत नेलं आणि दोन्ही पाय फाकवून उभं राहायला सांगितलं. कमरेपासून खाली हात फिरवत त्यानं आणखी काही वस्तू लपवल्या आहेत का याची चाचपणी केली व हळूच ढुंगणाला एक चिमटा घेतला. "काही नाही... तुरुंगात गेल्यावर तुझं जे स्वागत होईल, त्यासाठी तुझे कुल्ले मजबूत आहेत की नाही, हे पाहत होतो."

विमानतळाबाहेर असलेल्या जीपमधून पोलीस कोठडीत जात असताना पत्रकाराच्या डोक्यात विचारांचं काहूर माजलं होतं. 'माझी काही तपासणी न घेता त्या प्लॅस्टिक पिशवीवर माझ्या बोटांचे ठसे आहेत हे त्या सुरक्षा अधिकाऱ्याला कसं समजलं? अचानक त्याला आठवलं, वर्तमानपत्र कचेरीतील त्याच्या रेमिंग्टन टाईपरायटरवर झाकलेल्या प्लॅस्टिकच्या आच्छादनावर राखाडी धूळ पसरली होती.

त्यानं आधी गंगासागरना, मग संपादकाला व शेवटी त्याच्या नशिबाला मनातल्या मनात दूषणं दिली.

* * *

जग्वार एक्सजेएस या चंदेरी रंगाच्या आलिशान गाडीतून अंजली खाली उतरली. लिंबू रंगाची उंची सुती साडी ती नेसली होती. मादक सौंदर्यासाठी प्रसिद्ध असलेल्या बॉलीवूडच्या अभिनेत्रीनं आपले लांब पिंगट केस हर्मिस स्कार्फनं बांधले होते. आणि डोळ्यावर अतिशय महागडा व्हर्साचे गॉगल चढवला होता. हातातील रुमाल तिनं हलकेच गॉगलच्या आत दोनतीनदा दाबला. छायचित्रकारांनी भराभर त्या मादक सुंदरीचे फोटो टिपले. निवडणूक प्रचारासाठी शोभेल असा पेहराव

केलेल्या लाडक्या नायिकेला पाहण्यासाठी गर्दी केलेले गरीब, सामान्य लोक कधीपासून तिच्या वाटेकडे डोळे लावून बसले होते.

सभेच्या व्यासपीठाकडे जाणारा रस्ता पताका व झेंड्यांनी सजवला होता. दोन स्त्री देवतांचं दर्शन घेऊन त्यांचं रूप डोळ्यांत साठवून ठेवण्यासाठी लाखो लोक जमले होते. दोन देवतांपैकी एक होती राजकारणी, तर दुसरी झगमगत्या चित्रनगरीतील. सभेचं मैदान, अभानस पक्षाच्या झेंड्यामधील भगवा, हिरवा व लाल रंगांनी भरून गेलं होतं. झेंड्यावरील भगवा रंग हिंदूंसाठी, हिरवा मुस्लीम लोकांसाठी तर लाल दलितांसाठी निवडला होता. मैदानाच्या एका कोपऱ्यात भव्य व्यासपीठ उभारलं होतं. तेही फुलं व फलकांनी सुशोभित केलं होतं. अंजली पायऱ्या चढून व्यासपीठावर पोहोचली. चंदिनी तिच्या स्वागतासाठी उभीच होती. खूप जुन्या, बालपणापासूनच्या जिवलग मैत्रिणी असल्याप्रमाणे दोघींनी एकमेकींना घट्ट मिठ्ठी मारली. वस्तुत: दोघी प्रथमच एकमेकींना भेटत होत्या. मागच्या बाजूला दोघींच्याही पंधरा फूट उंचीच्या कार्डबोर्डच्या गुलाबी रंगाच्या प्रतिमा उभ्या केल्या होत्या. प्रतिमेतील चंदिनीच्या चेहऱ्यावर देवदूतासारखे प्रसन्न व प्रेरणादायक भाव होते. तिच्या एका हातात न्यायाचा तराजू तर दुसऱ्या हातात लखलखती तलवार दाखवली होती. अंजलीच्या चित्रामध्ये तिच्या हातात स्वातंत्र्यदेवीच्या पुतळ्याप्रमाणे जळती मशाल दिसत होती.

दोघी महिला व्यासपीठावर एकत्र उभ्या राहताच, पक्षाच्या कार्यकर्त्यांनी त्यांच्या गळ्यात, हिरव्या-लाल रिबिनी बांधलेला सहा इंच जाडीचा, झेंडूंच्या फुलांचा हार घातला. तो हारही पक्षाच्या रंगाचंच प्रतीक सूचित करत होता. चंदिनी व अंजली बराच वेळ जमलेल्या समुदायाला हात हलवत अभिवादन करत राहिल्या.

"इथे जमलेल्या माझ्या प्रियजनांनो, आज मी सर्वांसमोर तुम्हांला निखळ, निर्भेळ आणि नि:पक्षपाती न्याय मिळवून देईन असं आश्वासन देते. तुम्हांला तो न्याय मिळवून देण्यासाठी जर मला हातात तलवार घ्यायची वेळ आली तर ती तलवार ही केवळ माझ्या गरीब आणि तळागाळातील जनतेच्या संरक्षणासाठीच उगारली जाईल!" चंदिनी त्वेषानं व तितक्याच कळकळीनं ओरडली. संपूर्ण मैदानात लावलेल्या मोठ्या ध्वनीक्षेपक यंत्रांमधून तिनं उच्चारलेल्या शब्दांचे पडसाद पुन्हा पुन्हा उमटू लागले. तिचे हजारो समर्थक हर्षभरित होऊन जोरजोरानं घोषणा देऊ लागले. "आकाशात जोपर्यंत सूर्य चंद्र असतील, चंदिनीजींचं नाव अमर राहिल!"

"तुमच्या अलोट प्रेमाने मी भारावून गेलेय. तुम्ही व्यक्त केलेल्या आदरामुळे मला सन्मान मिळालाय. तुम्ही मला मनापासून पाठिंबा दिला, हे मी माझं भाग्य समजते. तुमच्या उत्साहामुळे मला नवी ऊर्जा मिळते. तुम्ही माझ्यावर दाखवलेल्या

विश्वासामुळे मला काम करण्याची प्रेरणा मिळते. मी तुमची मान खाली जाऊ देणार नाही. कधीही नाही.'' तिनं गर्जना करताच लोकांनी टाळ्यांचा कडकडाट केला. व्यासपीठाभोवती पोलीस कडं करून उभे होते. डोक्यावर शिरस्त्राण व हातात दंडुके घेतलेले शेकडो पोलीस गर्दीला व्यासपीठाजवळ येण्यापासून रोखत होते. चंदिनी खाली बसली आणि अंजली बोलण्यासाठी उभी राहिली. ती मनातून किंचित घाबरली होती. पटकथेतील संवाद कॅमेऱ्यासमोर बोलणं, हे तिच्या सरावातलं होतं, पण जोरजोरात घोषणा देणाऱ्या हजारो राजकीय कार्यकर्त्यांसमोर भाषण करणं, ही नक्कीच सोपी गोष्ट नव्हती. ती प्रचारासाठी आली होती कारण तिचे रात्रीचे जोडीदार, मित्र – सोमाणी यांनी चंदिनीला जाहीर पाठिंबा देण्यासाठी आग्रह केला होता.

''ज्या राज्याला गरिबी, रोगराई, निरक्षरता आणि सरंजामशाहीच्या काळोखाने व्यापून टाकलं आहे, त्या अंधारात मला फक्त एकच झगमगता प्रकाश दिसतोय. मला जो प्रकाश दिसतोय तो तुम्हांला दिसतोय का?'' तिनं आवाज चढवून सर्वांना विचारलं आणि सर्वांनी तिला तितक्याच मोठ्या आवाजात होकार दिला. ''हा प्रकाश प्रखर आहे. हा प्रकाश चमकदार आहे. इतका तेजस्वी प्रकाश मी आजपर्यंत पाहिला नव्हता. ह्या प्रकाशाने दशदिशा उजळून जाणार आहेत, कारण हा शुद्ध व पवित्र प्रकाश आहे. तो झळाळता प्रकाश म्हणजे चंदिनी!''

दोघींच्या भाषणाने लोक जोषात आले होते आणि वाक्यावाक्याला जोरदार प्रतिसाद देत होते. इतक्यात गोळी झाडल्याचा आवाज आला. उजवा खांदा गच्च पकडत, चंदिनी खाली कोसळली. तिच्या बोटांमधून रक्त ओघळत होतं आणि ब्लाउज व साडीवर रक्ताचे डाग पडले होते. अंजलीनं अंग खाली झोकून दिलं व चंदिनीचं डोकं आपल्या मांडीवर घेतलं. सुरक्षारक्षक धावले आणि त्यांनी पिसाटलेल्या गर्दीला मागे खेचत, चंदिनीपासून दूर लोटलं. दूरदर्शनचा टीव्ही कॅमेरा व वर्तमानपत्रांच्या शेकडो छायाचित्रकारांनी तो थरारक भावूक क्षण अचूक टिपला होता.

'आदिशक्ती नमो नमः, सर्व शक्ती नमो नमः, प्रथम भगवती नमो नमः, कुंडलिनी माता शक्ती, माता शक्ती नमो नमः' ती घटना दुरून पाहणारे गंगासागर शांतपणे मंत्र पुटपुटू लागले.

* * *

इस्पितळातील तिच्या खोलीबाहेरील व्हरांड्यात ते उभे होते. पत्रकारांना इमारतीत येण्यापासून मज्जाव केला होता. त्या सर्वांनी इस्पितळाच्या बाहेरच तळ ठोकला होता. आणि रुग्णासकट इस्पितळात येणाऱ्या जाणाऱ्या प्रत्येकाचे ते फोटो काढत होते.

“ती आता कशी आहे?” गंगासागरनी विचारलं.

“ठीक आहे,” मेनन म्हणाला, “गोळी तिच्या उजव्या खांद्याला घासून गेली. काही टाके घालावे लागतील. थोडी मलमपट्टी करावी लागेल आणि किरकोळ औषधं दिली की तिला इथून सोडतील.”

“तू त्या माजी पोलीस आयुक्ताला भेटलास?” गंगासागरनी विचारलं.

“हो. काय जबरदस्त नेमबाज आहे. मी त्यांना म्हटलं की डावा खांदा नको, उजव्या खांद्यावर गोळी झाडा. डाव्या खांद्याजवळ हृदय असतं. एवढा मोठा धोका पत्करण्यात अर्थ नव्हता,” मेनननं सांगितलं.

“ह्या मुलीला हृदय आहे की नाही, असा अनेकदा मला प्रश्न पडतो.” गंगासागर हळूच स्वत:शी पुटपुटले. “तिला पाहून मला माझीच आठवण येते. तू त्याला हेही सांगितलं होतंस ना की गोळी खांद्यात घुसता नये, फक्त खांद्याला चाटून जायला हवी?”

“मी सांगितलं, पण ते म्हणाले की तशी हमी देणं फारच अवघड आहे. आम्ही त्यांना म्हटलं की एखाद्या खुल्या ध्वनिक्षेपकाच्या जवळून गोळी मारा, म्हणजे गोळी झाडल्याचा आवाज सर्वांना ऐकू येईल. त्यांनी उत्कृष्ट कामगिरी बजावली. आता तुम्ही त्यांचं काम कधी करताय, याची ते वाट पाहतायत. त्यांना दिल्लीला नेमणूक हवी आहे.”

“हो. मी त्याला तसं म्हटलंय. बरं मला सांग की तिला ह्यातलं काहीच ठाऊक नाही ना?”

“छे, मुळीच नाही.”

“दूरदर्शनवर तो प्रसंग किती वेळा दाखवला गेला?”

“साधारण पन्नास वेळा.”

“आता एक महत्त्वाचं काम कर. अंजलीच्या मांडीवर चंदिनीनं डोकं ठेवल्याचे फोटो पत्रकारांकडून मिळव. मोठ्या पोस्टरवर ते चित्र लाव आणि खाली एक घोषवाक्य असू दे. ‘मी माझ्या लोकांच्या सेवेसाठी माझ्या रक्ताचा प्रत्येक थेंब वाहायला तयार आहे.’ ह्या पोस्टरच्या हजारो प्रती काढून त्या शहरात जागोजागी चिकटवा. न मरू देता, मी तिला हुतात्मा बनवणार आहे!”

“पण डॉक्टर तर तिला लवकरच सोडणार आहेत. तिला इस्पितळात राहायची गरजच नाहीये. चटकन भरून येण्यासारखी जखम आहे,” मेनन म्हणाला.

“डॉक्टरना इथे बोलावून घे. रात्रभर तिला निरीक्षणाखाली ठेवावं लागेल असं त्यांना मी जाहीर करायला सांगणार आहे.”

“आणखी?”

“आणखी काही नाही. अगदीच गरज असल्याशिवाय कधीही खोटं

बोलू नये.''

''तिच्या जिवाला धोका नसल्याचं त्यांनी सांगायला हवं?''

''तिच्या जिवाला आता धोका नाही, असं त्यांनी नक्कीच सांगायचं... पण उद्या सकाळी. खोटं बोलणं किंवा सत्य थोडं उशिरा सांगणं, यात खूप महत्त्वाचा फरक आहे.''

* * *

''गंगा काका, तुम्ही नका माझी एवढी काळजी करू. मला लवकरात लवकर या इस्पितळातून बाहेर पडून पुन्हा प्रचार सभांना जायचंय,'' ती खूप कंटाळली होती.

''चंदिनी, तू आता प्रचार सभांना जायचं नाहीस. लढाया ह्या प्रत्यक्ष लढण्याआधीच जिंकलेल्या किंवा हरलेल्या असतात. आपण ही लढाई आधीच जिंकली आहे.''

''म्हणजे मी मतदानाच्या दिवसापर्यंत काही करायचं नाही?''

''असं कसं? तुला तर बरीच कामं करायची आहेत. तुझ्यासाठी मी एका खास विमानाची सोय केलीय. त्यातून तू सर्वांत आधी तिरुमलाला जाशील, मग गोव्याला आणि तिथून अजमेरला. तेच विमान तुला नंतर अमृतसरला घेऊन जाईल आणि तीन दिवसांनी तू परत इथे येशील.''

''पण या सगळ्या ठिकाणी मी का जातेय? तिथे निवडणुका जाहीर झालेल्या नाहीत.''

''तिरुमलाला जाऊन तू भगवान वेंकटेश्वरांच्या पायावर डोकं ठेव, म्हणजे सगळे हिंदू संतुष्ट होतील. गोव्यातील बॉम जिझससमोर मेणबत्ती पेटव आणि ख्रिश्चन लोकांना खूश कर. अजमेरच्या मोइनुद्दीन चिस्तीच्या दर्ग्यात जाऊन फुलांची चादर चढव, म्हणजे मुस्लीम समाज तुझ्यावर फिदा होईल. शेवटी अमृतसरच्या सुवर्णमंदिराला भेट देऊन तिथे प्रार्थना कर. शिखांना खूप आनंद होईल. आणि तू सर्वांना खूश केल्यावर ते तुझ्या पक्षाला सत्तेवर आणून तुला खूश करतील.''

* * *

मुंबईच्या वांद्रे उपनगरात बॉलीवुडमधील अनेक श्रीमंत व प्रसिद्ध कलाकार राहतात. बॉलिवूडची अप्सरा समजल्या जाणाऱ्या अंजलीचं घर म्हणजे आलिशान राजवाडाच होता. तिच्या बंगल्यातून समोरंच अथांग पसरलेला समुद्र दिसायचा. बंगल्याभोवती कडेकोट बंदोबस्त होता. अंजलीच्या घराला भला मोठा लोखंडी दरवाजा व दाराबाहेर सुरक्षा रक्षकांचा पहारा होता. अंजलीच्या जिवाला धोका होता म्हणून तो बंदोबस्त नव्हता, तर तो होता तिचे खास मित्र सोमाणींसाठी. रात्री उशिरा ते तिला

भेटायला बंगल्यात येत असत.

निवडणूक प्रचार सभेत तिनं चंदिनीच्या समर्थनार्थ भावनिक भाषण केल्यानंतर गंगासागर तिला बाजूला घेऊन खाजगीत म्हणाले, "तुला नैसर्गिक देणग्या लाभल्या आहेत."

"मला ठाऊक आहे ते. माझे दोन्ही जबरदस्त आहेत, असं अनेक जण म्हणत असतात," अंजली त्यांना म्हणाली.

तिच्या बोलण्यानं गंगासागर जराही विचलित झाले नाहीत. "हो. मी ते समजू शकतो. पण मी तुझ्या व्यक्त होण्याच्या क्षमतेबद्दल बोलतोय. तू लोकांच्या भावनांना सहज हात घालून त्यांची मनं जिंकू शकतेस. तू कधी राजकारणात प्रवेश करायचा विचार केलायंस?"

"मला संसदेत जायला नक्कीच आवडेल, पण निवडणुका लढवण्याइतका संयम माझ्यापाशी नाही. जाऊ दे, बॉलीवूडची मादक बॉम्ब व्हायचंच माझ्या नशिबात होतं."

"असं मानून घ्यायची मुळीच गरज नाही. तू केलेल्या प्रभावी भाषणामुळे जनमत आता आमच्या बाजूला आलेलं आहे. आणि लवकरच उत्तर प्रदेशमध्ये आमची सत्ता येईल. मग राज्यसभेसाठी आम्हांला तुझं नाव सुचवता येईल. निवडणूक न लढवता तू संसदेत जाऊ शकशील!"

"यामागे तुमचा हेतू काय आहे? तुम्ही त्या गलिच्छ म्हाताऱ्यांसारखे तर नाहीत ना?" ती हसत म्हणाली.

"हे बघ अंजली, मी गलिच्छ माणूस आहे, पण वासनेच्या बाबतीत नव्हे, फक्त राजकारणाच्या क्षेत्रात आणि सगळंच राजकारण गलिच्छ आहे. स्वच्छ राजकारण हे विरोधाभासासाठी उत्तम उदाहरण होऊ शकेल."

"माझं शरीर नको असेल, तर तुमच्या माझ्याकडून काय अपेक्षा आहेत?" तिनं विचारलं तेव्हा तिचे डोळे चमकत होते.

"आत्ता मी तुला एवढंच सांगतो की जेव्हा मला तुझ्या मदतीची गरज भासेल तेव्हा मी तुला फोन करेन. तोपर्यंत तुझ्या रात्रीच्या सख्याबरोबर तू मजा करत राहा."

* * *

"आणि आत्तापर्यंत आलेल्या निवडणूक निकालावरून एक गोष्ट निश्चित झाली आहे की सत्ता स्थापन करण्यासाठी कोणत्याही पक्षाला स्पष्ट बहुमत न मिळाल्यामुळे उत्तर प्रदेश विधानसभेची त्रिशंकू अवस्था झाली आहे."

बातमीदार नीरस स्वरात म्हणाला. अग्रवालजींच्या बंगल्यातील दिवाणखान्यात

इक्रम, मेनन, अग्रवालजी आणि गंगासागर उत्सुकतेनं निकाल ऐकत होते.

"तू तर म्हणाला होतास की चंदिनी मुख्यमंत्री होईल," अग्रवालजींनी विचारलं. ते चिंताग्रस्त दिसत होते. अभानस पक्षासाठी त्यांनी लक्षावधी रुपये खर्च केले होते आणि ते सर्व आता पाण्यात जाणार, या विचारांनी अस्वस्थ होऊन गेले.

"चंदिनी मुख्यमंत्री होईल, असं मी कधीच म्हटलं नव्हतं. सत्तेच्या नाड्या अभानसच्या हातात असतील, हे माझं विधान होतं."

"मला समजत नाही गंगासागरजी, की इतक्या महत्त्वाच्या गोष्टीदेखील तुम्ही पाहिजे तितक्या गांभीर्यानं का घेत नाही?" इक्रमनं घुश्शात विचारलं.

"मेनन, उत्तर प्रदेश विधानसभेत एकूण जागा किती?" गंगासागरनी विचारलं.

"चारशे तीन," मेनननं उत्तर दिलं.

"आणि त्यापैकी अभानसनं किती जाग जिंकल्या?"

"एकशे साठ."

"म्हणजे बहुमत मिळण्यासाठी जितक्या जागांची गरज असते, त्यापेक्षा आपल्याला बेचाळीस जागा कमी मिळाल्या."

"हो."

"राज्यामध्ये अभानसपेक्षा कोणा राजकीय पक्षाला जास्त जागा मिळाल्या?"

"नाही. आपल्या खालोखालचा आकडा आहे नव्याण्णव."

"आपल्या देशाच्या घटनेनुसार, विधानसभा निवडणुकीत ज्या पक्षाला सर्वांत जास्त जागा मिळतात, त्या पक्षाच्या नेत्याला राज्यपाल सत्तास्थापनेसाठी आमंत्रण देतात. बरोबर?"

"बरोबर."

"आता अडचण अशी आहे की राज्यपालांनी अभानसला सरकार बनवण्यासाठी बोलावलं, तर आपल्याला विरोधी पक्षाच्या आमदारांना फूस लावून आपल्या पक्षात आणावं लागणार."

"मग त्यात काय झालं?"

"ते मंत्रिमंडळात जागा मागतील. त्यांच्या मागण्या पूर्ण केल्या तर आपल्या आमदारांना मंत्रिमंडळात स्थान मिळणार नाही. मग पक्षशिस्तीचा प्रश्न उभा राहील."

"म्हणजे राज्यपालांनी आपल्याला आमंत्रण देऊ नये अशी तुझी इच्छा आहे?" अग्रवालजींनी गोंधळून विचारलं.

"इतर पक्षांच्या आमदारांनी पाठिंबा दिल्याची पुरेशी पत्रं जर आपण राज्यपालांना देऊ शकलो नाही, तर आपल्यानंतर ज्या पक्षाच्या आमदारांची संख्या जास्त असेल, त्यांना ते सरकार स्थापन करण्याचं आमंत्रण देतील."

"हो रे, पण त्यांच्यापाशी फक्त नव्याण्णव आमदार आहेत. बहुमतासाठी

त्यांना अजून एकशे तेरा आमदारांची गरज लागणार. त्यासाठी त्यांना अभानसकडेच यावं लागेल ना?''

''समजा, आपण आपल्या सर्व आमदाराचं त्यांना समर्थन दिलं तर?'' गंगासागरजींनी विचारलं.

''काय? तुमच्या मनात असा विचार तरी कसा येतो?'' इक्रम किंचाळलाच.

''अभानसचा पाठिंबा हवा असेल तर त्या बदल्यात आमच्या आमदारांना सरकारमधील प्रत्येक मंत्रीपद द्यावं लागेल. अशी मी त्यांना अट घालीन. गृह, अर्थ, महसूल, उद्योग, मानव संसाधन ही सर्व खाती आम्हांला मिळायला हवी. मुख्यमंत्रीपद त्यांनी घ्यावं.''

''आणि मग चंदिनीचं काय?''

''नवं सरकार विकलांग व्हायची, ती वाट बघेल.''

''विकलांग?''

''मुख्यमंत्र्यांनी घेतलेले सगळेच निर्णय जर रखडले गेले तर ते काय करू शकणार? कारण सगळी मंत्रीपदं आपल्याकडे असणार.''

''पण सरकार धोक्यात आलं तर राज्यपाल केंद्र सरकारला हस्तक्षेप करायला सांगून राज्यात राष्ट्रपती राजवट आणू शकतात ना?'' अग्रवालजींनी विचारलं.

''राज्यपाल इथे राष्ट्रपती राजवटीची मागणी करणार नाहीत.''

''का?''

''कारण राष्ट्रपतीच त्यांना तसा सल्ला देतील.''

''पण का?''

''कारण पंतप्रधान तशी शिफारस राष्ट्रपतींकडे करणार नाहीत.''

''म्हणजे भारताच्या पंतप्रधानांशी तुझा थेट संपर्क आहे तर!'' अग्रवालजी म्हणाले.

''हो. असं म्हणायला हरकत नाही.''

* * *

साध्वींनी एक साधी, फिकट भगव्या रंगाची साडी नेसली होती. त्या नेहमीच अनवाणी पावलांनी सर्वत्र वावरत. त्यांच्या गळ्यात रुद्राक्षांची माळ होती. साध्वी खरोखरच सौंदर्यवती होत्या. केवळ शारीरिक सौंदर्यच नव्हे, म्हणजे गोरा वर्ण, सुडौल बांधा, खांद्यापर्यंत रुळणारे मोकळे केस व हसतमुख चेहरा यामुळे त्या सुंदर व आकर्षक दिसायच्या, यात काहीच वाद नव्हता. पण या सर्व गोष्टी बाजूला ठेवल्या तरी त्यांच्या चेहऱ्यावर सदैव आध्यात्मिक तृप्तीचं तेज झळकत असायचं. विलक्षण आत्मविश्वास व दैवी शांती प्रकट करणारं त्यांचं अस्तित्व

खरंच अद्‌भुत होतं.

त्या एका आरामदायी सोफ्यावर बसल्या होत्या. समोरच्या खिडकीच्या चौकटीतून गुलाबांची बाग एखाद्या चित्रासारखी दिसत होती. उन्हाळ्याला सुरुवात झाली होती आणि दिल्लीची तापलेली हवा बाहेर आग ओकत होती, पण वातानुकूलित खोलीत बसलेल्या साध्वींना मात्र त्या आगीच्या झळा सहन कराव्या लागत नव्हत्या. साध्वींच्या डाव्या बाजूला असलेल्या खुर्चीवर पंतप्रधान बसले होते. आत्मज्ञानी साध्वींबद्दल आदर व्यक्त करण्यासाठी त्यांनी मुद्दामच सोफ्यापेक्षा कमी उंची असलेली खुर्ची बसण्यासाठी निवडली होती.

''मुला, काय झालंय? तू इतका अस्वस्थ का?'' त्यांनी पंतप्रधानांना विचारलं.

''पूज्य आई, मी थोडा काळजीत पडलोय.''

खरं पाहता, हा प्रकार उपरोधिक होता. त्यांचं वय होतं साठ आणि साध्वी फक्त तीस वर्षांच्या होत्या. पण तरीही त्या पंतप्रधानांना 'मुला' अशी हाक मारत आणि आपल्याला 'आई' म्हणावं, असा त्यांचा आग्रह असे. त्या दोघांमधील हे संभाषण ऐकून कोणालाही हसू आवरलं नसतं, परंतु त्यांची भेट ही अतिशय गुप्त व खासगी असायची. पंतप्रधानांच्या सचिवालाही त्या भेटीची कुठेही अधिकृत नोंद करण्याची परवानगी नव्हती.

''मला ठाऊक आहे. मी सांगू शकते. आपला मुलगा अडचणीत आहे, हे आईला लगेच समजतं,'' कोमल आवाजात त्या म्हणाल्या.

''उत्तर प्रदेशमध्ये गोंधळाची स्थिती निर्माण झाली आहे. अभानस हा सर्वाधिक जागा मिळवणारा पक्ष ठरलाय. त्यांना सरकार स्थापन करण्यासाठी बोलवायचं का, असं राज्यपालांनी अनधिकृतपणे आम्हांला विचारलं. त्यांना तसं आमंत्रण न देण्यासाठी पुरेशी कारणं आहेत, असं आम्हांला वाटतं.''

''कोणती कारणं?''

''त्यांच्यापाशी स्पष्ट बहुमत नाही.''

''ते तर तुमच्याजवळही नाही. तुम्ही तर त्यांच्यापेक्षा कमी जागा जिंकल्यायत!''

''पण त्यांनी इतर पक्षाच्या आमदारांकडून पाठिंबा मिळवण्याचाही प्रयत्न केलेला नाही. सर्वाधिक जागा मिळवणारा दुसऱ्या क्रमांकाचा पक्ष म्हणून राज्यपालांनी सत्ता स्थापन करण्यासाठी आम्हांला बोलावण्याचा मार्ग त्यांनी आमच्यासाठी सहज मोकळा करून दिलाय.''

''मग आता अडचण कसली? तुम्हांला उत्तर प्रदेशमध्ये सरकार स्थापन करण्याची संधी मिळतेय, ह्याचा तुम्हांला आनंद झाला नाही?''

''पण त्यासाठी आम्हांला खूप मोठी किंमत मोजावी लागली. आमच्या पक्षाचे

फक्त नव्याण्णव आमदार आहेत. बहुमत सिद्ध करण्यासाठी अभानसच्या एकशे तीन आमदारांचा पाठिंबा मिळवावा लागला. आणि त्याबदल्यात त्यांच्यापैकी कोणालाही पैशांची लाच नको होती, सर्वांना मंत्रिपदं हवी होती.''

''आणि तू त्यांना दिलीस?''

''हो, पण त्यामुळे साठ जणांचं भलंमोठं मंत्रिमंडळ बनवावं लागलं. एक मुख्यमंत्रीपद सोडलं, तर बाकी सगळे मंत्री त्यांच्या पक्षाचे आहेत.

''आणि ह्याचा तुला त्रास होतोय?''

''होय आई, अभानसच्या सदस्यांना सामावून घेण्यासाठी आम्हांला आमच्या आमदारांना मंत्रीपदं नाकारावी लागली. आता ते सर्व नाराज आमदार बंडाच्या पवित्र्यात उभे राहिले आहेत.''

''मुला, उत्तर प्रदेशातील तुझं सरकार कोसळेल असं वाटतंय का तुला?''

''होय.''

''त्याचा देशातील इतर भागांवरही परिणाम होईल का?''

''पुढच्या वर्षी अनेक राज्यात निवडणुक होणार आहेत. उत्तर प्रदेशमध्ये जर आमचं सरकार कोसळलं तर आम्ही पक्षावरील नियंत्रण हरवून बसलो आहोत, असा नकारात्मक संदेश देशभर पसरेल.''

''मुला, आता तुझ्यासमोर कोणते राजकीय पर्याय आहेत?''

''आता दोन्ही बाजूंनी माझी बदनामी अटळ आहे. मी जर काहीच हालचाल केली नाही, तर पक्षांतर्गत बंड होईल, सरकार बरखास्त होईल आणि विरोधी पक्ष सत्तेवर येईल. आणि मी जर राष्ट्रपतींकडे राष्ट्रपती राजवट लागू करण्याची शिफारस केली तर भारतीय राज्यघटनेशी द्रोह केल्याचा माझ्यावर आरोप होईल.''

''मुला, माझ्यापाशी ये,'' साध्वीजींनी अचानक आज्ञा केली. ते उठले आणि त्यांच्यासमोर गुडघे टेकून बसले.

साध्वीनी पंतप्रधानांच्या मस्तकावर हात ठेवला व डोळे मिटून अतिशय उत्कटतेनं काही मंत्र म्हटले. मिनिटभरानं त्यांनी डोळे उघडले व त्यांच्या मुखातून शब्द उमटले, ''उद्या तुला तुझ्या प्रश्नाचं उत्तर मिळालेलं असेल.''

''पण पूज्य आई...''

''शूऽऽ'' त्यांचं बोलणं मध्येच तोडत साध्वींनी त्यांच्या ओठांवर आपलं बोट ठेवलं. त्या स्पर्शानं जणू त्यांच्या अंगातून वीज सळसळत गेली. ''यापूर्वीही मी तुला योग्य दिशा दाखवली होती ना?'' साध्वींनी विचारलं.

त्यांनी शांतपणे मान डोलवली.

''मग मी सांगतेय, तसंच करायचं.'' साध्वींनी आदेश दिला.

९

अंदाजे 2300 वर्षांपूर्वी

पाहुण्याचं स्वागत करण्यासाठी गांधारच्या सीमेवर खास छावणी उभारली होती. छावणीतील प्रत्येक तंबूमध्ये अत्तरं, सुगंधी द्रव्यं, मद्य आणि स्वादिष्ट पदार्थांची रेलचेल दिसत होती. वादकांच्या तालावर नर्तिकांची पावलं थिरकत होती. अंभीनं केलेल्या मागण्या पुरवता पुरवता सेवकांची तारांबळ उडाली होती. राजेशाही मेजवानीचा थाट कसा असायला हवा, हे अंभीला ठाऊक होतं. त्याच्यासमवेत त्याचे मंत्रिगण होते. त्यांपैकी कोणाचेही त्याच्या मृत वडिलांशी लागेबांधे नव्हते. त्यांना उद्देशून अंभी म्हणाला, "अलेक्झांडर हा परमेश्वरइतकाच परमश्रेष्ठ आहे. सैतान पौरसाला चिरडून टाकण्यासाठी तो माझी मदत करायला येतोय."

ढोल आणि बिगूल वादकांच्या कर्णकर्कश नादानं कानाला दडे बसत होते. त्यातच दणदण पावलं टाकत लयबद्ध संचलन करणाऱ्या शिपायांचा आवाज मिसळत होता. भक्ष्यावर जोरदार हल्ला चढवण्यासाठी निघालेल्या मुंग्यांच्या झुंडीसारखं अलेक्झांडरचं सैन्य हळूहळू पुढे सरकत होतं. पायदळातील सैनिकांच्या खाडकन पडणाऱ्या पावलांमधून थरकाप उडवणारी कंपनं पुढे घडणाऱ्या अशुभाचे संकेत देत होती. मुख्य सेना खैबर घाट ओलांडून आली होती तर मधल्या काळात अलेक्झांडरनं आपल्या निवडक सैनिकांसह आडवळणाच्या उत्तरेकडील मार्गानं जात, वाटेतील पिरसार किल्ल्यावर युद्ध करून कब्जा मिळवला होता. महान ग्रीस योद्धा हेरॅक्लिसनंही यापूर्वी पिरसार किल्ला ताब्यात घेण्याचा प्रयत्न केला होता, पण त्यात त्याला यश आलं नव्हतं.

ग्रीक मॅसेडोनियन महाराक्षस जवळ येऊन ठेपल्याची वार्ता समजताच अंभीच्या छावणीमध्ये चिडीचूप शांतता पसरली. ढोल व तुताऱ्यांचे आवाज क्षणार्धात बंद झाले. नर्तिकांची थिरकणारी पावलं दचकून थबकली. मॅसेडोनियाच्या सम्राटाचं सैन्य गांधारच्या दिशेनं सरकू लागलं आणि एखादा महाकाय मानव जसा प्रत्येक पावलागणिक जमीन हादरवत जातो, तसा भयकंपित आवाज सर्वत्र घुमू लागला.

"बहुतेक आपली फसवणूक झालेली असणार," एक मंत्री घाबरत दुसऱ्याच्या कानात पुटपुटला, "हे म्हणजे एखाद्याच्या सांगण्यावरून आपण आज्ञाधारकपणे धोतर सोडावं आणि त्यानं आपल्यावर बलात्कार करावा, तसं झालं." त्याचं बोलणं ऐकून दुसऱ्या मंत्र्यानं त्याला दटावत गप्प केलं. अंभीनं ऐकलं असतं तर त्यानं पाहुण्यांसाठी मांस शिजवल्या जाणाऱ्या लांब सळ्यांवर दोघांनाही भाजून काढलं असतं. अंभीला संशय येऊ नये म्हणून तो आपल्या राजाकडे पाहून खोटंच हसला. पण हळू आवाजात त्यानं आपल्या सहकाऱ्याची चांगलीच खरडपट्टी काढली.

छावणीच्या बाजूला एक उंच व्यासपीठ बांधलं होतं. त्या मंचावर दोन्ही राजे एकमेकांना घट्ट आलिंगन देऊन प्रजेसमोर आपल्या मैत्रीचा जाहीर पुरावा सादर करणार होते. दुरून येणाऱ्या अलेक्झांडरच्या सेनेकडे एक दृष्टिक्षेप टाकण्यासाठी अंभी वर चढून व्यासपीठावर गेला. बऱ्याच पायऱ्या चढल्यामुळे त्याला दम लागला. अतीमद्यपानामुळे त्याचे डोळे लालभडक दिसत असले तरी त्याचं शरीर तंदुरुस्त होतं. अंभीच्या कपाळावर कायम आठ्या पडलेल्या असायच्या. तो हसला किंवा बोलताना त्याचे दात चमकले तरी आठ्यांमुळे त्याचा चेहरा उग्र दिसत असे. आपल्या पोशाखाबाबत अंभी अतिशय चोखंदळ होता. डोक्यावर उत्तम रंगसंगती असलेला फेटा, धोतर, झगा, वहाणा व अंगावर तऱ्हेतऱ्हेचे दागदागिने असा त्याचा पेहराव असायचा. ज्या दिवशी त्यानं लाल रंगाचा पोशाख परिधान केला असेल, तेव्हा अंगावर माणिक किंवा गुलाबी हिरे असायचे. हिरवा पोशाख असला तर पाचू आणि निळा पेहराव असेल तर त्यानं नीलम हिरे परिधान केलेले असायचे. अंभीनं डोळे बारीक करत दूरवर पाहण्याचा प्रयत्न केला. वेगानं वादळ येत असल्यासारखं त्याला दिसलं; पण ते वादळ नव्हतं. ढोलांच्या तालात जोरात चालणाऱ्या अलेक्झांडरच्या सैनिकांनी उडवलेले ते धुळीचे लोट होते.

खूप वेळ वाट पाहिल्यावर अंभीला शिपायांच्या आकृत्या दिसू लागल्या. काशाची चिलखतं, पायांना संरक्षक पट्ट्या, कानावर घोड्यांच्या केसाचे तुरे अडकवलेले शिपाई वेगानं पुढे येत होते. सर्व सैनिकांपाशी चामड्या व काशाच्या ढाली, लांब भाले आणि आखूड तलवारी होत्या. पायदळाच्या दोन्ही बाजूला तीन हजार घोडेस्वार, दोनशे-दोनशेच्या गटानं त्यांचं संरक्षण करत होते. झूल पांघरलेले घोडे चांगलेच धष्टपुष्ट दिसत होते. घोड्यांच्या छातीला संरक्षक पट्ट्या बांधल्या होत्या. घोडेस्वारांच्या डोक्यावर बिओशन शिरस्त्राणं व खांद्याला पट्टे तर हातात अणकुचीदार लांब भाले व कमरेला धारदार आखूड तलवारी लटकत होत्या. अलेक्झांडरच्या सैन्याचं ते दृश्य अगदी नजर खिळवून ठेवणारं होतं. ते पाहून अंभीनं आवंढा गिळला. आपण न झेपणारी हिंमत तर दाखवली नाही ना, अशी शंका क्षणभर त्याच्या मनात निर्माण झाली.

अचानक वातावरण एकदम शांत झालं. तुताऱ्या आणि ढोल थंडावले. आपल्या सेनेला मागेच ठेवून, अलेक्झांडर एकटाच घोड्यावरून अंभीच्या छावणीपाशी येऊ लागला. "अरेरे... ही गोष्ट आपल्याला आधीच का सुचली नाही." स्वत:ला दूषणं देत अंभी झरझर पायऱ्या उतरत खाली आला आणि घोड्यावर मांड ठोकत मॅसेडोनियाच्या देवाचं स्वागत करायला दौडत निघाला. नजरेच्या टप्प्यात आल्यावर दोन्ही घोडेस्वारांनी आपला वेग मंदावला. आपण भेटण्यासाठी अतिउत्सुक आहोत, असं दोघांनाही उघडपणे दाखवायचं नव्हतं. अलेक्झांडर आपल्याशी कसा बोलेल, याची अंभीला मनातून धाकधूक वाटत होती. 'अंभी तू एक रक्तपिसासू जळू आहेस. माझ्या लढाया मी तुला लढू देणार नाही. तू दुसऱ्या कोणाला तरी साथीला घे.' असं तर तो म्हणणार नाही ना?

दोन्ही राजांच्या मागे प्रत्येकी चार-पाच घोडेस्वार होते. त्या घोड्यांवर त्यांचे अंगरक्षक, दुभाषी, लेखनिक व सल्लागार बसले होते. दोघेही समोरासमोर येताच अलेक्झांडर प्रथम बोलला, "अंभी मला वाटतं की तू..."

अलेक्झांडर आता आपला पाणउतारा करणार, या विचारानं अंभीला दरदरून घाम सुटला.

"अलेक्झांडरचा अतिशय खास मित्र आहेस. मीही तुझ्यासमोर मैत्रीचा हात पुढे करतोय. आपण आपल्या दोघांची अभेद्य युती निर्माण करू या!" अलेक्झांडर ग्रीक भाषेत म्हणाला. त्याच्या सैन्यात असलेला दुभाषी व अफगाणी अधिकारी ससिगुप्तने अंभीला त्याच्या बोलण्याचा अर्थ समजावून सांगितला. ते ऐकल्यावर अंभीनं सुटकेचा नि:श्वास सोडला. सारं काही ठरल्याप्रमाणे झालं होतं. त्याच्यासाठी तो विजयाचा क्षण होता. भूतलावरील सर्वश्रेष्ठ योद्धा त्याचा सहयोगी बनला होता! लीन होत अंभी म्हणाला, "अलेक्झांडर, आपण आपापसात कशासाठी लढायचं? तू आमचं अन्नपाणी नक्कीच हिरावून घेणार नाहीस. जीवनाच्या या दोन आवश्यक गरजांसाठी बुद्धिवान लोकांना युद्ध करणं भाग पडतं आणि संपत्तीच्या बाबतीत बोलायचं तर, मी उपभोगही घेऊ शकणार नाही, इतकी धनदौलत माझ्यापाशी आहे. त्यातील काही भाग मी तुला आनंदानं द्यायला तयार आहे."

दोघेही जण घोड्यावरून खाली उतरले. अलेक्झांडरनं अंभीला आलिंगन दिलं व त्याची मस्करी करत तो म्हणाला, "तुला काय वाटलं अंभी, तुझी सभ्यता, शिष्टाचार आणि चांगल्या वर्तणुकीमुळे आपल्यातील युद्ध टळेल? मग तो तुझा गैरसमज आहे. मी तुझ्याबरोबर युद्ध करणार आहे. कारण आपल्या दोघांमधील अधिक चांगला मित्र कोण आहे, हे मला ठरवायचंय आणि त्याबाबतीत मीच सरस ठरेन."

* * *

झेलम नदीला पूर आला होता. मोसमी वाऱ्यांनी पंजाबला निर्दयपणे झोडपलं. माणसं व त्यांच्यापाशी असलेल्या सर्व वस्तू भिजून चिंब झाल्या होत्या. डोंगरावरून चिखलानं भरलेल्या पाण्याचे ओहोळ अखंड खाली वाहत होते, त्यामुळे चालणं कठीण होऊन गेलं होतं. निसरड्या जमिनीवरून पावलं घसरत होती. सगळीकडे पाणीच पाणी झालं होतं. नदीत, रस्त्यांवर, नेपोलियन सेनेच्या तंबूंमध्ये सैनिकांच्या अन्नात, चुलींमध्ये तुडुंब पाणी भरलं होतं. त्या पाण्यानं जगणं नकोसं केलं होतं.

इतकी विपरीत परिस्थिती असूनही अलेक्झांडर स्वस्थ बसला नव्हता. नदीला उतार कुठे आहे, ते शोधण्यासाठी तो आपल्या शिपायांना मैलोनमैल नदीच्या वरच्या व खालच्या दिशेला जायची आज्ञा देत होता. लष्करी रणनीतीमध्ये तो कमालीचा धूर्त व हुशार होता. झेलम नदीच्या उजव्या तीरावरून आपण जशा हालचाली करू, तशाच हालचाली पौरसाचे सैनिक नदीच्या डाव्या काठावर करतील, हे त्याला पक्कं ठाऊक होतं. आपल्या तुलनेत केकयची सेना विराट आहे, याचीही त्याला कल्पना होती. पौरसापाशी पन्नास हजार पायदळ, पाच हजार घोडदळ, तीनशे रथ आणि युद्धाचं विशेष शिक्षण दिलेले दोनशे हत्ती होते.

अलेक्झांडरला ह्या युद्धातील प्रत्येक चाल अतिशय सावधपणे खेळावी लागणार होती.

"सेल्युकस!'' त्यानं आपल्या विश्वासू सेनापतीला बोलावलं.

"बोला महाराज,'' सेल्युकस चटकन अलेक्झांडरपाशी आला.

"तू माझ्यासारखा दिसू शकशील?'' अलेक्झांडरनं त्याला विचारलं.

"महाराज, आपण परमेश्वराचे अवतार आहात. आपल्यासारखं कोणीच दिसू शकणार नाही,'' सेल्युकस आपल्या राजाची मुद्दाम स्तुती करत म्हणाला. त्यावर राजा समाधानानं हसला. स्तुतीनं कुठलाही माणूस पाघळून जातो, हे चाणाक्ष सेल्युकसला पक्कं ठाऊक होतं.

"तसं नव्हतं म्हणायचं मला; पण मला असा माणूस हवाय की जो दुरून माझ्यासारखा दिसेल. माझ्या मनात असं आहे की आपण हा आपला राजेशाही तंबू इथेच ठेवायचा आणि सोबत पायदळातील बऱ्याच जणांनाही इथेच राहायला सांगायचं. मग तो माझ्यासारखा दिसणारा आणि माझ्यासारखाच पोशाख केलेला माणूस जर अधूनमधून तंबूबाहेर फेऱ्या मारत राहिला तर समोरच्या तटावरील शत्रूचा असा समज होईल की अलेक्झांडर अजूनही इथेच आहे. काय वाटतं तुला?'' डावपेचात माहीर असलेल्या सम्राटानं विचारलं. सेल्युकस हसला. अलेक्झांडरच्या मनात नेमकं काय चाललंय, ते त्यानं अचूक ओळखलं. ती तर त्याच्या राजाची यशस्वी रणनीती होती. एकाच वेळी दोन्ही बाजूंनी शत्रूंवर हल्ला चढवायचा.

"महाराज, माझ्यापेक्षा फिलीपॉस हुबेहूब तुमच्यासारखा दिसेल. त्याची शरीरयष्टी तुमच्यासारखी आहे. तुमचं म्हणणं बरोबर आहे, महाराज. आपण इथून निघून गेल्याचा संशयही पौरसाच्या हेरांना येणार नाही. पण प्रश्न असा आहे की, त्यानंतर आपण काय करणार आहोत?" आपल्या राजानं पुढचा निर्णय आधीच घेतला असणार, हे ठाऊक असूनही सेल्युकसनं मुद्दाम प्रश्न विचारला.

"सेल्युकस, आपण सिंधू नदी ओलांडण्यासाठी लाकडी बांबूंचा तराफ्यासारखा उपयोग करून एक तात्पुरता पूल बांधला होता. त्याचे कापून तुकडे करायचे, ते घेऊन नदीच्या वरच्या बाजूला काही मैल जायचं आणि तिथे जाऊन ते परत जोडायचे. नदी ओलांडून जायचा, हाच उत्तम पर्याय आहे," अलेक्झांडर म्हणाला.

राजाच्या बोलण्यानं सेल्युकस चक्रावून गेला. "चाळीस हजार सैनिक आणि तीन हजार घोड्यांसाठी लाकडी फळ्या तोडून पुन्हा जोडायच्या? अशक्य आहे!" तो स्वत:शीच पुटपुटला. धो धो कोसळणाऱ्या पावसानं सैनिक आधीच भिजून व थकून गेले आहेत, याची त्याला जाणीव होती.

"ठरलं तर मग! आपण दोघांनी तीन हजार घोडदळ आणि दहा हजार पायदळ घेऊन इथून निघायचं. उरलेलं सैन्य फिलिपॉसपाशी राहील. आपण नदी पार केली की ताबडतोब मागच्या बाजूनं पौरसावर हल्ला चढवायचा," अलेक्झांडर विजयी मुद्रेनं म्हणाला.

"पण महाराज, पौरस मागे वळून त्याच्या सर्व सैन्यानिशी आपल्यावर आक्रमण करेल. त्याच्यापाशी असलेल्या मोठ्या सैन्यासमोर आपला निभाव लागणार नाही," सेल्युकसनं दुसरी बाजू मांडली.

"मित्रा, तेच तर हवंय ना आपल्याला. कारण त्याचवेळी फिलीपॉसने सैन्यानिशी नदी ओलांडलेली असेल," अलेक्झांडर म्हणाला.

"आलं लक्षात, महाराज. मग पौरसाला दोन्ही आघाड्यांवर लढण्याशिवाय गत्यंतर उरणार नाही," सेल्युकसला आता आपल्या राजाचे डावपेच पूर्ण उलगडले होते.

* * *

"शत्रूने आपल्यावर हल्ला केलाय," केकयच्या विराट सेनेतील सैनिकांनी मोठ्याने ओरडत इशारा केला. त्याचे चारही बाजूंना पडसाद उमटावेत तसा तो संदेश पसरत गेला व अखेर तो, उंच व धिप्पाड असलेल्या पौरसाच्या कानापर्यंत पोहोचला. सर्वश्रेष्ठ पुरुष म्हणजेच पुरुषोत्तम या शब्दावरून त्याला पौरस हे नाव पडलं होतं. त्याची देहयष्टीही त्याच्या नावाला अनुरूप होती. साडेसहा फूट उंच, भव्य कपाळ, तेज:पुंज चेहरा आणि राजपूत वीराला शोभणाऱ्या पिळदार मिश्या,

असं रुबाबदार व्यक्तिमत्त्व त्याला लाभलं होतं. त्याच्या अंगावरील लष्करी चिलखत व राजचिन्हं ही जणू त्याला जन्मजात मिळालेली देणगी होती. एकेक पाऊल पुढे टाकत तो चालू लागला की त्याचे पिळदार स्नायू लहरायचे आणि भरदार छाती फुगून यायची. पावसाच्या संततधारेमुळे त्याचं गोरंपान शरीर चिंब भिजून गेलं असलं तरी अंगावरचा एकेक टपोरा थेंब त्याच्या सुडौल शरीराच्या प्रेमात पडल्यासारखा इतका घट्ट चिकटून राहिला होता की तो खाली ओघळायला तयार नव्हता. त्याच्या माणकांनी मढलेल्या शिरस्त्राणामध्ये खांद्यावर रुळणारे काळेभोर केस घट्ट बांधले गेले होते. तो शक्तिमान पौरस होता. काश्मिर, मलय राज्य, कुलूट व सिंध राज्यांवर युद्ध करून विजय मिळवल्यानं पौरसाला पर्वतेश्वर-पर्वतांचा ईश्वर असा सार्थ किताब मिळाला होता.

"हे कसं शक्य आहे?" पौरसानं प्रधानमंत्री इंद्रदत्तांना विचारलं, "अलेक्झांडरचं सैन्य झेलमच्या उजव्या बाजूला आपल्या डोळ्यासमोर तळ ठोकून आहे, असं तुमच्या गुप्तहेरांनी आपल्याला कळवलं होतं ना?"

"होय राजे. अभयचे गुप्तहेर स्थानिक शेतकऱ्यांनाही भेटले होते आणि त्यांनीही सांगितलं की कालच अलेक्झांडर नदीकाठी तपासणी करायला आला असताना आपल्या सहकाऱ्यांना म्हणाला की नदीचं पात्र खूपच खोल व रुंद दिसतंय. त्यामुळे एवढ्या लवकर नदी ओलांडण्याचा विचार करणं योग्य ठरणार नाही," इंद्रदत्त उत्तरले.

"इंद्रदत्त तुम्ही आमचे जुने व विश्वासू सल्लागार आहात, पण एक गोष्ट तुमच्या लक्षात आलेली दिसत नाही. त्या कावेबाज सैतानानं आपल्याला हातोहात फसवलंय. आता रथसारथ्यांना आणि धनुर्धरांना आपले रथ उलट्या दिशेला वळवून अलेक्झांडरला कायमचा लक्षात राहील, असा धडा शिकवायला सांगा!" पौरस गरजला. धुवांधार कोसळणाऱ्या पर्जन्यराजानं आता अधिकच रौद्र रूप धारण केलं होतं. इंद्रदत्त राजाचा निरोप घेऊन तडक सरसेनापतीपाशी आले. त्याची अवस्था बिकट दिसत होती. रथ चिखलात रुतून बसत असल्यामुळे त्याला बरेच रथ बदलावे लागले होते. तिरंदाजांचीही तीच गत झाली होती. त्यांच्यापाशी दोन मीटर लांबीची उंच धनुष्यं होती. त्यातून केवळ तीरच नव्हे तर भालेही सोडता यायचे. परंतु धनुर्धरांना नेम धरण्यासाठी टणक जमिनीवर पाय रोवावे लागतात. त्या कोसळणाऱ्या पावसात अशी जागा मिळणं, अशक्य होतं.

हत्ती हे केकय सेनेचं बलस्थान होतं. अलेक्झांडरनं हल्ला केल्यापासून मागील बाजूस असलेल्या सैन्यालाच आत्तापर्यंतच्या साऱ्या भडिमाराला तोंड द्यावं लागलं होतं. त्यांची काही काळ सुटका करण्यासाठी पौरसानं हत्तींना रणांगणात घेऊन येण्याचा आदेश दिला. महाकाय हत्ती अंगावर चालून आलेले पाहताच, अलेक्झांडरच्या

सेनेची पाचावर धारण बसली. परंतु तेवढ्यात दगडी गोफणींमधून हत्तींवर कुऱ्हाडी आणि भाल्यांचा मारा सुरू झाला. हत्यारं मर्मस्थानी बसल्यामुळे हत्ती पिसाळून सैरावैरा धावू लागले. त्यानंतर झालेल्या चेंगराचेंगरीत केकयच्याच पलटणी हत्तींच्या पायी तुडवल्या गेल्या. परिस्थिती अशी हाताबाहेर जात असताना आणखी एक वाईट बातमी येऊन थडकली. सुरुवातीला मागील बाजूनं केलेल्या हल्ल्यात, अलेक्झांडरचं फारच थोडं सैन्य सामील झालं होतं. फिलिपॉस उरलेल्या सैन्यासह आता झेलम ओलांडून पुढच्या बाजूनं आक्रमण करायला सिद्ध झाला होता.

रणांगणाच्या मध्यभागी आपल्या हत्तीच्या अंबारीत बसलेल्या पौरसाच्या कानावर, त्याचे दोन्ही पुत्र मारले गेल्याची हृदय विद्ध करणारी बातमी आली. त्यातील एक जण सैन्याच्या बाजूचा बचाव करत होता, तर दुसरा पुत्र केकय सैन्याचा सेनापती होता. पौरसापाशी आता आणखी गमावण्यासारखं काहीच उरलं नव्हतं. त्यानं माहूताला अलेक्झांडरच्या दिशेनं हत्ती घेऊन जायचा आदेश दिला. अलेक्झांडरच्या छातीतून आरपार भाला घुसवल्याखेरीज त्याचा जीव शांत होणार नव्हता. तिकडे अलेक्झांडर याच संधीची वाट पाहत होता. पौरस व त्याच्यासह असलेल्या सैनिकांच्या तुकडीला वेढा घालण्याची आज्ञा त्यानं आपल्या पायदळाला दिली. शिपायांनी तसा व्यूह रचून पौरसाची कोंडी केली. त्यानंतर झालेला हाहाकार म्हणजे अक्षरश: कत्तल होती. केकयच्या हजारो सैनिकांचा संहार करण्यात आला. त्यांच्या रक्ताचे वाहू लागलेले पाट नदीपात्रात मिसळले आणि झेलमचं पाणी लालभडक होऊन गेलं.

पौरसानं आपल्या दंडात घुसलेल्या भाल्याचं टोक खेचून बाहेर काढलं. अंगातून बरंच रक्त वाहिल्यामुळे पराक्रमी पौरस काहीसा दुर्बल झाला होता. तो कसाबसा हत्तीवरून खाली उतरला आणि दुसऱ्याच क्षणी अलेक्झांडरच्या सैनिकांनी त्याला ताब्यात घेतलं. पौरसाला अलेक्झांडरसमोर नेण्यात आलं. अंभी त्याच्या बाजूलाच उभा होता. धीरोदत्त पौरसाच्या करारी मुद्रेवर त्याही अवस्थेत स्वाभिमान झळकत होता. विजयाच्या उन्मादात अलेक्झांडरनं विचारलं, "पौरस, मी तुला कसं वागवावं अशी तुझी अपेक्षा आहे?" अंभी कुत्सितपणे हसला. पौरस आता लाचारपणे दयायाचना करणार, या कल्पनेनं त्याला आनंदाच्या उकळ्या फुटू लागल्या.

"अलेक्झांडर, मी एक राजा आहे. मला राजासारखं वागवलं जावं." पौरसानं उत्तर दिलं. पौरसाला साखळदंडानं बांधलं होते. तो पराभूत झाला असला तरी त्यानं आत्मप्रतिष्ठा गमावली नव्हती. जखमी झाला असला तरी त्यानं जिगर हरवली नव्हती आणि बंदिवान झाला असला तरी तो बेरडपणे अलेक्झांडरच्या नजेरला नजर मिळवत होता.

पौरसाचं ते दिमाखदार उत्तर ऐकून अलेक्झांडर कौतुकानं हसला. "पौरसा, मी स्वत:च्या भल्याकरता तुला नक्कीच राजासारखा वागवेन," अलेक्झांडर म्हणाला आणि अंभीच्या चेहऱ्यावरील हास्य मावळलं. "तुला हवं ते माग, मी तुला आनंदानं देईन," तो उदारपणे म्हणाला.

"मला जे हवंय ते मी तुला आधीच सांगितलंय,' पौरसानं उत्तर दिलं.

अलेक्झांडरला शौर्याची, रुबाबाची व प्रतिष्ठेची कदर होती. तो पौरसाजवळ आला आणि त्याला घट्ट आलिंगन दिलं. "आजपासून तू माझा मित्र व साथीदार. तुझं राज्य मी तुला परत देतोय. अंभीबरोबर तू यापुढे सलोख्याचे संबंध ठेवायचेस आणि माझा मांडलिक म्हणून राज्य करायचंस."

पौरस स्तब्ध उभा होता. उरल्यासुरल्या मनोधैर्याचा त्याग करत त्यानं अलेक्झांडर व अंभीशी तह केला.

* * *

आपल्या पर्णकुटीत जमिनीवर बसून चाणक्य, चंद्रगुप्ताबरोबर पोहे खात होता. "मला कळत नाही आचार्य आपण या सर्वांतून नेमकं काय साध्य केलं?" चंद्रगुप्तानं विचारलं. गेल्या काही दिवसांतील चक्रावून टाकणाऱ्या घटनांमुळे तो गोंधळून गेला होता.

"आपल्याला हवं होतं, ते सारंच साध्य झालंय," मूठभर पोहे तोंडात टाकत, चाणक्य म्हणाला.

पर्णकुटीबाहेर सकाळची कवायत करणाऱ्या माणसांच्या पावलांचा आवाज येत होता. पण ते पुरेशा वेगानं धावत नव्हते, पहिजे तेवढ्या उंच उड्या मारत नव्हते, जोरात ठोसे मारत नव्हते किंवा भाले दूरवर फेकत नव्हते. त्यामुळे त्यांना शिकवणारा अधिकारी त्यांच्या अंगावर वाट्टेल तसा खेकसत होता. गेले कित्येक दिवस तो रोज त्यांच्याकडून कसून मेहनत करून घ्यायचा. त्याला, वेगवान, बलवान, लवचिक व चपळ जवानांचं छोटं, पण प्रभावी व शक्तिशाली दल बनवायचं होतं.

अधिकाऱ्यानं वापरलेल्या अयोग्य व असभ्य भाषेकडे दुर्लक्ष करत चाणक्य शांतपणे म्हणाला, "अलेक्झांडरनं पौरसाला पराभूत केलं. युद्धामध्ये पौरसानं आपले तेवीस हजार सैनिक गमावले. त्याला आता अलेक्झांडरच्या आश्रिताचं जीवन जगावं लागतंय. मला सांग चंद्रगुप्ता, हे सारं आपण आपल्या बळावर मिळवू शकलो असतो का?" चाणक्यानं विचारलं.

"पण त्यामुळे आपण अलेक्झांडरला अधिक बलवान बनवलं!" चंद्रगुप्त उद्गारला.

"नाही. चंद्रगुप्ता, तू म्हणतोयस त्याच्या उलट घडलंय. पौरसाशी युद्ध करण्याआधीपासूनच अलेक्झांडरचे सैनिक थकले होते. झेलमच्या विजयासाठी त्याला फार मोठी किंमत मोजावी लागली आहे. आपल्या गुप्तहेरांकडून मला समजलंय की आता अलेक्झांडरच्या सेनेनं आणखी पुढे जायला नकार दिलाय. संपूर्ण जग आजपर्यंत अलेक्झांडरची आगेकूच थोपवू शकली नव्हती. त्याला रोखण्याचं काम शूर पण मूर्ख पौरसानं एक लढाईत करून दाखवलं," चाणक्य जोरजोरात हसत म्हणाला.

"नाही आचार्य, पण तरीही आपण जे काही केलं, त्याविषयी माझ्या मनात अजूनही शंका आहेत. आपण सत्याच्या बाजूनं लढायला हवं होतं!"

"बाळ चंद्रगुप्ता, कोणाची बाजू योग्य आहे, याचा युद्धाशी काहीही संबंध नसतो, कोण विजयी होतं, ते महत्त्वाचं."

"आचार्य, मग आता काय होणार?"

"अलेक्झांडर माघारी फिरेल. लवकरच तो भारतातून निघून जाईल. जाण्यापूर्वी तो इथे जिंकलेल्या प्रदेशावर सेल्यूकसची शासक म्हणून नियुक्ती करेल. तीच आपल्यासाठी योग्य वेळ असेल. आपण त्याच वेळी आपली चाल खेळायला सुरुवात करायची," चाणक्य म्हणाला.

बाहेर शेकडो काठ्या एकमेकांवर जोरात आपटल्या जात होत्या आणि त्याचबरोबर सगळे जण चाणक्यानं शिकवलेला 'सिलंबम' हा शब्द मोठ्या आवाजात उच्चारत होते. दंडकलेचं प्रात्यक्षिक सुरू होतं. प्रशिक्षक अधिकाऱ्यानं कराटेसारख्या त्या प्राचीन भारतीय क्रीडाप्रकारचा अभ्यास करून, त्याचा रोजच्या व्यायामात समावेश केला होता.

"एवढा मोठा माणूस आपल्याला प्रशिक्षक म्हणून लाभावा, हे आपलं सुदैवच म्हणायला हवं." बाहेरील काठ्यांचा आवाज ऐकत चंद्रगुप्त म्हणाला.

"मेनकेपासून तो जितके दिवस दूर राहू शकेल, तेवढं आपल्यासाठी चांगलं आहे." चाणक्य खट्याळपणे हसत म्हणाला.

"अंभीच्या सरसेनापतींना तुम्ही इथे प्रशिक्षक म्हणून कसं आणू शकलात, याचं मला नवलच वाटतं," चंद्रगुप्तानं न राहवून विचारलं.

"आपल्याकडे येण्यावाचून त्याच्यापाशी पर्यायच उरला नव्हता. केकयच्या सेनेनं तक्षशीलेवर कब्जा मिळवला तेव्हा हे महाशय आपल्या सखी गणिकेच्या शय्यागृहात सुखाची निद्रा घेत होते. त्यानंतर गंधारराज किंवा अंभीसमोर उभं राहायची त्यांची हिंमतच नव्हती. अंभीनं त्याचा शिरच्छेद केला असता आणि त्या मुंडक्याची गावभर मिरवणूक काढली असती. मी त्याला इथे येण्याचा पर्याय दिला."

“खरंय. त्यांचाही नाइलाज झाला असणार.”

“हो. एक गोष्ट कायम लक्षात ठेव. जादूगार तुला निवडण्यासाठी वेगवेगळे पर्याय देत असतो. पण अखेर आपण त्याला हवा असलेलाच पर्याय निवडतो!”

“मी नाही समजलो. आचार्य, तुम्ही काही वेळा कोड्यात बोलता!” चंद्रगुप्त म्हणाला.

“मेनका कोण आहे? सेनापतीच्या पोहण्याच्या छंदासाठी तिनं जलक्रीडा बंगला कसा मिळवला? इंद्रगुप्ताचा गुप्तहेर असलेल्या अभयला ही खबर कोणी सांगितली आणि त्यानं त्याचा वापर केकयच्या फायद्यासाठी कसा करून घेतला?” धूर्त आचार्यांनी शांतपणे विचारलं.

चंद्रगुप्तानं लवून आपल्या आचार्यांचे पाय पकडले. आपण एका महान गुरूंच्या सान्निध्यात आहोत, याची त्याला जाणीव झाली. आचार्य केवळ बाहेर शिकवल्या जाणाऱ्या दंडकलेतच तरबेज नव्हते. चार भिंतींच्या आत शिकवल्या जाणाऱ्या राजकीय डावपेचांतही ते तितकेच पारंगत होते.

* * *

“आदरणीय गुरुवर्य, मी केलेल्या पापांबद्दल मला क्षमा करा,” चाणक्यासमोर हात जोडून उभ्या असलेल्या अंभीनं आचार्यांना विनवणी केली.

“गांधारच्या राजा, उठून उभा राहा. तू केलेलं कोणतंही पाप, मला ज्ञात नाही. मी सर्वज्ञ व सर्वव्यापी असल्याचा, तुझा गैरसमज झालेला दिसतोय,” चाणक्य थट्टेनं म्हणाला.

अंभी उठून उभा राहिला, पण त्याचे हात अजूनही आज्ञाधारक विद्यार्थ्याप्रमाणे जोडलेले होते. “मी अलेक्झांडरसमोर मैत्रीचा प्रस्ताव मांडायला नको होता. त्याबदल्यात मी माझ्या प्रजेचा रोष मात्र ओढवून घेतला. पौरसाची हार, हीदेखील माझी जीत ठरू शकली नाही. त्याचं राज्य माझ्या हातात सोपवण्याऐवजी अलेक्झांडरनं पौरसालाच केकयचा क्षत्रप बनवला.”

“गांधारचं राज्यपद मिळवून तू तुझी फार मोठी महत्त्वाकांक्षा पूर्ण केली आहेस अंभी, होय ना?” डोळे चमकवत, चाणक्यानं धूर्तपणे प्रश्न विचारला.

“होय. पण ती गोष्ट मला खुपतेय. अलेक्झांडरसमोर पौरस आणि मी एकाच पातळीवर आहोत. आम्हा दोघांनाही त्यानं त्याचे मांडलिक बनवलंय. माझ्या राज्यात रक्ताचा एक थेंबही न वाहता मला जो किताब मिळाला, तोच किताब हजारो सैनिकांची कत्तल झाल्यावरही पौरसाला मिळाला. पण इतिहासात त्याला पराक्रमी वीरपुरुषाचं स्थान मिळेल आणि मला मात्र भेकड ठरवलं जाईल,” दुःखी अंत:करणानं अंभीनं त्याची व्यथा मांडली.

चाणक्यानं चेहऱ्यावर खोटं हसू आणत विचारलं, ''मग राजा, तुझ्या चाणक्याकडून यात काय अपेक्षा आहेत?''

''आचार्य, मला तुमच्या सर्वोत्तम सल्ल्याची गरज आहे. तुम्ही मला, माझ्या सतत सान्निध्यात हवे आहात. अलेक्झांडरविरुद्ध लढण्यासाठी तुम्ही तयार करत असलेल्या सैनिक दलाला, माझा सरसेनापती प्रशिक्षण देतोय, हे मला ठाऊक आहे. माझी त्याबद्दल काहीच हरकत नाही. तुम्ही मगधेचा राजा होण्यासाठी चंद्रगुप्ताला मार्गदर्शन करताय, हेही मला माहीत आहे. त्यालादेखील माझा मुळीच विरोध नाही. गांधार हे आर्थिक आणि राजकीयदृष्ट्या एक समर्थ, बलशाली व यशस्वी राज्य बनवण्यासाठी मला केवळ तुमचं मार्गदर्शन व सल्ला हवाय,'' अंभी आर्जवानं म्हणाला.

''म्हणजे माझा त्यात कोणत्या प्रकारचा सहभाग असेल?'' चाणक्यानं सावधपणे विचारलं.

''आपण माझे राजगुरू व्हा. माझ्या राजवाड्याशेजारी तुमचं निवासस्थान असेल. राजगुरूंसाठी मी एक आलिशान महाल बांधलाय. तुम्ही आणि तुमच्या शिष्यांनी तिथे राहायला यावं, अशी माझी इच्छा आहे. तुम्हा सर्वांची उत्तम बडदास्त ठेवण्यासाठी मी खर्चाची पर्वा करणार नाही. आचार्य, तुमच्या सन्माननीय उपस्थितीनं त्या महालाची शान वाढेल. ज्या ज्या वेळी मला आपल्या सल्ल्याची गरज भासेल, तेव्हा मी चटकन तुम्हांला भेटू शकेन,'' अंभीने कळकळीची विनंती केली.

''राजा, मी एक गरीब ब्राह्मण आहे. राजवाडे आणि महालांचा, मला काय उपयोग? अशा सुखासीन वातावरणात मी अवघडून जाईन.'' चाणक्य उपरोधिकपणे म्हणाला. आपल्याला गरिबीचे सोंग वठवण्यासाठी खूप मोठा खर्च करावा लागतो, हे त्याला चांगलंच ठाऊक होतं. डोळ्यात पाणी आणत, अंभी पुन्हा एकदा गुडघे टेकून हात जोडत म्हणाला, ''आचार्य, माझ्यावर कृपा करा. या राजकीय अरण्यात मला दिशाहीन भरकटू देऊ नका. मला तुमचं मार्गदर्शन हवंय. तुमचा होकार मिळाल्याशिवाय मी इथून हलणार नाही!''

''ठीक आहे, अंभी तुझा एवढा आग्रह असेल, तर तो मला मान्य आहे, पण एका अटीवर,'' चाणक्य म्हणाला.

''कोणती आचार्य?'' त्याच अवस्थेत अंभीनं अवघडून वर पाहत विचारलं.

''जर ग्रहदशा अनुकूल नसेल, तर कोणत्याही क्षणी तू मला पदत्याग करायची अनुमती द्यायला हवीस,'' अंभीनं अट स्वीकारली. त्यानं आचार्यांना त्यांच्या वास्तूविशारदासह त्यांचं अधिकृत निवासस्थान पाहण्याचं आमंत्रण दिलं.

* * *

अंभीनं चाणक्यासाठी बांधलेल्या टुमदार बंगल्यात भरपूर उजेड असणाऱ्या हवेशीर खोल्या, उंच छत, चकचकीत दगडी फरशी, जाड लाकडी तुळया आणि भरपूर मोकळी जागा होती. बंगल्याभोवती भलं मोठं आवार आणि पाठीमागे खळाळत वाहणारा झरा होता. उघड्या उद्यानातील रानफुलं व फळझाडांमधून येणारा सुगंध घरभर दरवळत होता.

चंद्रगुप्त, सिंहरन, मेहेर व शारंगराव यांच्यासह चाणक्य त्या महालामधून फेरफटका मारत होता. त्याचे शिष्य मात्र मनातून नाराज झाले होते. नीच अंभीच्या भूलथापांना आपले आचार्य कसे बळी पडले? ज्यानं आपला आत्मा अलेक्झांडरला विकला, अशा देशद्रोही माणसाशी सहयोग करायचा, त्यांनी कसा काय निर्णय घेतला? अशा अनेक प्रश्नांचा त्यांना उलगडा होत नव्हता. वास्तुविशारदासह ते एका दालनातून दुसऱ्या दालनात जात होते, परंतु आपण इथे का व कशासाठी आलोय, हेच त्यांना समजत नव्हतं. चाणक्य मात्र त्या हवेलीनं भारावून गेल्यासारखा दिसत होता. लाकडी दारं, खिडक्या आणि दगडी फरशांवरून पुन्हा पुन्हा हात फिरवत तो गवंडी व सुतारांनी केलेल्या सफाईदार कामाचं सूक्ष्म अवलोकन करत होता. बंगला बघून झाल्यावर त्यानं वास्तुविशारदाचं तोंड भरून कौतुक केलं आणि आपण दुसऱ्याच दिवशी आपल्या शिष्यांसह राहायला येत असल्याचं जाहीर केलं. अंभीनं पाठवलेल्या राजरथामध्ये बसून ते आश्रमात परतण्यासाठी निघाले.

"आचार्य, तुम्ही हे काय करताय? आपण नाही राहू..." चंद्रगुप्तानं बोलायला सुरुवात केली; पण चाणक्यानं हाताचा इशारा करत, त्याला थांबवलं. इतक्या चटकन खासगी चर्चा करणं योग्य व सुरक्षित नसल्याचं त्यानं सूचित केलं.

चाणक्याच्या पर्णकुटीत शिरल्यावर सर्वांना धक्का देत तो कुरूप आचार्य म्हणाला, "सिंहरन, आज रात्रीच तुला ती हवेली जाळायची आहे. पण खूप काळजीपूर्वक हे काम करावं लागेल. तू ते कृत्य केलं आहेस, याचा सुगावाही कोणाला लागता नये."

"पण का..." सिंहरन विचारू लागला.

चंद्रगुप्तानं त्याला अडवलं, "आचार्य, तुम्ही जी गोष्ट करून घेऊ इच्छिता त्यामागे तसंच काही ठोस कारण असणार. तुमच्या आज्ञेप्रमाणे ते काम केलं जाईल. पण त्यामागचं कारण कोणतं, ते आम्हांला सांगा," तो म्हणाला.

"चंद्रगुप्ता, त्या जहरी अंभीच्या मधाळ बोलण्यानं भुलून जाण्याइतका मी मूर्ख नाही. त्या अधमाला वाटतंय की तो मला ठार मारू शकेल. पण खरी गोष्ट ही आहे की मी त्याच्याच राज्यात राहून, त्याच्या सरसेनापतीला हाताशी धरून व त्याला पुरेसं आर्थिक बळ पुरवून इथल्या नागरिकांना लष्करी प्रशिक्षण देतोय, हे

समजल्यावर तो अस्वस्थ झालाय,'' चाणक्य म्हणाला.

''पण आचार्य, अंभीचा राजगुरू व्हायला आपण नकार का दिला नाही? आपण ही पर्णकुटी सोडून दुसरीकडे जायचंच नाही. ती हवेली का उगाच जाळायची?'' मेहेरने विचारलं.

''कारण ती हवेली म्हणजे मृत्यूचा सापळा आहे. तुम्हांला काय वाटलं, मी खाली वाकून दगडी फरशीची गुणवत्ता तपासत होतो? मी तर फरश्यांच्या फटींमधून भाताचे कण घेऊन जाणाऱ्या मुंग्यांचं निरीक्षण करत होतो. लाकडी दरवाजे व खिडक्यांना पुन्हा पुन्हा हात लावून, मी त्यांची चकाकी न्याहाळत नव्हतो, त्यात वापरलेली लाख तपासत होतो,'' चाणक्य हसत म्हणाला. आपल्या शिष्यांचे गोंधळलेले चेहरे पाहून त्याला मजा वाटत होती.

''तुम्हांला अजूनही स्पष्टीकरण हवंय?'' त्यानं विचारलं, पण शिष्यांच्या उत्तराची वाट न पाहता, तोच पुढे म्हणाला, ''सांगतो. निर्मनुष्य घरातील फरशांवरून जर मुंग्या अन्नाचे कण घेऊन जाताना दिसल्या, तर त्याचा अर्थ होतो की फरशीखाली अन्न शिजवलं जातंय. आणि जिथे अन्नाचा साठा आहे, तिथे माणसं असलीच पाहिजेत. मुंग्या पाहून माझ्या लक्षात आलं की तिथे गुप्त तळघरं आहेत आणि त्यात सैनिकांना ठेवलंय. ते फक्त आपल्या आगमनाची वाट पाहतायत. आपण झोपलो की त्यांनी एका झटक्यात आपला खात्मा केला असता.''

चाणक्याचं बोलणं ऐकून चंद्रगुप्त आश्चर्यानं थक्क झाला. ''पण आचार्य आपण दरवाजे आणि खिडक्यांकडे एवढ्या कुतूहलानं का पाहत होता?'' त्यानं विचारलं.

चाणक्यानं उत्तर दिलं, ''त्यांना लाख लावली होती.'' आपण दिलेल्या उत्तरामुळे विद्यार्थ्यांच्या शंकेचे निरसन झालेलं नाही, हे लक्षात येऊन तो पुढे म्हणाला, ''एका लहान किड्यांच्या चिकट स्रावाला लाख म्हणतात. किड्यामधील फुगीर आकाराची मादी आश्रयी वृक्षाच्या कोवळ्या डहाळीवर स्थिरावते व आपली लांब सोंड सालीत खुपसून अन्नरस शोषते व द्रव स्रवते. हे किडे बहुधा कुसुंबी वृक्षावर आढळतात. मग जिवंत किड्यांसह त्या डहाळ्या कापून वाळवतात आणि त्यावर गरम पाणी ओतून लाख मिळवतात. त्याला लाख असं नाव पडलं, कारण लक्षावधी किड्यांचा स्राव गोळा केल्यावर मूठभर लाख मिळते. ही लाख जेव्हा दरवाजे व खिडक्यांवर लावली जाते. तेव्हा दारंखिडक्या गुळगुळीत व चकचकीत दिसू लागतात. तुम्हांला वाटलं की मी ती चकाकी पाहतोय. पण लाखेचा दुसरा गुणधर्म म्हणजे तो ज्वलनशील आहे. त्या घरात चुकून जरी एखादी ठिणगी पडली तर अग्नीगोलकाप्रमाणे ती हवेली क्षणार्धात जळून भस्मसात होईल. अंभीचा तोच हेतू होता. तळघरात लपलेल्या सैनिकांच्या साहाय्यानं ते घर पेटवून द्यायचं

आणि आपला मृत्यू अपघाती होता, असं जाहीर करायचं. सिंहरन, म्हणून मी तुला ते घर आज रात्रीच जाळून टाकायला सांगितलं, म्हणजे घराबरोबर तळघरात लपलेले सैनिकही आगीत जळून खाक होतील.''

* * *

चाणक्य, योगी दंडायनांच्या आश्रमात आला होता. आपल्याला काही दिवस आश्रमात राहू द्यावं, अशी विनंती त्यानं महामुनींना केली होती व ती दंडायनांनी आनंदानं मान्य केली होती. काही दिवसांनंतर अंभी चाणक्याला भेटण्यासाठी तिथे आला. ''अंभी, माझ्या मुला, ज्या हवेलीमध्ये तू माझ्या राहण्याची व्यवस्था केली होती, ती अचानक लागलेल्या आगीत भस्मसात झाली. मी तुझा राजगुरू होऊ नये, हाच दैवी संदेश त्या घटनेतून आपल्याला मिळाला आहे. सध्या माझ्या पत्रिकेतील ग्रह अनुकूल दिसत नाहीत आणि माझ्या अशुभ ग्रहांचा परिणाम मला गांधारच्या भविष्यावर होऊ द्यायचा नाही. माझ्यापेक्षाही सक्षम गुरू तुला लाभेल, याची मला खात्री आहे,'' चाणक्यानं शांत व हळुवारपणे अंभीला समजावलं.

अंभीच्या प्रतिक्रियेची त्यानं वाट पाहिली. अंभी आतून संतप्त झालाय, हे त्यांनी ओळखलं, पण अंभीनंही हुशारी दाखवत स्वतःच्या रागावर नियंत्रण राखलं. ''आचार्य, हे माझं वैयक्तिक नुकसान आहे. पण मला आशा आहे की आपण तक्षशीला सोडून कुठेही जाणार नाही. तुमच्या सल्ल्याची मला वेळोवेळी गरज भासणार आहे.'' अंभी म्हणाला.

'आणि वेळ येताच मला ठार मारायचं आहे,' चाणक्य मनात म्हणाला. ''नक्कीच. राजा, मी तुझी मदत करायला सदैव तयार आहे. कधीही तू मला भेटू शकतोस,'' चाणक्य धडधडीत खोटं बोलला.

अंभी निघून गेल्यावर चंद्रगुप्तानं विचारलं, ''आचार्य, आता आपण काय करायचं? अलेक्झांडरची सेना परत फिरलीय. आपण युद्धाची तयारी करायची का?'' चाणक्यानं क्षणभर विचार केला व खट्याळपणे म्हणाला, ''युद्धाचं काम तू माझ्यावर सोपव. तू प्रणयाराधनाच्या कामाला सुरुवात कर.''

* * *

तिचा पोशाख नेहमीच साधा, पण आकर्षक असायचा. पिवळसर पांढऱ्या रंगाचा बाह्या नसलेला पायघोळ अंगरखा, चामड्याच्या वादीच्या हलक्या वहाणा, चौकोनी जाळीदार पट्ट्याने मागे वळवून बांधलेले लांबसडक पिंगट केस आणि डोक्यावर सोनं व हिऱ्यांनी मढलेला मुकुट, असा तिचा पेहराव असे. मुकुट व साधी कर्णभूषणं याखेरीज तिच्या अंगावर कोणताही अलंकार नसे. अंगावर भरजरी कपडे नसल्यामुळे तिचं मोहक लावण्य व आकर्षक व्यक्तिमत्त्व अधिक उठून

दिसे. बिनबाह्याच्या अंगरख्यामुळे तिचे नाजूक बाहू व सुंदर खांदे लक्ष वेधून घेत असत. एखाद्या महासागरासारखे तिचे निळे डोळे, खोल व गहिरे होते. छोटा नाजूक चेहरा, लांब ओठ, गरुडासारखं टोकदार नाक आणि गोबरे गाल म्हणजे लावण्य आणि निरागसपणाचं सुरेख मिश्रण होतं. तिचं नाव कॉर्नेलिया. भारतातील दुसऱ्या क्रमांकाचा बलाढ्य पुरुष म्हणून ओळखल्या जाणाऱ्या सेल्यूकसची ती कन्या होती.

बलाढ्य व पराक्रमी अलेक्झांडर माघारी परतत होता. आपल्या आशिया खंडातील मांडलिक राजांचा प्रभारी म्हणून त्यानं त्याचा विश्वासू लष्करप्रमुख सेल्युकसची निवड केली. ग्रीकांचे सूर्यदेव समजले जाणारे अपोलो हे उत्तर मॅसेडोनियात जन्मलेल्या सेल्यूकसचे खरे वडील असल्याचं, त्याला त्याच्या आईनं सांगितलं होतं. अपोलोंनी त्याच्या आईपाशी नांगराच्या आकाराची अंगठी दिली होती व सेल्यूकस वयात आल्यावर ती त्याला द्यायला सांगितली होती. सेल्युकसच्या मांडीवर तशाच आकाराची नांगराची जन्मखूण होती. 'जा आणि अलेक्झांडरच्या साथीने पर्शियाच्या सैन्याविरुद्ध युद्ध कर. सारं जग तुला निकेटर – विजयी पुरुष – म्हणून ओळखेल.' ती अंगठी सेल्यूकसला देताना, त्याची आई म्हणाली.

तो केवळ युद्धातच नव्हे, प्रेमातही विजयी ठरला होता. पर्शियाचा पराजय करण्यात अलेक्झांडरला मदत केल्यावर त्यानं पर्शियाच्या सरदाराची लावण्यवती कन्या अपामा हिच्याशी विवाह केला. सुसा येथे झालेल्या शाही लग्नसोहळ्यात अलेक्झांडरनंही पर्शियाचा राजा डेरियस-तिसरा याच्या मुलीशी विवाह केला. सेल्यूकस व अपामा यांच्या उत्कट प्रेमसंबंधातून त्यांना विवाहापूर्वीच पुत्रलाभ झाला हाता. लग्नानंतर वर्षभरानं त्यांनी आपल्या कायदेशीर कन्येला जन्म दिला. आपण आपल्या आईवडिलांची औरस कन्या आहोत, याबद्दल कॉर्नेलियाला नेहमीच कृतज्ञता वाटत असे.

अंभीची राजअतिथी म्हणून कॉर्नेलिया, तक्षशीलेला राहत होती. तिला भारतीय संस्कृती आवडली होती व ग्रीसपेक्षा गांधारमध्ये ती अधिक रमली होती. योगाभ्यास करण्यासाठी ती रोज सकाळी दंडायन ऋषींच्या आश्रमात जात असे. सेल्यूकसचे सुरक्षारक्षक तिच्यामागे सावलीसारखे वावरत. कॉर्नेलियाच्या बाबतीत काहीही अनिष्ट घडलं तर सेल्यूकस आपल्याला जिवंत ठेवणार नाही, हे त्यांना ठाऊक होतं.

कॉर्नेलियाला महान योगी दंडायनांबद्दल खूप कुतूहल वाटत असे. कोणताही डामडौल नसलेलं साधं जीवन ते जगत होते. त्यांच्या आश्रमात काही दिवस राहायला आलेल्या चाणक्याला तिनं विचारलं, "आचार्य, भारतात त्यागाला इतकं महत्त्व का आहे? साधू दंडायन हे थंडी, उकाडा, पाऊस यापासून थोडंही संरक्षण नसणाऱ्या जंगलात राहतात. तरीही त्यांच्या चेहऱ्यावर शांती आणि समाधान

असतं. ज्या सत्ता व संपत्तीचं मॅसेडोनियाच्या लोकांना सर्वाधिक आकर्षण आहे, त्याचाच या मुनींनी त्याग केलाय.''

कॉर्नेलियाच्या प्रश्नावर आपले वेडेवाकडे दात दाखवत, चाणक्य जोरजोरात हसू लागला. त्या हास्यानं बिचारी कॉर्नेलिया भेदरून गेली. ते पाहून आपलं हसणं आवरत चाणक्य म्हणाला, ''प्रभू रामचंद्रानं आपल्या राज्याचा त्याग केला आणि तो देशातील बलशाली राजा बनला. बुद्धानं जगाचा त्याग केला तर साऱ्या जगानं त्याच्या पायावर लोटांगण घातलं. कॉर्नेलिया, माझ्या निष्पाप मुली, त्याग म्हणजे सत्ता, अधिकारावर पाणी सोडणं नव्हे, उलट अधिकार प्राप्त करण्याचं ते एक साधन आहे.''

चंद्रगुप्त दंडायनाच्या पर्णकुटीच्या दिशेनं जलद पावलं टाकत येत होता. चाणक्याशी बोलत असलेल्या कॉर्नेलियाकडे त्याचं लक्ष गेलं. त्याला जणू ती एक तेजस्वी देवताच भासली. त्या मुलीला मोहात पाडण्याचा प्रयत्न कर, असं जेव्हा आचार्यांनी त्याला सांगितलं, तेव्हा त्याला खूप राग आला होता. मी कोण आहे? केवळ स्त्रियांना मोहात पाडणारा एक आकर्षक पुरुष? मग मी आत्तापर्यंत राज्यकारभाराचं शिक्षण कशासाठी घेतलं? पायघोळ झगा घालणाऱ्या एका मॅसेडोनियाच्या युवतीला मोहात पाडण्यासाठी? पण आता मात्र तिला पाहताच त्याचे हे सारे प्रश्न हवेत विरून गेले. तिचं स्वर्गीय लावण्य पाहून तो त्याच क्षणी तिच्यावर भाळला. ह्या राजकुमारीहून सुंदर मुलगी या भूतलावर असूच शकणार नाही, याची त्याला मनोमन खात्री पटली.

''अरे वा, चंद्रगुप्ता... ये ये.'' चाणक्यानं त्याला आत बोलावत, चतुराईनं आपल्या संभाषणात सामील करून घेतलं. ''ही कॉर्नेलिया. सन्माननीय सेल्यूकसची कन्या. साधू दंडायनांकडून योगाभ्यास करण्यासाठी ती इथे आली आहे. आमच्यातील संभाषणांमुळे तिच्या अभ्यासात दुर्दैवानं वारंवार व्यत्यय येतो. आम्ही दोघे, सत्तेचा त्याग या विषयावर सखोल चर्चा करत होतो.''

चंद्रगुप्त एका वेगळ्याच आत्मविश्वासानं चालत त्यांच्यापाशी आला. ''कॉर्नेलिया, माझे गुरू हे अधिकारांचा त्याग करायला शिकवणाऱ्यांपैकी आचार्य नव्हेत, पण त्यागामध्ये केवढा मोठा अधिकार सामावलेला आहे, हे मात्र तुला नक्कीच शिकवतील.'' चंद्रगुप्त हुशारीनं म्हणाला. पहिल्याच भेटीत त्याची कॉर्नेलियावर छाप पडावी या उद्देशानं चाणक्यानंच ते वाक्य कसं म्हणायचं याची चंद्रगुप्ताकडून आधीच तयारी करून घेतली होती.

चंद्रगुप्त सजून आला होता. त्याच्यापाशी नसणाऱ्या गोष्टी त्यानं घाईघाईत सिंहरनकडून मागून आणल्या होत्या. जांभळ्या रंगाचं राजेशाही धोतर, त्यावर निळा रेशमी झगा आणि गळ्यात मोत्यांचा जड हार त्याने घातला होता. सोन्याच्या

कर्णभूषणांमुळे त्याचे कानावरचे कल्ले उठून दिसत होते आणि मृदू दयाळू चेहरा नजरेत भरत होता. योद्ध्याला शोभणाऱ्या पीळ दिलेल्या मिश्या सोडल्यास त्यानं अगदी घोटून दाढी केली होती. लांब काळे केस खाली वळून त्याच्या रुंद खांद्यावर डौलदारपणे रुळत होते. त्याच्या मजबूत बाहूंवर चढवलेली बाहूभूषणं त्याला खूपच खुलून दिसत होती. अजून एकाही राज्याचा मालक झाला नसला तरी तो नखशिखान्त राजबिंडा राजकुमार दिसत होता.

राजकुमाराकडे पाहून कॉर्नेलियानं मधुर स्मित केलं. चंद्रगुप्ताचा चेहरा उजळला. आपला हेतू साध्य झाला हे उमजून चाणक्य गालातल्या गालात हसला. प्रेमाची चक्रं फिरू लागली. प्रेमानं सारं काही जिंकून घेतलं. चाणक्याला सुवासिनीची आठवण आली. त्याची बालप्रेमिका. 'आता ती योग्य वेळ आली आहे,' तो स्वत:शीच म्हणाला.

* * *

योगी दंडायनांच्या बाजूला असलेल्या मोकळ्या जागेत, आपल्या शिष्यांनी बांधलेल्या बांबूच्या मोठ्या मचाणावरून चाणक्य चालत होता. तो वर बांधलेल्या पिंजऱ्याजवळ पोहोचताच घुंऽघुंऽऽ आवाज करणाऱ्या पक्ष्यांनी त्याचं स्वागत केलं. त्यांचा प्रशिक्षकही धावत त्याला भेटायला आला.

"सिद्धार्थक, आज कबुतरं चांगल्या स्थितीत आहेत ना?" चाणक्यानं त्याला सहज प्रश्न केला.

"अगदी उत्तम स्थितीत आहेत, मालक. त्यांना भरपूर पाणी व दाणागोटा दिला जातोय. आता ते कामाच्या प्रतीक्षेत आहेत," सिद्धार्थक म्हणाला. चाणक्यानं त्याच्या हातात एक कुपी ठेवली. कुपीला वजनानं हलका असलेला एक दोर घट्ट बांधला होता. सिद्धार्थकनं दरवाजाला बांधलेल्या दोरखंडाच्या साहाय्यानं भलं मोठं खुराडं उघडताच एक पांढरं शुभ्र कबूतर झटकन उडून त्याच्या चामड्यानं गुंडाळलेल्या हातावर येऊन बसलं. त्या कबुतरानं आजपर्यंत एका मुहूर्ताला पाच योजनांहून अधिक वेगानं एकूण एकशेदहा योजने अंतराचा प्रवास केला होता आणि त्या प्रवासात जराही विश्रांती न घेता ते अखंडपणे उडत राहिलं होतं.

त्या पक्ष्यांना शिक्षण देणं हे फार जिकीरीचं काम होतं, परंतु त्या शास्त्रात सिद्धार्थक निष्णात प्रशिक्षक समजला जाई. प्रत्येक पक्ष्याला खुराड्यापासून एका विशिष्ट अंतरापर्यंत बांबूच्या पिंजऱ्यातून रोज नेऊन बाहेर सोडलं जाई. मग ते पक्षी पृथ्वीचं चुंबकीय क्षेत्र व शरीरातील नैसर्गिक होकायंत्राचा वापर करत, आपल्या घरी उडत येत. कितीही दूरपर्यंत नेलं तरी गेलेल्या मार्गानंच अचूक परत येण्याच्या त्यांच्या क्षमतेमुळे त्यांना 'घर परतीची कबुतरं' म्हटलं जाई. सिद्धार्थकच्या कबुतरांच्या

पंखांमध्ये जबरदस्त ताकद होती. शिवाय त्यांच्यामध्ये हवेच्या विरुद्ध दिशेने येणाऱ्या प्रवाहावर मात करून वेगानं उडण्याची क्षमता होती. प्रत्येक पक्ष्याची नजर अत्यंत तीक्ष्ण होती व ती माणसापेक्षाही खूप दूरवर पोहोचत असे. एरवी निरुपद्रवी वाटणाऱ्या त्या कबुतरांपाशी अविश्वसनीय सहनशक्ती होती आणि प्रदीर्घ हवाई प्रवासासाठी त्यांना उत्तमरीत्या प्रशिक्षित केलं होतं.

चाणक्यानं दिलेली कुपी सिद्धार्थकानं शुभ्र कबूतराच्या डाव्या पायाला सराईतपणे बांधली व खुणेची शिट्टी मारली. शिट्टी ऐकताच पक्ष्यानं जोरजोरात पंख फडफडवले व आकाशात सरळ रेषेत ते उंच झेपावलं. हवी तेवढी उंची गाठल्यावर त्यानं काही वेळ घिरट्या मारत वातावरणाचा अंदाज घेतला आणि मग मात्र ते सरळ रेषेत आपल्या लक्ष्याच्या दिशेनं जाऊ लागलं. पाटलीपुत्र हे त्याचं लक्ष्य होतं व तिथे जीवसिद्धी त्याची वाट बघत होता.

१०

वर्तमानकाळ

एका ओंगळवाण्या कोठडीत पत्रकाराला महिनाभर डांबून ठेवलं होतं. त्या काळात उपन्यायिक दंडाधिकाऱ्याकडे जामीन मिळवण्यासाठी त्यानं अनेकदा अर्ज केला होता, पण त्या अर्जाची सुनावणीही न होता तो दर वेळी नाकारला गेला.

डास व किडे चावल्यामुळे पत्रकाराच्या अंगावर लालसर डाग उठले होते, केसात उवा झाल्या होत्या आणि एकदा तर रात्री तो झोपलेला असताना उंदरानं त्याचा कान कुरतडल्यानं झालेल्या जखमेवर कारागृहाच्या डॉक्टरांना मलमपट्टी करावी लागली होती. महिन्याभरात त्याची झालेली दशा बघवत नव्हती. घटलेलं वजन, बसलेली गालफडं, थकलेला चेहरा आणि निस्तेज डोळे यामुळे त्याला कोणी ओळखूदेखील शकलं नसतं. अर्धकच्च्या व बेचव अन्नामुळे त्याला अतिसाराची बाधा जडली. जेवणाच्या थाळीतील मसूर डाळीमध्ये झुरळं पडलेली असायची. त्याबद्दल तक्रार केल्यावर तुरुंगाधिकाऱ्यानं त्याचीच चेष्टा करत म्हटलं, ''ए बाबा... हळू बोल. इतर कैद्यांनी ऐकलं ना तर ते माझ्याकडे मांसाहारी जेवणाची मागणी करतील.''

अचानक एक दिवस एक काळा व केसांना खूप तेल चोपडलेला केरळी गृहस्थ पत्रकाराला भेटायला आला. तो गृहस्थ येताच सर्व दरवाजे आपोआप उघडले गेले. कारागृहातील प्रत्येक जण त्याच्याशी आदरानं बोलू लागला. तुरुंगाधिकाऱ्याच्या कक्षात दोघेही समोरासमोर बसले. दोघांसाठी चहा मागवण्यात आला.

''माझं बोलणं, नीट ऐक. तुझे सगळे प्रश्न मी सोडवू शकतो,'' मेनन पत्रकाराला म्हणाला.

''तू कोण आहेस?'' पत्रकारानं विचारलं.

''ते महत्त्वाचं नाही. तू हुशार आहेस. तुला इथे का यावं लागलं, याचं कारणही एव्हाना तुझ्या लक्षात आलं असेल. तुझ्यात फक्त एकच दोष आहे. तुझं

वागणं, नको तितकं खोडकर आहे,'' मुख्याध्यापकानं एखाद्या व्रात्य मुलाला समजवावं तसा मेननचा सूर होता.

“आलं लक्षात. म्हणजे मी त्या प्रकरणातून अंग काढून घ्यावं, असं त्या हरामखोर गंगासागरला वाटतंय... त्याच्या त्या नाजूक, निरागस बाहुलीवर कोणी आळ घेऊ नये अशी त्याची इच्छा आहे; पण त्याची इच्छा पूर्ण होणार नाही. ती मुलगी शुद्ध आणि पवित्र नाही,'' तो संतापानं ओरडत म्हणाला.

मेनन शांत राहिला. “मित्रा, तू माझ्याशी नीट वागलास तर माझ्याकडून तुला बरंच काही मिळू शकेल. पण त्याआधी तुझा जो सध्या शोध चाललाय, तो तुला ताबडतोब थांबवावा लागेल. मी तुला त्याहून अधिक खमंग आणि खळबळजनक मसाला पुरवू शकतो. चालेल?''

“हां. बोल, बोल. मी ऐकतोय,'' पत्रकारानं त्यात फारसा रस नसल्यासारखं दाखवलं, पण त्याचं कुतूहल चाळवलं गेलंय हे मेनननं ताडलं.

“आपल्या पंतप्रधानांचा एक खास सल्लागार आहे. तुला माहितीये?''

“कोण? त्यांच्या पक्षाचा सरचिटणीस?''

“नाही.''

“भारताचे गृहमंत्री?''

“नाही.''

“मग कोण?''

“महिन्यातून एकदा तरी ती त्यांना त्यांच्या घरी जाऊन भेटते; पण पंतप्रधानांना भेटणाऱ्यांच्या यादीत किंवा त्यांच्या रोजनिशीत त्या भेटीची कधीही अधिकृत नोंद केली जात नाही.''

“त्याची कुणी प्रेमिका आहे?''

“हुशार माणसा, जरा डोकं वापर. प्रेमिकेला कोणी घरी बोलावतं?''

“मग कोण?''

“ती फक्त साध्वी म्हणून ओळखली जाते. कोणताही महत्त्वाचा निर्णय घेण्याआधी ते तिचा सल्ला घेतात.''

“तुला माझ्याकडून काय हवंय?''

“तिची संपूर्ण माहिती.''

“सोपं काम आहे. माझं नाक शिकारी कुत्र्यासारखं तीक्ष्ण आहे. त्याला कुठूनही कसलाही वास चटकन येतो. पण मी का म्हणून तुला मदत करू?''

“कारण पुढच्या दहा मिनिटात तुझी इथून सुटका झालेली असेल. जरा विचार कर. बऱ्याच दिवसांनी तू घरी जाऊन स्नान करशील. मद्य, भोजन आणि स्त्रीसहवास यांचा लाभ घेशील.''

“हे एवढं आमिष मला पुरेसं नाही. माझ्या खूप जास्त अपेक्षा आहेत,” पत्रकार गुरगुरत म्हणाला. खरंतर मेननन दिलेल्या प्रस्तावावर तो मनातून खूश होता, पण अजून काही पदरात पडेल या आशेनं तो खडा टाकून पाहत होता.

“समजा ज्यामुळे तुझं आयुष्य पालटून जाईल अशा एका स्टिंग ऑपरेशनची मी तुझ्यासाठी व्यवस्था केली, तर?” मेननन शांतपणे त्याच्यासमोर आणखी मोठा प्रस्ताव ठेवला.

* * *

“ती महत्त्वाकांक्षी आहे...” त्यानं बोलायला सुरुवात केली.

“तिच्या भविष्यकाळाशी आमचं काही देणंघेणं नाही,” मेनन म्हणाला.

“साध्वी त्यांना जवळजवळ दर आठवड्याला भेटते,” तो म्हणाला.

“तिच्या वर्तमानात आम्हांला रस नाही,” मेनन म्हणाला.

“मग तुम्हांला नेमकं हवंय तरी काय?” पत्रकारानं वैतागून विचारलं.

“तिचा भूतकाळ.”

* * *

“आपल्याला हवी ती माहिती मिळालीय,” पत्रकार उत्साहात म्हणाला.

“सांग,” मेनन शांतपणे म्हणाला.

“जेव्हा आपले पंतप्रधान मुख्यमंत्री होते, तेव्हा एक स्त्री नियमितपणे त्यांना भेटायला येत असे. बहुतेक वेळा रात्री, खूप उशिरा.”

“महत्त्वाची माहिती दिसतेय. म्हणजे त्या स्त्रीनं अनेक उद्योगपती आणि राजकारण्यांनाही भूरळ पाडली असणार. आपण तिची इत्थंभूत माहिती मिळवली तर खूप मोठं घबाड आपल्या हाती लागेल.”

“तिची इत्थंभूत माहिती मिळवता मिळवता तू पार थकून जाशील,” पत्रकार हसत म्हणाला. मेननन त्याच्या बोलण्याकडे दुर्लक्ष केलं.

“मला असं समजलंय की ती लावण्यवती होती. त्यांना ती नियमित भेटत असे. पण अचानक एक दिवस ती बेपत्ता झाली... म्हणजे कायमची गायब झाली.”

“मग?”

“त्यानंतर दोन महिन्यांनी ती एका हिंदू आश्रमात अवतरली. तेव्हा तिला दिवस गेले होते.”

“हे तुला कसं कळलं?”

“त्या वेळच्या मुख्यमंत्र्यांनी म्हणजे आजच्या आपल्या पंतप्रधानांनी शिफारस केल्यामुळे अनाथाश्रमानं त्या गर्भवती महिलेला तिथे प्रवेश दिला.”

“तिथे तिची प्रसूती झाली. बरोबर?”

"हो. तिनं एका मुलीला जन्म दिला."

"त्या आईचं आणि मुलीचं पुढं काय झालं?" मेननची उत्सुकता वाढली.

"आई आपला बाडबिस्तरा गुंडाळून निघून गेली. संस्थेतर्फेच चालवल्या जाणाऱ्या बालिकाश्रमात त्या मुलीची रवानगी करण्यात आली."

"आपल्या पंतप्रधानांशी त्या मुलीचा काही संबंध असल्याचं, तुला समजलंय?"

"ती स्त्री जेव्हा घाईघाईनं आश्रम सोडून गेली तेव्हा तिच्यापाशी असलेलं एक पोस्टकार्ड तिथेच राहून गेलं. आई व मुलीची खुशाली विचारण्यासाठी ते पत्र, मुलीच्या वडिलांनी लिहिलं होतं. ज्या पुरोहिताकडे ते पत्र होतं, त्याच्या मुलाला वैद्यकीय महाविद्यालयात प्रवेश मिळवून द्यायची हमी दिल्यावर त्यानं ते मला दिलं."

मेननन‌ं ती गोष्ट त्याच्या रोजनिशीत लगेच टिपून ठेवली. दिलेलं वचन पाळलं गेलंच पाहिजे ही शिस्त आता त्याच्या अंगवळणी पडली होती.

"काय समजलं त्या पत्रामधून?" मेननन‌ं विचारलं.

"त्या मुलीचे वडिल... म्हणजेच... आपले पंतप्रधान!"

* * *

"म्हणजे साध्वी ही त्यांची अनौरस मुलगी आहे तर!" गंगासागर चकित होत उद्गारले.

"पंतप्रधानाचं तर आधीच लग्न झालं होतं आणि त्यांना तीन मुलंही होती. शिवाय काही झालं तरी त्यांना, त्यांच्या राजकीय कारकिर्दीवर पाणी सोडायचं नव्हतं. त्यामुळे त्यांना त्या स्त्रीचा स्वीकार करणं शक्यच नव्हतं," मेननन‌ं सांगितलं.

"पण याला पुरावा कुठे आहे?" गंगासागरनी विचारलं.

पंतप्रधानांनी आई व मुलीच्या खुशालीबद्दल लिहिलेलं पत्र, मेननपाशी होतं. त्यानं ते गंगासागरजींना दाखवलं.

"हा काही भक्कम पुरावा होऊ शकत नाही," गंगासागर म्हणाले. अचानक त्यांच्या मनात वेगळाच विचार चमकला. "हरकत नाही, खळबळ उडवून देण्यासाठी हे पत्र पुरेसं आहे. तर ती मुलगी अखेर संन्यासिनी झाली."

"हो. पण गंमत म्हणजे बाप-लेक एकमेकांशी बोलताना कधीही आपल्या नात्याचा उल्लेख करत नाहीत आणि विनोद म्हणजे साध्वी त्यांना 'मुला' अशी हाक मारते."

"आणि मग ते काय म्हणतात तिला? माते?"

"हो ना. खरंच ते तिला 'पूज्य आई' असं संबोधतात."

* * *

"तिला ताबडतोब भेटणं फार जरुरीचं आहे," हातातील वर्तमानपत्र खाली ठेवत गंगासागर म्हणाले.

"तुम्ही तिला काय सांगणार?" मेननन‌ं विचारलं.

"मी एकच गोष्ट सांगणार आहे की तिला जर दिल्लीमध्ये 'पूज्य आई'ची सत्ता मिळवायची असेल तर उत्तर प्रदेशात राष्ट्रपती राजवट येणार नाही याची तिनं मला हमी द्यायला हवी."

* * *

"मुला, तुला द्यायचा आदेश माझ्याकडे आलेला आहे," साध्वीनं त्यांच्या मस्तकावर हात ठेवला व ती मंत्र पुटपुटू लागली. थोड्या वेळानं डोळे उघडत ती म्हणाली. "उत्तर प्रदेशात राष्ट्रपती राजवट लादू नकोस."

"पण पूज्य आई..." पंतप्रधान बोलू लागले.

"शूऽऽ!" हातानं इशारा करत तिनं त्यांना अडवलं. "आजपर्यंत माझा दैवी संदेश कधी चुकीचा ठरलाय?" साध्वीनं विचारलं.

"नाही," त्यांनी निमूटपणे तिचं म्हणणं मान्य केलं.

"तर मग मी सांगते तसं कर," तिनं आज्ञा केली.

* * *

"वा! म्हणजे तू अखेर राष्ट्रपती राजवट येऊ दिली नाहीस. पण आता पुढे काय?" अग्रवालजींनी विचारलं.

"आता आम्ही मुख्यमंत्र्यांना राजीनामा द्यायला लावणार आणि राज्याची सूत्रं चंदिनीच्या हाती सोपवणार," गंगासागरनी सांगितलं.

"पण आता ते आपल्याला अडवून धरतील. आपण त्यांच्या मुख्यमंत्र्यांना पाठिंबा देण्यासाठी जशी मंत्रिपदांची मागणी केली होती, तसं तेही आपल्याला तीच अट घालतील. आणि ती पूर्ण झाल्याशिवाय त्यांचा मुख्यमंत्री राजीनामा द्यायला तयार होणार नाही."

"मेनन, तू त्या पत्रकाराला स्टिंग ऑपरेशनची संधी मिळवून देणार होतास ना? त्याचं काय झालं?" गंगासागरनी विषय बदलवत विचारलं.

मेनन हसला. "मुख्यमंत्र्यांनी स्वत:हून आपलं पद सोडून निघून जावं, असं तुमच्या मनात आहे ना? म्हणजे त्याच्या लोकांना मंत्रिपद देण्याचा प्रश्नच उद्भवणार नाही. हो ना?"

"मेनन, जी माणसं मला त्रासदायक वाटतात, त्यांना मी खूप दूर निघून जायला लावतो," गंगासागर शांतपणे म्हणाले.

* * *

सार्वजनिक बांधकाम खात्याच्या मुख्य अभियंत्याच्या घरासमोर काळ्या रंगाची एक मर्सिडिज बेंझ गाडी येऊन थांबली. मुंबईहून आलेली एक रुबाबदार व्यक्ती त्यातून उतरली. उत्तम पोशाख, बोलण्या-वागण्यातील अदब, आणि सुसंस्कृत वर्तनामुळे त्याचं वेगळं व्यक्तिमत्त्व नजरेत भरत होतं. त्याच्या एका हातात मुख्य अभियंत्याच्या पत्नीसाठी लिलीच्या फुलांचा गुच्छ होता, त्याच्या मुलासाठी स्विस चॉकलेट्सचा डबा व खुद्द त्याच्यासाठी त्या गृहस्थानं मॉंट ब्लँक कंपनीचं अतिशय महागडं पेन आणलं होतं. आठवड्यापूर्वीच मुख्य अभियंत्याच्या पुतण्यामार्फत ही भेट ठरवण्यात आली होती.

प्राथमिक बोलणी झाल्यावर मुंबईच्या सद्गृहस्थानं मुख्य विषयावर बोलायला सुरुवात केली, "आपण कामाबद्दल बोलू या. तुम्हांला तर ठाऊकचं आहे की, हा महाप्रकल्प आहे. राज्य महामार्गांचा विस्तार व त्यांची श्रेणी व दर्जा यामध्ये सुधारणा करणं, चार नव्या वैकल्पिक मार्गांचं बांधकाम आणि तीन मोठे पूल उभारणं असं ह्या प्रकल्पाचं स्वरूप आहे. मला सांगा, यासाठी येणाऱ्या खर्चाचा भार कोण उचलणार आहे?"

मुख्य अभियंता म्हणाला, "प्रत्यक्ष बांधकाम पर्यवेक्षण, व्यवस्थापन साहाय्य, सल्लाविषयक कंत्राट आणि भू-संपादन वगैरे गोष्टींच्या खर्चासाठी राज्य सरकारतर्फे अनुदान मिळणार आणि विस्थापितांच्या पुनर्स्थापन व पुनर्वसनासाठी येणाऱ्या खर्चासाठी जागतिक बँकेतर्फे अर्थसाहाय्य मिळणार आहे."

"म्हणजे खर्चाचा भार एक तर राज्य सरकार किंवा जागतिक बँक उचलणार. बरोबर?"

"होय," मुख्य अभियंता उत्तरला.

"आम्ही आमच्या अंतर्गत अंदाजपत्रकाप्रमाणे ह्या प्रकल्पाचा एकूण खर्च साधारण दीड अब्ज रुपये वर्तवला आहे," तो सद्गृहस्थ म्हणाला.

"ठीक आहे."

"नाही म्हणजे गरज असेल त्याप्रमाणे आम्ही ही किंमत वाढवू किंवा कमी करू शकतो," मुंबईहून आलेला गृहस्थ सहजपणे म्हणाला, "खरं तर त्याचसाठी तर मी इथे आलोय. तुम्ही म्हणाल त्या पद्धतीनं आम्ही निविदा भरायला तयार आहोत."

"यासाठी तुम्हांला मुख्य सचिवांना भेटावं लागेल," मुख्य अभियंता म्हणाला.

"तुम्हीच सांगा, आमची भेट कधी होऊ शकेल?" गृहस्थानं सूचकपणे हसत विचारलं.

* * *

मुंबईचा तो रुबाबदार, अदबशीर व सुसंस्कृत गृहस्थ आपल्या काळ्या मर्सिडिज बेन्झमधून मुख्य सचिवांना भेटण्यासाठी लखनौमधील निर्माण भवन कार्यालयापाशी पोहोचला. त्याच्या एका हातात मुख्य सचिवांसाठी ट्यूलिपच्या फुलांचा गुच्छ तर दुसऱ्या हातात मुख्य सचिवांच्या कार्यकारी साहाय्यकासाठी मॉंट ब्लॅक पेन होतं. मुख्य अभियंत्याच्या विनंतीनुसार दोन दिवसांपूर्वी ही भेट ठरवण्यात आली होती.

"तुम्हांला माहीतच असेल की निविदा मागवण्याची प्रक्रिया ही तीन पद्धतीनं हाताळली जाते. टक्केवारींचा दर, वस्तू व विभागनिहाय दर आणि एकमुखी रक्कम. पहिल्या पद्धतीनुसार आम्ही प्रकल्पाच्या खर्चाची किंमत ठरवतो व आम्ही वर्तवलेल्या किंमतीच्या काही टक्के अधिक किंवा कमी टक्क्यांच्या रकमेची निविदा तुम्ही भरू शकता. दुसऱ्या पर्यायात प्रकल्पासाठी लागणाऱ्या वस्तू व त्यांच्या प्रमाणांची यादी आम्ही जाहीर करतो. तुम्हांला वस्तूनिहाय दर द्यावे लागतात आणि तिसऱ्या पद्धतीत आम्ही प्रकल्पाची जी एकूण किंमत वर्तवलेली असेल, त्याआधारे तुम्हांला निविदेमध्ये एकमुखी रक्कमेचा उल्लेख करावा लागतो," मुख्य सचिवानं समजावून सांगितलं.

"प्रकल्पाचं काम आम्हांला मिळावं, यासाठी तुम्ही ही प्रक्रिया आमच्या बाजूनं कशी झुकवू शकाल?" मुंबईच्या गृहस्थानं थेट प्रश्न केला.

"आपल्या कंपनीच्या आणखी काही दुय्यम व संलग्न कंपन्या आहेत का?" मुख्य सचिवानं विचारलं.

त्या गृहस्थानं मान डोलावली, "खूप आहेत."

"मग आपल्याला असं करता येईल. निवडीच्या पहिल्या फेरीत तुमच्या व्यवसायाची पार्श्वभूमी, तांत्रिक कौशल्य आणि तुम्हांला आजपर्यंत मिळालेल्या यशापयशाविषयी तुम्हांला प्रश्न विचारण्यात येतील. तुम्ही एक काम करा. तुमच्या प्रत्येक दुय्यम व संलग्न कंपनीच्या नावानं वेगवेगळी निविदा भरा."

"म्हणजे अंतिम फेरीत फक्त आमची एकच कंपनी पोहोचलेली असेल."

"हो."

"आणि यासाठी आम्हांला आणखी किती वेगळी किंमत मोजावी लागेल?"

"त्यासाठी तुम्हांला मुख्यमंत्र्यांना भेटावं लागेल," मुख्य सचिव म्हणाला.

"आपण त्यांच्याबरोबर कधी बैठक ठरवू या?" सूचक हसत त्या गृहस्थानं विचारलं.

* * *

मुंबईहून आलेला तो रुबाबदार गृहस्थ आपल्या काळ्या मर्सिडिज बेन्झ गाडीतून ५ कालिदास पथ येथे पोहोचला. उत्तर प्रदेशच्या मुख्यमंत्र्यांचं ते अधिकृत निवासस्थान

होतं. त्याच्या एका हातात मुख्यमंत्र्यासाठी आणलेला ऑर्किडच्या फुलांचा गुच्छ व दुसऱ्या हातात मुख्यमंत्र्याच्या स्वीय साहाय्यकासाठी सोन्याची दहा तोळ्यांची लगड होती. मुख्य सचिवाच्या विनंतीनुसार काही तासांपूर्वीच ही भेट ठरवण्यात आली होती.

"तुमची आणि मुख्य सचिवांची या विषयावर आधीच सविस्तर चर्चा झाली आहे, असं मला सांगण्यात आलंय," मुख्यमंत्री हस्तांदोलन करत म्हणाले.

"हो. मी इथे फक्त तुमचे आशीर्वाद घ्यायला आलोय."

"माझे आशीर्वाद खूप महाग असतात."

"महाग म्हणजे किती?"

"पंधरा टक्के."

"त्यातील एक आशीर्वाद कमी करा आणि मला फक्त दोनच द्या."

"दहा टक्के?"

"होय."

"एरवी मी तसं केलं नसतं, पण तुम्ही माझ्यासाठी हा खास ऑर्किडचा पुष्पगुच्छ आणलात," मुख्यमंत्री हसत म्हणाले आणि त्यांनी उठून उभं राहत, मुंबईहून आलेल्या माणसाशी सौदा पक्का केला.

* * *

मुंबईचा तो रुबाबदार गृहस्थ आपल्या काळ्या मर्सिडिज बेन्झ गाडीतून पंडित गंगासागर मिश्रांच्या घरासमोरील बऱ्हान पथावर पोहोचला. त्याच्या एका हातात गुंडाळलेली चित्रफीत होती व दुसऱ्या हातात छोटंसं खिशात राहू शकेल असं, ध्वनिमुद्रणाचं उपकरण होतं. मेनन आपल्या पत्रकार मित्राकडे पाहून हसला व पंडितजी गंगासागर मिश्रांना भेटण्यासाठी तो त्याला आत घेऊन जाऊ लागला.

"या स्टिंग ऑपरेशनमुळे तू आता खूप मोठी भरारी घेतली आहेस. तू आता टीचभर उडणारा छोटा पक्षी राहिला नाहीस. तुझं रूपांतर गरुडात झालंय," गंगासागरजींच्या दिवाणखान्यात प्रवेश करत असताना, मेनन त्या पत्रकाराला म्हणाला.

"मला छोटाच पक्षी राहायला आवडेल." पत्रकार म्हणाला.

"का?" मेनननं विचारलं.

"गरुड आकाशात उंच उडू शकत असेलही, पण जेट विमानाचं इंजिन छोट्या पक्ष्यांना कधीही आत मध्ये खेचून घेऊ शकत नाही."

* * *

कानपूरमधील धुळीनं भरलेल्या बिऱ्हाना पथावरच्या एका आडगल्लीतल्या जुन्यापुराण्या इमारतीच्या मोडकळीला आलेल्या जिन्यावर शेकडो पावलांचा आवाज घुमू लागला.

सकाळचे अकरा वाजले होते आणि चंदिनी गुप्ता पंडितजींना त्यांच्या घरी भेटायला येत होती. तिच्यासोबत पक्षत्याग करायला तयार असलेले, विरोधी पक्षांचे आमदारही होते.

स्टिंग ऑपरेशनमुळे आपण सत्तेवर राहावं की नाही या संभ्रमात मुख्यमंत्री होते, पण अखेर विचारांती त्यांनी राजीनामा द्यायचा निर्णय घेतला. ''साहेब, ते गेल्यावर आता तुम्ही आनंदी आहात ना?'' मेनननं विचारलं.

''मेनन, काही जण जिथे जातात तिथे आनंद निर्माण करतात, काही जण मात्र जेव्हा निघून जातात तेव्हा इतरांना आनंद होतो.''

''नमस्कार गंगा काका,'' पंडितजींसमोर आदराने हात जोडत, चंदिनी म्हणाली.

''देव तुझं भलं करो,'' गंगासागरनी आशीर्वाद देत तिला आपल्या शेजारच्या खुर्चीवर बसवलं. क्षणभर थांबून त्यांनी तिच्या डोक्यावर हात ठेवला आणि डोळे मिटून ते मंत्र म्हणू लागले. 'आदिशक्ती नमो नम:, सर्व शक्ती नमो नम:, प्रथम भगवती नमो नम:, कुंडलिनी माता शक्ती, माता शक्ती नमो नम:'

''राज्यपालांकडे जाऊन राज्यात सत्तास्थापनेचा दावा करायला तू तयार आहेस ना?'' डोळे उघडत त्यांनी विचारलं.

तिनं हसून मान डोलावली. ''मुख्यमंत्र्याचे आमदार बाहेर उभे आहेत. मंत्रिपदाची मागणी न करता त्यांनी पाठिंबा द्यायची तयारी दर्शवली आहे. त्यांना फारसा पर्यायही उरलेला नाही,'' ती हसत म्हणाली.

''मुख्यमंत्री झाल्यावर तुझं पहिलं काम...'' गंगासागर बोलू लागले.

''काय?''

''अग्रवालजी ज्यांची निवड करतील, त्यांनाच जागतिक बँकेच्या कामाचं कंत्राट मिळायला हवं, पण ह्या पडद्यामागील गोष्टी कोणाच्याही कानावर पडणार नाहीत, याची खबरदारी घेतली पाहिजे. निवडणुकीसाठी पैसा खर्च करताना अग्रवालजी मनातून खूपच धास्तावले होते. आपण हे काम केलं तर त्यांची सगळी काळजी दूर होईल.''

* * *

लखनौमधील लाल बहादूर शास्त्री भवनाच्या पाचव्या मजल्यावर उत्तर प्रदेशच्या मुख्यमंत्र्याचं कार्यालय होतं. स्वागतकक्ष खूपच प्रशस्त होता, कारण मुख्यमंत्र्यांना भेटायला येणाऱ्यांची संख्याही जास्त असायची. ती गर्दी काबूत ठेवण्यासाठी स्वागतकक्षात दोन सचिव सदैव हजर असायचे.

स्वागतकक्षाहून मुख्यमंत्र्यांचं प्रत्यक्ष कार्यालय लहान असलं तरी त्याची एक वेगळीच शान होती. सगळी खोली लाकडी तावदानांनी सजवली होती. देवदार

वृक्षाच्या लाकडापासून बनवलेलं भलंमोठं टेबल चटकन लक्ष वेधून घेत होतं. व टेबलामागे किरमिजी रंगाच्या प्राचीन चामड्याची गोल फिरणारी खुर्ची ठेवली होती. राज्यामधील ती सर्वांत ताकदवान खुर्ची होती. टेबलामागच्या भिंतीवर महात्मा गांधींची मोठी तसबीर लावली होती. भेटायला येणाऱ्या व्यक्तींसाठीही किरमिजी रंगाच्याच खुर्च्या ठेवल्या असल्या तरी त्याचा आकार लहान होता. भेटणारी व्यक्ती ही मुख्यमंत्र्यांसमोर दुय्यम दर्जाची आहे, हेच जणू त्यातून सूचित होत होतं. टेबलाच्या उजवीकडे मोठी खिडकी होती. बाजूला एक कपाट व त्याखाली आरसा होता. चंदिनीनं आपल्या नव्या कार्यालयात प्रवेश केला आणि कोपऱ्यातील फुलदाणीत ठेवलेल्या गुलाबी शेवंतीच्या फुलांकडे तिचं लक्ष गेलं.

"सुप्रभात, मॅडम,' प्रसन्न व्यक्तिमत्त्वाच्या तरुणानं तिचं हसून स्वागत केलं. "मी तुमचा मुख्य खासगी सचिव – तुमचा कार्यकारी साहाय्यक. माझं नाव शंकर."

"शंकर, ही गुलाबी शेवंती तू ठेवलीस?" चंदिनीनं विचारलं.

"हो," किंचित अवघडून शंकर म्हणाला. "आवडली ना तुम्हांला?"

"मला गुलाबी शेवंती अतिशय आवडते, हे तुला कसं समजलं?" चंदिनीनं विचारलं.

"मॅडम, मी तुमचा सचिव आहे. तुमच्या आवडीनिवडी जपणं, हा माझ्या कामाचाच भाग आहे." तो चटकन म्हणाला, "आपण आजच्या कार्यक्रमांची यादी पाहू या?"

* * *

दिवसभर पाहुणे, फोन कॉल्स, पत्रं, बैठका आणि फायली यांचा सतत ओघ सुरू होता. संध्याकाळचे पाच वाजले होते आणि चंदिनी जेवणासाठीही बाहेर जाऊ शकली नव्हती.

"बांधकाम व्यावसायिक महासंघाच्या प्रतिनिधींना आत पाठव," इंटरकॉमवरून तिनं शंकरला सूचना केली. मिनिटभरानं तो स्वतःच हातात ट्रे घेऊन आत आला. "ती मंडळी कुठे आहेत?" फाइल चाळता चाळता तिनं वर न पाहता विचारलं. तिच्या सचिवानं हातातील ट्रे तिच्यासमोर ठेवला. "मॅडम, दिवसभर खूप काम झालंय. मी त्यांना भेटीसाठी पुढची तारीख दिलीय. मला वाटतं, तुम्हांला थोडी विश्रांतीची गरज आहे." चंदिनीनं वर पाहिलं. शंकरचं म्हणणं बरोबर होतं. तिला चांगलीच भूक लागली होती. समोरच्या ट्रेमध्ये वेलचीयुक्त चहा आणि आंबट-तिखट शेंगदाणे पाहून ती मनापासून हसली.

* * *

"तुझ्यावर तिचा विश्वास बसू लागलाय ना?" गंगासागरनी विचारलं.

"साहेब, तुम्ही मला दिलेल्या माहितीमुळे माझं काम खूपच सोपं झालं." शंकरनं कबूली दिली, "आता प्रत्येक गोष्टीसाठी त्या माझ्यावर अवलंबून असतात."

"छान. तिची काय काय कामं चाललेली असतात, त्याची खडानखडा माहिती मला समजायला हवी. आपल्या पुरुषप्रधान समाजात, ती एकटीच स्त्री आहे. कुठल्याही पुरुष मित्राबरोबर तिचे काही गैरसंबंध असल्याच्या वावड्याही उठवलेल्या मला चालणार नाहीत. मग त्या खऱ्या असो वा खोट्या!" गंगासागर म्हणाले.

* * *

"काहीतरी गडबड सुरू झाल्याचं माझ्या कानावर आलंय," मेनन म्हणाला.

"एवढ्या लवकर? तिला मुख्यमंत्री होऊन फक्त काही महिनेच झालेत!" गंगासागर म्हणाले.

"पक्षामध्येच बंडखोरी सुरू झाली आहे. आपलाच लाडका राम शंकर द्विवेदी, या बंडाचं नेतृत्व करतोय. त्यानं गुप्त बैठका घ्यायचा धडाका लावलाय."

"एक काम कर. इक्रमभाईला मला भेटायला सांग. तोच आपल्या खास पद्धतीनं असे प्रसंग निपटवू शकतो," गंगासागर म्हणाले.

* * *

रेल्वे फलाटावर एक इंचही जागा शिल्लक उरलेली नव्हती. अनेक कुटुंबं आपल्या चिल्ल्यापिल्ल्यांसकट घोळक्यांनी येऊन बसली होती. फलाटाच्या मध्यावर एक गाय शांतपणे रवंथ करत होती. तेवढ्यात आणखी एक कुटुंबं तिथे येऊन पोहोचलं. त्यातील एक पुरुष, आपली बायको, तीन मुलं – त्यातील एक नवजात अर्भक – सासू, दोरीनं घट्ट बांधलेल्या कोंबड्या आणि सामानासकट एवढ्या गर्दीत आपल्या कुटुंबाला बसण्यासाठी जागा शोधायचा प्रयत्न करू लागला. रेल्वे रुळांवर ठिकठिकाणी साचलेल्या कचऱ्यावर डास व माश्या घोंघावत होत्या. फलाटावरील चहाच्या दुकानात नोकरी करणारी मुलं, हातात चहाच्या किटल्या व पेले घेऊन एका टोकापासून दुसऱ्या टोकापर्यंत 'चायऽ गरम चायऽऽ' असं ओरडत फिरत होती व गिऱ्हाइकांना पेल्यांतून दूधमिश्रित गोड व गरम चहा देत होती. इतरही फिरते विक्रेते प्लॅस्टिकची स्वस्त खेळणी, वर्तमानपत्रं, फळं, समोसे, दात घासायचे ब्रश, वनौषधी आणि लहान मुलांचे कपडे – बराच वेळ गाडीची ताटकळत वाट पाहत बसलेल्या प्रवाशांना विकत होते. अखेर कर्कश शिटी वाजवत व धूर ओकत रेल्वेगाडी आत शिरली. त्याबरोबर गाडीत चढून जागा मिळवण्यासाठी सर्वांची एकच झुंबड उडाली. इक्रमभाईच्या माणसाला मात्र गाडीत चढण्याची मुळीच घाई नव्हती. त्या गाडीतून येणाऱ्या एका खास स्त्रीची

तो वाट पाहत होता. तिला घेऊन त्याला दरबार क्लबमध्ये जायचं होतं.

* * *

लखनौ रेल्वे स्थानकासमोरील दरबार क्लबमधील वातावरण अतिशय थंडगार होतं. आतील तापमान बाहेरच्यापेक्षा दहा अंशांनी कमी होतं. चमेलीच्या फुलांचा सुगंध हवेत दरवळत होता. काळंभोर लाकूड व गडद लाल गालिचे वापरून क्लबचा मुख्य हॉल सजवला होता. खोलीच्या मध्यभागी असलेल्या नृत्यमंचावर झकपक पोशाख केलेल्या पंधरा तरुण मुली हिंदी चित्रपटातील गाण्यावर नृत्य करत होत्या. मंचाच्या बाहेरील भागात ठेवलेल्या आसनावर बसलेले बुभुक्षित नजरेचे पुरुष मद्याचे घोट रिचवत होते. नृत्यांगनांवर लुब्ध झालेले मद्यपी, आपापल्या आवडत्या युवतींवर नोटांचा वर्षाव करत होते. क्लबमधील सेवक वर्ग मंचावर जमा झालेल्या नोटा सफाईनं उचलत होते. त्यातील पन्नास टक्के रक्कम क्लबच्या मालकाला तर उरलेले निम्मे पैसे ते जिच्यावर उधळले गेले त्या मुलीला मिळत होते.

ईशा स्वत:च्याच विश्वात मशगूल होती. संगीतामध्ये ती इतकी बुडून गेली होती की भोवतालचे वासनांध प्रेक्षक तिच्या खिजगणीतही नव्हते. तिला दागदागिन्यांचा खूप सोस होता. हातात चकाकणाऱ्या बांगड्या, गळ्यात सोन्याच्या माळा, कानात डूल व नाकात चमकी असा साजशृंगार तिनं केला होता. इतर नर्तिकांप्रमाणे चेहऱ्यावर जास्त रंगरंगोटी न करता, माफक रंगभूषा केली होती. गेले तीन तास ती अखंड नृत्य करत होती, पण तरीही तिच्या चेहऱ्यावर किंचितही थकवा जाणवत नव्हता. चरससेवनाचा तो परिणाम होता. रेल्वेचा दीर्घ प्रवास करून ती आली असली तरी हाताशी चरस, गांजा असल्यामुळे प्रवासानं ती शिणलेली नव्हती. नशिबानं एकाच कामगिरीसाठी तिला इथे बोलावलं होतं. नाहीतर हे शहर तिला मुळीच आवडलं नव्हतं.

ती जिथे नृत्य करत होती. तिथे जवळच बसलेल्या व्यक्तीनं तिच्यावर आत्तापर्यंत नोटांची भरपूर बरसात केली होती आणि तिच्याशी नेत्रपल्लवी करत, तिला एकांतात भेटण्याचा इशाराही केला होता. त्या माणसाचा नीट अंदाज घेत, ईशाही त्याच्याकडे पाहून सूचक हसली. तो नशेत चूर होता. दूर उभा राहून कोकचे घुटके घेणाऱ्या इक्रमच्या माणसाकडे तिनं दृष्टिक्षेप टाकला. त्यानं मान डोलवली. सावज पिंजऱ्यात अडकलं.

जिना चढून वरच्या मजल्यावरील खोलीत जात असताना, एखाद्या श्वानानं जसं टांगलेल्या हाडुकाकडे जिभल्या चाटीत पाहावं तशी राम शंकर द्विवेदीची आशाळभूत नजर ईशाला न्याहाळत होती. त्याला जे हवं होतं, ते द्यायला ईशा

अर्थातच तयार होती.

बारा फूट लांब रुंद असलेल्या त्या खोलीला एकही खिडकी नव्हती. खोलीच्या मध्यभागी छोट्या आकाराचा पलंग होता. त्यावर अंथरलेल्या फुलाफुलांच्या चादरीवर अधेमधे डाग पडले होते. एका कोपऱ्यात आरशासमोर खुर्ची ठेवली होती. सुदैवानं खोलीतील वातानुकूलन यंत्रणा सुरू असल्यामुळे हवा थंड होती.

''मग आजच्या मेजवानीत मी तुला कोणते पदार्थ चाखवणार आहे, त्यांची यादी हवी आहे का तुला?'' ईशा पलंगाच्या कडेला बसली होती आणि गादीवर हातानं थोपटत तिनं त्याला बाजूला बसायची खूण केली. तिच्या मोहक सौंदर्यानं तो आधीच घायाळ झाला होता. मान डोलावत तो तिच्याजवळ आला.

''इंग्लिश नावं आहेत. एक बीबीबीजे, बीडीएसएम, बेअरबॅक, जीएफइ, डीटी, एचजे...''

''मला यातलं अक्षरदेखील समजलं नाही,'' तो म्हणू लागला.

''शूऽऽ गप्प बसायचं. तुला ते समजायची काही गरजच नाही. मी दाखवते ना तुला सगळं,'' असं म्हणत ती त्याला अनावृत्त करू लागली.

इक्रमच्या माणसानं आणलेला छायाचित्रकार कोपऱ्यातील आरशामागच्या अंधारात उभा होता. त्यानं आपला कॅमेरा हस्तचलित पद्धतीत वापरण्यासाठी तयार ठेवला आणि त्याची झडप तीस सेंकदावर आणली. तीन पायाच्या स्टँडवर उभ्या केलेल्या कॅमेऱ्याच्या बटणावर छायाचित्रकारानं आपलं बोट घट्ट दाबून धरलं. ईशाच्या मेजवानीतील एकेक पदार्थाचा आस्वाद घ्यायला राम शंकर द्विवेदीनं सुरुवात केली आणि कॅमेऱ्यानंही छायाचित्रं टिपण्याचं आपलं काम सफाईनं सुरू केलं.

* * *

''महामार्ग बांधकामाचं कंत्राट आपण अग्रवालजींनी सुचवलेल्या कंपनीकडे सोपवलं...'' चंदिनी सांगू लागली.

''चला काम झालं तर,'' गंगासागर म्हणाले.

''त्यांनी रुंगठा आणि सोमाणी कंपनीं नाव सुचवलं. तुम्हांला आठवतं ना, आपण शेतकऱ्यांच्या जमिनीबाबत त्यांच्याशी वाटाघाटी केल्या होत्या!''

''आणि सोमाणीनं बॉलिवूडच्या अंजलीला प्रचारसभेसाठी पाठवून, आपली मदतही केली होती,'' गंगासागरनीही तिला आठवण करून दिली.

''हो, माझ्या चांगलंच लक्षात आहे,'' चंदिनी म्हणाली, ''पण आता मात्र एक समस्या निर्माण झाली आहे.''

''कोणती?''

''रुंगठा व सोमाणी कंपनीच्या भागीदारांमध्ये वितुष्ट निर्माण झालंय. कारण

जागतिक बँकेचं कंत्राट रुंगठांच्या एका खासगी कंपनीला दिलं गेलंय.''

''मग?''

''सोमाणींचं म्हणणं, ते कंत्राट रुंगठा आणि सोमाणी कंपनीला मिळायला हवं होतं, कारण त्यात त्यांचा समान हिस्सा आहे.''

''हो. पण मग यात आपल्याला काळजी करण्यासारखं काय आहे? मला सांग, तू खुली निविदा काढताना साऱ्या गोष्टी इतरांना प्रामाणिक व पारदर्शक वाटतील याची खबरदारी घेतली होतीस ना?'' गंगासागरनी विचारलं.

''अर्थातच, पण सोमाणींनी आता हे प्रकरण कोर्टात न्यायची धमकी दिलीय. तसं झालं तर रुंगठांवर अनेक आरोप होतील आणि त्यामुळे आपण... म्हणजे आपलं राज्यसरकार गोत्यात येईल.''

''चंदिनी, आपण त्या दोघांपैकी कोणाच्याही विरोधात जाऊ शकत नाही. त्यापेक्षा आपण आधी सोमाणींचं डोकं ताळ्यावर आणू. तू आमच्या दोघांची भेट घडवून आण.''

''भेट घडवून आणण्याची गरज नाही.''

''म्हणजे?''

''आपल्याला भेटण्यासाठी ते बाहेरच थांबलेत.''

* * *

''मला फसवलं गेलंय. धंद्यात आमची दोघांची ५०-५० टक्के भागीदारी असताना कंत्राट आम्हा दोघांना मिळायला हवं होतं. तुम्ही हा अन्याय कसा चालू देताय?'' नमस्कार वगैरे काही उपचार न पाळता, सोमाणीनं सरळ मुद्द्यालाच हात घातला.

''तुम्हांला भेटून बरं वाटलं,'' गंगासागर सोमाणींना उपहासानं म्हणाले.

''मॅडम, मी तुम्हांला हात जोडून विनंती करतो. तुम्ही यातून योग्य मार्ग काढा. मला आधीच न्याय मिळाला तर मी कशाला कोर्टात जाईन?'' सोमाणी चंदिनीला म्हणाला.

''दोन भागीदारांच्या भांडणात आम्हांला पडण्याची काय गरज आहे?'' चंदिनीनं विचारलं.

''मॅडम, तुमच्यासमोर दुसरा पर्यायच उरलेला नाही. हा तंटा जर कोर्टात गेला तर ते कंत्राट रुंगठाजींना कसं मिळालं, याचे गलिच्छ तपशील साऱ्या जगासमोर येतील,'' सोमाणी म्हणाला.

''सोमाणीसाहेब, आपण उत्तर प्रदेश सरकारला आणि त्या राज्याच्या मुख्यमंत्र्यांना धमकावताय?'' चंदिनीनं संतापून विचारलं.

''मॅडम, माझा मुळीच तसा हेतू नाही, पण तुम्ही जर यात काहीच तोडगा

काढला नाहीत, तर मला सगळ्या खासगी गोष्टी चव्हाट्यावर आणण्याखेरीज पर्याय राहणार नाही,'' सोमाणी तिरसटपणे म्हणाला.

''ठीक आहे. मग तुम्हीही लक्षात ठेवा, उत्तर प्रदेश सरकार आपली सगळी ताकद लावून तुम्हांला सळो की पळो करून सोडेल. सोमाणीसाहेब, ज्या ताटात आपण जेवतो, त्यात कधी घाण करायची नसते,'' चंदिनीनं आवाज चढवत सोमाणीला झापलं.

''अरे अरे तुम्ही दोघं आधी शांत व्हा. आपण एकमेकांत का भांडतोय? सभ्य माणसं आहोत आपण. या पेचातून बाहेर पडायचंय ना आपल्याला? मग काहीतरी मार्ग शोधू या,'' चंदिनीला शांत होण्याचा इशारा करत गंगासागर म्हणाले. ''सोमाणी, आपण हा विषय थोडा वेळ बाजूला ठेवू या. मला सांगा, 'मॅजेस्टिक म्युनिशन्स प्रायव्हेट लिमीटेड कंपनी'मध्ये तुम्ही स्वत:चं भांडवल गुंतवलंय?''

''तुम्हांला कसं समजलं?'' सोमाणीनं चमकून विचारलं.

''अहो, प्रत्येक गोष्टीची माहिती मिळवणं, हे माझं कामंच आहे,'' गंगासागर म्हणाले. ''तुम्हांला आणखी एक गोष्ट सांगतो. 'मॅजेस्टिक म्युनिशन्स कंपनी'च्या समभागांची खरेदी-विक्री लंडन शेअर बाजारात होत असते. अलीकडे दुबईतील एका बँकेनं मॅजेस्टिकचे समभाग मोठ्या प्रमाणावर विकत घेतले आहेत आणि बँकेतही तुम्ही बरीच गुंतवणूक केली आहे.''

''ठीक आहे. आपण अशी कल्पना करू की तुम्ही म्हणताय ते खरं आहे. बरं मग, पुढे काय?'' गोंधळून गेलेला सोमाणी म्हणाला.

''आत तुम्ही म्हणता तशा काल्पनिक पातळीवर बोलायचं तर ज्या काल्पनिक बँकेत तुम्ही काल्पनिक भांडवल गुंतवलंय, त्या काल्पनिक बँकेनं विकत घेतलेल्या काल्पनिक शस्त्रास्त्र निर्मितीच्या कंपनीच्या समभागांचं मूल्य लवकरच सहा पटींनी वाढणार आहे.''

''कशावरून?''

''आपण अजूनही काल्पनिक पातळीवरच बोलणार आहोत?'' गंगासागरनी खवचटपणे विचारलं. ''मला असं सांगण्यात आलंय की सरकारतर्फे 'मॅजेस्टिक म्युनिशन्स कंपनी'कडून लवकरच मोठ्या प्रमाणावर अर्ध-स्वयंचलित रायफल्सची खरेदी केली जाणार आहे. पण त्यासंबंधीची फाईल पंतप्रधान कार्यालयात अडकली आहे. हा प्रस्ताव मंजूर झाला की मॅजेस्टिकमधील तुमच्या गुंतवणुकीची किंमत सहा पटींनी वाढेल.''

''तुमची माहिती बरोबर आहे, पण तो प्रस्ताव मंजूर करून घेण्यासाठी आम्ही सारे प्रयत्न करून थकलोय,'' सोमाणी सांगू लागला.

"ते काम तुम्ही माझ्यावर सोपवा. फक्त माझी एक अट आहे. तुम्हांला सहा पट फायदा हवा असेल तर मी सांगेन ती सहा कामं तुम्हांला करावी लागतील."

"सहा कामं?"

"पहिली गोष्ट म्हणजे मॅजेस्टिक कंपनीत तुमचे जेवढे समभाग आहेत, त्यातील दोन टक्के समभाग तुम्ही एका धर्मादाय संस्थेला द्यायचे. ती संस्था एक अतिशय साधी पण प्रेमळ साध्वी चालवते. *राष्ट्रपती राजवट येऊ न दिल्याबद्दल माझ्याकडून तिला हे बक्षीस आहे.*"

"ठीक आहे, दिले. पुढे?"

"दुसरं म्हणजे रायफल्सचा सौदा पक्का झाला की मॅजेस्टिकचे सगळे समभाग लगेच विकून मिळेल तो फायदा पदरात पाडून घ्यायचा. त्या कंपनीचं भविष्यात काय होईल याची मी हमी देऊ शकत नाही."

"चालेल. आणखी?"

"गरीब भिक्षुकाचा एक तरुण मुलगा आहे. खूपच हुशार आहे. एका हिंदू आश्रमात तो वाढलाय. तुम्ही ज्या वैद्यकीय महाविद्यालयाचे विश्वस्त आहात, तिथे या मुलाला प्रवेश मिळवून द्यायचा. *कुठलंही कर्ज हे पूर्णपणे फेडायचं असतं.*"

"सोपं काम आहे. चौथं?"

"तुम्हांला रायफल्सच्या सौद्यात सहकार्य करणारे, तुमचे नवी दिल्लीतील दोस्त म्हणजे आपले संरक्षण मंत्री..."

"त्यांचं काय?"

"लवकरच मला त्यांची मदत लागू शकते. त्या वेळी ते आमच्या पक्षाला समर्थन देतील, हे पाहण्याची तुमची जबाबदारी असेल."

"मी बोलतो त्यांच्याशी पुढे?"

"'मॅजेस्टिक म्युनिशन्स कंपनी'ने स्ट्रेटेजिक एशिया रिसर्च डिफेन्स म्हणजे 'सार्ड' कंपनीत गुंतवणूक केली आहे. आशियातील लष्करी बाबींवर अंकुश ठेवण्यासाठी स्थापन केलेला तो अमेरिकन विचार-गट आहे. तुम्हांला त्या कंपनीत माझ्यासाठी काही शिफारस करावी लागेल."

"मान्य. आणि शेवटचं काम?"

"शेवटचं काम म्हणजे रुंगठावर केस दाखल करण्याचा विचारही मनात आणायचा नाही. आम्हांला शांत चित्तानं राज्य चालवायचंय. त्यात मला कोणतंही विघ्न नकोय. आणि ही गोष्ट मी तुम्हांला काल्पनिक पातळीवर समजून घ्यायला सांगत नाही."

* * *

“गंगा काका, तुम्ही सोमाणी प्रकरण फारच छान हाताळलंत. खरंच तुमचे मन:पूर्वक आभार!” चंदिनी म्हणाली.

“आभार कसले मानतेस... पण मी सांगितल्याप्रमाणे तू त्या सोमाणीच्या अंगावर जोरदार डाफरलीस, ते मला आवडलं,” गंगासागर म्हणाले.

“तुम्ही मला इतकं कठोर वागायला का लावलंत?”

“त्यामागे एक साधं तत्त्व आहे. एका पोलिसानं सज्जड दम दिला की दुसऱ्या पोलिसाला चांगलं वागून, आपलं काम सहज करून घेता येतं,” गंगासागर म्हणाले.

* * *

लखनौपासून साधारण शंभर किलोमीटर अंतरावर असलेल्या नटपूर्वा या छोट्या खेड्यात नव्यानं बांधलेल्या एका प्राथमिक शाळेचं उद्घाटन करायला मुख्यमंत्री निघाल्या होत्या. त्यांना खरं तर दुपारी १ वाजता निघायचं होतं. परंतु बैठका लांबल्यामुळे लखनौहून निघायला त्यांना बराच उशीर झाला. आपण नटपूर्वाला जाणं रद्द करू या, असं शंकरनं सुचवलं होतं. त्यात सरकारी हेलिकॉप्टरही नादुरुस्त झालं होतं. पण चंदिनीला मात्र काहीही करून तिथे जायचंच होतं. उद्योगपती व सरकारी अधिकाऱ्यांबरोबरच्या बैठका आवश्यक असल्या तरी ठरलेली भेट रद्द करण्याइतक्या त्या महत्त्वाच्या नव्हत्या. नटपूर्वासारख्या छोट्याशा खेडेगावात एक शाळा सुरू होणं, ही तेथील गावकरी व मुलांच्या आयुष्यातली फार मोठी घटना होती आणि चंदिनीला त्याची पूर्ण जाणीव होती.

हिवाळा सुरू असल्यामुळे सूर्य लवकर अस्ताला चालला होता. चंदिनी, तिच्यासाठी खास राखीव असलेल्या अँबेसॅडर गाडीच्या मागच्या सीटवर बसली होती. तिनं तिची आवडती दुधाळ रंगाची साडी नेसली होती व अंगाभोवती फिकट तपकिरी रंगाची शाल पांघरली होती. शंकर तिच्या बाजूला बसला होता आणि त्यानं बरोबर काही फायलीही आणल्या होत्या. राहिलेली कामं पूर्ण करत, दोघे मिळून प्रवासात मिळालेल्या वेळेचा सदुपयोग करत होते. त्यांच्या गाडीच्या पुढे दोन पोलिस अधिकारी मोटरसायकल चालवत होते तर गाडीच्या मागे असलेल्या पोलिस जीपमध्ये मुख्यमंत्र्यांचे अंगरक्षक बसले होते. नटपूर्वाला जाणारा रस्ता खडबडीत आणि धुळीनं भरलेला असल्यामुळे मुख्यमंत्र्यांचा काफिला रडतखडत पुढे जात होता.

अंधार पडू लागला आणि अचानक म्हशींचा कळप आडवा आल्यानं सर्वांनाच काही काळ थांबावं लागलं. चंदिनीच्या गाडीचालकानं हॉर्न वाजवून अनेकदा इशारा देण्याचा प्रयत्न केला, पण ती जनावरं सावकाश रस्ता ओलांडत राहिली. म्हशींचा

खूपच मोठा कळप होता आणि अचानक शेकडो म्हशींना मुख्यमंत्र्यांच्या गाडीला घेराव घातला. त्यानंतर पाच मिनिटांनी सगळ्या म्हशी निघून गेल्या तेव्हा मागची जीप व गाडी पुढच्या मोटरसायकली गायब झाल्या होत्या.

जनावरांनी उडवलेले धुळीचे लोट जमिनीवर खाली बसत असतानाच समोरून तीन घोडेस्वार दौडत आले आणि त्यांनी चंदिनीच्या गाडीला घेरून टाकलं. त्यातल्या एकाने घोडा गाडीचालकाच्या जवळ नेला व आपल्या ३०३ कॅलिबरच्या रायफलमधून गोळी झाडली. ती काच फोडून चालकाच्या डोक्यात घुसली व तो तत्क्षणी गतप्राण झाला. "हा रज्जो भैय्या आहे," शंकर चंदिनीच्या कानात कुजबुजला. "आपण जर इथून चटकन निसटलो नाही, तर तो आपल्याला ठार मारेल." चंदिनी भीतीने अर्धमेली झाली होती. शंकरच्या बोलण्याला कशीबशी मान हलवून प्रतिसाद देताना तिचा चेहरा पांढराफटक पडला. तेवढ्यात दुसऱ्या घोडेस्वारानं शंकरच्या बाजूची काच फोडत, त्याच्यावर बंदूक रोखली.

"त्या बदमाष गंगासागरला काय वाटलं, तो माझ्याशी राजकारण खेळू शकेल? ह्या चिकन्या पोरीला गादीवर बसवून सगळी सूत्रं स्वतःच्या हातात ठेवेल? त्यानं मला बरबाद केलं, आता मी त्याच्या त्या तरण्याबांड पोरीला बरबाद करतो. काय रे पोरांनो, तुम्हांलासुद्धा चाखायची आहे का थोडी मजा?" रज्जो भैय्या विकट हास्य करत ओरडला आणि त्या हसण्यात त्याचे साथीदारही सामील झाले.

चंदिनी आणि शंकर आपल्या जागी स्तब्धपणे बसून होते. गाडीच्या खिडक्यांचा चक्काचूर झाला होता आणि त्या काचांचे तुकडे गाडीभर विखुरले होते. दोन्ही बाजूंनी ३०३ रायफली दोघांवरही रोखल्या होत्या. रज्जोच्या माणसांना त्या दोघा जणांना गाडीबाहेर काढण्याची जराही घाई नव्हती. जीपमधल्या अंगरक्षकांना आणि पुढच्या दोन मोटारसायकलस्वारांना आधीच कंठस्नान घातल्यामुळे चंदिनी व शंकर या गरीब कोकरांच्या मदतीला आता कोणी येऊ शकणार नाही, हे त्यांना ठाऊक होतं.

"मी तीन हा आकडा उच्चारला की," शंकर हळूच चंदिनीला म्हणाला आणि तिच्या हाताजवळ पडलेल्या खंजीराच्या आकाराचा काचेचा तुकडा उचलून हातात घ्यायचा त्यानं तिला इशारा केला. त्यानं स्वतः आधीच एक तुटलेली काच हातात गच्च धरल्यामुळे त्याच्या बोटातून वाहणारं रक्त सीटवर ठिबकत होतं. 'एक-दोन-तीन' शंकर कुजबुजला आणि दोघांनाही एकाच वेळी हातातील काचेच्या तुकड्यांनी आपापल्या बाजूला उभ्या असलेल्या घोड्यांना भोसकलं.

तीव्र वेदनेनं घोडे विव्हळत, खिंकाळत दिशाहीन उधळले. "हरामखोर!" रज्जो भैय्या संतापून ओरडला, पण त्याला व त्याच्या साथीदारांना आपले घोडे

काबूत आणणं, जमलं नाही. रोखलेल्या रायफलींपासून चंदिनी व शंकर निदान काही क्षणापुरतेतरी मुक्त झाले. "चलऽ" असं म्हणत शंकरनं गाडीचं दार उघडलं व चंदिनीला बाहेर खेचून घेतलं. घोडे ताळ्यावर येईपर्यंत आपल्याला मिनिटभराचा अवधी मिळालाय. हे त्याच्या लक्षात आलं होतं.

गाडीबाहेर येत असताना शंकरनं पुढे उभ्या असलेल्या घोड्याच्या पायात काच खुपसली व इतर दोन घोड्यांप्रमाणे तोही कळवळून सैरावैरा धावू लागला. घोडेस्वाराच्या हातून खाली पडलेली रायफल शंकरनं उचलली व त्या गुंडाच्या डोक्यावर नेम धरून त्यानं गोळी झाडली. आपण काय करतोय, हेही त्याला समजत नव्हतं, पण ते सारं त्याच्या हातून आपोआप घडलं. घोडेस्वाराचा देह जेव्हा धाडकन जमिनीवर कोसळला. तेव्हा आपण एका माणसाला ठार मारलंय हे त्याला जाणवलं. आपल्याबरोबर त्या दरोडेखोराचा मृतदेह फरफटत नेत, तो जखमी घोडा हळूहळू दिसेनासा झाला.

शंकर गुडघ्यावर वाकत खाली बसला आणि त्यानं चंदिनीलाही खाली ओढलं. दोघेही रांगत, घसपटत मोटारीच्या खाली गेले. आपल्या सर्व अधिकाऱ्यांना व मंत्र्यांना अँबेसॅडर गाड्या वापरायचा आदेश देणाऱ्या भारत सरकारचे त्यानं मनोमन आभार मानले. कारण सर्व प्रवासी वाहतुकीच्या गाड्यांमध्ये फक्त अँबेसॅडर गाडीचा तळभाग जमिनीपासून सर्वांत अधिक उंच असतो. त्यामुळे गाडीच्या खाली सहज सरपटत जाता येतं. "ए बायल्या, बाहेर येऊन मर्दासारखं लढण्याची हिंमत नाही का तुझ्यात?" रज्जो भैय्या रागानं पेटला होता.

"आमच्या डोक्यावर बंदूक टेकवून तू मोठाच मर्दानीपण दाखवलास ना?" शंकरनं त्याही अवस्थेत त्याला प्रत्युत्तर दिलं. त्याला घोड्यांच्या पायाचे खूर दिसत होते. आणि रज्जो भैय्या घोड्यावरून खाली उतरण्याआधी त्याला काहीतरी हालचाल करणं भाग होतं. त्यानं चंदिनीचे हात घट्ट दाबून, आपण यातून सहीसलामत बाहेर पडू याची तिला खात्री दिली. मग हातातील बंदूक गाडीच्या मागच्या डाव्या दाराच्या दिशेला रोखली आणि टायर सोडून जमेल तिथे गोळ्या झाडायला त्यानं चंदिनीला सांगितलं. शंकरला चटकन बाहेर येऊन चालकाच्या सीटपाशी यायचं होतं व त्यासाठी रज्जो व त्याच्या साथीदाराचं लक्ष विचलित करण्याचा त्याचा हेतू होता. चंदिनीनं झाडलेल्या गोळ्यामुळे दोन्ही घोडेस्वारांना गाडीच्या मागच्या डाव्या बाजूला जावं लागलं. तीच संधी साधून शंकरनं गाडीचं दार उघडत, पोलिस चालकाचा मृतदेह बाहेर खेचला व त्याच्या कमरेला लटकलेलं पिस्तूल ओढून घेतलं. दुसऱ्याच सेकंदाला हातात पिस्तूल धरून तो उभा राहिला व त्यानं रज्जो भैय्यावर ते रोखून धरलं. रज्जोचं लक्ष अजूनही गाडीच्या मागून होणाऱ्या गोळीबाराकडे होतं. शंकरनं नेम धरून गोळी झाडली. रज्जोच्या हातातून बंदूक

खाली पडली व त्यानं आपली छाती घट्ट दाबून धरली. छातीमधून रक्त उसळून बाहेर येत होतं. तो भयचकित होऊन पाहत असतानाच दुसरी गोळी त्याच्या मस्तकात शिरली.

आपला सरदार मेलेला पाहून, तिसऱ्या घोडेस्वारानं तिथून पळ काढला आणि पाहता पाहता तो भोवतालच्या डोंगरात निघून गेला. शंकर सरपटत पुन्हा गाडीच्या खाली आला. बंदुकीतील गोळ्या संपूनही चंदिनी यांत्रिकपणे गोळ्या झाडण्याचा प्रयत्न करत होती. बंदूक घट्ट पकडून ठेवलेले तिचे दोन्ही हात थरथरत होते. त्यानं जवळ जात आधी तिचा बंदूक पकडलेला हात हळूवारपणे सोडवला व मग दुसऱ्या हातानं धरून तिला गाडीखालून बाहेर काढलं. तिच्या खांद्याभोवती हात धरून शंकरनं सावकाश तिला पुढच्या सीटवर बसवलं. तो धावत दुसऱ्या बाजूनं आत शिरला व लगेच गाडी सुरू केली. गिअर बदलत त्यानं गाडीचा वेग वाढवत नेला आणि नटपूर्वाच्या सरकारी विश्रामगृहात पोहोचेपर्यंत ॲक्सिलेटरवर ठेवलेला पाय उचललाच नाही.

* * *

शंकर व चंदिनी शासकीय विश्रामगृहात पोहोचले तेव्हा रात्रीचे दहा वाजून गेले होते. दोन शय्यागृह असलेला तो बंगला जिल्हाधिकाऱ्यानं स्वतःच्या देखरेखीखाली बांधून घेतला होता. मुख्यमंत्र्यांची गाडी आवारात पोहोचली व रक्ताळलेल्या कपड्यानिशी शंकर गाडीतून उतरलेला दिसताच, तोंडाचं बोळकं झालेला एक वृद्ध गृहस्थ धावतच बाहेर आला. "काय झालं?" त्यानं घाबरून विचारलं. "मुख्यमंत्र्यांच्या गाडीवर हल्ला झालाय. आपण दोघे त्यांना आत घेऊन जाऊ या. त्या अजून धक्क्यातून सावरलेल्या नाहीत," शंकर म्हणाला.

दोघांनी चंदिनीला गाडीतून बाहेर आणलं आणि त्यांच्या खांद्यांवर तिला हात ठेवायला सांगून बंगल्याच्या पायऱ्या चढायला मदत करत, दोघांनी मिळून तिला एका खोलीतील बिछान्यावर निजवलं. एकूण सरकारी विश्रामगृहांची अवस्था लक्षात घेता, हा बंगला खूपच चांगल्या स्थितीत होता. "हे बघ आमच्यासाठी लगेच चहा कर आणि इथे काही औषधं, गोळ्या असतील तर त्या घेऊन ये... नंतर मला इथला फोन वापरावा लागेल," वृद्ध सेवकाकडे वळून शंकर म्हणाला.

बंगल्याची अवस्था पाहणाऱ्या त्या नोकराला चटकन काय बोलावं ते समजेना. जाता जाता तो मधेच थांबून म्हणाला, "साहेब, सकाळपासून फोन बंद आहे आणि दुसरा फोन इथून पाच मैलावर मिळू शकेल."

शंकरनं चंदिनीच्या डोक्याखाली आणखी दोन उश्या ठेवल्या आणि पलंगाच्या कडेला बसत नोकरानं आणलेल्या चहाचे गरम घोट तिला जबरदस्तीनं प्यायला

लावले. नंतर तिला एक वेदनाशामक गोळीही दिली. ''तुम्हांला या अवस्थेत पुन्हा गाडी चालवत लखनौला घेऊन जायची माझी मुळीच तयारी नाही. आता आपण पोलीस संरक्षणातच परत जायला हवं. तुम्हांला भूक लागली असेल तर मी तुम्हांला गाडीतून गावात घेऊन जाऊ शकतो,'' शंकर तिला म्हणाला.

चंदिनीनं मानेनंच नकार दिला. ''नाही रे, भूक नाहीये मला. उद्या सकाळी आपण निघू या. तोपर्यंत लखनौच्या नियंत्रक कक्षानं आपल्याला घेऊन जाण्यासाठी संरक्षण व्यवस्थाही केलेली असेल.''

''चालेल. मी त्या म्हाताऱ्याला रात्रभर बाहेर जागं राहायला सांगतो. काही लागलं, तर मला हाक मारा. मी शेजारच्या खोलीत आहे,'' असं म्हणून तो उठू लागला.

''शंकर,'' चंदिनीनं त्याचा हात धरला व त्याच्या डोळ्यात खोल पाहत ती म्हणाली, ''मला सोडून जाऊ नकोस. इथेच थांब,'' तिनं त्याला सहज विनंती केली असली तरी त्यामागे सूचक अर्थ दडला होता. शंकरच्याही लक्षात आलं की तोही त्या काहीशा निराधार पण सुंदर व मोहक स्त्रीमध्ये गुंतत चालला होता.

* * *

''मी तुला तिची सावलीसारखी सोबत करायला सांगितली होती, शय्यासोबत नव्हे!'' गंगासागर कडाडले. मुख्यमंत्र्यांच्या काफिल्यावर झालेल्या हल्ल्याची बातमी देशभर पसरली होती. दुसऱ्या दिवशी सकाळी त्यांना सशस्त्र पोलीस संरक्षणात लखनौला आणण्यात आलं. झटपट स्नान व नाश्ता करून शंकर तातडीनं गंगासागरना भेटायला आला होता. त्यांच्यापासून कोणतीही गोष्ट लपवून ठेवण्यात अर्थ नव्हता, हे तो जाणून होता. कारण त्यांना ते नक्कीच समजलं असतं.

शंकरच्या पोटात भीतीनं गोळा आला होता. ''माझ्या मनातही तसं काही नव्हतं. सारं काही अचानक घडून गेलं. मला सोडून जाऊ नकोस असं त्या म्हणाल्या आणि...''

''...आणि तू आयती मिळालेली संधी सोडली नाहीस,'' गंगासागरजींचा आवाज चढला होता.

''नाही. मी गैरफायदा नाही घेतला. जे झालं ते दोघांकडूनही खूप भावनिक उत्कट... क्षणिक...'' शंकर सांगू लागला.

''गप्प बस. मला तपशील ऐकायचे नाहीत!'' हातांची मागच्या बाजूला घडी घालून ते खोलीत जोरजोरात येरझाऱ्या घालू लागले.

''म... मला वाटतं की मी... आता खरंच तिच्या प्रेमात पडलोय,'' शंकर चाचरत म्हणाला, ''मला समजत नाही की मी यापुढे तुम्हांला हवं तसं काम करू

शकेन की नाही... म्हणजे... जिच्या मी प्रेमात पडलोय, तिच्यावर मी पाळत कशी ठेवू शकेन?''

शंकरचं बोलणं ऐकून गंगासागरजींच्या चेहऱ्यावरील भाव एकदम बदलले. ते मंद हसले. शंकरला त्यांचं हसणं, दिलसादायक वाटलं. ते शंकरजवळ आले आणि त्याच्या खांद्यावर प्रेमानं हात ठेवत म्हणाले, ''बेटा शंकर, तू खूप धैर्यवान आणि प्रामाणिक मुलगा आहेस. तू माझ्याशी खरं बोललास. मला तुझा अभिमान वाटतो.''

शंकरनं सुटकेचा नि:श्वास सोडला.

''तू आता घरी जाऊन विश्रांती घे. तुला दुसरं कोणतं काम देता येईल, याबद्दल आपण लवकरच बोलू.''

शंकरने गंगासागरजींचे पाय पकडले. ''तुम्ही आजपर्यंत माझ्यासाठी जे काही केलंत, त्याचे उपकार मी कधीच विसरणार नाही. तुमच्यामुळेच मी मुख्यमंत्र्यांचा सचिव होऊ शकलो. तुम्ही माझे मार्गदर्शक आहात. मी कायम तुमचा ऋणी राहीन.''

''जाऊ दे शंकर. जे झालं ते झालं. आणि हे बघ प्रेम करणं ही काही वाईट गोष्ट नव्हे. मला सांग, हे प्रेम नसतं तर तू आणि मी जन्माला तरी आलो असतो का?'' गंगासागर मिश्कील हसत म्हणाले.

* * *

दुसऱ्या दिवशी शंकर लवकर उठला. झटपट दाढी, अंघोळ करून त्यानं कपडे चढवले. त्याची आवडती कॉफी प्यायल्याखेरीज तो कधीच घराबाहेर पडत नसे, पण आज तो कॉफी प्यायलाही विसरला. त्यानं ब्रीफकेस उचलली अन् तो झरझर जिना उतरत त्याच्या बसस्टॉपच्या दिशेनं जाऊ लागला. त्याच्या डोक्यात फक्त चंदिनीचाच विचार होता. काल रात्री त्याला तिचा फोन आला होता. फोनवरचं संभाषण आठवून त्याची पावलं अधिकंच जलद पडू लागली.

''तुझे आभार कसे मानावेत, हेच मला समजत नाही,'' ती म्हणाली.

''काय बोलतेयंस तू... आता आभार मानायची गरज उरली नाही,'' तो किंचित दटावत म्हणाला.

'''हो. पण ऐक ना... आपल्या दोघात जे काही झालं...''

''हं. बोल.''

''तुला कसं सांगू, हेच मला कळत नाही. कदाचित तुला वाटत असेल की ती नकळत घडून गेलेली गोष्ट होती.''

''नकळत घडून गेलेली? असं कसं वाटेल मला? मी...''

"तुलाही नाही ना तसं वाटत... खूप बरं वाटलं रे मला हे ऐकून. जे काही घडलं, त्यात अजूनही माझ्या भावना गुंतलेल्या आहेत."

"एक सांगू... मी तुझ्या प्रेमात पडलोय," तो म्हणाला.

"मीही." ती सहज बोलून गेली.

शंकर बसस्टॉपजवळ पोहोचत होता. दोन्ही बाजूला पाहत तो रस्ता ओलांडू लागला. एका ट्रकचे टायर्स अचानक रस्ता सोडून हवेत उंचावले. चालक आपल्या वाहनावर नियंत्रण राखू शकला नाही. पंचवीस टन वजनाचं ते धूड शंकरच्या अंगावर कोसळलं आणि त्याच्या हाडांचा तिथल्यातिथे चक्काचूर झाला. दुसऱ्या क्षणी शंकरचं कलेवर रक्ताच्या थारोळ्यात पडलं होतं. ट्रकच्या चालकाला ते बाजूच्या आरशातून दिसलं. वाहनाचा वेग वाढवत तो तिथून पसार झाला.

११

अंदाजे 2300 वर्षांपूर्वी

चाणक्याची बालप्रेमिका सुवासिनी, मगधाचा महामंत्री राक्षसाच्या मानेचं व खांद्यांचं हळुवार मर्दन करत होती. "माझं मन आता तुमच्यात गुंतत चाललंय," ती राक्षसाला म्हणाली.

सुवासिनी ही अशी धगधगती ठिणगी होती की जी मगध राज्यात वणवा पेटवू शकत होती. चाणक्यानं निर्णय घेतला होता. कारण एक तर ती मादक होती. दुसरं म्हणजे तिला 'खेळा'मध्ये खूप रस होता. आणि मगधाच्या राजकीय पटावरील दोन महत्त्वाच्या व्यक्ती – वासनांध राजा धनानंद व कामातुर महामंत्री राक्षस, हे दोघेही देहभोगात दंग होते.

सुवासिनीला लाभलेल्या काळसर तपकिरी त्वचेमुळे तिला एक गूढ व मोहक वलय प्राप्त झालं होतं. ती रुढार्थानं सुंदर नव्हती, पण तिच्या व्यक्तिमत्त्वात अशी काही जादू होती की ती कोणत्याही पुरुषाला सहज भुरळ पाडू शकत होती. कमनीय देह, आकर्षक ओठ, काळेभोर डोळे आणि गडद काळे केस यामुळे तिच्या हालचालीत एक वेगळाच डौल, नखरा व खुमारी होती.

"माझं तुमच्यावर प्रेम आहे," सुवासिनी राक्षसाला म्हणाली, "पण महाराजांनी माझी स्थिती अगदी अडचणीची करून ठेवली आहे. मला राणी बनवायची त्यांची इच्छा आहे."

राक्षस तिचं बोलणं ऐकून अस्वस्थ झाला. त्याच्या मानेचे स्नायू ताठ झाल्याचं, तिला जाणवलं, "तुझीही तीच इच्छा आहे का?" त्यानं सावधपणे विचारलं.

तिनं आपले दोन्ही बाहू त्याच्या मानेभोवती टाकले आणि पुढे झुकत त्याच्या कानात कुजबुजली, "आपण दोघे शय्येवर असतो, तेव्हा काय घडतं, हे तुम्हांला ठाऊक आहे. ते मला तृप्त करू शकतील असं वाटतं तुम्हांला?"

"पण एकदा का त्याची नजर एखाद्या स्त्रीवर पडली तर तो काही करून तिला मिळवल्याखेरीज स्वस्थ बसत नाही. अखेर तो सर्वशक्तिमान राजा आहे!

आपण त्याला कशी टक्कर देणार?'' राक्षसानं विचारलं.

''माझ्या मनात आहे, ते मी त्यांना स्पष्ट सांगेन. त्यांनी माझा शिरच्छेद केला तरी मला त्याची पर्वा नाही,'' सुवासिनी म्हणाली.

''मला वेगळीच चिंता भेडसावेतय. तुझं डोकं उडवण्यात त्याला नक्कीच स्वारस्य नसणार,'' राक्षस मनात म्हणाला.

* * *

धनानंद सुवासिनीच्या मांडीवर डोकं ठेवून विसावा घेत होता. सुवासिनी आपली नाजूक बोटं त्याच्या केसातून फिरवत होती, ''मी तुमच्या प्रेमात पडलेय,'' ती राजाला म्हणाली, ''पण तुमच्या महामंत्र्यांनी माझी स्थिती अगदी अडचणीची करून ठेवलीये. ते मला त्यांची धर्मपत्नी बनवू इच्छितात.'' त्यांची कानशिलं थडथडू लागल्याची तिला जाणीव झाली.

''तो राक्षस तुला असं काय देऊ शकतो, जे मी... मगधाचा सम्राट तुला देऊ शकत नाही?'' तो गजरला.

आपली बोटं खाली नेत ती त्याच्या स्तनाग्रांभोवती गोल वर्तुळ काढू लागली आणि त्याच्या चेहऱ्याजवळ चेहरा नेत कुजबुजली, ''आपल्या दोघांमध्ये जे नातं निर्माण झालंय, ते मला किती प्रिय आहे हे तुम्हीही जाणता. तुमच्या सत्ता व संपत्तीची मला कधीच हाव वाटली नाही. महाराज, मी माझ्या मनात तुमची देवासारखी पूजा करते.''

''सुवासिनी, मला तुझ्यातलं काय आवडतं सांगू?''

''हं.''

'''तुझी तीन रूपं. सकाळी तू मायाळू माता वाटतेस, दुपारी प्रेमळ भगिनी आणि रात्री उत्कट प्रेमिका!'' राजा आपल्या खरखरीत आवाजात पुटपुटला. राजाच्या बोलण्यानं सुवासिनी आक्रसून गेली. तिनं आपले डोळे गच्च मिटून घेतले. विष्णूगुप्ताच्या डोक्यात हा धोकादायक त्रिकोण बनवण्याची कल्पना नसती आली तर बरं झालं असतं, असं तिला वाटलं.

''माझ्या मनात आहे, ते मी स्पष्टपणे त्यांना सांगेन. त्यांचं हृदय विदीर्ण होईल. झालं तर झालं. मला त्याची पर्वा नाही.'' सुवासिनी म्हणाली.

''घाबरू नकोस. मी त्याच्या हृदयालाही धक्का लावणार नाही. हृदयापासून खूप खाली मी घाव घातलेला असेन.'' धनानंद विकट हास्य करत म्हणाला.

* * *

मध्यरात्रीच्या आधीचा तो शेवटचा मुहूर्त होता. राजवाड्यात शांतता होती. दरबारातील एका दालनात धनानंदानं राक्षसाला भेटीस बोलावलं होतं. अनेक मशाली जळत

असल्यामुळे सावल्यांचं जणू नृत्य सुरू होतं.

"राक्षसा, अलेक्झांडरला माझा दूत या नात्यानं भेटायला जा. तो पर्शियाला जायला निघण्याआधी तू त्याला भेट आणि माझा निरोप दे की धनानंदाला त्याच्याशी मैत्री करण्याची इच्छा आहे आणि राज्याचा सन्माननीय अतिथी म्हणून मगधाची जनता त्याचं स्वागत करायला तयार आहे."

"महाराज, गांधारचा प्रवास खूपच दूरचा आहे. आपल्याला खरोखरच वाटतं की हा सौदा आपल्यासाठी फायदेशीर ठरेल? आणि मी इथे नसलो तर राज्यकारभार चालवण्यासाठी आपली कोण मदत करू शकेल?" राक्षसानं विचारलं.

"मित्रा, तुझं म्हणणं मला पटतंय. तुझी अनुपस्थिती मला प्रकर्षानं जाणवेल. पण ही कामगिरी इतकी नाजूक आणि अवघड आहे की एवढी मोठी जबाबदारी मी दुसऱ्या कोणावरही तुझ्याएवढ्या विश्वासानं सोपवू शकत नाही. एक लक्षात घे, अलेक्झांडरनं पौरस आणि अंभीशी सख्य जोडलं, पण धनानंदाशी नाही. मला सांग, उद्या त्या तिघांनी मिळून आपल्यावर स्वारी कली तर?" धनानंदानं विचारलं.

"ठीक आहे महाराज. मी तयार आहे. पण आपल्या आजूबाजूच्या राज्यांमध्ये खूपच कोलाहल माजलाय. मला सशस्त्र सैनिकाचं मोठं पथक बरोबर घेऊन जावं लागेल. शिवाय सम्राट अलेक्झांडरला, आपला दूत म्हणून भेटणार. तेव्हा त्याच्यासाठी मौल्यवान नजराणाही भेट द्यावा लागेल," राक्षस म्हणाला.

"नक्कीच. राक्षसा, तूच त्याची व्यवस्था कर. मला खात्री आहे, तुझ्यावर सोपवलेली जबाबदारी तू यशस्वीपणे पार पाडशील. दुसरी गोष्ट म्हणजे तुला तुझ्या प्रेमीजनांची काळजी वाटणं साहजिक आहे, पण ती तू मुळीच करू नकोस, हा धनानंद त्यांची इतकी काळजी घेईल की त्यांना कोणत्याही गोष्टीची कमतरता भासणार नाही," धनानंद धूर्तपणे म्हणाला.

'हरामखोरा तू नक्कीच तिची पूर्ण काळजी घेशील,' राक्षस चिडून मनात म्हणाला व राजाला वाकून मुजरा करत तो तिथून बाहेर पडला.

* * *

शहरातील एका पडक्या देवळापाशी सुवासिनी आणखी एका पुरुषाला चोरून भेटण्यासाठी आली होती. त्याचं नाव होतं, जीवसिद्धी. कात्यायनजींचा विश्वासू साहाय्यक असलेल्या जीवसिद्धीनं अंगावर झेप घेणाऱ्या वाघाला मारून चाणक्याचा जीव वाचवला होता. त्यानंतर चाणक्यानं त्याला पाटलीपुत्रातील आपला प्रमुख हस्तक बनवला.

गेल्या कित्येक वर्षांत त्या भयाण, एकाकी देवळामध्ये कुणी चिटपाखरूही फिरकलं नव्हतं. देवळाचे सगळे मोठमोठे खांब कोसळून खाली मातीचा ढिगारा

पसरला होता. सर्व मौल्यवान वस्तू लुटून नेल्यामुळे देवळाचे फक्त भग्नावशेष तेवढे उरले होते. पौर्णिमेच्या रात्री मात्र ते सारे अवशेष चंदेरी प्रकाशात असे सुंदर उजळून निघायचे की भूतलावर चंद्र उतरल्यासारखा वाटे. जीवसिद्धी हातात मशाल धरून का आलाय, हे सुवासिनीला समजलं नाही कारण तशी काहीच आवश्यकता नव्हती. देवळाबद्दल एक आख्यायिका सांगितली जायची. अनेक वर्षांपूर्वी स्थानिक पुजाऱ्यांनी एका साधूला देवळात झोपण्यास मज्जाव केला आणि क्रोधित झालेल्या साधूनं शापवाणी उच्चारली. त्यानंतर गेल्या अनेक पिढ्यात कोणीही त्या देवळाचा वापर केला नव्हता.

"तू माझ्यासाठी काही आणलंयंस?" जीवासिद्धीनं विचारलं. मानेनंच होकार देत तिनं त्याच्या हातात दोन रेशमी थैल्या सुपूर्द केल्या. एका थैलीत धनानंदाची राजमुद्रा असलेली अंगठी होती. दुसऱ्या थैलीतील अंगठी ही राक्षसाला त्याच्या वडिलांनी दिली होती. व त्यावर त्याचं कुलचिन्ह कोरलं होतं.

"त्या विष्णूगुप्ताला नरकात किडे पडो, अशी माझी फार इच्छा आहे," सुवासिनी चिडून जीवसिद्धीला म्हणाली. "स्वतःच्या राजकीय महत्त्वाकांक्षेपायी त्यानं माझ्यावर वेश्येचं जीवन जगण्याची पाळी आणली आहे."

"सुवासिनीजी आपल्याला जे काही कर्म करावं लागतं त्यामागे नेहमीच एक फार मोठा हेतू दडलेला असतो," जीवसिद्धी म्हणाला. "आचार्य चाणक्यांनी तुमच्यासाठी ही चिठ्ठी पाठवलीय आणि मला सांगितलं की चिठ्ठीतील निरोप तुम्हांला वाचून दाखवायचा आणि नंतर ही चिठ्ठी जाळून टाकायची."

"काय म्हणतोस? विष्णूनं मला निरोप पाठवलाय? अरे हे तू मला आधी का सांगितलं नाहीस? मग आता तरी वाचून दाखव ना लवकर." सुवासिनी अजिजीनं म्हणाली. जीवसिद्धीने आपल्या कंबरेच्या पट्ट्यातून कागदाची एक छोटी गुंडाळी काढली व ती उघडून तो वाचू लागला.

"प्रिय सुवासिनी, तुझ्यावर मी सदैव प्रेम करत आलोय आणि हे काही आता गुपित राहिलेलं नाही. पण तू मला कधीच प्राप्य होणार नाहीस याची प्रथमपासूनच मला जाणीव होती आणि ती गोष्ट मी मनोमन स्वीकारलीही होती. मी फक्त तुझ्यावरच मनापासून प्रेम केलं. पण आजच्या या जगात अधिकाधिक सत्ता काबीज करण्याचं राजकारण सुरू असताना, संपूर्ण भारताला एकात्मता व सुरक्षितता मिळवून देणं हे मी माझं आद्य कर्तव्य मानलं आहे आणि त्यामुळे माझ्या जीवनात आता स्त्रीला स्थान असू शकत नाही. भारताला समर्थ राष्ट्र बनवण्याचं माझं स्वप्न पूर्ण होईपर्यंत मी ब्रह्मचारी राहण्याची प्रतिज्ञा केली आहे. ही स्वप्नपूर्ती केव्हा होईल कुणास ठाऊक? कदाचित तेव्हा मी केलेल्या प्रतिज्ञेला काही अर्थही उरलेला नसेल! तू माझ्यासाठी जे काही केलं आहेस त्याबद्दल मी अत्यंत कृतज्ञ

आहे. खरं म्हणजे ती गोष्ट तुला करायला सांगणं, माझ्यासाठी खूप अवघड होतं. पण एक गोष्ट तू कायम लक्षात ठेव की तू जे काही केलंस त्यामागे एक उदात्त हेतू होता आणि तू केलेलं महान काम मीही कधी विसरणार नाही. चाणक्य तुझे मन:पूर्वक आभार मानतो व विष्णुगुप्त तुझ्यावर मनापासून प्रेम करतो. ईश्वर तुझं भलं करो.''

त्या पत्रातील एकेक शब्द ऐकताना तिचे डोळे पाण्याने भरून गेले. ते पत्र पुन्हा एकदा वाचून दाखवायची ती जीवसिद्धीला विनंती करणार होती, पण त्याआधीच त्यानं ती चिठ्ठी मशालीनं जाळूनही टाकली होती. 'शुभरात्री, सुवासिनीजी' असं म्हणत जीवसिद्धी मागे वळला व झपाझप पावलं टाकत काळोखात दिसेनासा झाला. त्याच्या पेटत्या मशालीतून येणारा धूर तेवढा तिला बराच वेळ दिसत राहिला. सुवासिनी थरारून गेली. तिच्या मनातच एकच उत्कट इच्छा दाटून आली. चाणक्य यशस्वी व्हावा! त्याच्या यशासाठी ती शिवाला प्रार्थना करू लागली.

'ओम् त्र्यंबकम् यजामहे, सुगन्धिम पुष्टिवर्धनम्
उर्वारुकमिव बन्धनान, मृत्योर्मोक्षिय मामृतात,'

तिनं मंत्रोच्चार केला. ऋग्वेदातील तो प्राचीन मंत्र होता. त्याचा अर्थ असा :

'आम्ही त्या त्रिनेत्रधारीची (महादेवाची) पूजा करतो, जो आल्हाददायक असून आमचे पोषणही करतो. ज्याप्रमाणे फळ हे फांदीच्या बंधनातून मुक्त होते, तसेच आम्हीही मृत्यू व नश्वरतेपासून मुक्त होवो.'

नंतरच्या काळात मगध राज्यात अनेक घटना घडत असताना, सुवासिनी ह्या मंत्राचं सातत्यानं पठण करत राहिली.

* * *

धनानंदासमोर उभा असलेला गुप्तहेर मनातून खूपच घाबरला होता. या दुटप्पी खेळात आपण स्वत:ला का सामील करून घेतलं, हे त्याला समजेनासं झालं होतं. धनानंद जे पत्र वाचत होता ते पत्र राक्षसाच्या छावणीतून एक दूत केकयला घेऊन जात असताना, त्याच्याकडून जबरदस्तीनं हस्तगत केलं होतं. पत्र वाचत असताना धनानंदाचा चेहरा रागानं लालबुंद झाला होता. त्या पत्रातील मजकूर नक्की खरा आहे ना याची खात्री करून घेण्यासाठी तो चिठ्ठीतील प्रत्येक शब्द मोठ्यानं वाचू लागला.

''महान राजा पौरस यांना मगधाचा महामंत्री राक्षस यांजकडून अनेक शुभेच्छा. मी आपल्याला भेटण्यासाठी येत आहे. ही भेट केवळ वैयक्तिक पातळीवर असेल, मगध राज्याचा महामंत्री म्हणून नव्हे. आपल्या शौर्याच्या, चातुर्याच्या

आणि गौरवाच्या अनेक विलक्षण कथा मी ऐकल्या आहेत. आपण दोघे एकत्र आलो तर त्यात आपल्या दोघांचाही फायदा असेल. माझ्या मताशी आपण सहमत असाल तर आपण यावर प्रत्यक्ष भेटीत चर्चा करू. आपण दोघे एकत्र आलो तर माझ्या नावलौकिकात भर पडेल आणि तुमच्या राज्याच्या सीमा विस्तृत होतील. आपल्यातील हे संभाषण गुप्त राहणं, मात्र अतिशय महत्त्वाचं आहे. आपल्याकडून मला लवकरच भेटीचं आमंत्रण मिळेल, अशी आशा करतो. आपला नम्र सेवक राक्षस.''

''ह्या पत्राच्या सत्यतेबद्दल काही पुरावा आहे का?'' धनानंदानं विचारलं. हे पत्र बनावट असू शकेल, अशी क्षणभर त्याला शंका आली.

''सरकार, ह्या चिठ्ठीच्या खरेपणाबद्दल काहीच शंका घेता येणार नाही,'' असं म्हणत गुप्तहेराने राक्षसाची अंगठी धनानंदाच्या हातात ठेवली. ''केकयच्या महाराजांना स्वत:ची ओळख पटवून देण्यासाठी महामंत्र्यांनी पत्रासोबत ही अंगठीही जोडली होती.''

''विश्वासघातकी सैतान!'' धनानंद संतापून ओरडला, ''त्या पाजी हरामखोराला कैद करून आधी माझ्यासमोर घेऊन या. माझ्या विश्वासाचा आणि मैत्रीचा त्यानं घात केलाय. त्याला मी राज्याचा सर्वोच्च अधिकारी बनवला आणि त्यानं माझ्या उपकाराचे हे असे पांग फेडावेत? कृतघ्न, करंटा माणूस निघाला. त्याला पकडण्यासाठी सर्व सैन्य पाठवावं लागलं तरी चालेल!''

* * *

राक्षस चिठ्ठी वाचू लागला.

''प्रिय सुवासिनी, मी राक्षसाला खूप दूर पाठवलंय. इथे परत यायला त्याला बरेच महिने लागतील. सुवासिनी, आपल्या मीलनात आता कोणताही अडथळा उरलेला नाही. तुला बाहुपाशात घेऊन तुझं चुंबन घेण्यासाठी मी अधीर झालोय. मनात कुठलंही भय बाळगू नकोस. राक्षस आता कधीच परत येऊ शकणार नाही. मगधाला पोहोचण्याआधीच त्याला ठार मारण्याची आज्ञा मी माझ्या सेवकांना दिली आहे. मग आता वाट कशाची पाहतेस! त्वरीत इकडे ये. तुझा प्रेमसेवक, धनानंद.'' संदेश स्पष्ट होता. त्यानं थैलीत ठेवलेली अंगठी निरखून पाहिली. अंगठीवर धनानंदाची राजमुद्रा कोरलेली होती. ती अंगठी राक्षसाच्या परिचयाची होती. पत्र वाचून राक्षसाच्या अंगाचा तिळपापड झाला. सुवासिनी मिळावी म्हणून तो लिंगपिसाट माझ्या जिवावर उठलाय! नीच माणूस आहे हा! राज्यातील एकाहून एक सुंदर स्त्रिया मी त्याला भेट दिल्या, पण त्याला आता एकच स्त्री भोगावीशी वाटली... आणि तीही... माझी सुवासिनी!

बस झालं आता, खूप सहन केलं! राक्षस अस्वस्थ झाला. धनानंदाची दलाली करण्यात त्यानं आयुष्य खर्ची केलं होतं. त्याबद्दल कौतुक करणं तर दूरच उलट एखाद्या जंगली श्वापदाची करावी तशी तो माझी शिकार करायला निघालाय! धनानंदाला तोडीस तोड जबाब कसा द्यायचा, याचा तो विचार करू लागला आणि अचानक त्याच्या डोक्यात लख्ख विचार चमकला. त्याच्या प्रश्नाचं एकच उत्तर होतं – चाणक्य!

* * *

"तू मूर्ख आहेस! गरम लापशी खायला नेहमी कडेकडेने सुरुवात करायची असते. तू जर लापशीचा मध्यभाग आधी खाऊ लागलास तर तुझं तोंड भाजणार कारण तो भाग इतका गरम असतो की तिथून वाफा येत असतात." आपल्या मुलाच्या भाजलेल्या बोटांना मलम लावता लावता मुलाची आई त्याला म्हणाली. दंडायनांच्या आश्रमाबाहेर चाणक्य बसला होता आणि आतमध्ये स्वयंपाकीण बाई आपल्या मुलाची करत असलेली खरडपट्टी तो ऐकत होता.

दंडायनांचा आश्रम म्हणजे निसर्गानं मुक्तपणे उधळलेल्या सौंदर्याचं जणू साक्षात उदाहरण होतं. एका चमचमणाऱ्या ओढ्याच्या काठाशी बांधलेल्या त्या पर्णकुटीभोवती घनदाट वृक्ष होते. त्या स्वर्गीय वातावरणातील जादू शब्दांत मांडणं, अवघड होतं. स्वच्छ, शुद्ध हवेत देवदार आणि निलगिरी वृक्षांच्या तसेच यज्ञकुंडातून निघणाऱ्या पवित्र धुराच्या एकत्रित सुंगधाने तिथे एक विलक्षण चैतन्य पसरलं होतं. चाणक्याच्या शेजारी बसलेला चंद्रगुप्त सृष्टीचं ते अनोखं रूप अनिमिष नेत्रांनी पाहत होता. अचानक त्याचं लक्ष बाजूला गेलं. चाणक्य त्याच्याकडे पाहून हसत होता. "काय झालं आचार्य?" त्यानं विचारलं. चाणक्य हसत होता याचा अर्थ तो मनात काहीतरी नवी योजना आखत होता. त्या विचारानं चंद्रगुप्त काहीसा अस्वस्थ झाला.

"आजपर्यंत मी चुकीचे डावपेच आखत होतो," बऱ्याच वेळानं चाणक्य म्हणाला.

"ती निरक्षर आणि अडाणी आई माझ्यापेक्षा जास्त बुद्धिवान निघाली. ह्या चाणक्याला आजपर्यंत न समजलेली खरी रणनीती त्याला एका अशिक्षित स्त्रीनं शिकवली." चाणक्याचं बोलणं ऐकून चंद्रगुप्त अधिकच गोंधळून गेला, पण तो शांत राहिला. आपले गुरुवर्य, स्वतःच्या गूढ बोलण्याची उकल स्वतःच करतात, हे त्याला ठाऊक होतं.

"चंद्रगुप्ता, मी माझं लक्ष फक्त मगध राज्यावर आणि राज्याचा तुला सम्राट बनवण्यावर केंद्रित केलं होतं, पण ती माझी चूक होती. मगध म्हणजे लापशीचा

मध्यभाग. आपण आधी त्याच्या आजूबाजूची राज्यं काबीज करायला हवीत. मग मगध आपल्या सहज ताब्यात येईल.'' चाणक्य समजावून सांगू लागला,

''मगधाला आव्हान देऊ शकतील अशी दोनच राज्यं आहेत. केकय आणि गांधार. पण त्या दोघांमध्ये फूट पाडण्याची आपली रणनीती यशस्वी ठरल्यामुळे आता त्यांच्यापासून आपल्याला धोका उरलेला नाही. खुद्द मगध राज्यात अंतर्गत दुफळी माजली आहे. धनानंद आणि राक्षस यांच्यात शत्रुत्व निर्माण करण्यात सुवासिनीनं उत्तम कामगिरी बजावली आहे. काही दिवसांतच राक्षस मला इथे भेटायला येईल, अशी माझी अपेक्षा आहे. आपण येत असल्याचा निरोपही त्यानं मला पाठवलाय. पाहिलंस चंद्रगुप्ता, राक्षसासारखा स्वार्थी आणि आपमतलबी माणूस आपल्याबरोबर सहयोग करेल, असं कधीतरी वाटलं होतं का? राजकारणाच्या खेळात कोण कोणाशी शय्यासोबत करेल, हे सांगणं अवघड असतं!'' चाणक्य हसत म्हणाला.

''पण आचार्य, मगध हे अजूनही पूर्व भारतातील सर्वांत शक्तिशाली राज्य आहे. दोन लाखांहून अधिक पायदळ, ऐंशी हजार घोडदळ, आठ हजार रथ आणि युद्धाचं प्रशिक्षण दिलेले सहा हजार हत्ती, एवढं सेनादल असलेल्या मगधावर ताबा मिळवणं, ही सोपी गोष्ट नव्हे. अलेक्झांडरची सेनाही गंगा ओलांडून तिथे जायला मनातून घाबरली आहे,'' चंद्रगुप्त उद्‌गारला.

''चंद्रगुप्ता, एक गोष्ट नेहमी लक्षात ठेव. उत्तम नेतृत्वाखाली तयार झालेले दहा सैनिक, शंभर बिनडोक सैनिकांचा सहज पाडाव करू शकतात,'' चाणक्य म्हणाला.

''आपल्या सैन्यानं प्रतिपक्षाच्या सैन्याला थेट भिडणं, म्हणजे युद्ध नव्हे. लहान मुलं अशी लुटूपुटूची युद्धं खेळतात. युद्ध हे नेहमी फसवणुकीनं, लबाडीनं, कपटीपणे खेळलं जातं.'' चाणक्य बोलत असताना, दुरून तुताऱ्यांचा व संचलन करत येणाऱ्या शिपायांच्या थाडथाड वाजणाऱ्या पावलांचा आवाज ऐकू आल्यामुळे दोघांमधील संभाषणात खंड पडला. ''सिंहरन, कोण आहे ते चटकन बघ.'' जवळ उभ्या असलेल्या सिंहरनला चाणक्य म्हणाला.

''पराक्रमी अलेक्झांडर स्वत:च इथे येतोय. योगी दंडायनांची त्याला भेट घ्यायची असावी.'' टेहळणी करण्यासाठी वापरल्या जाणाऱ्या एका विवक्षित वृक्षावरून झरझर खाली उतरत, सिंहरन म्हणाला. अलेक्झांडर आपल्या लाडक्या ब्युसेफ्यूलस घोड्यावर आरूढ झाला होता. घोड्याच्या विशिष्ट जातीची पैदास करणाऱ्या एका थेसालियन व्यक्तीनं तो घोडा अलेक्झांडरचे वडील, राजा फिलीप दुसरा यांना ३००० टॅलेंट सोन्याला विकला होता. फिलीप यांच्या एकाही अश्वप्रशिक्षकाला त्याच्यावर स्वार होणं जमलं नव्हतं. तो घोडा माणसाळलेला नसल्यामुळे त्याच्यावर

चढू पाहणाऱ्या प्रत्येकाला तो जोराचा हिसका देऊन खाली पाडत होता. अलेक्झांडरनं मात्र त्याच्यावर सहज मांड ठोकली आणि त्या दिवसापासून त्यानं तो घोडा स्वत:साठी राखून ठेवला. अलेक्झांडरच्या सेनापतींनीही पाहिली नसतील एवढी युद्धं आणि विविध देश ब्युसेफ्यूलसनं पाहिले होते.

आपल्या लवाजम्यानिशी आश्रमाजवळ पोहोचताच, अलेक्झांडर घोड्यावरून खाली उतरला. दंडायनांचे शिष्य योगासनं करत होते. अलेक्झांडरला तिथे नेण्यात आलं. जमिनीवर दाणकन पावलं आपटणं, हा त्या शिष्यांच्या रोजच्या व्यायामातील एक भाग होता. सम्राट अलेक्झांडर आश्रमात आल्याचं ठाऊक नसल्यामुळे शिष्यांनी आपला व्यायाम चालू ठेवला. चाणक्य दूर अंतरावर बसून गालातल्या गालात हसत होता. आता थोडी मौज पाहायला मिळणार, हे त्यानं ताडलं होतं.

* * *

सिसिलियन पद्धतीचा आखूडसा अंगरखा आणि दुलईसारख्या सुती उरस्त्राणावर ठळक उठावाचं नक्षीकाम असलेला चामड्याचा पट्टा, असा अलेक्झांडरचा पेहराव होता. त्यानं मस्तकावर घासून चकचकीत केलेलं शिरस्त्राण व त्यावर एक मोठं पाढरं पीस आणि मानेभोवती खुलून दिसणारं रत्नजडित कवच परिधान केलं होतं. सायप्रसच्या सम्राटाकडून अलेक्झांडरला एक खास तलवार भेट मिळाली होती. लवलवत्या पात्याची ती तलवार, त्याच्या कमरेला लटकत होती. ''तुमचे हे लोक आत्ता जमिनीवर जोरात पाय आपटत होते. त्याचा काय अर्थ होता?'' आपला दुभाषी ससिगुप्तामार्फत अलेक्झांडरने दंडायनांना विचारलं. मूळ अफगाण आदिवासी नेता असलेला ससिगुप्त आता त्याच्या सैन्यातील महत्त्वाच्या पदावरील अधिकारी होता. त्याच्या प्रश्नाला दंडायनांनी अगदी साधं, सोपं उत्तर दिलं. ''हे राजाधिपती, मनुष्य जमिनीच्या जेवढ्या भागावर आपले पाय ठेवू शकतो, तेवढीच जागा त्याच्या खऱ्या मालकीची असते. तू आमच्या सर्वांसारखाच एक मर्त्य मानव आहेस, पण तरीही तुला अधिकाधिक भूप्रदेश आपल्या ताब्यात असावा, अशी आस आहे. लवकरच तू मृत्यू पावशील आणि अखेर तुझा मृतदेह पुरण्यासाठी जेवढी जागा लागेल, तेवढीच फक्त तुझ्या मालकीची राहील.''

अलेक्झांडरचा चेहरा पांढराफटक पडला. योगी दंडायनांचा निर्भयपणा पाहून सम्राटाचे अधिकारी अचंबित झाले. आता काहीतरी विपरीत घडणार, या भयाने त्यांनी आपले श्वास रोखून धरले. क्षणभरानंतर अलेक्झांडरनं स्वत:ला सावरलं आणि झोंबलेले ते शब्द मनातून झटकून टाकले. कमलमुद्रेत विवस्त्र बसलेल्या दंडायनांसमोर तो गुडघे टेकून बसला.

''हे गुरुवर्य, आपण महान आहात. मी विनंती करतो की तुम्ही माझ्याबरोबर

चलावं. आपण माझे वैयक्तिक सल्लागार झालात तर, मी तुम्हांला सोन्याने मढवेन. तुम्हांला कोणत्याही गोष्टीची कमतरता भासणार नाही.'' त्यानं विनवणी केली. अलेक्झांडरला ज्ञानी गुरूंचं महत्त्व पटलेलं होतं. त्याची आई ऑलिंपिया हिनं तिचे एक विद्वान व शिस्तप्रिय नातलग लिओनिडस यांची अलेक्झांडरचे खासगी शिक्षक म्हणून नेमणूक केली होती तर वडील फिलीप यांनी प्रसिद्ध ग्रीक तत्त्ववेत्ता ॲरिस्टॉटल यांना आपल्या तरुण राजपुत्राला मार्गदर्शन करण्याची विनंती केली होती. अलेक्झांडर नेहमी म्हणायचा की आईवडिलांनी त्याला जन्म दिला असला तरी लिओनिडस व ॲरिस्टॉटल ह्यांनी त्याला जगण्याची कला शिकवली.

''अलेक्झांडर जर तू स्वत:ला परमेश्वराचा पुत्र समजत असशील तर तोच ईश्वर माझाही पिता आहे. मला तुझ्याकडून कसलीही अपेक्षा नाही, कारण मला माझ्या गरजेपुरतं मिळालेलं आहे. परमेश्वराकडून तुला जे आशीर्वाद लाभले आहेत, ते त्यानं मलाही प्रदान केले आहेत. मी जिवंत असेपर्यंत भारताच्या भूमीत प्रत्येक ऋतूत येणारी फळं गला पोटापुरती पुरेशी आहेत. आणि जेव्हा मला मृत्यू येईल, तेव्हा मी राहत असलेल्या या निरुपयोगी घराचा – म्हणजेच माझ्या देहाचा – मी त्याग केलेला असेन!'' मुनींनी उत्तर दिलं. अलेक्झांडरला अखेर त्याच्या तोडीचं कुणीतरी मिळालं होतं.

तो उठून उभा राहिला आणि दंडायनासमोर त्यांनी आपले हात जोडले. ''गुरुवर्य, तरीही मला तुमच्या आशीर्वादांची नितांत गरज आहे. मला युद्धामध्ये विजयी होण्यासाठी आशीर्वाद द्या,'' अलेक्झांडर म्हणाला.

''माझ्या मुला, माझे तुला आशीर्वाद आहेत. तुझ्या आतमध्ये जे युद्ध भडकलं आहे, त्यात तू यशस्वी होवोस!'' दंडायन उद्‌गारले. अलेक्झांडरला त्यांच्याकडून हे आशीर्वाद अपेक्षित नव्हते, याची त्यांनाही जाण होती.

अंतर्गत सुरू असलेल्या त्या संघर्षाचा त्याच्या सैन्याच्या मनोधैर्यावर विपरीत परिणाम झाला होता. पर्शियाला कायमचा धडा शिकवण्यासाठी अलेक्झांडरची सेना मॅसेडोनियावरून निघाली होती. त्यांनी केवळ युद्धात विजय मिळवला नाही, तर पर्शियाला आपल्या अंमलाखालीही आणलं. एव्हाना अलेक्झांडरचं रूप बदलू लागलं होतं. तो पर्शियाच्या शहेनशहासारखा वागू लागला. तेही सैनिकांनी शांतपणे स्वीकारलं. त्याचा मनमानी स्वभाव त्यांनी सहन केला, त्याच्या तालावर त्यांना नाचावं लागलं. अलेक्झांडर महत्त्वाकांक्षी बनू लागला. आपल्या सेनेला जबरदस्तीनं घेऊन तो भारतात पोहोचला आणि त्यानं गांधार व केकय राज्यांवर ताबा मिळवला. आता दूर असलेल्या मगधावर स्वारी करण्याचा त्याचा मनसुबा होता. त्यासाठी अंग भाजून काढणाऱ्या उन्हातून आणि धो धो कोसळणाऱ्या पावसातून सैन्याला मार्गक्रमण करावं लागणार होतं. सेनेला ते मान्य नव्हतं. त्यामुळे आता सैनिकाचं

बंड आणि अलेक्झांडरची भारतातून माघार या दोन्ही गोष्टी अटळ होत्या.

* * *

"चाणक्य, माझ्या मित्रा, तुला पाहून खूप आनंद झाला," आपल्या प्रतिस्पर्ध्याला मिठी मारत राक्षस म्हणाला.

"राक्षस, तुम्ही आलात आणि माझ्यात एक वेगळाच उत्साह आणि आत्मविश्वास आलाय," चाणक्यही बेमालूमपणे खोटं बोलत म्हणाला.

"धनानंदानं सभ्यपणाच्या सर्व मर्यादा ओलांडल्या आहेत," राक्षसानं तक्रार केली.

आणि तू जणू इतका नीतिसंपन्न माणूस आहेस की त्या भ्रष्टपणाचा तुला खूपच त्रास होतोय, चाणक्य स्वत:शीच उपहासानं म्हणाला. "खरंय, ज्यांना सन्मानपूर्वक आणि सुखदायी जीवन जगण्याची इच्छा आहे, अशा तुमच्यासारख्या आदरणीय व्यक्तींना आता धनानंदाच्या दरबारात स्थान उरलेलं नाही." चाणक्य मृदु आवाजात म्हणाला.

"चाणक्या, पण अडचण अशी आहे की जीवनात ज्या गोष्टींपासून तुम्हांला सुख लाभतं, त्या बहुधा बेकायदेशीर, अनैतिक आणि देहाची चरबी वाढवणाऱ्या असतात," चाणक्यानं दिलेल्या जाजमावर बसत राक्षस मिश्कीलपणे म्हणाला.

"राक्षस, माझ्या मते आजच्या घडीला शिकण्यासारखी गोष्ट म्हणजे तुम्हांला आता दोन अभद्र पर्यायांमधून आजपर्यंत न आजमावलेला पर्याय निवडावा लागणार आहे. तो पर्याय म्हणजे मीच आहे," चाणक्यानं हसत हसत राक्षसाला सुचवलं. "आता आपण प्रथम हे बघू की मी तुमच्यासाठी काय करू शकतो आणि त्यानंतर तुम्ही माझ्यासाठी कोणतं काम करू शकता, याचा आपण अंदाज घेऊ."

"तू म्हणजे हाडाचा शिक्षक आहेस!" राक्षस हसत म्हणाला.

"हो आणि मी नेहमी योग्य तेच बोलतो." त्याचं बोलणं मध्येच तोडत चाणक्य गंभीरपणे म्हणाला, "मला ठाऊक आहे की तुझ्या प्रेमिकेबद्दल धनानंदाच्या मनात अभिलाषा निर्माण झाली आहे."

"पण मला तर असं समजलंय की तूही तिच्यावर प्रेम करतोस," राक्षस सावधपणे म्हणाला.

"राक्षस, मी कधीच आपला स्पर्धक होऊ शकत नाही. जरा माझ्याकडे बघा. काळा वर्ण, दिसायला कुरुप, चेहऱ्यावर देवीचे व्रण, वाकडेतिकडे दात... मी तुमच्यासारख्या निष्कलंक, मधुरभाषी आणि एका सुसंस्कृत महामंत्र्यांशी कशी स्पर्धा करू शकेन? मी तुम्हांला वचनपूर्वक सांगतो की माझ्या मनात सुवासिनीबद्दल मुळीच ओढ नाही. ती सर्वस्वी तुमचीच आहे. फक्त त्यासाठी धनानंदानी तुमच्या

दोघांमधून दूर व्हायला हवं.''

''पण हे कसं घडू शकेल? धनानंदाने सिंहासनावर स्वतःची घट्ट पकड बसवली आहे. संपूर्ण भारतात, त्याच्याएवढं सैन्य दुसऱ्या कुठल्याच राजापाशी नाही. अलेक्झांडरही तिथे जाऊ शकला नाही.''

''युद्ध हे कधीच रणभूमीवर लढलं जात नाही. युद्ध हे सैनिकांशिवाय आणि रक्तपात न होता अधिक चांगल्या प्रकारे लढलं जाऊ शकतं, यावर माझा ठाम विश्वास आहे.'' चाणक्य शांतपणे म्हणाला.

''आचार्य, आपल्यापाशी सर्व युद्धं संपवून टाकायची काही योजना आहे का?'' राक्षसानं विचारलं.

''महामंत्री, अखेर सर्वच गोष्टी संपतात आणि ज्या वेळी त्या संपतात, त्या वेळी तो शेवट आपल्याला योग्य वाटतो. जोपर्यंत तो योग्य वाटत नाही, तोपर्यंत खऱ्या अर्थाने शेवट झालेलाच नसतो.'' राक्षसाच्या नजरेत नजर रोखून चाणक्य म्हणाला.

* * *

पाटीलपुत्राच्या पूर्वेकडे असलेल्या शिव पथावरील तो वाडा सहसा कुणाच्या नजरेतही भरत नसे. जुन्या काळातील एका गणिकेची ती नृत्यशाळा होती. वाड्याच्या आसपास राहणाऱ्या लोकांनाच फक्त ती गोष्ट ठाऊक होती. त्या एकमजली वाड्याच्या सभोवताली मोठं अंगण होतं. वाड्यात केवळ नृत्य शिकणाऱ्या मुलींनाच तिथे राहण्याची परवानगी होती. संस्थेची चालिका एक स्त्री होती. वयाच्या पन्नाशीतही ती मोहक दिसत असे. एके काळी ती म्हणे धनानंदाची मुख्य रखेली होती, परंतु एका धनाढ्य व्यक्तीने चोवीस हजार 'पण' देऊन तिला खरेदी केली.

नृत्य शिकायला आलेल्या मुली ह्या सामान्य कुटुंबात वाढलेल्या असायच्या. नृत्याचा पेशा पत्करून आपल्या कुटुंबाला मदत करता यावी या उद्देशानं त्या तिथे आलेल्या असत. संस्थेमध्ये दाखल होताना मुलींचं वय सहा ते आठ वर्षांच्या दरम्यान असे. तिथे त्यांना चित्रकला, काव्य, संगीत, नृत्य, गायन, स्वयंपाक आणि नाट्य अशा विविध कला शिकवल्या जात. त्यांच्या शिक्षण व एकूण राहणीमानावर संस्था मुक्तपणे खर्च करत असे. मुबलक वस्त्रं, चविष्ट अन्न, उत्तम राहण्याची सोय, अशा सर्व सुविधा त्यांना पुरवल्या जात. संस्थाचालिका व तेथील सर्व शिक्षिका त्यांच्यावर स्वतःच्या मुलींप्रमाणे प्रेम करत.

मुलींचं भरपूर कोडकौतुक होत असलं तरी संस्थेच्या एका महत्त्वाच्या नियमाचं त्यांना कठोर पालन करावं लागे. तो नियम म्हणजे प्रत्येक मुलीला रोज संध्याकाळी एका खास पद्धतीनं बनवलेलं पेलाभर दूध सक्तीने प्यावं लागे. प्रत्येक वेळी त्या

दुधाचा रंग, चव व पोत निरनिराळा असायचा. मुलींच्या पेल्यातील दुधामध्ये विशिष्ट प्रकारचं व ठरावीक प्रमाणात एक रसायन मिसळलं जात असे आणि संस्थाचालिका प्रत्येक मुलीनं कोणत्या प्रकारचं दूध किती प्रमाणात प्यायलं याची सविस्तर नोंद ठेवत असे. नृत्यशाळेत प्रवेश घेतलेल्या दिवसापासून सर्व मुलींना तो नियम पाळावा लागे आणि जोपर्यंत कोणतीही तक्रार न करता तो नियम निमूटपणे पाळला जाई, तोपर्यंत त्या मुलींचा तिथे अगदी मायेनं सांभाळ केला जात असे.

सहा ते आठ वर्ष वयोगटातील ज्या मुलींच्या शरीरावर तारुण्याची कोणतीही खूण दिसत नसे, त्यांना दररोज एक 'कुडूब' निळ्या दुधाची भुकटी दिली जाई. वयाच्या आठव्या ते दहाव्या वर्षांच्या दरम्यान जेव्हा त्यांच्या वक्षावर स्तनकलिका उमलू लागत, तेव्हा त्यांना रोज दोन कुडूब केशरी संत्र्यांचा रस द्यायला सुरुवात होई. दहा ते बारा या वयादरम्यान मुलींना जंघन केस येऊ लागल्यावर मिश्रणाचं प्रमाण वाढवून, त्यांना रोज तीन कुडूब पिस्तामिश्रित हिरव्या रंगाचं पेय दिलं जात असे. बारा ते चौदा वयोगटातील मुलींना काखेत केस उगवत आणि कंबरेच्या मानाने नितंबाची अधिक वाढ होई, तेव्हा त्यांना दुधामध्ये गुलाबी चेरी मिसळून एक प्रस्थ सरबत प्यायला लावत. त्या जेव्हा चौदा ते सोळा वर्षांच्या होत, त्या वेळी त्यांच्या मासिक पाळीला सुरुवात झालेली असे. त्या काळात त्यांना दुधात तपकिरी बदाम मिसळून त्यांचं दोन अधक पेय पाजलं जाई. नृत्यसंस्थेचं आणखी एक आगळंवेगळं वैशिष्ट्य होतं. तिथे शिकणाऱ्या सर्व मुलींचा जन्म मंगळवारी, विशाखा नक्षत्रावर सप्तमीला झाला होता. दुर्दैवानं त्यांच्या जन्मपत्रिकेतील ग्रह अतिशय कडक असल्यामुळे, भविष्यात ज्या पुरुषांचा त्यांच्याशी शरीरसंबंध येणार होता, त्यांचा मृत्यू अटळ असल्याचं भाकित वर्तवण्यात आलं होतं. म्हणूनच त्या मुली 'विषकन्या' नावानं ओळखल्या जायच्या.

सर्वांत महत्त्वाची व जी हिशेबतपासनीसाखेरीज कुणालाही ठाऊक नव्हती, ती गोष्ट म्हणजे 'मयूर विश्वस्तनिधी'तर्फे नृत्यसंस्थेला सर्व निधी उपलब्ध करून दिला जायचा. या विश्वस्तनिधीचे चाणक्य व सेनापती मौर्य हे संस्थापक होते. त्या दोघांनी विश्वस्तनिधीला दिलेलं 'मयूर' हे नाव अत्यंत समर्पक होतं. मयूर म्हणजे मोर आणि त्यापासूनच चंद्रगुप्ताच्या घराण्याला मौर्य हे नाव पडलं होतं.

* * *

"आपण मलयराज्य ताब्यात घ्यायला हवं," चाणक्य म्हणाला, "आणि मलयराज्याच्या सिंहासनावर बसण्यासाठी आपल्यापाशी सिंहरन हा अगदी योग्य व लायक उमेदवार आहे. त्याचे वडील हेच त्या राज्याचे कायदेशीर शासनकर्ते होते, पण पौरसाशी

संधान बांधण्यासाठी त्यांच्या भावानंच त्यांचा खून केला. सिंहरन सत्ताधीश बनला की आपलं सैन्य तिथे तळ ठोकू शकेल.''

''आचार्य, आता आपल्याकडे पुरेशी सेना आहे. आपण आक्रमण करू या,'' चंद्रगुप्त म्हणाला. तो असं म्हणणार, हे चाणक्याला ठाऊक होतं.

''ते शहाणपणाचं ठरणार नाही. आपल्या शत्रूच्या हातून मोठी गफलत होणार आहे, हे जेव्हा आपल्या लक्षात आलेलं असतं, तेव्हा आपण त्यात कधीही अडथळा आणायचा नसतो,'' चाणक्यानं त्याला सल्ला दिला.

''मलयराज्य कोणती गफलत करतंय?'' गोंधळलेल्या चंद्रगुप्तानं विचारलं.

''करत नाही, करणार आहे.''

''करणार आहे? आचार्य, तुम्ही नेहमीप्रमाणे कोड्यात बोलू लागलायंत.''

''मलयराज्य लवकरच आपल्यासमोर आपणहून शरणागती पत्करणार आहे,'' चाणक्य म्हणाला. त्याच्या बोलण्यानं चंद्रगुप्ताच्या मनातील गोंधळ अधिकच वाढला.

* * *

निपुणकाच्या झोपडीतील वातावरण विचित्र, भीतिदायक व गूढ होतं. कारण एक तर ती स्मशानाच्या निर्जन मैदानाच्या एका टोकाला होती आणि दुसरं म्हणजे दिवसाही भुतासारख्या दिसणाऱ्या वडांच्या अनेक झाडांनी ती वेढली होती. झाडांवर मानवी कवट्या, मृत जनावरं, मदिरा साठवलेल्या मातीच्या बरण्या, लालभडक रक्तानं माखलेले सुरे, अशा चेटुकविद्येला लागणाऱ्या विविध वस्तू लटकत होत्या. निपूणक हा नकारात्मक शक्तींचा उपासक समजला जायचा. रोगांवर गुप्त इलाज करणं, जादूटोणा करणं, भविष्य कथन, मानसिक समस्या निवारण करणं, हा त्याचा व्यवसाय होता. त्याच्या अंगावर सदैव काळा झगा व गळ्यात अर्भकांच्या कवटीची माळ घातलेली असे. त्याच्या झोपडीत नरबळी, तांत्रिक समागमासारखे विधी केले जात.

चाणक्याला त्या काळ्या जादूबद्दल जराही कुतूहल नव्हतं आणि असल्या कर्मकांडावर त्याचा मुळीच विश्वास नव्हता. निपूणक जरी ऐन मध्यरात्री पेटलेल्या होमकुंडात मदिरा ओतून एखाद्या प्रेतावर थयथया नाचला असता तरी चाणक्याला त्याचं काडीचंही कौतुक वाटलं नसतं. प्रत्येकाची आवडनिवड वेगवेगळी असू शकते, असं त्यावर त्याचं म्हणणं असायचं. पण तरीही निपुणकासारख्या विचित्र स्वभावाच्या माणसांकडे लोकांना आकर्षून घ्यायची शक्ती असते कारण समूहाचं मानसशास्त्र हे अनेकदा मूर्खपणाचं असतं, हे त्याला ठाऊक होतं.

''अरे वा! सुस्वागतम्! पण महान चाणक्यांनी माझ्या गरिबाच्या झोपडीत

कसं बरं येणं केलं?'' आचार्यांसमोर खाली झुकत निपुणकानं विचारलं.

"निपुणका, उगाचच नम्रतेचा आव आणू नकोस. तू काही एवढा श्रेष्ठ माणूस नाहीस. नम्रता ही राजा-महाराजांना शोभून दिसते,'' चाणक्य परखडपणे म्हणाला.

चाणक्याच्या बोलण्यावर निपुणक जोरजोरात हसू लागला. त्याचं हसणं इतकं विचित्र व भयानक होतं, की भोवतालच्या गर्द जंगलात त्या हास्याचे प्रतिध्वनी उमटत राहिले.

"मी सांगतो, तुमच्या सुपीक डोक्यात नक्कीच कसला तरी कट शिजत असणार. पावित्र्यभंग न झालेल्या एखाद्या कुमारिकेचा बळी द्यावा लागणार आहे का मला?'' त्यानं मिश्कीलपणे विचारलं.

"निपुणक, इथे आता कुणीच शुद्ध आणि पवित्र राहिलेलं नाही. निर्दयी आयुष्यानं सर्वांचीच अब्रू लुटली आहे,'' चाणक्य गमतीत म्हणाला. त्यावर निपुणक पुन्हा हसला. या वेळचं त्याचं हास्य अधिकच भयावह होतं. चाणक्यानं केलेल्या विनोदावरची ती त्याची प्रतिक्रिया होती. चाणक्यापाशी मानवी मनाचा तळ शोधून काढण्याची अलौकिक क्षमता होती. त्याला लाभलेली ती अपूर्व देणगी होती.

"हा माझा शिष्य, सिंहरन,'' चाणक्यानं ओळख करून दिली, "मलयराज्याच्या सिंहासनावर ह्याचा खरा हक्क आहे. तो हक्क त्याला मिळवून देण्यासाठी मला तुझी मदत हवी आहे.''

"मी तर एक साधा तांत्रिक आहे. सिंहरनला सिंहासनावर बसवण्यासाठी मला माझ्या पद्धतीचा एक विधी करावा लागेल,'' निपुणक म्हणाला.

"मला कुठलेही विधी नकोत. असे विधी करून तू गरिबांना लुबाडतोस, हे मला ठाऊक आहे. तुझ्यापाशी जे दुसऱ्याला भारावून टाकण्याचं आणि सोंग वठवायचं जे कसब आहे, हे तुला माझ्यासाठी वापरावं लागेल. तुझ्या त्या सैतानी मंत्रतंत्रांची मला गरज नाही,'' बोलता बोलता चाणक्यानं सुवर्ण 'पणांनी' भरलेली थैली निपुणकासमोर ठेवली.

या खेपेस मात्र निपुणक शांत व समाधानानं हसला. "आचार्य, तुमच्या मनात नक्की काय आहे?'' समोरची थैली झटकन उचलून सुरक्षित ठिकाणी ठेवत, त्यानं विचारलं.

"मलयराज्याबद्दलची काही खास गुपितं, सिंहरन तुला सांगेल. तो जे सांगेल ते तू नीट लक्षपूर्वक ऐक आणि त्या गोष्टी पक्क्या स्मरणात ठेव,'' आचार्यांनी त्याला स्पष्ट सूचना दिल्या.

"आणि मग मी काय करायचं?'' निपुणकानं विचारलं.

"तू मलयराज्यात जायचं. तिथे जाऊन तुझ्यापाशी असलेल्या विलक्षण शक्तींचा

वापर करायचा आणि थोडंफार भविष्य कथन करायचं!''

* * *

मलयराज्याच्या राजदरबारात चिडीचूप शांतता पसरली होती. सर्वांच्या नजरा तांत्रिकावर खिळल्या होत्या. तांत्रिकाने अंगात काळा झगा व गळ्यात मानवी कवट्यांची माळ परिधान केली होती. त्याच्या उजव्या हातात एक लांब, जाडजूड काठी होती व काठीच्या वरच्या टोकालाही एक कवटी अडकवली होती. त्याच्या दुसऱ्या हातात रक्तानं भरलेलं मातीचं भांडं होतं.

''हे राजा, त्रिकालदर्शी निपुणकाचा एकेक शब्द लक्षपूर्वक ऐक,'' निपुणक जोरात ओरडून म्हणाला. मनातल्या मनात तो सिंहरननं मलयराज्याबद्दल सांगितलेली गुपितं नीट आठवण्याचा प्रयत्न करत होता. ''तुझ्या राजवाड्यात एक कधीही वापरात नसलेलं, अंत्यत कुबट व कुलूपबंद दालन आहे. त्या खोलीच्या फरशीखाली एका ब्राह्मणाचं प्रेत पुरलेलं आहे. त्या दालनातच, ब्राह्मणाचा खून झाला होता. ते प्रेत उकरून तुझ्या राज्याच्या सीमेबाहेर पुरून टाक. त्या ब्राह्मणाचा आत्मा अजूनही तुझ्या राजवंशाला शाप देतोय आणि त्यामुळेच तुझ्या प्रगतीमध्ये अडथळा निर्माण झालाय!''

सिंहरनच्या आत्याचे राजवाड्यातील एका रक्षकाबरोबर अनैतिक संबंध होते. तो रक्षक ब्राह्मण होता. एकदा सिंहरनच्या आत्तेभावानं आपल्या आईला त्या ब्राह्मणाबरोबर नको त्या अवस्थेत पाहिलं आणि संताप अनावर होऊन त्यानं त्या ब्राह्मण रक्षकाचा खून केला. ब्राह्मणाचं शव कुठे पुरायचं हे लक्षात न आल्यानं अखेर त्यासाठी त्यानं बरीच वर्षं न वापरलेल्या दालनाचा उपयोग करायचं ठरवलं. आपण केलेल्या अपराधाचं नैतिक समर्थन करून, त्यानं सिंहरनची सहानुभूती मिळवली व त्याच्या साहाय्यानं ते शव त्या खोलीत पुरलं. काही वर्षांनी पौरसानं केलेल्या मलयराज्यावरील आक्रमणात सिंहरनची आत्या व आत्तेभाऊ मारले गेले आणि ब्राह्मणाचं ते गुपित त्या दोघांबरोबर त्यांच्या सरणावर चढून नाहीसं झालं.

वेडसर वाटणाऱ्या तांत्रिकानं भर सभेत सर्वांसमोर उभं राहून दाखवलेलं धैर्य व धाडस पाहून राजा व दरबारी लोक संमोहित झाले. त्याचं बोलणं ऐकून राजा बेचैन झाला. ''त्या ब्राह्मणाचं शव नेमकं कुठे पुरलंय, हे तू सांगू शकशील का? माझा राजवाडा शेकडो एकर पसरलाय आणि दैवी शक्तीच्या मदतीशिवाय ते शव सापडणं अशक्य आहे.''

निपुणकानं डोळे मिटले आणि दरबारात उपस्थित असलेल्या प्रत्येकाला ऐकू येईल इतक्या मोठ्या आवाजात तो प्रार्थना करू लागला. ''मी वैरोचनाचा पुत्र बालीला नमस्कार करतो. जादूच्या शेकडो मंत्रांचा स्वामी असलेल्या सांबराला मी

दंडवत घालतो. मी क्रूर शक्तिशाली निकुंभ, नरक, कुंभ आणि तंतूकच्छांसमोर गुडघे टेकतो. हे चांडाली, तुम्बा, कटूका आणि सर्गा, मला त्या हाडाच्या सांगाड्याची दिशा दाखवा.'' अचानक त्यानं डोळे उघडले आणि तो विचित्रपणे जोरात ओरडला, ''मी ते पाहू शकतोय! चला, माझ्या मागून या!''

त्या दालनाच्या दिशेनं तो पिसाटपणे धावत सुटला. ती खोली कुठे आहे, याची सिंहरननं निपुणकाला नीट माहिती दिली होती. दुसऱ्या मजल्यावरील व्हरांड्यासमोर असलेल्या सातव्या खोलीसमोर येऊन तो थांबला. डोळे बंद करून तो पुन्हा अनैसर्गिक शक्तीची आराधना करू लागला. ''इथे मला ब्राह्मणाच्या पिशाच्चाची नकारात्मक ऊर्जा स्पष्ट जाणवतेय! माझा होरा चुकीचा नाही. निपुणकाचं भविष्य आजपर्यंत कधीही खोटं ठरलेलं नाही! शक्तिशाली चांडाली मला आदेश देतेय. ही खोली खोदून ब्राह्मणाचं प्रेत उकरा आणि मलयराज्याच्या सर्व चिंतांमधून मुक्त व्हा.''

खोलीतील मातीच्या खाली हाडांचा सापळा मिळताच, निपुणकाच्या अद्वितीय तांत्रिक सिद्धीसमोर राजा नतमस्तक झाला. निपुणकानं राजाच्या मस्तकावर अभिमंत्रित अंगारा फासला. राजानं गळ्यातून नीलमण्याचा हार काढला आणि तांत्रिकासमोर धरला. निपुणकानं हार घेऊन समोर पडलेल्या खड्ड्यात फेकून दिला. ''हे राजा, मी जर मनात आणलं असतं तर जगातील सारी मालमत्ता आज माझी झाली असती. मला भौतिक संपत्ती मिळवण्याची जराही इच्छा नाही,'' निपुणक म्हणाला. खरं तर तो हार घेण्याचा त्याला मोह झाला होता, पण चाणक्याच्या सूचनेप्रमाणे त्यानं आपण निरिच्छ आणि निर्मोही असल्याचा उत्तम अभिनय केला. निपुणकानं अचूक वर्तवलेला अंदाज आणि त्याचा नि:स्वार्थीपणा पाहून तिथे जमलेल्या लोकांच्या मनात त्याच्याबद्दल आदर निर्माण झाला.

दुसऱ्याच दिवशी राजा आजारी पडला. थंडी व हुडहुडी भरल्यामुळे अंगातील ज्वर वाढू लागला. तो दरबारात हजर राहू शकला नाही. ज्वर आणखी वाढत गेल्याने राजाला विचित्र भास होऊ लागले व तो असंबद्ध बडबड करू लागला. राजाच्या कपाळाला लावलेल्या भस्माचा हा परिणाम आहे, हे निपुणक जाणून होता. भस्मात मिसळलेल्या धोत्र्याच्या बियांमुळे तो भ्रमिष्टासारखा वागत होता. चिंतित झालेल्या राणीनं निपुणकाला पुन्हा राजवाड्यात बोलावून घेतलं.

''सम्राटांच्या अचानक उद्भवलेल्या आजारावर तातडीनं इलाज शोधून काढा,'' राणीनं त्याला कळकळीची विनंती केली.

''राणीसरकार, आपण चिंता करू नये. मी महाराजांसाठी एक खास मिश्रण तयार करून आणलंय. ते पेलाभर दुधात मिसळून त्यांना प्राशन करण्यास सांगा. उद्या सकाळपर्यंत ते खडखडीत बरे होतील. याची मी तुम्हांला खात्री देतो,''

राजाच्या आजारावरील उताऱ्यासाठी चित्रकाचं मूळ आणि काळी मिरी यांचं मिश्रण असलेली ती पूड, चाणक्यानं आधीच बनवून ठेवली होती.

निपुणकानं सांगितल्याप्रमाणे राजा दुसऱ्या दिवशी पूर्ण बरा झाला आणि सर्वांना निपुणक हा जणू परमेश्वराचाच अवतार भासू लागला. दोन दिवसात त्यानं दोन चमत्कार करून दाखवले होते. परंतु आनंद साजरा करण्याकरता कुणापाशी वेळच नव्हता. तरुण शूरवीर चंद्रगुप्त आणि त्याचा साथीदार व मलयराज्याच्या सिंहासनाचा खरा दावेदार सिंहरन यांच्या नेतृत्वाखालील सशस्त्र सैनिकांनी राजधानीला सर्व बाजूंनी गराडा घातला होता. अमावस्येपासून पौर्णिमेपर्यंत तो वेढा उठवला न गेल्याने लोकांना जीवनावश्यक वस्तूंचा तुटवडा भासू लागला. राजानं आपल्या मंत्रिमंडळाची तातडीनं सभा बोलावली व त्यात चंद्रगुप्त आणि सिंहरनच्या सैन्यावर सर्वशक्तिनिशी तुटून पडण्याचा निर्णय घेतला गेला, पण त्याच वेळी निपुणकानं अचानक पुन्हा एकदा दरबारात प्रवेश केला.

"महाराज, मी आपल्यासाठी महत्त्वाचा संदेश घेऊन आलोय," निपुणकानं बोलायला सुरुवात केली. समोर बसलेले भोळे दरबारी अधिकारी, आपण म्हणू तसं वागतील, याची त्याला पक्की खात्री होती. "आपल्या राजवाड्यातील देवळात कुबेराचा पुतळा आहे. राजपुजारी रोज त्या प्रतिमेची जी पूजा-प्रार्थना करतात, त्यामध्ये अनेक दोष व उणिवा आहेत आणि त्याचमुळे आपला ऱ्हास होण्यास सुरुवात झालीय. तो दोष दुरुस्त करा आणि बघा की त्याच क्षणी शत्रूनं माघार घेतलेली असेल."

निपुणकाच्या आदेशानुसार अनेक विधी व मंत्रपठण केल्यानंतर कुबेराचा मातीचा पुतळा हलवण्यात आला आणि स्तोत्र, प्रार्थना व मंत्रघोष करत तो राजवाड्यातील तळ्यात विसर्जित केला गेला. त्याच क्षणी चाणक्यानं सिंहरन व चंद्रगुप्ताला वेढा उठवायची आज्ञा केली आणि राजधानीपासून काही मैलांवर असलेल्या जंगलात, सैन्यासह लपून बसण्यास सांगितलं. शत्रूचे सैनिक माघारी परतल्याची वार्ता समजताच मलय राज्यातील जनता व अधिकारी वर्ग रस्त्यावर उतरून आनंद साजरा करू लागले. नृत्य, गाणी, संगीत व मद्यसेवनात सर्व धुंद होऊन गेले. तीच संधी साधून चाणक्याचे सैनिक राजधानीत घुसले. लोक बेसावध होते. अचानक झालेल्या आक्रमणामुळे शरण येण्याखेरीज त्यांच्यासमोर काहीच पर्याय नव्हता. अचानक नाट्यमयरीत्या पण योजनाबद्ध चढाई करून चाणक्यानं ठरवल्याप्रमाणे रक्ताचा थेंबही न सांडता मलयराज्यात सत्तांतर घडवून आणलं होतं.

* * *

मलयराज्याच्या सिंहासनावर सिंहरन आरूढ झाला. राज्याभिषेकाचा सोहळा अतिशय भव्य प्रमाणात आणि खूप थाटात पार पडला. "सिंहरन, सर्वांशी मृदू व मधुरपणे भाषण कर. कारण शब्द मागे घ्यायची कधीही वेळ येऊ शकते," नव्या सम्राटाला आशीर्वाद देताना, चाणक्य म्हणाला. सिंहरनने चाणक्यासमोर गुडघे टेकले. "आचार्य, माझे चुलते व त्यांच्या कुटुंबीयांबाबत जे घडलं, त्याबद्दल मला खूप अपराधी वाटतंय. राज्य काबीज केल्यावर आपल्या सल्ल्यानुसार मी त्यांना हद्दपार केलं. पण मला असं सांगण्यात आलं की दरोडेखोरांनी त्यांना ठार मारलं. ती अघोरी घटना आता आयुष्यभर माझा पिच्छा पुरवत राहील."

"प्रत्येक जण आपल्या परीने जग सुंदर बनवून त्याचा निरोप घेतो, पण काही जणांच्या निघून जाण्यामुळे जग अधिक सुंदर बनतं. तुझे काका हे त्यापैकीच एक होते!" चाणक्य म्हणाला. मलयराज्यातील जनता काल त्यांना शरण आली, तो प्रसंग त्याला आठवला.

"यापुढे सिंहरनला निर्विघ्नपणे राज्य चालवता यायला हवं अशी माझी इच्छा आहे. त्याच्या गादीला आव्हान देणाऱ्यांचा काटा काढण्याची वेळ मी त्याच्यावर येऊ देणार नाही," चाणक्यानं मेहेरला विश्वासात घेऊन सांगितलं. "त्याच्या काकांना सीमेबाहेर पाठवून देण्यास मी सिंहरनला सांगणार आहे. त्याचा चुलता व त्याच्या कुटुंबीयांना कोणतीही इजा न होता राज्याबाहेर सोडून यायची जबाबदारी मी तुझ्यावर सोपवतोय."

"पण त्यांना हद्दपार करणं, योग्य ठरेल का? ते तर पौरसाचे साथीदार आहेत. सैन्याची जमवाजमव करण्यासाठी ते इथून केकयला पलायन करतील. पौरसही आनंदानं त्यांना मदत करेल कारण सिंहरननं राज्याचा ताबा घेतल्यावर मलयराज्य हे काही आता पौरसाचं मांडलिक राहिलेलं नाही," मेहेर म्हणाला.

"मेहेर, तुझं म्हणणं अगदी बरोबर आहे आणि म्हणूनच सिंहरनच्या मार्गातून मला त्या काकाचा अडथळा, कायमचा दूर करायचाय, पण सर्वांसमक्ष नाही. मलयराज्याच्या जनतेचं आपल्या नव्या राजावर प्रेम जडायला हवं. त्यासाठी त्यांना सिंहरन हा प्रामाणिक, न्यायप्रिय, सत्यवचनी व परोपकारी वाटायला हवा. म्हणूनच त्याचा काका व त्याचं कुटुंब सुखरूप व कोणताही प्रतिबंध न होता राज्याबाहेर पडलेलं सर्वांनी पाहायला हवं."

"आणि मग?" मेहेरनं विचारलं, पण त्याला त्याच्या प्रश्नाचं उत्तर आधीच ठाऊक होतं आणि ते उत्तर कधीही उघडपणे सांगितलं जाणार नाही हेही त्याला ठाऊक होतं.

१२

वर्तमानकाळ

लखनौच्या हॉटेल क्लार्कसमधील प्रशस्त खोली थंड व अंधारी होती. दुपारचं कडक ऊन आत येऊ नये म्हणून खिडक्यांचे पडदे अर्धवट बंद केले होते. वातानुकूलित यंत्रणेच्या साहाय्यानं खोलीमध्ये किमान तापमान राखण्यात आलं होतं. खोलीत दोनच व्यक्ती होत्या. पंडित गंगासागर मिश्रा आणि रामशंकर द्विवेदी. द्विवेदी चिंताग्रस्त दिसत होते. अधूनमधून उगाचच केसांतून हात फिरवत, डोळ्यावरचा चश्मा काढून पुन्हा लावत होते. कोणत्याही भारतीय पुढाऱ्याप्रमाणेच त्यांनी खादीचा कुर्ता व पायजमा परिधान केला होता; पण अंगावरील इतर गोष्टी मात्र त्यांच्या गांधीपोशाखाला साजेशा नव्हत्या. डोळ्यांवर गुची कंपनीचा चश्मा, खिशात मॉंटे ब्लँकचं चंदेरी पेन, मनगटावर रोलेक्सचं सोनेरी घड्याळ आणि पायात बॅली कंपनीचे उंची बूट असा श्रीमंती थाट होता.

पक्षप्रमुखांनी आपल्याला एकट्यालाच अशा प्रशस्त खोलीत का बोलावलं असेल, हा प्रश्न त्याला पडला होता. थंडगार झालेल्या खोलीतही त्याच्या मानेवरील घामाचे थेंब पाठीच्या कण्यापर्यंत ओघळत खाली आले. त्या स्पर्शाने तो थरथरला. हे काही चांगलं लक्षण दिसत नव्हतं. द्विवेदीच्या डोक्यात विचारांचं काहूर माजलं. पंडित गंगासागर मिश्रा हे राजकीय क्षेत्रात क्रूर व निर्दयी व्यक्ती म्हणून ओळखले जात. माझ्याबद्दल त्यांना काय समजलं असेल? अभानसचे पक्षश्रेष्ठी आज आपल्याला चांगलीच तंबी देणार, असं दिसतंय.

गंगासागर बराच वेळ द्विवेदीकडे काही न बोलता रोखून पाहत होते. त्याला तो काळ युगांसारखा भासला. 'बोला हो, काहीतरी बोला,' द्विवेदी मनात म्हणाला. गंगासागरनी कुर्त्याच्या आत लोकरीची बंडी घातली आहे, हे बिचाऱ्या द्विवेदीला ठाऊक नव्हतं. त्यामुळे खोलीतील गारठ्याचा त्यांना जराही परिणाम जाणवत नव्हता. कुडकुडू दे त्याला, गंगासागर मनात म्हणाले. त्याला लघवी करण्याची इच्छा होईल, पण उठून जाताही येणार नाही. बसू दे चुळबुळत.

''द्विवेदीजी, हल्ली तुम्ही सर्वांशी फारच प्रेमळपणे वागता, असं माझ्या कानावर आलंय,'' बऱ्याच वेळानं गंगासागर म्हणाले.

''मला भेटणारा प्रत्येक जण सांगतो की तो तुमच्या घरी गेला होता.''

''पंडितजी, माझ्या घरी यायला तुम्हांला वेळ नाही, हे माझं दुर्दैव. तुमच्याबरोबर भोजनाची संधी मिळाली तर ते मी माझं भाग्य समजेन,'' द्विवेदी चटकन म्हणाला.

''मला जे म्हणायचंय ते मी आणखी स्पष्टपणे सांगतो. नेमकं बोलायचं तर आपल्या अभानसचे चोवीस आमदार सतत तुमच्या घरी जात असतात. आता मला हे सांगू नका की ते सामोसे खायला आणि व्हिस्की प्यायला येतात.''

द्विवेदीनं अस्वस्थपणे आणखी थोडी चुळबुळ केली. खोल श्वास घेत तो म्हणाला, ''पंडितजी, मी आपल्या पक्षाचा निष्ठावान कार्यकर्ता आहे. आपल्यातीलच काही असंतुष्ट लोक बंडाच्या पवित्र्यात उभे होते. त्यांना त्यापासून परावृत्त करणं, हे मला माझं मुख्य कर्तव्य वाटलं.''

''द्विवेदीजी मला तुमचा अभिमान वाटतो. खरं म्हणजे हे फोटोदेखील बनावट असणार, हे माझ्या आधीच लक्षात यायला हवं होतं,'' गंगासागर म्हणाले आणि आपल्याजवळील पाकिटामधले फोटो समोरच्या कॉफी टेबलावर पसरून ठेवले. ईशाबरोबरचे ते स्वत:चे नग्नावस्थेतील फोटो पाहून द्विवेदीचा चेहरा खर्रकन उतरला. तो काहीतरी असंबद्धपणे पुटपुटला, पण त्याच्या तोंडून शब्द उमटले नाहीत.

''शांत व्हा द्विवेदीजी. घाबरून जायचं काहीच कारण नाही. इशा म्हणत होती की तुम्ही कामक्रीडेत भलतेच तरबेज आहात,'' विचित्र हसत गंगासागर म्हणाले आणि त्यांनी आपल्या भात्यातील अखेरचा बाण सोडला. ''या फोटोंच्या एकोणपन्नास निगेटिव्हज माझ्यापाशी आहेत. आपल्या सरकारचा कालावधी पूर्ण व्हायलाही नेमके तितकेच महिने शिल्लक आहेत. प्रत्येक महिन्यासाठी मी त्यातील एक फोटो वापरू शकतो. एकोणपन्नासाव्या महिन्याच्या अखेरीस जर चंदिनी मुख्यमंत्रीपदावर असली तर ह्या सर्व निगेटिव्हज मी तुम्हांला परत करेन. चालेल? सौदा पक्का?''

मुक्या माणसासारखी द्विवेदीनं मान हलवली. त्याचे प्राण कंठाशी आले होते. पंडित गंगासागर मिश्रा खुर्चीतून उठले. ''अरे हो, आणखी एक विनंती आहे. यापुढे एक गोष्ट लक्षात ठेवायची की हे सरकार शेवटपर्यंत टिकणं, हे आता तुमच्याच हिताचं आहे. आता कुठेही थोडी जरी कुरबूर दिसली तर ती लगेच माझ्या कानावर घालायची. मी तुम्हांला ही वैयक्तिक जबाबदारी देतोय. काय, आलं ना लक्षात?'' असं म्हणून ते तडक बाहेर पडले.

'आदिशक्ती, नमो नम:, सर्वशक्ती नमो नम:, प्रथम भगवती नमो नम:, कुंडलिनी माता शक्ती, माता शक्ती नमो नम:' त्यांनी स्वत:शीच मंत्र म्हटला.

* * *

चंदिनी मनातून उद्ध्वस्त झाली होती. शंकरनं तिच्या आयुष्यात नवी आशा, नवा सुगंध निर्माण केला होता. जॉफरीनंतर ती प्रथमच कुणामध्ये तरी गुंतली होती. तिनं आरशात पाहिलं. बांध फुटून बाहेर येऊ पाहणारे अश्रू डोळ्यांतच अडवले. ती रडणार नव्हती. तिनं एखाद्यावर जीव लावणं किंवा दुसऱ्या कुणी तिच्यावर प्रेमाची उधळण करणं, हे तिच्या नशिबातच नव्हतं. आपले निळेभोर डोळे तिनं टीपकागदानं पुसले व विमानतळावरील स्वच्छतागृहात तो कागद फेकून ती गंगासागर मिश्रांबरोबर जाण्यासाठी बाहेर आली.

लखनौ-दिल्ली हा विमानप्रवास अगदीच छोट्या कालावधीचा असला तरी फारसा सुखकारक नव्हता. प्रथम साहाय्यक वीज पुरवठा केंद्रात बिघाड झाल्यामुळे विमान उड्डाणाला एक तास विलंब झाला आणि तो सुरळीत झाल्यावर, वादळी हवामानामुळे नियंत्रण विभागानं विमान उड्डाणाला परवानगी नाकारली. गंगासागरनी दिल्लीतील नागरी उड्डाण मंत्र्यांशी थेट संपर्क साधला आणि त्यांना लखनौच्या हवाई वाहतूक नियंत्रण विभागाला सांगून विमान उड्डाणाला परवानगी द्यायची सूचना देण्याची विनंती केली. आपल्याबरोबर मोठ्या राजकीय व्यक्ती आहेत, याची इतर प्रवाशांना काहीच कल्पना नव्हती. गंगासागर, चंदिनी, इक्रम आणि मेनन बसले होते. विमानातून अतिमहत्त्वाच्या व्यक्ती प्रवास करत आहेत, हे लक्षात आल्यावर एरवी तिरसटपणे वागणारी हवाईसुंदरी अगदी आनंदी मुद्रेनं त्यांची सरबराई करू लागली. परंतु त्यानंतर जेव्हा ती दुसऱ्या रांगेतील प्रवाशांपाशी आली तेव्हा तिच्या चेहऱ्यावर पुन्हा नेहमीचे उर्मट भाव उमटले होते.

''आपण दिल्लीला नक्की कशासाठी चाललो आहोत?'' इक्रमनं विचारलं.

''इक्रम, तू जेव्हा नुकताच महापौर झाला होतास, त्या वेळी आपल्यात झालेलं संभाषण तुझ्या लक्षात आहे?'' गंगासागरनी विचारलं.

''नाही बुवा. आपण आत्तापर्यंत किती विषयांवर बोललो असू,'' इक्रम थट्टेनं म्हणाला.

''मी म्हटलं होतं की आपल्याला जर पुढच्या निवडणुका जिंकायच्या असतील तर आपण गरीब आणि गरजू व्यक्तींना प्रेमानं मदत केली पाहिजे. सत्ता ही खरी राज्य पातळीवर असते, स्थानिक नगरपालिकांमध्ये नव्हे.''

''हो. मला आठवतंय.''

''आता मी तुला सांगतो की त्या वेळचं माझं मत चुकीचं होतं.''

''काय म्हणायचंय तुम्हांला? आज उत्तर प्रदेश राज्याची सत्ता आपल्या हातात आहे. आपली चंदिनी राज्याची मुख्यमंत्री आहे. मी कानपूरचा महापौर आहे,'' इक्रम म्हणाला.

''तू बोलतोयस ते खरं असलं तरी सत्तेचं मुख्य केंद्र हे नवी दिल्ली आहे

आणि अजून काही वर्षांनी आपला मुक्काम तिथे असणार आहे. हा आठवडा त्या दृष्टीनं दिशादर्शक ठरणार आहे.''

''पण ही सगळी चर्चा आपण लखनौमधूनही करू शकलो असतो. त्यासाठी दिल्लीला का जायची गरज होती?'' चंदिनीनं विचारलं.

''मेजर जसपाल सिंग बेदींना भेटणं गरजेचं होतं,'' गंगासागर उत्तरले.

''तो कोण आहे?'' इक्रमनं विचारलं.

''लोकसभा निवडणुकीत उत्तर प्रदेशातील पंच्याऐंशी जागांपैकी कमीत कमी पासष्ठ जागांवर आपले उमेदवार निवडून येतील, याची तो आपल्याला हमी देणार आहे.''

* * *

सौम्य व्यक्तिमत्त्वाच्या व नीटनेटका पोशाख केलेल्या त्या शिखाची उंची सहा फुटांहून अधिक होती. त्यानं सागरी निळ्या रंगाचा सूट परिधान केला होता व डोक्यावर बांधलेली किरमिजी रंगाची पगडी, त्याच्या गळ्यातील टाय व खिशातील रुमालाच्या रंगाशी सुसंगत होती. कडक इस्त्री केलेल्या सफेद इजिप्शियन शर्टाच्या बाह्यांची टोकं कोटातून पाहिजे तेवढीच बाहेर आली होती व भारतीय सशस्त्र सेनेचं मानचिन्ह कोरलेली कफलिंक्स त्यांना लावली होती. अतिशय योग्यरीत्या व काळजीपूर्वक कापलेली दाढी, मिश्या व भुवयांमुळे त्याचं व्यक्तिमत्त्व अधिकच खुलून दिसत होतं.

पंजाबमधील एका मध्यमवर्गीय कुटुंबात मेजर जसपाल सिंग बेदी याचा जन्म झाला. लहानपणापासून त्याचं वागणं बेछूट व बेलगाम असायचं. तरुणपणीही त्यात फरक पडला नव्हता. लहान असताना तर तो खोडकर मुलांच्या टोळीचा प्रमुख होता. एखाद्या मिठाईच्या दुकानातून गिऱ्हाईक पेढे-बर्फी खरेदी करून बाहेर पडले की ही मुलं त्यांच्या हातातील थैलीमधून ती मिठाई लंपास करून पसार व्हायची. जसपालचे साथीदार आपापसात लटकं भांडण करून एकमेकांशी मारामारी करू लागायचे. हातात थैल्या घेऊन चाललेली माणसं त्यांची भांडणं-माराऱ्या सोडवयाचा प्रयत्न करायचे. त्याच वेळी जसपाल अगदी नम्रपणे त्यांची मदत केल्यासारखी दाखवत, त्यांच्या हातून थैली घ्यायचा. पाच मिनिटांनी जेव्हा त्या गिऱ्हाइकानं मुलांचं भांडण मिटवलेलं असायचं, त्या वेळी जसपाल थैली घेऊन नाहीसा झालेला असायचा. जसपालच्या अशा वागण्यानं, त्याचे वडील हैराण झाले. त्यांचा चुलतभाऊ भारतीय लष्करात लेफ्टनंट कर्नल होता. जसपालनं लष्करात दहा वर्षांचा छोटा अभ्यासक्रम पूर्ण करावा अशी त्यांची इच्छा होती. आपल्या चुलतभावापाशी त्यांनी ती बोलून दाखवली.

जसपालनं आपल्या वडिलांना नकार दिला. मिठाई चोरण्यातच त्याला खूप मजा वाटत होती. अखेर काकानंच त्याची चांगली कानउघडणी केली. त्यामुळे त्याच्याकडे काहीच पर्याय उरला नव्हता. दुसऱ्याच दिवशी सकाळी चेन्नई येथील अधिकारी प्रशिक्षण संस्थेत प्रवेश घेण्यासाठी जसपाल तिथे रवाना झाला. लष्करामध्ये त्याला शिस्त लागेल आणि प्रत्येकाच्या जीवनाला काही हेतू असतो, याची त्याला जाणीव होईल, अशी त्याच्या वडिलांना आशा होती.

वडिलांची आशा फलद्रुप झाली. लष्करी जीवनाच्या शिस्तीत जसपाल छान रुळला. विश्लेषणात्मक विचारशक्ती, नियोजनातील कौशल्य आणि सांघिक खेळातील नैपुण्य अशा अनेक क्षमतांबरोबर त्याचा तिथे एकूणच व्यक्तिमत्त्व- विकास झाला. लेफ्टनंट ते कॅप्टन ते मेजर अशा बढत्या त्यानं झटपट मिळवल्या. लष्कर सेवेत दहा वर्षं पूर्ण केल्यावर तो एका बाजारपेठ संशोधन कंपनीत रुजू झाला. ती कंपनी भारत सरकारच्या मालकीची होती. त्या कंपनीत देशाच्या एकूण दशवार्षिक जनगणनेच्या तुलनेत ग्रामीण लोकसंख्येच्या वाढीचं सर्वेक्षण केलं जायचं. जसपालनं पुढची दहा वर्षं भारतभर फिरून लोकसंख्याशास्त्राचे नकाशे तयार करून त्यांचं सर्वेक्षण करण्यात व्यतीत केली. ते फारच मोठं काम होतं, पण त्याच्यातील शिस्तबद्ध सैनिकानं ते अगदी पद्धतशीरपणे व परिपूर्णपणे केलं. तो ग्रामीण संशोधन विभागातील संपूर्ण देशाचा प्रमुख या पदावरून तिथून बाहेर पडला व त्यानं स्वत:ची कंपनी स्थापन केली. राजकारण आणि मतदान या एकमेकांशी साधर्म्य असलेल्या दोन शास्त्रांविषयी त्यानं सल्ला देण्यास सुरुवात केली.

''लोकसभा हे जनतेचं प्रतिनिधित्व करणारं भारतीय संसदेचं कनिष्ठ सभागृह आहे. त्यामध्ये एकूण पाचशे बावन्न प्रतिनिधी हे मताधिकारांच्या आधारे थेट निवडणुकीनं निवडून आलेले असतात. देशातील एकूण सातशे दशलक्ष मतदारांनी हे खासदार निवडलेले असतात. अमेरिका व युरोप खंड एकत्र केला तरीही भारताची एकूण लोकसंख्या त्यांच्याहून जास्त भरते,'' मेजर बेदीनं बोलायला सुरुवात केली. ''आज मी इथे तुम्हांला भेटण्यामागचं मुख्य कारण म्हणजे, तुमच्या उत्तर प्रदेश राज्यातून पंच्याऐंशी खासदार लोकसभेमध्ये पाठवले जातात. ही खूपच मोठी संख्या आहे. का? कारण जर हे सर्व खासदार एकाच पक्षाचे असले – जरी तो एखाद्या स्थानिक राजकीय पक्ष असला – तरीही तो पक्ष केंद्रिय मंत्रिमंडळ स्थापनेत अत्यंत महत्त्वाची भूमिका बजावू शकतो.''

''पण मेजर बेदी, मला तुमचं हे स्वप्न खूप अतिरंजित वाटतं. उत्तर प्रदेश हे एकसंघ राज्य नाही. त्या राज्यातील जनता ही धर्म, जात, लिंग आणि आर्थिक स्तर अशा विविध निकषांवरून मतदान करते. संपूर्ण राज्यात एकच निकष लागू पडत नाही,'' मेनन म्हणाला.

"मेनन, तुमचं म्हणणं अगदी रास्त आहे. उत्तर प्रदेशात केवळ एकच सूत्र पकडून निवडणूक लढवता येत नाही, त्यामागचं हेच कारण आहे. एकच सूत्र धरून निवडणुकीला सामोरं न जाणं हेच एकमेव सूत्र असायला हवं. हे आधी आपल्या लक्षात यायला पाहिजे. राज्यातील काही जागा ह्या जातीच्या आधारावर लढवाव्या लागतील. म्हणजे जसं की दलित विरुद्ध ब्राह्मण किंवा यादव विरुद्ध बनिया. तर काही जागांवर उमेदवार निवडताना धर्माचा निकष लावावा लागेल. म्हणजे जसं की हिंदू विरुद्ध मुसलमान. उरलेल्या ठिकाणी आर्थिक स्तर महत्त्वाचा असेल. तिथे गरीब विरुद्ध श्रीमंत हा मुद्दा कळीचा ठरू शकेल. माझ्या मते या डावपेचानुसार अभानस पक्ष सरस ठरू शकेल," घसा ओला करण्यासाठी पाण्याचा एक घोट घेत मेजर बेदी म्हणाला.

"कसं काय? मला नीट समजलं नाही," चहाच्या कपात बिस्किट बुडवत इक्रमनं विचारलं.

"उत्तर प्रदेशमधील सर्वच पक्षांचे स्वत:चे वर्चस्व असलेले काही खास मतदारसंघ आहेत; पण अभानसचा तसा एकही मतदारसंघ नाही," जसपाल ठामपणे म्हणाला.

"म्हणजे आमचा काहीच निभाव लागणार नाही?" इक्रमनं पुन्हा विचारलं.

"छे. छे. उलट असा एखादाच खास मतदारसंघ नसणं, हेच तुमचं बलस्थान ठरेल. कारण एका ठिकाणचा फायदा हा दुसऱ्या ठिकाणी तोटा ठरू शकेल. म्हणजे समजा अभानस हा दलितांचा पक्ष असल्याची प्रतिमा तयार झाली तर ब्राह्मणांचं वर्चस्व असलेल्या मतदारसंघात त्यांना त्या प्रतिमेमुळे फटका बसू शकेल," मेजर बेदीनं आपल्या मताचं समर्थन करत म्हटलं.

"याचा अर्थ तुमच्या म्हणण्यानुसार आम्ही हिंदू व मुसलमान, ब्राह्मण आणि दलित, यादव व ठाकूर, जमीनदार आणि शेतकरी, गरीब-श्रीमंत, पुरुष-स्त्रिया, वृद्ध व तरुण या सर्वांशीच सहयोग करायला हवा. तसं केलं तर सगळीच खिचडी होण्याचा धोका निर्माण होईल. आमची स्वत:ची अशी काही वेगळी ओळखच उरणार नाही," चंदिनी म्हणाली.

"एक लक्षात घ्या, इतर पक्षांनी वर्षांनुवर्षं एकच उमेदवार आपापल्या रिंगणात उतरवलाय. याउलट तुमची कोरी असलेली पाटी, हीच तुमच्यासाठी फायद्याची गोष्ट ठरू शकेल. प्रत्येक मतदारसंघाच्या गरजेनुसार तुम्ही आपल्या पक्षाचे उमेदवार निवडू शकाल आणि नेमका तिथेच तुम्हांला माझा उपयोग होईल."

"म्हणजे? तुम्ही काय करणार आहात?" चंदिनीनं विचारलं.

"करणार आहात नव्हे, करायला सुरुवातही केली आहे," बेदी चंदिनीच्या बोलण्यातील चूक सुधारत म्हणाला. "उत्तर प्रदेशातील पंच्याऐंशीपैकी प्रत्येक

मतदारसंघात निवडला जाणारा आदर्श उमेदवार कसा असावा, याची इत्थंभूत माहिती गोळा करण्याची जबाबदारी गंगासागरजींनी गेल्या वर्षीच माझ्यावर सोपवली. तीच माहिती आता मी तुमच्यासमोर सादर करणार आहे.''

* * *

''तुमच्यापाशी एकूण पंच्याऐंशी मतदारसंघ आहेत – खेरी, थौराहरा, बिजनोर, अमरोह, मोरादाबाद, रामपूर, संभळ, बदायू...''

आपल्या यादीतील एकेक मतदारसंघांची नावं तो पद्धतशीरपणे धडा धड वाचत होता. नावासोबत, तिथली एकूण लोकवस्ती, साक्षरतेचं प्रमाण, लोकांचं वेगवेगळ्या वयोगटातील वर्गीकरण, लिंग विभाजन, वेगवेगळ्या जाती, धर्म व वांशिकतेची टक्केवारी, लोकांचा प्रमुख व्यवसाय यासंबंधीची सत्य परिस्थिती व आकडेवारीही तो सांगत व दाखवत होता. मेजर बेदीकडे असलेली क्षमता एखाद्या संगणकाच्या तोडीस तोड होती.

त्याच्या यादीतील शेवटच्या मतदारसंघाची माहिती दिल्यावर मेजर बेदी म्हणाला, ''उत्तर प्रदेशातील प्रत्येक मतदारसंघात नेमक्या कुठल्या घटकाचं सामाजिक वर्चस्व आहे, हा मूलभूत प्रश्न अजून कोणत्याच राजकीय पक्षाला सोडवता आलेला नाही. मी मात्र हाच मापदंड समोर ठेवून प्रत्येक मतदारसंघाचं विश्लेषण केलं आहे.''

''सामाजिक वर्चस्व? म्हणजे तुम्हांला जातींचं वर्चस्व, असं म्हणायचंय?'' इक्रमनं विचारलं.

''केवळ जातच नव्हे. जात, लिंग, धर्म, वय आणि आर्थिक क्षमता, हे सर्व घटक सामाजिक वर्चस्वासाठी कारणीभूत ठरलेले असतात. एक गोष्ट समजून घेण्याचा प्रयत्न करा. इथे असा एकही मतदारसंघ नाही की जिथे केवळ एकाच गटाच्या वर्चस्वाचा आधार घेऊन विजय मिळवता येईल. उदाहणार्थ, पश्चिम उत्तर प्रदेशातील मीरत हा मतदार संघ आपण विचारात घेऊ. तिथे जाट समाजाचं आधिक्य आहे. तिचा जाटभूमी असा अनेकदा उल्लेख केला जातो; पण प्रत्यक्षात मीरतमध्ये जाट जमातीची किती लोकं आहेत? फक्त दहा टक्के! मला सांगा, या दहा टक्क्यांच्या भरवशावर तुम्ही निवडणूक जिंकू शकाल का?'' बेदीनं विचारलं.

'''मग तिथे विजय मिळवण्यासाठी काय करावं लागेल, म्हणजे उदाहरणार्थ मीरतबद्दल?'' गंगासागरजींनी प्रश्न केला.

''गंगासागरजी, आपण जातीय समीकरणापलीकडे पाहायला हवं,'' बेदीनं सुचवलं.

''मीरतची लोकसंख्या पाच लाख आहे. शहरात बासष्ठ टक्के हिंदू, पस्तीस

टक्के मुस्लीम, तीन टक्के शीख राहतात, तर ख्रिश्चन व जैन समाजाचं प्रमाण प्रत्येकी अर्धा टक्का आहे. लोकसंख्येमध्ये पुरुषांचं प्रमाण त्रेपन्न टक्के आहे आणि एकूण बहात्तर टक्के लोक साक्षर आहेत. उत्तरप्रदेशच्या मानाने हे प्रमाण खूपच जास्त आहे.''

''म्हणजे मीरत मतदारसंघासाठी सुशिक्षित हिंदू पुरुष हा आदर्श उमेदवार ठरू शकेल?'' चंदिनीनं विचारलं.

''नाही. याचं मुख्य कारण म्हणजे हिंदू लोक कोणा एकाच उमेदवाराच्या पारड्यात एक गठ्ठा मत टाकत नाहीत. जात व अन्य काही गोष्टींचा विचार केल्यामुळे त्यांची मतं विभागली जातात. त्याऐवजी जर कोणी जाट व मुस्लिमांची युती करू शकलं, तर तात्विकदृष्ट्या युतीच्या उमेदवाराला पंचेचाळीस टक्के मतं मिळू शकतात,'' बेदीनं उत्तर दिलं.

''पण जाट आणि मुस्लीम एकाच उमेदवाराला का मतं देतील?'' चंदिनीनं पुन्हा विचारलं.

''चांगला प्रश्न विचारलात. तुम्ही असं गृहीत धरलेलं असणार की इतिहासाच्या काळापासून या दोन समाजात एकमेकांविरुद्ध कट्टर शत्रुत्व आहे आणि त्यामुळे दोन्ही गटातील लोकांना आकर्षित करून घेईल असा उमेदवार शोधणं, ही फारच अवघड गोष्ट आहे. पण तुम्हांला मी अभिमानानं सांगू इच्छितो की मीरत मतदारसंघासाठी मी छाछर समाजातील काही योग्य भावी उमेदवारांना हेरून ठेवलं आहे.''

''पण छाछर का?'' गोंधळलेल्या मेननने विचारलं.

''छाछर हे मुळात जाट होते आणि अनेक वर्षांपूर्वी त्यांनी धर्मांतर करून मुस्लीम धर्म स्वीकारला. त्यामुळे मुस्लीम जाट असलेली व्यक्ती या मतदारसंघात नक्की निवडून येईल,'' सरदार जसपाल आत्मविश्वासानं म्हणाले.

''पण त्याची विजय मिळवण्याची शक्यता अधिक पक्की करण्यासाठी आणखी काय करता येईल?'' गंगासागरनी शांतपणे प्रश्न केला.

''मीरत हे महत्त्वाचं औद्योगिक शहर आहे. तिथे साखरेवर प्रक्रिया करणारे अकरा कारखाने आहेत आणि सत्तर टक्के लोक उसाची लागवड करतात. जर आपला छाछर उमेदवार हा उस पिकवणारा शेतकरी असेल तर आर्थिक निकष लक्षात घेऊन त्याला अनेकांचा पाठिंबा मिळेल. इतर जातीजमातींचे मतदारही त्यालाच मतदान करतील.''

''पण हे सर्व करूनही तुमच्या म्हणण्याप्रमाणे आपल्याला फक्त पंचेचाळीस टक्केच मतं मिळतील. म्हणजे उरलेल्या पंचावन्न टक्के मतांचा प्रश्न तरीही उरतोच,'' मेनन म्हणाला.

''जर उरलेली पंचावन्न टक्के मतं एकाच विरोधी पक्षाच्या उमेदवाराला मिळाली

तरच ती गोष्ट आपल्यासाठी धोकादायक ठरेल. म्हणूनच आता मी आखलेल्या डावपेचांचा पुढचा भाग तुम्हांला सांगतो,'' हातातील टिपणांचे कागद उलटवत, बेदी म्हणाला.

''कुठले डावपेच?'' गंगासागरनी विचारलं.

''रणनीतीचा दुसरा भाग म्हणजे उरलेली पंचावन्न टक्के मतं विभागली जातील याची खात्री करून घेणं.''

''पण खात्री कशी करून घ्यायची?'' इक्रमनं विचारलं.

''सोपं आहे. विद्यमान खासदारांची संपूर्ण माहिती मिळवायची आणि त्याची हुबेहूब प्रतिकृती वाटेल असा आणखी एक अपक्ष उमेदवार तिथे उभा करायचा. आपल्या स्पर्धक उमेदवाराची मतं फोडणं, एवढंच त्याचं काम.''

''म्हणजे आधी आम्हांला मुस्लीम जाट समाजातील उस पिकवणारा शेतकरी उमेदवार शोधायला पाहिजे. त्यानंतर मीरत मतदारसंघातून निवडून आलेल्या सध्याच्या खासदाराला गिळताजुळता असलेला व त्याची मतं फोडणारा आणखी एक माणूस शोधायचा. कठीणच आहे हे,'' इक्रम अडखळत म्हणाला.

''तुमच्यासाठी मी मुख्य उमेदवार शोधून ठेवलाय. त्याचं नाव आहे दौला हसन भट्टी. तो त्रेपन्न वर्षांचा मुस्लीम जाट आहे. तीन पिढ्यांपूर्वी त्याचं कुटुंब मीरतला स्थलांतरित झालं. त्याची पाच एकर शेतजमीन आहे, ज्यात तो उस पिकवतो,'' बेदीनं समजावून सांगितलं.

''पण म्हणजे मला म्हणायचंय की असे एकेक उमेदवार शोधून त्यांना आमच्या पक्षाच्या तिकिटावर उभं राहायची गळ घालत बसायचं का? आधीच आपल्याकडचे बरेच कार्यकर्ते लोकसभेसाठी तिकीट मिळेल या आशेवर रांगा लावून उभे आहेत. त्यांच्यामधून उमेदवार निवडले तर आपलं काम जास्त सोपं नाही का होणार?'' इक्रमनं विचारलं.

''तुम्हांला निवडणूक जिंकायची आहे की नाही? मग तुम्हांला सर्वांत योग्य आणि लायक उमेदवारच निवडायला हवा. त्याहून कमी दर्जाच्या किंवा कमी गुणवत्ता असलेल्या कार्यकर्त्यांमधून उमेदवार मुळीच निवडू नका. मतदारसंघ डोळ्यासमोर ठेवून त्याप्रमाणे सर्वोत्तम उमेदवाराची निवड करा. आता उरलेल्या चौऱ्यांऐंशी आदर्श उमेदवारांची नावं मी तुम्हांला सांगू?'' बेदीनं विचारलं. गंगासागर हे सारं संभाषण शांतपणे ऐकत होते.

* * *

''उत्तर प्रदेशच्या व्यापाऱ्यांनी संप पुकारलाय,'' चंदिनीनं सांगितलं.

''का?'' गंगासागरनी विचारलं.

“उत्तर प्रदेशमधील विक्री कराचे दर खूपच जास्त आहेत. ते कमी करावेत, अशी त्यांची मागणी आहे.”

“हे बघ, त्यांची मागणी आहे म्हणून ते दर कमी करू नकोस. त्यामुळे करापासून राज्याला मिळणारं उत्पन्न कमी होईल. दारुडा मागतो म्हणून आपण त्याला मद्य प्यायला देणार का?”

“तुमचं म्हणणं मला पटतं; पण मी तरी काय करू? संपामुळे सगळे आर्थिक व्यवहारच ठप्प होणार आहेत. जीवनावश्यक वस्तूंचे भाव, आकाशाला जाऊन भिडतील. आपले मतदार संतापतील. काय करायचं तुम्ही सांगा.”

“विक्री कराचे दर आणखी पाच टक्क्यांनी वाढव!”

“आपण नाही असं करू शकत. ते फारच आक्रमक...”

“संप पुकारून त्यांनी आधीच शेवटचं पाऊल उचललंय. आता आणखी ते काय करू शकणार?”

“पण त्यांचा संप आपण कसा मिटवू शकणार?”

“संप मागे घेण्यासाठी त्यांना तीन टक्क्यांची सूट दे. तरीही आपल्याला दोन टक्क्यांचा फायदाच होईल,” पंडितजी गालातल्या गालात हसत म्हणाले.

* * *

“आपल्या राज्य परिवहन मंडळाचे बसचालक मद्याच्या नशेत सुसाट गाड्या चालवतात. गेल्या पंधरवड्यातील ही चौथी अपघाताची घटना आहे,” वर्तमानपत्रात आलेली बातमी गंगासागरना दाखवत, चंदिनी म्हणाली.

“ज्यांच्या हातून गुन्हा घडलाय, त्या चालकांना आपण बडतर्फ का करत नाही?” गंगासागरनी विचारलं.

“त्यासाठी आधी गुन्हा शाबित व्हावा लागतो. न्यायालयातील दावे वर्षानुवर्षं चालू राहतात.”

“तर मग या समस्येवर एकच रामबाण उपाय आहे.”

“कोणता?”

“चालकांच्या पगाराची रक्कम त्यांच्या पत्नींकडे सुपूर्द करा. त्या आपल्या नवऱ्यांना दारू पिण्यासाठी त्यातला एक छदामही देणार नाहीत. परिवहन आयुक्तांना तसा आदेश काढायला सांगा. मद्य पिऊन गाडी चालवणाऱ्यांची संख्या निम्म्यावर येईल.”

* * *

“कर्ज थकबाकीमुळे आपल्या प्रादेशिक बँकांची अवस्था अगदी बिकट झाली आहे,” लेखानियंत्रकानं पाठवलेलं वित्त-विवरण पत्रक गंगासागरना दाखवत चंदिनी

म्हणाली.

"थकबाकीदार कोण आहेत?"

"शेतकरी, व्यवसायिक, व्यापारी, गृह कर्जदार आणि क्रेडिट कार्डावर अनाठायी खर्च करणारे लोक. आपण ह्या रकमा वसूल करू शकलो नाही तर एक दिवस उत्तर प्रदेशातील बँका कोसळतील."

"शेतकऱ्यांना बाजूला ठेवा. अपुऱ्या पावसामुळे यावर्षी पीक कमी आलंय. त्यांना कर्जफेडीची मुदत वाढवून द्या आणि कर्जावरील व्याज माफ करा."

"बाकीच्यांचं काय?"

"बाकीचे सहज कर्ज फेडू शकतील. आपल्या राज्य बँकांचा कर्जवसुलीचा कारभार फारच गलथान आहे. त्याचाच हे लोक फायदा उठवतायत."

"पण आपल्याकडे न्यायालयात धाव घेण्याखेरीज दुसरा पर्याय तरी कुठे आहे? आणि तो मार्ग वेळखाऊ आणि खर्चाचा आहे. केसचा निकाल लागायला बरीच वर्षं लागतात."

"सचला देवीला, तुझी कर्ज वसूल करायला सांग."

"कोण?"

"सचला देवी. लखनौमधील तृतीय पंथी लोकांची ती पुढारी आहे. मी तिला तुझी मदत करायला सांगतो."

"पण मी एका तृतीय पंथी व्यक्तीची का म्हणून मदत घेऊ?"

"कारण तिच्याकडे अशा लोकांची मोठी टोळी आहे. दिवसभर ते गावभर भटकत घरांसमोर किंवा दुकानांसमोर टाळ्या वाजवत मोठ्याने ओरडत असतात.."

"नाही. ते फक्त लग्न, बारसं नाहीतर उद्‌घाटनाच्या प्रसंगीच तसं करतात. दैव अनुकूल होण्यासाठी लोक त्यांना पैसे देतात."

"छे. छे. त्यांच्यापासून केवळ सुटका करून घेण्यासाठी लोक त्यांना पैसे देतात."

"बरं मग?"

"जे थकबाकीदार आहेत, त्यांच्या घराबाहेर किंवा कार्यालयाच्या बाहेर सचला देवीच्या टोळीतील लोक उभं राहून गोंधळ घालतील. त्यामुळे हे जे कर्जबुडवे आहेत त्यांची आपल्या मित्रांसमोर आणि शेजाऱ्यांसमोर नाचक्की होईल. मग स्वत:चीच लाज वाटून ते बँकेत कर्जाची रक्कम भरायला येतील. सचला देवीला सांग की ती आपल्याला जेवढी कर्जवसुली करून देईल, त्याच्या दहा टक्के रक्कम तिला मिळेल."

* * *

मंत्रिमंडळाची बैठक खूपच लांबली होती. चहा आणि खाद्यपदार्थ थंड झाले असले तरी बैठकीत मात्र गरमागरम चर्चा सुरू होती. पंतप्रधान कार्यालय हे दक्षिण विभाग, रायसीना टेकडी येथे होतं. कार्यालयातील मंत्रिमंडळ दालनात बैठक बोलावली होती. ती खोली नेहमीच उत्तम प्रकारे सजवलेली असायची. फुलदाण्यांमध्ये रोज ताजी फुलं ठेवली जायची. खोलीत स्फोटक पदार्थ लपवले गेले आहेत का याची तपासणी करण्यासाठी दर काही तासांनी सुरक्षारक्षक, प्रशिक्षित कुत्र्यांना खोलीच्या कानाकोपऱ्यात घेऊन जायचे. पंतप्रधान कार्यालयातील आसन व्यवस्था साधी, सरळ होती. सहा सहसचिव तळमजल्यावर बसायचे आणि स्वत: पंतप्रधान व त्यांचे काही निवडक अधिकारी व सल्लागार यांची बसण्याची व्यवस्था पहिल्या मजल्यावर केली होती. पंतप्रधान कार्यालयाचं एक वेगळंच वैशिष्ट्य होतं. तेथील प्रत्येक खोलीत कागद छाटणी यंत्र ठेवलेलं होतं. कागदपत्रांच्या गुप्ततेबद्दल पंतप्रधान अतिदक्ष होते आणि अर्थातच ते योग्यही होतं. प्रदीर्घ काळ सुरू असलेल्या त्या बैठकीचं कारण म्हणजे कुणी एक मूर्ख माणूस त्या कागद छाटणी यंत्राचा वापर करायला विसरला होता.

बैठकीमध्ये तो आक्षेपार्ह परिच्छेद पुन्हा पुन्हा वाचला जात होता. ‘भारतीय संविधानाच्या १५ व १६ या कलमानुसार प्रत्येक भारतीय नागरिकाला कायद्याने स्वातंत्र्य व समता यांची हमी दिलेली आहे. १९५०ला जेव्हा भारताची ही राज्यघटना तयार करून अंमलात आणली गेली तेव्हा समाजातील जे घटक मागासलेले असतील, त्यांच्यासाठी विशेष आरक्षण देण्याची त्यात तरतूद केली होती. ज्यांनी ही घटना तयार केली होती, त्यांना असा विश्वास होता की अशी तरतूद करणं, हा तात्पुरता उपाय आहे आणि त्याची जास्तीत जास्त दहा वर्षं आवश्यकता भासेल. परंतु अनेक दशकं उलटून गेल्यावरही आरक्षणाची गरज अजून संपलेली दिसत नाही. याचाच अर्थ असा की अनुसूचित जाती, जमाती व इतर मागासवर्गीयांना मुख्य धारेमध्ये आणण्यात, भारताने इतक्या वर्षांत फारशी प्रगती केलेली नाही, त्यामुळे आरक्षण धोरण पुन्हा एकदा तपासून त्याचा मूळ हेतू साध्य झाला की नाही हे ठरवण्याची हीच योग्य वेळ नव्हे का?’

आरक्षण धोरणाचा पुनर्विचार करण्याची पंतप्रधानांची मुळीच इच्छा नव्हती. त्यांना ठाऊक होतं की ते एक दारुगोळा भरलेलं पिंप आहे, कुठल्याही बाजूला नेलं तरी स्फोट होणं, अटळ आहे. आरक्षण रद्द करण्याचा निर्णय घेतला तर आरक्षणामुळे ज्यांना लाभ होणार होता, ते निषेध करत रस्त्यावर उतरले असते आणि आरक्षणाचं धोरण आहे, तसं पुढे राबवण्याचं ठरवलं तर आरक्षणामुळे ज्यांचं नुकसान होणार होतं, असे लोक त्याला विरोध करणार होते. त्यामुळे कोणत्याही परिस्थितीत सरकारची सरशी होण्याची शक्यताच नव्हती. आरक्षणावर

स्वत:चं असं काही धोरण राबवायचं नाही, हेच धोरण पंतप्रधानांनी मनाशी पक्कं केलं होतं.

ज्या कागदामुळे वादळ निर्माण झालं, ते पंतप्रधानांच्या सल्लागारांनी तयार केलं होतं. आरक्षणाच्या प्रश्नावरून विरोधक लोकसभेत आवाज उठवतील व त्याबद्दल पंतप्रधानांना निवेदन करण्यास भाग पाडतील, या अपेक्षेनं त्यांनी आधीच तयारी केली होती. पण कागद छाटणी यंत्राचा उपयोग करून तो कागद नष्ट करायला मात्र ते विसरले होते. तो वादग्रस्त परिच्छेद कुणा गुप्तहेरानं दक्षिण विभागातून उत्तर विभागात पोहोचवला. तिथून तो हिंदुस्थान टाईम्सच्या संपादकीय कार्यालयात जाऊन पोहचला. दुसऱ्या दिवशी पंतप्रधान वादळाच्या भोवऱ्यात सापडले होते.

''प्रसारमाध्यमं आता या बातमीवर आपली प्रतिक्रिया मागतायत,'' मुख्य सचिव म्हणाला.

''ते तर त्यांचं कामच आहे. मी त्यांना कालच झालेल्या नव्या इस्पितळाच्या पायाभरणी समारंभाची मोठी बातमी पाठवली, पण त्यांनी त्याकडे दुर्लक्ष केलं. नव्या शैक्षणिक सुधारणा धोरणाविषयीची त्यांना इत्थंभूत माहिती दिली, त्याकडे त्यांनी कानाडोळा केला. शांतता व स्थैर्याच्या या नव्या कालखंडाचं स्वागत करण्यासाठी गेल्या आठवड्यात परदेशी प्रतिनिधींचं मंडळ भारतात आलं होतं. त्यांची छायाचित्रं मी पत्रकारांना दिली, पण त्यातही त्यांना रस नव्हता. फक्त हा जो वादग्रस्त परिच्छेद त्यांच्या हाती पडला... जो मुळात लिहिलाच जायला नको होता... त्यावर मात्र सगळे जण गिधाडांसारखे तुटून पडले,'' पंतप्रधान संतापानं उद्गारले.

''अं... हो...'' अर्थमंत्र्यांनी बोलायला सुरुवात केली.

''काय म्हणायचंय तुम्हांला? तुमचा घसा खाकरत बसल्याचा आवाज मला ऐकायचा नाही,'' पंतप्रधान अधिकच चिडून म्हणाले.

''अं... हो... म्हणजे... मला असं वाटतं की आणखी बदनामी टाळण्यासाठी आपण आरक्षणाच्या मुद्द्याला झाकोळून टाकेल अशी एखादी स्फोटक बातमी, पत्रकारांना पुरवायला हवी,'' वृद्धत्वाकडे झुकू लागलेले अर्थमंत्री म्हणाले.

''कोणती स्फोटक बातमी?'' पंतप्रधानांनी विचारलं.

''पाकिस्तानविरुद्ध युद्ध सुरू झाल्याची?'' परराष्ट्रमंत्री मध्येच म्हणाले.

''म्हणजे पेपरात आलेली ही छोटी बातमी दडपवण्यासाठी पाकिस्तानविरुद्ध युद्ध पुकारल्याचं मी जाहीर करावं, असं तुम्ही सुचवताय? तुमची डोकी ठिकाणावर आहेत ना?'' पंतप्रधान कडाडले.

बराच वेळ कोणीच बोललं नाही. मग गृहमंत्री उठत म्हणाले, ''युद्ध पुकारलंय,

असं जाहीर करण्याची आवश्यकता नाही. भारत-पाकिस्तान सीमेवर काही चकमकी घडल्या, एवढंच वृत्त त्यांच्यापर्यंत पोहोचवायचं. त्या बातमीनं सगळ्या वार्ताहरांच्या अंगात उत्साह संचारेल."

"एका हातानं टाळी वाजत नाही," पंतप्रधान म्हणाले. "पाकिस्तानही आपल्या वृत्ताला दुजोरा देईल, असं कसं वाटलं तुम्हांला?"

"पाकिस्तान नक्कीच ही गोष्ट मान्य करेल. त्यांच्या अंतर्गत राजकीय परिस्थितीचा पार बट्ट्याबोळ उडालाय. ही बातमी ऐकून त्यांना हायसं वाटेल. पाकिस्तान जनतेला युद्धाच्या कथांमध्ये रमवून, त्यांचं लक्ष देशातील परिस्थितीपासून विचलित करणं, हा तर त्यांचा नित्याचाच खेळ आहे," परराष्ट्रमंत्री म्हणाले.

"पण मग आपणही जनतेची दिशाभूल करत आहोत, असा आरोप पत्रकारमंडळी आपल्यावरही करू शकतील ना?" पंतप्रधानांनी विचारलं.

"साहेब, काही वेळा खूप स्पष्टीकरणं देत बसण्यापेक्षा एखादी किरकोळ चूक केलेली परवडते," मुख्य सचिव म्हणाला. त्याच्या म्हणण्यावर अर्थमंत्री, गृहमंत्री व परराष्ट्रमंत्र्यांनी माना डोलावत होकार दिला. संरक्षणमंत्र्यांनी मात्र काहीच प्रतिक्रिया व्यक्त केली नाही.

* * *

"ज्या वेळी युद्धसदृश्य परिस्थिती निर्माण होते त्या वेळी जे सरकार सत्तेत असेल त्याच्याविषयी जनतेला सहानुभूती वाटू लागते. नेहमीच हे असं घडतं. कालपर्यंत सरकारला उघडं-नागडं करू पाहणारे लोक अचानक देशभक्त होतात!" अग्रवालजी गंगासागरना म्हणाले. त्यांच्या बंगल्यामागच्या बागेत चौघे जण भोजन करत होते. इक्रम व चंदिनीलाही तिथे बोलावलं होतं.

"आपली अब्रू वाचवायचा ते प्रयत्न करतायत. बाकी काही नाही," कोबी पराठ्याचा मोठा तुकडा तोंडात कोंबत, इक्रम म्हणाला.

"शहाणा माणूस आपली कमकुवत बाजू झाकून ठेवतो, तर अधिक शहाणा माणूस आपली अब्रू सांभाळतो," गंगासागर म्हणाले.

"म्हणजे?"

"पंतप्रधान कार्यालयातून आपण आरक्षणाची बातमी फोडून पत्रकारांकडे दिली. त्यामुळे हे सारं घडलं. पंतप्रधानांनी युद्धाची शक्यता वर्तवून जनतेत घबराट निर्माण करण्याचा प्रयत्न केला; पण त्यामुळे ते आपसूकच आपल्या जाळ्यात ओढले गेले. आता त्यांनी केलेल्या प्रत्येक संरक्षण कराराची छाननी केली जाईल. मुख्यत: मॅजेस्टिक म्युनिशन्सची."

"का?"

"कारण मजेस्टिक म्युनिशन्सकडून मोठ्या प्रमाणात रायफल्सची खरेदी करण्यात आली आणि आपण सोमाणीला केलेल्या सूचनेप्रमाणे कंपनीचे दोन टक्के समभाग आता साध्वीच्या नावावर आहेत. साध्वी ही पंतप्रधानांची अनौरस मुलगी आहे. त्यामुळे पंतप्रधानांची प्रतिमा मलिन करणारी ही गोष्ट आहे. नाही का?" खारी लस्सीचा ग्लास संपवत गंगासागर म्हणाले.

"पण त्यामुळे आपण सोमाणींना दुखवणार आहोत. मॅजेस्टिकमध्ये त्यांनी बरंच भांडवल गुंतवलंय," चंदिनीनं विरोधी सूर लावला, "तो आपल्याकडे नुकसानभरपाईची मागणी करेल."

"हे बघ चंदिनी, रायफल्सचा सौदा पक्का झाल्यावर मी त्याला लवकरात लवकर मॅजेस्टिकचे सर्व समभाग विकून टाकायचा सल्ला दिला होता. तीन दिवसांपूर्वी त्यानं त्यातील बराच हिस्सा विकल्याचं मला सांगण्यात आलं," गंगासागर म्हणाले.

"मग आता आपण कशी खेळी करायची?" पुडिंग खात इक्रमनं विचारलं.

"आपल्या त्या चतुर पत्रकाराला बोलावून पंतप्रधानांचं सिंहासन हादरवून टाकण्याची जबाबदारी त्याच्यावर सोपवायची. अशी नामी संधी तो सोडणार नाही. त्यालाही कधीपासून साध्वी प्रकरण उजेडात आणायचंय. आपल्या परवानगीची तो फक्त वाटच पाहतोय. हो ना?"

"हो."

"पण ती अनौरस मुलगी असल्याबद्दल एक शब्दही छापून येता नये," गंगासागरनी बजावलं.

"असं का म्हणतोस तू गंगा? तुझ्या मनात तिच्याबद्दल इतका कळवळा असेल, असं मला वाटलं नव्हतं," अग्रवालजी थट्टा करत म्हणाले.

"मला मुळीच कळवळा वाटत नाही. माझ्या मते अशी माहिती ही धनाइतकी मूल्यवान असते. ती मूर्खासारखी खर्च करून बसण्यापेक्षा बँकत शिल्लक ठेवणं, शहाणपणाचं असतं," गंगासागर म्हणाले, "चंदिनी मला वाटतं आपल्या अपेक्षेपेक्षा लोकसभेच्या निवडणुका आधीच जाहीर होतील," बोलता बोलता गंगासागर जोरात हसले. हसल्यामुळे त्यांना ठसका लागला. त्यांनी पाण्याचा मोठा घोट घेतला आणि पुन्हा जोरजोरात हसू लागले. पंडितजींना असं अनावर हसताना कुणी पाहिलं नव्हतं.

"एवढं विनोदी काय घडलंय?' इक्रमनं विचारलं.

"पंतप्रधान. मला अचानक ते विवस्त्रावस्थेत दिसू लागले."

* * *

"आम्ही असं ऐकलंय की त्या रोज तुम्हांला भेटतात. आम्हांला यावर तुमची बाजू ऐकायची आहे."

"मला काही सांगायचं नाही."

"असं म्हणतात की त्या भागधारक असल्यामुळे मॅजेस्टिक कंपनीला रायफल्सचं कंत्राट मिळालं. खरं आहे का हे?"

"मी प्रतिक्रिया देऊ इच्छित नाही."

"त्यांच्यापाशी दैवी शक्ती आहे. ही गोष्ट खरी आहे का? त्या शक्तीचा उपयोग करून त्यांनी तुम्हांला पंतप्रधानपद मिळवून दिलं?'

"काही बोलायचं नाही, मला."

"तुम्ही दोघे एकांतात असता, तेव्हा काळ्या जादूचा सराव करता?"

"मला काही सांगायचं नाही."

"त्या मंत्रिमंडळाच्या बैठकीला उपस्थित असतात? त्यांच्या सूचनेप्रमाणे तुम्ही निर्णय घेता?"

"मला यावर काही बोलायचं नाही."

"त्या तुमच्या रखेल आहेत का?"

"मी प्रतिक्रिया देऊ इच्छित नाही."

पंतप्रधान झटकन आपल्या गाडीत जाऊन बसले आणि त्यांनी सुटकेचा निःश्वास सोडला. आजचा दिवस काही चांगला दिसत नाही, ते स्वतःशीच म्हणाले.

* * *

"पंतप्रधानांना आता राजिनामा देण्याशिवाय पर्यायच उरलेला नाही. त्यानंतर त्यांच्या पदासाठी चुरस निर्माण होणार आणि त्या शर्यतीत अर्थमंत्री, गृहमंत्री व परराष्ट्र मंत्री हे तिघेही उतरणार," गंगासागर म्हणाले.

"आणि शर्यत कोण जिंकेल?" चंदिनीनं विचारलं.

"कोणीच नाही. दोघांच्या भांडणात नेहमी तिसऱ्याचा लाभ होतो."

"हा तिसरा कोण?"

"संरक्षण मंत्री."

"पण त्यांना तर सगळे जण मूर्ख म्हणतात!" चंदिनी पुटपुटली.

"मला त्याच्याशी काही देणंघेणं नाही. उत्तर प्रदेशमधून लोकसभेसाठी ते उमेदवारांची अंतिम यादी कधी जाहीर करतात, त्यात फक्त मला रस आहे."

"त्या यादीत तुम्हांला कोण उभं राहायला हवंय?"

"सर्व विद्यमान खासदार."

"का?"

"राजकीय व्यक्ती ह्या लंगोट्यांसारख्या असतात... त्या वारंवार बदलाव्या लागतात. ह्या वेळी प्रस्थापित सरकारच्या विरुद्ध लाट उठणार आहे आणि त्या लाटेत हे सगळे विद्यमान खासदार वाहून जाणार आहेत."

* * *

"अभानस पक्षानं दिल्लीतील सत्ताधारी पक्षाबरोबर निवडणुकीच्या आधीच युती करायला नको का?" चंदिनीनं विचारलं.

"मुळीच नको!" गंगासागर उद्गारले.

"का नको? उलट संरक्षणमंत्र्यांची तशी मागणी आहे."

"असू दे ना. आपण त्याबद्दल नंतर निर्णय घेऊ."

"का? आपण कोणाबरोबर युती करायची, हे अजून ठरवलं नाही का?"

"आपण नक्कीच ठरवलंय."

"कोणत्या पक्षाबरोबर?"

"जिंकून येणाऱ्या पक्षाबरोबर... मुली... जो निवडणूक जिंकेल त्याच्याबरोबर."

* * *

"त्यांना एका मोठ्या यशाची गरज आहे... म्हणजे सर्वांच्या नजरा त्यांच्याकडे वळतील," गंगासागर म्हणाले.

"तुम्ही संरक्षण मंत्र्यांबद्दल बोलताय का? पण आपल्याला पंतप्रधान बनण्याची जराही महत्त्वाकांक्षा नाही, असं तेच तर म्हणतायत," चंदिनी म्हणाली.

"आपल्या शुभेच्छुकांनी जरी आग्रह धरला तरी मी माझं नाव पुढे जाऊ देणार नाही, असं जर ते म्हणाले असते, तर प्रश्न निर्माण झाला असता."

"पण एक गोष्ट मला समजत नाही की पंतप्रधान, अर्थमंत्री, परराष्ट्रमंत्री, गृहमंत्री आणि संरक्षण मंत्री हे सगळे एकाच सत्ताधारी पक्षाचे सदस्य आहेत. त्यापैकी कोणीही पंतप्रधान झालं तरी आपल्याला त्यामुळे काय फरक पडणार आहे?"

"नक्कीच फरक पडणार आहे, चंदिनी. त्यामागे एक महत्त्वाचं कारण आहे."

"कोणतं कारण?"

"आपला तरुण भांडवलदार मित्र सोमाणी याचे आपल्या संरक्षणमंत्र्यांशी विशेष लागेबांधे आहेत. मॅजेस्टिक म्युनिशन्सच्या बाबत काय घडलं, हे तुला आठवतंय ना? म्हणून आपल्याला हवं असलेल्या माणसाला ते पद मिळणं, हे आपल्याच हिताचं आहे."

"म्हणजे तुम्हांला वाटतं की पंतप्रधानपदाच्या शर्यतीत तुम्ही संरक्षणमंत्र्यांचं

पारडं जड करू शकता?''

"होय, पण पंतप्रधानपदाचे उमेदवार म्हणून अजून त्यांच्याकडे कुणी गंभीरपणे पाहताना दिसत नाही. त्या पदावर दावा करण्यासाठी त्यांना एखादी जबरदस्त नाट्यमय घटना, मुद्दाम घडवून आणावी लागेल. त्यामुळे त्यांना झटकन विश्वसार्हता आणि लोकमान्यता मिळू शकेल.''

"उदाहाणार्थ?''

"आपण त्यांना एखादं युद्ध जिंकायला सांगू या.''

"कुठे?''

"एनजे ९८४२.''

"हे नाव मी पूर्वी कधीच ऐकलेलं नाही.''

"म्हणूनच तर ते सर्वांत योग्य ठिकाण आहे.''

* * *

भारत आणि पाकिस्तानच्या सीमावादातून ज्या भागात अनेकदा चकमकी झडत असतात, त्यामध्ये एनजे९८४२ हे जगातील सर्वांत उंच असलेलं युद्धभूमीचं ठिकाण आहे. समुद्रसपाटीपासून वीस हजार फुटांपेक्षा उंच व शून्याहून कमी अंश तापमान असलेल्या त्या ठिकाणी दोन्ही देशांचे सैनिक रात्रंदिवस एकमेकांवर जागता पहारा ठेवून असतात. जगातील सर्वोच्च पर्वतरांगांपैकी एक असलेल्या काराकोरममधील सियाचन हिमखंडावर ते ठिकाण आहे. तेथील हवामान नेहमीच प्रतिकूल असतं. तापमान तर उणे चाळीस अंश सेंटिग्रेडपर्यंत खाली उतरतं. अशा वातावरणात शरीराच्या एखाद्या उघड्या भागाचा लोखंड किंवा तत्सम धातूशी स्पर्श झाला तर तो भाग गोंदासारखा त्या धातूला चिकटतो. दरवर्षी तिथे दहा मीटर्स बर्फ वाढत जातो आणि तिथे होणाऱ्या हिमवादळाचा वेग तर एकशे पन्नास नाविक मैलांपर्यंत पोहोचतो.

लेहवरून निघालेल्या एएन-३२ए या लष्करी विमानातून संरक्षण मंत्र्यांनी पाऊल बाहेर ठेवलं आणि अंगात कपड्यांचे पाच थर असूनही ते प्रचंड गारठ्यामुळे कुडकुडले. लष्कराचंच एक अतिशय हलक्या वजनाचं हेलिकॉप्टर त्यांना सोनम टोकावर घेऊन जायला थांबलं होतं. भारतीय लष्करानं त्या अति उंच ठिकाणीही हेलिपॅड बांधलं होतं. हेलिकॉप्टरचा चालक मुद्दामच काही बोलत नव्हता. सोनम टोकावर हेलिकॉप्टर उतरवणं हा एक थरारक अनुभव असणार आहे, हे सांगून त्याला संरक्षणमंत्र्यांच्या मनात आधीपासून भीती निर्माण करायची नव्हती.

सुईसारख्या निमुळत्या बर्फाच्या सुळक्यावरील हेलिपॅडरवर हेलिकॉप्टर थरथरत खाली उतरू लागलं. अतिशय विरळ वातावरणात तरंगताना त्याच्या पंख्याची

पाती आधारासाठी धडपडत होती. मंत्र्यांना दोरखंडाच्या जिन्यानं हेलिकॉप्टरमधून खाली उतरवण्याचा निर्णय चालकाला मूर्खासारखा वाटला, कारण तशी काहीच गरज नव्हती. पण सेना भवन या सरंक्षण मंत्रालयाच्या मुख्य कार्यालयातील बुद्धिमान अधिकाऱ्यांनी एकदा एखादी गोष्ट ठरवली की त्यावर बोलणार कोण, हे एव्हाना त्याला ठाऊक झालं होतं.

हेलिकॉप्टर चालकानं मागे वळून पाहिलं. मनातून घाबरलेल्या मंत्र्यांचं सर्वांग थरथरत होतं आणि कडाक्याच्या थंडीमुळे दात एकमेकांवर आपटत होते. दोरखंडाच्या जिन्यावरून एकेक पाऊल खाली टाकताना संरक्षणमंत्री मनात, त्यांचा मित्र सोमाणीला लाखोल्या वाहत होते, हे बिचाऱ्या चालकाला ठाऊकही नव्हतं आणि ती कल्पना सोमाणीची नसून गंगासागर यांची होती, हे संरक्षणमंत्र्यांना माहीत नव्हतं.

* * *

''युद्ध पुकारलेलंच नव्हतं, तर तो जिंकण्याचा प्रश्नच नव्हता,'' चंदिनी म्हणाली.

''तू जर बारकाईनं पाहिलंस, तर तिथे सतत लढाई सुरूच असते,'' गंगासागर म्हणाले.

''तुम्हांला कुठे लढाई दिसली?''

''वर्तमानपत्रात,'' गंगासागर म्हणाले.

''काहीही.''

''खरी लढाई जिंकायची असते, ती कागदावर – शब्दांचं युद्ध! सैनिक लढतात, ती लढाई नव्हे! आपल्याला तशा किचकट गोष्टींची गरजही नव्हती.''

''माझ्या मनातील किचकट गोंधळ अजून संपलेला नाही.''

''आपण अशी बातमी छापून आणायची की सियाचन येथे तैनात असलेल्या भारत व पाकिस्तान सैन्यात धुमश्चक्री सुरू झाली!''

''पण तसं घडलंय का?'' चंदिनीनं विचारलं.

''घडलं असेलही,'' गंगासागर उत्तरले, ''घडलंच नसणार, असं तरी आपण कुठे खात्रीनं म्हणू शकतो? सियाचनमध्ये रोज एक-दोन बंदुकीच्या फैरी झडतच असतात की.''

''म्हणजे तुमच्या या स्पष्टीकरणाचा असा अर्थ होतो की तिथे कधीही, काहीही घडू शकतं.''

''बरोबर बोललीस. चकमक झाली असेल किंवा नसेल. सत्य परिस्थिती काय आहे, हे कोणीच सांगू शकणार नाही.''

''आणि मग?''

''आपण सोमाणीला सांगून सरंक्षणमंत्र्यांना सियाचिनला आपल्या सैनिकांची

भेट घ्यायला पाठवू. हेलिकॉप्टरमधून दोरखंडाच्या जिन्यानं उतरताना ते सर्वांना दिसले की त्यांना आपोआपच फार मोठी प्रसिद्धी मिळेल. भारतीय सार्वभौमत्व आणि एकात्मतेचा हाच खरा संरक्षक आहे, अशी त्यांची प्रतिमा निर्माण होईल.''

''आणि मग?'

''आणखी एक बातमी छापून आणायची. संरक्षणमंत्र्यांनी भारतीय सैनिकांना स्वत: भेट देऊन त्यांचं मनोबल वाढवल्यामुळे सियाचिन येथील परिस्थिती वेगानं आटोक्यात येऊ शकली.''

''वर्तमानपत्रं अशा खोट्या बातम्यांना थारा देणार नाहीत. त्यांच्या सहज लक्षात येईल की हे प्रसिद्धी मिळवण्यासाठी वापरलेलं तंत्र आहे.''

''पण हीच गोष्ट जर अमेरिकन संरक्षण खात्यातील महत्त्वाच्या विचार गटानं व्यक्त केली असल्याचं, जर आपण सांगितलं तर त्यावर त्यांचा नक्कीच विश्वास बसेल.''

''अशी प्रतिक्रिया आपण कशी मिळवू शकणार?''

''मॅजेस्टिक म्युनिशन्स कंपनी'नं स्ट्रॅटेजिक एशिया रिसर्च डिफेन्स म्हणजे 'सार्ड' कंपनीत मोठी गुंतवणूक केली आहे. आशियातील लष्करी बाबींवर अंकुश ठेवण्यासाठी स्थापन केलेला तो विचार गट आहे. सोमाणीनं कबूल केलंय की मी मागेन तेव्हा मला हवा असेल तसा 'सार्ड'चा अहवाल तो माझ्यासाठी उपलब्ध करून देईल.''

''आणि तो अहवाल खरा असेल?''

''असूही शकेल. पाकिस्तानी सैन्यानं माघार घेतलेली नाही हे तरी कोणाला सिद्ध करता येईल?''

''पण मुळात त्यांनी आक्रमणचं केलं नव्हतं.''

''खरंच? मला तरी ठाऊक नाही. त्यांनी आक्रमण केलंही असेल.''

''म्हणजे हा सगळाच एक मोठा बनाव आहे.''

''असू शकेल. पण कदाचित नसूही शकेल.''

* * *

''संरक्षणमंत्र्यांना पंतप्रधानपद मिळवून दिल्याबद्दल आता सोमाणीची काय मागणी असेल?'' चंदिनीनं विचारलं.

''त्याला आता काहीच नको असेल. आपला मित्रच पंतप्रधान कार्यालयात पोहोचल्यावर सोमाणीला आता सर्व काही मिळालंय. तो मिळालेल्या अनुकूल संधीचा वापर करून आपल्या ज्येष्ठ भागीदाराला रुंगठाला कायमचा धडा शिकवेल,'' गंगासागरनी उत्तर दिलं.

"आणि तसं झालं तरी आपल्याला ते चालणार आहे?"

"राजकारणात कधीच कोणी कोणाचा कायमचा मित्र नसतो किंवा कायमचा शत्रूही नसतो."

"गंगा काका, मी सांगते की मृत्यूनंतर तुम्ही नक्कीच नरकात जाणार."

"तिथे जायची माझी पूर्ण तयारी आहे. माझ्या निर्मात्यांना भेटून मला आनंदच होईल. पण माझं सुदैव म्हणजे तो इतक्या लवकर मला भेटू इच्छित नाही."

* * *

लाल बहादूर शास्त्री भवनातील आपल्या प्रशस्त कार्यालयात चंदिनी बसली होती. समोरच्या कोचावर गंगासागर बसले होते. दोघेही टीव्हीवरच्या बातम्या ऐकत होते. वृत्तनिवेदक सांगत होते :

'राष्ट्रपतींनी आज बुधवारी लोकसभा बरखास्त केली, हा आदेश तत्काळ अमलात येणार आहे. राष्ट्रपतींच्या या आदेशानंतर आता नवं सरकार स्थापन करण्याचा मार्ग मोकळा झाला आहे. नवी लोकसभा या महिन्याअखेरीस अस्तित्वात येईल अशी अपेक्षा आहे. नवे पंतप्रधान म्हणजेच भूतपूर्व संरक्षण मंत्री यांनी केलेल्या शिफारशीनुसार राष्ट्रपतींनी लोकसभा बरखास्तीच्या आदेशावर स्वाक्षरी केली. त्यानंतर झालेल्या मंत्रिमंडळाच्या बैठकीत घेतलेल्या निर्णयाप्रमाणे पंतप्रधान राष्ट्रपती भवनात पोहोचले व त्यांनी राष्ट्रपतींना भेटून मंत्रिमंडळाचा राजीनामा सादर केला. नवीन सरकार स्थापन होईपर्यंत राष्ट्रपतींनी त्यांनाच पंतप्रधानपदाची सूत्रं सांभाळण्यास सांगितलं. राष्ट्रपती व पंतप्रधान यांच्या दरम्यानची बैठक तीस मिनि...'

निवेदकाचं वाक्य अर्धवट तोडत, गंगासागरजींनी टीव्ही बंद केला. "त्या हरामखोर माणसानं शेवटी मुदतपूर्व निवडणुका जाहीर केल्याच. त्यांना वाटतंय की सियाचनमुळे अचानक मिळालेली प्रसिद्धी, त्यांना निवडणुकीमध्ये विजय मिळवून देईल," गंगासागर म्हणाले.

"आपण तर निवडणुकीसाठी तयार आहोत," चंदिनी म्हणाली, "निवडणुकीची तारीख सहा महिने आधी जाहीर केली तरी त्यामुळे आपल्याला काय फरक पडणार आहे? गेली दोन वर्षं आपण याचीच तयारी करण्याशिवाय दुसरं काही केलेलं नाही."

"तसं असलं तरी आता प्रसारमाध्यमांतून जे मत सर्वेक्षण जाहीर होईल, त्यात उत्तरप्रदेश राज्यामधून आपला पक्ष आघाडीवर दिसणं, फार महत्त्वाचं असेल," गंगासागर म्हणाले.

"जनमतावर आपण नियंत्रण ठेवू शकत नाही," चंदिनी म्हणाली.

"जनमत असं काही नसतंच. ते केवळ वृत्तपत्रांनी छापून आणलेलं मत

असतं, म्हणूनच त्यांनी छापून आणलेला जनमतांचा कौल, आपल्या बाजूनं असेल याची आधीपासूनच त्यांच्याकडून हमी घेऊन ठेवावी लागते.''

''अशी हमी कशी घेता येईल?'' चंदिनीनं विचारलं. ''जनमताचं सर्वेक्षण हे नेहमी वृत्तपत्रं व मासिकांमार्फत घेतलं जातं. आणि ती काही आपल्या मालकीची नाहीत.''

''तुझ्या एखाद्या खासगी कंपनीतर्फे ते सर्वेक्षण करून घे. वृत्तपत्रं अशा प्रकारच्या खास महितीसाठी नेहमी टपलेलीच असतात. हे सर्वेक्षण आपणच केलं असा दावा करण्याची जोपर्यंत त्यांना मुभा दिलेली असते, तोपर्यंत तो मजकूर ते अगदी आनंदानं छापायला तयार होतात.''

''आपण सर्वेक्षण केलं तरी त्याचा निकाल काय असेल, यावर तर आपण नियंत्रण नाही ना ठेवू शकत?''

''पत्त्यांची जादू करणाऱ्याच्या हातात जे चौथं पान असतं ना, त्याचा उपयोग कर.''

''म्हणजे काय असतं ते?''

''पत्त्यांची जादू दाखवणारा माणूस आधी पत्ते पिसतो आणि त्यातील एक पत्ता तुम्हांला जेव्हा तो उचलायला सांगतो, तेव्हा तुम्ही कोणता पत्ता उचलणार, हे त्याला आधीच ठाऊक असतं आणि तुम्हीही त्याला हवा तोच पत्ता उचलता. मत सर्वेक्षणाचा प्रकार असाच असतो. प्रश्नांची रचना अशी करायची की समोरचा माणूस तुम्हांला अपेक्षित असलेलंच उत्तर देईल.''

''पण चौथा पत्ता म्हणजे काय?''

''ज्या विषयासंदर्भात सर्वेक्षण करायचं असेल त्याविषयीचे फक्त चार प्रश्न आपण निवडलेल्या व्यक्तींना विचारायचे. आणि मग त्यातील पहिले तीन प्रश्न छापायचेच नाहीत. फक्त चौथ्या प्रश्नाचं लोकांनी दिलेलं उत्तर, तेवढं प्रसिद्ध करायचं. तेवढंच फक्त आपल्या सर्वेक्षणाशी सुसंबद्ध असतं.''

* * *

निवडणुकीचं सर्वेक्षण करणाऱ्या स्त्रीनं किराणा मालाच्या दुकानातून बाहेर पडणाऱ्या एका महिलेला थांबवलं.

''पहिला प्रश्न : पुरुषांनी लिंगभेद करून, आपलं शोषण व आपल्यात भेदभाव निर्माण केला, असं एक स्त्री म्हणून आपल्याला वाटतं का?''

''होय.''

''दुसरा प्रश्न : पुरुषांनी सर्व सत्ता आपल्या हाती एकवटून सर्व स्त्रियांचं फार मोठ्या प्रमाणात नुकसान केलं, असं आपलं मत आहे का?''

"होय."

"तिसरा प्रश्न : केवळ राज्यांतच नव्हे तर आता केंद्रातील सर्वोच्च पदावर एखाद्या सक्षम महिलेची निवड करण्याची आता वेळ आली आहे, असं आपल्याला वाटतं का?"

"होय."

"प्रश्न चौथा : चंदिनी गुप्तांनी स्त्रियांना मोठ्या प्रमाणात प्रतिनिधित्व मिळवण्यासाठी चळवळ उभारली, तर तुम्ही त्यांना पाठिंबा द्याल का?"

"होय."

* * *

ब्राह्मण मुलाखतकार एका ब्राह्मण शिक्षकाला प्रश्न विचारत होता.

"पहिला प्रश्न : राजकारण्यांनी समाजातील वरच्या जातीकडे दुर्लक्ष केलं, असं एक ब्राह्मण व्यक्ती म्हणून आपल्याला वाटतं का?"

"होय."

"दुसरा प्रश्न : शिक्षण व नोकरी या क्षेत्रात आरक्षण आणल्यामुळे ब्राह्मणांना रोजगाराच्या संधी गमवाव्या लागत आहेत असं आपलं मत आहे का?"

"हो."

"तिसरा प्रश्न : ब्राह्मणांच्या हक्कासाठी कोणीतरी आवाज उठवायची आता वेळ आली आहे, असं आपल्याला वाटतं का?"

"होय."

"चौथा प्रश्न : ब्राह्मणांवर झालेल्या अन्यायाविरुद्ध जर चंदिनी गुप्तांनी आवाज उठवला तर आपण त्याला पाठिंबा द्याल का?"

"होय."

* * *

दलितांचं सर्वेक्षण करणारा प्रतिनिधी झोपडपट्टीत गेला होता. त्यानं एका दलित गृहस्थाला विचारलं :

"पहिला प्रश्न : दलितांना वर्षानुवर्षं झालेल्या भेदभाव व अस्पृश्यतेची वागणूक मिळत राहिल्यामुळे ते आजही असुरक्षित जीवन जगत आहेत, असं एक दलित व्यक्ती म्हणून आपल्याला वाटतं का?"

"होय."

"दुसरा प्रश्न : शिक्षण व नोकरी या क्षेत्रात अनुसूचित जाती व जमातींना अधिक आरक्षण मिळायला हवं, असं आपलं मत आहे का?"

"होय."

"तिसरा प्रश्न : दलितांना मोठ्या प्रमाणावर प्रतिनिधित्व मिळण्याची आज निकड निर्माण झाली आहे, असं आपल्याला वाटतं का?"

"होय."

"चौथा प्रश्न : दलित विकासाला प्राधान्य व प्रोत्साहन द्यायची चळवळ, जर चंदिनी गुप्तांनी उभारली तर त्याला आपण पाठिंबा देणार का?"

"होय."

* * *

तरुण निवडणूक सर्वेक्षण प्रतिनिधी एका महाविद्यालयीन विद्यार्थ्याला भेटला.

"पहिला प्रश्न ; देशाच्या भवितव्याची आखणी करताना, युवा शक्तीचा आवाज नाकारण्यात व दडपण्यात आला, असं एक तरुण विद्यार्थी म्हणून तुला वाटतं का?"

"होय."

"दुसरा प्रश्न : वृद्ध राजकीय सत्ताधाऱ्यांनी मोठी वित्तीय तूट निर्माण केल्यामुळे तरुण पिढीची आर्थिक सुरक्षाच जणू गहाण ठेवली गेली आहे, असं तुझं मत आहे का?"

"होय."

"तिसरा प्रश्न : देशकारभाराच्या सहभागात आता तरुणांना मोठ्या प्रमाणात प्रतिनिधित्व द्यायची वेळ आहे, असं तुला वाटतं का?"

"होय."

"चौथा प्रश्न : देशहिताच्या दृष्टिकोनातून जर तरुणांची संघटना नियंत्रित करण्यात चंदिनी गुप्ता यांनी पुढाकार घेतला, तर त्याला तू पाठिंबा देशील का?"

"होय."

* * *

मुस्लीम मुलाखतकार मशिदीच्या बाहेर उभा होता. शुक्रवारचा नमाज नुकताच संपला होता.

"पहिला प्रश्न : हिंदू बहुसंख्य राष्ट्रामध्ये आपण अल्पसंख्य आहोत याची एक मुस्लीम म्हणून आपल्याला चिंता वाटते का?"

"होय."

"दुसरा प्रश्न : आजपर्यंत सत्तेत असलेल्या सरकारांनी मुस्लीम समाजाच्या विकासाकडे दुर्लक्ष केलं, असं आपलं मत आहे का?"

"होय."

"तिसरा प्रश्न : मुस्लिमांनी त्यांच्या बाजूनं बोलणाऱ्या व्यक्तीला निवडून

द्यायची वेळ आता आली आहे, असं तुम्हांला वाटतं का?''

''होय.''

''चौथा प्रश्न : मुस्लीम समाजाचे प्रश्न प्राधान्यानं सोडवण्यासाठी चंदिनी गुप्ता यांनी पुढाकार घेतला तर त्यांना तुम्ही पाठिंबा द्याल का?''

''होय.''

* * *

संध्याकाळच्या बातम्या बघताना चंदिनी मनातून खूश झाली होती. 'या आठवड्याच्या सुरुवातीला नुकत्याच जाहीर झालेल्या लोकसभा निवडणुकीच्या पार्श्वभूमीवर ऑबझर्व्हर या वृत्तपत्रानं आपल्या जाचौपा गटातर्फे उत्तर प्रदेश मतदारांचा कौल जाणून घेण्याचा प्रयत्न केला. त्या सर्वेक्षणात असं दिसून आलं की केंद्र सरकारच्या उदासीन कारभाराबद्दल जनता नाराज आहे. अभानस पक्ष व चंदिनी गुप्ता यांनी केंद्रात सरकार स्थापनेच्या दृष्टीनं घेतलेल्या भूमिकेला मात्र त्यांनी एकमुखी पाठिंबा दर्शवला आहे. जाचौपानं केलेल्या सर्वेक्षणातील आणखी महत्त्वाची गोष्ट म्हणजे अभानसला पाठिंबा देण्याबाबत सर्व धर्म, जाती, लिंग व वयोगटातील लोकांमध्ये एकमत आढळून आलं. ''बहुसंख्य मतदारांनी व्यक्त केलेल्या मतानुसार चंदिनी गुप्ता यांच्या नेतृत्वाखालील अभानस पक्ष हा केंद्र सरकारमध्ये उत्तम कामगिरी बजावेल याची त्यांना खात्री वाटते,'' असं सांगून जाचौपाच्या प्रवक्त्यानं काल त्यांच्या मत चाचणीचा निकाल जाहीर केला.

* * *

''जाचौपाचं नाव यापूर्वी कधी ऐकलं नव्हतं,'' चंदिनी तिच्या सचिवाला म्हणाली.

''मलाही काहीच कल्पना नाही. मेननला विचारू का?''

''विचार. त्याला नक्कीच माहीत असेल. गंगासागरजींनीच ह्यासाठी पुढाकार घेतला होता,'' चंदिनी म्हणाली.

काही मिनिटांनी चंदिनीचा सचिव हसत-हसत तिच्या केबिनमध्ये शिरला.

''जाचौपाचं पूर्ण नाव मला समजलं. मेननला ठाऊक होतं.''

''काय नाव आहे?''

''जादुगाराचं चौथं पान.''

* * *

''आमच्या पक्षाला निवडणुकीत दणदणीत विजय मिळणार असं भाकित वर्तवणाऱ्या, तुझ्यासारख्या ज्योतिषाची मला फार गरज आहे,'' गंगासागर त्या गोंधळून गेलेल्या माणसाला म्हणाले. तो रस्त्याच्या कडेला बसून लोकांची भविष्यं सांगणारा एक कुडमुड्या ज्योतिषी होता.

"साहेब, मी एवढा मोठा ज्योतिषी नाही. माझ्यावर कोणीच विश्वास ठेवणार नाही," तो अजिजीनं म्हणाला.

"ते मी बघतो. लखनौच्या प्रसिद्ध वर्तमानपत्राचा प्रतिनिधी आज तुझी मुलाखत घेणार आहे. मी तशी व्यवस्था केली आहे. उत्तर प्रदेशच्या मंत्रिमंडळात लवकरच फेरबदल होणार असल्याचं तू भाकित करायचंस."

"पण मला तसं काहीच ठाऊक नाही..."

"आता मी तुला सांगितलंय ना! आज मी मुख्यमंत्र्यांशी बोलणार आहे. उद्या त्या मंत्रिमंडळात थोडेफार बदल करतील. खरं म्हणजे तुम्ही करता तसं कोणत्याही गोष्टीबाबत खूप आधी भाकित करणं, मी शक्यतो टाळतो. एखादी गोष्ट घडणार हे पक्कं ठरवल्यावरच त्याचा अंदाज वर्तवणं, चांगलं असतं. आता मंत्रिमंडळात बदल झाले की तू पुढची मुलाखत दे."

"त्या मुलाखतीत मी काय सांगू?" ज्योतिषानं विचारलं.

"या वर्षी शेतकऱ्यांना सुगीचे दिवस येणार असल्याचं भविष्य सांगायचं."

"पण मला तर काहीच ठाऊक नाही."

"आता मी तुला तसं सांगितलं ना! शेतकी खात्यातून मला गोपनीय अहवाल मिळालाय. तुझ्या मुलाखतीच्या दुसऱ्या दिवशी आपण तो अहवाल वृत्तपत्रांमध्ये प्रसिद्ध करू. त्यानंतर तू तिसरी मुलाखत द्यायची."

"आणि त्या वेळी मी काय सांगायचं?"

"अलाहाबादमध्ये अनपेक्षितपणे पाऊस पडणार, असं ठामपणे सांगायचं."

"पण मला तर काहीच ठाऊक नाही."

"नाही कसं? तुला सगळं माहीत आहे. गंगेवरील ढगांमध्ये सिल्व्हर आयोडाईडची पेरणी करण्यासाठी मी एका छोट्या विमानाची व्यवस्था केली आहे. त्यामुळे तू ज्या दिवशी भविष्य वर्तवशील, त्याच्या दुसऱ्या दिवशी अनपेक्षितपणे पावसाच्या सरी पडतील. त्यानंतर मात्र तुझ्या प्रत्येक शब्दावर पत्रकार आणि लोक विश्वास ठेवतील. त्याच वेळी तुला चौथी मुलाखत द्यायचा आग्रह होईल."

"आणि चौथ्या मुलाखतीदरम्यान मी काय बोलू?"

"अभानस आणि चंदिनीला निवडणुकीत प्रचंड बहुमतांनी विजय मिळेल, असं तू भाकित करायचंस."

"पण मला तर काहीच ठाऊक नाही."

"हे तर मलाही ठाऊक नाही, पण तुझं भविष्य खरं होईल अशी मला आशा आहे."

गंगा व यमुना नदीच्या संगमावर वसलेल्या अलाहाबाद शहरातील वातावरण तंग झालं होतं. शहरातील हूड व धांगडधिंगा घालणाऱ्या हिंदू मुलांनी मुस्लिमांवर

मद्य फेकलं होतं. त्यावर संतापलेल्या आणि चिथावल्या गेलेल्या मुस्लीम युवकांनी गंगेच्या काठावरील पायऱ्यांवर गोमांसाचे तुकडे ठेवले. तिथेच हिंसाचाराची ठिणगी पेटली आणि अलाहाबादेत दंगल उसळली.

उत्तर प्रदेशच्या मुख्यमंत्री चंदिनी गुप्ता हिनं नव्या पोलिस-प्रमुखांना आपल्या कार्यालयात बोलावून घेतलं. हिंसाचार अधिक वाढू नये यासाठी ते काय कारवाई करणार आहेत, हे तिला जाणून घ्यायचं होतं. तिच्यासमोर दोन खुर्च्या होत्या. एकावर गंगासागर तर दुसऱ्या खुर्चीवर पोलीस-प्रमुख बसले होते.

''मॅडम, परिस्थिती आता पूर्ण काबूत आली आहे,'' पोलीस प्रमुख म्हणाले. ''प्रशिक्षित पोलिसांच्या तीन तुकड्या शहरात तैनात करण्यात आल्या आणि त्यांनी बेलगाम जमावावर अश्रुधुराचा वापर केला. पोलिसांवरही दगड-विटांनी मारा केला गेला, पण त्यांनी शहरातील महत्त्वाच्या भागांवर चटकन नियंत्रण मिळवलं. जुन्या शहरातील काही ठिकाणं वगळता, सारं वातावरण शांत आहे. दोन दिवसांत त्या ठिकाणची परिस्थितीही पूर्ववत होईल.''

''मृत्यू किंवा जखमींचा आकडा समजलाय?'' चंदिनीनं विचारलं.

''दंगलीत कोणीही मृत्यू पावलेलं नाही, जखमींची संख्याही अगदीच किरकोळ आहे. जुन्या शहरात आधीच पोलिसांच्या तुकड्या पाठवून द्या, अशी एका अज्ञात व्यक्तीकडून वर्दी मिळाली नसती तर ही संख्या खूप वाढली असती.''

''घबराट निर्माण करा,'' चर्चेची दिशा वेगळ्याच बाजूला वळवत गंगासागर म्हणाले.

''काय म्हणालात साहेब?'' पोलीस-प्रमुखांनी विचारलं.

''होय, लोक घाबरून गेले पाहिजेत. उद्या किंवा परवा नव्हे, आजच आदेशाची अंमलबजावणी व्हायला हवी. घबराट निर्माण करा. कायद्याची दहशत वाटली पाहिजे,' गंगासागर ठामपणे म्हणाले.

''पण साहेब, शहरात संचारबंदी लागू केली आहे. उलट ते निर्बंध उठवण्याच्या आदेशाची आम्ही वाट पाहतोय. कोणतेही अतिरेकी उपाय न करता आम्ही परिस्थिती व्यवस्थित हाताळू शकतोय.''

''मी सांगतोय, तसं करा. मला उद्या मुख्यमंत्र्यांनी अलाहाबादमध्ये मोठी सभा घ्यायला हवी आहे.''

''पण साहेब...''

''मुख्यमंत्रीजी मला वाटतं की नव्या पोलीस-प्रमुखांनी अतिशय उत्तम कामगिरी बजावली आहे,'' गंगासागर शांतपणे म्हणाले, ''पण ज्या वेळी अशा प्रकारची परिस्थिती उद्भवते तेव्हा लाठीमार आणि अश्रुधुरापेक्षा लोकांना भावनिक आवाहन करण्याची अधिक गरज असते.''

"साहेब अशा नाजूक परिस्थितीत अलाहाबादला जाणं, योग्य ठरणार नाही. वातावरण कोणत्याही क्षणी स्फोटक बनण्याची शक्यता आहे, असं मला वाटतं," पोलीस-प्रमुख अडखळत म्हणाले.

"तुम्ही पोलीस-प्रमुख आहात, मुख्यमंत्र्यांचं संरक्षण करायला तुम्ही समर्थ आहात ना? मुख्यमंत्र्यांना जर आपल्या प्रिय जनतेला भेटावंसं वाटत असेल, तर त्यांची पुरेशी सुरक्षा घेण्यासाठी आम्ही नव्या व्यक्तीची नियुक्ती करायला हवी आहे का?" गंगासागरनी कुजबुजल्याप्रमाणे हळू आवाात प्रश्न केला.

"साहेब, आम्ही त्यांच्या सुरक्षेची पूर्ण काळजी घेऊ," पोलीसप्रमुख म्हणाले. सभा घेण्याचा निर्णय आधीच पक्का झालाय, हे त्यांच्या लक्षात आलं होतं.

* * *

'प्रिय प्रयागवासियांना माझा स्नेहपूर्वक प्रणाम. या महान शहरालाही मी वंदन करते. जगाची निर्मिती केल्यावर ब्रह्मदेवांनी इथे पहिला यज्ञ केला. अलाहाबादच्या लाडक्या जनतेलाही मी सलाम करते. अकबर बादशाहाने दिने-इलाही हा आपला स्वत:चा धर्म प्रस्थापित केला आणि त्यावरून हे नाव शहराला पडलं. कोसंबीच्या प्रिय स्त्री-पुरुषांनो, बुद्ध धर्माच्या प्रसाराचं एक महत्त्वाचं केंद्र असलेल्या कोसंबींबद्दल माझ्या मनात सदैव आत्मियता राहिली आहे. आज तुम्हा सर्वांना भेटण्याचं सौभाग्य मला प्राप्त झालं आहे.' चंदिनीनं शहरातील हिंदू, मुस्लीम व बौद्ध धर्मातील लोकांचं स्वागत करत, आपल्या भाषणाला सुरुवात केली. 'धर्मनिरपेक्षतेचं साक्षात उदाहरण म्हणून मी आज तुमच्यासमोर उभी आहे. हिंदू आईवडिलांनी मला जन्म दिला असला तरी एका मुस्लीम दत्तक पित्याची मी मुलगी आहे. आपल्या देशातील दोन महान तत्त्वप्रणालींचं मी प्रतिनिधित्व करते आणि आज तुम्हा सर्वांसमोर मी प्रामाणिकपणे प्रतिज्ञा करते की मी जिवंत असेपर्यंत धर्माच्या नावाखाली मी या देशाचे कधीही तुकडे होऊ देणार नाही!" चंदिनी गरजली.

अभानस पक्षाच्या अलाहाबाद जिल्हा समितीप्रमुखानं या सभेचं आयोजन केलं होतं. व्यासपीठावर इक्रम, गंगासागर, अलाहाबादमधील अभानसचे लोकसभा उमेदवार व इतर मान्यवर मंडळी आसनस्थ झाली होती. बॉलीवूड चित्रपटातील वाजवल्या जाणाऱ्या देशभक्तीपर गीतांच्या पार्श्वभूमीवर एकेक स्थानिक कार्यकर्ता व्यासपीठावर येऊन चंदिनीच्या गळ्यात हार घालत होता. कडक उन्हाळा आणि कोणत्याही क्षणी दंगल उसळण्याचा धोका पत्करून हजारो समर्थक चंदिनीचं भाषण ऐकायला जमा झाले होते. चंदिनीही तिच्या भाषणातून आश्वासनांची खैरात करत होती. त्यातील बहुतेक आश्वासनं अर्थातच नंतर पाळली जाणार नव्हती.

व्यासपीठाच्या अगदी विरुद्ध बाजूला असलेल्या खुल्या मैदानात विरोधी पक्षनेत्यांचे

पुतळे उभे केले होते. त्या पुतळ्यात फटाके भरले आहेत, हे कोणालाच ठाऊक नव्हतं. स्वागत समारंभ आटोपल्यावर चंदिनी खुर्चीवरून उठत, व्यासपीठाच्या मध्यभागी आली. एका साहाय्यकानं तिच्या हातात धनुष्यबाण सोपवला. तिनं धनुष्य उचलत त्यावर बाण लावला आणि समोरच्या मैदानावरील पुतळ्यांवर नेम धरला. तिनं नेम धरताच तंत्रज्ञानाच्या साहाय्यानं एकेक पुतळ्याचा स्फोट होत, तो जळून खाक झाला. ते चमकदार दृश्य पाहून प्रेक्षक बेभान होत चंदिनीचा जयजयकार करू लागले. त्याच क्षणी चंदिनी उंच आवाजात उदगारली, ''ज्या हीन शक्ती आपल्यामध्ये फूट पाडण्याचा प्रयत्न करत आहेत. त्यांच्याचविरुद्ध लढण्यासाठी आपण आपली सारी ताकद पणाला लावू या. भूतकाळ आणि वर्तमानकाळातील संघर्ष आपण कायमचा गाडून टाकायला हवा, नाहीतर तोच संघर्ष आपल्या भविष्यकाळाचा विध्वंस करेल.''

गंगासागरजींचा चेहरा आशेनं उजळला. इक्रमकडे पाहून त्यांनी डोळे मिचकावले. रमची छोटी बाटली आणि अर्धा किलो गोमांसामुळे बरंच काही साध्य झालं होतं. कोण म्हणतं, निवडणूक हा फार महागडा प्रकार आहे! त्यांनी दीर्घ श्वास घेतला व ते मंत्र पुटपुटू लागले, 'आदिशक्ती, नमो नमः, सर्वशक्ती नमो नमः, कुंडलिनी माता शक्ती, माता शक्ती नमो नमः'

१३

अंदाजे 2300 वर्षांपूर्वी

"मलयराज्याच्या सिंहासनावर आता सिंहरन बसल्यामुळे त्याच्या राज्यात आपले सैनिक तळ ठोकू शकतात," चाणक्य म्हणाला.

"हो," चंद्रगुप्ताचा आवाज जड झाला होता. "गेल्या वर्षी पिपलीवनला माझ्या वडिलांचं निधन झाल्यामुळे आपण आता अंभीच्या माजी सेनापतीच्या हाताखाली आपलं सैन्य एकत्रित करायला हवं."

पितृनिधनाचं दुःख सहन करणं किती अवघड असतं, हे चाणक्य जाणून होता. तो आपल्या पित्यावर अंत्यसंस्कार तरी करू शकला होता, चंद्रगुप्ताची तीही इच्छा पूर्ण झाली नव्हती. पण दोघांपाशी आता शोक करायलाही वेळ नव्हता.

"हे बघ चंद्रगुप्ता, पौरसाला आपण दुखवू किंवा दुरावू शकत नाही. कारण धनानंदाविरुद्ध लढताना, तुला त्याचीच मदत घ्यावी लागणार आहे," चाणक्य म्हणाला.

"पण पौरस आपल्यावर चिडलेले असणार. मलयराज्य हे त्यांच्या अखत्यारीतील मांडलिक राज्य होतं. तेच आपण त्यांच्याकडून हिसकावून घेतल्यावर ते आपल्याशी युती करायला कसे तयार होतील?" चंद्रगुप्तानं विचारलं.

"कारण पौरस हा अहंकारी, तापट, घमेंडखोर व इतरांना तुच्छ लेखणारा माणूस आहे. अशा माणसाला आपल्या कह्यात घेणं, अगदी सोपं असतं." चाणक्य म्हणाला.

"म्हणजे त्यांच्याशी मैत्री करण्यासाठी आपण त्यांची खुशामत करायला हवी?" चंद्रगुप्तानं विचारलं.

"तू खूप सुंदर दिसतेस, असं एखाद्या पुरुषानं स्त्रीला सांगितलं, तर ती त्याच्या इतर दोषांकडे दुर्लक्ष करते. आपण पौरसाला, एखाद्या सुंदर स्त्रीसारखं वागवायला हवं," चाणक्य हसत म्हणाला.

"पण जर ते आपल्या प्रलोभनांना बळी पडले नाहीत, तर?"

"तर मग त्याला सत्ता, प्रसिद्धी व भारतातील सर्वश्रेष्ठ सम्राट होण्याची जी ज्वलंत महत्त्वाकांक्षा आहे, ती आपण खतपाणी घालून फुलवायला हवी,"

"ते आपण कसं करणार? त्यांना आपल्या बाजूला फितवण्यासाठी त्यांच्या तोलामोलाची भेट आपण त्यांना कुठे देऊ शकतो?" चंद्रगुप्त खिन्नपणे म्हणाला.

"ती तर अगदीच सोपी गोष्ट आहे. मगधाचं सिंहासन मी तुझ्याऐवजी त्याला मिळवून देण्याचा प्रस्ताव पौरसासमोर ठेवेन," चाणक्य धूर्तपणे म्हणाला.

ते ऐकून चंद्रगुप्त आपल्या आचार्यांसमोर गुडघे टेकून बसत म्हणाला, "आपल्यासाठी कोणतंही काम करण्याची माझी तयारी आहे, पण त्या अहंभावी पौरसाच्या हाताखाली कारभार करायची मात्र माझी मुळीच इच्छा नाही,"

चंद्रगुप्ताच्या बोलण्यावर चाणक्य जोरजोरात हसू लागेल. "मी एवढंच म्हटलं की मी पौरसासमोर प्रस्ताव ठेवेन, त्याच्या हाती राज्य सोपवेन, असं मी म्हटलेलं नाही. चंद्रगुप्ता, मी बोलताना जे शब्द निवडतो, ते तू नेहमी लक्षपूर्वक ऐकत जा. पौरसाबरोबरचा हा करार मी जाणीवपूर्वक मोडेन."

चाणक्याच्या अतर्क्य डावपेचांमुळे चंद्रगुप्त पार गोंधळून गेला, पण तरीही तो अडखळत म्हणाला, "आपण पौरसांशी अधिक प्रामाणिक राहिलेलं योग्य ठरणार नाही का? आपण त्यांना असं म्हणू शकतो की मगधावर स्वारी करताना आम्हांला तुमची मदत लागेल आणि मगध राज्याचं सिंहासन जरी आपण स्वतःकडे राखून ठेवत असलो तरी त्यांना काही राज्य व प्रांत देण्याचा प्रस्ताव त्यांच्यासमोर आपण नक्कीच ठेवू शकतो."

"चंद्रगुप्ता, पौरस तुझ्यासमोर कधीही मैत्रीचा हात पुढे करणार नाही, कारण तू महत्त्वाकांक्षी तरुण आहेस व भविष्यकाळात त्याचा स्पर्धक होऊ शकतोस, हे तो ओळखून आहे. म्हणून आधी त्याच्याशी करार करावाच लागेल. तरच त्याची खात्री पटेल व तो मगधावर राज्य करण्याची स्वप्नं रंगवू लागेल. एकदा का आपण आपलं उद्दिष्ट साध्य केलं की मग आपण पौरसाला सहज आपल्या मार्गातून दूर करू शकू."

"पण मग या विश्वासघाताचं कारण, तुम्ही त्यांना कसं पटवून देऊ शकाल?' चंद्रगुप्तानं विचारलं.

"एक गोष्ट लक्षात ठेव चंद्रगुप्ता, एखाद्याकडून परवानगी मिळवण्यापेक्षा क्षमा मिळवणं, नेहमीच सोपं असतं," चाणक्य दात विचकून हसला. त्यामुळे त्याचा चेहरा अधिकच कुरुप दिसू लागला. "मी पौरसाचा महामंत्री व माझा घनिष्ट मित्र, इंद्रदत्ताला माझ्या वतीने मध्यस्थी करायला सांगतो. चाणक्याशी युती करणं, किती हिताचं आहे, हे तो आपल्या राजाला पटवून देईल,"

“आपण चाणक्यांशी मैत्री करतोय म्हणजेच आपण चंद्रगुप्ताबरोबर युती करतोय, हे त्यांच्या ध्यानात येणार नाही का?” कोड्यात पडलेल्या चंद्रगुप्तानं विचारलं.

“हो. तुझं म्हणणं खरं आहे. पण त्यासाठी आपल्याला हे समीकरण बदलावं लागेल. आपण एकमेकांमध्ये वैमनस्य निर्माण करून वेगवेगळे मार्ग स्वीकारू,” चाणक्यानं उत्तर दिलं.

“आचार्य, मी कधीच तुमच्या विरोधात जाऊ शकणार नाही. तुम्ही व्यक्त केलेली प्रत्येक इच्छा ही माझ्यासाठी आपली आज्ञा असते. तुमच्यासाठी मी माझं बलिदानही द्यायला तयार आहे. आपल्या विरुद्ध जाण्याचा मी स्वप्नातही विचार करू शकत नाही,”

“शांत हो चंद्रगुप्ता. आभासात असणाऱ्या शक्तीविषयी मी बोलत होतो. आपल्या दोघांत मतभेद निर्माण झाले आणि आपण एकमेकांपासून वेगळे झालो, असा आभास आपण निर्माण करू या. त्यामुळे मगधाचं राज्यपद मी पौरसाला मिळवून देईन अशी मी त्याची खात्री पटवू शकेन.”

“आणि तोपर्यंत मी काय करायचं?” चंद्रगुप्तानं अस्वस्थ होऊन विचारलं.

“बंड पुकारायचंस!” बसल्या जागी मातीवर जोरात मूठ आपटत चाणक्य म्हणाला. मूठ जोरात आपटल्यामुळे हवेत धुळीचं छोटं वादळ उठलं.

* * *

“बंड पुकारू? कुठे?” निराश झालेल्या चंद्रगुप्तानं विचारलं.

“अलेक्झांडरच्या सत्रपांच्या हुकूमतीखाली जे मॅसेडोनियन प्रांत आहेत, तिथे.”

“कुठले प्रांत?”

“सर्वच्यासर्व. तुला तर ठाऊकच आहे की मगध, केकय आणि गांधार या तीन राज्यांनीच उत्तर भारताचा बहुतेक भाग व्यापलाय. पण जी छोटी राज्यं, या मोठ्या राज्यांचे भाग नाहीत, त्यांचं काय? अलेक्झांडरनं जरी भारतातील आपला वारस म्हणून शक्तिशाली सेल्यूकसची निवड केली असली तरी या सर्व छोट्या राज्यांचा कारभार, अलेक्झांडरचा सत्रप, फिलीपॉस चालवतोय. जर फिलीपॉस मृत्यू पावला तर आपण काहीही प्रयत्न न करता ही सारी राज्यं आपोआप आपल्या ताब्यात येतील.”

“आचार्य, मला जो समजल्यासारखा वाटतोय, तोच तुमच्या बोलण्याचा अर्थ आहे ना?” चंद्रगुप्तानं विचारलं. आचार्यांबरोबर रणनीती व डावपेचांची चर्चा करताना, चंद्रगुप्ताला अनेकदा मानसिक ताण जाणवत असे.

“नाही, नाही चंद्रगुप्ता. आपण फिलीपॉसला मारायचं नाही. आपण फक्त

त्याचा कट्टर शत्रू शोधायचा आणि फिलीपॉसची हत्या करण्यासाठी त्याला एक सबळ कारण पुरवायचं.''

''कोण आहे त्याचा कट्टर शत्रू?'' आपण निरर्थक प्रश्न विचारतोय हे कळत असूनही चंद्रगुप्तानं तो विचारला.

''त्याचा अगदी निकटचा मित्र व साथीदार.''

''अंभी?''

''नाही.''

''पौरस?''

''नाही.''

''मग कोण?''

''ससिगुप्त.''

''काय?''

''मगधानं भारताचा बराचसा पूर्व भाग व्यापला आहे. त्याच्या पश्चिमेला केकय आहे. तिथून पश्चिमेलाच आणखी दूर गेलं की आपण गांधारमध्ये पोहोचतो. पण गांधारच्या उत्तर-पश्चिम टोकाला म्हणजे सिंधू नदीपलीकडे कोण राहतं?'' चाणक्यानं विचारलं.

''अश्वकन – काबूल नदीच्या खोऱ्यातील घोडेस्वार जमात.''

''बरोबर. ते अतिशय शक्तिमान आणि आक्रमक योद्धे आहेत. अत्यंत अल्प आहार, पाणी व विश्रांतीच्या बळावर ते बराच काळ लढू शकतात. पण केवळ हेच त्यांचं बलस्थान नव्हे, तर उत्तम दर्जाच्या घोड्यांची पैदास करणं, त्यांचं संवर्धन करून त्यांना प्रशिक्षण देणं, हे त्यांचं खरं वैशिष्ट्य आहे. ससिगुप्त हा त्यांचा नेता आहे. तुला आठवतं, अलेक्झांडर जेव्हा योगी दंडायनांच्या कुटीत आला होता, तेव्हा दंडायनांच्या बोलण्याचा अर्थ समजावून सांगण्यासाठी ससिगुप्तही त्याच्यासोबत होता.''

''म्हणजे मी ससिगुप्ताकडे जाऊन त्याची मदत मिळवावी, असं तुम्हांला वाटतं का?'' चंद्रगुप्तानं भाबडेपणानं विचारलं.

''मुळीच नाही. अश्वकन हे भाडोत्री सैनिक म्हणून काम करतात. त्यांची वैयक्तिक राजकीय धारणा कोणतीही असली तरी पैशासाठी ते कोणालाही आपल्या अश्वदलातील हजारो सैनिक भाड्यानं देतात. पूर्वी ते पर्शियनच्या बाजूनं लढले होते व कालांतरानं ते मॅसेडोनियन्सच्या वतीनं युद्धात उतरले. कोणाही एकावर ते कायमची निष्ठा ठेवत नाहीत. घोड्यांना प्रशिक्षित करणं आणि युद्धात भाग घेणं हा केवळ त्यांच्या व्यवसायाचा एक भाग असतो. त्यापलीकडे त्यांना त्याबद्दल काही देणंघेणं नसतं.''

"सध्या ते कोणाच्या बाजूनं आहेत?"

"मॅसेडोनियन्सच्या बाजूनं, पण अगदी काहीच वर्षांपूर्वी त्यांनी पर्शियन्सची साथ केली होती. त्यामुळे ते पुन्हा कधीही निष्ठा बदलू शकतात," चाणक्य म्हणाला.

"पण आचार्य, ससिगुप्त का म्हणून बंड करेल? माझ्या माहितीनुसार अलेक्झांडरनं जेव्हा पौरस राजांवर विजय मिळवला, तेव्हा ससिगुप्तनं त्या लढाईत भाग घेतला होता. आणि युद्ध संपल्यावर अंभी पौरसांना अलेक्झांडरसमोर आणू शकला नाही. ते काम ससिगुप्तनं करून दाखवलं.

"मला सांग, कोणाच्या आदेशावरून ससिगुप्त अलेक्झांडरच्या बाजूनं लढला?" चाणक्यानं विचारलं.

ह्या प्रश्नाचं उत्तर चंद्रगुप्तापाशी नव्हतं. चाणक्य हसून म्हणाला, "अश्वकन हे कडवे लढवय्ये आहेत, पण ते नेहमी आपल्या स्त्रियांकडून आदेश घेतात! त्यांच्या जमातीमध्ये राणी ही प्रमुख असते. विलक्षण सौंदर्य लाभलेली कलापिनी ही त्यांची आजची राणी आहे. त्या राणीच्या जिवाला किंचितही धोका निर्माण झाला तर प्रक्षुब्ध झालेले हजारो अश्वकन निमिषार्धात आत्मबलिदान करायला तयार होतात."

"मी त्या राणीचं अपहरण करावं, अशी आपली इच्छा आहे?" चंद्रगुप्तानं विचारलं. त्याला ठाऊक होतं की मगधाच्या सिंहासनावर आपल्याला बसवण्यासाठी धूर्त आचार्य कोणत्याही थराला जाऊ शकतात.

"तुला त्याहूनही मोठी कामगिरी बजावावी लागेल. मॅसेडोनियन सत्रप फिलिपॉस आणि कलापिनीमध्ये प्रेमसंबंध निर्माण होतील, यासाठी तुला काहीतरी युक्ती योजावी लागेल. आपली राणी एका मॅसेडोनियन पुरुषाबरोबर शय्यासोबत करते, हे ऐकून अश्वकन लोकांचं रक्त संतापानं उसळून उठेल."

"म्हणजे मी काय करायचं? त्या दोघांचं अपहरण करून, त्यांना एका तंबूत कोंडून ठेवायचं?' चंद्रगुप्तानं निराश होऊन विचारलं.

"तुला एका शब्दात उत्तर हवंय?"

"हो."

"कॉर्नेलिया."

* * *

प्रचंड शिसवी वृक्षांच्या भल्या मोठ्या फांद्यांखाली पसरलेल्या सुती संतरजीवर कॉर्नेलिया व चंद्रगुप्त आरामात पहुडले होते. झाडं व फुलांनी बहरलेल्या त्या उपवनात अशोक, कवठ, चंपक असे अनेक भव्य वृक्ष होते. जमिनीवर सुवासिक

फुलांचा सडा पडला होता. चंद्रगुप्त व कॉर्नेलिया एकमेकांच्या निकट निजले होते. कॉर्नेलियाला सतत सावलीसारखी सोबत करणाऱ्या तिच्या अंगरक्षकांना मधमिश्रित दूध पाजलं होतं आणि झिंग येण्यासाठी त्या पेयात भांगही मिसळली होती. त्यामुळे दूध प्राशन केल्यावर काही मिनिटांतच ते वडाच्या झाडाखाली निद्रेच्या आधीन होऊन घोरूही लागले होते.

"मला खूप आवडतेस तू," चंद्रगुप्त तिच्या कानात कुजबुजला आणि नकळत तिच्या सोनेरी केसांतून हळुवार हात फिरवू लागला.

ती त्याच्याकडे पाहून हसली. "तुला माझ्याबरोबर ते खट्याळ खेळ खेळायचे असतात, त्यासाठी फक्त मी तुला आवडते."

चंद्रगुप्ताला क्षणभर ती इच्छा झाली, पण तो तिला चिडवत म्हणाला, "हो ना, तेसुद्धा एक कारण आहेच," तिनंही खोटंच रागावल्यासारखं दाखवत त्याच्या गालावर चापट मारली.

"राजा, मी तर आता तुझ्याशिवाय मिनिटभरही राहू शकत नाही," त्याच्या बाहुपाशात शिरत, कॉर्नेलिया म्हणाली, "मला खूप काळजी वाटते रे, आपलं प्रेम माझ्या वडिलांना समजलं तर ते मला बेबिलोनियाला बोलावून घेतील, तुझ्याशिवाय कशी राहू मी?"

"प्रिये, सेल्युकस आपल्यापासून खूप दूर आहेत. त्यांच्या लाडक्या लेकीने भारतातच राहायचं ठरवलंय आणि ती इथे मुक्त आणि स्वच्छंद जीवन जगतेय, हे त्यांना समजणं, शक्यच नाही," चंद्रगुप्त तिला दिलासा देत म्हणाला.

"चंद्रगुप्त, मला तुझी पत्नी व्हायचंय. तुझ्याइतकं मी कधीच कुणावर प्रेम केलं नाही. आपण किती दिवस असे लपूनछपून भेटत राहणार?"

"तुझा हात माझ्या हातात देण्याशिवाय तुझ्या वडिलांना पर्यायच उरणार नाही. मी तशीच परिस्थिती निर्माण करीन. पण ती गोष्ट घडण्याकरता मला मगधाचा राजा व्हावं लागेल. कॉर्नेलिया, जे स्वप्न मी अनेक वर्षं पाहत आलो, त्या स्वप्नपूर्तीची तूही साक्षीदार असशील,"

"पण हे घडून येणार कसं? सिंहरनला सिंहासनावर बसवण्याखेरीज तू आणि आचार्यांनी कोणतं कर्तृत्व गाजवलंय? तुला सम्राट होण्यासाठी बरीच वर्षं जावी लागतील आणि जेव्हा तू होशील, तेव्हा म्हातारा झालेला असशील," त्याला डिवचत ती म्हणाली.

"ठीक आहे. कॉर्नेलिया, आपण इथेच आणि आत्ताच विवाहबद्ध होऊ!" चंद्रगुप्त अचानक पण अतिशय गंभीरपणे म्हणाला. त्याचं बोलणं ऐकून ती थक्क झाली.

"लग्न? पण कसं काय? अग्नीशिवाय? पुजारी नसताना? नातलग, पाहुणे

कोणीच नाहीत?'' चकित होऊन कॉर्नेलियाने विचारलं.

''आमच्या प्राचीन हिंदू शास्त्रात आठ प्रकारचे विवाह सांगितले आहेत. त्यापैकीच एक आहे. गांधर्व विवाह. ग्रंथकर्त्यांनी या विवाहाला मान्यता दिली आहे. कोणत्याही त्रयस्थ व्यक्तीच्या उपस्थितीशिवाय एका साध्या समारंभात वर आणि वधू परस्परांच्या गळ्यात माला घालतात, कायम एकत्र राहण्याच्या आणाभाका घेतात आणि एकमेकांचे चुंबन घेतात व विवाह संपन्न होतो.''

''पण मी तुझ्याबरोबर येऊन, तुझ्याकडे राहू शकत नाही. माझे वडील आपल्या दोघांना ठार मारतील. मी त्यांच्या मनाविरुद्ध वागले तर ते खूप चिडतील.'' कॉर्नेलिया घाबरून म्हणाली.

''मला तुझं म्हणणं मान्य आहे. आपला विवाह गुप्त राहील. जोपर्यंत आपण सर्वांसमक्ष लग्न करत नाही, तोपर्यंत तू तुझं जीवन स्वतंत्रपणे जगत राहशील. पण निदान आपण एकमेकांचे पती-पत्नी आहोत, ही भावनाच आपल्यासाठी किती सुखकारक असेल,'' चंद्रगुप्त म्हणाला. त्याच्या डोळ्यात एक वेगळीच चमक दिसली होती. त्यानं खांद्यावरची शाल काढली आणि ती फाडून त्यातून दोन पातळ पट्ट्या तयार केल्या. आजूबाजूच्या गवतावर पडलेली फुलं उचलून तो त्या पट्ट्यांना बांधू लागला. कॉर्नेलिया दुसरा हार बनवू लागली. काही मिनिटातंच दोघांच्या हातात दोन ओबडधोबड हार तयार होते.

दोघेही समोरासमोर उभे राहिले. चंद्रगुप्तानं कॉर्नेलियाच्या गळ्यात माला घातली व तिचा चेहरा हातात धरत तो म्हणाला, ''प्रिये, मी आयुष्यभर तुझ्यावर प्रेम करत राहीन, तुझा सन्मान करेन आणि तुला जिवापाड जपेन. आजपासून परमेश्वरासमक्ष मी तुझा पत्नी या नात्यानं स्वीकार करतो.'' त्या भारावलेल्या क्षणी कॉर्नेलियाच्या डोळ्यात अश्रू उभे राहिले. चंद्रगुप्ताच्या गळ्यात हार घालत ती भरलेल्या अंत:करणानं म्हणाली, ''तू माझा पतीच नाहीस, माझं जीवन, माझं सर्वस्व आहेस. हा विवाहाचा क्षण, माझ्या आयुष्यातील सर्वोच्च आनंदाचा क्षण आहे. मी कायम तुझ्याशी एकनिष्ठ राहीन. माझ्या मनात तुझ्याबद्दल सदैव आदर असेल आणि तुझ्या कुठल्याही आज्ञेचा माझ्याकडून अवमान होणार नाही. तूच माझं खरं व एकमेव प्रेम आहेस.''

चंद्रगुप्तानं तिला हलकेच जवळ ओढून आपल्या बाहुपाशात घेतलं आणि उत्कटतेनं तिच्या ओठांवर ओठ टेकवले. आचार्यांची आज्ञा पालन करणं, इतकं आनंददायी ठरेल, असं त्याला कधी वाटलंही नव्हतं.

आचार्यांनी सूचना केली असली तरी आपण नेमक्या कोणत्या क्षणी कॉर्नेलियाच्या प्रेमात पडलो, ते त्याला आठवेना.

* * *

चंद्रगुप्ताच्या बाहुपाशात असताना, कॉर्नेलियानं त्याला विचारलं, "आपण जरी गुप्तपणे विवाह केला असला तरी तो सर्वमान्य होण्यासाठी काय करावं लागेल?"

"चंद्रगुप्त व सेल्युकस यांच्यात राजकीय करार व्हावा लागेल," तिच्या पतीनं उत्तर दिलं.

"पण माझे वडील तुझ्याशी असा करार का करतील?"

"कारण हळुहळु त्यांच्या लक्षात येईल की भारतात सत्ता असलेल्या प्रांतांवरची आपली पकड सुटत चालली आहे आणि जो राजा आता वेगानं देशावर नियंत्रण मिळवू लागलाय, त्याच्याशी शत्रुत्व ओढवण्यापेक्षा मित्रत्व करण्यातच आपलं अधिक हित आहे."

"पण भारतातील प्रदेशांवर असलेलं नियंत्रण, माझे वडील का गमावतील?"

"तीन कारणं आहेत. अंभी भयभीत होईल, पौरसाची सत्तेची हाव वाढेल आणि ससिगुप्त संतापलेला असेल."

"अंभी घाबरेल?"

"ससिगुप्त आणि पौरसामध्ये अंभीची कोंडी झालेली आहे. दोघांपैकी कोणीतरी आपल्यावर स्वारी करण्याची, त्याला चिंता वाटतेय."

"आणि पौरसाची लालसा?"

"स्वत:च्या अहंकाराला खतपाणी घातल्याशिवाय त्याला चैन पडत नाही. मगध काबीज करण्याची त्याची महत्त्वाकांक्षाच, त्याला अध:पाताकडे घेऊन जाणार आहे."

"ससिगुप्त का चिडेल?"

"कारण त्याचा विश्वासघात झालेला असेल."

"त्याला कोण धोका देईल?"

"तुझ्या वडिलांनी ज्याला प्रांतांचा शासक बनवलाय, तो फिलीपॉस."

"पण फिलिपॉसनं त्यांना कधीच धोका दिलेला नाही."

"अजून दिला नसला तरी यापुढे देईल."

"पण का?"

"जर फिलिपॉस अश्वकन राणी कलापिनीच्या प्रेमात पडला तर अश्वकन सेनेचा नेता ससिगुप्त त्याच्याविरुद्ध उठाव करेल कारण त्याच्या लेखी तो सर्वोच्च विश्वासघात असेल."

"पण माझ्या राजा, असं कोण कोणाला कधी सक्तीनं प्रेमात पाडू शकतं का? प्रेम आपोआप जुळतं."

"पण त्या दोघांची आपण भेट तर घडवून आणू शकतो ना? त्याला स्त्रियांविषयी खूप आसक्ती असल्याचं मी ऐकून आहे. तू त्या दोघांना एकत्र आण आणि

त्यापुढे जे घडेल ते आपण नशिबावर सोपवू.''

''अशा कपट कारस्थानात तू मला गोवू इच्छितोस?''

''तुझं म्हणणं बरोबर आहे. मी तुझा वापर करून घेतोय. पण फिलीपॉसानं कलापिनीला भेटण्यासाठी मला तुझी गरज लागेल. तुझी सर्वांशीच ओळख आहे. मला वाटतं की तू फिलीपॉसकडे कलापिनीला मैत्रीण म्हणून घेऊन जावंस. ती नक्कीच नजरेत भरण्यासारखी स्त्री आहे.''

''आपण एकमेकांशी कायम एकनिष्ठ राहू, अशी आत्ताच शपथ घेतली ना?'' ती त्याची मस्करी करत म्हणाली, पण आपल्या पतीनं आपल्यासमोर दुसऱ्या स्त्रीला सुंदर म्हटल्यामुळे ती मनातून दुखावली गेली होती.

''म्हणून तर तुला म्हणतो की तिचा वाङ्‌निश्चय झटपट ठरवून टाक, म्हणजे ती मला मिळण्याची शक्यताच उरणार नाही,'' चंद्रगुप्तही तिची चेष्टा करत म्हणाला.

* * *

''ताबडतोब इथून चालता हो! तुला शिकवण्यात मी माझं आयुष्य वाया घालवायला नको होतं. तू कृतघ्न करंटा निघालास!'' चंद्रगुप्ताकडे हसून बघत चाणक्य ओरडून म्हणाला.

''आचार्य, तुम्ही मला बरंच काही शिकवलंत. त्या सर्व शिक्षणाचा यापुढे मी एकाच उद्देशासाठी वापर करणार – तुम्हांला पुरता नामोहरम करण्यासाठी!'' येणारं हसू प्रयत्नपूर्वक रोखत चंद्रगुप्तानंही आवाज चढवत उत्तर दिलं.

''माझा उपमर्द करण्याची तुझी हिंमत तरी कशी झाली? मी तुझा गुरू आहे. तुझ्यावर चिडण्याचा मला पूर्ण अधिकार आहे. सिंहरन तुला भावासारखा आहे आणि त्याला राज्यपद का दिलंत असं तू मला विचारू धजतोस तरी कसा?'' चाणक्य उसळून म्हणाला, पण समोरच्या कागदावर लिहिल्याप्रमाणे बोलण्याची त्यानं त्याला खूण केली.

''मला राजा बनवायचं, तुम्ही मला वचन दिलं होतं; पण त्याऐवजी तुम्ही आता पौरस आणि सिंहरन यांच्यात समेट करण्यामध्येच गुंतला आहात. आचार्य, मला आपली शरम वाटते! तुम्ही इतक्या खालच्या पातळीवर उतराल, अशी मी कधीच अपेक्षा केली नव्हती. तुमच्या अध:पतनाला यापुढे मर्यादाच उरणार नाही. तुम्ही आपल्या शिष्याला दगा देऊन त्या गर्विष्ठ पौरसाला सिंहासनावर बसवणार? तुमची मला घृणा वाटते!'' आपल्या गुरूनंच लिहिलेला संवाद तितक्याच ताकदीनं बोलण्याचा चंद्रगुप्तानं प्रयत्न केला.

''या क्षणी तू इथून निघून जा. इथे तुला जागा नाही. मगधाचा सम्राट

बनण्याचं स्वप्न आता तू विसरून जा. तू अपात्र, अडाणी, असंस्कृत आणि अधम आहेस. चालता हो इथून!'' चाणक्य संतापून म्हणाला आणि त्यानं चंद्रगुप्ताला बाहेर पडण्याचा इशारा केला.

चंद्रगुप्त वेगानं खोलीबाहेर पडला. सर्व जण चकित होऊन त्याच्याकडे पाहतच राहिले. त्यांचा लष्करी नेता दणदण पावलं टाकत निघून गेला होता आणि त्यांचा रणनीती आखणारा नेता अवमानित झाल्यामुळे आतमध्ये हिरमुसून बसला होता. गुरुशिष्यांची अशी अचानक ताटातूट झाल्यानं सर्वांनाच धक्का बसला.

त्यानंतर काही मिनिटांतच चाणक्याच्या गोटातील एक तरुण तातडीनं पौरसाचा गुप्तचर प्रमुख अभयची भेट घेण्यासाठी केकयला रवाना झाला. ही बातमी खळबळजनक होती. एवढी मोठी खबर दिल्याबद्दल त्याला मोठा मोबदला मिळणार होता. पण आचार्यांनी चंद्रगुप्ताला सारं सैन्य घेऊन जायची परवानगी का दिली होती, हे मात्र त्याला न उमगलेलं कोडं होतं.

* * *

''हे महान राजा, आपली मदत मागण्यासाठी हा चाणक्य तुझ्या दरबारी आला आहे,'' पौरसाच्या विनंतीनुसार त्याच्या बाजूच्या आसनावर बसत, चाणक्य म्हणाला. चाणक्याच्या शेजारी इंद्रदत्त बसला होता.

''आचार्य, आपल्या तीक्ष्ण बुद्धिमत्तेच्या, अफाट ज्ञानाविषयीच्या आणि भविष्याचा अचूक वेध घेण्याच्या क्षमतेबद्दलच्या अनेक विलक्षण कथा आम्ही ऐकून आहोत. आपण केलेला कठोर निर्धार तर आम्हांला ठाऊकच आहे, पण चंद्रगुप्ताबरोबर वितुष्ट आल्यामुळेच आज आपण इथे आला आहात, हेदेखील तितकंच सत्य आहे ना?'' पौरसानं विचारलं. त्याला ही बातमी आधीच समजल्यानं तो मनातून सुखावला होता.

चेहऱ्यावर दु:खीकष्टी भाव आणत चाणक्य म्हणाला, ''शक्तिशाली पौरसा, मला तुझ्यापासून काहीच लपवायचं नाही. तुला तर सर्व ठिकाणची खबर मिळत असते. होय, चंद्रगुप्त व माझ्यात तीव्र मतभेद झाले. पण चंद्रगुप्ताबरोबर बेबनाव झाल्यामुळे मी इथे आलेलो नाही, उलट मी तुझी भेट घ्यायचं ठरवल्यामुळेच आमच्यामध्ये कलह उत्पन्न झाला.''

पौरसानं समंजसपणे मान डोलावली. चाणक्य सत्य कथन करतोय, यावर त्याचा विश्वास बसला. मगधाच्या सिंहासनावर चंद्रगुप्ताऐवजी पौरसाला बसवण्याचा निर्णय घेतल्यामुळे गुरु-शिष्यात वाद निर्माण झाल्याचं, अभयनं त्याला सांगितलं होतं.

"आचार्य, मी तुमच्यावर कसा विश्वास ठेवू? तुम्ही रचलेल्या षड्यंत्रामुळेच माझा मित्र असलेल्या मलयराज्याच्या राजाचं सिंहासन त्याचा पुतण्या सिंहरननं उलथवून टाकलं," पौरस चाणक्याला चिथावत म्हणाला.

"होय राजा. मी सिंहरनला त्याचा हक्क मिळवून दिला. माझ्या जागी तू असतास, तरी तू हेच केलं असतंस. तरीही तू माझ्यावर का विश्वास ठेवावास, या तुझ्या प्रश्नाचं उत्तर तुला मिळण्यासाठी बाहेर उभ्या असलेल्या व्यक्तीला तू दरबारात बोलाव," चाणक्य म्हणाला.

इंद्रदत्ताने चाणक्याच्या अतिथीला आत बोलावण्याची सेवकांना आज्ञा केली. थोड्याच वेळात रेशमी झगा, मौल्यवान रत्न व राजेशाही पोशाख केलेला एक तरुण दरबारात आला. तो होता मलयराज्याचा नवनियुक्त राजा, सिंहरन. तो चालत पुढे आला. पौरसासमोर नम्रपणे गुडघे टेकून बसला. "आपण पराक्रमी सम्राट आहात. आपल्याशी माझं काहीच भांडण नाही. पूर्वीप्रमाणेच मलयराज्य आजही आपल्याशी सख्य जोडू इच्छिते. ज्याने दगाबाजी करून राज्याचं सिंहासन बळकावलं होतं, त्या काकाशी माझं वैर होतं. तो प्रश्न आता संपला आहे. आपण मला आशीर्वाद देऊन उपकृत करावं."

सिंहरनच्या बोलण्याकडे अनास्थेनं व तटस्थपणे ऐकत असल्याचा भाव, पौरस आपल्या चेहऱ्यावर आणण्याचा प्रयत्न करत असला तरी राजाचा अहंकार सुखावण्यात आपण यशस्वी झालोय, हे चाणक्य मनोमन जाणून होता. सिंहरन व चाणक्याकडून अनपेक्षितपणे मिळालेल्या सन्मानाने तो मनातून इतका खूश झाला होता की तो जर मोर असता तर पिसारा फुलवून नाचू लागला असता, असा विचार चाणक्याच्या मनात चमकून गेला. साध्या निगर्वी माणसाला एखादी गोष्ट पटवणं अवघड असतं, पण स्तुतीलोभी आणि घमेंडी सम्राटांची खुशामत करणं, फारचं सोपं असतं. "सिंहरन, ऊठ आणि माझ्या बाजूच्या आसनावर बैस." भारावून गेलेला पौरस म्हणाला.

"आचार्य, तुमच्या मनात नेमकं काय आहे?' पौरसानं विचारलं.

"राजा, तू जाणतोसच की मगध हे संपूर्ण जगातील बलशाली राज्य आहे. त्यांच्यापाशी दोन लक्ष पायदळ, ऐंशी हजार घोडदळ, आठ हजार रथ आणि युद्धसज्ज असलेले सहा हजार हत्ती आहेत. पौरस, सिंहरन व त्यांच्या सर्व मित्रपक्षांनी एकत्र येऊन जरी स्वारी केली तरी त्यांना मगधाचा पडाव करणं शक्य नाही. हे पर्वतेश्वर महाराजा, जर तुला मगधाचं राज्यपद मिळवायचं असेल तर त्यासाठी तुझ्या शक्तीची व माझ्या युक्तीची गरज आहे," चाणक्यानं सुरुवात केली.

"युक्ती किंवा धूर्तपणाची मला मुळीच गरज भासणार नाही!" चाणक्याचं

बोलणं मध्येच तोडत गर्विष्ठ पौरस म्हणाला.

"मला सांग, अलेक्झांडरसमोर तुझ्या शक्तिशाली सेनेचा निभाव लागला?" चाणक्यानं शांतपणे त्याला आठवण करून दिली. "हे पर्वतांच्या राजा, माझा सल्ला मानशील तर तू नक्कीच मगधावर विजय मिळवू शकशील."

"आणि चंद्रगुप्ताचं काय?"

"ज्याच्या मनात आपल्या गुरुविषयी आदर आणि श्रद्धा नसेल, अशा शिष्यांना मी निरुपयोगी समजतो. आज तो जे काही जाणतो, ते सारं ज्ञान मी त्याला दिलं आहे आणि त्या बदल्यात त्यानं मला कोणती गुरुदक्षिणा दिली? त्याला नरकात खितपत पडू दे."

"ठीक आहे, आचार्य. आजपासून तुमचं आणि माझं उद्दिष्ट एकच असेल, एक तर आपण मगध आपल्या ताब्यात घेऊ किंवा ते करण्याच्या प्रयत्नात स्वर्गात प्रवेश करू," पौरस अभिमानानं म्हणाला.

"प्रत्येकालाच स्वर्गात जागेची इच्छा असते, पण त्यासाठी तो मरण पत्करायला तयार नसतो," चाणक्य सहजपणे म्हणाला.

* * *

"त्याला नरकात खितपत पडू दे," खबर समजताच ससिगुप्त त्वेषाने म्हणाला. पिरसार या आपल्या किल्ल्यातील मोठ्या दिवाणखान्यात तो बसला होता. स्वात खोऱ्यामध्ये तो देखणा किल्ला बांधला होता. हा किल्ला सर करायला त्यानं अलेक्झांडरला मदत केली आणि त्या हरामखोर मॅसेडोनियन्सनी केलेल्या उपकाराची अशी परतफेड करावी? भारतातील अलेक्झांडरचा सत्रपं, फिलीपॉसबरोबर कायम राहण्याचं, त्यांची राणी कलापिनीनं ठरवलं होतं आणि ही खबर ससिगुप्तापर्यंत पोहोचली होती. खरं तर त्या दोघांच्या प्रेमप्रकरणाची माहिती, आपल्या गुप्तहेरांकडून त्याला काही आठवड्यांपूर्वीच मिळाली होती; पण कलापिनीची लैंगिक इच्छा तात्पुरती उफाळून आली असावी, असा विचार करून त्यानं त्याकडे दुर्लक्ष केलं होतं. तिनं फिलिपॉससोबत कायम राहण्याचा घेतलेला निर्णय मात्र त्याच्या लेखी क्षम्य नव्हता.

ससिगुप्तासमोर चंद्रगुप्त बसला होता. चांदीच्या टेबलावर ठेवलेल्या पेल्यात मादक मैरेय होतं. दोघांनी त्या पेयाचा एकेक घोट घेतला. ससिगुप्तने आधीच काही पेले रिचवल्याने त्याच्या बोलण्यावर परिणाम होऊ लागला होता. ओठांतून शब्द अडखळत बाहेर पडत होते.

"त... त... तुला... चं... चंद्रगुप्त ठाऊक आहे? की... त... तुझं आणि माझं नाव एकच आहे? स... ससि... म... म्हणजे चंद्र... आणि... तुझ्या... न...

नावातसुद्धा... च...चंद्र आहे. आपण द... दोघे.... भ... भ... भाऊ आहोत!'' ससिगुप्त म्हणाला आणि त्यानं हातातील पेला जोरात टेबलावर आपटला. मैरेयाचे थेंब हवेत उडाले. चंद्रगुप्तानं एक-दोन घोटच घेतल्यामुळे तो व्यवस्थित शुद्धीत होता. बंडाची ठिणगी पेटवायला ही नामी संधी होती.

पिरसारचा प्राचीन किल्ला वैभवसंपन्न असला तरी आता अंधारमय दिसायचा. एका कडाक्याच्या हिवाळ्यात अलेक्झांडरनं तो सर करायचं ठरवलं. लहानपणी अलेक्झांडरने, आपला पराक्रमी पूर्वज हेरॅक्लसकडून ऐकलं होतं की त्यानं पिरसारवर स्वारी केली होती, पण त्यात तो अपयशी ठरला होता. हेरॅक्लसला जे जमलं नाही ते आपण करून दाखवायचा निर्धार अलेक्झांडरनं केला. पिरसार काबीज केल्यामुळे सैनिकांना रसद पुरवण्याची मोठी समस्या मिटणार होती. पिरसार हा पंजाबमधील अटकच्या उत्तरेला होता. डोंगरावर पाण्याचे नैसर्गिक झरे असल्यामुळे तिथे पुरेसं पीक तयार व्हायचं. पिरसारमध्ये कोणीही अन्नपाण्यावाचून मरू शकत नव्हता.

ससिगुप्ताच्या मदतीशिवाय मात्र अलेक्झांडर कधीही पिरसारवर कब्जा मिळवू शकला नसता. त्याच्या सूचनेनुसार अलेक्झांडरनं डोंगराच्या पश्चिम पट्ट्यावर अधिक कुमक तैनात केली आणि तिथे आपला तळ पक्का करून त्यानं किल्ल्याच्या उत्तरेकडील दरीमधून आपल्या सैनिकांना कूच करण्याची आज्ञा केली. ससिगुप्ताच्या म्हणण्यानुसार किल्ल्याची ती सर्वांत असुरक्षित जागा होती. त्यानंतर तीन दिवस झालेल्या तुंबळ लढाईत किल्ल्यातील सैनिकांकडून मॅसेडोनियन सैन्यावर मोठमोठ्या दगडाचा वर्षाव करण्यात आला. एकीकडे अलेक्झांडर व ससिगुप्तानं त्या दगडफेकीचा न डगमगता सामना केला तर दुसऱ्या बाजूनं मॅसेडोनियन सैन्यानं किल्ल्यातून बाहेर पळणाऱ्यांचा मोठ्या प्रमाणात नरसंहार करत पिरसार काबीज केलं. त्या मोठ्या विजयानंतर अलेक्झांडर पौरसाशी युद्ध करण्याच्या हेतूनं पुढच्या प्रवासाला निघाला.

अलेक्झांडरच्या सर्व विजयांमध्ये पिरसार काबीज करण्याला अधिक महत्त्व आहे, कारण तिथपासून अजिंक्य अलेक्झांडर ही उपाधी त्याला लाभली. त्यामुळे भारतातील मुलुखांवर विजय मिळवण्याआधीपासूनच लोक त्याच्याकडे एक जिद्दी, पराक्रमी व अमर्त्य मानव म्हणून पाहू लागले.

ससिगुप्त पुन्हा अडखळत बोलू लागला, ''म... मी... ह... हा... किल्ला आणि सग... सगळा भारत... त... त्याला... फ... फारसे क... कष्ट न करता म... म... मिळवून दिला आणि अश्वकनच्या र... राणीशी... श... श... शय्यासोबत कर... करून... त्यानं... उप... उपकारांची... प... प... परतफेड केली.'' काही झालं तरी अश्वकन राणी ही त्या कडव्या योध्या जमातीची जिवंत स्त्री-देवता

होती आणि तिच्यापासूनच ते नेहमी प्रेरणा व मार्गदर्शन घेत. ससिगुप्त हा जरी त्यांचा सेनापती असला तरी कलापिनी हा त्यांचा खरा शक्तीस्रोत होता.

शहाणी माणसं नेहमी विचारपूर्वक बोलतात, मूर्ख मात्र मनात येणारा प्रत्येक विचार बोलून दाखवतात. चाणक्य, हे शब्द आपल्या कानात कुजबुजतायत असा चंद्रगुप्ताला क्षणभर भास झाला. आता आपण काय बोलायचं, याचा चंद्रगुप्तानं शांतपणे विचार केला तो म्हणाला, "ससिगुप्त, तू माझा मित्र आहेस, तुला रस असेल, तर मी एक योजना आखली आहे."

काबूल नदीजवळील खडकाळ डोंगराच्या भागात राहणाऱ्या कडव्या, स्वतंत्र वृत्तीच्या, कणखर व पराक्रमी अफगाणी जमातीला अश्वकन हे नाव वर्षानुवर्षे तिथे राहणाऱ्या त्यांच्या पूर्वजांकडून मिळालं. हे मूळचे इंडो-आर्यन होते. अश्व म्हणजेच घोड्यांच्या उत्तम जातीची पैदास करून त्यांना प्रशिक्षण देणं ही त्यांची खासियत होती. युद्धकौशल्य व अश्वारोहणावरील हुकूमत या त्यांच्या दोन विशेष क्षमतांमुळेच त्यांना पार्शिया, ग्रीस, भारत अशा अनेक देशांतून मागणी होती. ससिगुप्त हा त्यांचा सरदार होता. सुरुवातीला जरी तो पर्शियन भूमीवर डेरियससाठी लढला असला तरी भारतात मात्र त्यानं आपली बाजू बदलून तो अलेक्झांडरच्या गोटात सामील झाला.

ससिगुप्त हा राकट पण देखणा पुरुष होता. उंच, पीळदार बाहू, गौरवर्ण आणि हिरव्या डोळ्यांच्या ससिगुप्ताचं व्यक्तिमत्त्व चटकन नजरेत भरत असे. त्याचे लांब तांबूस पिंगट केस रेशमी धाग्यात गुंफलेले असत आणि त्यांचा शंखाकृती बुचडा तो डोक्यावर कपाळाजवळ बांधत असे. त्याची लांबसडक दाढी व पिळदार मिश्यांमुळे त्याचा लष्करी झोक जाणवत असे. चमचमत्या माणकामुळे त्याचा रत्नजडित मुकुट अधिकच खुलून दिसायचा आणि त्याच्याशी मेळ साधण्यासाठी तो त्याच रंगाचा पायघोळ झगाही परिधान करायचा. गळ्यात मोत्यांच्या माळा आणि किरमिजी रंगाचा कमरपट्टा घातलेला ससिगुप्त म्हणजे पुरुषी सौंदर्याचं एक जितंजागतं उदाहरण होतं.

अश्वमेध यज्ञाची पद्धत त्याच्या पूर्वजांनी सुरू केली. सार्वभौमत्व सिद्ध करू पाहणारा राजा एका सशक्त घोड्याची विधीपूर्वक पूजा करून त्या अश्वाला इतर राज्यांच्या सीमेत पाठवला जाई. घोड्यापाठोपाठ राजाचे सैन्यही त्याच्याबरोबर असे. ज्या राज्यांमधून हा घोडा न अडवता परत येत असे, तेव्हा मानले जाई की राज्याचा राजा शरण आला आहे आणि ज्या राज्यात घोडा अडवला जात असे, त्या राज्याच्या राजाला चक्रवर्ती बनू पाहणाऱ्या सम्राटाशी युद्ध करावे लागे.

ज्या वेळी अलेक्झांडरनं प्रथम ससिगुप्त व त्याच्या आक्रमक सेनेला आपल्या

पद्धतीनं वठणीवर आणण्याचा प्रयत्न केला, तेव्हा बऱ्याच काळानंतर एक तुल्यबळ प्रतिस्पर्धी आपल्यासमोर उभा असल्याचं त्याला जाणवलं. त्या वेळी आपल्या आईला लिहिलेल्या पत्रात अलेक्झांडर म्हणतो, 'सिंहासारख्या शूर लोकांच्या प्रदेशात मी येऊन पोहोचलोय. इथली इंच नी इंच जागा ही जणू एक पोलादी भिंत आहे आणि ती सर्वस्व पणाला लावून माझ्या सैनिकांशी टक्कर देतेय. तू फक्त एकाच अलेक्झांडरला जन्म दिलास, पण या प्रदेशातील प्रत्येकाला अलेक्झांडर म्हणावं लागेल.' ससिगुप्त व त्याच्या लढवय्या साथीदारांशी संघर्ष न करता समेट करणं, शहाणपणाचं आहे हे अलेक्झांडरच्या चटकन लक्षात आलं. त्याचा निर्णय चुकीचा ठरला नाही. ससिगुप्तनं केवळ पिरसार काबीज करण्यात त्याची मदत केली नाही, तर मॅसेडोनियन लष्करमध्ये आपल्या अश्वदलालाही सामील केलं. अर्थात अलेक्झांडरकडून त्याची पुरेपूर किंमतही वसूल करून घेतली.

"तुझे हजारो घोडेस्वार फिलिपॉसच्या हुकमाखाली काम करतायत. त्यांना त्यांच्याविरुद्ध बंड पुकारण्याचा आदेश दे. आपल्या पवित्र देवतेला मलिन करणाऱ्या मालकाविरुद्ध त्यांना असहकार करायला सांग." चंद्रगुप्त म्हणाला. ही कल्पना अर्थातच चाणक्याची होती. चंद्रगुप्तानं मात्र ती स्वत:चीच असल्यासारखी दडपून त्याला सांगितली.

"पण सैन्यात शिस्त राखण्यासाठी फिलिपॉस त्यांना ठार मारण्याचा आदेश देईल," ससिगुप्तनं प्रतिवाद केला.

"आपल्याला, त्यानं तेच तर करायला हवं आहे," आपल्या नव्या मित्राकडे पाहून मिश्कीलपणे हसत चंद्रगुप्त म्हणाला.

* * *

रात्रीच्या त्या प्रहरी फिलिपॉसच्या लष्करी छावणीत पूर्ण शांतता होती. काळोख पडल्यानंतर विशाल आयताकृती तटबंदीचे चारही मुख्य दरवाजे बंद करण्यात आले होते. छावणीभोवती तीन मीटर लांब व दोन मीटर खोल असलेला खंदक बनवला होता. चारही बाजूंनी टोकदार लाकडांचं कुंपण बाधलं होतं. कुंपणाभोवती ठिकठिकाणी जागता पहारा ठेवण्यात आला होता. आणि पहारेकरी डुलक्या घेत नाहीत, हे पाहण्यासाठी वरिष्ठ अधिकारी तिथे वारंवार फेऱ्या मारत असत. दोन छोट्या भिंतीसमोरील मुख्य दरवाजातून छावणीत जाता येत असे. अठरा मीटर लांबीच्या त्या रस्त्यामुळे छावणीचे दोन मधोमध आयताकृती भाग तयार झाले होते. तिथून काटकोनात पंधरा मीटर लांबीचा असलेला फाटा थेट छावणीत जायचा. हे दोन्ही रस्ते जिथे एकमेकांना मिळायचे, तिथेच मध्यभागी छावणीत

सर्वांत मोठा तंबू उभारलेला होता. सरसेनापती फिलिपॉसचं ते निवासस्थान होतं. फिलिपॉसच्या तंबूच्या आसपास त्याच्या निकटच्या अधिकाऱ्यांच्या छावण्या होत्या. त्यापलीकडे पसरलेल्या अनेक एकर जमिनीवर बांधलेल्या बराकीत दर एकराला दोनशे वीस सैनिकांच्या राहण्याची व्यवस्था करण्यात आली होती.

फिलिपॉसच्या तंबूबाहेर दोन्ही बाजूंना दोन पेटत्या मशाली खड्ड्यात बांधून ठेवल्या होत्या. लोखंडी टोक असलेले सहा फुटी भाले हातात पकडून दोन निर्विकार चेहऱ्याचे रक्षक, तंबूची राखण करत होते. तंबूमध्ये फिलिपॉस आणि कलापिनी यांच्यातील प्रणयाला उधाण आलं होतं; पण त्यातून निर्माण होणाऱ्या आवाजाचा कोणताही परिणाम बाहेरील रक्षकांच्या चेहऱ्यावर उमटत नव्हता. निष्ठावंत मॅसेडोनियन सैनिकांना काही वेळ दुरून ऐकू येणारा हलका आवाज आता मिनिटागणिक वाढू लागला होता. त्या आवाजामुळे ते थोडे साशंक झाले असले तरी, कोणत्याही परिस्थितीत आपल्या जागेवरून न हलण्याच्या सूचना दिल्या होत्या. त्यांची द्विधा मन:स्थिती झाली होती. एकीकडे तंबूतून येणाऱ्या उसाशांमुळे त्याचं लक्ष विचलित होत होतं तर दुसरीकडे छावणीपलीकडे अदृश्य क्षितीजावरून घुमत येणाऱ्या आवाजामुळे ते अस्वस्थ झाले होते.

आपल्या सरदाराच्या तंबूला आग लागली आहे याची जाणीवही पश्चिम प्रवेशद्वारावर राखण करणाऱ्या फिलिपॉसच्या पहारेकऱ्यांना झाली नाही. त्यांच्या मानेवरील केसांना जेव्हा ज्वालांची धग बसली तेव्हा ते झर्रकन मागे वळले, पण तोपर्यंत त्यांच्या पाठीमध्ये अनेक बाण घुसले होते. फिलिपॉस व कलापिनी नग्नावस्थेतच तंबूबाहेर सैरावैरा पळू लागले. अश्वकन घोडेस्वारानी फिलिपॉसला घेराव घातला आणि त्याला पकडून त्याचे दोन्ही हात पाठीमागे घट्ट बांधले व डोळ्यावर पट्टी चढवली. दुसऱ्या गटातील सैनिकांनी कलापिनीभोवती घोंगडी गुंडाळली. तिला एका घोड्यावर बसवण्यात आलं आणि पाहता पाहता तो घोडेस्वार वेगानं छावणीबाहेर पडला.

"नीच गलिच्छ माणूस आहेस तू!" ते फिलिपॉसवर त्वेषानं ओरडले.

"तुला काय वाटलं तू आमच्या राणीला पळवशील आणि आमच्या साथीदारांची कत्तल करशील? याबद्दल आता तुला मृत्यूशिवाय दुसरी शिक्षा नाही!" घट्ट बांधलेल्या दोरखंडातून आपले हात सोडवण्याचा, फिलिपॉस निकराने प्रयत्न करू लागला. 'मी आणि कलापिनीनं एकमेकांच्या संमतीनं प्रेम केलंय,' असं तो गयावया करत सांगू लागला, पण अश्वकन योद्धे त्याचा एक शब्दही ऐकून घ्यायला तयार नव्हते. ससिगुप्तच्या घोडेस्वारांनी फिलिपॉसवर हल्ला केल्याची बातमी, मॅसेडोनियन सैनिकांमध्ये वणव्यासारखी पसरली. आपल्या सेनापतीच्या

रक्षणार्थ त्यांनी धाव घेतली, पण प्रक्षुब्ध अश्वकन सैनिकांसमोर त्यांच्या टिकाव लागला नाही. फिलिपॉसभोवती केलेलं कडं तोडण्याचा एका मॅसेडोनियन अधिकाऱ्यानं प्रयत्न केला. तो झेप घेत फिलिपॉसजवळ पोहोचला व त्याच्या हातात बांधलेली दोरी जोरजोरात कापू लागला. पण फिलिपॉसची सुटका करण्याआधीच मागून घुसलेल्या भाल्यामुळे तो आपल्या सेनापतीच्या अंगावर कोसळला व त्याच्या रक्तानं फिलिपॉस न्हाऊन निघाला.

घोड्यांच्या टापांच्या आवाजानं छावणी दुमदुमून गेली होती. अश्वकन घोडेस्वार मुख्य प्रवेशद्वारातून घुसत, गवतावर पडलेले पलिते व मशाली तंबूवर फेकत होते. अनेक तंबू व छावण्या आगीत भस्मसात झाल्या होत्या. भयभीत होऊन छावणीबाहेर पडू पाहणाऱ्या मेसेडोनियन सैनिकांची मात्र निर्घृण कत्तल सुरू होती.

छावणीपासून काही यार्डावर असलेल्या एका छोट्या टेकडीवर उभे असलेले दोन घोडेस्वार मॅसेडिोनियन तंबूंना लागलेल्या आगी शांतपणे पाहत होते आणि मारल्या जाणाऱ्या सैनिकांचे टाहो आणि किंकाळ्या निर्विकारपणे ऐकत होते. राखाडी कंबोजा अश्वावर आरूढ झालेल्या ससिगुप्तनं, शुभ्र व तगड्या उच्चैश्रव घोड्यावर बसलेल्या चंद्रगुप्ताकडे पाहिलं. "चंद्रगुप्त, आपण जे काही केलं ते योग्य केलं का, याबद्दल मला खात्री वाटत नाही," आपली दाढी कुरवाळत ससिगुप्त विचारपूर्वक म्हणाला. "लढाईचं रीतसर आवाहन करून युद्ध खेळायचं, ही अश्वकन परंपरा आहे. समोर चाललेला हा रक्तपात अतिशय उद्वेगजनक आणि असन्माननीय आहे."

"मित्रा, ससिगुप्ता, तू जेव्हा डेरियससाठी लढलास तेव्हा कुठे होता सन्मान? तू स्वत:ला जेव्हा अलेक्झांडरला विकलंस, तेव्हा कुठे होता सन्मान? जरा सत्याला सामोरा जा. अश्वकन हे केवळ धंदा किंवा व्यावसायिक उद्देशानं दुसऱ्यासाठी शौर्य गाजवतात. आज जे घडतंय, ते आजपर्यंत तुझ्या हातून झालेलं सर्वांत सन्माननीय कृत्य आहे. आज तू एका परकीय घुसखोराविरुद्ध तलवार उचललीस आणि आपल्या राणीच्या अब्रूचं रक्षण केलंस," चंद्रगुप्त म्हणाला. ससिगुप्तचं मनपरिवर्तन कसं करायचं हे चाणक्यानं त्याला पढवलं होतं.

चंद्रगुप्तानं आपल्या निष्णात तिरंदाजाला इशारा केला. गेली काही मिनिटं तो धनुर्धर फिलिपॉसच्या हालचालींवर बारीक नजर ठेवून होता. त्यानं आपल्या धनुष्याला लोखंडी बाण लावला होता. चंद्रगुप्तानं खूण करताच त्यानं नेम धरून बाण सोडला. तो तीर सुसाट वेगानं चंद्रगुप्ताच्या बाजूनं जात अनेक झाडं व अश्वकन घोडेस्वारांना ओलांडत पुढे जाऊ लागला व अखेर त्यानं आपल्या लक्ष्याचा अचूक वेध घेतला. रक्ताची एक बारीक चिळकांडी उडाली, पण त्यानं त्याचं समाधान

झालं नसावं. तो आणखी आत घुसत, त्यानं लक्ष्याच्या धपापत्या हृदयात प्रवेश केला आणि मोठी जखम झाल्यानं नाकातोंडातून भळाभळा रक्त वाहू लागलं. त्याचे डोळे वर जाऊ लागले. पाहता पाहता तो मागे कोसळला. आयुष्य एकदाचं संपून जावं, असं त्याला तीव्रतेनं वाटलं... आणि तसंच घडलं. फिलिपॉस गतप्राण झाला.

१४

वर्तमानकाळ

मेनन इक्रमला सकाळच्या वर्तमानपत्रातील बातम्या वाचून दाखवत होता. सहा महिन्यांच्या अथक निवडणूक प्रचारानंतर मेजर बेदी चहाचे घुटके घेत आराम करत होता. तिघेही गंगासागरजींच्या घरी जमले होते.

"लोकसभा निवडणुकीत मोठ्या बहुमताने विजयी झालेल्या आघाडीचे अध्यक्ष सरकार स्थापनेचा दावा करण्यासाठी मंगळवारी दुपारी ४ वाजता राष्ट्रपतींना भेटणार आहेत. आघाडीतील सर्व पक्षप्रमुखांच्या बैठकीत हा निर्णय एकमताने घेण्यात आला. सत्ताधारी पक्षातर्फे अध्यक्षाचं नाव सुचवण्यात आलं आणि युतीमधील प्रमुख पक्षांपैकी एक असलेल्या अभानसचे अध्यक्ष पंडित गंगासागर मिश्रा यांनी त्या प्रस्तावाला अनुमोदन दिलं."

"काहीही लिहितात! प्रमुख पक्षांपैकी एक म्हणे! अभानस हाच युतीमधील सर्वांत प्रमुख पक्ष आहे." इक्रम उद्गारला त्याच्या बोलण्यावर मेजर बेदीनं मंद स्मित केलं. एकच सूत्र पकडून निवडणूक न लढवण्याचं त्याचं धोरण, कमालीचं यशस्वी ठरलं होतं. मेननच्या हातातून पेपर घेत बेदी वाचू लागला, "उत्तर प्रदेश राज्यातून पासष्ट खासदारांना निवडून आणणारा अभानस हा सत्ताधारी पक्षाखालोखाल आघाडीतील सर्वांत मोठा घटक पक्ष ठरला आहे. सत्ताधारी पक्षानं दोनशे जागांवर विजय मिळवलाय. अनेक छोट्या पक्षांनी आघाडीला पाठिंब्याचं पत्र दिलं असल्यामुळे युतीला एकूण तीनशे खासदारांचं पाठबळ लाभलंय. त्यामुळे लोकसभेत किमान बहुमतासाठी लागणाऱ्या दोनशे बाहत्तरपेक्षा ही संख्या खूपच जास्त आहे. माजी संरक्षण मंत्री यांचीच पंतप्रधानपदी पुन्हा निवड झाल्यासंबंधीचं पत्र आघाडीचे अध्यक्ष राष्ट्रपतींना सादर करतील. त्याच वेळी युतीमधील विविध घटक पक्षांच्या पाठिंब्याची पत्रंही ते राष्ट्रपतींच्या हवाली करतील. राष्ट्रपती विजयी आघाडीला केंद्रामध्ये नवं सरकार स्थापन करण्याचं आमंत्रण देण्याची शक्यता वर्तवण्यात येत आहे. येत्या शुक्रवारी मंत्रिमंडळाचा शपथविधी राष्ट्रपती भवनात होण्याची दाट

शक्यता आहे.''

''सरकारला पाठिंबा देणाऱ्या खासदारांची संख्या आता तीनशे झाली, ही फारच चांगली गोष्ट आहे,'' इक्रम म्हणाला.

''का? आता त्यांच्याजवळ निम्म्यापेक्षा अठ्ठावीस जण जास्त आहेत, म्हणून?'' मेननने विचारलं.

''नाही. अभानसनं जर पाठिंबा काढून घेतला तर त्यांना बहुमत गाठण्यासाठी सदतीस खासदारांची उणीव भासेल, म्हणून,'' पान चघळत इक्रम म्हणाला व त्यावर मेजर बेदी मिश्कीलपणे हसला.

* * *

राष्ट्रपती भवनात समारंभ सुरू झाला होता. सोमाणीशी खास संबंध असलेल्या पंतप्रधानांच्या शेजारच्या आसनावर ते बसले होते. राष्ट्रपती चंदिनीला मंत्रिपदाची शपथ प्रदान करत होते. 'मी चंदिनी गुप्ता, ईश्वराला साक्ष ठेवून शपथ घेते की कायद्याद्वारे स्थापित झाले आहे अशा भारतीय संविधानाबद्दल मी खरी श्रद्धा व निष्ठा बाळगेन. मी भारताची सार्वभौमता व एकात्मता उन्नत राखेन. कॅबिनेट मंत्री म्हणून मी माझी कामे निष्ठापूर्वक व शुद्ध बुद्धीने पार पाडेन आणि संविधान व कायदा यानुसार सर्व तऱ्हेच्या लोकांना मी निर्भयपणे व निःस्पृहपणे आणि तसेच कोणच्याही विषयी ममत्व भाव किंवा आकस न बाळगता न्याय्य वागणूक देईन.'

''चंदिनी राज्य सरकारमधून केंद्रीय मंत्रिमंडळात गेल्यामुळे उत्तर प्रदेशच्या राजकारणात फार मोठी पोकळी निर्माण झाली होती. आता मुख्यमंत्री कोण होणार? माझ्या मते त्या पदासाठी तू आता इक्रमची निवड करणार असशील,'' अग्रवालजींनी विचारलं होतं.

''अभानस पक्षासाठी मी गृहमंत्री पद मिळवण्याच्या खटपटीत आहे, हे इक्रमला ठाऊक आहे आणि त्या पदासाठी त्याचंच नाव माझ्या मनात आहे. त्यासाठी मी त्याला सध्या सगळ्यांच्या नजरेपासून दूर राहायला सांगितलंय. उत्तर प्रदेशाच्या मुख्यमंत्री पदावर अभानस पक्षाच्या दुसऱ्या कुठल्याही उमेदवाराची निवड झाली तरी त्याला इक्रमची मान्यता असेल,'' गंगासागरनी उत्तर दिलं होतं.

''मग उरलेल्या कालावधीसाठी आपण कोणाला मुख्यमंत्री निवडणार आहोत?'' अग्रवालजींनी विचारलं.

''राम शंकर द्विवेदी,'' गंगासागर उत्तरले.

''पण त्याला निवडणं मूर्खपणाचं ठरेल. अलीकडेच त्यानं चंदिनीविरुद्ध आपल्या आमदारांना फितवण्याचा प्रयत्न केला होता. त्याच्यावर विश्वास ठेवणं, धोक्याचं आहे.''

“अग्रवालजी, माझं मत अगदी उलट आहे. माझा त्याच्यावर पूर्ण विश्वास आहे.”

“का?”

“कारण त्याला अजून परत करायचे, त्याचे वीस फोटो माझ्याजवळ आहेत,” गंगासागर जोरजोरात हसत म्हणाले.

* * *

“गंगासागरजी, तुम्ही कसला विचार करताय?” माजी संरक्षणमंत्री व आत्ताचे पंतप्रधान त्यांच्या कानात कुजबुजले. आपलं मन थोडं भरकटलंय हे गंगासागरनाही जाणवलं.

“मी विचार करतोय की आजच्या समारंभाला, रुंगठा कुठे दिसत नाही? आपला मित्र सोमाणी समोर बसलाय. तुम्ही रुंगठाला आमंत्रण दिलं नव्हतं?” गंगासागरनी पंतप्रधानांना विचारलं.

“मी बोलावलं होतं, पण ते कुठल्या तरी कामात गर्क असावेत.”

“कुठल्या कामात?”

“दुसऱ्या एखाद्या मंत्र्याच्या शोधात, जो त्यांच्यासाठी दोरीची शिडी खाली सोडेल. जर सोमाणी मला एवढी मदत करू शकला, तर रुंगठांनाही कोणीतरी मिळू शकेल,” पंतप्रधान गंगासागरना म्हणाले. सियाचनला दोरीच्या शिडीनं हेलिकॉप्टरमधून उतरवण्याची योजना त्यांचीच होती. गंगासागर मोठ्यानं हसले. सगळ्यांनी चमकून त्यांच्याकडे पाहिलं, पण त्यांना कुणाचीच पर्वा नव्हती. ते अधिकच जोरात हसले.

* * *

“तो हरामखोर एक महत्त्वाचं खातं सोडायला तयार नाही. अर्थ, परराष्ट्र, संरक्षण आणि गृह ही चारही खाती त्याला आपल्याजवळ ठेवायची आहेत. युतीमधील सत्ताधारी पक्षाकडे नेहमीच पंतप्रधानपदासह ही चारही खात्याची मंत्रिपदं असतात, असं त्याचं म्हणणं आहे. अभानस पक्षाचा पाठिंबा नसता तर तो सरकारच बनवू शकला नसता, एवढी साधी गोष्ट याच्या लक्षात येत नाही? पंतप्रधान, सोमाणीचा माणूस आहे म्हणून खूप सहन केलं आत्तापर्यंत!” गंगासागर चिडून म्हणाले आणि खुर्चीतून उठत ते खोलीमध्ये अस्वस्थपणे येरझारा घालू लागले.

“तुम्हांला काय पाहिजे आहे?” इक्रमनं विचारलं.

“परराष्ट्र खात्याचं मंत्रिपद चंदिनीला मिळावं, अशी माझी इच्छा आहे. सर्व जगाशी संबंध आल्यामुळे तिचा देशात आणि परदेशात नावलौकिक वाढेल,” गंगासागर म्हणाले.

''मला वाटतं, ती गोष्ट मिळवण्याचा एकच मार्ग आहे. परराष्ट्र खात्याच्या कार्यालयात काहीतरी पेचप्रसंग निर्माण करा, म्हणजे त्या मंत्र्यांना राजीनामा देण्यावाचून पर्याय उरणार नाही,'' इक्रमनं सुचवलं.

''तशी शक्यता नाही किंवा तसं घडणं संभवनीय नाही. परराष्ट्र खात्याचे मंत्री हे जुने-जाणते नेते आहेत आणि प्रत्येक बाबतीत ते अतिशय जागरुक असतात. आपल्या आसपास कोणीही नाही, याची खात्री केल्याशिवाय ते साधे खोकतही नाहीत. शिवाय, अत्यंत प्रामाणिक माणूस आहे. सचोटी हा फारच त्रासदायक गुण आहे. त्या माणसाला तुम्ही भ्रष्ट करू शकत नाही,'' निराश होत, गंगासागर म्हणाले. ते पुन्हा खाली बसले आणि उगाचच खुर्चीच्या हातावर चिटक्या वाजवू लागले.

''दुसरा एक मार्ग आहे,'' क्षणभरातच ते पुन्हा म्हणाले. ''काही वेळा गोल मारण्यासाठी बॉल गोलरक्षकापासून थोडा दूर न्यावा लागतो. अर्थमंत्र्यांना जर अचानक राजीनामा द्यावा लागला, तर ते खातं फक्त परराष्ट्रमंत्रीच सांभाळू शकतात.''

''पण अर्थमंत्री का राजीनामा देतील?'' इक्रमनं विचारलं.

''हे बघ, परराष्ट्र मंत्र्यांएवढे ते प्रामाणिक नाहीत. आपला मित्र सोमाणी जेव्हा संरक्षण मंत्र्यांना पंतप्रधानपद मिळावं म्हणून त्यांच्या मागे ठामपणे उभा होता, तेव्हा ते पद अर्थमंत्र्यांना मिळावं, यासाठी रुंगठांनीही खूप प्रयत्न केले होते. दुसरी महत्त्वाची गोष्ट म्हणजे हे अर्थमंत्री आपल्या पंतप्रधानांच्या मर्जीतले नाहीत. त्यामुळे ते जर मंत्रिमंडळातून बाहेर पडले तर साहेबांना आनंदच होईल. आपण फक्त त्यांना तशी संधी मिळवून द्यायला हवी. इक्रम, तुझ्या खास माणसांना कामाला लाव. पण हे सर्व अतिशय सावधपणे करावं लागेल. त्यांच्याबरोबर राडा करणं धोक्याचं आहे. त्यांना थोडी जरी कुणकुण लागली तरी ते आपल्याला हालहाल करून मारतील.''

* * *

चार महत्त्वाची मंत्रिपदं सोडली तरी उरलेलं खातेवाटप करतानाही रस्सीखेच होऊ लागली. अभानस पक्षासाठी गंगासागरनी दहा खात्यांची मागणी केली. चंदिनी परराष्ट्र मंत्री व्हावी, अशी त्यांची इच्छा होती, पण तशी व्यवस्था होईपर्यंत बिनखात्याची मंत्री म्हणून जरी तिला मंत्रिमंडळात स्थान असलं, तरी त्यांची त्याला हरकत नव्हती. त्या दरम्यान त्यांनी आपल्या पक्षाकडे कॅबिनेट दर्जाची वाणिज्य, दूरसंचार, खनिज तेल आणि कृषी या खात्यांसाठी आग्रह धरला आणि अभानसच्या उरलेल्या पाच खासदारांना राज्यमंत्री पद द्यावं असं त्यांनी सुचवलं.

मेननंनं त्यांना विचारलं होतं, ''तुम्ही दहा कॅबिनेट मंत्रिपदांचा आग्रह धरण्याऐवजी

पाच राज्यमंत्रिपदांच्या तडजोडीला का तयार झालात?''

''मला काही इतर महत्त्वाच्या पदांवर ताबा मिळवायचाय. पाच जणांच्या बाबतीत तडजोड केल्यामुळे मला आता माझी बाकीची माणसं, सरकारात नव्हे पण, केंद्रातील सत्तेच्या दृष्टीनं महत्त्वाच्या पदावर आणण्यासाठी वाटाघाटी करता येतील,'' गंगासागर म्हणाले.

''म्हणजे कोणती?''

''गुप्तचर विभाग संचालक, रिझर्व बँक ऑफ इंडियाचे प्रमुख, सीबीडीटीचे अध्यक्ष, अशी अनेक पदं सत्तेच्या दृष्टीनं महत्त्वाची असतात. आपल्या पक्षातील अनेक माजी विद्यार्थी नेते आता शासकीय सेवेत आहेत. अलाहाबाद विद्यापीठातील ब्रिजमोहन राय, अलिगढ मुस्लीम विद्यापीठाचा इक्बाल आझमी, बनारस हिंदू विद्यापीठात शिकलेला गिरीश बाजपेई असे अनेक लायक उमेदवार आहेत... पण त्याहून मुख्य गोष्ट म्हणजे चंदिनीसाठी परराष्ट्रमंत्रिपदाचा मार्ग कायम खुला राहायला हवा.'''

''पण वाणिज्य, दूरसंचार, खनिजतेल आणि कृषी हीच चार खाती तुम्ही का निवडलीत?''

''कारण माझे कॅबिनेट मंत्री पुढच्या दोन आठवड्यात आपापल्या खात्यात आधी कोणते सौदे आणि करार झालेत याची बित्तंबातमी मला पुरवतील आणि अर्थमंत्र्यांविरुद्ध वापरण्यासाठी माझ्यापाशी पुरेसा दारूगोळा तयार झालेला असेल!''

* * *

गंगासागर आणि चंदिनी हे उद्योग भवन, या वाणिज्य विभागाच्या मुख्य कार्यालयात आले होते. अभानस पक्षाचाच माणूस आता वाणिज्य खात्याचा कॅबिनेट मंत्री होता.

''विशेष आर्थिक क्षेत्र उभारण्यासाठीची जमीन खासगी कंपन्यांना अगदी मामुली किंमतीत दिली गेली आहे,'' वाणिज्य मंत्र्यांनी सांगितलं.

''त्यात काय विशेष?'' गंगासागरनी विचारलं, ''ही गोष्ट तर सरकारी धोरणाशी अगदी सुसंगत आहे. नाही का?''

''हो. पण फक्त परिमाणानुसार. गुणवत्तेचा निकष वापरलेलाच नाही.''

''तुम्ही काय म्हणताय ते माझ्या लक्षात आलं नाही,'' चंदिनी म्हणाली.

''सरकारनं त्या योजनेसाठी जेवढी जमीन ताब्यात घेतली आणि नंतर ती विकासकांकडे सोपवली, ते सर्व ठरलेल्या धोरणाप्रमाणे पार पडलं.''

''मग?'' गंगासागरनी कुतूहलानं विचारलं.

''हे बघा, अनुत्पादक जमिनीचा योग्य तो विकास करण्यासाठी विशेष आर्थिक

क्षेत्राची योजना आखली गेली. दळणवळण व्यवस्था, वीज प्रकल्प, पाणीपुरवठा यंत्रणा आणि एकाच परिसरात वेगवेगळी औद्योगिक व व्यापारी केंद्रं उभारली जावीत, जेणेकरून जमिनीच्या किमतीत वृद्धी होईल, हे या योजनेमागचं मूळ उद्दिष्ट होतं. पण झालं काय की त्या क्षेत्रातील जो मुख्य भाग आधीच विकसित होऊन देशातील इतर ठिकाणांशी नीट जोडला गेला होता, त्याच्या आंतरिक मूल्याचा विचार न करता, एका सरसकट भावानं, ती सर्व जमीन वाणिज्य मंत्रालयानं देऊन टाकली. त्यामुळे एकाच कंपनीला हजारो एकर जमीन दिली गेली,'' वाणिज मंत्र्यांनी ही गुप्त बातमी उघड केली.

* * *

गंगासागर आणि चंदिनी संचार भवन या दूरसंचार विभागाच्या मुख्य कार्यालयात बसले होते.

''साहेब तुम्हांला सांगतो, जरी तुम्ही गेल्या दहा वर्षांत आकारल्या गेलेल्या परवाना शुल्काचा विचार केलात, तरी मागच्या काही काळात दूरसंचार परवाने अत्यंत कमी किंमतीत आणि तेही मनमानी पद्धतीनं दिले गेले,'' अभानस पक्षाचे एक ज्येष्ठ नेते व विद्यमान दूरसंचार मंत्री गंगासागरना म्हणाले.

''हा तर फारच मोठा सौदा झाला. पण असंही म्हणता येईल प्रत्येकाचा किंमतीबाबतचा दृष्टिकोन वेगवेगळा असू शकतो,'' गंगासागर वाद घालत म्हणाले.

''पण त्यानंतर काय घडलं ठाऊक आहे का? ज्यांना परवाने मिळाले त्यांनी ते बाहेरच्या गुंतवणूकदारांना अवाच्यासवा किमतीत विकून भरपूर नफा कमावला,'' दूरसंचार मंत्र्यांनी सांगितलं.

''पण अशीही शक्यता असू शकेल ना की मधल्या काळात त्यांनी मोठ्या प्रमाणात धंदा करून भागधारकांचं मूल्यही वाढवलं असेल?'' चंदिनीनं विचारलं.

''फक्त चोवीस तासात हे घडू शकेल?'' मंत्र्यांनी उत्तर देण्याऐवजी तिलाच प्रतिप्रश्न केला.

* * *

गंगासागर व चंदिनी शास्त्रीभवन, या खनिज तेल व नैसर्गिक वायू कार्यालयाच्या मुख्य इमारतीत आले होते. ''कायद्याने ठरवल्या गेलेल्या किमतीला, तेलाचा शोध घेण्याचे हक्क एका कंपनीलाच दिले गेले,'' बिजनार मतदारसंघातून निवडून आलेल्या दूरसंचार मंत्र्यांनी गंगासागरजींना माहिती पुरवली.

''मग त्यात चुकीचं काय आहे?'' गंगासागरजींनी विचारलं.

''हे हक्क २४ जुलैला दिले गेले.''

''बरं मग?''

"सरकारी तेल महामंडळाने त्याआधीच तेलखाणीचा शोध घेतल्याचं इथल्या अंतर्गत कागदपत्रावर नमूद केलंय."

"म्हणजे?"

"म्हणजे त्यांनी २३ जुलैलाच तिथे तेल शोधून काढलं होतं."

* * *

गंगासागर आणि चंदनी कृषीभवन, या कृषी मंत्रालयाच्या मुख्य इमारतीत आले होते. मेजर बेदीने मीरत मतदारसंघासाठी शोधलेला मुस्लीम जाट जमातीतील उमेदवार, दौला हसन भट्टी हा आता कृषीमंत्रिपद सांभाळत होता. तो निवडणुकीत दोन लाखांहून अधिक मतांनी विजयी झाला होता.

"मागच्या सरकारच्या काळात चारा आणि खत फार मोठ्या प्रमाणात खरेदी केलं गेलं." आपल्या स्वीय सचिवाला ऐकू जाणार नाही, याची दक्षता घेत कृषीमंत्री म्हणाला.

"हे तर अपेक्षितच आहे," चंदिनी म्हणाली, "कुठलंही सरकार शेतकऱ्यांना खूश ठेवून त्यांची मतं मिळवण्यासाठी त्यांना चारा आणि खत कमी किंमतीत पुरवण्याचा प्रयत्न करणार."

"पण मला सांगा की अमेरिका आणि पश्चिम युरोपमधील गुरांसाठीही कमी किंमतीत चारा द्यावा?" कृषीमंत्र्यांनी प्रश्न केला.

"काय म्हणायचंय तुला?" गंगासागरनी विचारलं.

"सरकारनं ज्यांच्यासाठी कमी किंमतीत चारा उपलब्ध करून दिला, त्या गुरांची संख्या मोजली तर ती भारत, अमेरिका आणि पश्चिम युरोपमधील एकूण गाई-गुरांच्या संख्येएवढी भरते. जे शेतकरी व गुरंढोर अस्तित्वातच नाहीत, त्यांच्यासाठी त्यांनी अनुदान दिलंय!" कृषीमंत्र्यांनी ती गंभीर बाब दोघांच्याही निदर्शनास आणून दिली.

* * *

"अर्थमंत्र्यांच्या सहभागाशिवाय यातील एक तरी व्यवहार होऊ शकला असता?" चंदिनीनं विचारलं. इक्रम व अग्रवालजींनी तिच्या म्हणण्याला मानेनंच होकार दिला. एरवी या गोष्टी घडणं, खरोखरच अशक्य होतं. चंदिनी व गंगासागरजी काही वेळ आपल्याच विचारात मग्न होते. नंतर तिनं गंगाकाकांना विचारलं, "या माहितीचा तुम्ही कसा वापर करणार आहात? पत्रकार परिषद घेऊन सरकार पाडणार?"

"मला सांग, ज्या सरकारमध्ये आपण सामील आहोत, त्या सरकारला खाली खेचण्यात काय हशील आहे? आणि हा फारच सुरुवातीचा काळ आहे. एक

लक्षात ठेव, जोपर्यंत अशा बातम्या लोकांपर्यंत पोहोचत नाहीत, तोपर्यंत त्यांना अधिक मूल्य असतं. मी त्या बाहेर जाऊ देणार नाही, कारण मला त्याची पुरेपूर किंमत वसूल करायचीय,'' पंडितजी म्हणाले.

''म्हणजे तुम्ही पंतप्रधानांशी बोलून, या चार घोटाळ्यांबद्दल अर्थमंत्र्यांच्या राजीनाम्याची मागणी करणार?'' चंदिनीनं विचारलं.

''नाही, चारही घोटाळ्यांसाठी मी त्यांचा राजीनामा मागणार नाही,'' गंगासागरजी निर्विकारपणे म्हणाले.

''का नाही?'' चंदिनी चक्रावली. ही प्रकरणं शोधून काढण्यासाठी आपण पंधरा दिवस का व्यर्थ घालवले, हे तिला समजेना.

''मी चार नव्हे फक्त एका गैरव्यवहाराबद्दल त्यांना राजीनामा द्यायला लावेन. उरलेल्या माहितीचा मी योग्य वेळी उपयोग करीन. हातात चार हुकुमाचे पत्ते असताना, ते मी एकाच वेळी का वापरू?''

* * *

''चंदिनीजी, परराष्ट्रमंत्रिपद मिळाल्याबद्दल मनःपूर्वक अभिनंदन! माझी खात्री आहे की तुम्ही आपल्या कर्तृत्वाने आणखी मोठी उंची गाठणार आहात,'' एका हितचिंतकानं तिच्याशी हस्तांदोलन करत म्हटलं. त्या खोलीत चंदिनीवर चहूबाजूंनी शुभेच्छांचा वर्षाव होत होता.

गंगासागर जवळच उभे होते. मागे वळून ते अग्रवालजींना म्हणाले, ''काय गंमत आहे, नाही का?''

''त्यात गंमत कसली? एका सामान्य मुलीला परराष्ट्रमंत्री बनवून तू तुझं स्वप्न साकार केलंयंस ना?'' अग्रवालजींनी विचारलं.

''गंमत कसली सांगू? तिला मी शिक्षणासाठी परदेशात पाठवलं. तिथे तिनं एक प्रेमप्रकरण केलं आणि गर्भार राहिली. त्याबद्दल बक्षीस म्हणून मी तिला परराष्ट्रमंत्रीपदच देऊन टाकलं!''

* * *

''माननीय परराष्ट्रमंत्र्यांना हे ठाऊक आहे का, की पोलंडमधील भारतीय दूतावासात आपला राष्ट्रध्वज सूर्यास्तानंतरही फडकत होता. भारतीय राष्ट्रध्वज संहितेच्या कलम २.२ व पोटकलम (११) यांचं या कृतीमुळे उल्लंघन झालं आहे. ह्या संबंधात मंत्रीमहोदया सुधारात्मक कारवाई करणार का?''

''सभापती महोदय, मी सभागृहाला आश्वस्त करते की या बाबतीत मी नक्कीच सुधारात्मक कारवाईचे आदेश देईन.''

'सभापतीसाहेब, जिनिव्हामध्ये नुकत्याच झालेल्या परराष्ट्र सचिव-पातळीवरील

चर्चेत आपण पाकिस्तानला वरचश्मा मिळवून द्यायची नाहक संधी मिळवून दिली ही गोष्ट माननीय मंत्रीमहोदया मान्य करतील का? या चुकांमधून त्या काही धडा शिकल्या आहेत का?''

''सभापती महोदय, माझ्या माननीय सभासद मित्रांना जर माझ्या चुकांमधून शिकण्याची संधी मिळत असेल तर माझी आणखीही काही चुका करायची तयारी आहे.''

''सभागृहाच्या अध्यक्षांची परवानगी घेऊन मी हे विचारू इच्छितो की परराष्ट्र मंत्र्यांच्या कार्यालयात मद्यसेवन केलं गेलं हे त्यांना माहिती आहे का? आणि विशेष म्हणजे त्या दिवशी ड्राय डे होता.''

''सभापती महोदय, मद्य हे कोणत्याच समस्येवरचं उत्तर होऊ शकत नाही, हे माझं वैयक्तिक मत आहे. त्यामुळे मूळ प्रश्नच विसरला जातो. अरेच्या, माननीय सदस्यांनी मला कोणता प्रश्न विचारला होता? विसरलेच की मी!''

''सभापतीसाहेब, आंतरराष्ट्रीय मुत्सद्देगिरीच्या सध्याच्या अवघड परिस्थितीतून परराष्ट्रमंत्रीजी मार्गक्रमण करण्याचा प्रयत्न करत आहेत. परंतु दुर्दैवानं त्यांच्यापाशी अनुभवाची कमतरता असल्यामुळे, अंधारात अडखळत चालणाऱ्या लहान मुलासारखी त्यांची अवस्था झाली आहे.''

''सभापती महोदय, माझ्या आकलनानुसार अंधारात हरवलेली मुलं अपघात करतात, पण अंधारात होणारे अपघात मुलं निर्माण करतात. आपण सर्व जण असेच तर या दुनियेत आलो आहोत!''

चंदिनी उत्तर देऊन खाली बसली आणि सभागृहात एकच हशा पिकला. ह्या नव्या मुलीला डिवचणं, सोपं नाही हे आता सर्वांनाच कळून चुकलं होतं. जॉफरी हेमिंगफोर्डनं तिच्या जिवाशी खेळण्याचा प्रयत्न केला होता, पण त्यात अखेर त्याला स्वतःचाच जीव गमवावा लागला होता.

* * *

अर्थमंत्र्यांनी राजीनामा देण्यापूर्वी केंद्रीय प्रत्यक्ष कर मंडळाच्या (सीबीडीटी) अध्यक्षांनी त्यांच्याकडे दोन फाइल्स पाठवल्या होत्या. त्यामध्ये काही विवादास्पद समस्या मांडल्या होत्या व स्वत: अर्थमंत्र्यांनी त्याचं निराकरण करावं अशी अध्यक्षांनी मागणी केली होती.

पहिली फाईल ही आर अँड एस गटाच्या रुंगठा अँड सोमाणी कंपन्यांसंबंधी होती. अर्थमंत्री व रुंगठा ह्यांचे सौहार्दपूर्ण संबंध लक्षात घेता, सीबीडीटी अध्यक्षांनी त्यासंबंधीची मंजुरी थेट अर्थमंत्र्यांकडूनच घ्यायची ठरवली.

माननीय अर्थमंत्री, आर अँड एस गटाच्या विविध कंपन्यांमध्ये झालेल्या व्यवहारांची तपासणी करत असताना, त्यात बऱ्याच गफलती आढळून आल्या आहेत. करपात्र उत्पन्न कमी करण्याच्या उद्देशाने खर्चाच्या स्तंभाखालील अनेक खात्यांतील रक्कमा वाढवून खासगी भागीदारी कंपन्यांची निर्मिती केली आहे. करविभागाला द्यावा लागणारा कर टाळण्यासाठी महसूल स्तंभाखालील बऱ्याच खात्यात रक्कम वसुली होऊनही, ती काही काळानंतर मिळणार असल्याचं नमूद केलं आहे. काही व्यवहारांच्या, विशेषतः मालमत्तांच्या खरेदीःविक्रीसंबंधातील व्यवहारात, मालमत्तांचे मूल्यांकन शंकास्पदरित्या केलेले आढळले. त्यामुळे कागदोपत्री करदायित्वाची रक्कम आणखी कमी करण्यात आली आहे.

या टिपणाचा उर्वरित भाग पुढील पानावर लिहिला होता.

अशा परिस्थितीत, वरील गैरव्यवहारांच्या संबंधात काय निर्णय घ्यावा, यासाठी मला आपल्या सल्ल्याची गरज आहे. धन्यवाद. अध्यक्ष, केंद्रीय प्रत्यक्ष कर मंडळ.

दुसऱ्या फाइलमध्ये, सर्वसामान्य नागरिकांसाठी जे कर आकारणीचे दर आखले होते, त्यासंबंधी काळजी व्यक्त करणारे टिपण लिहिले होते. अखेर तो एक राजकीय निर्णय असल्यामुळे सीबीडीटीच्या अध्यक्षांनी धोरणीपणानं त्याबाबतीतही अर्थमंत्र्यांची मंजुरी घ्यायचं ठरवलं.

माननीय अर्थमंत्री, गेल्या आर्थिक वर्षात आपल्या देशामध्ये जे आयकर परतावे भरले गेले, त्यावरून किमान उत्पन्न असणाऱ्यांवर करभरणीचा कमाल भार पडत असल्याचे दिसून आले. गेल्या वर्षी आलेल्या आर्थिक मंदीमुळे अनेक करदात्यांवर कर्जबाजारी होऊन दिवाळखोरीची अवस्था ओढवली. विशेषतः गृहकर्जाचे हप्ते फेडणाऱ्या पगारदारांच्या बाबतीत हा अनुभव प्रकर्षाने आढळला. आयकर आयुक्तांबरोबर झालेल्या अंतर्गत चर्चेत असा निष्कर्ष निघाला की या वर्षी सर्वसामान्य वेतनदारांच्या संदर्भात आयकर विभागाने उदार दृष्टिकोन दाखवायला हवा.

आधीच्याच प्रमाणे या टिपणाचाही उर्वरित भाग पुढील पानावर लिहिला होता.

अशा परिथितीत, वर निर्देशिलेल्या बाबतीमध्ये काय निर्णय घ्यावा, यासाठी मला आपल्या बहुमूल्य सल्ल्याची गरज आहे. धन्यवाद. अध्यक्ष, केंद्रीय प्रत्यक्ष कर मंडळ.

तासाभरानंतर दोन्ही फाइल्स अर्थमंत्र्यांच्या कार्यालयात पोहोचल्या.

अर्थमंत्र्यांनी पहिल्या फाइलमधील टिपण काळजीपूर्वक वाचलं. आर अँड एस गटाच्या कंपन्यांची आपण अधिकृतपणे बाजू घेऊन त्यांना माफ करू शकत नाही, ही गोष्ट लक्षात घेऊन, निदान कागदावर तरी आपण निष्पक्ष असल्याचं भासवणं,

त्यांना गरजेचं होतं. टिपणाखाली त्यांनी लिहिलं :

मी असं सुचवेन की आर अँड एस गटाचे व्यवहार अत्यंत काटेकोरपणे तपासले जावे आणि सरकारला कराची जी रक्कम कायदेशीररीत्या देय असेल, ती वसूल करण्यासाठी आपण योग्य ती कारवाई करावी. स्नेहपूर्वक अर्थमंत्री.

दुसरी समस्या त्यामानानं सोपी होती. त्याबाबतीत अर्थमंत्र्यांनी आधीच पंतप्रधानांशी चर्चा केली होती आणि त्यांना आता पगारदारांना भराव्या लागणाऱ्या कर रकमेत काही सवलती देणं, आवश्यक होतं. टाचणाखाली त्यांनी लिहिलं :

आपण त्यांच्याशी अत्यंत सौम्यपणे व सहानुभूतीने व्यवहार करायला हवा. त्यांच्या भक्कम पाठिंब्याशिवाय कोणतंही सरकार सत्तेत टिकू शकत नाही. याबाबतीत आपण पुरेशी लवचिकता दाखवायला हवी, असं मी सुचवतो. स्नेहपूर्वक अर्थमंत्री.

* * *

सीबीडीटीचा अध्यक्ष हा गंगासागरजींचाच चेला असल्यामुळे त्या दोन्ही फाइल्स काही तासांतच पंडितजींपर्यंत पोहोचल्या. गंगासागरजींनी पहिल्या टाचणाच्या दोन पानांना लावलेली पिन काळजीपूर्वक काढली. नंतर तीच गोष्ट त्यांनी दुसऱ्या टाचणाबाबतीतही केली.

मग त्यांनी आर अँड एस कंपन्यांच्या टाचणाच्या पहिल्या पानाशी, दुसऱ्या टाचणाचे दुसरे पान – ज्यावर पगारदारांसाठी सवलती देण्यास सुचवले होते – जोडले आणि दोन्ही पानांना पुन्हा स्टेपल पिन मारली. गंगासागर शांतपणे ती दोन्ही पानं वाचू लागले.

माननीय अर्थमंत्री, आर अँड एस गटाच्या विविध कंपन्यांमध्ये झालेल्या व्यवहारांची तपासणी करत असताना, त्यात बऱ्याच गफलती आढळून आल्या आहेत. करपात्र उत्पन्न कमी करण्याच्या उद्देशाने खर्चाच्या स्तंभाखालील अनेक खात्यातील रक्कमा वाढवून दाखवण्यात आल्या आहेत. तसंच नफ्याची रक्कम विभागण्यासाठी नव्या बनावट खासगी भागीदारी कंपन्यांची निर्मिती केली आहे. करविभागाला द्यावा लागणारा कर टाळण्यासाठी महसूल स्तंभाखालील बऱ्याच खात्यात रक्कम वसुली होऊनही ती काही काळानंतर मिळणार असल्याचं नमूद केलं आहे. काही व्यवहारांच्या, विशेषत: मालमत्तांच्या खरेदी-विक्रीसंबंधातील व्यवहारात, मालमत्तांचे मूल्यांकन शंकास्पदरीत्या केलेले आढळले. त्यामुळे कागदोपत्री करदायित्वाची रक्कम आणखी कमी करण्यात आली आहे. अशा परिस्थितीत वरील गैरव्यवहारांच्या संबंधात काय निर्णय घ्यावा, यासाठी मला आपल्या सल्ल्याची गरज आहे. धन्यवाद. अध्यक्ष, केंद्रीय प्रत्यक्ष कर मंडळ.

त्या टिपणाखाली अर्थमंत्र्यांनी स्वहस्ते लिहिलं होतं -

आपण त्यांच्याशी अत्यंत सौम्यपणे व सहानुभूतीने व्यवहार करायला हवा. त्यांच्या भक्कम पाठिंब्याशिवाय कोणतंही सरकार सत्तेत टिकू शकत नाही. याबाबतीत आपण पुरेशी लवचिकता दाखवायला हवी, असं मी सुचवतो. स्नेहपूर्वक अर्थमंत्री.

* * *

गंगासागरनी ते टिपण अग्रवालजींना दाखवलं. टिपण वाचून ते चकित झाले, ''याचं पुढे तू काय करायचं ठरवलंयस?'' त्यांनी विचारलं.

''काहीच नाही,'' गंगासागर शांतपणे म्हणाले, ''त्यांना राजकीय जीवनातून उद्ध्वस्त करण्यासाठी, त्यांनी केलेल्या अनेक घोटाळ्यांचा भरपूर दारूगोळा माझ्यापाशी आहे.''

''मग तूच नेमलेल्या त्या सीबीडीटीच्या अध्यक्षाकडून एवढं मोठं काम तरी का करून घेतलंस?'' अग्रवालजींनी विचारलं.

''मला सांगा, जेव्हा तुम्ही एखादी विमा पॉलिसी घेता, तेव्हा घराला लवकर आग लागो, अशी तुमची इच्छा असते का?'' गंगासागरनी विचारलं.

* * *

''चीनच्या राजदूतांनी आपल्याबरोबर बैठक घेण्याची इच्छा व्यक्त केली आहे, मॅडम,'' परराष्ट्र सचिव म्हणाला.

''पण आत्ताच तर त्यांनी पाकिस्तानच्या बाजूनं निवेदन केलंय, ते म्हणतात की काश्मिरमधील नियंत्रण रेषा ओलांडून येणारे अतिरेकी हे स्वतंत्र अराज्य घटक आहेत. आपल्याला ठाऊक आहे की त्यामध्ये पाकिस्तान गुप्तचर संस्थांचा सहभाग आहे आणि तरीही त्या चिनी गृहस्थानं आपल्या विरुद्ध बाजू घेतली. मग मी का म्हणून त्यांना भेटू?'' चंदिनी चिडून म्हणाली.

''मॅडम, चीनशी उघड शत्रुत्व घेणं, आपल्याला परवडणार नाही. १९६२च्या आक्रमणात चीननं आपला पंधरा हजार चौरस मैलांहून अधिक भूभाग बेकायदेशीररीत्या बळकावला असल्याचं, आपलं म्हणणं आहे. आपल्या उत्तर-पूर्वेला असलेला अरुणाचल प्रदेशाचा भाग, त्यांच्या मालकीचा आहे, असं बीजिंगमधून नेहमी सांगण्यात येतं. दोन्ही देशाचे राजनैतिक संबंध अतिशय बिकट अवस्थेत आहेत.''

''मी राजदूतांना भेटेन, पण माझ्या अटीवर... आणि तेही मी एका ठिकाणी जाऊन आल्यावर,'' चंदिनी म्हणाली.

''तुम्ही कुठे जाणार आहात? माझ्यापाशी असलेल्या कार्यसूचीमध्ये तशी काहीच नोंद केलेली नाही.''

''आधी नव्हती, पण आता आहे. गग्गलला जाण्यासाठी एका विमानाची व्यवस्था करा.''

"गग्गल?"

"धरमशाळा हे त्याच्या जवळचं विमानतळ आहे. हिमाचल प्रदेशातलं."

"धरमशाळा? तुम्ही तिथे जाऊन दलाई लामांची भेट घेणं, योग्य ठरणार नाही. चिनी राजदूत नाराज होतील."

"तेच हवंय मला. ते पुरेसे बेचैन झाले की मग मी त्यांना भेटेन."

* * *

ल्यूतेन्स या इंग्रज वास्तुविशारदानं बांधलेल्या दिल्ली नगराच्या मध्यभागी लोधी पथ आहे. प्रसिद्ध लोधी उद्यानही त्याच भागात आहे. मुस्लीम बादशहा हुमायुनची कबर हे रस्त्याचं पूर्व टोक आहे तर पश्चिम टोकाला बादशहा सफदरजंगची कबर आहे. 'रॉ' या नावानं प्रसिद्ध असलेल्या संशोधन व विश्लेषण विभागाचं मुख्य कार्यालय लोधी पथावरच आहे. 'रॉ' ही थेट पंतप्रधानांशी जोडली गेली आहे. 'रॉ'च्या खर्चाची तरतूद अर्थसंकल्पात करता येत नसली तरी त्यामध्ये बारा हजाराहून अधिक अधिकारी कार्यरत असल्याचं म्हटलं जातं. 'रॉ'चे मुख्य सचिव, आपले सर्व अहवाल व माहिती थेट पंतप्रधानांना देत असतात.

त्या दिवशी 'रॉ'चे मुख्य सचिव, आपल्या पांढऱ्या शुभ्र अँबेसॅडर गाडीत, चालकाच्या मागे बसून पंतप्रधान कार्यालयाकडे निघाले होते. त्यांना नेमून दिलेल्या कामाबद्दलची माहिती ते पंतप्रधान व परराष्ट्र मंत्र्यांना देणार होते. चंदिनीचीच ती मूळ कल्पना होती.

"आपण काही प्रगती केली आहे?" 'रॉ'चे मुख्य अधिकारी पंतप्रधानांच्या समोरील खुर्चीवर बसून स्थिरस्थावर होताच, चंदिनीनं विचारलं.

"मला सांगायला आनंद होतो की मखमूदला अटक झाली आहे," रॉचे प्रमुख चंदिनीला म्हणाले.

"अटक? कोणी केली?" पंतप्रधानांनी विचारलं.

"शिनजँगमधील चिनी अधिकाऱ्यांनी," त्यांनी उत्तर दिलं.

"पण माझ्या मते मखमूद हा पाकिस्तानमधील आपला हस्तक होता," पंतप्रधान म्हणाले.

"होय साहेब," रॉचे मुख्य सचिव समजावून सांगू लागले, "परंतु चंदिनीजींनी असं सुचवलं होतं की मखमूदची पूर्ण तयारी करून घेऊन व काही विशेष माहिती पुरवून त्याला चीनी जनवादी गणराज्यातील शिनजँगच्या विगर्स या स्वायत्त प्रदेशात पाठवून द्यावं."

"पण त्याला अटक झाली म्हणून तुम्हांला आनंद का झाला?" पंतप्रधानांनी विचारलं. रॉचे प्रमुख सचिव चंदिनीकडे पाहून हसले. मग देशप्रमुखांकडे वळून ते

शांतपणे म्हणाले, “आपल्याला अटक होईल याची त्याला कल्पना नव्हती. विगर्सशी दुवा साधण्यासाठी त्याला पाठवलं होतं, पण त्याचवेळी मखमूद तिथे पोहोचणार असल्याची खबरही आम्ही चिनी अधिकाऱ्यांना दिली होती.”

“आणि या अटकेमुळे तुम्ही काय साधलंत?” पंतप्रधानांनी विचारलं, पण मनातून ते गोंधळले होते. चंदिनीवर एक महत्त्वाचं काम सोपवून तिला रॉ प्रमुखांची परस्पर भेट घ्यायला सांगायचा आपला निर्णय चुकीचा ठरला की काय, याची त्यांना शंका आली.

“तुम्हांला ठाऊकच आहे की मखमूद हा पाकिस्तानी नागरिक आहे आणि कराचीमधील तो आपला सर्वांत महत्त्वाचा गुप्तहेर आहे. काश्मिरमध्ये घातक कारवाई करणाऱ्या जिहादींना तो आपण अतिरेकी मौलवी असल्याचं भासवून त्यांना प्रशिक्षण देतो,” रॉच्या अधिकाऱ्यांनी माहिती दिली.

“काश्मिरमध्ये घुसखोरी करून मृत्यू आणि विनाश घडवून आणणाऱ्या अतिरेक्यांना खास प्रशिक्षण देणाऱ्या मौलवीला आपण पैसे पुरवतो?” पंतप्रधानांनी विचारलं.

रॉचे प्रमुख सचिव त्यावर बोलू लागले. “माननीय पंतप्रधानजी, आपली परवानगी असेल तर तुम्हांला वाटणाऱ्या चिंतेसंबंधी मी थोडं बोलू इच्छितो. आपल्या सर्वांनाच ठाऊक आहे की भारत-पाकिस्तानची सीमा ओलांडून आपल्या देशात घातपात घडवून आणण्यासाठी येणाऱ्या दहशतवादींना पाकिस्तान पैसाही पुरवते व त्यांना प्रशिक्षणही देते. आपण हेही जाणतो की यापुढेही पाकिस्तान जिहादींना मदत करतच राहणार. त्यामुळे मखमूद व त्याच्यासारखे रॉचे इतर गुप्तहेर जिहादींच्या कंपूत राहणं, आपल्या उपयोगाचं आहे.”

“पण शिनजँगचा या सर्वांशी काय संबंध आहे?” पंतप्रधानांनी विचारलं.

“शिनजँग विगर्सचा स्वायत्त प्रदेश हा चीनचाच एक अविभाज्य भाग आहे असा दावा चीनी जनवादी गणराज्य करतं. विगर्स ही तेथील स्थानिक मुस्लीम जमात आहे जी चीनच्या गुलामगिरीतून स्वतंत्र होऊ पाहतेय,” चंदिनीनं समजावून सांगितलं.

“पण मग मला सांगा की आपल्यासाठी इतका मौल्यवान असलेला गुप्तहेर शिनजँगला पाठवून त्याला तुरुंगात अडकवण्यामध्ये आपण नक्की काय मिळवलं?” पंतप्रधानांनी विचारलं.

“तसं पाहिलं तर खूप काही. गेल्या काही वर्षांत पाकिस्तानच्या भारत विरोधी धोरणाला चीन पाठिंबा देतेय. चीन पाकिस्तानकडे भारताचा शत्रू म्हणून पाहते आणि 'शत्रूचा शत्रू हा मित्र असतो' हे तर सर्वकालीन सत्य आहे. पाकिस्तानला समर्थन देताना, चीन आत काश्मिर वादाबद्दलही मत व्यक्त करू लागलंय.

काश्मिरच्या संघर्षाला पाकिस्तान अर्थसाहाय्यही पुरवत नाही किंवा उत्तेजनही देत नाही. काश्मिरच्या स्थानिक लोकांनी तो स्वातंत्र्य मिळवण्यासाठी सुरू केलेला लढा आहे. असं आता चीन म्हणतोय,'' चंदिनी म्हणाली.

''पण पाकिस्तान जेव्हा इतर इस्लामी चळवळींना व विशेषकरून शिनजँगमधील मुस्लिमांनाही अर्थसाहाय्य करतेय, हे जेव्हा चीनला कळून चुकेल तेव्हा चीनचा भारताविषयीचा संकुचित दृष्टिकोन नाट्यमयरीत्या बदलेल,'' दोघांच्या संभाषणात भाग घेत, रॉचे प्रमुख सचिव म्हणाले.

''मला सांगा, मखमूदला अटक करायला लावून, आपला काय फायदा होणार आहे?'' पंतप्रधानांनी विचारलं.

''मखदूम हा जरी रॉचा गुप्तहेर असला, तरी त्याच्याकडे मुख्यतः एक जिहादी म्हणून पाहिलं जातं. शिवाय पाकिस्तान गुप्तचर संस्थेकडून त्याला अतिरेक्यांना प्रशिक्षण दिल्याबद्दल भरपूर पैसे मिळतात. त्यानं इतर इस्लामी अतिरेकी संघटनांशी दुवा साधावा आणि त्यांना मदत करावी या हेतूनं आपण त्याला शिनजँगला पाठवलं,'' रॉचे प्रमुख समजावून सांगत होते. ''आपल्याला अटक होणार आहे, याची त्याला कल्पना नव्हती. पण आता त्याला कैद केल्यामुळे, चीनच्या राज्य सुरक्षा मंत्रालयाचे अधिकारी त्याची सखोल चौकशी करतील आणि त्यातून त्यांना विगर्सच्या संघटनेबरोबर असलेले पाकिस्तानचे लागेबांधे उघड झाल्यामुळे ते यानंतर पाकिस्तानचं फारसं समर्थन करणार नाहीत.''

''पण मखमूद त्यांच्याकडून मारला गेला तर?'' पंतप्रधानांनी विचारलं.

''काश्मिरसाठी आपल्याला तितकी किंमत मोजणं भाग आहे,'' रॉचे सचिव म्हणाले.

''आता मला वाटतं की माझी पुढच्या आठवड्यात चीन राजदूतांची होणारी भेट आणि त्यानंतरच्या आठवड्यात होणारा चीनचा दौरा अगदी प्रसन्न आणि मैत्रीपूर्ण वातावरणात पार पडेल. कितीही शत्रुत्व असलं तरी दोन्ही देशांना काही समान समस्या भेडसावतायत!'' खूश होत चंदिनी म्हणाली.

* * *

अठरा लक्ष चौरस फूट दूर पसरलेल्या तिनॉनमेन चौक परिसराच्या पश्चिम कडेला चीनची 'दि ग्रेट हॉल ऑफ द पिपल' ही भव्य इमारत उभी होती. बीजिंगची राजकीय केंद्रबिंदू ठरलेली ती इमारत, अमेरिकन अध्यक्ष, रिचर्ड निक्सन यांच्याबरोबर गाजलेल्या बैठकींसह अनेक ऐतिहासिक सभांची साक्षी होती. इमारतीच्या उत्तर विभागात मेजवानीसाठी बांधलेल्या खास सभागृहात सात हजारांहून अधिक पाहुण्यांच्या आसनांची व्यवस्था करण्यात आली होती.

तीन दिवसांच्या अधिकृत चीन भेटीसाठी, भारताच्या माननीय परराष्ट्रमंत्री, चंदिनी गुप्ता यांचं रविवारी सकाळी बीजिंग येथे आगमन झालं. चंदिनीची ती पहिलीच चीन भेट होती आणि तिथल्या वास्तव्यात ती चिनी पंतप्रधानांसह अनेक उच्च पदाधिकाऱ्यांना भेटणार होती आणि चीनच्या परराष्ट्रमंत्र्यांशी दीर्घ चर्चाही करणार होती. नैसर्गिक आपत्तींचा मुकाबला करण्यासाठी चीन-भारत वैद्यकीय गटाची नुकतीच स्थापना करण्यात आली होती. त्या निमित्ताने आयोजित केलेल्या समारंभाला चंदिनी उपस्थित राहणार होती. त्यानंतर बीजिंगमधील चीनी समाजशास्त्र अकादमीत भाषण देण्यासाठी तिला खास आमंत्रित करण्यात आलं होतं. शिनव्हा वृत्तवाहिनीशी बोलताना चंदिनी म्हणाली की, उभय देशांच्या समान हितावर आधारित असलेल्या सर्व विषयांवर अतिशय खुल्या मनाने आणि स्पष्ट व मोकळेपणाने चर्चा करून, दोन्ही देशांना व आपल्या नव्या पिढीला उपयुक्त ठरतील असे जिव्हाळ्याचे नातेसंबंध निर्माण करण्याच्या दृष्टिकोनातून ती चीनमध्ये आली आहे.

भारतात परतण्याच्या आधल्या रात्री चीनी परराष्ट्रमंत्र्यांनी तिच्यासाठी मेजवानी समारंभाचं आयोजन केलं. त्या प्रसंगी चीनमधील अनेक राजकीय नेतेही उपस्थित होते. सभागृहात चीन व भारताचे राष्ट्रध्वज फडकत होते आणि लष्करी बँडने दोन्ही देशांच्या राष्ट्रगीतांची धून वाजवून समारंभाची सुरुवात केली. चीनच्या परराष्ट्रमंत्र्यांनी खुर्चीतून उठत चंदिनी व तिच्यासोबत आलेल्या शिष्टमंडळाचं स्वागत केलं. आपल्या भाषणात ते म्हणाले, "चीन आणि भारत देशांमध्ये जरी बऱ्याच बाबतीत मतभेद असले तरी विवेकबुद्धी व बुद्धिचातुर्य लाभलेल्या भारताच्या सन्माननीय परराष्ट्रमंत्री यांच्याशी झालेल्या मनमोकळ्या चर्चेमुळे आता दोन महान देशांतील समान हितांच्या मुद्द्यांवरील दृष्टिकोनात अधिक सामंजस्य व सद्भाव निर्माण झाला आहे."

चंदिनी समाधानानं हसली. आपण केलेल्या स्तुतीमुळे ती खूश झाली असणार, असा चीनी परराष्ट्रमंत्रांच्या समज झाला. खरं तर चंदिनी त्या वेळी मखमूद आणि त्याला योग्य वेळी झालेली अटक, याबद्दल विचार करत होती. चंदिनीनं आपल्या समोरील ग्लास उंचावत, परराष्ट्रमंत्र्यांनी केलेल्या प्रशंसेबद्दल अभिवादन केलं. मंत्र्यांच्या सन्मानार्थ तिनं इंग्रज कवी जॉन ड्रायडेनच्या एका कवितेमधील दोन ओळी उद्धृत केल्या, 'त्याचे गुणवैविध्य इतके की तो एकटा अख्ख्या मनुष्य जातीचे प्रतीक वाटावा.' चंदिनीच्या प्रेमळ उद्गारांबद्दल परराष्ट्रमंत्र्यांनी तिचे आभार मानले. पण चंदिनीनं कवितेच्या पुढच्या ओळी वाचल्या असत्या तर त्यानं तिचे कधीच आभार मानले नसते. त्या ओळी अशा होत्या, 'त्याचे गुणवैविध्य इतके की तो एकटा अख्ख्या मनुष्यजातीचे प्रतीक वाटावा. त्याची ठाम मतं नेहमीच चुकीची ठरत, कोणत्याही गोष्टीची चांगली पण अल्पजीवी सुरुवात, ही होती

त्याची ओळख, अवघ्या एका रात्रीतच धारण करायचा तो विविध रूपं; किमयागार उचापतीखोर, मुत्सद्दी आणि मूर्ख विदूषक!'

* * *

"विरोधी पक्षनेते महोदय, आपल्याला हरकतीचा मुद्दा उपस्थित करायचाय?" सभापतींनी विचारलं.

"होय, सभापतीसाहेब. मुद्दा औचित्याचा आहे. भारत-चीन तणावाबाबतीतला प्रश्न मी परराष्ट्रमंत्र्यांना विचारला होता. त्याचं उत्तर माननीय पंतप्रधानांनी द्यावं हे उचित नाही," विरोधी पक्षनेत्यांनी बोलायला सुरुवात केली.

"विरोधी पक्षनेते महोदयांनी आपल्या जागेवर बसावं. पंतप्रधानांनी आपल्या भाषणाला नुकतीच सुरुवात केलीय आणि हे उचितच आहे," सभापतींनी त्यांना अडवत म्हटलं.

"सभापती सर, माझीही हरकत आहे. विरोधी पक्षनेत्यांनी जो प्रश्न विचारलाय तो चुकीच्या चौकटीत..." चंदिनी वाद घालू लागली.

"परराष्ट्रमंत्रीजींना या मुद्द्यांवर चर्चा हवी आहे. त्यांच्यापाशी काही हरकतीचा मुद्दा आहे?" सभापतींनी विचारलं.

"माझा हरकतीचा मुद्दा हा आहे की विरोधी पक्षनेते भोंगळ हरकतीचे मुद्दे उपस्थित करतायत," चंदिनी मिश्कीलपणे म्हणाली आणि विरोधी पक्षसदस्यही तिच्या विनोदी टिप्पणीवर जोरजोरात हसू लागले.

"कृपया मंत्रीमहोदयांनी आपल्या आसनावर बसावे," सभापतीही हसत म्हणाले. चंदिनीनं सर्वांच्या हृदयात स्थान मिळवलं. तिची लोकप्रियता झपाट्यानं वाढत गेली.

* * *

"चंदिनी चांगलीच चमकतेय!" दूरदर्शनवर लोकसभेत झालेल्या चर्चेची ध्वनीमुद्रित दृश्य पाहताना, पंतप्रधानांची पत्नी उद्गारली. "तुम्ही सावध राहायला हवं, कदाचित ती तुमच्याहून जास्त लोकप्रिय होऊ शकेल. चीनमध्ये ज्या पद्धतीनं तिनं राजनैतिक विजय मिळवला, त्यामुळे ती सर्वांच्याच नजरेत भरली आहे," तिच्या बोलण्यावर पंतप्रधानांनी निमूट मान डोलावली. त्यांना आम्लपित्ताचा त्रास झाला होता. लोकसभेतील अधिवेशन सुरू झालं की त्यांना वारंवार पोटशूळाचा त्रास उद्भवत असे. त्यांच्या पत्नीची निरीक्षणं, नेहमीच अचूक असायची. उत्तर प्रदेशमधील निवडणुकीत गंगासागरनी मिळवलेला चमकदार विजय आणि चंदिनी गुप्तानं आपल्या बुद्धिचातुर्यानं चीनमध्ये साधलेला डाव यामुळे त्या दोघांची जोडी अधिकच शक्तिमान बनली होती. त्यांना आता प्रत्येक पाऊल काळजीपूर्वक उचलावं लागणार होतं.

* * *

“साहेब, एक समस्या निर्माण झाली आहे,” मेनन अस्वस्थपणे म्हणाला.

“काय झालंय, मेनन?” सकाळची वर्तमानपत्रं वाचता वाचता गंगासागरनी विचारलं.

“आपला तो हमीद ठाऊक आहे ना... आधी हॉटेलमध्ये काम करायचा त्यानं जिल्हा दंडाधिकाऱ्यांशी आपली ओळख करून दिली होती... तो आता जास्त पैसे मागतोय.”

“पण मॅजिस्ट्रेटनं त्याच्या सांगण्यावरून इक्रमचं अटक वॉरंट काढल्याबद्दल आपण हमीदला पैसे दिले होते ना?”

“हो. तरीही आता त्याला आणखी पैसे हवे आहेत.”

“आणि इक्रमनं मुख्यमंत्रिपदावरचा आपला दावा मागे घेतल्यावर अटक वॉरंट रद्द केल्याबद्दलही आपण त्याला पैसे दिले होते.”

“हो, पण मॅजिस्ट्रेटला आता त्याचा कंटाळा आलाय. त्याला नवा गोरागोमटा मुलगा मिळालाय. त्यामुळे हमीदवर हलाखीची परिस्थिती ओढवलीये.”

“नक्की कोणत्या कारणासाठी त्याला पैसे पाहिजेत?”

“गप्प राहण्यासाठी.”

* * *

लखनौच्या सर्वांत मोठ्या जामी मशिदीत इक्रमनं नुकताच शुक्रवार दुपारचा नमाज अदा केला होता. मशिदीत इक्रमला सर्व जण मान देत. त्यानं शेकडो जणांची नोकरी किंवा शाळेत प्रवेश मिळवून देणं, मालमत्तेचा वाद सोडवणं, मुलीच्या हुंड्यासाठी पैशाची मदत करणं, अशी छोटी मोठी कामं करून दिली होती. जामी मशिदीत शुक्रवारी नियमितपणे नमाज पढण्यासाठी येणाऱ्या मुस्लीम बांधवांचा तो रॉबिनहूड होता.

पिवळ्या वालुकाश्मापासून बांधलेली जामी मशीद लखनौच्या अगदी मध्यभागी होती. त्या भव्य मशिदीत पन्नास हजार चौरस फुटांचं मोकळं आवार होतं. मशिदीला पंधरा कमानाकृती घुमट होते. इक्रम सावकाश चालत मशिदीच्या आवारात आला. त्याला पाहताच, इक्रमच्या चाहत्यांनी त्याच्याभोवती गर्दी केली. एक कृष्णवर्णीय तरुण आपल्याकडे बराच वेळ एकटक पाहत असल्याचं त्याला जाणवलं. तो तरुण मशिदीतही आपल्या जवळपास होता, हेही त्याच्या लक्षात आलं. इक्रमनं त्याला थेट विचारलं, “काय रे मुला, काही काम आहे का माझ्याकडे? सांग ना.” एखाद्या मांजराला पाहून उंदराची अवस्था होते, तसा तो इक्रमकडे थिजून चोरट्या नजरेनं बघू लागला. इक्रमनं भोवताली जमलेल्या माणसांना दूर व्हायला सांगितलं.

"साहेब, मी तुमच्या दयाळू स्वभावाबद्दल खूप गोष्टी ऐकल्या आहेत. तुम्ही सर्वांशी प्रेमळ आणि निष्पक्षपणे वागता, म्हणून तुम्हांला भेटायची हिंमत केली. आपल्याला उपयोगी पडेल, अशी काही माहिती माझ्यापाशी आहे," तो तरुण म्हणाला.

"माहिती? कसली माहिती?" इक्रमनं विचारलं.

"साहेब, आधी वचन द्या की मी माहिती सांगितल्यावर तुम्ही चिडून मला काही मारहाण करणार नाही."

"तुझ्यासारख्या देखण्या मुलाला मी का म्हणून मारहाण करेन?" इक्रम उपहासानं म्हणाला.

"साहेब, मला त्या वेळी पैशांची खूप निकड होती, म्हणून मला तुमच्याविरुद्ध काही कामं करावी लागली. पण अल्लाशपथ सांगतो साहेब, माझ्या मनात तसा काहीच हेतू..."

बोलता बोलता त्याचा गळा दाटून आला आणि तो रडू लागला.

"मुला जे काही घडलं, ते मला सुरुवातीपासून सांग. नाव काय तुझं आणि तू करतोस काय?" तरुणाच्या खांद्याभोवती हात टाकत, इक्रमनं विचारलं.

"माझं नाव हमीद. कानपूरच्या गोल्डन गेट बारमध्ये मी नोकरी करायचो..."

"आणि माझ्याशी तुझा कसा संबंध आला?"

"ज्या मॅजिस्ट्रेटनं तुमच्याविरुद्ध अटक वॉरंट जारी केलं, त्यांच्याशी माझे समलिंगी संबंध होते."

"हो?" इक्रमनं चकित होऊन विचारलं.

"गंगासागरजींचा सचिव, मेननने मला गाठलं. त्याच्याच सांगण्यावरून मी दंडाधिकारी साहेबांना तुमचं अटक वॉरंट काढायला सांगितलं आणि मग ते रद्द करायलाही लावलं."

"पण मग एवढी तुझी वट असताना, तुझी इतकी केविलवाणी अवस्था का झालीय? तू खूपच अडचणीत सापडलेला दिसतोयस?"

"मी हॉटेलातील नोकरी सोडली. कोर्टामध्ये आरोपींना अडकवायचं किंवा त्यांची सुटका करण्याचं काम, मला जास्त पैसे मिळवून देऊ लागले. पण अखेर पांडे मॅजिस्ट्रेटना माझा कंटाळा आला आणि त्यांनी मला दूर केलं."

"माझ्याकडून तुला काय हवंय?" इक्रमनं विचारलं.

"मला कळलंय की शुक्रवारी इथे जमणाऱ्यांपैकी रशीदला तुम्ही आर अ‍ॅन्ड एस यांच्या खासगी विमानचालन कंपनीत नोकरी मिळवून दिलीत. माझ्यासाठीही तिथेच शब्द टाकाल का?"

"मी का म्हणून शब्द टाकू? मी मुख्यमंत्री होऊ नये म्हणून तू त्या कावेबाज

ब्राह्मणाला मदत केलीस!''

''पण साहेब, या नोकरीमुळे मी चंदिनी मॅडमपासून बाकीच्या सर्व महत्त्वाच्या मंत्र्यांच्या नेहमी अगदी सान्निध्यात राहीन. कारण ही कंपनी वेगवेगळ्या सरकारी खात्यांना विमानं आणि हेलिकॉप्टर्स पुरवत असते. मी तुम्हांला बित्तंबातमी पुरवू शकेन. शेवटी राजकारणात नेहमी, आतली खबर हेच खरं चलनी नाणं असतं, हे तर तुम्हांलाही ठाऊक आहे साहेब,'' हमीद अजिजीनं म्हणाला.

इक्रम दाढी खाजवत, हमीदच्या बोलण्यावर गंभीरपणे विचार करू लागला. बऱ्याच वेळानं तो म्हणाला, ''जा, रशीदला जाऊन भेट. मी पाठवलंय म्हणून त्याला सांग.''

* * *

गडद राखाडी रंगाचा गणवेश परिधान केलेला तो विमानसेवक एका उपाहारगृहात जाण्यासाठी निघाला होता. सरकारी मंत्र्यांसाठी राखून ठेवलेल्या विमानात त्यांची बडदास्त ठेवणे हे जिकिरीचं काम होतं. काम चांगलं केलं तरी त्याची दखल घेतली जाणार नव्हती. पण कामात चूक झाली तर मात्र अपमानास्पद वागणूक मिळणार होती. शिवाय, परराष्ट्र मंत्रालय विभागातील लोकांसाठी ज्या हेलिकॉप्टर्स व विमानांची सोय केली होती, त्यांच्या दिमतीलाच त्याला ठेवलं होतं. त्यामुळे ते काम करणं तर अधिकच अवघड होतं. परदेशात व देशांतर्गत प्रवास करण्यासाठी परराष्ट्र मंत्रालयातील बडी धेंड त्या विमानांचा वापर करत. त्या मोठ्या अधिकाऱ्यांचा वेळ इतका मौल्यवान होता की त्यानं दिलेल्या सेवेबद्दल कोणी त्याचे आभारही मानत नसत. त्यांच्या लेखी तो एक साफसफाई करणारा, सांगकाम्या नोकर होता. पण त्याबद्दलही त्याची तक्रार नव्हती. मॅजिस्ट्रेटचा समलिंगी आशिक म्हणून काम करण्यापेक्षा हे काम शतपटींनी दर्जेदार होतं.

आपण आता आपल्या आईच्या आदराला पात्र ठरलोय, याचा अभिमान व समाधान हमीदला वाटत होतं व त्यासाठी तो इक्रमभाईचा अखंड ऋणी राहायला तयार होता. त्याच्या आईला खूश करणं, हमीदला आजपर्यंत कधीच जमलं नव्हतं. त्याची बिनदर्जाची नोकरी आणि किरकोळ कमाईवरून ती त्याचा नेहमी पाणउतारा करत असे. त्याच्या इतर भावंडांशी ती हमीदची तुलना करत राहायची, कारण तो सोडून बाकी सगळे कर्तृत्ववान व यशस्वी ठरले होते. हमीदला आता तिच्या बोलण्याचा वीट आला होता. आर अॅन्ड एस विमान चालन कंपनीत काम करण्याची त्याला योग्य वेळी योग्य संधी मिळाली होती आणि त्या संधीचं सोनं करायचं त्यानं ठरवलं होतं.

''तुला पुन्हा भेटून आनंद झाला, मित्रा,'' रशीद त्याला म्हणाला. इक्रमभाईंच्या

सूचनेनुसार रशीदनंच त्याची मुलाखत घेऊन त्याची कंपनीत नेमणूक केली होती. दोघेही उपाहारगृहात बसून चहा पिऊ लागले. "तू नोकरीत कायम झाल्याचं पत्र माझ्यापाशी आहे," चहाचा घोट घेत रशीद म्हणाला. "ते तुझ्या हातात सोपवण्यापूर्वी तू माझं एक छोटंसं काम करायला हवंस."

* * *

काही वेळातच परराष्ट्र मंत्री आग्र्याला निघत होत्या. ताजमहालाशेजारी असलेल्या एका हॉटेलात त्यांची रशियन उद्योगपतींच्या शिष्टमंडळाशी भेट ठरली होती. त्यांना घेऊन जाण्यासाठी बेल ४०० हेलिकॉप्टर तयार होतं. उड्डाणापूर्वीची चाचणी पूर्ण होऊन हवाई नियंत्रक कक्षाकडून पाच मिनिटांत उड्डाण करण्याची परवानगी मिळाली होती. परराष्ट्र मंत्र्यांची लाल दिव्याची गाडी येऊन पोहोचण्याआधी काही काळ अचानक पोलिसांच्या गाड्यांचा ताफा सायरन वाजवत तिथे आला आणि त्यांनी हेलिकॉप्टरला गराडा घातला. पोलिसांनी गाड्यांमधून बाहेर उड्या मारत, जवळच उभ्या असलेल्या हमीदच्या हातात बेड्या ठोकल्या. गोंधळलेला चालक, हेलिकॉप्टरमधून उतरत खाली आला. काय झालंय, ते त्याला समजेना.

एका पोलिसानं त्याचं लक्ष इंधन भरण्याच्या झाकणाकडे वेधलं. चालकानं झाकण नीट बसवण्यासाठी उघडलं. तरीही त्याला एवढा गोंधळ का उडलाय, हे लक्षात आलं नाही; पण अचानक ते झाकण निखळून खाली पडलं, तेव्हा आतमध्ये खडे आणि वाळू भरल्याचं, त्याला दिसलं. तो मातीचा ढिगारा प्राणघातक ठरू शकला असता. हेलिकॉप्टर आकाशात उड्डाण करू शकलं असतं, पण हळूहळू ती माती गिअरबॉक्समध्ये गेली असती आणि वीजपुरवठा खंडित होऊन मंत्र्यांसह हेलिकॉप्टर खाली कोसळलं असतं. हमीदला आत बसवून पोलिसांच्या गाड्या वेगानं निघून गेल्या. त्या गाड्या आणि पोलिसांच्या हातातील बंदुका, सरकारच्या अखत्यारीतल्या नव्हत्या, हे चालकाच्या लक्षात आलं नाही.

हमीदची कंपनीत नेमणूक करणारा रशीद, तिथून काही अंतरावर उभा होता. दुर्बिणीतून त्यानं ते दृश्य बारकाईनं पाहिलं आणि शांतपणे तो तिथून निघून गेला.

* * *

"हमीद, एवढा मोठा घातपात एकट्यानं घडवून आणू शकला असता, असं मला वाटत नाही. कोणीतरी त्याच्यावर दबाव टाकला असणार आणि त्याच्याकडून हे कृत्य करून घेतलं असणार. आपण अधिक खोलात जायला हवं," अग्रवालजी काळजीयुक्त स्वरात म्हणाले.

"मेनन, एक लक्षात ठेव, चंदिनीच्या जिवाशी खेळणारा कधीही माझ्यापासून निसटू शकणार नाही," गंगासागर आपल्या सचिवाकडे वळून म्हणाले, "आणि

मला संपवून टाकायची हिंमत कुणा मर्दानं दाखवली तर त्याला नामर्द करण्याची ताकद माझ्यामध्ये आहे.''

''इक्रमच्या शिफारशीनं हमीदला ती नोकरी मिळाली होती, असं दिसतंय,'' अग्रवालजी म्हणाले.

''पोलिसांच्या वेषात, गुप्तचर विभागातील अधिकाऱ्यांनी हमीदला पकडलं. चंदिनीजींचा काटा कोणाला काढायचा होता, हे आता ते त्याच्याकडून वदवून घेतील. गुप्तचर विभागाच्या संचालकांना मी तसं सांगू का?'' मेनननं विचारलं.

''नको. मी हमीदला सचलादेवीकडे सोपवण्याच्या सूचना संचालकांना दिल्या आहेत. ती तिचं काम चोख करेल,'' गंगासागर म्हणाले.

''सचलादेवी? ती तर तृतीयपंथी आहे. ती काय करू शकणार?'' अग्रवालजींनी विचारलं.

''मला नामर्द करायचंय त्याला. ते काम ती नक्की करेल.''

* * *

हमीदनं आजूबाजूला पाहिलं आणि तो चमकला. भोवताली क्रूर भासणारी तृतीयपंथीयांची टोळी पाहून तो गर्भगळित झाला. त्याला दुधातून अफू पाजण्यात आली होती, पण त्याच्या मनातील भीती कमी न होता, त्याच्याकडून सत्य वदवून घेता येईल, इतक्याच प्रमाणात ते पेय त्याला देण्यात आलं होतं. एका लाकडी पलंगावर त्याला हात व पाय फाकवून नग्नावस्थेत झोपवलं होतं आणि हालचाल करता येऊ नये म्हणून दोन्ही हात-पाय खांबांना दोरखंडांनी बांधले होते. लिंगाला रक्तपुरवठा होऊ नये म्हणून त्याच्या वृषणांभोवती एक दोरी करकचून आवळली होती. दर काही तासांनी टोळीची प्रमुख येऊन ती दोरी अधिकच घट्ट करायची आणि दुसऱ्या क्षणी तो मूर्च्छित व्हायचा. त्याला पुन्हा शुद्ध येण्यासाठी त्याच्या तोंडावर पाणी फेकलं जायचं आणि गुप्तांगाला होणाऱ्या असह्य वेदनांनी तो विव्हळत, ओरडत राहायचा.

तिथे जमलेले सर्व तृतीयपंथी दुर्गादेवीचा अवतार समजल्या जाणाऱ्या बहुचरमातेची भक्तीभावाने प्रार्थना करत होते. टोळीची प्रमुख असलेल्या सचलादेवीनं शस्त्रक्रियेसाठी वापरला जाणारा धारदार, चमकता चाकू हातात पकडला होता. डोळे मिटून तिनंही मनोभावे प्रार्थना केली. चाकू मुठीत घट्ट पकडून व आपले दोन्ही बाहू आकाशाकडे पसरून, ती जणू आपल्या हातातील चाकूचं पातं परमोच्च शक्तीला अर्पण करत होती. डोळे उघडत ती हमीदला म्हणाली, ''तुझ्यामध्ये पौरुषत्वाचा फारसा अंश दिसत नाही. तुझी ही वृषणं, अधिक लायकीच्या व्यक्तीला दान करण्याचं काम, माझ्यावर सोपवण्यात आलंय.''

सचलादेवीचं बोलणं ऐकून हमीदनं जिवाच्या आकांतानं किंकाळी फोडली. ढसाढसा रडत तो गयावया करून म्हणाला, “माझ्यावर दया करा. तुम्हांला जे हवंय, ते सांगायला मी तयार आहे. माझ्यापाशी जेवढे पैसे आहेत, ते सर्व मी तुम्हांला देतो. कृपा करून तो चाकू माझ्यावर चालवू नका. मी तुमची भीक मागतो!”

“शांत हो, बाळा, शांत हो,” सचलादेवी त्याच्याजवळ जात म्हणाली आणि तिनं रुमालानं त्याचे डोळे पुसले. “राजा, हा तर तुझ्या आयुष्यातील सर्वांत आनंदाचा दिवस आहे. आपलं उर्वरित आयुष्य बहुचरमातेच्या सेवेमध्ये अर्पण करण्याची संधी फार कमी लोकांना लाभते. तू भाग्यवान आहेस. नशीबवान मुला, आधी रडणं थांबव.”

“तुम्ही माझ्याबरोबर काय करताय?” हमीद कळवळून म्हणाला. “चांगलं आयुष्य जगावं, एवढीच माझी इच्छा होती. घातपात करण्याचा विचारही मी कधी केला नव्हता. मी एक चांगला, सभ्य, प्रामाणिक पुरुष...”

“तू पुरुष नाहीयेस! तू कधीही पुरुष होऊ शकणार नाहीस! माझे आशीर्वाद हवे असतील तर तुला सत्य सांगावंच लागेल. कोणत्या हरामखोर आणि पाजी माणसानं तुला हे दुष्कृत्य करायला भरीस पाडलं? देवीच्या प्रत्यक्ष अवताराचीच तू हत्या करायला निघाला होतास?”

“मी तुम्हांला सर्व काही सांगतो, पण तू मला नपुसंक करू नकोस! मी तुझ्या पाया पडतो, माझ्यावर कृपा कर! मला हे कृत्य करायला लावणाऱ्याचं नाव आहे रशीद. तो आर अँन्ड एस विमानचालन कपंनीत नोकरी करतो. मी ही गोष्ट इक्रमभाईंनासुद्धा सांगितली होती. हे बघा, आता मी तुम्हांला सारं काही सांगितलंय. मला इथून जाऊ द्या.”

“नशीबवान मुला, तू सत्य सांगितल्यामुळे मला खरंच आनंद झालाय. आता तू शुद्ध मनानं पुढचा प्रवास करू शकशील,” सचलादेवी म्हणाली आणि तिनं चाकूच्या एका घावात त्याचं लिंग छाटून टाकलं. हमीदच्या डोळ्यासमोर एवढा अंधार पसरला की त्याच्या तोंडून आवाजही फुटला नाही. त्याला जाग आली तेव्हा त्याच्या गुप्तांगाच्या जागी लाकडी बूच बसवलं होतं आणि जखम भाजून टाकण्यासाठी ते तिथे उकळलेलं तेल ओतत होते.

१५

अंदाजे 2300 वर्षांपूर्वी

बबिलॉनमधील राजा नेब्यूखदनेझार- दोनचा राजवाडा म्हणजे ऐश्वर्याचा उत्कृष्ट नमुना होता. राजवाडा बांधताना देवदार वृक्ष, कांस्य, सुवर्ण, रजत आणि मौल्यवान रत्नांची राजाने किंचितही कसर सोडली नव्हती. युफ्रेटीज नदीमुळे पडलेल्या शहराच्या दोन भागांना एकत्र जोडण्याचं काम, त्यानं बांधलेल्या भुयारी मार्गामुळे झालं होतं. आपली राणी अमायटीस ही आजारातून बरी व्हावी यासाठी राजवाड्यापासून काही अंतरावर त्यानं स्वच्छ, हिरवीगार झुलती बाग बांधली होती. नेब्यूखदनेझार हा त्या काळातील सर्वोत्कृष्ट बांधकाम तज्ज्ञ मानला जायचा. बबिलॉन संस्कृतीत पूजल्या जाणाऱ्या देवदेवतांची अनेक मंदिरं त्यानं उभारली होती. युफ्रेटीज नदीवर त्यानं बांधलेला पूल तर विलक्षण सुंदर होता आणि नदीच्या उसळत्या प्रवाहाचा प्रतिकार करण्यासाठी त्यानं डांबर लावलेल्या विटांचा धक्का उभारून पुलाला भक्कम आधारही दिला. सर्वांत मुख्य म्हणजे त्यानं बांधलेल्या त्रिस्तरीय भिंतीच्या तटबंदीमुळे शहर अभेद्य बनलं होतं.

तो अकरा जूनचा दिवस होता. नेब्यूखदनेझारच्या राजवाड्यात जगज्जेता मरणोन्मुख अवस्थेत तळमळत होता. वयाची तेहत्तीशी पूर्ण करण्याआधी महिनाभर आपला जीवलग मित्र लासीसाचा मिडीयस यानं आयोजित केलेल्या मेजवानी समारंभात अलेक्झांडरनं रात्रभर प्रमाणाबाहेर मद्यसेवन केलं होतं. दुसऱ्या दिवशीची पहाट उजाडली आणि राजाचं अंग हिवतापानं थरथरू लागलं. अलेक्झांडरला पेयपानाची सेवा देणारा अधिकारी, आयोलस सतत त्याच्या उशाशी बसून होता. अलेक्झांडरच्या युरोपियन लष्कराचा सेनापती अँटिपेटर यानं पाठवलेलं औषधी जल तो राजाला नियमितपणे पाजत होता, परंतु त्या पृथ्वीवरील परमेश्वराला हे ज्ञात नव्हतं की ते औषधी जल म्हणजे हेलेबोर हे विषारी फुल व कुचल्याच्या जहरी वनस्पतीची पूड यांचं केलेलं मिश्रण होतं. अलेक्झांडरला कायमचा संपवण्यासाठी अँटिपेटरच्या मुलानं ते औषध, खेचराच्या खुरांमध्ये लपवून बबिलॉनमध्ये आणलं होतं.

अलेक्झांडरच्या दिवसेंदिवस बिघडत जाणाऱ्या तब्येतीची बातमी जसजशी आजूबाजूला पसरू लागली, तसतशी त्याच्या सैन्यामध्ये अस्वस्थता निर्माण झाली. अखेर सेनापतींसमोर दुसरा पर्यायच उरला नाही. मरणासन्न अवस्थेतील आपल्या राजाला अखेरचा निरोप देण्यासाठी एकेका सैनिकाला त्याच्या महालात पाठवण्यात आलं. अलेक्झांडरला एक शब्दही उच्चारणं, अवघड झालं होतं. भेटायला येणाऱ्या आपल्या सैनिकांना तो त्याचा कृश हात हलवत, नजरेनंच त्यांचा निरोप घेत होता. दुसऱ्याच दिवशी तो अमर्त्य राजा मृत्यू पावला.

* * *

"अलेक्झांडर आपल्याला सोडून गेला," सैनिकांनी आक्रोश केला.

"आणि भारतात फिलीपॉस मारला गेला!" घोडदळाने आकांत केला.

"आक्रमण करायची, हीच वेळ आहे!" चंद्रगुप्त आग्रहानं म्हणाला.

"मग आपण आता कशाची वाट पाहतोय?" ससिगुप्तनं विचारलं.

चंद्रगुप्त व ससिगुप्तचं सैन्य, तात्पुरत्या उभारलेल्या छावण्यांमधून एकत्रितपणे वायुवेगाने बाहेर पडलं. हजारो घोडेस्वार दौडत निघाले. घोड्यांच्या टापांनी उडवलेल्या धुळीनं सारा आसमंत भरून गेला. त्या टापांचा आवाज इतका छाती दडपवणारा होता की जणू मृत्यूच चालून येतोय, असा भास होत होता.

पुढच्या काही दिवसांतच त्यांनी मॅसेडोनियन्सच्या अमलाखाली असणारे सर्व प्रांत काबीज केले. फिलीपॉसच्या हत्येनंतर मॅसेडोनियन सैन्याचं मनौधर्य खचलेलं असल्यामुळे त्यांच्यावर विजय मिळवणं सोपं गेलं. अलेक्झांडरच्या मृत्यूमुळे तर वातावरण अधिकच अनुकूल झालं होतं, कारण सेनेच्या उच्च पदांसाठी संघर्ष सुरू झाला होता आणि सेल्युकसलाही स्वत:च्या पदाबाबत तडजोड स्वीकारावी लागली. "अलेक्झांडरचा मृत्यू ही मॅसेडोनियन जनतेसाठी शोकांतिका ठरल्याचं, सांगण्यात येतं, पण त्याच्या जग जिंकण्याच्या ईर्षेमुळे हजारो लोकांना आपले प्राण गमवावे लागले, त्याकडे मात्र केवळ आकडेवारी म्हणून पाहिलं जातं. म्हणजे सामान्य माणसाच्या मरणाला काही मोलच नाही," चंद्रगुप्त संतापून ससिगुप्ताला म्हणाला. त्याला राग अनावर झाला होता.

* * *

मगध सोडल्यानंतर आता राक्षस नव्या वातावरणात छान रुळला होता. त्यानं स्वत:साठी उत्तम सुखसोयी करून घेतल्या होत्या. तक्षशिलेमधील आपल्या नव्या निवासस्थानातील प्रशस्त आवारात, तो सोन्याचा मुलामा दिलेल्या खुर्चीत बसला होता. बाजूला दोन सुंदर सेविका हातात सोनेरी दांडा असलेल्या चवऱ्या ढाळत उभ्या होत्या. एका छत्रधारानं त्याला उन्हाचा त्रास होऊ नये म्हणून डोक्यावर

सोनेरी छत्र धरलं होतं. तर दुसऱ्या सेवकानं आपल्या हातात राक्षसाचं हिरेजडित खड्ग पकडलं होतं. तो अनवाणी बसला होता व त्याच्या पायाजवळ रानडुक्कराच्या कातडीपासून बनवलेल्या चंदेरी वहाणा होत्या. माडाच्या झावळ्या आणि मोरपिसांपासून बनवलेला पंखा पकडून आणखी एक सेविका त्याला वारा घालत होती. राक्षसाच्या सर्व सेविकांनी अंगावर पायघोळ, पारदर्शक अंतरीय व त्याच्या आत मध्यभागी गाठ मारलेली कायबंध, असं सर्वांगाचं प्रदर्शन करणारी झिरमिरीत वस्त्रं परिधान केली होती.

चाणक्य अचानक तिथे पोहोचला. त्याला पाहून गोंधळलेला राक्षस चटकन खुर्चीतून उठला व आपल्या सेविकांना तिथून निघून जाण्याचा त्यानं इशारा केला. "राक्षस आपण तर इथे चैनीत राहताय!" मगधाच्या माजी प्रधान मंत्र्याभोवतीचा थाट व वैभव पाहून चाणक्य उद्गारला. "म्हणजे धनानंदानं अलेक्झांडरसाठी जो नजराणा पाठवला होता, त्याचा तुम्ही सदुपयोग केलेला दिसतोय," चाणक्य मृदू मुलायम आवाजात म्हणाला. त्या बोलण्यानं राक्षस मनातून चरकला. ह्या कुरुप घृणास्पद ब्राह्मणाच्या नजरेतून कोणतीच गोष्ट सुटू शकत नाही, हे तो जाणून होता.

"माणसाला आपल्या पोटापाण्याची सोय तर करावीच लागते," राक्षस हसत म्हणाला. "मी धनानंदाच्या संपत्तीचा ऱ्हास करतोय, याचा तर तुला नक्कीच आनंद होत असेल."

"केवळ धनानंदाच्याच नव्हे, मगधाच्या दुर्दैवी जनतेच्या मालमत्तेचाही त्यामुळे ऱ्हास होतोय," चाणक्य त्याला बोलण्यात वरचढ होऊ देत नव्हता. "तो मुद्दा आपण बाजूला ठेवू. तुमच्याभोवती असलेल्या दारिद्र्याबद्दल बोलायला मी इथे आलेलो नाही. धनानंदाला सिंहासनावरून खाली खेचण्यामध्ये तुमचा काय सहभाग असणार आहे, या महत्त्वाच्या मुद्द्यावर मला आपल्याशी चर्चा करायची आहे."

"आचार्य, ह्या बाबतीत मी पूर्णपणे तुमच्या बाजूला असणार आहे. एकाच स्त्रीवर मी जीव ओतून प्रेम केलं आणि तिलाच त्या हरामखोरानं माझ्यापासून दूर केलं," असं म्हणत त्यानं तलवार धरून उभ्या असलेल्या सेवकाला ती देण्याचा इशारा केला. त्यानं मूठ पकडत ती तलवार उचलली व एक दोनदा हवेत गरागरा फिरवत म्हणाला, "आता जे होईल ते होईल... मी शेवटपर्यंत लढणार. एकतर धनानंद जिवंत राहील किंवा मी!"

राक्षसाच्या बोलण्यावर आलेलं हसू कसंबसं आवरत चाणक्य म्हणाला, "छे. छे. तलवारीनं लढण्यासारख्या सामान्य गोष्टी आपण कराव्या, अशी मला गरज वाटत नाही. तुमचे हे मजबूत हात आणि आपला मौल्यवान जीव मी गमावू देणार नाही."

"आचार्य, आपण माझ्या शौर्याबद्दल शंका घेत आहात?" राक्षसानं चिडून विचारलं.

"मला सांगा राक्षस, आपण ज्या शौर्याचा एवढा गाजावाजा करतो, त्याचा नेमका अर्थ काय? अर्थ अगदी सोपा आहे आपला प्रतिस्पर्धी घाबरला आहे, हे जो जाणतो त्याला आपण शूर म्हणतो. अशा शौर्याला माझ्या लेखी काही किंमत नाही. माणसाची खरी किंमत त्यानं गाजवलेल्या शौर्यानं नव्हे तर रणनीती आणि डावपेच आखणाऱ्या त्याच्या मेंदूवरून होते. मला तुमच्या बुद्धिमत्तेची, कौशल्याची व त्याहूनही माणसं ओळखण्याचं जे कसब तुमच्यापाशी आहे, त्याची जास्त गरज आहे."

"आचार्य, मी तुमच्या सेवेला हजर आहे. धनानंदाशी लढण्यासाठी, मी माझ्या परीनं तुम्हांला मदत करायला तयार आहे," राक्षस वचन देत म्हणाला, पण त्याच्या बोलण्यातील पोकळपणा, चाणक्याला चटकन जाणवला. "नाही राक्षस धनानंदाशी लढण्यासाठी मला आपली मदत नकोय. न लढता, त्याच्यावर विजय मिळवण्यासाठी आपण मला हवे आहात आणि त्यासाठी ज्याला तुम्ही अगदी जवळून ओळखता, तो आपली मदत करू शकेल. त्याचं नाव भद्रशाल."

* * *

यम पथ व रंगोपजीवी मार्ग जिथे एकत्र जोडले जायचे, त्या कोपऱ्यावर असलेली मद्यशाला ही मगधामधील सर्वोत्तम समजली जायची. इतर मद्यालयांमध्ये मद्यपींसाठी एकच सामायिक जागा असायची, पण ह्या मद्यशाळेत विशेष मद्यपींसाठी स्वतंत्र खोल्या होत्या. प्रत्येक खोलीत सतरंज्या पसरलेल्या असायच्या आणि रुबाबदार रोमन पद्धतीप्रमाणे हात ठेवून बसण्याकरता बाजूला गोलाकार उश्या ठेवलेल्या असत. प्रत्येक खोलीला मोठ्या खिडक्या असल्याने हवा खेळती राहत असे आणि फुलदाणीत सुंदर फुलं व हस्त प्रक्षालनासाठी सुगंधी पाण्याची सोय केलेली असायची. तांदूळ, पीठ, शेंगा, द्राक्ष, ज्येष्ठमध, गूळ, आंबा, मध, कवठ, मिरपूड आणि अन्य मसाल्याच्या पदार्थांपासून बनवलेले मद्याचे विविध प्रकार उपलब्ध असायचे आणि सुंदर व आकर्षक गणिका, गिऱ्हाइकांची उत्तम बडदास्त ठेवत असत.

मद्यशाळेच्याच बाजूला असलेल्या भव्य दालनात मोठ्या प्रमाणात जुगार खेळला जात असे. द्युतासारखे अनेक फाशांचे खेळ आणि वेगवेगळ्या प्रकारच्या पैजा स्वीकारल्या जात. एका उंच, दणकट व धिप्पाड माणसाची तेथे मुख्य व्यवस्थापक म्हणून नियुक्ती केलेली असे. त्याच्या कडक देखरेखीमुळे कुणीही लांडीलबाडी करण्याची किंवा नियमाचं उल्लंघन करण्याची हिंमत दाखवत नसे.

जिंकलेल्या पैशांतील पाच टक्के रक्कम, राज्यकोषात कर म्हणून जमा केली जाई आणि सरकारचा सिसेमिरा मागे लागू नये म्हणून आणखी काही रक्कम अनधिकृतपणे द्यावी लागे.

दालनातील सहा क्रमांकाच्या टेबलवर एक व्यक्ती नियमितपणे खेळायला येत असे. तो माणूस मुख्य व्यवस्थापकाच्या खास मर्जीतील होता. आजही गेले काही तास तो फाशांचे खेळ खेळत होता आणि त्यात त्यानं बरेच पैसे गमावले होते, पण मुख्य व्यवस्थापकापाशी त्याचा खेळ रोखण्याची हिंमत नव्हती.

रात्र चढू लागली होती आणि टेबलावरून उठून शेजारच्या मद्यशाळेत जायची, त्याची ठरलेली वेळ जवळ येत होती. तिथेही त्याच्यासाठी खास खोली मद्य व गणिकांची आधीच सोय करून ठेवलेली असे. तो काही सामान्य नागरिक नव्हता. त्याचा एकूण वागण्याचा रुबाब, उंची कपडे आणि अंगावर परिधान केलेली मौल्यवान रत्ने यावरून त्याचा वेगळा दर्जा कुणीही ओळखू शकत होता. परंतु राक्षस निघून गेल्यावर तो आता मगधातील सर्वांत शक्तिशाली माणूस होता, हे मात्र अनोळखी माणसाच्या लक्षात येणं अवघड होतं. तो मगधाचा सरसेनापती होता. त्याचं नाव होतं भद्रशाल.

"मी द्यायची रक्कम माझ्या खात्यावर मांडून ठेव," टेबलावरून उठून मद्यशाळेकडे जाण्यासाठी निघताना, भद्रशाल सहजपणे व्यवस्थापकाला म्हणाला. बिचाऱ्या व्यवस्थापकानं नीट हिशेब करून आजची रक्कम त्याच्या खात्यात मांडून ठेवली. भद्रशाल त्याला बरंच मोठं देणं लागत होता.

आपल्यासाठी राखून ठेवलेल्या खोलीतील आसनावर एका आगंतुक व्यक्तीला पाहून भद्रशालचा राग अनावर झाला. "गणिके, माझ्या खोलीत हा कोण उपटसुंभ येऊन बसलाय," आधीच भयभीत झालेल्या गणिकेच्या अंगावर तो जोरात खेकसला. "महाराज, मी त्यांना तिथे बसण्यापासून खूप परावृत्त केलं, पण ते तुम्हांला ओळखतात व तुमचे अतिथी असल्याचं त्यांनी मला सांगितलं." गणिकेच्या बोलण्यामुळे भद्रशालचा रागाचा पारा आणखीच वाढला आणि जोरजोरात पावलं टाकत तो त्या व्यक्तीच्या दिशेने जाऊ लागला.

"इथे माझ्यासोबत बसण्यातच तुझं हित आहे, नाहीतर दिवाळखोर म्हणून तुझी रवानगी करागृहात करावी लागेल," भद्रशाल जवळ येताच जीवसिद्धी शांतपणे म्हणाला. जीवसिद्धी हा चाणक्याचा मगधातील प्रमुख हस्तक होता.

"तुला मी उचलून फेकून देण्याआधी तू ताबडतोब इथून बाहेर पड," रागानं लाल होत, भद्रशाल म्हणाला, "मी तुला ओळखत नाही आणि तुझी ओळख करून घेण्याचीही माझी मुळीच इच्छा नाही."

"भद्रशालजी, आपण शांत व्हावं," जीवासिद्धी म्हणाला, "आपले जुने मित्र

राक्षस यांनीच समस्या निवारण्यासाठी मला तुमची मदत करण्याची विनंती केली आहे. त्यांना आपली चिंता सतावत आहे.''

''राक्षस तक्षशीलेमध्ये आहेत. ते तुझ्याशी कसे संपर्क करू शकतील?'' भद्रशालनं गोंधळून विचारलं.

''असं समजा की आम्हांला हवेमधून एकमेकांचे विचार समजतात,'' जीवसिद्धी म्हणाला. आज सकाळीच राक्षस व चाणक्यांनी त्याला कबूतरामार्फत संदेश पाठवला होता.

''राक्षस मला मदत करणार? शक्यच नाही. मी त्यांना चांगलाच ओळखून आहे. स्वत:चा फायदा असल्याशिवाय ते कधीच कुणाचं भलं करणार नाहीत,'' भद्रशाल धूर्तपणे म्हणाला.

''त्यांना आपण मित्र व साथीदार म्हणून हवे आहात. धनानंदाच्या दरबारात सन्मानानं परत येण्यासाठी राक्षसांना तुमच्यासारख्या मित्राची गरज आहे,'' जीवसिद्धी म्हणाला. त्याच्या बोलण्यावर भद्रशालही गंभीरपणे विचार करू लागला.

''आधी मला सांग, तू नक्की कोण आहेस?'' त्याच्याकडे संशयानं पाहत भद्रशालनं विचारलं. जीवसिद्धीनं त्याच्या प्रश्नाला चटकन उत्तर दिलं नाही. त्यानं हातातील मद्याचा प्याला बाजूच्या टेबलावर ठेवला आणि आपले पाय लांब पसरत तो शांतपणे म्हणाला, ''तुमच्या आर्थिक समस्येवरचं उत्तर, मी आहे असं समजा.''

''अरे वा! म्हणजे माझ्याबद्दल तुला सर्वच ठाऊक आहे, असं जर तुझं म्हणणं असेल तर मी जुगारात किती रक्कम हरलोय, ही गोष्टदेखील तुझ्यापासून लपून राहिलेली नसणार.''

''हो, ठाऊक आहे ना मला. तुम्ही प्रचंड कर्जबाजारी झाला आहात. आजची तुमची आर्थिक स्थिती बघून कोणीही शहाणा माणूस आपल्याला आणखी उधारी देणार नाही,'' जीवसिद्धी त्याची खिल्ली उडवत म्हणाला.

''अरे पण मला कर्जमुक्त करण्याचा तुझ्यापाशी मार्ग आहे ना?'' भद्रशालही तितक्याच उपहासानं म्हणाला.

''अरेच्चा तुम्हांला कसं समजलं?'' जीवसिद्धी मिश्कीलपणे म्हणाला, ''बरं, ठीक आहे, आता मी आपल्याला माझी योजना समजावून सांगतो. मी कंबोजचा घोड्यांचा व्यापारी आहे. पाटलीपुत्राच्या प्रवेशद्वारापासून काही अंतरावर माझा मोठा पागा आहे आणि यात माझ्या मालकीचे शेकडो घोडे आहेत. तुम्ही स्वत: उत्तम घोडेस्वार असल्यामुळे तुम्हांला घोड्यांची चांगली पारख आहे. सिंधू नदीच्या पलीकडील अश्वकन प्रदेशात सर्वोत्कृष्ट जातीच्या घोड्यांची पैदास केली जाते, हेही आपल्याला ठाऊक असणार.''

''एवढं मोठं भाषण ऐकवल्याबद्दल धन्यवाद,'' भद्रशाल तिरस्कारानं म्हणाला,

पण तो आता आपलं बोलणं लक्षपूर्वक ऐकतोय, हे जीवसिद्धीनं ओळखलं होतं.

"ऐकल्याबद्दल आपलेही आभार," त्याच्या टोमण्याकडे मुद्दाम दुर्लक्ष करत जीवसिद्धी म्हणाला. "तर सांगायचा मुद्दा म्हणजे मगधातील गिऱ्हाइकांना उत्कृष्ट जातीचे घोडे हवे असतात, पण माझ्यापाशी त्या दर्जाचे घोडे नाहीत."

"ही व्यापारी सौद्याची निरर्थक चर्चा करून तू माझा वेळ का फुकट घालवतोयस? मी घोड्यांची पैदास करणारा माणूस नव्हे!" भद्रशालनं त्याला झापलं.

"ते मलाही ठाऊक आहे, पण तुम्ही जर खरंच चांगल्या जातीच्या घोड्यांची पैदास करणारे व्यापारी असता, तर खूप धनवान झाला असता, दिवाळखोर होण्याची वेळ आली नसती," जीवसिद्धी शांतपणे म्हणाला. "मी जी योजना आखली आहे, त्यामुळे आपण दोघेही खूप श्रीमंत होणार आहोत. तुम्ही कर्जमुक्त तर व्हालच, पण पुढच्या सात पिढ्यांना पुरेल इतकं धन आपण कमवाल."

"बोलत राहा. मी ऐकतोय," भद्रशाल म्हणाला.

भद्रशाल आता आपल्या मुठीत आलाय, हे जीवसिद्धीनं ओळखलं. "आपल्यापाशी सर्वोत्तम जातीचे हजारो अश्व आहेत. ते आपण विकावेत, असं मला सुचवायचंय."

"तू अक्कल गहाण ठेवून आलायस का?" जीवसिद्धीचा प्रस्ताव ऐकून चिडलेला भद्रशाल त्याची निर्भर्त्सना करत म्हणाला. "अरे मूर्खा, घोडे राज्याच्या मालकीचे आहेत. ते मी विकू शकत नाही. हिशेबनियंत्रक दर महिन्याला तपासणीसाठी येतो आणि लष्करी अश्वशाळेतील प्रत्येक घोड्याची स्वतः मोजणी करतो. मला श्रीमंत बनवण्याची हीच योजना होती का तुझी? बेअक्कल माणसा आधी चालता हो इथून."

"भद्रशालजी, माझं पूर्ण बोलणं तर आधी ऐकून घ्या. मला सांगा की तो हिशेबनियंत्रक घोडेच फक्त मोजतो ना? का तो घोड्यांचा दर्जाही तपासतो?" जीवसिद्धीनं अगदी सहजपणे विचारलं.

काही सेकंदांनी भद्रशालच्या डोक्यात प्रकाश पडला. जीवसिद्धीच्या बोलण्याचा गर्भितार्थ लक्षात आल्यावर, त्या रात्री भद्रशाल प्रथमच मोकळेपणाने हसला.

"मी घोड्यांची अदलाबदल करावी, असं तुला सुचवायचंय ना?" त्यानं विचारलं.

"मी आपल्याला अनेक सामान्य जातीचे घोडे पुरवेन, त्या बदल्यात तुम्ही मला तुमच्या अश्वशाळेतील उत्तम दर्जाचे घोडे द्यायचे. मी ते माझ्या गिऱ्हाईकांना विकेन आणि त्या विक्रीतून जो फायदा होईल, तो आपल्या दोघांचा असेल," जीवसिद्धीने नीट समजावून सांगितलं.

"पण तो फायदा आपण कसा विभागून घ्यायचा?" भद्रशालनं विचारलं.

"सत्तर-तीस प्रमाणात. कारण बहुतेक सगळं काम तर मीच करणार आहे,"

जीवसिद्धी म्हणाला. सौद्याच्या अटी ठरवताना आपली बाजू जास्तीत जास्त ताणून धरण्याचा प्रयत्न कर, नाहीतर या व्यवहारात काहीतरी काळंबेरं असल्याचा भद्रशालला संशय येईल, असं चाणक्यानं त्याला आधीच बजावून सांगितलं होतं.

"मला मंजूर नाही. माझ्यापाशी दर्जेदार घोडे आहेत, म्हणून तू हा व्यापार करू शकणार आहेस, हे लक्षात ठेव. मला पन्नास टक्के भागीदारी हवी. समजलं तुला?" भद्रशाल उसळून म्हणाला. पण मनातून तो या सौद्यातून स्वत:ला किती नफा होईल, याचा हिशेब करत होता.

"साठ-चाळीस," जीवसिद्धी हुज्जत घालत म्हणाला. याहून एक टक्का जरी तुला जास्त दिला, तर माझ्यासाठी हा सौदा व्यवहार्य ठरणार नाही. मान्य असेल तर सांग, नाहीतर सोडून दे."

"ठीक आहे. मान्य आहे मला."

"अदलाबदल करण्यासाठी मी किती घोडे तुमच्याकडे पाठवू?" जीवसिद्धीनं विचारलं.

"तुझ्यापाशी जेवढे आहेत, तेवढे सर्व," आपल्या नव्या भागीदाराकडे मिश्कीलपणे हसून पाहत, भद्रशाल म्हणाला.

* * *

"मगधावर ताबा मिळवण्यासाठी आपल्याला बलाढ्य पौरसाचीच मदत घ्यावी लागेल. फक्त प्रश्न एवढाच आहे की त्यानंतर मात्र तो आपल्यासाठी भारी ठरणार आहे," चाणक्य सिंहरनला म्हणाला. केकय राजवाड्यातील एका खासगी दालनात दोघेही बसले होते. "एका आजारावरील तो जालीम उपाय असला, तरी नव्या आजाराला तोच कारणीभूत होऊ शकतो."

सिंहरन बोलू लागला. "दूतांकडून अनेक आनंद वार्ता येत आहेत. अलेक्झांडरचा मृत्यू आणि फिलीपॉसचा झालेला वध, या दोन घटनांचा पुरेपूर लाभ उठवत, चंद्रगुप्त व ससिगुप्तने प्रथम अश्वकन प्रदेश ताब्यात घेतला आणि नंतर ते थेट सिंध प्रातांत घुसले. तिथे त्यांना क्षुद्रक व सैंधव यांच्या अश्वदलांची मदत मिळाल्यानं त्यांनी संपूर्ण सिंध पादाक्रांत केला. त्याच वेळी अलोर, सैंधववन, महाऊर्ध, ब्रह्मस्थळ आणि पाताल या प्रांतातील लष्कराने मेसोडोनियन्सविरुद्ध उठाव केला. ते सर्व जण आता चंद्रगुप्ताचं आधिपत्य मान्य करायला तयार आहेत. आपण केलेल्या सूचनेप्रमाणे चंद्रगुप्तानं सिंहपूरचं राज्यपद स्वीकारलं आहे. आता त्याच्या लष्करात दहा हजार जहाल व लढवय्ये जाट सैनिक आहेत. शिवाय ससिगुप्ताची सेना आणि माझं मलयराज्याचं सैन्यही त्याची सदैव साथ करायला तयार आहे. मग आता राजा पौरसांची आपल्याला खरोखरच गरज

भासणार आहे का?''

''होय, सिंहरन. पौरसापाशी सत्तर हजार मेसेडोनियन, शक, किराट, कंबोज, पारसिक, बाल्हिक आणि अश्वकन प्रांतातील भाडोत्री सैन्य तर आहेच, पण त्याशिवाय स्वत:चे तीनशे हत्ती, पाचशे रथ, दहा हजार अश्वदल आणि पन्नास हजार पायदळ अशी विराट सेना त्याच्यापाशी आहे. त्याला दुर्लक्षून चालणार नाही. कारण मगध राज्याचं सैन्य हे तर सर्व जगात बलशाली समजलं जातं. अलेक्झांडरही त्यांच्याविरुद्ध लढायला धजावला नाही. पौरसाशिवाय आपल्याला विजय मिळवणं, अशक्य आहे,'' चाणक्य विचारपूर्वक म्हणाला.

''पण आचार्य, विजय मिळवल्यानंतर पौरसांना मगधाच्या सिंहासनावर बसण्यापासून आपण कसं रोखणार? लढाई जिंकल्यावर ते मगधाच्या मालमत्तेवर हक्क दाखवणारच,'' सिंहरन म्हणाला.

''पौरसाला मगधाच्या सिंहासनापासून दूर ठेवण्याचा एकच मार्ग आहे. मगधाच्या गादीवर हक्क सांगू शकेल व पौरसाचा तुल्यबळ प्रतिस्पर्धी होऊ शकेल असा एक प्रतियोगी आपल्याला निवडावा लागेल. मग त्या दोघांच्या संघर्षात तडजोडीचा उमेदवार म्हणून चंद्रगुप्ताला आपोआप मान्यता मिळेल.''

''पौरसांचा तुल्यबळ प्रतियोगी कोण असू शकेल?'' सिंहरननं कुतूहलानं विचारलं.

''गेली साठ वर्षं कलिंगचा राजा, मगधाचा मांडलिक म्हणून राज्य करतोय. राजा महानंदिननं त्यांचा लढाईत पराभव केला होता आणि तेव्हापासून त्यांना मगध राज्याला दरवर्षी लाखो सुवर्ण पणस द्यावे लागतात. त्यामुळे मगधाला कायमचा धडा शिकवण्याची कलिंगाचा राजा व प्रजेसाठी ही सुवर्णसंधी ठरू शकेल,'' चाणक्यानं सुचवलं.

''म्हणजे तुम्ही कलिंगाच्या राजाला, मगधाचा सम्राट बनवण्याचं आमिष दाखवणार?'' सिंहरननं विचारलं.

''नाही. छोटं प्रलोभन दाखवून जर काम होणार असेल, तर उगाच मोठं आश्वासन का द्यायचं? मी त्याला एवढंच सांगेन की जर धनानंदाला मगधाच्या गादीवरून खाली खेचलं तर यापुढे त्याला एक सुवर्ण पणसही द्यावा लागणार नाही. बस्स, इतकंच. मग त्यानंतर त्याची लालसा आणि महत्त्वाकांक्षा आपोआपच वाढत जाईल.''

* * *

''एक नवी समस्या निर्माण झाली आहे,'' जीवसिद्धी म्हणाला.

''आता असं काय घडलंय?'' पेल्यातील मद्य रिचवत भद्रशालनं काहीसं

वैतागून विचारलं.

मधल्या काळात दोन हजारांहून अधिक घोड्यांची गुप्तपणे अदलाबदल झाली होती. जीवसिद्धी त्याच्यापाशी असलेले निकृष्ट दर्जाचे घोडे पाठवत होता आणि त्या बदल्यात मगध राज्याच्या मालकीचे सर्वोत्तम जातीचे अश्व, जीवसिद्धीला मिळत होते. हा सारा छुपा व्यवहार मध्यरात्रीच्या सुमारास व्हायचा आणि दुसऱ्या दिवशी सकाळी तो ते घोडे गुपचूप विकायचा. त्या सौद्यामुळे भद्रशाल पूर्णपणे कर्जमुक्त झाला होता आणि त्याला जुगारी अड्ड्यांवर आणि मद्यालयांमध्ये पुन्हा पत व प्रतिष्ठा मिळाली होती.

''तुम्हांला पाठवलेल्या निम्म्या घोड्यांच्या पाठीवर छोटंसं गोंदण केलेलं आहे. ही गोष्ट माझ्याही नजरेतून सुटली कारण घोड्यांच्या खोगिराखाली नेहमी कापड घातलेलं असायचं,'' जीवसिद्धी म्हणाला.

''कसलं गोंदण?'' भद्रशालनं चिंतायुक्त स्वरात विचारलं.

''ती चंद्रगुप्त मौर्याची राजमुद्रा आहे... पण तिचा आकार अगदी लहान आहे,'' जीवसिद्धी म्हणाला.

''अरे, हरामखोरा काय बोलतोयस तू हे? मी तर तुला चाबकानं फोडून काढेन,'' भद्रशाल चिडून म्हणाला. ''मगधाच्या अश्वशाळेत चंद्रगुप्त मौर्याचे घोडे आहेत, हे समजलं तर राजा माझं काय करेल, तुला ठाऊक आहे?''

''ते तुम्हांला सुळावर चढवतील,'' जीवसिद्धी सहजपणे म्हणाला.

''मी एकटा मरणार नाही, तुला सोबत घेऊन मरेन!'' भद्रशाल संतापून म्हणाला.

''भद्रशालजी तुमच्यावर बिकट परिस्थिती ओढवली आहे, हे मला समजतंय. मी तुम्हांला शब्द देतो की ही गोष्ट फक्त आपल्या दोघांमध्येच राहील. तुम्ही संकटात याल, असं माझ्याकडून काहीच घडणार नाही,'' जीवसिद्धीनं त्याला आश्वासन दिलं, ''फक्त वेळोवेळी मी केलेल्या मागण्या मात्र तुम्ही पूर्ण केल्या पाहिजेत.''

* * *

आपण राक्षसाला सुटकेची संधी मिळवून दिली आणि आपल्याविरुद्धच बंड पुकारण्यासाठी चाणक्य व चंद्रगुप्ताला भारतभर फिरायला आपण मोकाट सोडलं, या विचारानंच बलाढ्य धनानंदाचा संताप होऊन पोटशूळ उठत असे.

राजा धनानंद सिंहासनावर अस्वस्थपणे चुळबुळत बसला होता. राजवाड्यातील मुख्य आचाऱ्याचा स्वयंपाक अलीकडे फारच बिघडत असल्यामुळे अपचन व आम्लपित्त या व्याधींनी राजा बेजार झाला होता. बेचव अन्न बनवणाऱ्या त्या आचाऱ्याला तो लवकरच मृत्युदंड ठोठावणार होता. धनानंदानं सभोवार पाहिलं.

दरबार भरला होता. त्याचा प्रत्येक शब्द उचलून धरत, सतत 'होय बा' म्हणणारे त्याचे मंत्रिगण आजूबाजूला बसले होते. धनानंदालाही त्याला घाबरून असणारेच मंत्रीच हवे असल्यानं, त्यानं त्यांची निवड केली होती. त्यामुळे क्रांती वा बंड होण्याची चिंताच उरत नाही, असं त्याचं म्हणणं होतं. दरबारातील जुने दिवस आठवून तो स्वत:शीच हसला. कात्यायन जेव्हा महामंत्री होते, तेव्हा प्रत्येक बाबतीत राजाच्या चुका निदर्शनास आणणं, हे जणू आपलं कर्तव्य आहे, असं त्यांना वाटायचं. नंतर त्याच्या जागी राक्षस आला. तो बदमाष असला तरी राजाची हौसमौज कशी पुरवायची हे त्याला चांगलं ठाऊक होतं. आता तो तक्षशीलेला पळून गेला असला तरी त्या हरामखोराची उणीव भासतेच. रोज रात्री तो नव्या स्त्रीबरोबर नवा शृंगार करण्याची, चोख व्यवस्था करत असे. सुवासिनीला आपण मिळवलं, पण ती एकदा आपली झाल्यावर तिच्यामधील रस हळूहळू संपत गेला. सुवासिनीसारख्या स्त्रिया, ह्या जोपर्यंत दुसऱ्याच्या असतात तोपर्यंतच त्या हव्याहव्याशा वाटत राहतात. किती विचित्र गोष्ट आहे ना, एखादी स्त्री जेव्हा आपल्याला मिळते, त्या क्षणापासून तिची किंमत कमी होऊ लागते. धनानंद विचारात गढून गेला होता. अचानक एक माशी त्याच्या चेहऱ्याभोवती घोंघावू लागली आणि चवरी ढाळणाऱ्या सेविकेनं लगेच दूरही केली, पण धनानंदाची तंद्री भंग पावली होती.

"मगधाचं पूर्ण संरक्षण करण्याइतके आपण सक्षम आहोत ना?" धनानंदानं विचारलं.

आदरणीय कात्यायनजी आपल्या आसनावरून उठले. "महाराज, आपण संरक्षणासाठी समर्थ आहोत, की नाही हा मुख्य प्रश्न होऊ शकत नाही. कारण आपल्या शत्रूला आपण तितके सक्षम आहोत असं वाटतंय का हा खरा महत्त्वाचा प्रश्न आहे."

धनानंद स्वत:शीच हसला. या तथाकथित विद्वानांना आपण का सहन करतोय, हे त्याला उमजेना, "कात्यायनजी, आम्ही प्रश्न आपले सेनापती, भद्रशाल यांना विचारला होता. मला वाटतं, त्यांनी या प्रश्नाचं उत्तर द्यावं." कात्यायन पुन्हा आपलं आसन ग्रहण करत असताना, भद्रशाल उठला व त्यानं सावधपणे सभोवताली पाहिलं. मंत्रिमंडळाच्या बैठकींचा त्याला मनस्वी तिरस्कार असायचा. सगळे जण आपल्याकडे संशयित नजरेनं पाहतायत, असं त्याला वाटलं. कात्यायनजी तर हा कोण विचित्र माणूस पृथ्वीतलावर जन्माला आलाय, अशा दृष्टीनं त्याच्याकडे बराच वेळ रोखून पाहायचे.

"महाराज, आपलं लष्कर सुसज्ज आहे. मला फक्त एकच सुचवावंसं वाटतं की आपण चारही बाजूंनी तटबंदी असलेल्या पाटलीपुत्र नगरीमध्येच जास्तीत जास्त सैनिक ठेवायला हवेत. ज्या वेळी शत्रू आपल्यावर हल्ला करेल, तेव्हा

आपण त्याच्या सैन्याला पाटलीपुत्रात येण्यासाठी भाग पाडायचं आणि ते आत शिरल्यावर त्यांची कत्तल करायची. आपल्या लष्कराची ताकद पाहता, आपला डाव सहज यशस्वी होऊ शकतो.''

''म्हणजे आपण इंद्रप्रस्थ आणि सीमेवरील इतर शहरांना काहीच सुरक्षा पुरवायची नाही?'' चकित होत, धनानंदानं विचारलं. भद्रशालनं आवंढा गिळला. तो आतून धास्तावला होता. आपण मद्य आणि जुगाराच्या इतके का आहारी गेलो की अशा बैठकांमध्ये काय बोलावं, याचा सल्ला जीवसिद्धीकडून घ्यायची वेळ आपण स्वत:वर ओढवून घेतली. भद्रशालला स्वत:चीच कीव वाटली.

''भद्रशालजींच्या म्हणण्यात तथ्य आहे,'' कात्यायन अचानक आसनावरून उठत म्हणाले. भद्रशालच्या कपाळावर एव्हाना घर्मबिंदू गोळा होऊन ते जमिनीवर टपटप गळू लागले होते. तो कात्यायनांकडे थक्क होऊन पाहतच राहिला. पण कात्यायनांना ठाऊक होतं की भद्रशाल बोलतोय, ते चाणक्याचे शब्द आहेत. ''महाराज, राज्याचं कोषागार पाटलीपुत्रामध्ये आहे. राज्याची सारी धनदौलत इथे असताना इंद्रप्रस्थ व इतर नगरांचं संरक्षण करत राहण्यात काय हशील आहे? शिवाय आपल्यावर वेगवेगळ्या ठिकाणांहून हल्ला होण्याची शक्यता आहे. पौरस बहुधा पश्चिमेकडून आक्रमण करेल, कलिंगाचा राजा दक्षिणेकडून तर नेपाळचा राजा उत्तरेकडून चालून येण्याचा संभव आहे. आपण किती आघाड्यांवर आपलं सैन्य पाठवणार? माझ्या मते भद्रशालजींनी अतिशय कुशल व कल्पक रणनीती आखली आहे. आपल्याला कोणीही रोखत नाही हे पाहून शत्रू बेसावधपणे स्वत:हून मगधात प्रवेश करेल आणि तो पाटलीपुत्रात पोहोचल्यावर आपण त्याला चिरडून टाकू.''

धनानंदानं कात्यायनांकडे पाहिलं. मग त्यांची नजर सुटकेचा नि:श्वास सोडणाऱ्या भद्रशालकडे वळली आणि तो जोरजोरात हसत म्हणाला, ''मी मूर्खांना अगदी आनंदानं सहन करू शकतो, पण विद्वानांचे लाड पुरवण्यात मला अधिक आनंद मिळतो. उद्या कोणी असं म्हणता नये की पराक्रमी धनानंदानं आपल्या अनुभवी उपदेशकांचा सल्ला झुगारला. ठीक आहे, तुमच्या म्हणण्याप्रमाणे होऊन जाऊ दे - आपण शत्रू इथपर्यंत पोहोचण्याची प्रतीक्षा करू या!''

* * *

''पौरस मगधावर स्वारी करणार हे अंभीला ठाऊक आहे,'' मेहेर म्हणाला, ''आणि पौरसाच्या केकय राज्यावर आक्रमण करण्याची ती त्याच्यासाठी सुवर्णसंधी ठरणार आहे. कारण पौरस त्या वेळी मगधाच्या लढाईत गुंतलेला असणार. हे टाळण्यासाठी काय करता येईल?''

"यावर एकच उपाय आहे. आपण अंभीला दुसऱ्या एखाद्या महत्त्वाच्या कामात अडकवून ठेवलं पाहिजे, म्हणजे आपल्या राज्याच्या सीमेपलीकडे लक्ष द्यायला त्याच्यापाशी वेळच उरणार नाही," चाणक्यानं मेहेरला सल्ला दिला.

"पण हे कसं घडवून आणायचं?"

"अंतर्गत संघर्ष पेटवायचा. राज्यात कायदा आणि व्यवस्था नियंत्रित करण्यातच त्याचा वेळ खर्ची पडेल."

"मला वाटतं हे बोलणं सोपं आहे. अंभीची प्रजा संतुष्ट आहे. ती अचानक बंड कशी पुकारेल?"

"तिला असंतुष्ट करायचं. मेहेर, मला सांग, अंभीच्या गांधार राज्यात कोणती जात ही सर्वांत प्रबळ समजली जाते?"

"ब्राह्मण."

"ते कशामुळे प्रबळ ठरले आहेत?"

"ही ईश्वरी इच्छा आहे. वेदांमध्ये असंन्न नमूद केलंय. सामान्य माणसांच्या वतीनं परमेश्वराशी संवाद साधण्याचा त्यांना अधिकार दिला गेलाय."

"आणि प्रत्येकाला ब्राह्मणाचं वर्चस्व मान्य आहे का?"

"नाही. बुद्धांच्या मते ब्राह्मणांची स्तोत्रं आणि कर्मकांडं निरर्थक आहेत."

"मग जर अंभी बुद्धधर्मियांची पाठराखण करून, त्यांना अधिक उत्तेजन द्यायला लागला तर काय होईल?"

"ब्राह्मण दंड थोपटून संघर्षाला सुरुवात करतील."

"मग मला सांग मेहेर, अशा परिस्थितीतही अंभीची प्रजा संतुष्टच असेल का?"

मेहेर हसला, आचार्यांसमोर वाद घालणं, अशक्य आहे हे त्याला जाणवलं, "पण, अंभीला बुद्ध धर्माला उत्तेजन देण्यास प्रवृत्त करण्यासाठी मी काय करायला हवं?"

"त्याचं उत्तर तुला तक्षशीला विद्यापीठात सापडेल. आज तिथे माझ्यासारख्या ब्राह्मणांची सत्ता चालते. जर विद्यापीठातील काही भाग हा खास बुद्ध धर्माच्या उच्चस्तरीय अध्यापनासाठी रुपांतरित केला तर आपलं अस्तित्व धोक्यात येईल. अशी ब्राह्मणांना भीती वाटू शकेल."

"पण बौद्ध धर्माच्या कामासाठी अंभी एकही पै पण खर्च करायला तयार होणार नाही," मेहेरनं पुन्हा वाद घालत म्हटलं.

"गला तुझं म्हणणं, मान्य आहे. माझ्या डोक्यातील कल्पना अशी आहे की ही नवी योजना साकार होताना, अंभीला त्यासाठी जराही धन किंवा वेळ खर्च करावा लागणार नाही, पण ती जेव्हा प्रत्यक्ष कार्यान्वित होईल तेव्हा त्याचं सारं

श्रेय मात्र अंभीला मिळेल.''

''पण आचार्य, समजा जरी आपण कुणा त्रयस्थाकडून अर्थसाहाय्य घेऊन ही योजना साकार केली तरी धर्मा-धर्मामध्ये असा भेद निर्माण करणं, शहाणपणाचं ठरेल का?''

''माझा धर्म मला सांगतो की चंद्रगुप्ताच्या आधिपत्याखाली संपूर्ण भारताला एकत्र आणणं हे तुझं कर्तव्य आहे. त्यासाठी प्रसंगी मला धर्मा-धर्मामध्ये भेद निर्माण करावा लागला तरी काहीच हरकत नाही. आपलं साध्य साधण्यासाठी, तुम्ही कोणतंही साधन वापरू शकता.''

''पण तुमच्या सद्सद्विवेकबुद्धीला ही गोष्ट पटू शकेल?'' मेहेरनं विचारलं.

''शुद्ध विवेकबुद्धी हे कमकुवत स्मरणशक्तीचं लक्षण आहे. असो, पण राजकीय जगतात सद्सद्विवेकबुद्धी बाळगण्याची चैन परवडू शकत नाही.''

''आचार्य, आपण तर स्वत: ब्राह्मण आहात आणि तरीही आपल्याच जातीला घातक ठरेल अशी राजनीती तुम्ही आखता?''

''मी फक्त एकाच समाजाचं प्रतिनिधित्व करतो आणि तो म्हणजे भारतीय समाज. फक्त एकसूत्रित भारताच्या संकल्पनेलाच मी माझं इमान वाहिलं आहे.''

''म्हणजे तुम्ही कोणाच्या बाजूला आहात?''

''जिंकणाऱ्या पक्षाच्या बाजूला,'' चाणक्य उत्तरला.

''पण त्यापेक्षा आपण चंद्रगुप्त आणि ससिगुप्त यांना अंभीवर थेट हल्ला करायला का सांगत नाही?'' गोंधळलेल्या मेहेरनं तरीही आपला मुद्दा लावून धरला.

''आपल्या शेजारील चिनी लोकांची एखादं अघोरी कृत्य केलेल्या गुन्हेगाराला देण्यात येणाऱ्या देहदंडाची पद्धत अत्यंत क्रूर आहे. सजा झालेल्या इसमाच्या शरीरावरील विविध भागात हळूहळू घाव घातले जातात. सर्व शरीरातून रक्ताचे पाट वाहत अखेर तो गुन्हेगार गतप्राण होतो. मी अंभीला अशा भयनाक देहदंडाची शिक्षा देऊ इच्छितो.''

''पण का?'' मेहेरनं विचारलं.

''कारण आता आपण त्याच्याबरोबर खुलं युद्ध लढू शकत नाही. आपल्याला जरी त्याची मनातून घृणा वाटत असली तरी आपण त्याचे मित्र आहोत, असंच आपल्याला भासवावं लागणार. आपण कायम त्याच्या पाठीशी आहोत, असं त्याला वाटलं पाहिजे.''

''पण का?''

''कारण मेहेर, आपण जेव्हा एखाद्याच्या पाठीशी असतो, तेव्हाच आपल्याला त्याच्या पाठीत खंजीर खुपसता येतो. समजलं?''

* * *

तक्षशीलेच्या सीमेपासून दूर अंतरावर असलेल्या जंगलात बांधलेल्या बौद्ध विहारात पूर्ण शांतता होती. फक्त प्रार्थनेचा आवाज ऐकू येत होता – बुद्धं शरणम् गच्छामि, धम्मं शरणम् गच्छामि, संघं शरणम् गच्छामि. मठाजवळच गवतानं शाकारलेल्या तुरळक झोपड्या होत्या. त्यांच्याभोवतीचं अंगण, झाडून-पुसून लख्ख केलं होतं. तो मठ म्हणजे साधेपणा, स्वच्छता व शांतता या त्रिगुणाचं जणू प्रतीकच होता. रणरणत्या उन्हात शंभर भिक्षू व भिक्षुणी एका तालात चालत होते. वपन केलेल्या सर्वांच्या मस्तकांवरून घामाच्या धारा निथळत होत्या. त्यांनी जुन्या, फाटक्या किरमीजी रंगाच्या कापडांचे तुकडे एकत्र शिवून बनवलेले अंतर्वसक (परकर) उत्तरसंग (सदरा), संघटी (झगा) आणि कुशलक (लुंगी) असा वेष परिधान केला होता. सर्वांच्या पायात झिजलेल्या लाकडी खडावा होत्या. हातात भिक्षा मागण्यासाठी धरलेला वाडगा, वस्तरा, दात-कोरणं, सुई आणि एक काठी, याखेरीज त्यांच्यापाशी स्वतःच्या मालकीची एकही वस्तू नव्हती. ते म्हणत असलेल्या प्रार्थनेचा अर्थ होता : मी बुद्धाला अनुसरतो, मी धर्माला अनुसरतो, मी संघाला अनुसरतो. समाजातील कनिष्ठ जातींचे लोक, मनात हिंदुत्वाबद्दल राग व आकस धरून होते. त्यांच्याबाबतीत दाखवलेली असहिष्णूता, ब्राह्मण व क्षत्रियांना मिळालेले अवास्तव विशेषाधिकार, त्यांची कर्मठ कर्मकांडं, संस्कृत धर्मशास्त्राचं माजवलेलं अवडंबर, अशा अनेक बाबतीत त्यांना अन्याय व भेदभाव सहन करावा लागत होता. त्यामुळेच हिंदू धर्माचा त्याग करून निश्चसमतेचा पुरस्कार करणाऱ्या बौद्ध धर्माचा स्वीकार करणारे ते पहिले शंभर भिक्षू-भिक्षुणी होते.

झाडांच्या शेंड्यावर बसून एक व्यक्ती त्या भिक्षूंवर बारकाईनं नजर ठेवून होती. त्यानं आखूड बाह्यांचा गुडघ्यापर्यंत पोचणारा कुडता घातला होता. त्याच्या डोक्यावर गाठ असलेली पगडी होती आणि त्यानं कान व हनुवटीवरून पट्टा बांधला होता. त्याच्या सुती कमरपट्ट्याच्या उजव्या बाजूला कोयता तर डाव्या बाजूला कुऱ्हाड लटकत होती. डाव्या खांद्यावर त्यानं एक जाड कांबळं पांघरलं होतं. सोन्याचं कुंडल व दोन्ही दंडांमध्ये तांब्याची कडी सोडल्यास, त्याच्या अंगावर एकही दागिना नव्हता. त्यानं कपाळाच्या मध्यभागी शुभचिन्ह समजला जाणारा उभा टिळा लावला होता. त्याचा एकूण वेष जरी क्षत्रियासारखा दिसत असला तरी तो एक ब्राह्मण दरोडेखोर होता. त्याच्या टोळीत आणखी पन्नास डाकू होते. त्या सर्वांनी मठाला चारही बाजूंनी घेरलं होतं. टोळीचा सरदार संतापानं धुमसत होता. व्रात्य बौद्धांनी हिंदू अस्पृश्यांना दत्तक घेऊन त्यांना धर्मांतर करायला लावलं होतं. सामान्य माणसांना ब्राह्मणी रितीरिवाजानुसार देवाची पुजाअर्चा करण्यापासून परावृत्त केलं होतं आणि एवढंच नव्हे तर त्यांना त्यांचे धर्मग्रंथ, पवित्र संस्कृत भाषेऐवजी प्राकृतात लिहायला सांगण्याचं धारिष्ट्यही दाखवलं होतं. हिंदूंना धर्म

बदलायला लावून, त्यांना दांभिक समतेची तत्त्वं सांगणाऱ्या पोकळ बौद्ध धर्माचा स्वीकार करायला लावण्याची, त्यांची हिंमत तरी कशी झाली? आणि आता तर त्यांना पवित्र तक्षशीला विद्यापीठात अध्ययन करण्याचे हक्क आणि विशेष अधिकारही देण्यात आले आहेत. त्यांना आता चांगलीच अद्दल घडवायला हवी म्हणजे कुत्र्यासारखी पायात शेपूट घालून ते पळून जातील. अर्थात, ब्राह्मण सरदार व त्याच्या साथीदारांवर ही मोहीम सोपवताना गोऱ्या पर्शियन मेहेरनं त्यांना भरपूर द्रव्यही दिलं होतं.

सरदारानं झाडाच्या खालच्या फांदीवर बसलेल्या आपल्या साहाय्यकाला मानेनेच खूण करत इशारा दिला. दुसऱ्याच क्षणी नरसंहाराला सुरुवात होताच आकाश काळं ठिक्कर होऊन गेलं.

* * *

अंभी संतापला होता. एवढं धाडस करण्याची त्यांची हिंमत तरी कशी झाली? कुणीही उठून जर कायदा हातात घेऊ लागला तर इथे अराजक माजेल. त्या ब्राह्मण लुटारूंना काय वाटलं की आपण बौद्ध भिक्षूंची हत्या करून निसटून जाऊ? प्रसंगी राजा किती निर्दय होऊ शकतो, हे त्यांना आता प्रत्ययास येईल!

अंभीच्या आदेशानुसार त्याच्या प्रदेशत्र म्हणजे दण्डाधिकाऱ्यानं हत्याकांडास जबाबदार असणाऱ्या सर्व गुंडांना पकडून अंभीसमोर हजर केलं. अंभी त्यांना शिक्षा सुनावणार नव्हता. त्या नीच माणसांवर सूड उगवणार होता. रक्ताला चटावलेल्या त्या कसायांनी शंभर बौद्ध भिक्षुकांची निर्घृण हत्या केली होती. त्यांना तितकीच कडक शिक्षा देणं, अनिवार्य होतं.

"या सर्वांना विद्यापीठाच्या पथावर नागवे उभं करा. आजपर्यंत कुठल्याही मानवाला मिळाली नसेल अशी सजा त्यांना द्या. सर्वांना त्यांचे होणारे हाल पाहू दे. त्यांच्या जिभेमध्ये तापलेले लोखंडी खिळे खुपसा. उकळत्या तेलाच्या कढईत त्यांचे उजवे हात बुडवून ठेवा. त्यांच्या डाव्या डोळ्यांमध्ये गरम मेण ओता आणि त्यांच्या डाव्या पायांची बोटं छाटून टाका. अशा विकलांग अवस्थेत त्यांच्या चेहऱ्याला काळं फासून सर्वांची गाढवावरून धिंड काढा. त्यांनी बौद्ध भिक्षूंना मारलं, पण आपण त्यांना न मारता, जिवंतपणी नरकयातना भोगायला लावू," असं अंभी गरजला खरा, पण लवकरच त्याच्यासमोरही एक महासंकट आ वासून उभे राहणार आहे, याची मात्र त्याला काहीच कल्पना नव्हती.

* * *

"चंद्रगुप्ताला, त्याच्या राज्यातील ब्राह्मणांचा जास्तीतजास्त आदर, सत्कार करायला सांगा, त्यांची पुरेपूर काळजी घेऊन त्यांना संरक्षण द्या. ब्राह्मणांचा रक्षणकर्ता अशी

त्याची कीर्ति चहूकडे पसरायला हवी,'' चाणक्यानं केलेल्या सूचना लिहून सिद्धार्थकचं एक कबूतर चंद्रगुप्ताकडे पाठवण्यात आलं.

''पण आचार्य, निरपराध्यांची हत्या करणाऱ्या ब्राह्मण दरोडेखोरांना अंभीनं केलेली शिक्षा योग्य होती ना?'' सिद्धार्थकनं भाबडेपणानं विचारलं.

''उसळलेल्या दंगलीत सहभागी झालेला प्रत्येक जण स्वत: निरपराधी असल्याचा दावा करतो. तुम्ही कोणाकोणाला शिक्षा देणार? डोळे बारीक करत चाणक्य म्हणाला. ''हीच ती वेळ आहे की जेव्हा धर्मरक्षक अशी चंद्रगुप्ताची प्रतिमा होणं, गरजेचं आहे.''

पांढरं कबूतर पायाला अडकवलेल्या चिठ्ठीसकट वेगानं उडत होतं. त्या चिठ्ठीमध्ये लिहिलेल्या संदेशात, चंद्रगुप्तानं ब्राह्मण संस्कृतीचं जतन व जोपासना करण्यासाठी त्यानं सर्वतोपरी कसं साहय करावं आणि स्वत:भोवती ब्राह्मणांचा त्राता आणि उपकारकर्ता असल्याचं वलय कसं निर्माण करावं याच्या त्याला सूचना दिल्या होत्या. चंद्रगुप्तानं एक हजार ब्राहाणांना आमंत्रित करून महायज्ञ करावा आणि त्या पवित्र अग्नीमध्ये दूध, लोणी, धान्य, मध आणि सोमरस अर्पण करावं असं त्याला सांगितलं होतं. त्यानंतर धर्मग्रंथांवर चर्चा करण्यासाठी त्यानं धर्मपरिषद बोलवावी, असंही सुचवलेलं होतं. शिवाय या उत्सवात सहभागी झालेल्या हजारो ब्राह्मणांना उत्तम भोजनाबरोबरच सुवर्णमुद्रा, कपडे, धान्य व प्रत्येकी एक गाय देण्याच्याही सूचना केल्या होत्या.

''पण हे धार्मिक विधी करण्याऐवजी चंद्रगुप्तानं अंभीवर आक्रमण करून कायमचं संपवून टाकणं, अधिक योग्य ठरणार नाही का?'' सिद्धार्थकानं विचारलं.

''नाही. ते काम मी ससिगुप्तवर सोपवेन,'' चाणक्य म्हणाला.

''पण आचार्य, मग ससिगुप्तला गांधारवर राज्य करण्याची इच्छा होणार नाही का? अखेर तोही चंद्रगुप्ताइतकाच पराक्रमी आहे. आज चंद्रगुप्त हा सिंहपूरचा राजा आहे आणि सिंहरनच्या मार्फत मलयराज्यावर तसंच क्षुद्रक, सैंधव, अलोर, ब्रह्मस्थळ, पाताळ आणि महारुद्र या प्रांतांवर त्याचं नियंत्रण आहे. पण ससिगुप्तकडे अश्वकन आणि सिंध ह्या रणनीतीदृष्ट्या अत्यंत महत्त्वाची व विशाल राज्यांची सत्ता आहे,'' सिद्धार्थक म्हणाला.

''तो गांधारवर ताबा मिळवण्याचा नक्कीच प्रयत्न करणार आणि त्यानं तसं करावं, हीच माझी इच्छा आहे. पण जेव्हा तो हे करत असेल तेव्हा चंद्रगुप्तानं मात्र ब्राह्मण आणि त्यांच्या देवदेवतांच्या पूजा-प्रार्थनेत स्वत:ला गुंतवून ठेवायला हवं!'' चाणक्य म्हणाला.

''पण का?'' सिद्धार्थकनं आश्चर्यानं विचारलं.

''हे बघ, एखादी गोष्ट सर्वांत आधी सुरुवात करण्याचा फायदा होऊ शकतो,

पण इतरांनी केलेल्या चुकांपासून जो धडा शिकतो, त्याला नेहमी जास्त यश मिळतं,'' चाणक्य काहीशा गूढपणे म्हणाला.

* * *

“तुला ठाऊक आहे, अंभीनं गांधारमधील हजार ब्राह्मणांना लुळपांगळं करून ठार मारलं?'' गांधारमध्ये राहणाऱ्या नाभिकानं हजामत करताना आपल्या गिऱ्हाइकाला विचारलं. त्याचा गिऱ्हाईक हा तिथलाच एक सुवर्णकार होता. त्यानं चटकन नाभिकाच्या प्रश्नाला उत्तर दिलं नाही. आपली मिशी नीट कोरून झाल्यावर, तो शांतपणे म्हणाला,

“ही गोष्ट तर माझ्या कानावर आली, पण मला असंही कळलं की अश्वकन व सिंध प्रदेशाचा महान राजा ससिगुप्त हा ब्राह्मणांच्या हत्येचा बदला घेण्यासाठी लवकरच गांधारवर हल्ला करणार आहे.''

बाजूला बसलेला दुसरा गिऱ्हाईक त्यावर चटकन म्हणाला, “माझा त्यावर मुळीच विश्वास नाही!'' नाभिक किंवा सोनार, कुणीच त्याला ओळखत नव्हतं. तो बहुधा गांधारचा रहिवासी नसावा.

“आपण कोण आहात आणि आम्ही जे बोलत होतो, त्याबद्दल तुम्हांला आणखी काही माहिती आहे का?'' नाभिकानं विचारलं.

“माझं नाव तन्नवय. मी सिंधमधील शिंपी आहे. इथे कपडे विकायला आलोय. तुम्ही ज्या ससिगुप्तचा महान राजा म्हणून उल्लेख केलात, त्याच्याबद्दल मला खूप माहिती आहे. तो गोमांसभक्षक आहे, हे तुम्हांला ठाऊक आहे का?''

“तो पवित्र गोमातेचं मांस खातो?'' चकित होऊन सुवर्णकारानं विचारलं. पाहुण्याच्या वक्तव्यानं त्याला धक्का बसला होता. “असा माणूस ब्राह्मणांचा उपकारकर्ता कसा होऊ शकेल?''

* * *

“तक्षशीलेच्या शेजारी स्वतंत्र विद्यापीठ उभारण्यासाठी अंभीनं बौद्धांना हजारो सुवर्णमुद्रा दान दिल्या; पण गांधारमधील ब्राह्मण विद्यालयाचा दर्जा सुधारण्यासाठी आपल्या कोषागरातील धन खर्च करण्याचा विचार त्याच्या मनात कधीही आला नाही?'' पेल्यातील दुधाचा घोट घेत गांधारमधील त्या शिक्षकानं आयुर्वेदिक वैद्य असलेल्या आपल्या मित्राला विचारलं.

त्यावर वैद्य म्हणाला, “मी तर आणखीही असं ऐकलंय की अश्वकन राजा, ससिगुप्त हा गांधारच्या ब्राह्मणांना स्वाभिमान आणि स्वामित्व मिळवून देण्यासाठी गांधारवर आक्रमण करण्याच्या तयारीत आहे.''

“माझा यावर मुळीच विश्वास नाही,'' बाजूच्या टेबलावर बसलेला गिऱ्हाईक

म्हणाला. शिक्षक किंवा वैद्य कुणीच त्याला ओळखत नव्हतं. तो बहुधा गांधारचा रहिवासी नसावा.

"आपण कोण आहात आणि आपल्याला नक्की काय म्हणायचंय?" शिक्षकानं विचारलं.

"माझं नाव चरण, मी सिंधमधील भाट आहे. इथल्या लोकांच्या मनोरंजनासाठी आलोय. तुम्ही ज्याचा उल्लेख महान ससिगुप्त असा केलात, त्याच्याबद्दल मला बरीच माहिती आहे. ससिगुप्तची पत्नी शूद्र आहे, हे तुम्हांला ठाऊक आहे का?"

"असा माणूस ब्राह्मणांचा रक्षणकर्ता कसा होऊ शकेल?"

* * *

"अंभीनं आधी स्वत:ला मॅसेडोनियनना विकलं आणि आता बौद्धांना! त्याला काही लाज शरम वाटते का?" आपल्या गिऱ्हाईकाचा हात निरखत तो ज्योतिषी म्हणाला. तो गिऱ्हाईक म्हणजे गांधारमधील लेखापाल होता.

आपण यशस्वी व श्रीमंत होऊ असं आपलं भविष्य ज्योतिषानं वर्तवावं अशी त्या तरुण लेखापालाची अपेक्षा होती. परंतु ज्योतिषानं वेगळ्याच विषयावर बोलायला सुरुवात केली आणि बिचारा लेखापालही आपल्या आयुष्याची चिंता करण्याचं सोडून अंभीवर टीका करू लागला.

"ब्राह्मणांचं वर्चस्व कमी करण्यासाठी अंभी बौद्धांना मुद्दाम उत्तेजन देतोय, हे तर मी ऐकलंच आहे, पण त्यामुळे जो असमतोल निर्माण झालाय तो लवकरात लवकर दूर करण्याचा निर्वाणीचा इशारा ससिगुप्तनं अंभीला दिल्याचंही मला समजलंय," लेखपाल म्हणाला.

"माझा यावर मुळीच विश्वास नाही," दुपारच्या उन्हापासून बचाव करण्यासाठी बाजूच्या पिंपळाच्या झाडाखाली अर्धवट डुलक्या घेत असलेला माणूस अचानक त्या दोघांच्या संभाषणात सामील झाला. ज्योतिषी व लेखापाल, दोघेही त्याला ओळखत नव्हते. तो बहुधा गांधारचा रहिवासी नसावा.

"आपण कोण आणि कुठून आला आहात? तुम्हांला नक्की काय म्हणायचंय?" लेखापालानं त्या अनोळखी व्यक्तीला विचारलं.

"माझं नाव अश्वमधक. मी सिंधमधील घोड्यांचा प्रशिक्षक आहे. माझ्या मालकीचे उत्तम अश्व विकण्यासाठी मी इथे आलोय. तुम्ही ज्या ससिगुप्तचा महान राजा म्हणून उल्लेख केलात, त्याच्याबद्दल मला बरीच माहिती आहे, पण आपल्या रथाला मोकळा मार्ग मिळावा म्हणून त्यानं कुबेराचं देऊळ पाडलं होतं, हे आपल्याला ठाऊक आहे का?"

"त्यानं देऊळ तोडलं?" ज्योतिषानं अवाक् होऊन विचारलं. "असा माणूस हिंदूंचा त्राता कसा होऊ शकेल?"

* * *

"वैद्यकशास्त्राप्रमाणेच शासन कलेमध्ये शब्दांना प्रभावी औषध समजलं जातं. प्रचाराचं महत्त्व कधीही कमी लेखता नये," वजीरासमोरील प्यादं दोन घरं पुढे सरकवत चाणक्य म्हणाला. मेहेरला चाणक्यानी केलेल्या चालीचं आश्चर्य वाटलं. कारण आता त्यांचा वजीर सहज मारला जाऊ शकणार होता. तो स्वत:शीच हसला आणि आपली चाल खेळला. चाणक्यानं सहजपणे आपला उंट, तीन घरं तिरप्या रेषेत पुढे नेला. मेहेरच्या पुढच्या चालीनंतर, त्यानं आपला वजीर तिरप्या रेषेत दोन घरं पुढे नेऊन प्याद्यासमोर ठेवला. त्या खोलीत आणखी एक तिसरी व्यक्ती होती. दोन चालींच्या दरम्यान ती डुलक्या घेत होती. चाणक्य हसला. मेहेर पुढची चाल कोणती खेळणार, याची त्याला काहीच फिकीर नव्हती. चाणक्य आपला वजीर पुढे नेऊन मेहेरचं प्यादं मारत, त्याच्या राजाला शह देणार होता. त्याचा राजा चाणक्याच्या वजीराला मारू शकत नव्हता कारण वजीराला मागून उंटाचं पाठबळ होतं. राजा दुसऱ्या कोणत्याही घरात जाऊ शकत नव्हता कारण त्याचा मार्ग, त्याच्याच प्याद्यांनी अडवला होता. आपण डाव हरलोय, हे मेहेरच्या लक्षात आलं. आचार्यांविरुद्ध त्याला कधीच जिंकता आलं नव्हतं. मेहेरच्या डोक्यात कोणते विचार चालले आहेत हे चाणक्य अचूक ओळखत असे, त्यामुळे तो पुढची चाल कोणती खेळणार, याचाही त्याला आधीच अंदाज आलेला असायचा.

"बाळ मेहेर, या खेळात महत्त्वाचे मोहरे गमवायचे नसतात, पण काही वेळा अंतिम विजय मिळवण्यासाठी मुद्दाम एखाद्या मोठ्या मोहऱ्याचा त्याग करावा लागतो. जर तुमचा प्रतिस्पर्धी अडचणीत सापडला असेल, तेव्हा त्याला तिथून बाहेर पडू देण्यासाठी समोर दिसत असलेल्या प्रलोभनाकडे दुर्लक्ष करावं लागतं. पण त्याचबरोबर आपण केलेल्या त्यागामुळे आपलं इप्सित साध्य होणार आहे, याची मात्र पक्की खात्री करून घ्यावी लागते." डाव जिंकल्यावर चाणक्यानं मेहेरला सल्ला दिला. चाणक्य व मेहेरच्या डावाचं निरीक्षण करणारी ती तिसरी व्यक्ती होती, शारंगराव. गांधारमध्ये त्यानंच गुप्तपणे ससिगुप्तविरुद्ध प्रचार केला होता. चाणक्याच्या खास शिष्यांमध्ये त्याची गणना होई.

बुद्धिबळात झालेल्या पराभवामुळे मेहेर काहीसा उदास झाला होता. "बाळा, हरलेल्या खेळाडूला गुण मिळत नसतात," चाणक्य त्याची चेष्टा करत म्हणाला.

"याचा अर्थ ससिगुप्त तिथे गांधारवर आक्रमण करत असताना आपण फक्त

इथे बुद्धिबळाचा डाव मांडून बसायचं?" पराभवाचं शल्य बोचत असलेल्या मेहेरनं विचारलं.

"मेहेर, ससिगुप्तनं गांधार ताब्यात घेतलं तरी आपण पोसलेल्या आणि तिथे गनिमी काव्यानं लढणाऱ्या, ब्राह्मणांच्या टोळ्या त्याला कंठस्नान घालतील. त्याचे हालहाल करून त्याला ठार मारतील. गनिमी कावा ही युद्ध खेळण्याची अपारंपरिक पद्धत आहे. दबा धरून ते बेसावध असलेल्या शत्रूवर अचानक हल्ला करून, त्याचा पुरता नि:पात करतील. पराक्रमी प्रतिस्पर्ध्याचाही पाडाव करण्याची ताकद, आपल्या या ब्राह्मण टोळ्यांमध्ये आहे. गांधारवर केलेल्या आक्रमणामुळे एक प्रकारे ससिगुप्तची ताकद कमी होणार आहे. एकीकडे त्याची अश्वकन आणि सिंध प्रांतातील सत्ता डळमळीत होईल आणि त्याच वेळी गांधारच्या प्रजेमध्ये ज्यांचं आधिक्य आहे, असा ब्राह्मण समाज त्याचा कडवा विरोधक बनलेला असेल. चंद्रगुप्तासाठी तीच सुवर्णसंधी असेल. चंद्रगुप्ताला मी केवळ गांधारच मिळवून देणार नाही, तो गांधारबरोबर ससिगुप्तच्या ताब्यात असलेल्या अश्वकन व सिंध प्रांताचाही सत्ताधीश झालेला असेल. ससिगुप्तला भलेही काही काळ यश चाखल्याचा आनंद मिळेल, पण तो क्षणभूंगर ठरेल. चंद्रगुप्त हाच अंतिम विजेता असेल!"

* * *

"मी चारही बाजूंनी कोंडीत सापडलोय आणि तू इथे मद्यसेवनात दंग आहेस?" भद्रशालनं विचारलं. जीवसिद्धीनं शांतपणे त्याच्याकडे पाहिलं आणि गणिकेच्या हातातून त्यानं आपला हात हळुवारपणे सोडवून घेतला. खट्याळपणे हसत, गणिकेनं पुन्हा त्याला बिलगण्याचा प्रयत्न केला; पण त्यानं तिला दूर लोटलं. अखेर ती खोलीबाहेर निघून गेली. जीवसिद्धीनं टेबलावरील प्याला हातात घेऊन त्यातील प्रसन्न (मद्याचा प्रकार) घटाघट पिऊन संपवली. ओल्या झालेल्या मिश्यांवरून हात फिरवत तो मिश्किलपणे म्हणाला. "भद्रशालजी, देव आपल्यावर प्रेम करतो, आपण आनंदी असावं, अशी त्याची इच्छा आहे आणि त्याला पुरावा म्हणजे ही प्रसन्न आहे. मग आपण इतके उदास का?"

भद्रशाल त्यावर काहीच बोलला नाही. जीवसिद्धीनं पुन्हा विचारलं, "आमचं सैन्य मगधात प्रवेश करून कोणत्याही प्रतिकाराशिवाय पाटलीपुत्रापर्यंत पोहोचायला हवं, असं मी तुला सांगितलं होतं. तुमच्या मंत्रिमंडळाकडून तू त्यासाठी मान्यता मिळवलीस ना?"

भद्रशालनं मानेनंच होकार दिला. "त्यांना कोणीही अडवणार नाही, पण एकदा का तुम्ही पाटलीपुत्रामध्ये शिरलात की मग मात्र होणाऱ्या रक्तपाताला

तयार रहा,'' भद्रकाल मद्याचा आणखी एक घोट रिचवत म्हणाला.

"आम्ही पाटलीपुत्र मिळवण्यासाठी लढाई करणार आहोत, असा तुझा का समज झालाय?'' जीवसिद्धीनं निष्पापपणे विचारलं.

* * *

"ऐका हो ऐका, ऐका हो ऐका, गांधार, अश्वकन, सिंध, सिंहपूरचे सम्राट आणि मलयराज्य, क्षुद्रक, सैंधव, अलोर, ब्रह्मस्थळ, पाताळ आणि महाउर्धचे महाधिपती, ज्ञानसंपन्न व दातृत्वशील महाराज चंद्रगुप्त मौर्य यांचं दरबारात आगमन होत आहे होऽऽ'' सेवकानं राजाच्या आगमनाची वर्दी दिली आणि पाठोपाठ चंद्रगुप्तानं दरबारात प्रवेश केला. यादीमध्ये फक्त मगधाचं नाव जोडणं, आता बाकी होतं. चंद्रगुप्ताला आपल्या बालमित्रांची आठवण झाली. लहानपणी जेव्हा ते कल्पनेतील आपला दरबार भरवत, तेव्हा त्याचे मित्र ह्याच शब्दांनी त्याच्या आगमनाची वर्दी देत. पण दुसऱ्याच क्षणी त्याचं मन दुःखानं भरून गेलं. आज त्याचा राज्याभिषेक होत असताना आपल्या पित्याची उणीव त्याला प्रकर्षानं जाणवली. त्यांच्या आठवणींनी तो कासावीस झाला.

रणभूमीवर ससिगुप्ताच्या हातून अंभी मारला गेला. मेहेरनं तयार केलेल्या ब्राह्मण टोळीनं गनिमी काव्याचा वापर करत ससिगुप्ताचा वध केला. चाणक्यानं एका दगडात दोन पक्षी मारले. चंद्रगुप्ताला विनासायास गांधार मिळवता आलं. गांधारच्या प्रजेनं अत्यंत आनंदानं आपल्या नव्या राजाचं स्वागत केलं. चंद्रगुप्त आता कलिंगाच्या राजाहून अधिक बलशाली व पौरसाइतकाच सामर्थ्यवान बनला होता. त्याच्याहून वरचढ समजला जाणारा एकच राजा अजूनही भारतात राज्य करत होता. राजा धनानंद पण त्याचाही कारभार लवकरच आटपणार होता.

सिंहासनापाशी जात असताना तो क्षणभर थबकला आणि उजवीकडे उभ्या असलेल्या चाणक्यापाशी तो आला. आपल्या गुरूच्या चरणाला त्यानं अत्यंत आदरानं स्पर्श केला. चाणक्यानं आशीर्वाद देत म्हटलं, "गुणवंत हो यशवंत हो, कीर्तिवंत हो!'' त्यानं ते शब्द पुन्हा एकदा उच्चारले. चंद्रगुप्त उठून एका आसनापाशी आला. आसनावर साधे जोडे ठेवले होते. चंद्रगुप्ताचे वडील ते वापरत असत. तो आसनासमोर नतमस्तक झाला आणि आपल्या स्वर्गवासी पित्याला त्यानं मनोमन वंदन केलं. बाजूलाच त्याची माता उभी होती. तिला नमन करायला तो खाली वाकताच त्या प्रेमळ स्त्रीच्या डोळ्यातून घळघळा अश्रू वाहू लागले. चंद्रगुप्ताच्या मस्तकावर हात ठेवून ती म्हणाली, "माझ्या सुपुत्रा, तुझं विश्व सौंदर्यमय, वर्तन कर्तव्यदक्ष, स्वभाव दयावान आणि राज्य समृद्ध असो!''

चंद्रगुप्तानं परिधान केलेली राजवस्त्रं सिल्क मार्गानं चीनकडून आयात केलेल्या उंची रेशमी कापडापासून बनवली होती. त्याचं अंतरीय वस्त्र, फिकट सोनेरी रंगाचं धोतर होतं, तर उत्तरीय कुंकवाच्या लाल रंगाचं होतं. त्याचा कमरपट्टा पिवळट-पांढऱ्या रंगाचा होता. त्याच्या गळ्यात पंचाहत्तर कॅरेटचा पेर फळाच्या आकाराचा हिरा असलेला हार रुळत होता. दोन्ही दंडांवरील बाजूबंदांमध्ये प्रत्येकी सहा कॅरेटचे एकेक हृदयाकृती बर्मा माणिक, त्या बाजूबंदांची शोभा वाढवत होते. एकशेपन्नास कॅरेटच्या पाचूंनी मढवलेला मुकूट त्याच्या मस्तकावर चमकत होता. तो साक्षात विश्वसम्राटच दिसत होता.

आसनस्थ झालेल्या चंद्रगुप्तापाशी येत, चाणक्य म्हणाला, "आपण वेदांच्या माध्यमांतून आपल्या पूर्वजांच्या हाती सोपवलेल्या राजधर्माच्या नियमानुसार, गांधार, अश्वकन, सिंध, सिंहपूर, मलयराज्य, क्षुद्रक, सैंधव, अलोर, ब्रह्मस्थळ, पाताळ आणि महाउर्ध या राज्यांमध्ये राज्यकारभार कराल अशी गांभीर्यपूर्वक प्रतिज्ञा व शपथ घ्यायला तयार आहात का?"

हात जोडत व डोळे मिटून चंद्रगुप्त अत्यंत नम्रतेनं म्हणाला, "मी तसे करण्याचे गांभीर्यपूर्वक वचन देतो."

चाणक्यानं विचारलं, "आपण घेतलेले सर्व निर्णय कायदा व न्याय व दया यावरच आधारित असतील, ह्याची आपण ग्वाही द्याल का?"

"मी तशी ग्वाही देतो," चंद्रगुप्त म्हणाला.

"ईश्वरी नियमांचं पालन, आपल्या क्षत्रिय कुळाचा सन्मान, ब्राह्मणांचे संरक्षण आणि तळागाळातील लोकांना अभय ह्याकरिता आपण आपली सर्व शक्ती पणाला लावायला तयार आहात का? तसेच आपण आपले मंत्रिगण आणि त्यांच्या आधिपत्याखालील अधिकारी ह्यांना कायद्यानुसार असणारे अधिकार व विशेष सोयी देण्यास व त्या कायम ठेवण्यास तयार आहात का?" चाणक्यानं प्रश्न केला.

चंद्रगुप्तानं गांभीर्यपूर्वक उत्तर दिलं, "हे सर्व करण्याचं मी वचन देतो," नंतर आपला उजवा हात पवित्र वेदग्रंथावर ठेवत तो पुढे म्हणाला, "ज्या गोष्टींचं मी आश्वासन दिलं आहे, त्यांची पूर्तता करण्यासाठी मी कटिबद्ध राहीन. त्यासाठी ईश्वराची मजवर कृपादृष्टी राहो, अशी मी नम्र प्रार्थना करतो," चंद्रगुप्तानं हे शब्द उच्चारताच सर्व दरबारीजनांनी टाळ्यांचा कडकडाट केला.

१६

वर्तमानकाळ

“साहेब, हे सगळं काय चाललंय ते समजणं, माझ्या आवाक्यापलीकडचं आहे. आर ॲन्ड एस विमानचालन कंपनी ही रुंगठा आणि सोमाणी यांच्या साम्राज्याचा एक भाग आहे. ते चंदिनीजींचा काटा काढायला का निघालेत? आपण ज्यांच्या बाजूला आहोत, त्यांनाच तेही साथ देतायत.”

“मेनन, जे दिसतं त्याच्यापलीकडे बघायला शीक. दिसतं तसं नसतं ही गोष्ट ध्यानात ठेव,” असं म्हणत गंगासागरनी बाहेर थांबलेल्या व्यक्तीला आत पाठवण्याचा मेननला इशारा केला.

अग्रवालजींनी नेहमीप्रमाणेच कांजी केलेलं शुभ्र धोतर व सदरा परिधान केला होता. गंगासागर यांच्या समोर बसत, त्यांनी काळजीयुक्त स्वरात विचारलं, “चंदिनी ठीक आहे ना?”

गंगासागर मानेनंच होकार देत म्हणाले, “चंदिनी लढवय्यी आहे, रडवय्यी नाही. मला तिच्या जिवाची जेवढी काळजी वाटते, तितकी तिला स्वत:लाही वाटत नाही.”

“मी काही मदत करू शकतो?” अग्रवालजींनी विचारलं.

“तुम्हांला तर आर ॲन्ड एसच्या भागीदारांमधील मतभेद ठाऊकच आहेत,” गंगासागर म्हणाले, “त्यासंदर्भात त्या दोघांमध्ये नक्की काय घडतंय, हे आपल्याला अधिक बारकाईनं समजून घ्यायला हवं. शिवाय या सर्व घडामोडीत इक्रमचा कशा प्रकारचा सहभाग आहे, याचाही शोध घ्यावा लागेल.”

“पण साहेब, हे तर आपल्याला सहज समजण्यासारखं आहे. हमीदला पैशांची गरज होती. आपल्याकडून ते मिळत नाही हे लक्षात येताच त्यानं इक्रमला गाठलं. आपण मॅजिस्ट्रेटकडून कशी कामं करवून घेतली, हे त्यानं इक्रमला सांगितलं. त्याचा सूड घेण्यासाठी इक्रमनं हमीदचा वापर करून चंदिनीजींना संपवण्याचा कट रचला,” मेनन म्हणाला.

"मेनन, तुझं म्हणणं मला तितकंसं पटलेलं नाही. इक्रमबद्दल आपण इतक्या चटकन प्रतिकूल मत बनवणं, योग्य ठरणार नाही. त्यानं अगदी शुद्ध भावनेनं चंदिनीला दत्तक घेतलंय. मला या प्रकरणात काहीतरी वेगळंच शिजत असल्याचा संशय येतो," गंगासागर डोकं खाजवत म्हणाले.

"म्हणजे?" मेनननं विचारलं.

"रुंगठा आणि सोमाणी हे सुरुवातीला आपला राजकीय आशीर्वाद मिळवण्यासाठी उत्तर प्रदेशात जागतिक पोलादप्रकल्पाचा प्रस्ताव घेऊन आपल्याकडे आले. त्यांच्यातील एक भागीदार शेतकऱ्यांना भरपूर नुकसान भरपाई द्यायला तयार झाला, पण दुसऱ्यानं ती गोष्ट अमान्य केली आणि त्यानं माझ्याकडून विक्रीकरात सूट मिळवली."

"मग त्यात काय झालं?" अग्रवालजींनी विचारलं.

"पण हीच पद्धत त्यांनी पुन्हा वापरली. जागतिक बँकेनं अर्थसाहाय्य दिलेल्या महामार्ग प्रकल्पांची सूत्रं रुंगठांना मिळावीत अशी जेव्हा तुम्ही शिफारस केली, तेव्हा या प्रकल्पात रुंगठा आपल्याला कमी हिस्सा देऊन फसवत असल्याची तक्रार घेऊन सोमाणी आपल्याकडे आला आणि त्यानं आपल्याकडून शस्त्रास्त्र खरेदीचा मोठा करार पटकावला. आता मी जेव्हा त्याचा विचार करतो, तेव्हा त्या दोन्ही भागीदारांनी दाखवलेली चलाखी माझ्या लक्षात येते," गंगासागर म्हणाले.

बोलता बोलता गंगासागर थांबले आणि पुन्हा बोलायला सुरुवात करण्याआधी त्यांनी क्षणभर अग्रवालजींकडे निरखून पाहिलं. "पंतप्रधानपदासाठी एक भागीदार सोमाणी- संरक्षण मंत्र्यांच्या मागे उभा राहतो आणि दुसरा रुंगठा अर्थमंत्र्यांना पाठिंबा देतो. कारण दोघांनाही ठाऊक होतं की शर्यत कोणीही जिंकला तरी पंतप्रधानपदी त्यांचाच माणूस असणार आहे."

"पण गंगासागर यात तुला तक्रार करण्यासारखं काय आहे, हे मला समजत नाही. त्या दोन भागीदारांमधील हेव्यादाव्यामुळेच तर आजचं सरकार अस्तित्वात येऊ शकलं आणि त्यात चंदिनीबरोबरच अभानस पक्षाच्या नऊ खासदारांना मंत्रिमंडळात स्थान मिळालं. मग आता तू उगाचच संभ्रम निर्माण करतोयस?"

"नाही अग्रवालजी, हा सगळा गलिच्छपणा आहे. आपण फसवलो गेलो आहोत. आधी मला संशय होता. आता माझी खात्री पटली आहे," खुर्चीतून उठत गंगासागर म्हणाले.

* * *

"पूर्वी तुम्ही आर ॲन्ड एस कंपनीबरोबर व्यवहार केले होते ना?" दुपारचं भोजन करत असताना गंगासागरनी विचारलं. आता त्यांचा राग बराचसा निवळला होता.

"हो, तू मला जे महामार्ग प्रकल्पाचं काम मिळवून दिलं होतंस, त्याचे सर्व मालकीहक्क मी नंतर रुंगठाच्या नावावर केले होते. तुलाही ते आठवत असेल," अग्रवालजी म्हणाले.

"माझं एक काम करा. तुमच्याकडे असलेल्या एखाद्या सनदी लेखापालाकडून त्या रुंगठा आणि सोमाणीच्या सर्व कंपन्यांचे आर्थिक तपशील मला मिळवून द्या,' गंगासागरनी विनंती केली.

"पण कशासाठी?" अग्रवालजींनी विचारलं.

"आर ॲन्ड एस गटाच्या कंपन्यांनी विकत घेतलेल्या प्रत्येक समभागाची मला पूर्ण माहिती हवी आहे. ते समभाग कोणी विकत घेतले? कोणी विकले? कधी विकले? आणि त्याच काळात त्यांनी जी जाहीर निवेदनं केली, त्याचा आणि त्यांनी केलेल्या समभागाच्या खरेदी-विक्रीचा परस्परसंबंध काय होता, हे मला जाणून घ्यायचंय," हातातील चमचा जोरजोरात हलवत गंगासागर म्हणाले.

"आणि यातून तू काय शोधणार आहेस?" अग्रवालजींनी विचारलं.

"मला काहीच शोधायचं नाही, कारण ते मी आधीच शोधलंय. मला फक्त त्याचे पुरावे पाहिजेत."

"काय शोधलंयस तू?"

"त्या दोन्ही भागीदारांची कामं करून घेण्याची अनोखी पद्धत. खरं म्हणजे त्या दोघांमध्ये कोणतंही भांडण नाही, पण एकमेकांत शत्रुत्व असल्यासारखं भासवून ते सरकारकडून जास्तीतजास्त काम मिळवतात. त्याहूनही महत्त्वाचं म्हणजे ज्या दिवशी ते दोघेही त्यांच्यातील कलह सर्वांसमोर जाहीर करतात, त्यादिवशी ते आपल्या कंपनीच्या समभागाची खरेदी करतात आणि काही काळानंतर त्यांच्यात समेट झाल्याचं ते निवेदन देतात आणि पुन्हा त्याच दिवशी त्यांनी आपल्या समभागांची विक्री केलेली असते. याचा अर्थ ते सरकार व लोकांना धोका देत, दोघांनाही लुबाडत असतात."

"पण मला सांग, रुंगठा आणि सोमाणी हे इक्रमला हाताशी धरून, चंदिनीला मारण्याचा का प्रयत्न करतील?" अग्रवालजींनी विचारलं.

"त्याचं कारण असं असावं की जोपर्यंत अभानसच्या पाठिंब्यावर आजचं सरकार उभं आहे, तोपर्यंत आर ॲन्ड एस खूश आहेत, पण उद्या अभानस पक्षाचं सरकार दिल्लीत आलं, तर ते त्यांना मुळीच चालणार नाही. त्यामुळे त्यांना आता चंदिनीपासूनच खरा धोका आहे कारण आज पंतप्रधानपदासाठी तीच त्यांना आव्हान देऊ शकते आणि ती गोष्ट इक्रमलाही पचणारी नाही," गंगासागर म्हणाले.

"पण त्यांना हेही ठाऊक आहे की चंदिनीचा काटा काढणं, हे फार अवघड काम आहे, कारण तिच्यामागे गंगासागर ठामपणे उभा आहे आणि याच विचारानं

त्यांचा थरकाप उडतो,'' अग्रवालजी खळखळून हसत म्हणाले.

* * *

''साहेब, अग्रवालजींच्या सनदी लेखापालनं आपलं काम चोख बजावलं. जागतिक बँकेच्या प्रकल्पासंदर्भात रुंगठा आणि सोमाणींनी ज्या दिवशी कोर्टात जात असल्याचं जाहीर केलं, त्याच दिवशी आर अॅन्ड एस इन्फ्रास्ट्रक्चर कंपनीचा समभाग एक हजार एकशे अठ्ठ्याहत्तर रुपयांवरून नऊशे रुपयांवर कोसळला. दोन्ही भागीदारांनी त्या दिवशी गुंतवणूकदार कंपन्यांच्या मार्फत आपल्याच कंपनीचे समभाग खूप मोठ्या प्रमाणात खरेदी केले. एका आठवड्यानंतर त्यांनी दोघांमध्ये कोर्टाबाहेर समझोता झाल्याचं निवेदन दिलं आणि खरेदी केलेले सर्व समभाग बाराशे पन्नास रुपयांना विकले!'' लेखापालानं पाठवलेल्या मोठ्या अहवालातील महत्त्वाचा अंश मेननन वाचून दाखवला.

''त्यांनी पुन्हा कधी चंदिनी आणि अभानसच्या वाटेला जाण्याचा प्रयत्न केला तर गाठ पंडित गंगासागर मिश्राबरोबर आहे, हे आधी त्यांनी पक्कं ध्यानात ठेवावं. त्या आर अॅन्ड एस कंपन्यांमध्ये एकूण किती कामगार आहेत?'' गंगासागरनी विचारलं.

''माझ्या माहितीप्रमाणे एक लाख असावेत,'' मेनन म्हणाला.

''आणि त्यांपैकी अभानस पक्षाशी संलग्न असलेल्या युनियनचे किती सभासद आहेत?'' पंडितजींनी विचारलं.

''त्याचीही मी माहिती मिळवली आहे. आपल्या लखनौ विद्यापीठातील विद्यार्थी संघटनेचा अध्यक्ष, उपेंद्र काश्यप आता आपल्या पक्षाच्या कामगार युनियनचं नेतृत्व करतो. त्याच्या म्हणण्याप्रमाणे एकूण वीस हजार कामगार आपल्या युनियनचे सभासद आहेत.''

''आणि उरलेले ऐंशी हजार?''

''काश्यपनं दिलेल्या माहितीनुसार उरलेले ऐंशी हजार कामगार इतर दोन कामगार संघटनांमध्ये विभागले गेले आहेत. त्या प्रत्येक संघटनेमध्ये चाळीस चाळीस हजार सभासद आहेत.''

''कोणत्या दोन संघटना?''

''दि सीपीयुके - जिचं नेतृत्व विक्रम सिंग त्यागी करतो आणि दुसरी दि आय एन डब्ल्यु एफ. लालजी गर्ग त्या संघटनेचा अध्यक्ष आहे.''

''मेनन, दोन कागद घे आणि मी सांगतो तो मजकूर त्यावर लिहीत जा.''

''बोला साहेब.''

''माझ्या प्रिय साथीदारांनो, आर अॅन्ड एसच्या कामगारांना आपले न्याय्य हक्क मिळवून देण्यासाठी सीपीयुके संघटना अथक प्रयत्न व परिश्रम घेत असते,

हे तर आपल्याला ठाऊकच आहे. मला एक गोष्ट आपल्या निदर्शनास आणून द्यायची आहे की आयएनडब्ल्यूएफ संघटनेचे अध्यक्ष, लालजी गर्ग, यांनी तुमचा विश्वासघात केला आहे. ते आता श्री रुंगठा यांच्या ताटाखालचं मांजर बनले आहेत. कारण यापुढे तुम्हांला उत्पादकतेचे अशक्यप्राय लक्ष्य दिले जाईल आणि ते साध्य केलेत तरच तुम्हांला वेतनवाढ मिळेल. श्री रुंगठा यांनी केलेली ही मागणी, लालजी गर्ग यांनी भ्याडपणे मान्य केली आहे. त्यामुळे वेतनकरारात काल्पनिक वाढ दाखवली जाईल, परंतु प्रत्यक्ष वेतन पूर्वीइतकेच राहील. साथीदारांनो, माझी आपल्याला कळकळीची विनंती आहे की आपण आयएनडब्ल्यूएफ या संघटनेचे सभासदत्व तत्काळ रद्द करून सीपीयुके संघटनेचे सभासदत्व स्वीकारावे. पुढच्या शुक्रवारी होणाऱ्या आपल्या दर आठवड्याच्या बैठकीला आपण सर्व उपस्थित असाल, याची मला खात्री आहे. सर्वांना मन:पूर्वक शुभेच्छा. विक्रमसिंग त्यागी अध्यक्ष सीपीयुके.''

''आणि दुसरा मजकूर?'' मेननन‌ं विचारलं.

''माझ्या कामगार सहकाऱ्यांनो आयएनडब्ल्यूएफ संघटनेने आर अ‍ॅन्ड एसच्या व्यवस्थापनाशी सातत्याने चर्चा करून वाढीव वेतन करार मंजूर करून घेतला आहे. आमच्या या प्रयत्नांत मुद्दाम खोडा घालण्याचे काम हे सीपीयुकेचे अध्यक्ष विक्रमसिंग त्यागी यांनी जाणूनबुजून केले. आम्ही व्यवस्थापनाबरोबर करत असलेली बोलणी फिस्कटावीत हा त्यामागचा त्यांचा हेतू होता. ह्या नवीन कराराची अमलबजावणी होऊ नये यासाठी त्यांनी श्री. सोमाणीबरोबर गुप्त समझोता केलेला आहे. परंतु या समझोत्यामुळे कामगारांचा नव्हे, तर फक्त त्यागी यांचा वैयक्तिक फायदा होणार आहे. सहकाऱ्यांनो, आता सीपीयुके संघटनेच्या सभासदत्वाचा त्याग करून, कामगारांच्या हक्काचा सतत विचार करणाऱ्या आयएनडब्ल्यूएफ संघटनेचा स्वीकार करण्याची वेळ आली आहे. पुढच्या मंगळवारी होणाऱ्या दर आठवड्याच्या सभेला मी आपल्या सर्वांची प्रतीक्षा करत आहे. आपला नम्र लालजी गर्ग, अध्यक्ष आयएनडब्ल्यूएफ.''

''हे मी कोणाला पाठवायचं?''

''आपल्या एबीएनकेयु संघटनेचा अध्यक्ष उपेंद्र काश्यपला भेट आणि त्याला सीपीयुके व आयएनडब्ल्यूएफ या दोन्ही संघटनांची नाममुद्रित पत्रं खासगीत छापून घ्यायला सांग. मग हे दोन्ही मजकुराचे नमुने त्याला पाठव आणि त्याच्या भरपूर चक्रमुद्रित प्रती तयार करायला सांग. सीपीयुकेतर्फे लिहिलेली पत्रक आयएनडब्ल्यूएफच्या सभासदांना व आयएनडब्ल्यूएफची पत्र सीपीयुकेच्या सभासदांना द्यायची व्यवस्था करा.''

''पण साहेब, आपण या दोन्ही संघटनांना रुंगठा आणि सोमाणींच्या वैयक्तिक

व्यवहारात उगाचच हस्तक्षेप करण्याची संधी देतोय. हे योग्य आहे?'' मेननने विचारलं.

''याच दोन भागीदारांनी त्यांच्यामध्ये कलह असल्याचं नाटक केलं आणि त्याचं दडपण निर्माण करून आधीचं सरकार पाडलं आणि त्याजागी नवं सरकार स्थापन करून आपली सगळी कामं, करार मंजूर करून घेतले. आता ते आणखी एक कुटिल डाव रचून चंदिनी व अभानस पक्षाला नष्ट करू पाहतायत. त्यांना जर लढाई करायची इतकी खुमखुमी असेल तर खरी लढाई कशी खेळली जाते, हे मी त्यांना दाखवूनच देईन!'' गंगासागर गरजले.

''पण त्यात दोन कामगार संघटनांमध्ये वैमनस्य निर्माण होईल आणि त्याला हिंसक वळण मिळू शकेल,'' मेनन म्हणाला.

''जेव्हा दोन महाकाय हत्ती एकमेकांशी झुंजतात, तेव्हा त्यांच्या पायांखाली गवत तुडवलं जाणं, अपरिहार्य असतं!''

* * *

दोन संघटनांचे संतापलेले कार्यकर्ते बाह्या सरसावून समोरासमोर ठाकले होते. त्या दोघांमधील अगदी चिंचोळ्या जागेत दंगल नियंत्रक दलातील पोलीस डोक्यावर शिरस्त्राण, हातात ढालीसारख्या संरक्षक जाळ्या व चेहऱ्यावर वायुमुखवटे चढवून दोन्ही गटांना थोपवून धरण्यासाठी पूर्ण तयारीनिशी उभे होते. दंगल उसळण्याची शक्यता गृहीत धरून जवळच सशस्त्र पोलीस गाड्याही उभ्या होत्या. त्यामध्ये छोट्या बंदुका, अश्रुधुरांची नळकांडी, मिरपुडीचे फवारे, लाठ्या अशी जमावाला आटोक्यात आणण्यासाठी वापरली जाणारी सर्व साधनं उपलब्ध होती. हजारो कार्यकर्ते हातात लाल व काळे झेंड फडकवत जोरजोरात घोषणा देत होते, आपल्या संघटनांचा जयजयकार करत होते. अनेकांच्या हातात कर्णे होते व ते वापरून भांडवलशाही व्यवस्थापनाचा धिक्कार करत होते. आर ॲन्ड एस दूरसंचार, आर ॲन्ड एस पेट्रोलियम, आर ॲन्ड एस पायाभूत सुविधा (इन्फ्रास्ट्रक्चर), आर ॲन्ड एस टेक्सटाईल्स, आर ॲन्ड एस औषधोत्पादन आणि आर ॲन्ड एस विमानचालन या सर्व कंपन्यांच्या प्रांगणात हेच दृश्य दिसत होतं.

त्याच वेळी दूरदर्शनवर गंगासागरजींनी रचलेल्या षड्यंत्रामुळे राजीनामा द्यावा लागलेल्या माजी केंद्रीय अर्थमंत्र्यांची मुलाखत सुरू होती. ते म्हणत होते, ''परिस्थिती फारच गंभीर व स्फोटक बनली आहे आणि माझ्या मते ही अत्यंत दुर्दैवी गोष्ट आहे. वस्तुतः आर ॲन्ड एस गटाच्या सर्व कंपन्यांमधील कर्मचाऱ्यांना उत्तम वेतन दिलं जातं. माझ्या मते कंपनीशी संबंधित नसणारे बाहेरील काही उपद्रवी घटक ही समस्या निर्माण करत आहेत. मी आजपर्यंत नेहमीच कामगारांच्या

हक्काच्या व हिताच्या बाजूनं उभा राहत आलोय. कोणत्याही कारखान्यात जर कर्मचारी व व्यवस्थापनामध्ये संघर्ष निर्माण झाला असेल तर ती समस्या योग्य मार्गानंच सोडवायची असते. पण हा संघर्ष जर नियंत्रणाबाहेर गेला, तर कोणत्याही क्षणी परिस्थती चिघळण्याचा मला धोका वाटतो.''

''ह्यानं विडा उचललेला दिसतोय. मूर्ख माणूस! आता फक्त ह्यालाच नव्हे, तर जे जे मला राजकारणाबाहेर फेकण्याचे मनसुबे रचतायत, त्या सर्वांना एकाच फटक्यात संपवून टाकायची आता वेळ आली आहे,'' टीव्हीवरील मुलाखत पाहत असताना गंगासागर स्वत:शीच म्हणाले.

* * *

''साहेब, वाणिज्य मंत्रालयातर्फे विशेष आर्थिक क्षेत्रामधील जमिनीचं वस्तुगत मूल्य लक्षात न घेता, तिचं वाटप करण्यात आलं. आर ॲन्ड एस रिअल्टि या कंपनीला हजारो एकर जमीन देण्यात आली,'' वार्ताहर म्हणाला, ''यावर आपलं काय म्हणणं आहे?''

''यावर मी काहीच मत व्यक्त करू शकत नाही,'' चिडलेले पंतप्रधान काहीशा अनिच्छेनं म्हणाले, ''त्या वेळी मी संरक्षणमंत्री होतो. हा प्रश्न तुम्ही त्या वेळच्या वाणिज्य मंत्रीसाहेबांना विचारायला हवा.''

''गेल्या दहा वर्षांचा मापदंड लक्षात घेता, दूरसंचार परवाने अत्यंत मामुली शुल्क आकारून, मनमानी पद्धतीनं देण्यात आले. त्यानंतर ज्या कंपनीला परवाने मिळाले होते, तिनं ते प्रचंड नफा कमावत बाहेरील गुंतवणूकदारांना विकले. त्या कपंनीचं नाव आहे, आर ॲन्ड एस टेलिकॉम,'' बातमीदार म्हणाला, ''आपण या प्रकरणाबद्दल अधिक माहिती देऊ शकाल का?''

''मला यावर काहीच टीपण्णी करायची नाही,'' संतापलेल्या पंतप्रधानांनी उत्तर दिलं, ''मी त्या वेळी संरक्षणमंत्री होतो. त्या वेळी असलेले दूरसंचार खात्याचे मंत्री तुम्हांला याबाबतीत अधिक माहिती देऊ शकतील.''

''तेलाचा शोध घेण्याचे हक्क आर ॲन्ड एस पेट्रोलियम कंपनीला देण्यात आले; पण खरं तर तेल असलेल्या ठिकाणांचा आधीच शोध लागला होता,'' वार्ताहरानं विचारलं, ''आपण याबाबतीत हस्तक्षेप का केला नाही?''

''मी मत व्यक्त करू इच्छित नाहीत,'' पंतप्रधान आता चांगलेच खवळले होते, ''मी फक्त संरक्षण मंत्री होतो. हा प्रश्न तुम्ही त्या वेळच्या पेट्रोलियम मंत्र्यांना विचारा.''

''साहेब, आर ॲन्ड एस ॲग्रो कंपनीकडून शेतकरी व जनावरांसाठी मोठ्या प्रमाणावर खत आणि चारा मागवला गेला, जो मुळात अस्तित्वातच नव्हता,''

बातमीदार म्हणाला, “ह्या अशा प्रकारच्या व्यवहारांना आपण मंजुरी कशी देता?”

“मला काहीच म्हणायचं नाही,” पंतप्रधान अगतिक होऊन बोलले, “मी त्या वेळी केवळ संरक्षणमंत्री होतो. त्या वेळचे कृषीमंत्रीच तुमच्या प्रश्नाला उत्तर देऊ शकतील.”

* * *

“मला तुम्ही खाली खेचलंत, आता मी माझ्याबरोबर पंतप्रधानांनाही खाली खेचेन, असं त्या माजी अर्थमंत्र्यानं ठरवलेलंच दिसतंय. पंतप्रधानांनी राजीनामा दिल्याच्या अफवा आता सगळीकडे पसरू लागल्या आहेत,” अग्रवालजी म्हणाले.

“त्यांनी राजीनामा दिला नसता, तर सगळं सरकारच कोसळलं असतं. आम्हांला आमच्या सर्व खासदारांचा पाठिंबा काढून घ्यावा लागला असता आणि बहुमतातील सरकार, अल्पमतात आलं असतं,” गंगासागर हसत म्हणाले.

“आता पुढे काय?” मेननं विचारलं.

“हे बघ आपण आधी अर्थमंत्र्यांना बाजूला केलं आणि माजी परराष्ट्र मंत्र्यांना ते पद मिळवून दिलं. त्यामुळे चंदिनी परराष्ट्रमंत्री होऊ शकली. आता आपण पंतप्रधानांना राजीनामा द्यायला भाग पाडलं. साहजिकच आजचे गृहमंत्री त्या पदावर आता विराजमान होतील. कारण सर्वांचा पाठिंबा मिळू शकणारी ती एकच व्यक्ती आहे,” गंगासागर म्हणाले.

“याचा अर्थ आता गृहमंत्रीपद रिकामं झालेलं असेल, हो ना?” अग्रवालजींनी विचारलं.

“अगदी बरोबर. आणि तुम्हांला तर ठाऊकच आहे की गृहमंत्रालयाची सूत्रं सांभाळण्यासाठी जबरदस्त धाक आणि दरारा असलेला गुंड प्रवृत्तीचा माणूसच हवा असतो,” गंगासागर म्हणाले.

“म्हणजे तुला म्हणायचंय की... इक्रम? गंगा, तुला वेड तर लागलं नाही ना? चंदिनीच्या हेलिकॉप्टरचा घातपात घडवण्यामागे इक्रमचा हात होता की नाही, हे अजून आपल्याला नीट समजलेलं नाही आणि तू त्याला गृहमंत्री करायला निघलास?” अग्रवालजींनी अस्वस्थ होऊन विचारलं.

“हो. आपण आपल्या मित्रांना जवळ ठेवायलाच हवं, पण आपल्या शत्रूंशी त्याहून अधिक जवळीक साधली पाहिजे,” गंगासागर खो खो हसत उद्गारले.

“ही हसण्यावारी नेण्याची गोष्ट आहे?” अग्रवालजींनी विचारलं.

“कानपूरमध्ये घडणाऱ्या बहुतेक गुन्ह्यांसाठी नेहमी इक्रमच जबाबदार असायचा. आता देशभरातील गुन्ह्यांची जबाबदारी त्याच्यावर येणार आहे!”

* * *

"गेल्या वर्षी किती लोकांचे खून करण्यात आले?"

"३२,४८२."

"आणि साधारण, पन्नास वर्षांपूर्वी?"

"९८०२."

"गेल्या वर्षी किती जणांचं अपहरण केलं गेलं?"

"२३,९९१."

"आणि पन्नास वर्षांपूर्वी?"

"५,२६१."

"गेल्या वर्षात घरफोडीचे किती गुन्हे नोंदले गेले?"

"९१,६६६."

"आणि पन्नास वर्षांपूर्वी?"

"१,४७,३७९."

"आपल्याला आणखी खुनी व अपहरणकर्त्यांची गरज आहे!"

"का?"

"तुझ्या लक्षात आलं नाहीये का? पूर्वी जे फक्त घरफोड्या करायचे, त्यांनी आपला स्तर आता उंचावलाय. ते आता खून आणि अपहरण करू लागले आहेत. त्यामुळे घरफोड्यांचं प्रमाण खूपच घटलंय. अभिनंदन!" इक्रम आपल्या गृहसचिवाला उपरोधानं म्हणाला.

* * *

"भारत आणि बांगला देशमधील सीमारेषा किती लांबीची आहे?'

"४,०९६ किलोमीटर्स."

"भारत आणि चीन?""

"३,४८८ किलोमीटर्स."

"भारत आणि पाकिस्तान?"

"३,३२३ किलोमीटर्स."

"भारत आणि नेपाळ?"

"१,७५१ किलोमीटर्स."

"भारत आणि म्यानमार?""

"१,६४३."

"म्हणजे भूतान व अफगाणिस्तान धरून एकूण पंधरा हजार किलामीटर्सहून जास्त भरते बरोबर?"

"होय."

"आणि या सरहद्दींमधून अतिरेक्यांनी घुसखोरी करू नये म्हणून तुम्ही काय करता?"

"काटेरी तारांचं कुंपण आणि शक्य असेल तिथे गस्त घालणे."

"मूर्खपणा आहे! पंधरा हजार किलोमीटर्स लांबीच्या सीमारेषांवर तुम्ही सैनिकांना तैनात करू शकत नाही. सैनिकांपेक्षा या सरहद्दीची जास्त माहिती कोणाला असते, हे तुला ठाऊक आहे?"

"कोणाला?"

"तस्करांना. तुम्ही त्यांना तस्करी करायला मदत करा, ते तुम्हांला अतिरेकी शोधण्यात मदत करतील."

* * *

इक्रम राष्ट्रीय अपराध नोंद केंद्राला (एनसीआरबी) भेट देत होता. त्यानं पाहिलं की तेथील दहाहून अधिक जलद गतीच्या मुद्रकांमधून छपाई केलेले शेकडो कागद बाहेर पडत होते. "ही कसली छपाई सुरू आहे?" त्यानं विचारलं.

"रोजचे अहवाल, गुन्ह्यांची आकडेवारी, राष्ट्रीय स्तरावरील माहिती. हे सर्व गृहमंत्रालयाला सतत पाठवावे लागतात. गोळा केलेल्या माहितीवर इथे प्रक्रिया केली जाते व गृहखात्यातील शेकडो अधिकाऱ्यांकडे ती पोहोचवली जाते," गृहसचिवानं उत्तर दिलं.

"आठवडाभर हे सगळे अहवाल छापण्याचं बंद करा," इक्रम म्हणाला.

"काय? चक्रावून गेलेल्या गृहसचिवानं विचारलं. "गृहखातं बंद पडेल, साहेब. माहितीशिवाय ज्येष्ठ अधिकारी कशी कामं करू शकतील?"

"एनसीआरबीला सूचना दे की माहिती विचारण्यासाठी फोन करणाऱ्या अधिकाऱ्यांची वेगळी नोंद ठेवत जा. जे फोन करतील, त्यांनाच फक्त त्या माहितीची खरी गरज आहे. इतर सर्व जण मिळालेले अहवाल फक्त फाइल करतात. ज्यांना खरी गरज आहे, त्यांनाच फक्त माहिती पुरवल्यामुळे वेळ आणि पैसे दोन्ही वाचतील," इक्रमनं आदेश दिला.

* * *

इक्रम आता गुप्तचर विभागाच्या कार्यालयात पोहोचला होता. जगामध्ये सर्वांत प्रथम स्थापन झालेला गुप्तचर विभाग अशी त्या कचेरीची ख्याती होती. गुप्तचर विभागाचा संचालक हा आपल्या कार्यालातील विविध कामांची माहिती गृहमंत्र्यांना देत होता. खरं तर ते दोघेही जुने मित्र होते. इक्रम जेव्हा कानपूरचा महापौर होता तेव्हा तो संचालक कानपूरच्या पोलीस आयुक्त पदावर होता, पण आता त्यांच्या बदललेल्या नव्या नात्यामुळे गृहमंत्र्यांशी बोलताना संचालक अवघडून गेला होता.

"ह्या गुप्तचर विभागाची स्थापना कधी झाली?" इक्रमनं विचारलं.

"१८८५ मध्ये," संचालक म्हणाला. "त्यावेळी प्रथम सिमला येथे ब्रिटिश लष्करासाठी गुप्तचर खात्याची स्थापना केली गेली. अफगाणिस्तानातील सैनिकांच्या हालचालींवर निरीक्षण ठेवणं, हे त्यांचं प्रमुख काम होतं."

"आणि त्यानंतर?" इक्रमनं विचारलं.

"१९०९मध्ये आपल्या कार्यालयाचं नामकरण 'भारतीय राजकीय गुप्तचर विभाग' असं करण्यात आलं. अराजकवादी कृत्यं करणाऱ्यांवर देखरेख व नियंत्रण ठेवणं, हे त्या वेळी मुख्य काम असायचं. त्यासाठी इथल्या लोकांना स्कॉटलंड यार्ड आणि एम१५ यांच्याकडून खास प्रशिक्षण दिलं जायचं."

"मग त्यानंतर?"

"१९४७ ला भारत स्वतंत्र झाला आणि तेव्हापासून आजतागायत इथे अशाच स्वरूपात काम सुरू आहे."

"माणसाचं जसं वय वाढत जातं, तसतशी त्याची बुद्धी काम करेनाशी होते. तू आता खूप म्हातारा झालायस," इक्रम थट्टेनं म्हणाला, "मला सांग, तुम्ही, तुम्हांला मिळालेलं यश कोणत्या आधारावर जोखता? त्याची कशी नोंद ठेवता?" त्यानं विचारलं.

"आमच्या अखत्यारीत येणारी बहुतेक प्रकरणं ही अत्यंत गोपनीय स्वरूपाची असतात, त्यामुळे आम्ही मिळालेल्या यशाची कधीच चर्चा करू शकत नाही," संचालक तक्रार करत म्हणाला.

"पण तसंच तुम्हांला तुमच्या अपयशावरही चर्चा करायची सक्ती केली जात नाही," इक्रमनं चटकन प्रत्युत्तर दिलं, "जेव्हा तुम्ही नक्की काय काम करत असता, याचीच सामान्य नागरिकाला माहिती नसते, तेव्हा तुम्ही चुकीचं काम करताय हेही तो सांगू शकत नाही. मला सांग, एखादी अतिरेकी कारवाई किंवा घुसखोरी होणार आहे, याचा तुम्ही अचूक अंदाज केल्याची अगदी अलीकडची घटना कोणती?"

"आम्ही जे काम करतो, त्यामध्ये खूपच व्यावहारिक मर्यादा येतात," संचालक नाराजीच्या सुरात म्हणाला.

"तुमच्यापाशी पंचवीस हजार कर्मचारी आणि प्रतिनिधी असताना?" चकित होत इक्रमनं विचारलं. क्षणभर तो काहीच बोलला नाही व मग संचालकाकडे रोखून पाहत त्यानं विचारलं, "कानपूर शहर तर तुझ्या उत्तम परिचयाचं आहे. बरोबर ना? तू रणबीर गिलला का भेटत नाहीस?"

"तो कोण आहे?" संचालकानं विचारलं.

"भारतीय मद्यपानगृह मालक मंडळाचा तो अध्यक्ष आहे आणि कानपूरमधील

एका प्रसिद्ध मद्यालयाचा तो मालक आहे. त्याचं नाव दरबार क्लब. तरुणपणी तू नक्कीच तिथे गेला असशील?''

''मी त्याला भेटण्याचं प्रयोजन?''

''माणूस जेव्हा नशेत असतो, तेव्हा त्याच्यासाठी चर्चा करायला कोणताच विषय वर्ज्य नसतो. तिथे गेलास तर तुझ्या बुद्धीला पुन्हा एकदा चालना मिळू शकेल. मद्यपी लोकांची बोलणी, स्वत: मद्य न पिता, ऐकणाऱ्या माणसांकडून तुला माहिती काढून घेता येईल.''

* * *

''त्या माणसाचं डोकं ठिकाणावर नाही,'' गुप्तचर विभागाचा संचालक म्हणाला.

''मग ते तू ठिकाणावर आण,'' गंगासागरनी त्याला सल्ला दिला.

''तो जर प्रत्येक छोट्या छोट्या गोष्टींमध्ये नाक खुपसत राहिला, तर आम्हांला काम करणं मुश्कील होऊन जाईल,'' संचालक म्हणाला.

''मग त्यासाठी तुलाच दुसरा उपाय शोधावा लागेल,'' गंगासागर शांतपणे म्हणाले.

* * *

इक्रम आणि गुप्तचर विभागाचा संचालक जुन्या दिल्लीतील चांदणी चौकामधल्या एका चिंचोळ्या गल्लीतून चालले होते. गृहमंत्र्यांनी तिथे जाऊ नये अशी संचालकानं त्यांना विनंती केली होती, कारण तो विभाग नेहमीच धोकादायक समजला जात असल्यानं पुरेसं संरक्षण देता येईल याची संचालकाला हमी देता येत नव्हती. परंतु गृहमंत्र्यांनी स्वत:च तिथे जाण्याचा आग्रह धरल्यानं, त्याचाही नाइलाज झाला. त्या जुन्या शहरात हिंदू-मुस्लिमांमध्ये दंगल उसळली होती. त्या छोट्या बोळामधून पोलिसांची जीप जाणं, शक्य नसल्यानं दोघेही खाली उतरून चालत होते. त्या अस्वच्छ काळोख्या गल्लीत विचित्र भयावह शांतता जाणवत होती. चांदणी चौक म्हणजे जणू युद्धानंतरची रणभूमी भासत होती. रस्त्यावर दगड आणि फुटलेल्या काचांचा खच पडला होता. एकही दुकान उघडं नव्हतं आणि काही भटकी कुत्री सोडली तर रस्त्यावर चिटपाखरूदेखील दिसत नव्हतं.

इक्रमनं चहूबाजूला पाहिलं आणि त्याचं काळीज गलबललं. भारतीय माणूस, धर्मावरून इतका हळवा, इतका बेभान का होतो? अस्वच्छ प्रसाधनगृहं, दयनीय इस्पितळं, शाळांची कमतरता, खड्डे पडलेले रस्ते, खंडित होणारा वीजप्रवाह, गढूळ पाणी, उपजीविकेची अपुरी साधनं, हे सारं तो विनातक्रार सहन करतो पण कोणी त्याच्या धर्माविरुद्ध ब्र जरी काढला तरी तो तत्काळ पेटून उठतो. ''कालची दंगल ही गृहमंत्री म्हणून माझ्या कार्यकाळातील शेवटची दंगल होती.

माझ्या बोलण्याचा अर्थ तुझ्या ध्यानात आला?'' इक्रमनं संचालकाला म्हणाला. त्याच्या आवाजात जरब होती, ''याबाबतीत कोणतीही तडजोड होणार नाही. दंगलखोरांना अशी अद्दल घडेल की पुन्हा जाळपोळ करण्याची, त्यांची कधीही हिंमत होणार नाही.''

ते काही पावलं पुढे गेले असताना अचानक मागे धमकन आवाज आला. दोघे गर्रकन मागे वळले. तेजाबच्या डबक्यात काचेचे तुकडे पसरल्याचे, त्यांना दिसले. मागच्या इमारतीतील वरच्या मजल्यावरून कोणीतरी गृहमंत्र्यांच्या अंगावर ॲसिड बॉम्ब फेकायचा प्रयत्न केला होता. ''तुझ्या माणसांना ताबडतोब त्या इमारतीत पाठव आणि तिथल्या प्रत्येक रहिवाशाला माझ्यासमोर रांगेनं उभं कर. पुरुष, स्त्रिया, मुलं सर्वांना!'' इक्रम गरजला. दुसऱ्याच क्षणी पोलीस इमारतीत शिरले. दहा मिनिटांत इक्रमसमोर पन्नास जण माना खाली घालून उभे होते. ''इमारतीत आणि कोण शिल्लक राहिलंय?'' इक्रमनं विचारलं.

''कोणी नाही साहेब, सगळ्यांना बाहेर काढलंय,'' पोलीस म्हणाला.

''स्त्रिया आणि मुलांना परत पाठवा,'' इक्रमनं आदेश दिला. स्त्रिया व मुलं थरथरत्या पावलांनी आपापल्या घरात परतली. रांगेत आता पंधरा पुरुष उभे होते. ''हात लांब करा आणि हाताचे तळवे वर ठेवा,'' इक्रम ओरडला आणि आपल्या सूचनांचं पालन करण्यासाठी तो मिनिटभर थांबला. मग इक्रम त्या पुरुषांसमोरून चालत गेला आणि अधूनमधून त्यानं वाकून काही जणांचे हात हुंगले. मग उलटा येत त्यानं पुन्हा एकदा तपासणी केली. रांगेत सातवा उभ्या असलेल्या माणसापाशी येऊन इक्रमनं पुन्हा त्याच्या हाताचा वास घेतला. ''पुढे ये,'' तो मृदू आवाजात म्हणाला. तो माणूस घाबरतच पुढे आला, त्याची नजर इकडेतिकडे भिरभिरत होती.

''बाळ, जरा इकडे ये,'' इक्रम बाजूला उभ्या असलेल्या हवालदाराला म्हणाला.

''तुझ्याजवळचं पिस्तूल मला दे,'' इक्रमनं ज्या माणसाला पुढे बोलावलं होतं, त्याची गाळण उडाली. ''नाही... थांबा... तुम्ही असं काही करू शकत नाही. अजून काहीच सिद्ध झालेलं....''

इक्रमच्या हातातील पिस्तुलातून उडालेली गोळी थेट त्या माणसाच्या कपाळात घुसली. तो खाली कोसळला आणि त्याचा चिंध्या उडालेला मेंदू एखाद्या चिकट बुळबुळीत पदार्थासारखा जमिनीवर पसरला. ''तुमच्या नव्या गृहमंत्र्यांनी तुम्हा सर्वांना दिलेला हा प्रेमळ इशारा आहे, असं समजा. यापुढे कधीही माझ्या जिवाशी खेळ करायचा मनात विचारही आणू नका. माझ्या पिस्तुलातील गोळी आधी बोलते आणि मग मी. गोळी खायची इच्छा असेल तरच माझ्या वाटेला जायची हिंमत करा,'' खिशातील रुमालानं त्यानं पिस्तुलावरील स्वतःच्या हाताचे ठसे

पुसले आणि ते पुन्हा हवालदाराच्या हाती दिलं. मग तो संचालकाला म्हणाला, "चकमकीत ठार झाला, असं लिही. दोन्ही बाजूंनी झालेल्या गोळीबारात त्याला गोळी लागली."

तो पुन्हा मागे वळला आणि समोर उभ्या असलेल्या चौदा जणांना म्हणाला, "आणखी कोणाला आपल्या डोकेदुखीवर इलाज हवाय?" त्या दिवशी संध्याकाळी पाच वाजता चांदणी चौकातील व्यवहार सुरळीतपणे सुरू झाले होते. गंगासागरनी केलेली गृहमंत्र्यांची निवड, अचूक ठरली होती.

* * *

"पापणी लवायचाही अवसर न देता त्यानं त्या माणसाला यमसदनी धाडलं," गुप्तचर विभागाचा संचालक म्हणाला.

"इक्रमला साजेसंच तो वागला," गंगासागर शांतपणे उद्गारले.

"असं जर रोज घडू लागलं, तर मोठीच समस्या उद्भवेल," संचालक म्हणाला.

"तू त्याला आपल्या नियंत्रणाखाली ठेवशील, याच अपेक्षेनं मी इक्रमला गृहमंत्री बनवलंय. तू तुझं काम कर," गंगासागर म्हणाले.

* * *

इंडियन एअरलाईन्सच्या विमानानं मुंबई विमानतळावरून नागपूरला जाण्यासाठी दुपारी तीन वाजता उड्डाण केलं, त्या वेळी विमानात सत्त्याहत्तर प्रवासी व बारा कर्मचारी होते. तीस मिनिटांनी ते नाशिकवरून जात असताना एका बंदूकधारी आडदांड माणसानं लाथ मारून वैमानिकाच्या खोलीचा दरवाजा उघडला व वैमानिकाला सर्व प्रवाशांबरोबर विमानाच्या मागच्या बाजूला जाऊन उभं राहायला फर्मावलं. घाबरून गेलेल्या सह-वैमानिकाला त्यानं विमान चालवण्याची आज्ञा केली. त्याच्या तीन पिस्तूलधारी साथीदारांनी तोपर्यंत प्रवासी कर्मचाऱ्यांना आपल्या कब्जात घेतलं होतं. त्यांचा म्होरक्या हा चौतीस वर्षीय पाकिस्तानी होता. त्यानं सह-वैमानिकाला विमान पाकव्याप्त काश्मिरमधील मुझफ्फरबादला घेऊन जाण्याचा हुकूम सोडला. त्यावर बिचाऱ्या सहवैमानिकानं विमानात जेमतेम भोपाळपर्यंत पोहचण्याइतकंच इंधन असल्याचं, त्याला थरथरत्या आवाजात सांगितलं.

तोपर्यंत विमानाचं अपहरण झाल्याची बातमी नियंत्रण कक्षाकडून गृहमंत्रालयापर्यंत पोचली होती. इक्रमनं ताबडतोब दिल्लीच्या नियंत्रण कक्षामधील आपत्ती व्यवस्थापन विभागाकडे धाव घेतली. "विमानाचे टायर्स गोळ्या घालून निकामी करा," भोपाळला आधीच पोचलेल्या राष्ट्रीय सुरक्षा रक्षकांना (एनएसजी) त्यानं आदेश दिला. भोपाळ धावपट्टीच्या मध्यभागी विमान उभं होतं. आणि सुरक्षारक्षक विमानाच्या टायर्सचे

सहज वेध घेऊ शकत होते. अर्धा तास होऊन गेला तरी इंधन घेऊन येणारा एकही टँकर विमानतळावर येऊन पोचला नव्हता.

आपल्याविरुद्ध काहीतरी कट शिजला जातोय याचा म्होरक्याला संशय आला आणि त्यानं सह-वैमानिकाला उड्डाण करायची आज्ञा केली.

"त्यासाठी आपल्याला हवाई नियंत्रक कक्षाकडून परवानगी लागेल." सहवैमानिक चाचरत म्हणाला, पण दुसऱ्या सेकंदाला त्याच्या कपाळावर बंदूक टेकवण्यात आली. "मी सांगतो, तसं करायचं. कोणत्याही परवानगीची गरज नाही!" अपहरणकर्त्याचा आवाज विमानात घुमला.

* * *

"टायर्समध्ये गोळ्या मारायला एवढा उशीर का लावला? इंधनाचा टँकर पाठवून द्या, म्हणजे आपल्याला विचार करायला अवधी मिळेल," इक्रमनं दिल्लीवरून एनएसजींना सूचना दिल्या "साहेब, आपण विमानाच्याजवळ टँकर आणला तर आपल्याला टायर्स निकामी करता येणार नाही. एखादी ठिणगी उडाली तरी विमान व टँकर एका वेळी पेट घेतील," एनएसजी प्रमुख म्हणाला.

"मग त्या विमानात नक्की किती इंधन आहे, हे तरी शोधून काढा," इक्रम गरजला. "मुझफ्फराबादला पोहोचण्याइतकं नक्कीच आहे," पलीकडून उत्तर आलं. त्यांनी मुंबईच्या विमानतळावरून इंधनाची माहिती मिळवली होती.

"मग वैमानिकाला उड्डाण करायच्या सूचना द्या आणि विमान हवेत असताना त्याला जास्तीतजास्त इंधन खाली फेकून द्यायला सांगा. तुमच्या सांकेतिक भाषेत हे सर्व त्याला कळवा," इक्रम म्हणाला. "त्याला दिल्लीला जाण्याची परवानगी द्या. तो सुदैवानं इथे पोचला तर आपल्याला पुढच्या हालचाली करणं, सोपं जाईल."

* * *

"भोपाळ तळ, आयसी-६१७, सूचना मिळाव्या ही विनंती," सहवैमानिकाचा कर्कश आवाज आला.

"आयसी-६१७, सूचना समजली," नियंत्रण कक्षानं उत्तर दिलं.

"आयसी-६१७, गेट क्रमांक ६, मुझफ्फराबादला नव्हे, दिल्लीला जाण्याची परवानगी देण्यात येत आहे. लँबोर्न चार माइक निर्गमन धावपट्टी सव्वीस डावीकडे-प्रथम पाच हजार फूट, स्वॅक चार-चार-पाच-पाच."

"आयसी-६१७, उड्डाणाची परवानगी मिळावी,"

"आयसी-६१७ परवानगी देण्यात येत आहे."

विमान आकाशात झेप घ्यायला सज्ज झालं. अतिरेक्याच्या हातातील बंदुकीच्या

चापावर आपलं जगणं-मरणं अवलंबून आहे, याची सहवैमानिकाला पूर्ण जाणीव होती. ''तू दिल्लीला जायची परवानगी का मागितलीस?'' म्होरक्यानं किंचाळत विचारलं.

''मी मुझफ्फराबादलाच जायची परवानगी मागितली होती, पण त्यांनी दिल्लीपर्यंतच जायचे आदेश दिले. मुझफ्फराबादला पोचण्याइतकं विमानात इंधन नाही, हे त्यांना ठाऊक होतं,'' घामानं थबथबलेला सहवैमानिक म्हणाला.

''ते मला सांगू नकोस. आपण मुझफ्फराबादलाच जातोय,'' अपहरणकर्ता पुन्हा जोरात ओरडत म्हणाला.

''मुझफ्फराबाद विमानतळावर पुरेशा सुविधा उपलब्ध नाहीत. रात्रीच्या वेळी तिथे विमान उतरवता येणार नाही,'' विमान हवेत उंच नेत सहवैमानिक म्हणाला व त्यानं पाच हजार फुटांवर पोचताच, एक हजार गॅलन इंधन खाली फेकून दिलं. विमानाच्या पंखांमध्ये बसवलेल्या खास झडपांमुळे इंधन बाहेर टाकणं शक्य झालं. भोपाळच्या गरम व कोरड्या हवेत त्या इंधनाची चटकन वाफ होऊन गेली.

''आपण दिल्लीला नाही जाणार आहोत,'' अतिरेकी गुरगुरला आणि त्यानं बंदुकीचं पातं सहवैमानिकाच्या मानेला टेकवलं. ''विमानात जर दिल्लाला जाण्याएवढं इंधन असेल तर ते कराचीलाही जाऊ शकतं. दिल्लीपेक्षा कराची जवळ आहे.''

* * *

''आपलं विमान उतरवायला पाकिस्तानला नकार द्यायला सांग,'' इक्रम चंदिनीला म्हणाला. ते दोघेही आता गृहसचिवासोबत नियंत्रण कक्षात आले होते. चंदिनीनं मानेनंच हो म्हटलं आणि इस्लामबादमधील पाकिस्तानच्या परराष्ट्र मंत्र्यांची हॉटलाइनवरून संपर्क साधला.

''परराष्ट्रमंत्रीजी, आपण जर आयसी-६१७ विमानाला कराची विमानतळावर उतरण्याची परवानगी दिली तर ह्या अतिरेकी कृत्याला पाकिस्तान जबाबदार आहे आणि त्यांनीच ही योजना आखली व त्यासाठी आर्थिक पाठबळ दिलं, असं जगाला सांगण्याची आम्हांला संधी मिळेल. कराची विमानतळावर उभ्या राहिलेल्या विमानाचं थेट छायाचित्रण जगभरातील लाखो टीव्ही केंद्रांवरून दाखवलं जाईल,'' चंदिनी फोनवरून म्हणाली, ''पाकिस्तानला अशा प्रकारच्या प्रसिद्धीची गरज आहे का, याचा निर्णय आपल्यालाच घ्यायचाय.''

''पण आम्ही परवानगी नाकारली तरीही ते विमान उतरवण्याची शक्यता आहेच,'' पाकिस्तानचे मंत्री अजिजीनं म्हणाले.

''पण तुम्ही तुमचा हवाई वाहतूक नियंत्रक विभाग आणि धावपट्टीवरील दिवे बंद करू शकता! तुम्ही जर त्यांच्याशी मार्ग आणि संपर्कच तोडलात, तर

आयसी-६१७ला विमान कराचीपासून वळवावं लागेल,'' असं म्हणत चंदिनीनं फोन जोरात खाली आपटला.

* * *

''त्यांनी आपल्याशी सर्व प्रकारचा संवाद तोडलेला आहे,'' सहवैमानिक अतिरेक्याला म्हणाला. ''आपल्यापाशी आता जेवढं इंधन उरलंय त्यात मी फक्त कराचीहून दिल्लीला विमान नेऊ शकतो. काय करायचं ते तुम्ही सांगा.''

''मला तर खालची धावपट्टी स्पष्ट दिसतेय,'' अपहरणकर्ता पुन्हा मोठ्यानं ओरडला. सहवैमानिकानं आता फक्त स्वत:च्या नजरेवर विश्वास ठेवून धावपट्टीसारख्या भासणाऱ्या जमिनीच्या भागाकडे हळूहळू विमान खाली आणलं. पण काही अंतरावर असताना चटकन त्याच्या लक्षात आलं की ती धावपट्टी नसून दिव्यांनी झगमगलेला रस्ता आहे. वेळीच तो विमान पुन्हा वर नेऊ शकला, नाहीतर प्रचंड मोठा अपघात होणार होता.

''ठीक आहे, आपण दिल्लीला जाऊ या!'' निरुपाय झाल्यानं अखेर म्होरक्या गुरगुरत म्हणाला.

ते दिल्लीच्या दिशेनं जात असताना, त्याच मार्गावरून जाणाऱ्या ब्रिटिश एअरवेजच्या वैमानिकानं त्यांना कळवलं की वाहनांची गर्दी झाल्यामुळे दिल्लीचं विमानतळ बंद ठेवण्यात आलंय. शहराजवळ येताच सहवैमानिकाला धावपट्टीवर ट्रक व आगीच्या बंबांच्या रांगा लागलेल्या दिसल्या. त्यानं विमान आणखी थोडं खाली आणलं, पण त्याला मोकळी जागा दिसेना. सहवैमानिकानं ताबडतोब नियंत्रण कक्षाला कळवलं की विमानातील इंधन संपत आलेलं आहे. ''त्यांना खाली उतरायला परवानगी द्या. आता त्यांच्याकडील राखीव इंधनही संपलेलं असेल,'' इक्रम म्हणाला.

सहवैमानिकाला अनपेक्षितपणे स्वयंचलित पद्धतीनं विमान उतरवण्यास परवानगी दिली गेली. एका मिनिटाच्या आत सारे ट्रक्स, आगीचे बंब, रुग्णवाहिका हटवल्या गेल्या व धावपट्टी मोकळी करण्यात आली. रात्री दहा वाजता विमान खाली उतरताच एनएसजीच्या सैन्य दलानं विमानाला घेराव घातला.

''तुझ्या त्या नियंत्रणकक्षातील हरामखोरांशी मला फोन लावून दे!'' अपहरणकर्ता ओरडत म्हणाला. सैन्यदलाला हलवलं नाही तर आम्ही विमानातील प्रवाशांना ठार मारायला सुरुवात करू अशी धमकी त्यानं सहवैमानिकामार्फत नियंत्रण कक्षातील अधिकाऱ्यांपर्यंत पोहचवली. सैन्य हलवण्यासाठी त्यानं फक्त दहा मिनिटांची मुदत दिली.

''एनएसजीला दूर हटवा,'' इक्रमनं गृहसचिवाला आज्ञा केली, ''आपण

निष्पाप माणसांचे बळी देऊ शकत नाही. तुम्ही आता पुन्हा इंधन भरण्यात थोडी दिरंगाई करा, म्हणजे आपल्याला अधिक वेळ मिळेल,'' अशा सूचना देत इक्रम, गृहसचिव व एनएसजी प्रमुखांबरोबर इतर पर्यायांविषयी चर्चा करू लागला.

इक्रमच्या वेळखाऊ धोरणामुळे म्होरक्याचा संयम सुटत चालला. ताबडतोब इंधन न भरल्यास आपण ओलिसांचा जीव घेण्यास सुरुवात करू असा त्यानं सज्जड दम भरला. तीस मिनिटांनंतर विमानाचा दरवाजा उघडला गेला. दारात मुख्य वैमानिक गुडघे टेकून बसला होता. टेलिव्हीजनचे हजारो कॅमेरे ते दृश्य टिपू लागले. अपहरणकर्ता त्याच्या मागे येऊन उभा राहिला आणि क्षणार्धात त्याच्या बंदुकीतील गोळी वैमानिकाच्या मस्तकात घुसली. वैमानिकाचा निष्प्राण देह वरून जमिनीवर कोसळला. ''बदमाषांनो, आमच्याशी चालाखी करण्याचा प्रयत्न करू नका!'' त्यानं नियंत्रण कक्षापाशी आपला संदेश पोहोचवला.

इक्रमनं टीव्हीवर दहशतवाद्याचा चेहरा पाहिला आणि आता विजयाचा क्षण जवळ आलाय, हे त्याच्या लक्षात आलं.

''गृहमंत्री तुझ्याशी थेट बोलू इच्छितात, असा त्याला माझा निरोप द्या,'' इक्रमनं नियंत्रक कक्षाला सूचना केली.

पलीकडून बराच वेळ फक्त खरखर ऐकू आली. मग म्होरक्यानं फोन उचलला.

''मी तुला भेटण्यासाठी विमानात येतोय,'' इक्रम त्याला म्हणाला. ''हे बघ ह्यात तुझं तर काहीच नुकसान नाही, उलट फायदाच फायदा आहे. आपली बोलणी यशस्वी झाली तर तुझ्या सर्व मागण्या पूर्ण झालेल्या असतील आणि चर्चा फिस्कटली तर भारताच्या गृहमंत्र्यासारखा एक उच्चपदस्थ ओलीस तुझ्या ताब्यात असेल.''

''तू येऊ शकतोस. पण फक्त एकटा. तुझ्याबरोबर दुसरा कोणीही आलेला मला चालणार नाही!'' दहशतवादी गुर्मीत म्हणाला.

''प्रेषित म्हणाला आहे की जशी आपल्या दोन्ही हातांची बोटं सारखी असतात, तशीच भूतलावरील आपण सर्व माणसंही समान आहोत. विमानाच्या दरवाजापाशी माझी प्रतीक्षा कर. मी प्रेम व शांतीचा संदेश घेऊन येतोय. अखेर तू आणि मी आपण मुस्लीम भाई आहोत,'' इक्रम म्हणाला.

अपहरणकर्त्यानं होकार देताच, इक्रम एकटा विमानाच्या दिशेनं जाऊ लागला. त्यानं कानात एक छोटं यंत्र ठेवलं होतं. त्यामुळे तो सतत एनएसजी प्रमुख व नियंत्रण कक्षाच्या संपर्कात राहणार होता. अतिरेक्यांनी गृहमंत्र्यांवर गोळी चालवू नये यासाठी एनएसजीच्या खास निशाणबाजांनी विमानाचं दार, आपल्या दूरदर्शीय नजरेच्या टप्प्यात ठेवलं होतं.

* * *

विमानाच्या अगदी मागच्या व कोणालाही न दिसू शकणाऱ्या भागात एनएसजी कमांडोजचे पाच गट गुपचूप जमा झाले. विमानाच्या मधल्या भागाखाली, संकटसमयी बाहेर पडण्यासाठी असलेल्या जाळ्या सरकवत ते सगळे ॲल्युमिनियमच्या काळ्या शिड्यांमधून अडखळत वर चढले. मधल्या काळात इक्रम विमानात चढत असताना कोणता शिष्टाचार पाळायला हवा, हे सांगण्यात नियंत्रण कक्षानं म्होरक्याला गुंतवलं. दहा मिनिटांनंतर इक्रम विमानाच्या जिन्यावर जेव्हा पोहोचला तेव्हा तो दहशतवादी दारापाशी त्याची तपासणी करून घेण्यासाठी उभा होता.

एव्हाना एनएसजी कमांडोंनी विमानात घुसून म्होरक्याच्या तिन्ही साथीदारांना तत्क्षणी गोळ्या झाडत ठार मारलं आणि विमानातील आपत्कालीन दरवाजे उघडत सर्व प्रवासी व कर्मचाऱ्यांना जोरजोरात ओरडून खाली उतरण्यास सांगितलं. मुख्य दहशतवादी इक्रम वर येण्याची वाट पाहत विमानाच्या मुख्य दरवाजात उभा होता. गृहमंत्र्यानं अचानक खिशातून पिस्तूल काढून ते अतिरेक्यावर रोखलं. बेसावध असलेला दहशवादी क्षणभर भयचकित झाला.

* * *

आपत्कालीन सुटका करून घेण्यासाठी असलेले नळकांड्यासारखे मार्ग आधीच उघडले गेले होते. दहशतवाद्यांनी आकस्मिकपणे कार्यान्वित होणारी स्फोटक यंत्रणा विमानात लावली असण्याच्या भीतीमुळे प्रवासी व कर्मचारिवर्ग लगेचच विमानाबाहेर पडले. पाच मिनिटांनी कमांडोनी 'ग्रँड स्लॅम' असा सांकेतिक संदेश पाठवला. मोहीम फत्ते झाली, असा त्याचा अर्थ होता. इक्रमच्या कानातील यंत्रावरही तो संदेश उमटला, पण तो स्वीकरण्यासाठी पलीकडच्या बाजूला कोणीच नव्हतं.

त्यानंतर काही क्षणांनी नियंत्रण कक्षाकडून पंतप्रधानांना खास निरोप देण्यात आला. चार अपहरणकर्त्यांचा मृत्यू, ओलिसांची सुटका, सहा जण जखमी आणि गृहमंत्री शहीद.

गंगासागरजींच्या दिवाणखान्यात बसून मेनन त्यांना बातम्या वाचून दाखवत होता – ''उत्तर प्रदेशामध्ये शुक्रवारी जणू दुःखाचा महापूर लोटला होता. भारताचे गृहमंत्री पै. इक्रम शेख यांच्या दुःखद निधनाबद्दल शोक व्यक्त करण्यासाठी राज्यामधील बहुतेक भागात उत्स्फुर्तपणे बंद पाळण्यात आला. शुक्रवारी दुपारी त्यांचे शव खास वायुदलाच्या विमानाने कानपूरला त्यांच्या मूळ गावी नेण्यात आले. त्याआधी आयसी-८१७च्या प्रवासी व कर्मचाऱ्यांचे प्राण वाचवण्यासाठी आत्मबलिदान करणाऱ्या आपल्या महान नेत्याचे अंत्यदर्शन घेण्यासाठी देशाच्या राजधानीतील हजारो स्त्री-पुरुषांनी गर्दी केली.'' मेनन क्षणभर थबकला व तो

गंगासागर यांच्या प्रतिक्रियेची वाट पाहू लागला. पण गंगासागरजींनी कोणतीच प्रतिक्रिया व्यक्त केली नाही. तो पुढे वाचू लागला, ''दहशतवाद्यांनी गोळी मारून हत्या केलेल्या आदरणीय इक्रम शेख यांचे पार्थिव, कानपूरमधील मुस्लीम दफनभूमीवर त्यांच्या आईवडिलांच्या उपस्थितीत दफन करण्यात आले. गृहमंत्र्यांचे पार्थिव जनतेच्या दर्शनासाठी ग्रीन पार्क स्टेडियममध्ये ठेवलेले असताना, कानपूरच्या सर्वांत मोठ्या समजल्या जाणाऱ्या झोपडपट्टीपासून स्टेडियमपर्यंत लांबच लांब रांगा लागल्या होत्या. अनेक मोठ्या नेत्यांनीही दिवंगत गृहमंत्र्यांना श्रद्धांजली वाहिली. देशाच्या परराष्ट्र मंत्री व पै. इक्रम शेख यांच्या दत्तक कन्या चंदिनी गुप्ता यांना आपल्या पित्याचे अंतिम दर्शन घेताना अश्रू आवरणे कठीण गेले. भारताच्या या महान सुपुत्राला अखरेचा निरोप देण्यासाठी देशातील व राज्यातील शेकडो नेते स्टेडियममध्ये उपस्थित होते. त्यानंतर गृहमंत्र्यांचे पार्थिव भारतीय लष्काराच्या वाहनातून दफनभूमीवर नेण्यात आले आणि तिथे हजारो समर्थकांनी साश्रू नयनांनी आपल्या नेत्यारा निरोग दिला. शोक अनावर झालेल्या अनेक चाहत्यांनी आपल्या आवडत्या नेत्याचं दर्शन घेण्यासाठी पोलिसांचे कडे तोडून आत जाण्याचा प्रयत्न केला, तेव्हा पोलिसांना जमावावर नियंत्रण ठेवणे, अशक्य झाले. केंद्रीय मंत्रिमंडळातील आपल्या अनेक सहकारी मंत्र्यांसह पंतप्रधानांनी गृहमंत्र्यांच्या पार्थिवावर पुष्पचक्र वाहिले. त्यानंतर त्यांनी इक्रम यांच्या राजकीय वारस व दत्तक कन्या असलेल्या चंदिनी गुप्ता आणि अभानस पक्षाचे सर्वेसर्वा गंगासागर मिश्रा यांची भेट घेऊन, त्यांचे सांत्वन केले. दुःखावेगाने लोकांनी आत्महत्या करू नये असे पंतप्रधानांनी आवाहनही केले.''

गंगासागरना खोकल्याची छोटी उबळ आली. मेनननं बातमी वाचायचं थांबवून वर पाहिलं. गंगासागरजींचे डोळे ओले झाले होते. मेनननं काहीशा अस्वस्थपणे पुन्हा वाचायला सुरुवात केली. ''स्टेडियम ते दफनभूमी दरम्यानचे सर्व रस्ते शोकमग्न लोकांनी भरून गेले होते. घराच्या छपरांवरही लोक जमा झाले होते. आपल्या परमप्रिय नेत्याच्या अचानक व दुःखद निधनामुळे बसलेल्या धक्क्यातून ते स्वतःला सावरू शकत नव्हते. अंत्ययात्रा अतिशय संथ वेगानं स्टेडियममध्ये पोहोचताच सर्व पक्षांच्या नेत्यांनी दिवंगत गृहमंत्र्यांना श्रद्धांजली वाहिली. त्यांचं शव पुष्पाच्छादित ट्रकमध्ये ठेवलं होतं. पार्थिवाच्या बाजूला त्यांच्या दत्तक कन्या चंदिनी गुप्ता उभ्या होत्या. वाहनाला पुढे जाऊ देण्याची त्या विनंती करत होत्या. काही जण हातात राष्ट्रीयध्वज पकडून शवपेटीजवळ जाण्याचा प्रयत्न करत होते. उत्तरप्रदेशातील इतर शहरांमधील सामान्य जनजीवन ठप्प झालं होतं. शाळा, महाविद्यालयं, कचेऱ्या, व दुकानं आपल्या नेत्याच्या सन्मानार्थ बंद ठेवण्यात आली होती. सरकारतर्फे दोन दिवसांची सुट्टी जाहीर करण्यात आली.. राज्य

सरकारतर्फे एक आठवड्यांचा दुखवटा पाळण्यात येणार आहे. टीव्ही व केबल चालकांनी मनोरंजन चॅनल्सचे कार्यक्रम प्रसारित न करण्याचा निर्णय घेतला आहे.''

मेननने वर्तमानपत्रातील बातमी वाचून संपवली. गंगासागर त्याच्याकडे रोखून पाहत म्हणाले, ''मी दयेपोटीच निर्दय होतो. झालेली गोष्ट जरी वाईट असली तरी त्यामुळे घडू शकणारं अधिक वाईट टळून गेलं आहे.''

मेननने शेक्सपिअर कधीच अभ्यासला नव्हता, नाहीतर आपले साहेब हॅम्लेट नाटकातील संवाद उद्धृत करतायत हे त्याच्या लक्षात आलं असतं. ''तू आपल्या गुप्तचर विभागाच्या संचालकाला फोन लाव. मला त्याच्याशी बोलायचंय,'' गंगासागर आतल्या खोलीत जाताना मेननला म्हणाले.

ते आत जाताना हळुवारपणे मंत्र पुटपुटत होते, 'आदि शक्ती नमो नमः, सर्व शक्ती नमो नमः, प्रथम भगवती नमो नमः, कुंडलिनी माता शक्ती, माता शक्ती नमो नमः।'

* * *

''माझ्या ओठांतून शब्दच बाहेर पडत नाही कारण बाहेर पडणारा प्रत्येक शब्द मला खूप यातना देतो. मी झोपू शकत नाही, कारण त्यांना पुन्हा पुन्हा गमावण्याची दुःस्वप्नं मला पडत राहतात. माझा सगळा विचार खुंटलाय कारण माझ्या मनात त्यांच्याच आठवणी व्यापून राहिल्या आहेत. मी खाऊ शकत नाही, कारण आता माझी भूकच संपून गेली आहे. मी रडू शकत नाही, कारण माझ्या डोळ्यातील अश्रू आटून गेले आहेत. मी काही पाहू शकत नाही, कारण माझ्या नजरेत आता फक्त त्यांचीच प्रतिमा आहे. ही प्रतिमा आहे माझ्या दत्तक पित्याची. मी शोक करू शकत नाही, कारण फक्त त्यांचीच मूर्ती आता माझ्या हृदयात कायमची राहायला आली आहे,'' चंदिनी शोकसभेत बोलत होती.

''ज्यांना अत्यंत अभिमानाने मी माझा पिता मानते, त्या थोर पुरुषाने केलेल्या असीम त्यागाचं आपल्याला कधीही विस्मरण न होवो, एवढंच आवाहन आज मी तुम्हांला करणार आहे. जरी ते आता आपल्यात नसतील तरी त्यांचा राजकीय व सामाजिक वारसा आपल्याला अखंड सोबत करणार आहे. त्यांनी आपलं अवघं जीवन हे पीडितांचे अश्रू पुसण्यासाठी, भुकलेल्यांच्या तोंडी घास भरवण्यासाठी आणि दुःखी चेहऱ्यांवर हास्य फुलवण्यासाठी वेचलं. मी माझं उर्वरित आयुष्य हे त्यांचं अपुरं कार्य पूर्ण करण्यासाठीच वाहून घेणार आहे,'' चंदिनी म्हणाली, पण इक्रम हा कायम खिशात पिस्तुल घेऊन फिरणारा माफिया गुंड होता हे बोलण्याचं मात्र तिनं टाळलं.

''आपल्या राष्ट्रातील अनेक महान धर्म एकत्र आल्यामुळे विविधतेत जी

एकता साधली गेली आहे, त्यालाच आपण भारत देश म्हणून ओळखतो. मी जन्माने हिंदू असले तरी एका मुस्लिमाने माझा दत्तक मुलगी म्हणून स्वीकार केला. सर्वशक्तिमान नियंत्याने मला दिलेली ही अपूर्व भेट आहे. मी कुणा एका गटाची नाही, हाच संदेश त्यानं जणू मला पोहोचवला आहे. मी फक्त एक भारतकन्या आहे आणि मी तुम्हा सर्वांची आहे!'' बोलताना चंदिनीच्या डोळ्यातून घळघळा अश्रू वाहू लागले.

''मृत्यू खरंच किती सुंदर असतो! तो जीवनाला खूप काही देऊन जातो,'' शेवटच्या रांगेत बसलेले गंगासागर मेननच्या कानात कुजबुजले. ''इक्रम जिवंतपणी जे चंदिनीला मिळवून देऊ शकला नसता ते त्यानं त्याच्या मृत्यूनं तिला मिळवून दिलं.''

* * *

हमीदा एका दुकानाबाहेर किंचित कर्कश आवाजात बोलत होती. पूर्वी तिचं नाव हमीद होतं. ''आम्ही तुझ्या दुकानाला आशीर्वाद द्यावा, असं तुला वाटत नाही?'' आपल्या खोट्या वेणीला झटका देत ती ओरडली. दुकानदारानं तिच्या व तिच्याबरोबर आलेल्या सचलादेवीच्या टोळीतील इतर सहकारिणींकडे लक्ष द्यायचं टाळलं. साड्यांमधून दिसणारी पीळदार शरीरयष्टी व चेहऱ्याला केलेली भडक रंगरंगोटी यामुळे त्यांच्याकडे पाहताच कोणालाही घृणा वाटत होती. आपली पहिली धमकी निष्प्रभ ठरल्याचं लक्षात आल्यावर इतर तृतीय पंथियांनी जोरजोरात ओरडत टाळ्या वाजवायला सुरुवात केली. त्यामुळे गिऱ्हाइकांना दुकानात शिरणं अवघड होऊन गेलं. दुकानदारानं लगेच आपला पवित्रा बदलत, त्यांच्या हातावर पैसे टेकवले. हमीदा मनातून आपल्या फुटक्या नशिबाला शिव्या देत होती. इक्रम पहिल्यांदाच भेटल्याचा दिवस तिला आठवला. ''बाळा, तुला भेटायचंय का मला? ये मोकळेपणाने बोल!'' इक्रमनं त्याचं प्रेमानं स्वागत केलं होतं. त्या पहिल्या भेटीनंतर काही आठवड्यांनी हमीद पुन्हा इक्रमला मशिदीत भेटला होता.

''मी आर अँड एस विमानचालन कंपनीत रशीदला भेटलो आणि त्यानं मला तिथे नोकरीही मिळवून दिली; पण तो आता मला नवीन काम करायची सक्ती करतोय... पण ते करायची मला भीती वाटतेय,'' हमीद इक्रमला म्हणाला होता.

''का तुला भीती वाटतेय?'' इक्रमनं विचारलं. क्षणभर त्यालाही काही उमगेना.

''तो मला हेलिकॉप्टरमध्ये वाळू आणि खडी भरायला सांगतोय. तुमच्या दत्तक कन्या चंदिनी यांच्या हेलिकॉप्टरचा त्याला घातपात घडवून आणायचाय. कृपा करून मला मदत करा, साहेब!''

''मुला आधी शांत हो. रशिद जसं सांगतोय, तसं कर. बाकीचं मी पाहून घेईन.''

“पण... पण... मला कुठल्याही अडचणीत यायचं नाही...”

हमीद निघून गेल्यावर इक्रमनं गुप्तचर विभागाच्या संचालकाला फोन लावला.

“चंदिनीच्या हेलिकॉप्टरचा घातपात करायला, त्याला सांगितलं गेलंय,” इक्रम म्हणाला.

“आपण रशिदला ताबडतोब अटक करू या,” गुप्तचर विभागाच्या संचालकानं सुचवलं.

“रशिद हे त्याचं खरं नाव नसावं. शिवाय त्याचे साथीदारही असावेत,” इक्रम म्हणाला. “त्यापेक्षा हमीदला रशिदच्या सूचनांचं आपण पालन करू द्यावं. त्याला कोणत्याही क्षणी पकडायला तुझी माणसं तयार आहेत ना? मग त्या वेळी आपण त्याचं पितळ उघडं पाडू; पण मला कोणत्याही परिस्थितीत हमीद पोलीस कोठडीमध्ये नकोय. तू त्याला तुझ्या ताब्यात ठेव. रशिदवर बारीक नजर ठेवून राहा. आपल्याला फक्त त्याला एकट्यालाच नव्हे, त्याच्या सर्व साथीदारांनाही अटक करायची आहे.”

* * *

“तू हमीदला सचला देवीच्या ताब्यात सोपवू दिलंसच कसा?” इक्रम संतापानं गुप्तचर विभागाच्या संचालकावर ओरडला.

“दुसरं काय करू शकत होतो मी? त्याला मी सचलादेवीकडे देणार नाही, असं मी गंगासागरजींना सांगू शकत होतो?” संचालकानं विचारलं.

“तू त्याला कुठेतरी पळून जायला सांगायला हवं होतंस?” इक्रम गरजला.

“गंगासागरनी मला पकडून त्यांनी माझा लिंगच्छेद केला असता,” संचालक म्हणाला.

“मग तू गंगासागरना सत्य परिस्थिती सांगायला हवी होतीस. हमीद हा निर्दोष, निष्पाप आहे आणि आम्हांला रशिदला रंगे हाथ पकडायचंय, असं का नाही त्यांना सांगितलं?”

“मग त्याचा अर्थ असा झाला असता की तू त्याच कारणासाठी आधी रशीद व हमीदला आर ॲन्ड एस विमान चालन कंपनीत नोकरी मिळवून दिलीस!”

* * *

“दहशतवाद्यांच्या म्होरक्यावर नेम धरायची, इक्रमला मुळातच काही गरज नव्हती. त्यानं ते काम एनएसजी कमांडोवर सोपवलं असतं, तर आज तो वाचला असता,” गुप्तचर विभागाचा संचालक म्हणाला.

“माझ्याही ते लक्षात आलंय,” गंगासागर म्हणाले. “पण इक्रमनं टीव्हीवर त्या दहशतवाद्याचा चेहरा पाहिला. तो रशीद आहे, हे त्यानं चटकन ओळखलं.

रशीदनं चंदिनीला ठार मारायचा प्रयत्न केला होता, या आठवणीनं त्याचं रक्त संतापाने पेटून उठलं असणार आणि त्याच क्षणी त्यानं रशीदला संपवून टाकायचं ठरवलं असणार.''

''अखेर इक्रमला वाचवण्याच्या निरर्थक प्रयत्नात एनएसजीच्या कमांडोना रशीदला गोळ्या घालाव्या लागल्या,'' संचालक म्हणाला.

''इक्रम तसाच होता – आधी गोळ्या झाडून मग प्रश्न विचारणारा. इक्रम भडक डोक्याचा गुंड जरूर होता, पण त्याचं काळीज सोन्याचं होतं. तो जेव्हा पिस्तुलाचा चाप ओढायचा, त्या वेळी आपण योग्य न्याय करतोय, याची त्याला पक्की खात्री पटलेली असायची. मी त्याला मुख्यमंत्री पदावरचा हक्क मुद्दाम सोडायला लावला, हे जेव्हा त्याला हमीदकडून समजलं असेल तेव्हा तो मनातून नक्कीच दुखावला गेला असेल, पण त्या गोष्टीचा सूड चंदिनीवर काढावा, असा विचारही त्याच्या मनाला कधी स्पर्शूनही गेला नसेल,'' गंगासागर म्हणाले.

''साहेब, तुम्ही एवढे हळवे कधीपासून झालात?'' संचालकानं विचारलं.

''ज्या वेळी तुझी पोलीस आयुक्त पदावरून अपमानास्पद उचलबांगडी केली गेली तेव्हा मला तुझ्याबद्दल फार वाईट वाटलं आणि मी तुझी गुप्तचर विभागाच्या प्रमुखपदी नेमणूक करायची व्यवस्था केली. खरं तर तू आणि इक्रम हे एके काळचे जानी दोस्त होता!''

''आत काय बोलणार? माझ्या कार्यक्षेत्रात कोणीही कायमचे मित्र नसतात. फक्त काम करण्याचे उद्देश मात्र कायम तेच असतात.''

* * *

स्वातंत्र्यदिनी पंतप्रधानांनी तिरंगा फडकवण्यापुरतीच जुन्या दिल्लीतील लाल किल्ल्याची ओळख नव्हती, तिथे अनेक प्रकारच्या कोठड्या, तळघरं आणि भुयारांचं जणू चक्रव्यूहही तयार केलं होतं. मोगलांच्या काळात किल्ल्यामध्ये तीन हजाराहून अधिक लोक राहत असत. किल्ल्यांच्या अगदी आतल्या भागात खास सुरक्षा पुरवलेल्या दहा कोठड्या होत्या. गुन्हेगारांची उलट तपासणी घेण्यासाठी त्या भारतीय गुप्तचर विभागाकडे सुपूर्द केल्या होत्या.

त्यापैकी एका कोठडीत अत्याधुनिक वैद्यकीय साधनांसह इस्पितळात असतो तसा एक बिछाना तयार केला आणि त्यावर निजलेल्या रशीदवर उपचार सुरू होते. कमांडोंच्या हल्ल्यामधून रशीद वाचलाय, ही गोष्ट फक्त गुप्तचर विभागाचा संचालक व गंगासागर या दोघांनाच ठाऊक होती.

''ह्या माणसाला माझ्या कोठडीत तुला पाठवावं लागेल!''

अधिकारवाणीनं आज्ञा दिली गेली. आपल्या कामात ढवळाढवळ करण्याची

हिंमत करणारा हा कोण माणूस आहे, हे पाहण्यासाठी संचालकानं गर्रकन खुर्ची वळवून मागे पाहिलं. आपल्यासमोर रॉ प्रमुख उभा आहे, हे पाहून तो चक्रावला.

"तुला तुझ्या ताब्यातून त्याची मुक्तता करावी लागेल," रॉ प्रमुख शांतपणे म्हणाला.

"त्याचं कारण मला समजू शकेल का?" गुप्तचर विभागाच्या संचालकानं विचारलं.

"तो रॉ चा हस्तक आहे. एवढं कारण पुरेसं आहे ना?"

* * *

"तुम्हा हरामखोरांचं नक्की चाललंय तरी काय? परराष्ट्रमंत्र्याच्या हेलिकॉप्टरचा घातपात करण्यामध्ये रशीदचा हात होता. नंतर त्यानं एकशे सत्तर प्रवासी असलेल्या विमानाचं अपहरण केलं. रॉचा हस्तक भारतीय मंत्र्यांविरुद्ध कसा कट रचू शकेल? नागरी विमान पळवून नेण्याचा का प्रयत्न करेल?" गुप्तचर विभागाच्या संचालकानं विचारलं.

"रशीद हे त्याचं खोटं नावं आहे. त्याचं खरं नाव आहे मखमुद. तो पाकिस्तानचा नकली हस्तक आहे. एका चीनी मोहिमेत आम्ही त्याच्यावर कामगिरी सोपवली होती. दुर्दैवानं त्या मोहिमेच्या अखेरच्या भागात चीनच्या राज्य सुरक्षा मंत्रालयातून त्याला अटक करण्यात येणार होती आणि ही गोष्ट आम्हांला माहीत असूनही आम्ही ती त्याच्यापासून लपवली होती," रॉ प्रमुखानं संचालकाला समजावून सांगितलं.

"पण त्या मोहिमेचा हेतू काय होता?"

"मखमूदनं चीन व पाकिस्तान यांच्यात फूट पाडण्याचं महत्त्वाचं काम केल्यामुळे आपल्या परराष्ट्रमंत्र्यांना चीन सरकारबरोबर वाटाघाटी करण्यात, त्याचा फार मोठा फायदा मिळाला."

"पण त्याला जर चीनमध्ये अटक झाली होती, तर तो पुन्हा भारतात कसा येऊन पोचला?" संचालकानं विचारलं.

"त्याच्या विगर्स साथीदारांनी, त्याला डांबलेल्या तुरुंगावर हल्ला करून त्याची सुटका केली. नेपाळी तस्करांच्या मदतीनं त्यानं भारतात प्रवेश केला आणि अखेर लखनौला पोचल्यावर मानवतावादी दृष्टिकोनातून त्यानं इक्रमकडे मदतीची याचना केली. इक्रमभाईंना त्याच्या या पार्श्वभूमीची काहीच कल्पना नव्हती, आपल्या एका मुस्लीम बंधूविषयी वाटणाऱ्या कर्तव्यापोटी त्यानं रशीदला जवळ केलं."

संचालकाला आता सर्व गोष्टींचा उलगडा झाला. ज्या आपल्या मुस्लीम बांधवाची त्यानं सहानुभूतीपूर्वक मदत केली होती, त्याच नराधमानं चंदिनीच्या

हेलिकॉप्टरचा घातपात करण्याचा प्रयत्न करावा आणि एका नागरी विमानाचं अपहरण करण्याइतकं नीच कृत्य करावं, हे लक्षात येऊन इक्रमनं त्याच्यावर स्वत: गोळी चालवण्याचा निर्णय घेतला असणार, हे त्याला कळून चुकलं.

* * *

तेविसाव्या मजल्यावर असलेल्या संचालकांच्या सभाकक्षातून संपूर्ण शहराचं विलोभनीय दृश्य दिसत होतं. सभाकक्षातील चकचकणाऱ्या गोल टेबलाभोवती उंची चामड्याच्या वर्तुळाकार फिरणाऱ्या खुर्च्या मांडल्या होत्या. भिंतीवर कंपनीच्या संस्थापकांची तैलचित्रं लावली होती. खोलीभर क्युबन सिगारचा उग्र वास पसरला होता. कंपनीचे दोन भागीदार, श्री. रुंगठा व श्री. सोमाणी समोरासमोरील खुर्च्यांवर बसून चहा पित होते.

"गंगासागरजींबरोबर आपण खेळलेला डाव अखेर आपल्यावरच उलटला," कपमध्ये उगाचच चमचा ढवळत, रुंगठाजी आपल्याच तंद्रीत म्हणाले. "तुझा खास माणूस आणि आपले माजी संरक्षण मंत्री यांना अपमानास्पदरीत्या पंतप्रधानपदाच्या शर्यतीतून बाहेर पडावं लागलं. माझ्या माणसाला, अर्थमंत्र्यांना, आज वेगवेगळ्या विद्यापीठांमध्ये फक्त भाषण करण्यावर समाधान मानावं लागतंय."

"आपले दूरसंचार, तेल, चारा आणि जमिनीसंबंधातील सर्व सौदे आणि करार आपल्याला गमवावे लागले. आपला एकही नवा प्रकल्प मंजूर करायला सरकार आता कचरतंय," सोमाणी म्हणाला. "आपण भांडण आणि मतभेदाचे देखावे करून ज्या समभागांची वेळ साधून खरेदी-विक्री केली त्याची आता सरकारी नियामक मंडळ कसून तपासणी करतंय. आठवडा उलटून गेला तरी कामगार संघटनांतील वादांमुळे सगळ्या कंपन्यांतील काम ठप्प झालंय."

अचानक कोणीतरी दारावर हलकेच थाप मारलेली, दोघांनी ऐकली.

"आत या," रुंगठा ओरडून म्हणाले.

रुंगठांचा सचिव आत आला. "साहेब, तुमच्या चर्चेत व्यत्यय आणल्याबद्दल माफ करा, पण बाहेर एक व्यक्ती उभी आहे. ती आगंतूकपणे आली आहे, पण आपलं नाव सांगितलं तरी तुझे साहेब मला लगेच भेटण्याची परवानगी देतील, असं तिचं म्हणणं आहे."

"कोण आहे?" सोमाणीनं उत्सुकतेनं विचारलं.

"त्यांचं नाव आहे पंडित गंगासागर मिश्रा."

* * *

"तुम्ही दोघांनीही आता माझी क्षमता पूर्ण ओळखलीच असेल. आपल्या दोघांमध्ये जरी आज माझं पारडं खूपच जड असलं, तरी मी आपल्यात समेट करायला

तयार आहे,'' गंगासागरनी आल्याआल्याच आपलं म्हणणं स्पष्ट केलं. रुंगठा व सोमाणींनी परस्परांकडे एक कटाक्ष टाकला. गंगासागरांचा नेमका काय डाव आहे, हे त्यांच्या लक्षात येईना.

''नाही, मी डावपेच खेळायला इथे आलेलो नाही,'' गंगासागरनी गोंधळून गेलेल्या भागीदारांच्या मनात आलेला प्रश्न नेमका ओळखला. ''मी अत्यंत व्यवहारी माणूस आहे. आपल्यासारख्या बड्या उद्योगपतींबरोबर असलेल्या जुन्या मैत्रीकडे मी कधीच दुर्लक्ष करणार नाही.''

''आणि या मैत्रीचा आम्हांला काय फायदा होऊ शकेल?'' रुंगठांनी विचारलं.

''तुमचा सर्वांत मुख्य फायदा हा असेल की तुम्ही तुमच्या विमानचालन कंपनीत कुविख्यात दहशतवादी रशीदला नोकरीवर ठेवूनही, मी तुमच्यावर खटला न भरला जाण्याची व्यवस्था करू शकतो. ह्याच रशीदनं माननीय परराष्ट्रमंत्र्यांच्या हेलिकॉप्टरचा घातपात घडवण्याचा कट रचला होता. नंतर त्यानं विमानाचं अपहरण केलं. ज्यात माननीय गृहमंत्र्यांना आपला जीव गमवावा लागला.'' गंगासागर गरजले.

दोन्ही भागीदार मनातून हादरले, दोघांच्याही तोंडून शब्द फुटेना. ''पण मी इथे तुम्हांला अद्दल घडवायला आलेलो नाही,'' गंगासागर अगदी मृदू आवाजात म्हणाले, ''मला पुन्हा तुमच्याशी मैत्री जोडायची इच्छा आहे,'' ते हसत म्हणाले.

''परमेश्वरा, माझ्या शत्रूंपासून मी माझं रक्षण करू शकतो पण माझ्या मित्रांपासून मात्र तू माझं रक्षण कर,'' रुंगठा स्वतःशीच अर्धवट पुटपुटले.

गंगासागरनी आपला प्रस्ताव दोघांसमोर मांडायला सुरुवात केली.

''पुढच्या निवडणुकीनंतर अभानस पक्ष दिल्लीमध्ये सत्तेवर आलेला असेल. पण हे उद्दिष्ट गाठण्यासाठी आम्हांला पैशांची गरज भासणार आहे. निवडणुकीच्या प्रचारासाठी खूपच पैसे लागतात,'' गंगासागर म्हणाले.

''तुमच्यापाठीशी अग्रवालजी आहेत की,' सोमाणी म्हणाला. ''त्यांचा अभानस पक्षाला नेहमीच खंबीर पाठिंबा मिळालाय.''

''तो प्रश्न माझा आहे,'' गंगासागर चटकन म्हणाले. ''अग्रवालजींचा आम्हांला भक्कम आधार आहे, पण आमच्या उपकारकर्त्यालाही मदतीची गरज लागणार आहे.''

''कोणत्या प्रकारची?'' रुंगठांनी विचारलं.

''तुमचे चार नियोजित प्रकल्प सध्या धोक्यात आहेत. त्यांचं भवितव्य आमच्या अभानसच्या मंत्र्यांच्या हातात आहे. आपल्यात मैत्री निर्माण होऊ शकली तर मी माझ्या मंत्र्यांनाही मित्रत्वाने वागण्याच्या सूचना देईन,'' गंगासागरनी दोघांसमोर प्रस्ताव ठेवला.

"कशा प्रकारे?" रुंगठांनी पुन्हा विचारलं.

"आर अ‍ॅन्ड एस रिअल्टि कंपनीला जी हजारो एकर जमीन वाटप केली गेली आहे, त्यातील फक्त काही एकर जमिनीचीच किंमत कमी लावण्यात आली आहे असा वाणिज्य मंत्रालयातर्फे निष्कर्ष काढला जाईल. उरलेली सर्व जमीन तुमच्यापाशीच राहील. आर अ‍ॅन्ड एस कंपनीला दूरसंचार परवाने कमी भावात दिले गेल्याचं, दूरसंचार मंत्री जाहीर करतील व परवान्याचा दर दुप्पट करतील. तरीही त्यात आर अ‍ॅन्ड एस टेलिकॉमचा भरपूर फायदा असेल कारण तुम्हांला बाजारभावाच्या फक्त एक दशांश रक्कम भरावी लागणार आहे. पेट्रोलियम मंत्रालयातर्फे पत्रक प्रसिद्ध करण्यात येईल की पर्यावरण विम्यामुळे येणारी घटनासापेक्ष दायित्वाची जबाबदारी उचलायला इतर खासगी कंपन्यांनी असमर्थता व्यक्त केल्यामुळे तेल संशोधनाचे हक्क आर अ‍ॅन्ड एस पेट्रोलियम कंपनीला दिलेले आहेत आणि अखेरीस कृषीमंत्री जाहीर करतील की गाई-गुरांची मोजणी करण्यात मोठी चूक झाली आहे, पण आर अ‍ॅन्ड एस अ‍ॅग्रो कंपनीकडून चारा व खतं योग्य प्रमाणात मागवली गेली." गंगासागर म्हणाले.

"तुमच्यामुळे कामगार संघटनांमध्ये जो वादंग माजलाय, त्याचं काय?" रुंगठांनी विचारलं, "तुम्हीच आग पेटवली आहे, आता ती कशी विझवायची ते ही तुम्हीच बघा."

"त्याची मुळीच काळजी करू नका. गेल्या काही आठवड्यात आमच्या एबीएनकेयू युनियनच्या नेत्यांनी दोन्ही प्रतिस्पर्धी युनियनच्या अनेक सभासदांना फितवून आमच्या युनियनमध्ये आणलं आहे. त्यामुळे आता एबीएनकेयू युनियनकडे पन्नास टक्क्यांहून जास्त कामगारांचं सदस्यत्व नोंदलं गेलंय. आम्ही तुमच्याबरोबर नवा वेतन व उत्पादकता करार करायला लगेच तयार आहोत,"

"आणि या सर्व समेटामुळे आमच्यावर किती भार पडणार आहे?" सोमाणींनी कोरडेपणानं विचारलं.

"तुम्ही गमावलेले चारही करार तुम्हांला पुन्हा मिळवून दिल्यामुळे त्यातून तुम्हांला जो काही नफा होईल, त्याच्या दहा टक्के रकमेवर अग्रवालजींच्या कंपनीचा हक्क असेल," गंगासागर म्हणाले.

"त्यांच्याबाबतीत तुम्ही एवढं औदार्य का दाखवता?" सोमाणीनं विचारलं.

"आजकाल तांदुळाचं पुडिंग फार महाग झालंय," गंगासागर काहीसे गूढपणे बोलले.

१७

अंदाजे 2300 वर्षांपूर्वी

तक्षशीला प्रासादाच्या जवळ असलेल्या मोठ्या प्रांगणातील एका छोट्या, साध्या झोपडीत मंद प्रकाश पसरला होता. चाणक्यानं महालात राहावं, अशी चंद्रगुप्ताची इच्छा होती, पण त्यानं आपली जुनीच जीवनशैली आचरण्याचं ठरवलं. चाणक्य, एका छोट्या मेजासमोर जमिनीवर बसला होता. बाजूला दोन तेलाचे दिवे होते. त्यापैकी फक्त एकच जळत होता.

चाणक्यासमोर जमिनीवरच एक काहीसा बुटका, गुळगुळीत दाढी केलेला व कुरळ्या केसांचा ग्रीक उमराव बसला होता. त्याच्या अंगात एकाच खांद्याचा नक्षीनं सजवलेला तलम सुती कपडा होता. कमरपट्ट्यात असलेले थोडे हिरे सोडल्यास, त्याच्या अंगावर एकही दागिना नव्हता. सेल्यूकसने चंद्रगुप्ताच्या दरबारात धाडलेला तो नवा मॅसेडोनियन राजदूत होता. त्याचं नाव होतं, मेगॉस्थिनीस. "मला अगदी मोकळेपणानं सांग की ही तुझी वैयक्तिक भेट आहे की मॅसेडोनियनचा राजदूत या नात्यानं तू मला भेटायला आला आहेस?" चाणक्यानं विचारलं.

मेगॉस्थिनीस हसला. षडयंत्र रचून चंद्रगुप्ताला सिंहासनावर बसवणाऱ्या चाणक्याशी त्याला सावधपणे बोलण्या-वागण्याचा इशारा आधीच देण्यात आला होता. "आदरणीय आचार्य चाणक्य, मी तक्षशीलेमध्ये महाराज चंद्रगुप्तांच्या दरबारात माझे मालक सेल्युकस यांचा अधिकृत प्रतिनिधी म्हणून आलो असलो तरी इथे मात्र मी आपली वैयक्तिक भेट घेण्यासाठी आलोय. ज्यांच्या अलौकिक क्षमता, वक्तृत्व व कर्तृत्वाची कीर्ति दिगंत पसरली आहे, अशा देवत्व लाभलेल्या आपल्यासारख्या विद्वान ब्राह्मणाला प्रत्यक्ष भेटण्याची मला उत्सुकता होती."

"बरं. तू क्षणभर थांब," असं म्हणत चाणक्यानं पेटलेला दिवा विझवत, दुसरा दिवा लावला.

मेगॉस्थिनीस जरा बुचकळ्यात पडला. एक दिवा विझवून दुसरा पेटवण्याचं त्याला प्रयोजन कळेना. त्यानं अडखळत विचारलं, "सर, आपण असं का केलंत?

दोन्ही दिवे समान प्रकाश देतात.''

''तुझं म्हणणं बरोबर आहे, मित्रा. दोन्ही दिवे एकसमान आहेत, पण पहिल्या दिव्यातील तेल हे मला सरकारकडून पुरवण्यात आलंय, पण दुसऱ्या दिव्यातील तेल हे मी स्वखर्चानं विकत आणलंय. तुझी भेट ही अधिकृत नसल्यामुळे मला सरकारी धनाचा व्यय करणं योग्य वाटलं नाही,'' चाणक्य म्हणाला. गोंधळून गेलेल्या मेगॅस्थिनीसला त्या छोट्या अनुभवातून चंद्रगुप्ताच्या आजपर्यंतच्या यशाचं जणू गुपितच उमगलं.

''माझे स्वामी, सेल्यूकस यांनी मला असा निरोप द्यायला सांगितला आहे की त्यांना सम्राट चंद्रगुप्तांबरोबर अतिशय सौहार्दपूर्ण संबंध ठेवण्याची इच्छा असली तरी मॅसेडोनियन्सच्या आधिपत्याखाली असलेल्या फ्रिजीयापासून सिंधू भूप्रदेशाबाबत मात्र ते कोणतीही तडजोड करू इच्छित नाहीत,'' राजदूत म्हणाला.

''मला वाटलं की तू वैयक्तिक भेटीसाठी आला आहेस – तू मला मी स्वत: विकत घेतलेलं तेल, उगाचच जाळावयास लावलं,'' चाणक्य त्याची मस्करी करत म्हणाला. ''हे बघ आपण मित्र आहोत. दोन मित्र कधीही युद्धावर चर्चा करत नाहीत. आपण प्रेम, विवाह आणि आनंदाविषयी बोलू या.''

चाणक्याच्या नव्या डावपेचांना कसं उत्तर द्यायचं, याचा मेगॅस्थिनीस गंभीरपणे विचार करत असताना, आचार्यांनी पुन्हा बोलायला सुरुवात केली. ''आमचे राजे, चंद्रगुप्त यांनी आपले स्वामी सेल्यूकस यांची सौंदर्यवती राजकन्या कॉर्नेलियाशी आधीच विवाह केला आहे. काही महिन्यांपूर्वीच त्यांचा गुप्तविवाह - गांधर्व विवाह-संपन्न झाला. हे बघ मेगॅस्थिनीस, आता सेल्यूकस व मी व्याही झालो आहोत.''

''पण... म्हणजे... गुप्तविवाह याचा अर्थ काय? तो कसा होऊ शकतो?'' मेगॅस्थिनीसनं अडखळत विचारलं.

चाणक्य मोठ्यानं हसला. ''सर्वसाधारण ठरवून केलेल्या विवाहानंतर पती-पत्नीशी शरीरसंबंध ठेवू लागतो, परंतु गांधर्वविवाहात तो तिच्याशी अधिकृत विवाह करण्याच्या इच्छेने आधी शरीरसंबंध ठेवू लागतो,'' चाणक्यानं गांधर्व विवाह संकल्पनेचा त्याला अतिशय रांगड्या भाषेत अर्थ सांगितला. चाणक्याचं बोलणं ऐकून मेगॅस्थिनीस अस्वस्थ झाला.

''परंतु सेल्यूकसनी अशा प्रकारच्या विवाहास मुळीच मान्यता दिलेली नाही,'' मेगॅस्थिनीस म्हणाला.

''माझ्या मते, कॉर्नेलियाला अशा परवानगीची गरज भासत नसावी. आमचे राजे तिच्यावर मोहित झाले आहेत. माता, भगिनी, कन्या व कामातूर मादी ही आदर्श स्त्रीची चारही रूपं कॉर्नेलियामध्ये दिसून येतात. चार हा आमच्यासाठी

अत्यंत शुभ अंक समजला जातो," चाणक्य म्हणाला.

मेगॅस्थिनीसला काय बोलावं ते सुचेना. तो स्वत:ला सावरण्याआधीच चाणक्य पुन्हा म्हणाला, "राजदूता, आता तुझ्या लक्षात आलं असेल की तुझी भेट ही खरोखरच वैयक्तिक स्वरूपाची आहे. तर आता आपण वधूला द्यायच्या हुंड्याबद्दल बोलू या?" चाणक्यानं विचारलं.

"ह... हुंडा?" राजदूतानं चाचरत विचारलं.

"हो. सम्राट सेल्यूकसच्या तोलामोलाला शोभेल असाच हुंडा त्यानं आपल्या कन्येला द्यायला हवा. मी असं सुचवेन की सेल्यूकसनं अॅरचोजिया, गेद्रोसिया पॅरोपसीमिनी आणि आरिया हे चार प्रांत आमच्या पराक्रमी राजांना द्यावेत. मघाशी मी तुला म्हटलं ना की चार हा भारतात नेहमी शुभ अंक समजला जातो."

"हे एवढंच ना?" धास्तावून गेलेल्या मेगॅस्थिनीसनं विचारलं.

"नाही, एवढंच नाही. अलेक्झांडरच्या गादीवर हक्क सांगणाऱ्या बाकीच्या दावेदारांनाही सेल्यूकसला पराभूत करावं लागणार आहे. अलेक्झांडरचे राजकीय वारसा म्हणवणाऱ्या अँटिगोनस आणि डिमेट्रियस या दोघांशीही त्याला लढाई करावी लागणार आहे. आमचे राजे त्यासाठी तुम्हांला पाचशे एक हत्ती पुरवतील. एवढं मोठं गजदल पाहून तुमचे शत्रू भयभीत होतील व त्यामुळे तुमचा विजय अधिक सुकर होऊन जाईल. पाचशे एक हासुद्धा शुभ अंक आहे."

"आणि या गजदलाच्या बदल्यात भरपाई म्हणून आमच्याकडून तुमच्या काही अपेक्षा असणार आहेत का?" मेगॅस्थिनीसनं सचिंतपणे विचारलं.

"तुमचा जुना मित्र पौरस याला माझा निरोप दे. त्याला म्हणावं की तू मगधावर आक्रमण करून जरूर विजय मिळव, पण मगधाचं राज्यपद तुला फक्त एका रात्रीपुरतं उपभोगता येईल. दुसऱ्या दिवशी सकाळी मात्र त्याला मगध सोडून बाहेर जावं लागेल. त्याला मगधावर कायमचं राज्य करता येणार नाही," आपलं म्हणणं ठामपणे सांगताना, चाणक्याच्या डोळ्यात एक वेगळीच चमक दिसत होती.

* * *

खूपच उशीर झाला होता. राजा पौरसाचा संयम आता सुटत चालला होता. आपण फसवले गेलो आहोत, हे समजल्यावर त्यांचा क्रोध अनावर झाला. तक्षशीलेमध्ये चंद्रगुप्ताचा राज्याभिषेक झाल्याची खबर, गुप्तहेर प्रमुख अभयनं पौरसांना दिली होती. त्या कुटिल चाणक्यानंच चंद्रगुप्ताला राज्यपदाची शपथ दिली होती. याचा अर्थ गुरू-शिष्यामध्ये कधी भांडण झालंच नव्हतं. पण आता काहीच करता येण्यासारखं नव्हतं. पौरसाचं सैन्य राज्याच्या बाहेर पडलं होतं, त्याला थोपवणं

आता शक्य नव्हतं. पौरस आपल्यावर चालून येतोय, ही वार्ता धनानंदाला समजली होती, अशा वेळी पौरसानं सैन्य मागे घेतलं असतं तर आक्रमणाची संधी धनानंदानं नक्कीच सोडली नसती. त्यामुळे ठरल्याप्रमाणे मगधावर स्वारी करणं, अपरिहार्य होतं. पण काही झालं तरी मी मगधाचं राज्य चंद्रगुप्त आणि त्याच्या बाहुल्यांकडे कदापि सोपवणार नाही, पौरस चिडून स्वत:शीच म्हणाला. मगधाच्या सीमेपासून काही योजनं दूर असलेल्या शांत बेटासारख्या भासणाऱ्या पठारावर पौरसांनी आपला आलिशान तंबू उभारला होता. एक लाख पायदळ, चाळीस हजार घोडदळ, चार हजार रथ आणि तीन हजार युद्धप्रवीण हत्ती, एवढ्या अवाढव्य ताफ्यासोबत पौरस राजे तिथे पोहोचले होते. त्यांचा तंबू लाकडाचा बनवलेला होता. प्रत्येक नव्या ठिकाणी तो मोडून पुन्हा बांधता येत असे. बाहेरील कर्कश आवाज आत पोहोचू नये यासाठी लाकडी भिंतीना आतून जाड कापड लावलं होतं. राजाच्या तंबूमध्ये चार खांबी पलंग, नक्षीदार टेबल व खुर्ची ठेवलेली होती. इतरत्र शिरस्त्राणं, चिलखतं, तलवारी आणि खंजीर पसरले असले तरी पलंगावर पसरलेल्या तलम पलंगपोसांमुळे तंबूमध्ये छान मुलायम वातावरण निर्माण झालं होतं.

"चंद्रगुप्तानं सेल्यूकसची कन्या कॉर्नेलियाशी विवाह केलाय. सेल्यूकसनं हुंडा म्हणून चंद्रगुप्ताला अरॅचोजिया, गेद्रोसिया, पॅरोपसीमिना आणि आरिया हे चार प्रांत आंदण दिले. चंद्रगुप्ताच्या दरबारातील सेल्यूकसचा राजदूत मेगॅस्थिनीसनं राजा पौरस हे मगधाच्या सिंहासनावर हक्क सांगणार नाही असं वचन चंद्रगुप्ताला दिलंय," अभयनं सांगितलं. बाजूला उभे असलेले प्रधान मंत्री इंद्रदत्त हे समोर असलेल्या मगधाच्या नकाशाचं बारकाईनं निरीक्षण करत होते.

"हा मेगॅस्थिनीस स्वत:ला समजतो तरी कोण?" पौरस गरजले, "माझ्या वतीनं तो कोणालाही कशी काय हमी देऊ शकतो? मी काही आता मॅसेडोनियन्सचा नोकर राहिलेलो नाही! मगध माझं आहे! मगधावर कब्जा मिळवून ते केकयमध्ये विलीन करणं, हे मी माझं पवित्र कर्तव्य समजतो. आता मला कोणीही अडवू शकत नाही. प्रत्यक्ष परमेश्वरही नाही!"

अभय चुळबूळ करत उभा होता. त्याची नजर स्वत:च्या पायांवर खिळली होती. ज्यामुळे महाराज नाराज होतील, असे निरोप सांगताना तो अवघडून जात असे. त्यांच्या चित्तवृत्ती कधी बदलतील याचा नेम नसे. "महाराज अनेकदा कृती आणि उक्ती यात उक्तीच खूप मोठी ठरते," इंद्रदत्तानं राजाला शहाणपणाचा सल्ला दिला. "मेगॅस्थिनीस आणि त्याचा मालक या दोघांनाही ठाऊक आहे की आपल्याशी सौदा करण्याची ताकद आता त्यांच्यापाशी उरलेली नाही. आपण थेट मगधावर हल्ला चढवू आणि मगध आपल्या ताब्यात आल्यावर त्याचाच आपण पुढच्या वाटाघाटींसाठी उत्तम वापर करून घेऊ."

"प्रधान मंत्रीमहोदय, पण आपल्यासाठी आणखी एक वाईट खबर आहे. कलिंगाच्या राजाने इतकी वर्ष मगध राज्याच्या अधिपत्याचं जू मानेवर सांभाळलं आहे. आता तोही मानेवरील जू फेकून आपल्या पन्नास हजार सैन्यासह मगधावर स्वारी करायला निघालाय. आपण पश्चिमेकडून तर तो पूर्वेकडून हल्ला करणार आहे. मगधाच्या सिंहासनावर तोही हक्क सांगणार आहे," अभयनं शांतपणे सांगितलं.

"ज्या कर्तृत्वशून्य माणसानं गेली साठ वर्षं मगधाची गुलामगिरी गुपचूप स्वीकारली तो आता मगधाची गादी बळकवण्याची भाषा करतोय?" पौरस तोऱ्यात म्हणाले. इंद्रदत्त त्यावर काहीच बोलले नाहीत. खरं तर पौरसांनी काही वर्षांपूर्वी मॅसोडोयिन्सची गुलामी पत्करली होती याची आठवण त्यांना आपल्या राजाला करून द्यावीशी वाटली होती.

"महाराज, आपण सेल्यूकस किंवा कलिंगाची व्यर्थ चिंता करण्यात वेळ दवडू नये, आपला पाटलीपुत्राचा मार्ग अडवणारे, ते खरे अडथळे नव्हेत," इंद्रदत्तांनी सल्ला दिला.

"मग खरा अडथळा कोण आहे?" पौरसांनी चिडून विचारलं.

"चाणक्य," इंद्रदत्त शांतपणे म्हणाले.

* * *

पाटलीपुत्रातील परिचारक बोळात असलेल्या एका जुन्या व धुळीनं भरलेल्या गोदामात अनेक माणसं एक विचित्र मिश्रण कुटून तयार करण्यात मग्न होती. त्या मिश्रणाचा लगदा बनवण्यासाठी प्रत्येकासमोर दगडाचा मोठ्या आकाराचा खलबत्ता ठेवलेला होता. गोदामात बेल, मधुरध्वज, डिंक, बाभूळ, वेलची, बडीशेप, तेलबिया, सुकलेल्या गुलाब पाकळ्या, खसखस, ओवा, दालचिनी, मिरी, एरंडेल, धूप, गंध, तमालपत्र, टर्पेंटाईन, जायफळ, केशर, आलं आणि मध यांचे ढीग पसरले होते. या सर्वांवर जीवसिद्धी देखरेख करत होता. अधूनमधून चाणक्यानं कबूतरांमार्फत पाठवलेल्या चिठ्ठ्याही तो बारकाईनं वाचत होता.

शेजारच्या खोलीत आणखी काही माणसं चेहऱ्यावर जाड मुखवटे चढवून अधिक प्राणघातक रसायन बनवत होती. मगधाच्या पूर्व सरहद्दीवर सापडणारं हरितालक नावाचं नारिंगी-पिवळ्या रंगाचं खनीज ते भाजत होते. त्यातून फेनाश्मभासम नावाचा आयुर्वेदिक काढा तयार होत होता. ते पांढरं जालीम विषकारी द्रव्य होतं. "मूर्ख आहेस का तू?" जीवसिद्धी एका माणसावर लांबूनच ओरडला. आपल्या खलात पानाफुलांचे उरलेले अवशेष तो आपल्या उघड्या हातांनी स्वच्छ करत होता. "आधी हात धुऊन ये आणि मग शेजारच्या खोलीत ठेवलेलं मिथरीदाताय

रसायन हाताला लाव!''

आपण नेमकं काय काम करतोय हेच ज्यांना ठाऊक नाही, अशा मूर्खांबरोबर मी इथे का बसलोय? जीवसिद्धीच्या मनात विचार आला. पण मग तो स्वत:शीच हसला. त्याच्या लक्षात आलं की कामाचा हेतू ठाऊक नसल्यामुळेच ही माणसं ते काम करायला तयार झाली आहेत. लोकांना त्यांच्या कामापुरतीच माहिती दिली तर त्यांच्याकडून जास्त चांगल्या प्रकारे काम करून घेता येतं आणि या साध्या माणसांना जास्ती माहिती करून घेण्याची मुळातच इच्छा नाही.

* * *

इंद्रप्रस्थपासून पाटलीपुत्रापर्यंत फक्त रथप्रवासासाठी खास बांधलेल्या पथावरून एक बैलगाडी कुरकुर आवाज करत चालली होती. गाडी तशी जुनी व मोडकळीला आल्यासारखी वाटत असली तरी गाडीला जुंपलेले बैल मात्र तगडे दिसत होते. बैलांच्या पुढे पडणाऱ्या पावलांबरोबरच त्यांच्या गळ्यातील घंटा किणकिणत होत्या. बैलगाडीत तीन जण बसले होते. त्यातील एक जण वृद्ध, काळसर वर्णाचा होता. त्याच्या चेहऱ्यावर देवीचे व्रण होते. त्याच्या अंगावर कापडाची चिंधीही नव्हती. तो पूर्णपणे नग्नावस्थेत होता. त्यानं आपल्या अंगावर चंदनाचा लेप आणि स्मशानातील राख फासली होती. तो अघोरपंथी साधक होता. अघोरपंथी साधू हे शिवाची अतिशय उग्र, कठोर व विक्षिप्त पद्धतीनं साधना करत. त्यांना मृत्यूची किंचितही भीती वाटत नसे. अघोरपंथीयांच्या मते या विश्वातील सारं काही त्या चैतन्यमय शक्तीमधून निर्माण झालं असल्यामुळे, या विश्वात अपवित्र अशी एकही वस्तू नाही. सारं विश्व हे परमेश्वराप्रमाणेच पवित्र व अचूक आहे. अघोरपंथी हे नेहमी स्मशानामध्ये आपली तपश्चर्या व ध्यानधारणा करत. ते मृतात्म्यांबद्दल प्रार्थना करत आणि मृत शरीराचं मांस भक्षण करत. ते प्रेतभक्षक समजले जात.

बैलगाडीत बसलेले उरलेले दोघे जण अर्थात त्या वृद्ध योग्याचे शिष्य होते. त्यातील एक जण पुढे बसून गाडी हाकत होता, तर दुसरा आपल्या गुरूसमोर बसला होता. दोघांच्याही अंगावर फक्त लंगोट होते. अघोरपंथीच्या कुणीही वाट्याला जात नसे. ते मनुष्य स्वरूपातील भगवान शंकर आहेत, असा सर्वांचा समज होता. ते स्मशानात राहत कारण स्मशान हेच शंकरजींचं वास्तव्यस्थान होतं. अघोरपंथी सर्वत्र नग्नावस्थेत भटकत कारण मर्त्य मानवाच्या भ्रामक जगाचा त्यांनी त्याग केलेला असायचा. त्यांच्या विक्षिप्त वागण्यातही एक प्रकारची शिस्त असायची. आपल्या कठोर तपस्येतून त्यांनी मानवी भावना, आसक्ती, अभिमान, मत्सर, आणि घृणा यावर विजय मिळवून एका वेगळ्या पारलौकिक विश्वात प्रवेश

केलेला असे. म्हणूनच त्यांना खरे योगी म्हटलं जायचं.

वाटेतील कोणत्याही तपासनाक्यावर त्या बैलगाडीला कोणीही अडवलं नाही. हे योगी आपल्याला भयंकर शाप देतील किंवा जिवंत खाऊन टाकतील अशी सुरक्षारक्षकांना भीती वाटल्यामुळे तिघांचाही प्रवास अगदी बिनघोरपणे सुरू होता. सगळे आपल्याला घाबरत आहेत, हे पाहून त्या तिघांना मोठी मौज वाटत होती. अघोरपंथीयांचं बेमालूम रूप घेतल्यामुळे चाणक्य, चंद्रगुप्त व शारंगराव यांनी पाटलीपुत्रापर्यंतचा प्रवास अगदी झटपट पार केला.

* * *

राजवाड्याच्या प्रांगणातील यज्ञकुंडात, एकशे दहा ब्राह्मणांच्या साक्षीने राजा धनानंद खूप मोठ्या प्रमाणात दूध, लोणी, तूप, मध, धान्य व सोमरस यांची आहुती देत होता. आपलं सिंहासन उलथवून टाकण्यासाठी चालून येणाऱ्या दुष्ट मानवांवर विजय मिळवण्याच्या हेतूने त्यानं यज्ञास आरंभ केला होता. यज्ञसांगता झाल्यावर सर्व ब्राह्मणांना राजभोजनालयात नेण्यात येणार होतं. तिथे दहा ज्येष्ठ ब्राह्मणांच्या भोजनासाठी दहा सुवर्णथाळ्या ठेवण्यात आल्या होत्या. त्या वेळी उरलेले शंभर ब्राह्मण वेदमंत्रांचं पठण करणार होते. त्यानंतर ते सर्व शंभर चांदीच्या ताटांतून भोजन करणार होते. ब्राह्मण संतुष्ट होणं म्हणजे प्रत्यक्ष परमेश्वर संतुष्ट होण्यासमान समजलं जायचं. त्यामुळे धनानंदाने आपल्या रोजच्या कामातून या पवित्र कार्यासाठी खास वेळ राखून ठेवला होता.

यज्ञकर्म आटोपल्यावर सर्व ब्राह्मण राजभोजनालयात पोहोचले व तिथे तीन सुवर्णथाळ्यांसमोर तीन अघोरीपंथी साधू बसलेले पाहून सर्वांनाच आश्चर्याचा धक्का बसला. "हा काय प्रकार आहे? जी माणसं कायम प्रेतांच्या सहवासात राहून कुजलेलं मांस खात असतात, त्यांच्या संगतीत आम्ही भोजनाला कदापि बसणार नाही," मुख्य ब्राह्मण चिडून म्हणाले. आपल्या सुरक्षारक्षकांनी अशा ओंगळ विक्षिप्त माणसांना राजवाड्यात प्रवेश दिल्यामुळे राजा धनानंदही कमालीचा संतापला होता.

"ते म्हणाले की तुझी आतडी तोंडातून बाहेर लोंबू लागतील असा आम्ही तुला शाप देऊ," थरथर कापत सुरक्षारक्षक धनानंदाला म्हणाला. त्याच्या बाजूला उभ्या असलेल्या ज्येष्ठ अधिकाऱ्यानं सांगितलं, "महाराज, मी त्यांना अडवण्याचा प्रयत्न केला तर ते म्हणाले की तुझे सर्व अवयव शरीरातून बाहेर पडून यज्ञकुंडात जळून जातील."

"हे राजा, आम्ही अघोरपंथी असलो तरी तुझ्या विजयाला दैवी वरदान मिळावं, या हेतूनं आम्ही इथे आलो आहोत. या खोलीत असलेल्या एकशे दहा

लठ्ठ ब्राह्मणांपेक्षा आम्ही अनेक पटींनी श्रेष्ठ असलेली सिद्धी प्राप्त केली आहे. आमचा अपमान करून तू प्रत्यक्ष भगवान शंकराचा रोष ओढवून घेतला आहेस. शिवाच्या रक्तामुळे तुझ्या राज्यातील सगळ्या विहिरीतील पाण्याचं विष तयार होईल आणि तुझे प्रजाजन तहानेनं व्याकूळ होऊन प्राण सोडतील. तुझ्या नगरीच्या प्रवेशद्वारापाशी तुझे शत्रू लांडग्याप्रमाणे ओरडत राहतील. हजारो यज्ञयाग केलेस तरी आता सर्वनाश होण्यापासून तुझी व तुझ्या राज्याची कोणीही सुटका करू शकणार नाही,'' नग्न चाणक्य ओरडून म्हणाला. ते तिघेही हातात अन्नाने भरलेल्या थाळ्या घेऊन उभे होते. पुढच्याच क्षणी त्यांनी हातातील थाळ्या सभागृहात फेकून दिल्या व ते वेगानं तिथून बाहेर पडले. त्यांना अडवण्याची एकाही रक्षकाची हिंमत झाली नाही. धनानंदही सुन्न होऊन जागच्याजागी खिळून उभा होता.

''सर्प जर विषारी नसेल, तर त्याला आपण विषारी असल्याचं अधिकचं ढोंग करावं लागतं,'' राजवाड्याबाहेर पडताना चाणक्य, चंद्रगुप्त व शारंगराव यांना हळू आवाजात म्हणाला.

* * *

''चला, चला, लवकर आटपा! सूर्योदय होण्यापूर्वी सर्व विहिरींमध्ये फेनाश्मभासम द्रव्य ओतलं गेलं पाहिजे. या मूर्खांबरोबर काम करण्याची माझ्यावर वेळ यावी हे माझं दुर्दैव!'' जीवसिद्धी स्वत:शीच पुटपुटला. त्याची माणसं पाटलीपुत्राच्या विहिरी, पाण्याच्या टाक्या, जलाशय आणि पाण्याच्या इतर साठ्यांमध्ये विष मिसळण्यात गर्क झाली होती.

''मगध मिळवण्यासाठी आपण निष्पाप लोकांचा का बळी देतोय?'' चंद्रगुप्तानं चाणक्याला विचारलं.

त्याच्या गुरूंनी उत्तर दिलं, ''नेहमी जनावरं पहाटे सर्वप्रथम पाणी पितात. म्हणून विष ओतण्याची क्रिया रात्रीत संपली पाहिजे. त्यामुळे किमान मनुष्यहानी होऊ शकते. शिवाय अघोरपंथीय साधूंनी दिलेला शाप एव्हाना राज्यात सर्वांना ठाऊक झाला असेल. त्यामुळे आपण जे काही म्हणू ते सगळी जनता स्वच्छेनं करायला तयार असेल.''

''आणि जेव्हा दरबारात आपल्याला बोलावलं जाईल आणि सर्व जण आपल्याला उ:शाप द्यायची विनंती करतील, तेव्हा आपण काय करू शकू?'' शारंगरावनं विचारलं.

''अगदी सोपं आहे. आपल्या पापाचं प्रक्षालन करण्यासाठी धनानंदाला आपल्या सर्वोच्च पदाचा त्याग करावा लागेल, असं आपण त्यांना सांगायचं. त्यानं आपला राजवाडा सोडून दूर जंगलात वनवास पत्करला पाहिजे. मधल्या काळात जीवसिद्धीनं

आपल्या माणसांकरवी सर्व पाण्याच्या साठ्यांमध्ये खास तयार केला गेलेला उतारा म्हणजेच मिथरीदाताय रसायन मिसळावं. विषाचा परिणाम निघून जाईल आणि लोकांचाही आपल्या चमत्कारावर चटकन विश्वास बसेल,'' चाणक्य हसत उद्गारला.

''पण आचार्य, आपण या नगरीवर नियंत्रण कसं मिळवायचं?'' चंद्रगुप्तानं विचारलं. चाणक्याच्या कुटिल डावपेचांनी तो नेहमीच गोंधळून जायचा. समोरासमोर युद्ध करून शत्रूला चारही मुंड्या चीत करण्यात त्याला अधिक रस होता.

''धनानंदाचा सेनापती भद्रशाल याला जीवसिद्धीनं पूर्णपणे लाचार बनवलं आहे. ज्या क्षणी धनानंद राज्याच्या वेशीबाहेर पडेल, त्याच क्षणी चंद्रगुप्ता, मगधाच्या साऱ्या सैन्याचे अधिकार भद्रशाल तुझ्याकडे सुपूर्द करेल. अर्थात आपण त्याला जी लाच व अमिष दाखवलं आहे, ते आपल्याला पूर्ण करावं लागेल.''

''पण आचार्य तरीही मगधाच्या पूर्व सीमेवर राजा पौरस आणि पश्चिम सरहद्दीवर राजा कलिंग हे युद्धासाठी उभे ठाकले असतील,'' चंद्रगुप्त म्हणाला.

''त्यांना आता आपल्याबरोबर लढण्याची गरजच उरणार नाही. आपण दोन्ही हात पसरून त्यांचं मित्रत्वानं स्वागत करू,'' चाणक्य म्हणाला.

''याचा अर्थ गेले काही दिवस नग्नावस्थेत राहून आपण जो त्रासदायक प्रवास केला तो आपल्या दिंडीदरवाजाच्या चाव्या शत्रूच्या हातात सोपवण्यासाठी?'' पौरसाचं पाटलीपुत्रात स्वागत करावं लागणं, या कल्पनेनंच चंद्रगुप्त बेचैन झाला होता.

चाणक्य जोरात हसला. पण नंतर गंभीर होत म्हणाला, ''चंद्रगुप्ता, मला वाटतं की मी अगदी सुरुवातीला जे तत्त्व तुला शिकवलं होतं, त्याचा तुला विसर पडलाय. लक्षात ठेव मित्रांना जरूर जवळ ठेवायचं आणि शत्रूंना तर त्याहून आपल्या अधिक जवळ आणायचं असतं.''

* * *

धनानंद भौतिक जगाचा त्याग करून मगधाबाहेर निघाला होता. त्याच्या सोबत रथ, घोडे व हत्तीही होते. भद्रशाल एका बाजूला उभा राहून ती केविलवाणी मिरवणूक पाहत होता. धनानंदाबरोबर त्याच्या दुर्दैवी भार्या आणि सेवकही होते. ते नाराजीनं आपल्या राजासोबत चालले होते. भद्रशालच्या मनावरचा सारा ताण निघून गेला होता. त्याच्या डोक्यावरील सारं कर्ज फिटलं होतं आणि आता तो एक श्रीमंत माणूस बनला होता.

धनानंदाच्या लवाजम्याच्या आसपासही सुवासिनीला फिरकू देऊ नकोस, अशा स्पष्ट सूचना चाणक्यानं जीवसिद्धीला दिल्या होत्या. चाणक्य तिला आपल्या

भावना व्यक्त करण्याची एक अखेरची संधी देऊ इच्छित होता. निदान त्यानं स्वत:ची तरी तशी समजूत घातली होती. आपण आयुष्यभर सुवासिनीवर प्रेम करत आलोय हे तिच्यासमोर कबूल करण्यात मात्र त्याला कमीपणा वाटत होता.

"मला त्याला ठार मारायचंय," धनानंदाचा रथ समोरून जात असताना चाणक्य शारंगरावला म्हणाला. एका रात्रीत सम्राट दहा वर्षांनी म्हातारा दिसू लागला होता. त्याच्या चेहऱ्यावरील तो नेहमीचा माज आणि उन्मत्तपणा पार गळून पडला होता. त्याच्या एरवीच्या चालण्या-वागण्यातील डौल आणि तोरा यांचा मागमूसही शिल्लक उरला नव्हता. त्याचं सारं ऐश्वर्य लोपलं होतं आणि त्यासोबत तो आपल्या मगध राज्यालाही मुकला होता.

"आपण जर त्याला नाहीसा केलं तर धनानंदाच्या मृत्यूला मगधाची प्रजा आपल्याला जबाबदार धरेल आणि त्याबद्दल त्यांना दोष देता येणार नाही," शारंगराव विरोध दर्शवत म्हणाला.

"भद्रशाल हा आपल्या मार्गातील सर्वांत मोठा अडसर आहे. अजूनही मगधाच्या सेनापतीपदासाठी आपणच लायक आहोत, याच भ्रमात तो आहे. तो आणि राक्षस कबूतरांच्या माध्यमातून आजही एकमेकांच्या संपर्कात आहेत," जीवसिद्धी कुजबुजला.

"त्यानं शरणागतीची खूण म्हणून त्याची तलवार आपल्याकडे सुपूर्द केली का?" चाणक्यानं विचारलं.

"नाही," जीवसिद्धी म्हणाला.

"मग ते काम आधी कर. मला त्याची तलवार हवी आहे. त्याविषयी माझ्या मनात एक वेगळी योजना आहे," चाणक्य म्हणाला. त्याच वेळी मगधाचे प्रजानन धनानंदाचं निर्गमन साजरं करण्यात बेहोश झाले होते. राजाचा लवाजमा पाटलीपुत्राच्या वेशीबाहेर पडताच, पौरस व कलिंगच्या राजाला नगरात प्रवेश करण्याचं आमंत्रण द्यावं व दोघांचंही जंगी स्वागत केलं जावं, अशा सूचना दिल्या.

"आचार्य, माझ्या मनाविरुद्ध तुम्ही त्यांना इथे प्रवेश देत आहात," चंद्रगुप्त चाणक्याला म्हणाला. त्याच्या बोलण्यावर आचार्य हसले. "चंद्रगुप्ता तुझा निर्धार नेहमीच पक्का असतो, पण आज माझाही नाइलाज आहे," चाणक्य म्हणाला.

* * *

केकय व कलिंगचं सैन्य पाटलीपुत्रात येऊन दाखल झालं. सन्माननीय अतिथीचं स्वागत करण्यासाठी चाणक्य तिथे स्वत: उपस्थित होता. राजे व सेनापतींच्या रथाचं आगमन होत असताना शेकडो ताशा चौघड्यांनी वाजतगाजत त्यांना अभिवादन केलं.

कलिंगचा राजा पौरसाइतका उंच नसला तरी तितकाच शक्तिमान होता.

त्यानं वैडुर्य रत्नजडित काशाचे शिरस्त्राण धारण केलं होतं. त्याच्या छातीवर लोखंडी पट्ट्या लावलेलं चामड्याचं चिलखत होतं. लांब मुठीची व रुंद पात्याची तलवार त्याच्या कमरपट्ट्यावर टांगलेली होती. तो रथातून खाली उतरताच त्याला अभिवादन करत चाणक्य म्हणाला, "हे महान राजा, पाटलीपुत्रामध्ये आपलं स्वागत असो! आपल्या आधिपत्याखाली इथली प्रजा सुखाने नांदो," शेवटचं वाक्य मात्र त्यानं किंचित हळू आवाजात उच्चारलं.

पौरसाचा पोशाख प्रसंगानुरूप होता. राजपक्ष्याच्या पिसाऱ्याच्या रंगाशी मिळते जुळते असे पाचू व नीलरत्नापासून बनवलेलं मोरपीस त्याच्या फिकट पिवळ्या मुकुटावर खुलून दिसत होतं. तीन शुभ्र अश्वांनी ओढत आणलेल्या रथातून उंचपुरा, धिप्पाड पौरस उतरत असताना चाणक्यानं दोन्ही हात जोडून त्याला नम्रपणे अभिवादन केलं. "हे महान सम्राटा, पाटलीपुत्रात आपलं स्वागत असो," त्यानं बढाईखोर राजाची सर्वांना ऐकू येईल एवढ्या मोठ्या आवाजात प्रथम स्तुती केली व मग हळूच कुजबुजला, "मला खात्री आहे की आपल्या कारकिर्दीत मगध राज्याची सर्वतोपरी भरभराट होईल," पौरस समाधानानं हसला. मी या ठकाला आता त्याची योग्य ती जागा दाखवली आहे, तो मनात म्हणाला.

दोन्ही महाराजे आपापल्या आलिशान निवासस्थानात स्थिरस्थावर झाल्यावर चाणक्य दोघांनाही व्यक्तिशः भेटायला गेला. "मी चंद्रगुप्ताला मगधाच्या सत्तेपासून दूर राहायला सांगितलं आहे," तो प्रत्येकाला म्हणाला. "मगधाचं सिंहासन असं रिक्त ठेवता येणार नाही. चंद्रगुप्त जर राज्यपद स्वीकारायला तयार नसेल तर राज्याची सूत्रं तुमच्या दोघांपैकी एकाच्या हातात असायला हवी. मला वाटतं प्रत्यक्ष युद्धाला भिडण्याऐवजी दोन महान सम्राट एकमेकांबरोबर द्वंद्वयुद्ध खेळतील आणि त्याच्यात होणारा विजेता मगधाच्या सिंहासनावर विराजमान होईल," चाणक्यानं त्यांना सुचवलं. आपण केलेल्या आवाहनामुळे दोन्ही राजांचा पोकळ अभिमान सुखावला जाणार आहे, याची चाणक्याला खात्री होती.

* * *

पौरसांनी म्यानातून आपली तलवार उपसली आणि ती प्रेमानं हातात अशी पकडली की तलवारीची मूठ व त्यांच्या हाताची मूठ, एकच भासू लागली. दोन खड्गांमधील युद्धासाठी ते तयार झाले.

कलिंगांनी तलवारीचं पातं, स्वतःच्या डाव्या हातात पकडलं. डावखोरा असल्याचा आपल्याला फायदा होणार आहे, अशी त्याची खात्री होती. कारण यापूर्वी झालेल्या द्वंद्वयुद्धात त्यांच्या प्रतिस्पर्ध्यांना ते कुठून व कसा वार करतील, याचा अंदाज येऊ शकला नव्हता. त्यांना डावखोऱ्या योध्याशी सामना करण्याची सवय नव्हती पण

कलिंगा मात्र उजव्या हातानं तलवार खेळणाऱ्या प्रतिस्पर्ध्यांशी सहज सामना करत. दोघांनी प्रथम एकमेकांशी हात मिळवले आणि काही वेळ मार्शल आर्ट्सच्या पद्धतीनं एकमेकांभोवती फेर धरत ते एकमेकांना जोखत राहिले. गोल फिरताना दोघेही एकमेकांच्या डोळ्यात रोखून पाहत होते. कोणी क्षणभर जरी एखादा डोळा मिचकावला तरी दुसरा वरचढ ठरतोय, हे त्यातून सूचित होत होतं. दोघांच्या तलवारी एकमेकांना भिडताच त्यातून ठिणग्या उडू लागल्या. खड्गाचा होणारा आवाज काही क्षण अचानक थांबला. दोघांनीही आपल्या समशेरी एकमेकांच्या गळ्याला टेकवल्या होत्या. काही सेकंद दोघेही खिळल्यासारखे त्याच अवस्थेत उभे होते आणि तितक्यात कलिंगाच्या पापण्या फडफडल्या. तीच संधी साधून पौरसाने कलिंगाच्या गळ्यावरील तलवारीची पकड अधिक घट्ट केली; पण कलिंगानं झटकन तीनशे साठ अंशात गिरकी घेऊन स्वत:ची शिताफीने सुटका करून घेतली. पौरसानं कलिंगाला रक्तबंबाळ केलं असलं तरी तो त्याचा जीव घेऊ शकला नाही.

दोन्ही प्रतिस्पर्ध्यांनी आता अधिक वेगानं एकमेकांवर हल्ला करण्यास सुरुवात केली. दुसऱ्याला संपवायचाच, याच हेतूनं ते दोघेही सर्वशक्तिनिशी एकमेकांवर घणाघाती वार करू लागले. या द्वंद्वयुद्धाचा शेवट दोघांपैकी एकाच्या मृत्यूनं होणार हे दोघांनाही ठाऊक होतं. पण तरीही त्यांना आता ती लढत लवकरात लवकर संपवायची होती.

कलिंगाचा एक पाय थोडा घसरला आणि त्या अर्धा सेकंदामध्ये आपलं आयुष्य संपण्याचा क्षण येऊन ठेपलाय, याची त्याला जाणीव झाली. पण दुसऱ्याच सेकंदाला तो उसळी मारून उठत पौरसांच्या अंगावर झेपावला. पौरस शांतपणे बाजूस सरकले आणि त्यांनी कलिंगाच्या मानेवर जोरात घाव घातला. झालेल्या जखमेतून रक्ताचे पाट वाहू लागले आणि कलिंगा जमिनीवर कोसळला. त्याच्या हातातील तलवार दूर फेकली गेली. तो अतिशय नाजूक, गंभीर व दाक्षिण्यशील क्षण होता. पौरसानं आपली तलवार जमिनीवर फेकली व तो आपल्या प्रतिस्पर्ध्यासमोर गुडघे टेकून बसला. कलिंगाच्या शरीरातून बरंच रक्त वाहून गेलं होतं आणि तो मरणासन्न अवस्थेत पडला होता. पौरसाच्या तोंडून शब्द बाहेर पडले, "हे पराक्रमी राजा, आम्ही आपला निरोप घेतो. एका तुल्यबळ प्रतिस्पर्ध्याशी लढल्याचा मला अभिमान वाटतो."

एक संपला, आता अजून एकाला संपवायचंय, चाणक्य स्वत:शीच म्हणाला.

पाटलीपुत्राच्या पूर्वेकडे असलेल्या शिवपथावर असलेली ती नृत्यशाला सहसा कुणाच्या नजरेतही भरत नसे. जुन्या काळातील एक गणिका त्या नृत्यशाळेची संचालिका होती. मयूर विश्वस्तनिधीतर्फे नृत्यसंस्थेला अर्थसाहाय्य दिलं जायचं.

तिथे शिकणाऱ्या एका तरुण नर्तिकेनं नृत्यशाळेचा अवघड अभ्यासक्रम उत्तम रितीनं पूर्ण केला होता. विशाखा ही त्यांची आदर्श विद्यार्थिनी होती. तिचा मोहक, कमनीय बांधा, मोत्यासारखी चमकणारी अंगकांती, पाचूसारखे लुकलुकणारे हिरवे नेत्र, माणकासारखे लालचुटुक ओठ, धारदार नाक आणि मानेपर्यंत रुळणारे तांबूस पिंगट केस पाहून मधमाश्या जशा मधाकडे ओढल्या जातात, तसे लोक तिच्याकडे आकर्षले जात. हा मध मात्र जहरी मध होता.

बारा राशींमधील सत्तावीस नक्षत्रांवर वैदिक ज्योतिषशास्त्र आधारलेलं होतं. प्रत्येक नक्षत्राचा कंस तेरा अंश व वीस कलांचा असतो. अशा सत्तावीस नक्षत्रांचे तीनशे साठ अंशाचं वर्तुळाकार अंतरिक्ष असल्याचं वैदिक ज्योतिषी मानतात. जन्मसमयी बारा राशींपैकी ज्या राशीत चंद्र होता, ती त्या व्यक्तीची चंद्ररास असते. परंतु जन्माच्या वेळची चंद्राची नक्षत्रस्थिती त्या व्यक्तीसाठी अधिक महत्त्वाची ठरते. मगधाच्या प्राचीन सिद्धपुरुषांनी असं भाकीत केलं होतं की ज्या मुलींचा जन्म चंद्राच्या विशिष्ट स्थितीमध्ये होईल, त्यांचे जोडीदार अल्पायुषी ठरतील. अधिक स्पष्टपणे सांगायचं तर ज्या मुलींचा जन्म मंगळवारी, विशाखा नक्षत्रावर सप्तमीला झाला होता, त्यांच्या जन्मपत्रिकेतील ग्रह अतिशय कडक असल्यामुळे भविष्यात ज्या पुरुषांशी त्यांचा शरीरसंबंध येणार होता, त्या पुरुषांचा तत्काळ मृत्यू होणं अटळ होतं. म्हणूनच त्या मुली 'विषकन्या' नावानं ओळखल्या जायच्या.

अंतिम परीक्षेच्या कालावधीत नृत्यशाळेत शिकणाऱ्या विशाखा व अन्य मुलींना सिद्ध करावं लागायचं की त्यांच्यावर विषाचा कोणताही परिणाम होत नाही. परीक्षेला पात्र ठरणाऱ्या मुली प्रत्येक दिवशी आपल्या मुख्याध्यापिकेसमोर रांगेनं उभ्या राहत. मुख्याध्यापिकेच्या हातात एक बंद टोपली असे व प्रत्येक मुलीला त्या टोपलीत हात घालावा लागे. दर दिवशी त्या टोपलीत अधिकाअधिक विषारी साप ठेवला जाई. त्या परीक्षेत फक्त विशाखाच उत्तीर्ण झाली. तिला कोणत्याही दिवशी सर्पदंशाची किंचितही बाधा झाली नाही. ती स्वत: त्या प्रत्येक सर्पाइतकीच जहरी बनली होती. मुख्यध्यापिकेची आता पक्की खात्री पटली होती की चाणक्याला अर्पण करण्यासाठी विशाखा ही एकमेव लायक व परिपूर्ण विषकन्या आहे. मयूर विश्वस्तनिधीच्या संस्थापकाला याबाबतीत जराही तडजोड केलेली चालली नसती.

१८

वर्तमानकाळ

हॅरी रिचर्डसननं उसासा सोडला. इतिहास हा त्याच्या लेखी अत्यंत कंटाळवाणा विषय होता. रंगेल स्वभावाचा हेन्री आठवा आणि अनेक विवाह करूनही त्याची अतृप्त राहिलेली वासना, याबद्दलही त्याला जरादेखील रस वाटला नव्हता. पुस्तकातील धडा पुन्हा एकदा वाचताना त्यानं आपल्या सुटलेल्या टायची गाठ घट्ट बांधली. त्याच्या मानेला खाज येत होती. काळा कोट, जाकीट व उभ्या रेषा असलेली पॅन्ट, या शाळेच्या गणवेशात तो नेहमीच अवघडून जात असे. आपल्या इटन शाळेबद्दल त्याला मनस्वी तिरस्कार वाटायचा.

प्रसिद्ध गोडोल्फिन इमारतीमधील त्याच्या स्वतंत्र खोलीत बसून तो आपल्या अभ्यासावर लक्ष केंद्रित करण्याचा प्रयत्न करत होता. आदल्या दिवशी वर्गात पोचायला उशीर झाल्यामुळे शिक्षकांनी त्याच्या कमरेवर छडीचे पाच फटके मारले होते. त्यामुळे तो खुर्चीमध्ये एका स्थितीत फार वेळ बसू शकत नव्हता. त्याचं पोटही बिघडलं होतं. बेकिंटनमधील मध्यवर्ती मोठ्या भोजनगृहातील नाश्ता आणि दुपार व रात्रीचं जेवण त्याला कधीच नीट पचायचं नाही. त्याला फक्त मधल्या सुट्टीतील खाणं आणि दुपारचा चहा प्यायला आवडायचा, पण घरचा अभ्यास पूर्ण करायच्या नादात त्याला त्या दोन्ही गोष्टी चुकवाव्या लागल्या होत्या. त्याला आता घरी जाण्याची विलक्षण ओढ लागली होती.

हॅरी अतिशय देखणा मुलगा होता. सुवर्णकांती लाभलेल्या हॅरीचे केस काळेभोर व चमकदार होते. सातव्या इयत्तेत शिकणारा हॅरी आता पाच फूट चार इंच उंच होता आणि रंगरूपानं तसा नाजूकच होता. सरळ, निमुळतं नाक, नाजूक ओठ आणि हिरव्या डोळ्यांचा हॅरी अगदी साधा, निष्पाप दिसायचा.

आपल्याला इटनमध्ये का ठेवलंय, असा प्रश्न तो वारंवार आपल्या आईला विचारत असे. हॅरीला त्याची आई जोसेफिन सोबत ग्रॅसमीरमध्ये राहायचं होतं आणि तिथल्याच एका शाळेत शिकायचं होतं; पण तो वर्षांतून एकदाच मोठ्या

सुट्टीमध्ये आणि मायकेलमस व इस्टरच्या दरम्यान काही दिवस घरी जाऊ शकायचा. त्याची आई त्याला सांगायची की हॅरीचे वडील निवर्तल्यापासून तिला एकटीलाच हॅरीचा सांभाळ करावा लागला होता. हॅरीला इटनसारख्या उत्तम दर्जाच्या शाळेत शिकायला मिळावं आणि शाळेच्या महागड्या फी भरता याव्यात, यासाठी तिला दिवसरात्र काम करून पैसे कमवावे लागायचे. चित्रकाराचं काम किती अवघड असतं, असा विचार हॅरीच्या मनात अनेकदा यायचा. अनेक कलाकार चित्र काढायचे कारण ती चित्र विकून त्यांचा त्यावर चरितार्थ चालायचा. पण हॅरीची आई, जोसेफिन मात्र आपली चित्रं कधीही विकत नसे. हॅरीचं घर चित्रांनी भरून गेलं होतं. हॅरीचा आश्रयदाता हा भारतातील एक वृद्ध गृहस्थ होता, ही गोष्ट जोसेफिननं हॅरीला कधीही सांगितली नव्हती. त्यांच्या अर्थसाहाय्यामुळेच जोसेफिन एक कलाकाराचं आयुष्य मनसोक्त जगू शकत होती. त्यांचं नाव होतं, पंडित गंगासागर मिश्रा. जोसेफिन व तिच्या वडिलांनी अत्यंत अडचणीच्या काळात चंदिनीची पूर्ण जबाबदारी व काळजी घेतल्यामुळे गंगासागरनी जोसेफिनला आयुष्यात कधीही व कुठल्याही गोष्टीची ददात पडू दिली नव्हती.

इटन शाळेमध्ये फुटबॉल, रग्बी, हॉकी, क्रिकेट, बास्केट बॉल, नौकायन, मैदानी खेळ आणि मार्शल आर्ट्ससारख्या विविध खेळांचं प्रशिक्षण दिलं जाई. ज्यांना खेळात रस नव्हता, त्यांच्यासाठी संगीत शिकण्याची सोय केली होती. शाळेमध्ये अत्याधुनिक तंत्रज्ञानानी व सुखसोयीने युक्त असा स्टुडिओ उभारलेला होता. तिथे बासरीपासून अनेक वाद्यं असायची. शाळेत दोन सिने-नाट्यगृहं होती. त्यात मुलांसाठी बालनाट्यं बसवली जात आणि नाट्यलेखनाचंही प्रशिक्षण दिलं जाई. त्याशिवाय इटनमध्ये चित्रकला, शिल्पकला, मातीची भांडी बनवणे, छपाईकला आणि वक्तृत्व व वादविवाद कला असे अनेक इतर विषयही शिकवले जात.

पण हॅरीला फक्त व्हायोलिन वादनातच खरी रुची होती. गेल्या वर्षी ज्या आठ विद्यार्थ्यांना संगीतासाठी खास शिष्यवृत्ती देण्यात आली त्यात हॅरीही होता. ती शिष्यवृत्ती मिळवण्यासाठी अत्यंत कठीण परीक्षा द्यावी लागत असे. इटनमध्ये ती संगीत शिष्यवृत्ती परीक्षा जानेवारी महिन्याच्या अखेरीस घेण्यात आली होती. हॅरीला, त्याचं प्रमुख वाद्य आणि दुसरं एक वाद्य ह्यावर पूर्णपणे निराळ्या रचना वाजवायला सांगितल्या गेल्या व आयत्या वेळी स्वरलिपीत दिलेलं संगीत सादर करायला लागलं. त्याची श्रवणक्षमता तपासली गेली व त्याला विविध सांगितिक पट्ट्यांमध्ये वादन करावं लागलं. त्या परीक्षेत हॅरीला अपूर्व यश मिळालं. खरं म्हणजे इटनमध्ये प्रवेश घेण्याआधीच त्यानं व्हायोलिनची आठवी परीक्षा दिलेली होती. तो जणू काही व्हायोलिनच्या स्वरमेळाच्या पार्श्वभूमीवरच जन्माला आला होता.

* * *

चंदिनीच्या खोलीतील एका कोपऱ्यात जोसेफिननं एक ग्रामोफोन आणून ठेवला होता आणि बारव, बिथोवन, ब्राम्स, चेकॉस्की व पागानिनी यांच्या व्हायोलिन वादनाच्या रेकॉर्ड्स तिनं मिळवल्या होत्या. चंदिनी खिडकीजवळ बसून दूरवर दिसणारी ग्रॅसमीरमधील उंच शिखरं न्याहाळत असे. जोसेफिन खरेदीसाठी बाजरात गेली की ती व्हायोलिनच्या रेकॉर्ड्स ऐकायची. जोसेफिन जेव्हा परत यायची तेव्हा चंदिनीचे डोळे तिला पाणावलेले दिसायचे आणि चेहऱ्यावर सुकलेल्या अश्रूंच्या खुणा असायच्या. व्हायोलिनच्या सुरांबरोबर तिला जॉफरीची खूप आठवण यायची. खिडकीवरच्या फुलदाणीत आठवड्यातून एक-दोनदा शेवंतीची फुलं ठेवून, जोसेफिन तिचं मन रिझवायचा प्रयत्न करायची. चंदिनीला शेवंतीच्या फुलांचं वेड होतं.

तिथे येऊन आठ आठवडे पूर्ण झाले आणि चंदिनीच्या प्रसूतीची वेळ जवळ येऊन ठेपली. प्रसूतीवेदना किती भयंकर असतात याची तिला काहीच कल्पना नव्हती. चंदिनीला टेबलावर निजवण्यात आलं. तिचं गर्भाशय किती ताणलंय हे तपासत असताना, जोसेफिननं तिचा हात घट्ट धरून ठेवला. परिचारिका तिला जोर द्यायला सांगत होती. गर्भाशयातून रक्त व पातळ द्रव बाहेर झिरपत होता. चंदिनीनं किंचाळत जोर देण्याचा प्रयत्न केला आणि तिच्या डोळ्यांसमोर अंधारी आली. त्याचक्षणी एक चिकट गोळा तिच्या शरीरातून बाहेर पडला.

चंदिनीला शुद्ध आली तेव्हा आपल्याला नीट स्वच्छ करून परत आपल्या खोलीत आणल्याचं तिच्या हलूहलू लक्षात आलं. जोसेफिन बाजूला बसून तिच्या केसांमधून हलकेच हात फिरवत होती. चंदिनीनं जोसेफिनच्या डोळ्यात क्षणभर निरखून पाहिलं आणि काय घडलंय याचा तत्क्षणी तिला अंदाज आला.

''फार वाईट झालं गं,'' जोसेफिन हळूच पुटपुटली, ''डॉक्टर म्हणाले की तुला पुन्हा नक्की मूल होऊ शकेल, पण हे मात्र मृतजात होतं.''

* * *

''भाबुआ राज्य सहकारी बँक,'' गंगासागर म्हणाले.

''काय म्हणायचंय तुला?'' अग्रवालजींनी विचारलं.

''रिझर्व बँकेच्या गव्हर्नरतर्फे या बँकेची चौकशी व्हावी, अशी मी मागणी करणार आहे.''

''कशासाठी?''

गंगासागरनी हातातील एक शेअर ट्रान्स्फर फॉर्म अग्रवालजींना दाखवला. तशा फॉर्मसचा एक मोठा गठ्ठा त्यांच्या टेबलावर ठेवलेला होता. ''हा सौदा कसा केलाय, तो पहा. शिव फिनान्स प्रायव्हेट लिमीटेड या कंपनीनं हे एवढे समभाग विष्णू इन्व्हेस्टमेंट प्रायव्हेट लिमीटेड कंपनीला विकले आहेत.''

"कंपनीचे समभाग विकणे, हा कधीपासून गुन्हा ठरू लागलाय? आणि बिहारमधील या छोट्या किरकोळ बँकेचा या व्यवहाराशी काय संबंध आहे?''

"साहेब, तुम्ही थोडं खोलात शिरा. त्या सौद्यानंतर विष्णू इन्व्हेस्टमेंट प्रायव्हेट लिमीटेड कंपनीनं तेच समभाग ब्रह्म सिक्युरिटीज प्रायव्हेज लिमिटेड कंपनीला विकले.''

गंगा, मी अजूनही गोंधळलेलो आहे. शेअर बाजाराचा उद्देशच मुळी समभागांची खरेदी-विक्री करणं आहे. मग या कंपन्यांनी यात काय मोठी चूक केली आहे? आणि मुख्य म्हणजे भाबुआ राज्य सहकारी बँकेचा यात नेमका काय सहभाग आहे?''

"तुमच्या अजून लक्षात आलं नाही का? हिंदू धर्मात ब्रह्मा-विष्णू-महेश या पवित्र त्रिमूर्ती समजल्या जातात ना?''

"मला अद्याप काही समजलेलं नाही.'

"ब्रह्मा-निर्माता, विष्णू- जतन करणारा, आणि शिवा हा विध्वंसक. एकाच विधात्याची ही तीन रूपं. या तीनही कंपन्यांची संस्थापक ही एकच व्यक्ती आहे.''

"समजा असली तर त्यात अडचण काय आहे?''

"आता तुम्हांला नीट समजावून सांगतो. शिवाने सोमवारी हे एवढे समभाग प्रत्येकी १४० रुपयांना विकले, जो त्या वेळचा बाजारभाव होता. दुसऱ्या दिवशी म्हणजे मंगळवारी विष्णूने तेच समभाग बाजारभावापेक्षा थोड्या चढ्या किंमतीला, १५० रुपये प्रती समभाग या दराने ब्रह्माला विकले. बुधवारी ब्रह्माने ते सर्व समभाग पुन्हा शिवाला प्रत्येकी १६० रुपये भावाने विकले!''

"मग?''

"शिवाला वीस रुपये तोटा झाला, तर विष्णू व ब्रह्माला प्रत्येक समभागामागे दहा-दहा रुपये नफा झाला. पण तिन्ही कंपन्या एकाच मालकाच्या असल्यामुळे एकूण व्यवहाराची किंमत शून्य रुपये भरली.''

"पण ज्या व्यवहारातून काहीच फायदा होत नाही, तो मुळात करायचाच कशासाठी?''

"कारण असाच व्यवहार जर तुम्ही वारंवार मोठ्या प्रमाणात करत राहिलात तर तुमच्या कंपनीच्या समभागांची किंमत आपोआप वाढत राहते. या तीन कंपन्यांनी ज्या समभागांची खरेदी-विक्री केली, त्या समभागांचे दर केवळ तीन दिवसांत चौदा टक्क्यांनी वधारले!''

"पण या व्यवहारासाठी पैसे कुठून उपलब्ध झाले?''

"भाबुआ राज्य सहकारी बँक.''

"पण बँकांना सीआरआर-कॅश रिझर्व रेशिओ – विशिष्ट प्रमाणात राखावाच

लागतो. बँकांच्या नियामकाला अंधारात ठेवून बिहारमधील एका ग्रामीण भागातील छोटी बँक समभागांच्या सट्ट्यासाठी असा वित्तपुरवठा करू शकत नाही,'' अग्रवालजींनी वाद घालत म्हटलं.

''त्यासाठी सोपा उपाय असतो. आपल्याकडे रोख शिल्लक किती आहे, हे प्रत्येक बँकेला महिन्यातून दोन वेळा म्हणजेच दर पंधरवड्याला रिझर्व बँकेला कळवावी लागते. पण मधल्या तेरा दिवसांत मात्र बँकेवर कोणतीही माहिती पुरवण्याची जबाबदारी नसते. याच काळात सर्व सौदे केले जातात आणि चौदाव्या दिवशी हिशेब पूर्ण केला जातो. त्यामुळे बँकांच्या नियामकाला हे व्यवहार कधीच समजत नाहीत.''

''पण मग सट्टेबाजांवर आधी कारवाई करायला हवी. खरा जुगार ते खेळत असतात.''

''त्यांच्यावर कारवाई होत नाही कारण ब्रह्मा-विष्णू-महेश या कंपन्यांचा मालक ही एक अत्यंत महत्त्वाची व्यक्ती आहे.''

''कोण?''

''बिहारचे मुख्यमंत्री.''

''पण मग भाबुआ राज्य सहकारी बँकेची चौकशी करून, तू काय साध्य करणार आहेस?'

''मला सांगा, संगीत खुर्ची या खेळात ज्यावेळी संगीत वाजायचं थांबतं, त्यावेळी काय घडतं?''

''एक खुर्ची कमी असते?''

''तेच मला सिद्ध करायचं. पंधरवाड्यात मधल्या काळात बँकेचे सर्व व्यवहार गोठवले की त्यांना आपल्याकडील निधीच्या विजोडतेचा हिशेब देता येणार नाही. म्हणूनच मला माझा माणूस रिझर्व बँकेत हवा होता.''

''आणि त्यातून तू काय मिळवणार?''

''बिहारच्या मुख्यमंत्र्यांची झालेली दीनवाणी अवस्था.''

* * *

शेवटचा मैलभर प्रवास चालत केल्यावर चंदिनी अखेर त्या खेड्यात पोचली. बिहारच्या पूर्व चंपारण्य जिल्ह्यातील जिताऊरा मुसहर तोला या खेड्याची अगदी बिकट अवस्था झाली होती. गावामध्ये रस्ते, वीज, पिण्याचं पाणी, शाळा किंवा इस्पितळ यापैकी कशाचीही सोय नव्हती. जणू जिताऊराला संस्कृती किंवा विकासाचा स्पर्शही झाला नव्हता.

चंदिनी ती रात्र एका दलित कुटुंबाच्या झोपडीत राहणार होती. तिला झोपडी

म्हणणंही कठीण होतं. त्या छोट्याशा जागेत डास, घुशी आणि साप सहजपणे वावरत होते. झोपडीबाहेर चटई पसरून चंदिनी त्यावर बसली. ती त्या दलित कुटुंबासोबत भाकरी, कांदा व मीठ जेवली. एके काळी ब्राह्मणांनी ह्या लोकांना अस्पृश्य ठरवलं होतं. आता अस्पृश्यतेचं निवारण होऊन अर्ध शतक उलटलं असलं तरी त्यांच्यावरील तो कलंक मात्र अजूनही पुसला गेला नव्हता. ह्या गरीब कामगारांना दोन वेळचं अन्न मिळावं म्हणून आपल्या मुलांना वेठबिगार म्हणून विकावं लागतं, हे ऐकताच चंदिनीच्या डोळ्यांतून घळघळा अश्रू वाहू लागले.

दोन दिवसांनंतर ती दिल्लीत परतली. १९ तीन मूर्ती गल्लीमधील तिच्या अधिकृत बंगल्यात तिची गंगासागर यांच्याशी भेट झाली. "तुम्ही मला तिथं का पाठवलंत? भयानक परिस्थिती आहे तिथली. त्या छोट्याशा गावातील दोनशे मुलांपैकी फक्त तीन मुलं शाळेत जातात. त्यांना सर्वांत जवळची शाळा, सहा मैलांवर आहे. इस्पितळांची तर बातच सोडा, साधे प्राथमिक औषधोपचार करण्यासाठी गावात एखादा दवाखानाही नाही. गावात स्वच्छता आणि आरोग्ययंत्रणांचा मागमूसही नाही. पटकी आणि विषमज्वर हे दोन रोग तर तिथे कायमचे ठाण मांडून बसलेत. ही परिस्थिती तुम्हांला चिंताजनक वाटत नाही?" तिनं विचारलं.

"हे बघ चंदिनी, चिंता ही नेहमी एखाद्या हेलकावे खाणाऱ्या खुर्चीसारखी असते. ती सतत हलत राहते, पण तुम्हांला स्थिर होऊ देत नाही," गंगासागर म्हणाले.

"मी अग्रवालजींना खासगी निधी गोळा करण्यासाठी एक न्यास उभारायला सांगितला आहे. आर अँड एस कंपन्यांमधून मिळणारे सर्व पैसे काही राजकीय कामासाठी वापरता येणार नाहीत. आपण बिहारमधील अत्यंत गरीब व अविकसित गाव शोधून काढू आणि त्यांच्या साध्या समस्यांवर लक्ष केंद्रित करू."

"म्हणजे कोणत्या समस्या?"

"प्राथमिक शाळा, पिण्यासाठी स्वच्छ पाणी, आरोग्य सुधारक केंद्र आणि गावकऱ्यांना रोज सकस अन्न पुरवण्याची हमी."

"हा लाभ कोणत्या गावांना मिळेल?"

"बिहारच्या रोहट्स व भाबुआ जिल्ह्यातील खेड्यांना."

"ही दोन्ही राज्य, बिहारच्या मुख्यमंत्र्यांचे बालेकिल्ले समजले जातात. तेच त्यांच्या हातातून काढून घ्यायचा तर तुमचा विचार नाही ना?" चंदिनीनं धूर्तपणे विचारलं.

* * *

"बिहारचे मुख्यमंत्री आपल्याला भेटू इच्छितात," मेनन म्हणाला.

“अरे वा! चांगली गोष्ट आहे,” गंगासागर हसत म्हणाले.

“पण बिहारमध्ये तुम्हांला इतका रस का आहे?” चंदिनीनं विचारले. “आपली खरी मदार तर उत्तर प्रदेशवर आहे.”

“मुली, बिहार राज्यातून चौपन्न खासदार लोकसभेत पाठवले जातात. मागच्या सार्वत्रिक निवडणुकीत बिहारच्या मुख्यमंत्र्यांनी सत्ताधारी पक्षाबरोबर जागा निवडीच्या बाबतीत समझोता केला होता. त्यांनी बिहारमधील फक्त निम्म्या जागा लढवल्या होत्या व उरलेल्या निम्म्या जागा सत्ताधारी पक्षाला निवडणूक लढवण्यासाठी दिल्या होत्या; पण आता येणाऱ्या निवडणुकीत त्यानं सर्व जागांवर स्वतःच्या पक्षाचे उमेदवार उभं करायचं ठरवलंय.”

“मग त्याला आपली गरज का भासतेय?”

“कारण त्यांनी जर आपल्याशी युती केली तर आपण फक्त उत्तर प्रदेशच्या जागा लढवू बिहारच्या नाही आणि ते फक्त बिहारमध्ये आपले उमेदवार उभे करतील. आपण बिहारमध्ये एकही जागा लढवायची नाही. आपल्या दोघांसाठीही ही युती फायद्याची ठरेल.”

“पण तुम्ही तर मला मुद्दाम बिहारमधील त्यांच्या बालेकिल्ल्यात पाठवलं होतं.”

“म्हणून तर ते धावत माझ्या भेटीला येतायत.”

“अग्रवालजींना सांगून तुम्ही रिझर्व बँकेला त्यांच्या बँकेची तपासणीही करायला लावलीत?”

“त्यांच्या बँकेला अडचणीत आणल्यामुळेच तर त्यांच्या पायाखालची जमीन सरकली एकंदरीत माझे सगळे डावपेच यशस्वी ठरतायत, असंच दिसतंय.”

“पण एकटं बिहार राज्य आपल्याला लोकसभेत बहुमत मिळवून देऊ शकत नाही. जरी उत्तर प्रदेशच्या सर्व पंच्याऐंशी आणि बिहारच्या चौपन्न जागा आपल्या दोघांना मिळाल्याच तरी एकूण एकशे एकोणचाळीस जागाच भरतात. स्वतःच्या ताकदीवर सरकार स्थापन करण्यासाठी आपल्याला अजून तितक्याच जागांची गरज लागणार आहे.”

“बिहारचे मुख्यमंत्री त्याची व्यवस्था करतील.”

“कसं काय?”

“विरोधी पक्षनेता हा त्यांचा खास मित्र आहे, हे तुला ठाऊक आहे ना?”

* * *

“अमेरिकेने पाकिस्तानला काही अब्जावधी डॉलर्सची लष्करी शस्त्रास्त्रं पुरवण्याचा निर्णय घेतलाय,” रॉचा प्रमुख म्हणाला, “ही खबर अजून अधिकृतपणे जाहीर

झालेली नाही, पण पुढच्या महिन्यात व्हाइट हाउसमधून तशी घोषणा करण्यात येणार आहे.''

''ते अतिशय धोकादायक खेळ खेळतायत,'' चंदिनी म्हणाली. ''अमेरिकेला ठाऊक आहे की पाकिस्तानचं लष्कर भारताशी लढाई करण्यात गुंतलंय. खरं म्हणजे पाकिस्ताननं त्यांचा खरा शत्रू असलेल्या इस्लामी बंडखोरांवर लक्ष केंद्रित करायला हवं.''

''पाकिस्तानला शस्त्रास्त्रं पुरवणं, त्यांच्याच अंगाशी येणार आहे ही गोष्ट आपण अमेरिकन सरकारला पटवून देऊ शकत नाही का?'' गुप्तचर विभागाच्या संचालकानं विचारलं.

''सगळे प्रयत्न करून झाले आहेत. राजनीतीचा, मुत्सद्दीपणाचा एकही मार्ग वापरायचा शिल्लक ठेवलेला नाही. आपली माणसं तर अमेरिकन अध्यक्षांच्या सध्या गाजणाऱ्या प्रेयसीलाही भेटले.

''एक मार्ग आहे,'' संचालक म्हणाला.

''कोणता?'' चंदिनीनं विचारलं.

''केंद्रोत्सारक यंत्र,'' संचालक म्हणाला.

''तुम्ही दोघं कशाविषयी बोलताय?'' रॉ प्रमुखानं विचारलं. त्याला त्या दोघांच्या संभाषणाचा काही थांग लागत नव्हता.

''पाकिस्ताननं परमाणू स्फोटकांसाठी लागणारे पदार्थ बनवण्यासाठी वापरलेल्या मथित्रांची (सेंट्रीफ्यूज) रचना ही त्यांनी जर्मनीमधील युरोनिको नावाच्या कंपनीतून चोरली होती,'' संचालकानं नीट समजावून सांगितलं.

''त्यात काय झालं? पाकिस्तानचे बहुतेक आण्विक कार्यक्रम हे चोरलेल्या तंत्रज्ञानावरच आधारलेले असतात,'' चंदिनी म्हणाली.

''हो, पण युरोनिकोने जो आराखडा तयार केला होता, तो रशियन आकृतिबंधावर आधारित होता. तुम्ही जर रशियनांना विचारलंत, तर त्यांनी तयार केलेली मांडणी ते सहज आपल्याला द्यायला तयार होतील,'' संचालक म्हणाला.

''पण जे तंत्रज्ञान आपण स्वतः विकसित केलंय त्या तंत्रज्ञानातील कालबाह्य आराखडा मी रशियाकडे कशाला मागू?'' चंदिनीनं विचारलं.

''कारण माझ्या खात्यात असा एक माणूस आहे की जो असे कालबाह्य आकृतिबंध काढण्यात तरबेज आहे. पूर्वी तो पुरातत्व सर्वेक्षण कार्यालयात काम करत असे,'' संचालक म्हणाला.

''पण तो ह्यात आपली कशी काय मदत करू शकतो?'' रॉ च्या प्रमुखानं विचारलं.

''आपण त्यानं काढलेले आराखडे गुप्तपणे उत्तर कोरिया आणि लिबियाला

विकू शकतो,'' संचालकानं नवा मुद्दा मांडला.

''हे तर हास्यापद ठरेल! आपण आण्विक शस्त्रांच्या प्रसारात कधीच स्वत:ला गुंतवलेलं नाही व त्याला उत्तेजनही दिलेलं नाही,'' चंदिनी म्हणाली.

''इथेच तर माझा माणूस आपल्या कामी येऊ शकतो,'' संचालक उत्साहानं म्हणाला. सर्वांच्या नजरा आता त्याच्या बोलण्यावर खिळल्या होत्या. तोही आता जोशात आला होता. ''तो माणूस त्या आकृतीबंधात शिताफीनं असे काही बदल करेल की त्यामुळे ते सारं तंत्रज्ञानंच निकामी होऊन जाईल, पण तरीही तो मूळ आकृतिबंध आहे, असंच वाटेल?''

''पण अमेरिकन सरकारबरोबर बोलणी करण्याकरता त्याचा कसा फायदा होईल?'' चंदिनीनं विचारलं.

''त्या आकृतिबंधातून एक गोष्ट स्पष्ट होईल की मूळ युरोनिकोच्या योजनेत पाकिस्ताननं ते चोरून त्यात बदल केले आहेत. माझ्या मते अमेरिकेत त्यामुळे गोटी खळबळ उडेल न पाकिस्तानला शस्त्रास्त्रं पुरवण्याचा निर्णय ते रद्द करतील.''

* * *

''आपल्याला आर ॲन्ड एस यांच्या कंपनी समूहाकडून कमिशन म्हणून जी रक्कम मिळतेय, त्याचा विनियोग आपण ठरवल्याप्रमाणे होतोय ना?'' गंगासागरनी विचारलं.

अग्रवालजींनी मान डोलावली. ''त्या रकमेतील छोटा भाग आपण बिहारमधील एका विश्वस्त मंडळाला देणगी म्हणून देत असतो आणि उरलेले सारे पैसे आपण सेंटिऑसिस या कंपनीचे समभाग खरेदी करण्यात गुंतवतोय. आता कंपनीची पाच टक्के मालकी आपल्याकडे आहे.''

''छान,'' गंगासागर म्हणाले.

''पण गंगा, आपण सेंटिऑसिसच्याच समभागांची का खरेदी करतोय? बाजारात त्याहून अनेक चांगल्या सॉफ्टवेअर कंपन्या आहेत. त्यात जर आपण पैसे गुंतवले तर आपल्याला दुप्पट परतावा मिळेल!''

''मला त्या कंपनीचं नावच खूप आवडलंय,'' आपल्या पूर्वीच्या मालकाकडे डोळे मिचकावून पाहत, गंगासागर हसून म्हणाले.

* * *

''विरोधी पक्षनेत्यांना काही हरकतीचा मुद्दा मांडायचाय का?'' सभापतींनी विचारलं.

''होय, सभापती महोदय. अलीकडे जे विमानअपहरण करण्यात आलं, ते सर्व प्रकरण सरकारने ज्या पद्धतीनं हाताळलं...''

''मी विरोधी पक्षनेत्यांना विनंती करतो की त्यांनी आपलं आसन ग्रहण करावं.

पंतप्रधान त्याच घटनेसंबंधी आता निवेदन सादर करणार आहेत, ते सभागृहाने...''

"याला माझी हरकत आहे, सभापती महोदय, अपहरणाची घटना घडली तेव्हा पंतप्रधान हे नियंत्रण क्षेत्रातदेखील हजर नव्हते, पण परराष्ट्रमंत्री मात्र तिथे उपस्थित होत्या. आम्हांला त्याचं म्हणणं ऐकायचं आहे,'' विरोधी पक्षनेत्यांनी युक्तिवाद केला.

पंतप्रधान खाली बसले. त्यांनी चंदिनीला बोलण्याची संधी दिली. "परराष्ट्रमंत्री महोदयांनी सभागृहाला संबोधित करावं,'' सभापतींनी आवाहन केलं.

अतिथी कक्षामध्ये बसलेल्या गंगासागरजींच्या चेहऱ्यावर मंद स्मित उमटलं. विरोधी पक्षनेत्याने चंदिनीला सभागृहात खळबळ उडवून द्यायची सुवर्णसंधी मिळवून दिली आहे, हे त्यांनी चाणाक्षपणे हेरलं होतं.

'आदिशक्ती, नमो नमः, सर्वशक्ती, नमो नमः, प्रथम भगवती नमो नमः, कुंडलिनी माता शक्ती, माता शक्ती, नमो नमः' गंगासागरनी स्वतःशीच मंत्र पुटपुटला.

* * *

"तुला आता राजीनामा द्यायला हवा. खरं तर मंत्रिमंडळात असलेल्या अभानस पक्षाच्या सर्व मंत्र्यांनीच राजीनामे द्यायला हवेत.''

"परंतु सरकारचे एक भाग असल्याचं, आपण जाहीरपणे सांगितलंय,'' चंदिनी म्हणाली. "सरकार कोसळायला आपणच कारणीभूत ठरलोय असं चित्र जर निर्माण झालं, तर ते चुकीचं ठरेल.''

"पण तुझ्याकडे जर त्यासाठी सबळ कारण असेल, तर कोणाचाही गैरसमज होऊ शकणार नाही,'' गंगासागर म्हणाले. त्यांनी आपल्यासमोरील चांदीचा डबा काळजीपूर्वक उघडला. अग्रवालजींनी तो त्यांना भेट दिला होता. डब्यातून एक विड्याचं पान काढून ते हळूवारपणे आपल्या तोंडात ठेवलं. पानातील रस ते शांतपणे तोंडात घोळवू लागले. मेंदूला किंचित झिणझिण्या आल्या. ते जणू त्यांचं वैचारिक खाद्य होतं. मोटारीत ते चंदिनीबरोबर मागच्या सीटवर बसले होते. गाडी दिल्लीच्या दक्षिण विभागातील परराष्ट्र मंत्रालयाच्या इमारतीकडे चालली होती.

"आणि ते सबळ कारण कोणतं?'' चंदिनीनं विचारलं.

"सरकारला खाली खेचून पुन्हा निवडणुका जाहीर करण्यासाठी ही अचूक संधी आहे,'' गंगासागर म्हणाले. "आज सकाळी माझा मित्र गुप्तचर खात्याच्या संचालकाशी माझं बोलणं झालं. त्यानं सांगितलं की पंतप्रधानांच्या सूचनेनुसार रशीदची उलटतपासणी न घेता, त्याला सोडून देण्यात आलंय.''

"काय सांगता काय? रशीदला सोडलं? त्यानं तर मला ठार मारायचा कट

रचला होता.''

''तुझं म्हणणं बरोबर आहे,'' गंगासागर म्हणाले, ''पण त्याचबरोबर आणखीही एक गोष्ट आपण अमान्य करू शकत नाही की रशीद हा खरा तर मखमूद, रॉचा एक हस्तक आहे. शिवाय तू रशीदला पूर्ण दोष देऊ शकत नाहीस, कारण चीन्यांनी त्याला अटक करण्यामागे तुझाही हात होता आणि त्याला ही गोष्ट जेव्हा समजली, तेव्हा चवताळून त्यानं तुझा जीव घ्यायचा प्रयत्न केला,'' गंगासागर किंचित हसले. चंदिनीला मात्र त्याचं बोलणं, तितकंसं रुचलं नव्हतं.

ते पाहून गंगासागरनी पुन्हा बोलायला सुरुवात केली. ''हे बघ, काही झालं तरी रशीद हा रॉचा हस्तक होता, ही गोष्ट पंतप्रधान कधीही जाहीरपणे सांगू शकणार नाहीत. पण आता एक लक्षात घे की स्वत:च्या देशाकरता प्राण देणाऱ्या इक्रमची महती गाऊन त्याची प्रतिमा व त्याचं हौतात्म्य जनमानसात बिंबवण्यासाठी ह्याहून उत्तम संधी तुला मिळणार नाही. त्याचबरोबर विमानअपहरण कट रचणाऱ्या रशीदला सोडून देणारे पंतप्रधान हे किती राक्षसी वृत्तीचे आहेत हे ठासून सांगत तू त्यांची प्रतिमा सहज मलिन करू शकतेस. आणि याच सबळ कारणामुळे इक्रमची सर्वार्थानं वारस असलेली तू, आपल्या अभानस पक्षाच्या सर्व खासदारांसह राजीनामा देणार आहेस!''

''आपण हे सिद्ध कसं करू शकणार?''

''गुप्तचर विभागाचा संचालक हे लोकांना सांगायला तयार आहे. तो जाहीर करेल की रशीद त्याच्या ताब्यात होता, परंतु पंतप्रधानांच्या सांगण्यावरून त्याला जबरदस्तीनं सोडून द्यावं लागलं.''

''आपण राजीनामा दिला तर हे सरकार कोसळेल. त्याचे परिणाम तुमच्या लक्षात येतायत ना?''

''सरकारनं अनेक घोटाळ्यांच्या प्रकरणात आपल्या स्वत:च्या अर्थमंत्री व पंतप्रधानांना राजीनामा देताना पाहिलंय. बिहारच्या मुख्यमंत्र्यांबरोबर आपण केलेली युती, आजही अबाधित आहे. विरोधी पक्षनेता तर आपल्या संकेताचीच वाट पाहतोय. आता आपण आणखी वेळ काढण्यात अर्थ नाही.''

''विरोधी पक्षनेते कोणत्या संकेताची वाट पाहत आहेत?''

'''आर' या संकेताची.''

''म्हणजे?''

''आर म्हणजे इंग्रजीमध्ये रुपी. रुपये.''

* * *

''काळ मोठा अडचणींचा आहे. विरोधी पक्ष तर त्यांच्यापाशी असलेल्या साऱ्या

हत्यारांना धार लावून बसलेत. अर्थात मी कायम आपल्याबरोबर आहे. सर्व अभानस पक्षाचं पाठबळ तुझ्या मागे आहे. आमचा पूर्ण पाठिंबा तुम्ही कायम गृहीत धरून चला,'' गंगासागर पंतप्रधानांना म्हणाले.

''पण गंगासागरजी, मी तर ऐकतोय की तुमच्या पक्षाचे सर्व मंत्री ताबडतोब राजीनामा देणार आहेत?'' चिंतातुर पंतप्रधानांनी विचारलं.

''अफवा नेहमीच वायुवेगाने पसरतात, पण सत्याइतक्या त्या चिरकाल टिकून राहू शकत नाहीत. तुम्ही अशा गोष्टीमध्ये दुर्लक्ष करत जा.''

''तुमच्या बोलण्यामुळे मला खूपच दिलासा मिळाला. पण तुमच्या आजच्या भेटीचं नेमकं प्रयोजन काय?''

''आपल्याभोवती इतकं अनिश्चिततेचं वातावरण पसरलंय की त्यातून बाहेर पडण्यासाठी दैवी चमत्कारच व्हायला हवा.''

''तुम्हांला नक्की काय सुचवायचंय, गंगासागरजी? तुमची देवावर श्रद्धा आहे, हे मला ठाऊक नव्हतं.''

''काही वेळा गुडघे टेकले की उभं राहण्याचं हरवलेलं बळ येतं,'' गंगासागर मिश्कीलपणे म्हणाले. ''आज दुपारी मी मुंबईला जातोय. सध्या तिथे गणेशोत्सव जोरात सुरू आहे आणि मला लालबागच्या राजाचं दर्शन घ्यायची इच्छा आहे.''

पंतप्रधानांनी मानेनेच होकार दिला. लालबागच्या राजाची ख्याती, त्यांच्याही कानापर्यंत पोहोचली होती, पण राजाचं प्रत्यक्ष दर्शन घ्यायचा योग मात्र आला नव्हता. दरवर्षी मुंबईच्या गिरगावातील लालबाग भागात बारा फूट उंचीच्या गणेशमूर्तीची प्रतिष्ठापना केली जात असते. अकरा दिवस दररोज लक्षावधी भक्तगण राजाच्या दर्शनाला येत असतात.

''यावर्षी तिथे भक्तांनी दिलेल्या देणग्यांतून शंभर दशलक्ष रुपये जमा होतील असा अंदाज आहे,'' पंतप्रधान म्हणाले.

''नक्कीच. मी इथे काही हजारांच्या नोटा घेऊन मुद्दाम आलोय. लालबागच्या राजाच्या चरणी त्या अर्पण करण्याआधी आपण हे पैसे काही वेळ हातात धरावे अशी माझी इच्छा आहे. आपल्याला उदंड यश मिळो, अशी मी गणपतीबाप्पाला प्रार्थना करणार आहे,'' असं म्हणून गंगासागरनी ते हजार रुपयांच्या नोटांचं बंडल पंतप्रधानांच्या हाती ठेवलं.

''गंगासागरजी, आपले आभार मानावे, तेवढे थोडेच आहेत. माझ्या सरकारमधील तुम्ही सर्वांत सच्चे दोस्त आहात. मानवी प्रयत्न अखेर निराशेकडे नेतात, पण ईश्वरी इच्छेचा मार्ग मात्र दुर्दम्य आशेचा असतो,'' गंगासागरजींच्या हातात नोटांचं बंडल परत देताना, पंतप्रधान म्हणाले.

* * *

घोड्याच्या नालेसारख्या आकाराच्या लोकसभा सभागृहाच्या मधोमध खूप उंचावर सभापतींची खुर्ची होती. खुर्चीच्या खालच्या खळग्यात एक गोलाकार टेबल होतं. त्यावर मुख्य सचिव, सचिवालय अधिकारी आणि लोकसभेच्या कामकाजाच्या नोंदी ठेवणारा अधिकारी हे बसलेले असतात. सभापतींच्या उजव्या बाजूला सत्ताधारी पक्षाच्या, तर डाव्या बाजूला विरोधी पक्षाच्या खासदारांची आसन व्यवस्था केलेली असते. सत्ताधारी पक्षाच्या खासदारांसाठी राखून ठेवलेल्या भागाच्या पहिल्याच रांगेत पंतप्रधानांच्या बसण्याची व्यवस्था केलेली असते. डाव्या बाजूच्या अतिथी कक्षात गंगासागर बसले होते. चंदिनीही पंतप्रधानांसोबत पहिल्याच रांगेत बसली होती. तिनं हिरव्या लिंबाच्या रंगाची साडी परिधान केली होती.

सभापतींच्या समोरील भिंतीवर केंद्रिय विधानसभेचे पहिले निवडले गेलेले अध्यक्ष माननीय श्री. विठ्ठलभाई पटेल यांचं तैलचित्र लावलं होतं. विठ्ठलभाईंनी कायमच उच्च संसदीय मूल्यांना सर्वोच्च महत्त्व दिलं होतं. आज त्या साऱ्या परंपरा व मूल्यं याच सभागृहात कोलमडून पडणार आहेत, याची फोटोतील विठ्ठलभाईंना काहीच कल्पना नव्हती.

''माननीय ऊर्जा मंत्र्यांनी सभागृहाला संबोधित करावं,'' सभापती म्हणाले.

''माननीय सभापती महोदय, मी केंद्रीय वीज नियामक आयोगाची स्थापना व संबंधित बाबींचे विधेयक या सभागृहात मांडण्याची परवानगी मागतो,'' ऊर्जा मंत्री म्हणाले.

''विधेयक सादर करण्याची परवानगी देण्यात येत आहे,'' सभापती यांत्रिकपणे म्हणाले.

''सभापती महोदय, मी नियम ७२ नुसार सदर विधेयक मांडण्याच्या विरोधात पूर्वसूचना दिली होती,'' आपल्या आसनावरून उठत विरोधी पक्षनेत्याने हरकत घेतली.

''हा ठीक आहे... ठीक आहे. माननीय विरोधी पक्षाचे नेते यांना मी सभागृहाला संबोधित करायची अनुमती देतो,'' सभापती म्हणाले.

''महोदय, माझ्या हातात दहा लाखांहून जास्त रुपये आहेत. आजच हे विधेयक सभागृहात मंजूर व्हावं यासाठी पंतप्रधानांनी हे पैसे सभागृहातील एका सन्माननीय सदस्याला लाच म्हणून दिले. मला यासंबंधी तत्काळ निवेदन...''

विरोधी पक्षनेत्यांच्या या वक्तव्यावर सभागृहात अभूतपूर्व गोंधळ उडाला. पंतप्रधानांचा चेहरा काळा ठिक्कर पडला होता. विरोधी पक्ष सदस्यांच्या 'शेम, शेम!' तर सत्ताधारी पक्षसदस्यांच्या 'खोटारडे झुठे' या घोषणांनी सभागृह दणाणून गेलं. त्या कोलाहलातील आणखी वरच्या पट्टीत आवाज लावून विरोधी पक्ष नेते ओरडून म्हणाले, ''ह्या नोटा स्वत: पंतप्रधानांनी दिलेल्या आहेत. त्यावर त्यांच्या

बोटांचे ठसे आहेत अथवा नाहीत याचा शोध देशाच्या अन्वेषण विभागाने घ्यावा.''

सभापतींनीही आपला आवाज उंचावला, ''सर्व सभासदांना विनंती आहे की त्यांनी आपापले आसन त्वरित ग्रहण करावे. कोणत्याही परिस्थितीत सभागृहाची शिस्त व प्रतिष्ठा पाळली गेलीच पाहिजे.''

''ज्या वेळी स्वत: पंतप्रधानच भ्रष्टाचारामध्ये सामील होतात, तेव्हा या सभागृहाची सभ्यता टिकवणं, अशक्य असतं. हे सरकार पूर्णपणे सडलेलं, कुजलेलं आहे आणि या सरकारनं आता सभागृहाचा विश्वास गमावलाय!'' हा आवाज विरोधी पक्षाच्या बाकावरून आला नव्हता. तो आवाज चंदिनीचा होता. ''या क्षणी मंत्रिमंडळात असलेल्या अभानस पक्षाच्या आठही मंत्र्यांनी राजीनामा सादर केलेला आहे. माझ्या हेलिकॉप्टरचा घातपात घडवण्याचा प्रयत्न करणाऱ्या आणि नंतर आयसी-६१७ या विमानाचं अपहरण करणाऱ्या मुख्य सूत्रधाराला सरकारी व्यवस्थापनानं मोकळं सोडून दिलंय. ज्यांनी राष्ट्रासाठी प्राणत्याग केला, त्या पै. इक्रम शेख यांच्या पवित्र स्मृतीचा आपण अशा तऱ्हेनं गौरव करणार आहोत?''

विरोधी पक्ष सदस्य तडक सभापतींच्या जवळ जमा झाले आणि सभापतींना नाइलाजानं सभागृहाचं कामकाज तहकूब करावं लागलं. अतिथी कक्षामध्ये बसून गंगासागर हा सारा गोंधळ पाहत होते आणि त्यांना हसू आवरणं, अवघड झालं होतं. चंदिनीला खरं तर कालच तिचा राजीनामा पंतप्रधानांकडे पाठवयाचा होता, पण गंगासागरनी तिला तसं करण्यापासून अडवलं होतं.

''तुम्हीच तर राजीनामा द्यायला सांगितलंत. मग आता तुम्ही मला का अडवताय?'' चंदिनीनं त्यांना विचारलं होतं.

''कारण तू जेव्हा राजीनामा पत्र सादर करशील तेव्हा ते दृश्य मला टेलिव्हिजनच्या कॅमेऱ्यांनी टिपायला हवं आहे,'' गंगासागर त्यावर म्हणाले होते.

* * *

''सेंटियॉसच्या समभागाची खरेदी सुरू आहे ना?'' गंगासागरनी विचारलं.

''आता कंपनीची पंचवीस टक्के मालकी आपल्याकडे आहे,'' अग्रवालजींनी माहिती दिली.

''वा... छान,'' गंगासागर म्हणाले.

''आपण सेंटियॉसचे समभाग का खरेदी करतोय, हे मला अजूनही समजलेलं नाही,'' अग्रवालजी म्हणाले, ''गेली तीन वर्षं कंपनी तोट्यात आहे. आर ॲन्ड एस कंपनीकडून आपल्याला खूप कमिशन मिळतंय आणि इतकी चांगली मिळकत आपण चुकीच्या ठिकाणी गुंतवतोय का?''

''त्यांच्या वार्षिक अहवालाचं मुखपृष्ठ मला खूप आवडलंय,'' गंगासागर

जोरजोरात हसत म्हणाले.

* * *

"रशियाकडून परमाणू स्फोटकांसाठी लागणारे पदार्थ बनवायला वापरलेल्या मथित्रांची (सेन्ट्रिफ्यूज) रचना मिळवण्यासाठी तू चंदिनीला राजी केलंस का?" गंगासागरनी गुप्तचर विभागाच्या संचालकाला विचारलं.

संचालकानी मान डोलावली.

"आणि युरोनिकोच्या योजनेशी ते मिळतेजुळते दिसतील अशा तऱ्हेनं त्यात फेरफारही केलेत ना?"

"हो अगदी सुंदर व कलात्मक."

"मग तुम्ही ते उत्तर कोरीयन सरकारला विकण्यासाठी रॉच्या प्रमुखाकडे सुपूर्द केलेत?" पंडितजींनी विचारलं.

"ते तर विकत घेण्यासाठी अक्षरशः तुटून पडले," संचालक म्हणाला. "त्यांनी ते पाकिस्तानातील काळ्या बाजारातून मिळवलेत असा त्यांचा समज झालाय."

"त्या बदल्यात मिळालेले पैसे?"

"तुम्ही लिटनस्टाईन बँकेचा जो खाते क्रमांक दिला होता, त्यात ती रक्कम जमा करण्यात आली आहे."

"खरंच तू भला माणूस आहेस. मी तुला पोलीस आयुक्त पदावरून बढती देत गुप्तचर विभागाचा संचालक बनवलं. आज तू त्या उपकराची परतफेड केलीस."

* * *

सिमल्यामधील साध्वीच्या बंगल्यामागच्या अंगणात कमालीची शांतता होती. पवित्र आई, साध्वी एका धगधगत्या अग्निकुंडासमोर बसली होती. तिच्यासमोर तीन माजी पंतप्रधान होते. पहिले, तिचेच वडील होते. गंगासागरनी पत्रकारांकरवी त्यांच्या व साध्वीच्या नात्याचा गौप्यस्फोट करवून त्यांना आपल्या पदाचा राजीनामा द्यायला भाग पाडलं होतं. दुसरे, माजी संरक्षणमंत्री होते. गंगासागरजींच्या सल्ल्यानुसार ते हेलिकॉप्टरमधून दोरखंडाच्या शिडीवरून खाली उतरले होते. त्यामुळेच ते पंतप्रधानपदाची खुर्ची बळकावू शकले होते; पण थोड्या कालावधीत दूरसंचार, चारा, विशेष आर्थिक क्षेत्र आणि खनिज तेल घोटाळा उघड झाल्यानं त्यांचं सरकार कोसळलं होतं. तिसरे म्हणजे सध्याचे पंतप्रधान व माजी गृहमंत्री होते. त्यांचं गृहमंत्रीपद नंतर इक्रमला देण्यात आलं होतं. पण मत मिळवण्यासाठी त्यांनी खासदारांना पैसे दिल्याचा आरोप सिद्ध झाल्यामुळे त्यांनाही पंतप्रधानपदावरून पायउतार व्हावं लागलं. पुढच्या निवडणुका होईपर्यंत ते काळजीवाहू पंतप्रधान

म्हणून काम करणार होते.

त्या तीनही व्यक्तींसमोर काळं कापड घातलेला एक मेलेला बोकड ठेवला होता. एक पिठाची बाहुली बनवून ती बोकडाच्या वर उभी केली होती. त्याभोवती लिंबं, नखं, पिवळा भात आणि कोंबडीची हाडं अशा काही विचित्र दिसणाऱ्या गोष्टी ठेवल्या होत्या. 'ओम् लिंगलिंगानिलिंग किकिकिली...' असा मंत्र पुटपुटत साध्वी अग्नीकुंडात मोहरी व इतर काही घटकद्रव्यं अर्पण करत होती. त्यामुळे कुंडातून विचित्र रंगाच्या ज्वाळा, तडतडणारे आवाज आणि वेगवेगळ्या प्रकारचे वास पसरू लागले.

आपल्या वडिलांकडे पाहून तिनं मानेनंच इशारा केला. त्यांनी पक्ष्याचं एक पीस बोकडाचं रक्त ठेवलेल्या वाटीत बुडवलं आणि कागदाच्या चिटोऱ्यावर काळजीपूर्वक 'गंगासागर' ही अक्षरं लिहून तो चिटोरा साध्वीच्या हातात दिला. तिनं तो कागद वितळलेल्या लोण्यात बुडवून अग्निकुंडात टाकला. दुसऱ्याच क्षणी तो जळून खाक झाला.

तिनं पिठाच्या बाहुलीवर पाणी शिंपडून एक मोरपीस ठेवलं आणि त्या प्रतिमेच्या गळ्यात एक छोटा दोरा नाजूकपणे बांधला. माजी संरक्षण मंत्र्यांना डोळ्यानंच खूण करून दोराचं एक टोक त्यांच्या हातात पकडायला सांगितलं. आणि त्याच वेळी दुसरं टोक स्वत:च्या हातात धरलं. दोघांनीही तो दोर हळूहळू ओढायला सुरुवात करताच बाहुलीच्या मानेभोवती दोरी घट्ट आवळली गेली व तिचं मुंडक तुटून अग्निकुंडात पडलं.

तिनं नंतर काळजीवाहू पंतप्रधानांना इशारा केला. साध्वीनं 'ओम् लिंगलिंगानिलिंग किलिकिली..' असा मंत्र एकदा म्हटल्यावर काळजीवाहू पंतप्रधान बाजूला पडलेल्या ढिगाऱ्यातून एक नख उचलून बाहुलीच्या मुंडक्याविना धडात टाकायचे. साध्वी जोरजोरात हसू लागली आणि तिन्ही पुरुषांच्या चेहऱ्यावर समाधानाचं हसू झळकलं. काळ्या जादूचा शाप पूर्ण झाला होता. कारस्थानी गंगासागरना आता कायमचा लक्षात राहील असा धडा शिकवला जाणार होता.

* * *

साध्वीच्या बंगल्यातील एकांतात बैठक सुरू होती. ज्या माणसाचं आपण चारित्र्यहनन केलं, त्याच व्यक्तीबरोबर आपण बसलोय, यावर पत्रकाराचा विश्वास बसत नव्हता. साध्वीमुळे बदनाम झालेल्या माजी पंतप्रधानांनी त्याच्यासमोर चहाचा पेला ठेवला आणि ते स्वत:च्या आरामखुर्चीत बसले. "माझा तुझ्यावर जराही राग नाही, हे सांगण्यासाठी मी तुला इथे खास बोलावलंय. तू तुझं काम करत होतास. भारतात लोकशाही बहरण्यासाठी, देशातील पत्रकार स्वतंत्र व निर्भीड असायला

हवेत,'' मुरलेल्या राजकारण्याने पत्रकाराला सांगितलं. पत्रकारानं हळूच खांदे उडवले. पण तो चटकन पुन्हा शांत बसला.

''साध्वी – पवित्र माता – ही माझी अनौरस कन्या आहे, ह्याचा शोध घेण्याची जबाबदारी तुझ्यावर सोपवण्याआधी तू चंदिनीच्या पूर्वायुष्याचा तपास करत होतास, असं माझ्या कानावर आलं होतं,'' माजी पंतप्रधान हसत पत्रकाराला म्हणाले.

''समजा तसं असेल तर?'' पत्रकारानं त्यांच्या प्रश्नात आपल्याला फारसा रस नसल्याचं दाखवण्याचा आटोकाट प्रयत्न केला असला तरी ते पुढे काय बोलणार, हे ऐकण्यासाठी त्याचे कान टवकारले गेले होते.

''तुला एक नवीन गोष्ट सांगतो. लेक राज्यातील ग्रॅसमीर शहरात राहणाऱ्या एका मायलेकांच्या राहण्याच्या व शिक्षणाच्या खर्चासाठी गंगासागरनी चॅनल आयलंडमधील गन्झी गावात एक न्यासनिधी उभारलाय.''

''मग त्यात काय झालं? तो म्हातारा काही ब्रह्मचारी नव्हे. तुमच्याप्रमाणे त्यांनी एखाद्या बाईला फसवलं असेल, तर ती खळबळजनक बातमी होऊ शकेल,'' माजी पंतप्रधानांकडे डोळे मिचकावत पत्रकार म्हणाला.

''मित्रा, मी सांगतोय ती गोष्ट अजून तुझ्या नीट ध्यानात आलेली नाही. त्या मायलेकांशी गंगासागरांचा काहीच संबंध नाही. आज लोकप्रियतेच्या शिखरावर असलेल्या आणि उद्या पंतप्रधान पदावर दावा सांगणाऱ्या चंदिनीचा तो मुलगा आहे.''

''तुम्हांला ही हकीगत कशी समजली?'' पत्रकारानं विचारलं. तो हे जाणून होता की जर हाच प्रश्न त्याला इतर कोणी विचारला असता तर त्यानं त्या बातमीचा मूळ स्रोत सांगायला साफ नकार दिला असता.

''माजी अर्थमंत्र्यांनी ही माहिती गन्झीच्या आर्थिक सेवा आयोगाच्या संचालकाकडून मिळवली. त्या दोघांची जुनी ओळख आहे,'' माजी पंतप्रधान म्हणाले.

''मला माहीतगार गोटाकडून असं समजलं होतं की चंदिनीनं एका अनौरस बाळाला जन्म दिला होता, पण ते मृतजात होतं,'' पत्रकार सावधपणे म्हणाला. ''आधी तिनं गर्भपात करण्याचाही प्रयत्न केला, पण नंतर तिनं निर्णय बदलला.''

''तुला मिळालेली माहिती चुकीची आहे,'' माजी पंतप्रधान त्याच्याकडे पाहून हसले.

''मला त्याची सत्यता तपासून पाहावी लागेल.''

''म्हणूनच मी तुझ्यासाठी विमानाच्या तिकिटाची व परदेशी चलनाची व्यवस्था केली आहे. तू लवकरात लवकर तिथे कधी पोहोचू शकशील, ते मला सांग.''

* * *

"लखनौच्या टुंडे कबाबजवळ हमीदा नावाची तृतीयपंथी राहते. मला तिची भेट घ्यायचीय," काळजीवाहू पंतप्रधान म्हणाले. लोकसभेत झालेल्या अपूर्व गोंधळामुळे देशात फेरनिवडणुका घ्यायचं जाहीर करण्यात आलं आणि राष्ट्रपती राजवट लागू करण्यात आली. त्यांचं सरकार अयशस्वी ठरलं होतं.

"साहेब मला ठाऊक नव्हतं, आपल्या घरात पाळणा हललाय. मी लगेचच..." त्यांचा स्वीय सचिव म्हणाला.

"काय बोलतोयंस तू? मला नवजात अर्भकासाठी आशीर्वाद नको आहेत. मला फक्त त्या हमीदाशी काम आहे. समजलं?"

* * *

काळजीवाहू पंतप्रधानांना भेटायला जाताना उंची पोशाख करून जायला, हमीदाला सांगण्यात आलं. तृतीयपंथीसारख्या दिसणाऱ्याला पंतप्रधानांच्या बंगल्यात प्रवेश मिळाला नसता. सुरक्षारक्षकांनी तिला नक्कीच अडवलं असतं. पंतप्रधानांच्या स्वीय सचिवानं तिच्यासाठी उत्तम केशकर्तनाची व उंची सूटची व्यवस्था केली. ""हे कपडे मी कायमचे माझ्याकडे ठेवून घेतले तर चालेल?" हमीदानं विचारलं.

स्वीय सचिवानं मान डोलावत तिला होकार दिला. नाहीतरी तिनं वापरलेले कपडे घालायला, नंतर कोण तयार झालं असतं? सुरक्षा दालनाकडून तिला आत जाण्यासाठी अतिथी प्रवेशिका देण्यात आली. काळ्या रिबिनीत गोवलेली ती प्रवेशपत्रिका तिला गळ्यात घालायला सांगण्यात आली. "पुढच्या साठ मिनिटाकरता हा पास तुला उपयोगी पडेल. परत जाताना तू तो सुरक्षारक्षकाच्या हवाली कर," स्वीय सचिवानं तिला सूचना दिल्या.

दोघेही पंतप्रधानांच्या कार्यालयात पोहोचताच, त्यांनी धूर्तपणे तिला विचारलं,

"जर मी तुला गंगासागरवर सूड उगवायची संधी दिली, तर तू काय करशील?"

"माझ्या मनात तर सकाळी उठल्यापासून झोपेपर्यंत त्यांना ठार मारायचेच विचार येत असतात. स्वप्नात मी अनेकदा त्यांचा खून केलाय. त्यांनी केवळ माझं लिंगविच्छेदनच केलं नाही, माझं आयुष्यच छिन्नविच्छिन्न केलंय," हमीदा त्वेषानं म्हणाली.

"त्यांना आयुष्यातून उठवण्याचा मी एक सोपा मार्ग तुला सांगतो. विमान अपहरणाच्या वेळी झालेल्या चकमकीत गंगासागरनी इक्रमला गोळ्या झाडण्याच्या सूचना दिल्या होत्या, ही गोष्ट फक्त चंदिनीला गुपचूप सांगायची."

"पण हे खरं नाही. इक्रमला रशीदने मारलं."

"चंदिनी तुझ्या बोलण्यावर विश्वास ठेवेल. तिला वाचवण्यासाठी तू तुझं

पुरुषत्व गमावलंयस.''

हमीदाबरोबरची बैठक वीस मिनिटात संपली. बाहेर पडत असताना, हमीदाचा तोल गेला आणि ती बिचाऱ्या दुर्दैवी स्वीय सचिवाच्या बाहुपाशात पडली. ''मला वाटतं, आपलं एकमेकांशी जन्मोजन्मीचं नातं आहे,'' ती मादकपणे सचिवाच्या कानात कुजबुजली. त्याचा घाबरून थरकाप उडाला.

बाहेर पडताना हमीदानं आपली प्रवेशपत्रिका बाहेरच्या खोक्यात फेकून दिली. तिला आता त्याची काही गरज नव्हती. स्वीय सचिवाचा पास तिनं हातोहात चोरला होता. सचलादेवीकडे शिक्षण घेतल्याचा तिला फायदा झाला होता.

* * *

माजी अर्थमंत्री आरामखुर्चीत बसले होते. त्यांच्यासमोर रुंगठा-सोमाणींची जोडगोळी होती. ''तुमचा धंदा पुन्हा तेजीत येण्यासाठी तुम्ही मला बाजूला केलंत. काही हरकत नाही. मी ते समजू शकतो. व्यवहारात सर्वच माफ असतं. पण मला एक समजत नाही की अग्रवालजींना दहा टक्के कमिशन द्यायला, तुम्ही कसे तयार झालात?'' त्यांनी विचारलं.

''आम्ही जास्ती पैसे देतोय, हे आम्हांलाही मान्य आहे,'' रुंगठा म्हणाले. ''पण आता आम्ही अडकलोय. आम्ही आता शब्द फिरवू शकत नाही.''

''एक मार्ग आहे,'' धूर्त राजकारणी शांतपणे म्हणाले, ''गंगासागर आणि चंदिनी, यांच्यात तेढ निर्माण करा. तिला आता राष्ट्रीय प्रतिमा लाभली आहे. ती सहज पुढची पंतप्रधान होऊ शकते. गंगासागरबद्दल तिच्या मनात द्वेष तयार होऊ दे, मग गंगासागरनी केलेले सारे करार ती हसत मोडायला तयार होईल.''

''पण अशी तेढ कशी निर्माण करायची?'' सोमाणींनं विचारलं.

''लोक बोलतात, ते जर खरं असेल तर तिचं शंकर नावाच्या तिच्या सचिवावर गाढ प्रेम होतं. गंगासागरना ती गोष्ट मुळीच पसंत नव्हती. त्यांनी शंकरला एका ट्रकखाली चिरडून मारलं.''

''ही गोष्ट कशी सिद्ध करता येईल?''

''तुम्ही सांगितल्यावर ते तिला नक्कीच पटेल, कारण शंकरमध्ये तिचा जीव अडकला होता. तुमचं काम फक्त सांगण्याचं आहे. ती गोष्ट खोटी आहे, हे सिद्ध करण्याची जबाबदारी गंगासागरवर असेल.''

* * *

काळजीवाहू पंतप्रधानांनी आपल्या सचिवाला फोन लावला. ''ही निवडणूक फार वेगळी ठरणार आहे,'' चहाचा घोट घेत ते म्हणाले.

''कशी काय साहेब?'' अनेक वर्षं इमानदारीनं त्यांना साथ देणाऱ्या सचिवानं

विचारलं.

“आता इक्रम या जगात उरला नाही. आता उत्तरप्रदेशमध्ये त्याच्यासारखी कृष्णकृत्यं करायला कोण तयार होईल? पूर्वी इक्रमचे गुंड सगळी मतदान केंद्र ताब्यात घ्यायचे आणि स्वत:च मतपत्रिका भरायचे. गंगासागरनी आपला सोन्यासारखा माणूस गमावला.”

“म्हणजे आता आपल्याला ती संधी आहे?” स्वीय सचिवानं हसत विचारलं.

* * *

“आता सेंटिऑसिसचे किती समभाग आल्याकडे आहेत?” गंगासागरनी विचारलं.

“एक्कावन्न टक्के,” नाराजीनं मान हलवत अग्रवालजी म्हणाले. आजपर्यंत त्यांनी इतकी खराब गुंतवणूक कधी केली नव्हती.

“उत्तम,” गंगासागर म्हणाले, “आता व्यवस्थापनामध्ये आपण पुढाकार घेऊन आपल्याला हवे तसे निर्णय घेऊ शकतो.”

“गंगा, तुला समजावून घेणं मला अनेकदा अवघड जातं. तू फार हट्टीपटानं वागतोस. ही कंपनी तुला इतकी का महत्त्वाची वाटते, ते मला जरा सांगशील?”

“कंपनीचा सीईओ फक्त चोवीस वर्षांचा आहे, मी तरुणांना नेहमीच उत्तेजन देतो,” गालातल्यागालात हसत गंगासागर म्हणाले.

* * *

गंगासागर कालचे जुने पेपर चाळत होते. हातातील वर्तमानपत्राची नीट घडी करून, जमिनीवर साठवलेल्या गठ्ठ्यांमध्ये तो पेपर त्यांनी ठेवून दिला. कानपूरच्या त्यांच्या छोट्या घरात, गंगासागर, चंदिनी, अग्रवालजी, मेनन आणि मेजर बेदी यांची येत्या निवडणुकीत पक्षाचं धोरण ठरवण्यासंबंधीची बैठक सुरू होती.

“तुम्ही या अडगळीच्या घरातून केव्हा बाहेर पडणार आहात?” केंद्रीय सरकारमध्ये सामील झाल्यावर काही महिन्यांपूर्वी चंदिनीनं त्यांना विचारलं होतं. “आज तुम्हांला देशातील सर्वांत प्रभावी नेता समजलं जातं आणि तरीसुद्धा तुम्ही असं दरिद्री जीवनच जगत राहताय.”

“मी शिकवलेला धडा कधी विसरू नकोस. अगं मुली, त्यागातच सर्वांत जास्त शक्ती सामावलेली आहे,” त्या वेळी त्यांनी म्हटलं होतं.

“गंगाकाका, आज मेजर बेदींबरोबर आपण पक्षाचं धोरण आखण्यासाठी इथे जमलोय ना? येणाऱ्या लोकसभेच्या निवडणुकीसाठी अजून आपल्या पक्षाच्या उमेदवारांची यादीही तयार झालेली नाही आणि तुम्ही आपले शांतपणे वर्तमानपत्रं काय वाचत बसलाय?” चंदिनीनं चिडून विचारलं.

“निवडणुकीचं धोरण ठरवायला, तुम्ही चौघं आहात की! मी आपलं देशात

काय घडतंय, त्यावर लक्ष केंद्रित करतो,'' गंगासागर म्हणाले.

''पण पूर्वी तुम्ही कधी इकॉनॉमिक टाइम्स आणि फिनान्शल टाइम्स वाचत नव्हता. हल्ली तुमचं जास्त लक्ष राजकारणापेक्षा अर्थकारणाकडे का असतं?'' चंदिनीनं विचारलं.

''दोन्ही शेवटी एकच आहे. राजकीय सत्ता आर्थिक नाड्या आपल्या हातात ठेवायचा प्रयत्न करते आणि आर्थिक सत्ता राजकीय नेत्यांवर नियंत्रण ठेवू पाहते,'' ते मजेत म्हणाले आणि त्यांनी सेंटिऑसिस कंपनीचा आर्थिक अहवाल वाचायला सुरुवात केली.

''जरा इकडे लक्ष द्या. या वेळी उत्तरप्रदेशमध्ये आपण पंच्याऐंशी असे उमेदवार निवडणार आहोत की ज्यामध्ये ज्येष्ठ पदाधिकारी आणि नवोदित कार्यकर्ते, अशा दोघांचाही मिलाफ असेल,'' मेजर बेदींनी बोलायला सुरुवात केली.

वर्तमानपत्र वाचता वाचता गंगासागरनी वर पाहिलं, ''गेल्या निवडणुकीत आपल्या मतांची टक्केवारी किती होती?''

''तीस टक्के,'' मेजर बेदी म्हणाले.

''आणि तरीही आपण शहात्तर टक्के जागांवर विजय मिळवला. यावरून तुमच्या काय लक्षात येतं?'' गंगासागरनी विचारलं.

''आपल्या मतांची टक्केवारी जास्त होती, म्हणून आपण जिंकलो नाही तर बाकीच्या उमेदवारांची मतं व्यवस्थितपणे विभागली गेली म्हणून आपण निवडून आलो,'' आपली पगडी नीट करत मेजर बेदी म्हणाले.

''म्हणून आपल्या मतांची टक्केवारी वाढवतील असे प्रभावशाली उमेदवार निवडू नका. मतांची टक्केवारी ही निरर्थक असते. त्यापेक्षा इतर पक्षाच्या उमेदवारांमध्ये फूट आणि बेबनाव कसा निर्माण करता येईल, यावर अधिक लक्ष द्या,'' गंगासागर म्हणाले.

''आणि आम्ही ते कसं करावं, असं तुमचं म्हणणं आहे?'' चंदिनीनं विचारलं.

''त्याच्यावरच माझं काम सुरू आहे,'' गंगासागर अर्धवट पुटपुटले, पण त्यांचं सारं लक्ष वर्तमानपत्रातील सेंटिऑसिसच्या बातमीवर केंद्रित झालं होतं.

* * *

''या वेळी आपल्याला इक्रमभाईंची उणीव जाणवणार आहे. विरोधी पक्षांनी जर मतदान केंद्रं ताब्यात घेतली तर त्यांच्याशी राडा करायला, आपल्यापाशी कोणीच नाही,'' सर्व जण निघून गेल्यावर मेनन गंगासागरना म्हणाला.

''एखादं साधं सँडविच चवदार का लागतं, तुला ठाऊक आहे?'' मेनननं इक्रमच्या अनुपस्थितीच्या केलेल्या उल्लेखाकडे दुर्लक्ष करत गंगासागरनी विचारलं.

"का?" मेननन विचारलं.

"सँडविचच्या बाजूला असलेल्या चिप्समुळे, म्हणजेच वेफर्समुळे," गंगासागर म्हणाले.

* * *

"इव्हीएम!"गंगासागर जोरात ओरडले.

"म्हणजे?" मेनन म्हणाला.

"इलेक्ट्रॉनिक व्होटिंग मशीन्स. इव्हीएम. या निवडणुकीत ही यंत्रं वापरली जाणार आहेत. यापुढे छापील मतदान पत्रिका असणार नाहीत."

"हो. मीही ऐकलं. ही मशिन्स अधिक सक्षम आणि अचूक आहेत," मेनन म्हणाला.

"मेनन, या इव्हीएमच्या आत काय असतं, तुला ठाऊक आहे?"

"काय?"

"चिप्स," गंगासागर म्हणाले. "हे इव्हीएम सँडविचसारखं आहे. चिप्स नसतील तर त्याचा काहीच उपयोग होणार नाही!"

* * *

"इव्हीएममधील चिप्स ह्या गुंतागुंतीच्या अल्गोरिदममुळे काम करू शकतात, हे तुम्हांला माहीत आहे?" गंगासागरनी विचारलं.

"अल्गोरिदम?"

"संगणकाला एखादं कार्य करायला द्यायचं असल्यास त्यानं ते काम कोणत्या क्रमाने करावं, ज्यामुळे हवं ते उत्तर तो योग्य आणि अचूक देईल, याची यादी म्हणजे अल्गोरिदम."

"बरं, पण मला तू हे का समजावून सांगतोयस?" अग्रवालजींनी विचारलं.

"सांगतो. वेगवेगळ्या कंपन्या जरी इव्हीएम बनवत असल्या तरी सगळ्या कंपन्या त्यामध्ये एकच मध्यवर्ती चिप वापरतात. त्या चीपमधील सॉफ्टवेअरमुळे यंत्रात मतदानाची नोंद होते आणि मतांची मोजणीही केली जाते."

"बरं ठीक आहे," बशीतून चहाचा भुरका मारत अग्रवालजी म्हणाले.

"साहेब, तुम्ही लॅटिन शिकला होता?"

"नाही. मी इंग्रजी, हिंदी आणि संस्कृत भाषा शिकलोय, पण लॅटिन नाही."

"तरीच."

"म्हणजे?"

"म्हणून तर तुमच्या लक्षात आलं नाही की मत किंवा व्होट या शब्दाला लॅटिनमध्ये सेंटिओ असं म्हणतात. आता जी कंपनी या चिप्स बनवते, त्या

कंपनीचं नाव आहे - सेंटिऑसिस.''

* * *

''पण गंगा, ही तर सरळसरळ फसवणूक आहे. आपल्या पक्षाला जास्त मतं मिळावीत म्हणून आपण त्या इव्हीएमचा लबाडीनं वापर करू शकत नाही,'' अग्रवालजी काहीसे वैतागून म्हणाले.

''तुमचं म्हणणं मला मान्य आहे. स्वत:ला जास्त मतं मिळवण्यासाठी जर आपण त्या यंत्राचा दुरुपयोग केला, तर ती नक्कीच फसवणूक ठरेल; पण इतरांना जास्त मतं मिळावी म्हणून त्या यंत्राचा वापर केला तर?'' त्यांनी साळसूदपणे विचारलं.

''तुला वेड तर नाही ना लागलं?'' अग्रवालजींनी विचारलं, ''दुसऱ्या पक्षाच्या उमेदवारांना जास्त मतं मिळावीत म्हणून तू इव्हीएमचा वापर करून घेणार आहेस?''

''फक्त ज्यांना मतांची गरज असेल, त्यांच्याचसाठी,'' गंगासागर म्हणाले.

* * *

''गंगा, तुझ्या डोक्यात नक्की कसली चक्रं फिरतायत?'' अग्रवालजींनी निराश होऊन विचारलं.

''चला आपण एक काल्पनिक उदाहरण घेऊ. आपल्या अभानस पक्षाचा एक कोणीही उमेदवार एका मतदारसंघातून निवडणूक लढवतोय. जर त्याला एक्कावन्न टक्के मतं मिळाली तर तो अर्थातच विजयी होणार, बरोबर?''

''बरोबर.''

''पण जर त्याला एक्कावन्न टक्के मतं न मिळता फक्त पन्नास टक्केच मतं मिळाली... तर तो जिंकणार किंवा हरणार, हे कशावरून ठरेल?''

''उरलेली पन्नास टक्के मतं कशी विभागली गेली आहेत, यावरून!''

''बरोबर. जर उरलेली सगळी पन्नास टक्के मतं ही दुसऱ्या एकाच उमेदवाराला मिळाली तर लढत बरोबरीत सुटेल; पण तीच पन्नास टक्के मतं समजा दोन किंवा अधिक उमेदवारांमध्ये विभागली गेली तर आपलाच उमेदवार जिंकेल. आता जर आपल्या उमेदवाराला फक्त चाळीस टक्के मतं मिळाली, तर काय होईल?''

''उरलेली साठ टक्के मतं कशी विभागली जातायत, यावर त्याचं जिंकणं किंवा हरणं अवलंबून असेल.''

''होय. ती साठ टक्के मतं एकाच उमेदवाराच्या पारड्यात पडली तर आपला उमेदवार पराभूत होईल. जर उरलेल्या साठ टक्के मतांपैकी एका प्रतिस्पर्धी उमेदवाराला पन्नास टक्के व दुसऱ्याला दहा टक्के मतं मिळाली तरी अभानस पक्षाचा उमेदवार हरेल. पण तीच साठ टक्के मतं जर दोघांमध्ये तीस-तीस टक्के

अशी विभागली गेली, तर मात्र आपला माणूस विजयी ठरेल."

"मग तू नक्की काय करायचं ठरवलंयस?"

"हे बघा, आपल्या उमेदवाराला किती टक्के मतं मिळाली आहेत, याचा हिशेब अल्गोरिदम झटपट करेल. तो आपल्या उमेदवाराला एकही खोटं मत वाढवून देणार नाही, फक्त उरलेल्या मतांचं तो पुनर्वाटप करेल. मी कायम म्हणत आलोय की केवळ आपल्या पक्षाची ताकद वाढवून निवडणुका जिंकता येत नाहीत. त्यासाठी इतर पक्षांची ताकद कशी कमी करता येईल, याकडेही लक्ष द्यावं लागतं. दुसरी गोष्ट म्हणजे प्रत्येक पक्ष अशा प्रकारच्या हिकमती लढवू पाहतोय, असं नाही. सर्व पक्ष मिळून आपल्याला कोंडीत पकडू पाहत आहेत आणि आपला पराभव करण्यासाठी त्यांची कितीही खालच्या थराला जायची तयारी आहे."

* * *

हॅरी रिचर्डसन थरारून गेला होता. इटन महाविद्यालयातील प्रेक्षागृह विद्यार्थी, शिक्षक व पालकांनी तुडुंब भरून गेलं होतं. हॅरी एकट्यानं प्रथमच व्हायोलिन वादन करणारा होता व इटन महाविद्यालयाचा वाद्यवृंद त्याला साथ देणार होता. प्रसिद्ध व्हायोलिनपटू इट्झाक प्रोमननं नुकतीच इटन महाविद्यालयाला भेट दिली होती व हॅरीचं व्हायोलिन वादन ऐकून प्रभावित झालेल्या इट्झाकने आपल्या अभिप्रायात लिहिलं होतं – 'आपण हॅरी रिचर्डसनपासून सुरुवात करू या. सर्वगामी सांगितिक बुद्धिमत्ता आणि अप्रतिम कौशल्य आत्मसात केलेला हा असामान्य व्हायोलिन वादक कुठल्याही बारीकसारीक गोष्टींकडे दुर्लक्ष करत नाही. असं वाटतं की इतरांना जे प्रश्नच पडत नाहीत, त्यांचीही उत्तरं हॅरीकडे तयार असतात.'

आज रात्री झालेल्या कार्यक्रमात हॅरीनं बाखच्या प्रायोगिक संगीतातील सुप्रसिद्ध अशा पॅट्रिया क्र. २ च्या डी मायनरमधील चाकोन संगीतरचना सादर केली. बाखच्या काळातील ही सर्वोत्तम कलाकृती समजली जाते, याचं कारण असं की ती व्हायोलीन वादनाच्या सर्व अंगांना स्पर्श करते. हॅरीने हीच अवघड रचना निवडली व बिनचूक सादर केली. इतर प्रेक्षकांच्या बरोबर त्याच्या आईनंही टाळ्या वाजवत हॅरीचं कौतुक केलं. कार्यक्रम संपल्यावर सर्व प्रेक्षकांनी उभं राहून त्याला मानवंदना दिली. हॅरीच्या आईला, आपल्या मुलाचा सार्थ अभिमान वाटला.

प्रोमेननं केलेल्या खास शिफारशीमुळे कार्यक्रमाला पत्रकारही उपस्थित होते, केवळ ब्रिटनमधीलच नव्हे, तर इतर देशातील वार्ताहरांनीही कार्यक्रमाला हजेरी

लावली. या असामान्य बालकलाकाराची अनेक छायाचित्रं टिपली गेली. हॅरीचं व्हायोलिन वादन ऐकण्यासाठी भारतीय पत्रकार व छायाचित्रकार आवर्जून उपस्थित होते.

* * *

"तुम्ही जॉफ्रीला मारलंत!" रागानं थरथरत ती म्हणाली.

"चंदिनी... माझं ऐकशील का जरा..." गंगासागर तिला समजावू लागले.

"शंकरचाही तुम्हीच खून केलात," ती आणखीनच चिडून म्हणाली.

"त्यामागे काही कारणं होती..." ते सांगू लागले.

"आणि इक्रमभाईच्या बाबतीत काय घडलं? तुम्ही त्यांनाही ठार मारलंत ना?"

"नाही. त्या घटनेला परमेश्वर साक्षी आहे. त्या बदमाश माणसावर मी मनापासून प्रेम केलं. मी तुझे सगळे आरोप मान्य करेन, पण हा नाही!" गंगासागर गरजले.

"गंगा काका, तुम्ही एक निष्ठूर गाणूरा आहात, हे मी पहिल्यापासून जाणून होते... तुमचं इप्सित साध्य करण्यासाठी, कोणत्याही टोकाला जायची तुमची तयारी असते. पण तुम्ही उलट्या काळजाचे माणूस आहात, याची मात्र मला कधीच कल्पना नव्हती. भ्रमनिरास केलात तुम्ही माझा," बोलता बोलता तिला हुंदका दाटून आला. अश्रू टिपण्यासाठी तिनं डोळ्याला पदर लावला.

"निवडणुकीचे निकाल जाहीर झाले आहेत. पुढची पंतप्रधान तू होणार, ही आता काळ्या दगडावरची रेघ आहे. चंदिनी, अशा वेळी लक्ष विचलित होऊन चालणार नाही. आपल्याला अजून खूप दूरचा प्रवास करायचाय."

"आता 'आपण' हा शब्द वापरू नका. फक्त 'तुम्ही' आणि 'मी' आपल्या दोघांच्या वाटा यापुढे वेगळ्या असतील. तुम्हांला सोडलं तरी काळजीवाहू पंतप्रधानांची साथ मला मिळणार आहे. तेही तुमचा तिरस्कार करतात. बिहार आणि उत्तरप्रदेश तर माझ्याबरोबर आहेतच, पण त्याशिवाय बहुमतासाठी लागणारे पुरेसे खासदार त्यांच्या गटात आहेत."

"आज तो तुला पाठिंबा देतोय, पण उद्या तोच तुला खाली खेचेल. चंदिनी, सैतानाशी कधीही हात मिळवू नकोस!" गंगासागर म्हणाले.

"का नको?" तिचे डोळे रागानं लाल झाले होते, "तुमच्याशीही हात मिळवला होता ना मी? आता आणखी एका सैतानाशी मिळवीन."

चंदिनीनं उच्चारलेले शब्द काही किलोमीटर दूर असलेल्या काळजीवाहू पंतप्रधानांना त्यांच्या खोलीत ठेवलेल्या (बिनतारी संदेश) प्रेषकयंत्रातून स्पष्ट ऐकू आले. ते

स्वत:शीच हसले.

रागाच्या भरात चंदिनी गंगासागरजींच्या घरातून वेगानं बाहेर पडली.

गंगासागरनी तिला जोरात हाका मारत, थांबवण्याचा प्रयत्न केला. ‘‘चंदिनी, मागे फिर. मी हे सारं फक्त तुझ्यासाठी करत...’’ ते वाक्य पुरं करू शकले नाहीत. त्यांना अचानक खोकल्याची मोठी उबळ आली. त्याकडे दुर्लक्ष करत त्यांनी पुन्हा बोलायचा प्रयत्न केला, पण तेवढ्यात तोंडावर धरलेल्या हातरुमालावर पडलेल्या लाल डागांकडे त्यांचं लक्ष गेलं.

१९

अंदाजे 2300 वर्षांपूर्वी

धनानंदाचा लवाजमा जंगलातून चालला होता आणि दूर खडकांवर लपून उभी असलेली दरोडेखोरांची टोळी त्यांच्यावर बारीक नजर ठेवून होती. त्या डाकूंचा सरदार असलेल्या बिभत्सकानं आजपर्यंत हजारो लोकांची निर्घृण कत्तल केली होती. त्याचे केस राठ व पिंजारलेले होते आणि आकडेबाज मिश्या गोल वळून गालाला चिकटल्या होत्या. धुळीनं माखलेलं पांढरं धोतर, पायात चामड्याच्या वहाणा आणि अंगाभोवती गुंडाळलेलं कांबळं, असा त्याचा पेहराव होता. अनेक वर्षं नियमितपणे स्नान न केल्यामुळे त्याचं अंगही चामड्यासारखंच काळं व कडक बनलं होतं. कायम तंबाखू व सुपारी खाल्ल्यामुळे त्याच्या दातांवर डाग पडले होते.

आपल्या सावजाकडे निरखून पाहत असताना तो मध्येच पचकन थुंकला. त्याच्या कपाळावर मध्यभागी लाल उभा टिळा होता. बेसुमार मद्यप्राशन केल्यामुळे त्याचे डोळे कपाळावरील टिळ्याप्रमाणेच लालबुंद दिसत होते. तो कुंकुमतिलक नव्हता. त्यानं नुकताच ज्याचा बळी घेतला होता, त्याच्याच रक्ताचा तो टिळा होता. बिभत्सकाच्या एका हातात, त्याच्यासाठी कायम यशस्वी ठरलेली, एक छोटी वक्र तलवार होती. तिनं न जाणो आजपावेतो किती जणांचे गळे चिरले असतील! त्याच्या दुसऱ्या हातात मात्र त्याला आदल्याच दिवशी भेट मिळालेली जाडजूड समशेर होती. बिभत्सकला तिची किंमत पुरेपूर ठाऊक होती. त्यानं घेतलेल्या प्रत्येक बळीकडून त्याला भरपूर लूट तर मिळतच असे, पण नंतर बिभित्सक तो बळी कालीदेवतेला अर्पण करत असे. त्यानंच नदीकाठी देवीचं मंदिर बांधलं होतं आणि दररोज नव्या बळीचं रक्त तो देवीला वाहत असे. त्या देवळाच्या आसपासही कुणी फिरकत नसे. मंदिरामुळेच त्या भागाला 'काली घाट' असं नाव पडलं होतं.

''रात्री ते तंबू ठोकून झोपले की आपण त्यांच्यावर हल्ला करायचा,'' बिभत्सक

म्हणाला.

"राजाबरोबर अनेक लोक व सुरक्षारक्षक आहेत. त्यांना आपण बेसावध पकडायला हवं. मजा येणार आज रात्री!" बिभत्सकाच्या बोलण्यावर त्याचे दोन डझन साथीदार पोट धरून हसले. आपल्या चेल्यांची कशी काळजी घ्यायची, हे सरदाराला बरोबर ठाऊक होतं. आज तर तो त्यांना धनवान बनवणार होता.

बिभत्सक आधीच श्रीमंत झाला होता. काल मध्यरात्री झालेल्या गुप्त भेटीत शारंगरावनं त्याला आश्वासन दिलं होतं की, धनानंदावरील हल्ल्यात त्याला घबाड मिळो ना मिळो, बिभत्सकाला एक विशिष्ट रक्कम देण्यात येईल. त्यानंतर शारंगरावनं त्याच्या हाती भद्रशालची समशेर दिली होती व त्याच तलवारीनं धनानंदाचा वध करून, ती समशेर मृत धनानंदाच्या शेजारी ठेवून द्यायला सांगितली होती.

* * *

"परंतु आचार्य, मगधाचे सम्राट म्हणून महाराज पौरसांचा राज्याभिषेक तातडीनं होणं, आवश्यक नाही का?" इंद्रदत्तांनी विचारलं.

"शुक्राच्या चक्रवाताचा संयोग धनु राशीभोवती तेवीस अंशात आल्यानं त्याची घट्ट पकड महाराजांच्या जन्मकुंडलीतील नेपच्यून स्थानाभोवती पडली आहे, शिवाय महाराजांच्या जन्मलग्नी असलेल्या बुधाच्या प्रतियोगात शनी-हर्षल आहेत. त्यामुळे महाराजांचा राज्याभिषेक हा सर्वस्वी बुध-शनी-नेपच्यून-चक्रवात यांच्या स्थितीवर अवलंबून आहे," गलेलठ्ठ राजपुरोहितानं भाकित वर्तवलं. सर्व जण धनानंदाच्या आलिशान दालनात बसले होते. चाणक्यानं हसू आवरण्याचा आटोकाट प्रयत्न केला. ज्योतिष हे विलक्षण शास्त्र आहे. एकही कटू शब्द न वापरता, ते कटू भविष्य कथन करू शकतं.

"राजपुरोहितांच्या बोलण्याचा अर्थ आमच्या ध्यानात आला नाही," गोंधळून गेलेल्या पौरसांनी विचारलं.

"याचा अर्थ, तुमचा राज्याभिषेक संपन्न होण्यासाठी आपल्याला अजून दोन दिवस व दोन रात्री प्रतीक्षा करावी लागणार आहे," चाणक्य मध्येच म्हणाला.

"पण तोपर्यंत आम्ही काय करायचं?" पौरसांनी विचारलं.

"महाराजांच्या मनोरंजनाची मी व्यवस्था केली आहे," चाणक्य म्हणाला आणि पुढच्या क्षणी लावण्यवती विशाखाने वाघिणीच्या डौलात त्या दालनामध्ये प्रवेश केला.

* * *

"वाघाला तयार ठेवलंयस ना?" चाणक्याच्या प्रश्नावर जीवसिद्धीनं मानेनंच होकार

दिला. "छान. आता चंद्रगुप्त तिथे पोहोचेपर्यंत तुझ्या गुप्तहेरांना, त्या वाघाला पिंजऱ्यातच ठेवायला सांग. चंद्रगुप्त दिसताच, वाघाला पिंजऱ्याबाहेर सोडायचं. समजलं?" असं म्हणत चाणक्यानं जीवसिद्धीच्या हातात एक बटवा दिला. "आपण वाघासाठी पिंजऱ्यात ठेवलेल्या पाण्यात हे चूर्ण मिसळ, म्हणजे त्या जनावराला गुंगी येईल व त्याच्या हालचालीही मंदावतील," तो म्हणाला.

मार्जार समूहातील सर्वांत मोठ्या आकाराच्या, शक्तिशाली व मांसभक्षक असणाऱ्या व्याघ्राची शिकार करणं, हा मगधाच्या राजा-महाराजांचा आवडता छंद होता. हाकारे देत सावजाला शिकाऱ्याच्या जवळ खेचत आणायचं व जनावराला आमिष दाखवण्यासाठी जंगलात म्हशी बांधून ठेवायच्या, हे शिकारीचं तंत्र असायचं. एका झाडावर जमिनीपासून वीस फूट उंचीवर बांधलेल्या मचाणावर चंद्रगुप्त उभा होता. एका मृत वाघिणीचं दुर्गंधीयुक्त मूत्र, मुद्दाम त्याच्या चेहऱ्याला फासलं होतं. त्याचे मदतनीस साथीदार आजूबाजूच्या झाडांवर बांधलेल्या मचाणांमध्ये दबा धरून बसले होते. सारे जण वाघाच्या प्रतीक्षेत होते. मचाणावरील लोकांनी रोखून धरलेल्या श्वासाच्या आवाजाखेरीज जंगलात पूर्ण शांतता होती.

जीवसिद्धीनं केवढा मोठा डाव रचलाय याची चंद्रगुप्ताबरोबर आलेल्या शेकडो साथीदारांना काहीच कल्पना नव्हती. त्यानं मानेनं इशारा करताच, साहाय्यकानं दोरखंड खेचून पिंजऱ्याचं दार उघडलं आणि शांतपणे त्या हिंस्र श्वापदाला इच्छित स्थळाच्या दिशेने बाहेर सोडलं. वाघाची नजर व श्रवणशक्ती तीक्ष्ण असते, पण त्याचं घ्राणेंद्रिय मात्र काहीसं कमकुवत असतं; पण त्या वेळी जंगलात जो दुर्गंधीयुक्त वास पसरला होता, तो मात्र अतिशय उग्र होता. कोणत्याही नर वाघाला तो न येणं अशक्य होतं. उलट त्या गंधानं वाघाच्या लैंगिक वासना चेतवल्या गेल्या. वाघ रमतगमत नेमका चंद्रगुप्ताच्या मचाणीखाली येऊन थांबला. खरं तर चंद्रगुप्त वरूनच भाला भिरकावू शकत होता, पण त्यानं खाली उडी मारली व तो वाघासमोर निर्भयपणे उभा ठाकला. नशेत चूर झालेल्या वाघाला आपले डोळे उघडे ठेवणंही जड जात होतं. त्याला फक्त आपल्या प्रेमाच्या स्रोताचा म्हणजेच त्या दुर्गंधाचा वेध घ्यायचा होता.

आपल्यासमोर उभ्या असलेल्या शिकाऱ्याच्या गालांमधून तो वास येतोय, हे त्या जनावराला चटकन जाणवलं. चंद्रगुप्त शांतपणे वाघासमोर गुडघे टेकून बसला. स्वसंरक्षणासाठी त्यानं हातात भाला धरून ठेवला. त्या अजस्र श्वापदानं आपला जबडा उघडला, जीभ बाहेर काढली आणि दुसऱ्या क्षणी झेप घेत त्यानं फक्त चंद्रगुप्ताच्या गालाला स्पर्श केला व ते पलीकडे निघून गेलं.

"हा तर दैवी संकेत आहे!" चंद्रगुप्ताचा एक साथीदार कुजबुजला. "हा चमत्कार आहे! चंद्रगुप्तावर प्रत्यक्ष परमेश्वराचा वरदहस्त आहे. ह्या घटनेला

अद्‌भुत, अलौकिक म्हणायचं नाही, तर दुसरं काय म्हणणार?''

"तू अगदी योग्य बोललास,'' आणखी एक जण म्हणाला. "अशी घटना शेकडो वर्षांतून एकदा घडते. चंद्रगुप्ताला परमेश्वरानं आशीर्वाद दिलाय. परमोच्च शक्तीनं मगधाच्या प्रजाजनांना संदेश दिलाय की त्यांच्या खऱ्या राजाचं आगमन झालंय आणि तो आता त्यांच्यामध्येच वावरतोय. हा राजा दुसरा तिसरा कोणी नसून खुद्द महान चंद्रगुप्त आहे!

* * *

पाटलीपुत्राच्या आलिशान राजवाड्यातील महालात सम्राट पौरसांनी विशाखाच्या कुशीत प्राण सोडला होता. बाहेरील राजउद्यानात मोर मात्र आपल्याच नादात नृत्यामध्ये दंग होते.

तिकडे जंगलात धनानंदाचा निष्प्राण देह बेवारशासारखा पालापाचोळ्यात कुजत पडला होता. त्याच्या शवाशेजारी भद्रशालची रक्तानं माखलेली तलवार होती. बिभत्सकानं धनानंदाच्या शरीरातील थोडं रक्त देवीच्या चरणी अर्पण केलं.

दूर रानामध्ये निद्रिस्त झालेला वाघ समाधानानं घोरत होता.

* * *

चाणक्य, चंद्रगुप्त, शारंगराव आणि कात्यायन राजदरबारात चर्चा करत होते. ते काय आदेश देणार, याची प्रतीक्षा करत मगधाचा दंडाधिकारी त्यांच्यासमोर उभा होता.

"भद्रशालला ताबडतोब अटक करून फासावर चढवा,'' चाणक्यानं आज्ञा करताच आपल्या नव्या स्वामींची मर्जी राखण्यासाठी तो दंडाधिकारी तत्क्षणी तिथून बाहेर पडला.

"आचार्य, भद्रशालनं अनेकदा आपल्याला साहाय्य केलंय. आपण त्याच्याबाबतीत थोडा सौम्य दृष्टिकोन नको का ठेवायला? धनानंदाला मारण्यात त्याचा काहीच हात नव्हता, हे तर आपण जाणतोच,'' शारंगराव म्हणाला.

"शारंगराव, तो आपली मदत करत नव्हता, स्वत:ला वाचवण्याचा प्रयत्न करत होता,'' चाणक्य म्हणाला. त्याचे डोळे रागानं लाल झाले होते. "कुठल्याही सत्ताधाऱ्यासाठी तो अस्तनीतील निखारा ठरू शकतो, मग तो धनानंद असो वा चंद्रगुप्त! सिंहासनावर बसणारी व्यक्ती ही सौम्य, दयाळू नव्हे तर शक्तिशाली असावी लागते.''

"पण राक्षस नाराज होईल. भद्रशाल त्याचा उजवा हात होता,'' कात्यायन म्हणाले.

"कात्यायनजी, तुम्ही का पर्वा करताय त्याची? धनानंदाचा अडथळा दूर

झालाय, हे समजताच राक्षस धावत इथे पोहोचेल,'' चाणक्य म्हणाला.

''मी तर ऐकलं की राक्षस तक्षशीलेमध्येच आता छान रमलेत. मगधाला परत यायला ते जराही इच्छुक नाहीत,'' शारंगराव म्हणाला.

''पण मला तो बदमाश माणूस इथे यायला हवाय. तो इथला उपप्रधान मंत्री झाला की चंद्रगुप्ताच्या राजवटीला एक पत आणि प्रतिष्ठा मिळेल,'' चाणक्य म्हणाला.

''उपप्रधान मंत्री?'' चंद्रगुप्तानं विचारलं, ''धनानंदाच्या काळात तर ते इथले प्रधान मंत्री होते ना?''

''होय. पण आता कात्यायनजी तुझे नवे प्रधान मंत्री असतील. मला कात्यायनजींसारखाच माणूस महामंत्रीपदासाठी हवाय की जो राजालाही आपली परखड मतं सुनवायला कधी कचरत नाही!''

वृद्ध कात्यायनजी हसत उठले आणि त्यांनी चंद्रगुप्ताला लवून मुजरा केला. मग चाणक्याकडे वळून ते म्हणाले, ''पण आचार्य, तुम्ही राक्षसाला सक्तीने इथे आणू शकत नाही. सध्या तो तक्षशीलेमध्ये अतिशय सुखासीन आयुष्य जगतोय.''

''माझा मेहेरवर पूर्ण विश्वास आहे. या एकाच कारणासाठी मी त्याला तक्षशीलेत ठेवलंय. राक्षसाला तो नक्की इथे परत घेऊन येईल,'' चाणक्य गूढपणे म्हणाला.

''मेहेरला आपण काय सूचना दिल्या आहेत?'' चंद्रगुप्तानं विचारलं.

''राक्षसाला म्हणावं की तो इथे परत येईपर्यंत मी सुवासिनीला ओलीस म्हणून ठेवलंय! जमिनीवर थोडासा साखरेचा पाक ओतला की मुंग्या लगेच त्याला येऊन चिकटतात. सुवासिनी हा माझा साखरेचा पाक, तर राक्षस हा माझा मुंगळा आहे!'' चाणक्य जोरजोरात हसत म्हणाला.

''आचार्य, थोडं स्पष्ट बोलू? ही तर सरळ सरळ बेईमानी आहे,'' चंद्रगुप्त म्हणाला.

''मुला, इतकं साधं, सरळ असून चालत नाही. तू आत्ताच शिकारीसाठी जंगलात जाऊन आलास. जंगलात असताना, तुझ्या एक गोष्ट लक्षात आली असेल. जी झाडं सरळ वाढलेली असतात, तीच नेहमी आधी तोडली जातात. वेड्यावाकड्या वाढलेल्या झाडांच्या वाट्याला कोणीच जात नाही,'' चाणक्य म्हणाला.

''म्हणजे फसवणूक करून जिंकलेल्या सिंहासनावर मी बसावं, अशी आपली इच्छा आहे?''

''तू एक राजा आहेस. होय ना? तू आज विजयाचं शिखर गाठलं आहेस. आज तुझ्याकडे शक्ती आणि संपत्ती, दोन्ही आहेत. हे राजा, त्यांचा तू आता

सुज्ञपणे वापर कर!'' चाणक्य म्हणाला.

चंद्रगुप्त अधिकच अस्वस्थ झाला होता.

चाणक्य पुन्हा बोलू लागला, ''फळं न येणाऱ्या वृक्षांवर पक्षी कधीही घरटी बांधत नाहीत, वेश्यांच्या मनात गरीब पुरुषांबद्दल कधीही प्रेम नसतं, आणि सत्ता व शक्ती गमावलेल्या राजाच्या आदेशांना, प्रजा कधीही जुमानत नाही. हे राजा, तू फक्त तुझं कर्तव्य करत राहा!'' त्यानं चंद्रगुप्ताला अंतिम आज्ञा केली आणि अनेक वर्षांपूर्वी धनानंदाच्या दरबारात मोकळ्या सोडलेल्या आपल्या शेंडीला प्रथमच गाठ बांधली.

* * *

सुवासिनीनं खोलीभोवती नजर फिरवली. खोलीला खिडकी नसली तरी ती स्वच्छ, हवेशीर आणि उत्तम सजवलेली होती. तिनं दार उघडायचा प्रयत्न केला, पण दरवाजाला बाहेरून कुलूप लावलं होतं. कुणीतरी आवाज ऐकेल, या आशेनं तिनं दरवाजा जोरजोरात ठोठावला. पण त्याचा काहीच उपयोग झाला नाही. जवळपास कोणीही नसावं, हे तिला समजून चुकलं. आपल्याला बंदिवान केलंय, याची जाणीव झाल्यानं ती बिछान्यावर बसून हुंदके देत रडू लागली. हे कसलं दळभद्री आयुष्य आपल्या वाट्याला आलं? राक्षसानं आपला वापर केला, धनानंदानं गैरवर्तन केलं आणि चाणक्यानं आपला गैरवापर करून घेतला.

सुवासिनी आपल्या नशिबाला बोल लावत असताना, अचानक तिला बाहेर पावलांचा आवाज आला. पाठोपाठ दरवाजाची कडी कुणीतरी काढत असल्याचं तिला जाणवलं. दार उघडलं गेलं आणि दोन रक्षक आत येऊन दरवाजाच्या एकेका बाजूला येऊन उभे राहिले. चाणक्य हळूहळू पावलं टाकत, सहेतूक आत आला. त्यानं आपले दोन्ही हात मागे घट्ट पकडले होते.

बिछान्यावरून उठत ती धावत त्याच्यापाशी गेली. दुःखावेगाने तिच्या डोळ्यांतून घळघळा अश्रू वाहत होते आणि विस्कटलेले केस चेहऱ्यावर पसरले होते. ''विष्णू! खूप धीर आला रे तुला पाहून. इथून माझी सुटका करायला आलायस, होय ना? तूच माझा तारणहार आहेस याची मला पक्की खात्री होती,'' रडत रडत ती त्याच्या पायावर कोसळली.

''ऊठ, सुवासिनी,'' तिचे दोन्ही खांदे पकडून, तिला उभं करत चाणक्य म्हणाला, ''तुला ह्या खोलीत बंदिस्त केल्याबद्दल आधी मी तुझी माफी मागतो, पण मला ठाऊक होतं की तू कोणाच्याही दृष्टीस पडली असतीस, तर तुला धनानंदाबरोबर विजनवासात जाण्याखेरीज गत्यंतर उरलं नसतं,'' त्यानं मृदू आवाजात तिला समजावलं.

"मला समजतंय रे विष्णू," ती गहिवरून म्हणाली आणि त्याच्या छातीवर डोकं ठेवत, सुवासिनीनं त्याला आवेगानं मिठी मारली. बऱ्याच वेळानं तिनं नजर उचलत त्याच्या डोळ्यांत खोलवर पाहिलं, तेव्हा तिचा ऊर धपापत होता. ती जणू त्याच्या प्रेमाची भीक मागत होती, पण तिचं मन मात्र रोजच्याप्रमाणेच त्याच्या विजयाची प्रार्थना करत होतं. 'ओम् त्र्यंबकम् यजामहे, सुगान्धिम पुष्टिवर्धनम् उर्वारुकमिव बन्धनान, मृत्योर्मौक्षिय मामृतात.'

"आता मी या चार भिंतीतून बाहेर पडू शकते ना? मला मुक्त व्हायचंय!" त्याला मिठीत घट्ट पकडत ती म्हणाली.

"कसं सांगू मी तुला सुवासिनी... माझं तुझ्यावर निरतिशय प्रेम असलं तरी मी तुझी मागणी नाही पूर्ण करू शकत... केवळ मगधाच्या भल्यासाठी मी तुला इथे ठेवलंय," आपल्या भावनांवर कठोर नियंत्रण ठेवत, चाणक्यानं तिला स्पष्ट शब्दांत सांगितलं.

"काय म्हणालास तू? धनानंद मृत्यू पावला तरीही तू मला कडीकुलुपात ठेवणार? तुला झालंय तरी काय विष्णू? परमेश्वरानं तुझ्या आत माणसाचं काळीजच बसवलं नाही का? ज्या एकाच स्त्रीवर तू प्रेम केलंस, तिला तू अशी वागणूक देतोस?" त्याच्यापासून दूर होत ती म्हणाली.

"सुवासिनी, मी तुझ्यावर प्रेम केलं असलं तरी त्याहून जास्त प्रेम मी माझ्या भारत देशावर केलंय. माझ्या राष्ट्राचं प्राणपणाने रक्षण करणं, हे माझं प्रथम कर्तव्य आहे. आज राक्षस ही माझ्यासमोरील मोठी समस्या आहे. ती कशी हाताळायची हा प्रश्न मला पडलाय. सुवासिनी राक्षसाला तुझ्याएवढं प्रिय, या जगात दुसरं कुणीही नाही. मी खूप पेचात सापडलोय, हे तुझ्या लक्षात येतंय का?" चाणक्यानं विचारलं.

"तू तुझ्या प्रेयसीला कैद बनवणार? का, तर ती तुझ्या बुद्धिबळाच्या पटावरील एक सोंगटी आहे, म्हणून?" सुवासिनीनं आक्रोश केला. "हे प्रकोपी यमराजा, राजकारणाच्या नावाखाली असंख्य लोकांचा छळ आणि खून केल्याबद्दल ह्या माणसाला हजारो वर्षं नरकात खितपत ठेव. विष्णू, तुला स्वतःच्या ज्या लौकिकाची आणि ज्ञानाची हाव आहे, ती पुढे नेण्यासाठी तुझं कूळ उरणार नाही. ते तुझ्याबरोबरच लयाला जाईल. ना तुझ्या ज्ञानाचा कोणी वारसा चालवेल, ना पुढच्या पिढ्यांना त्याचा उपयोग होईल!" अशी शापवाणी उच्चारत तिनं आपलं अंग बिछान्यावर झोकून दिलं व ती स्फुंदून स्फुंदून उडू लागली.

"सुवासिनी, तुझ्या शापाचा माझ्यावर काहीच वाईट परिणाम होणार नाही. मी हे जाणतो की या जगात मांत्रिक आणि जादूटोणा करणारे लोक आहेत, ते केवळ मंत्रोच्चाराने इतरांना ठार मारू शकतात, त्यांना अदृश्य करू शकतात

किंवा त्यांना लांडगेही बनवू शकतात. आपल्या काळ्या जादूच्या प्रभावाने आणि मंत्रतंत्राने लोकांना आंधळे, वेडे करू शकतात. पण असा शाप अंतःकरणापासून दिलेला असतो, तो खोटा किंवा वरवरचा असून चालत नाही. तू अजूनही माझ्यावर प्रेम करतेस. तुला तू दिलेला शाप खरा ठरावा असं कधीच वाटणार नाही.'' चाणक्य खिन्नपणे म्हणाला.

''विष्णू, मी तुझ्यावर मनस्वी प्रेम करते, पण तुझ्यातील चाणक्याची मात्र मला घृणा वाटते,'' ती रडत रडत म्हणाली, ''आणि ज्या मंत्रसामर्थ्याबद्दल तू बोलतोयस, त्याबद्दल मी तुला एवढंच सांगते की तू यशस्वी व्हावास म्हणून मी जर रोज शिवाकडे प्रार्थना केली नसती तर आज जी बुद्धी आणि शक्ती तू सर्वांसमोर मिरवतोस, ती तुला कधीही प्राप्त झाली नसती!''

''सुवासिनी, तुला कैदेत ठेवण्याशिवाय माझ्याकडे दुसरा पर्याय नाही,'' चाणक्य म्हणाला, ''पण मी तुझ्याहून अधिक प्रेम कधीच कुणावर केलं नाही, हे फक्त त्या एका परमेश्वरालाच ठाऊक आहे.''

''जर तुझ्या कैदेमधून माझी सुटका होणार नसेल, तर मी उच्चारलेल्या शापामधूनही तुझी सुटका होऊ शकणार नाही. पण तरीही तुझ्यावर मनापासून प्रेम केल्यामुळे मी तुला उःशाप देते. आजपासून हजारो वर्षांनंतर जर कोणी एखादा, एका विशिष्ट मंत्राचं पठण करेल तर त्याला पुन्हा एकदा चाणक्याच्या ज्ञानाचा उपयोग करता येईल. पण त्यानं ते प्राप्त झालेलं ज्ञान केवळ एका स्त्रीला उन्नत करण्यासाठी वापरलं पाहिजे!'' चाणक्याकडे बोट रोखून सुवासिनी म्हणाली.

''आणि तो मंत्र कुठला?'' चाणक्यानं विचारलं.

''आदि शक्ती, नमो नमः, सर्वशक्ती, नमो नमः, प्रथम भगवती नमो नमः, कुंडलिनी माता शक्ती, माता शक्ती नमो नमः,'' सुवासिनीनं मंत्राचा उच्चार केला.

''जर हा मंत्र चार हजार दिवस, दररोज चारशे वेळा उच्चारला तर तो मंत्र पठण करणाऱ्याला चाणक्याला लाभलेली, नवं नेतृत्व निर्माण करण्याची शक्ती प्राप्त होईल. पण त्या नेतेपदाचा मान, मात्र एका स्त्रीलाच मिळायला हवा. नव्या युगात शक्ती, शिवावर विजय मिळवेल!''

सुवासिनीचा आदरपूर्वक सन्मान करत, चाणक्य म्हणाला, ''जशी तुझी इच्छा, प्रिये! आता माझ्यावर आणखीही अनेक जणांची, येणाऱ्या पिढ्यांची जबाबदारी आहे. मी तुझा अखेरचा निरोप घेतो. मी हयात असेपर्यंत तरी माझी प्रज्ञा आणि माझी अनुभूती मी निस्तेज होऊ देणार नाही. इतिहास हा अनेकदा चुकीच्या, फसव्या पद्धतीनं लिहिला जातो. तो कदाचित माझ्याकडे दुर्लक्ष करून येणाऱ्या सम्राटांना माझ्या ज्ञानाचा, विचारांचा फायदा मिळवू देणार नाही आणि त्यांच्या राज्यांना सुबत्तेपासून वंचित ठेवेल. म्हणून मलाच ते आता सर्व लिहावं लागेल.''

पाठ फिरवून तो शांतपणे त्या खोलीतून बाहेर पडला. ''मला सर्व लिहावंच लागेल,'' त्याचं बोलणं तिला अस्पष्टपणे ऐकू आलं. तो स्वत:शीच पुटपुटत होता. ''माझं अर्थशास्त्र – माझं स्वत:चं संशोधन – संपत्तीचं शास्त्र.''

* * *

चाणक्य आपल्या साध्या, छोट्या झोपडीत बसून स्वत:शीच मंत्रोच्चार करत होता, ''हे आदिम शक्ती मी तुला नमस्कार करतो, हे सर्वसमावेशक शक्ती, मी तुला नमस्कार करतो, ज्यामधून परमेश्वर निर्मिती करतो, मी त्या शक्तीला नमस्कार करतो, सर्वांची माता असलेल्या कुंडलिनी शक्तीला, तिच्यातील निर्मितीक्षमतेला मी नमस्कार करतो.''

चाणक्य शांतपणे डोळे मिटून साधना करत होता. तो समाधानी होता. त्याची महत्त्वाकांक्षा पूर्ण झाली होती. चंद्रगुप्ताच्या छत्राखाली अवघा भारत एकत्र आला होता. पण हे साध्य करण्यासाठी त्याला आपल्या प्रेयसीला मात्र दूर लोटावं लागलं.

* * *

सुवासिनी प्रेमात कायमच अव्हेरली गेली. अखेर ती पराकोटीच्या लैंगिक शोषणामुळे अडतिसाव्या वर्षीच यौवनाची नासाडी होऊन मृत्युमुखी पडली; परंतु तरीही चंद्रगुप्ताचा उपप्रधानमंत्री राक्षसाची मात्र वासना शमली नव्हती.

२०

वर्तमानकाळ

अखिल भारतीय आयुर्विज्ञान संस्थेच्या इमारतीत, त्या वेळी शुकशुकाट होता.

डॉक्टरांनी गंगासागरना मुद्दाम मध्यरात्रीच्या थोडं आधी भेटायला बोलावलं होतं. त्यामुळे त्यांना कुठल्याही व्यत्ययाशिवाय पंडितजींच्या काही तपासण्या करणं, सोपं जाणार होतं. गंगासागर व मेनन एखाद्या आरोपीनं जिवाचा कान करून न्यायाधीशांचा निकाल ऐकावा, तसे डॉक्टर काय निदान सांगतात याची प्रतीक्षा करत, त्यांच्यासमोर बसले होते.

"गंगासागरजी, तुम्हांला फुप्फुसांचा कर्करोग आहे," डॉक्टर सहानुभूतीपूर्वक म्हणाले.

"पण मी धूम्रपान करत नाही," गंगासागर आपली बाजू मांडत म्हणाले. ते नेहमी जसे समोरच्याला स्वत:ची बाजू पटवून, स्वत:चं म्हणणं सिद्ध करत, त्याच थाटात ते डॉक्टरांनाही समजावून सांगू लागले. त्यांना वाटलं की कदाचित आपल्या बोलण्याच्या परिणामामुळे डॉक्टर आपलं निदान चुकल्याचं मान्य करतील.

"सिगारेट ओढणाऱ्यालाच कर्करोग होतो, असं नाही. तुम्ही अत्यंत प्रदुषित वातावरणामध्ये राहताय. रिक्षांमधून बाहेर फेकला जाणारा काळा धूरही तितकाच अपायकारक ठरू शकतो. धूम्रपान, आपल्या समोर बसलेल्या माणसांनी सिगरेट ओढत आपल्या तोंडावर सोडलेला धूर, प्रदूषण, ॲस्बेस्टॉस सारखे न जळणारे पदार्थ यामुळेही कर्करोग..."

"पण आत्तापर्यंत मला एक छोटं लक्षणही कधी जाणवलं नाही," गंगासागर तरीही स्वत:चा बचाव करत म्हणाले.

"जवळजवळ पंचवीस टक्के रुग्णांना ही लक्षणं खूप उशिरा जाणवतात," डॉक्टर शांतपणे म्हणाले.

"मी ह्यातून वाचू शकेन?" गंगासागरना अचानक स्वत:च्या मर्त्यपणाची जाणीव झाली. डॉक्टरांनी संथपणे मान हलवली. "चमत्कार घडू शकतात,

गंगासागरजी. दुर्दैवानं कर्करोग शरीरात बराच पसरेपर्यंत आपल्याला त्याची चाहूलही लागली नाही. आता या अवस्थेमध्ये शस्त्रक्रिया किंवा केमोथेरपीचाही फारसा उपयोग नाही.''

''माझ्याकडे आता कितीसा वेळ उरलाय?'' पंडितजींनी विचारलं.

डॉक्टरांनी खांदे उडवले. ''असा अंदाज करणं, फार अवघड असतं. तरीही माझ्या मते जास्तीतजास्त... अगदी एखादा महिना.''

''तिला पंतप्रधान करण्यासाठी, हा वेळ नक्कीच पुरेसा आहे,'' गंगासागर म्हणाले, पण त्या बोलण्यानं डॉक्टर मात्र गोंधळून गेले. ''डॉक्टर तुम्हांला फक्त एकच विनंती आहे. ही गोष्ट अत्यंत गुप्त राहायला हवी. मला आता निघायला हवं. खूप कामं बाकी आहेत.''

''पण गंगासागरजी, आम्ही तुम्हांला ताबडतोब इस्पितळात दाखल करून घेतोय. तुम्हांला आमच्या निरीक्षणाखाली असणं, खूप जरुरीचं...''

''डॉक्टर, आधी मी सांगतो ते ऐका. मरण ही काही फार मोठी गौरवाची गोष्ट नाही. प्रत्येक जणच मरतो. माझ्या अनिच्छुक निर्मात्याला भेटायची वेळ जेव्हा अगदी जवळ येऊन ठेपेल, तेव्हा मेनन मला इथे घेऊन येईल,'' असं म्हणत ते घाईघाईने दरवाजाबाहेर पडले.

मेनन धावत त्यांच्या मागे गेला. आपले साहेब हळू आवाजात मंत्र पुटपुटताना त्यानं ऐकलं, 'आदि शक्ती, नमो नमः; सर्वशक्ती, नमो नमः; प्रथम भगवती, नमो नमः; कुंडलिनी माता शक्ती, माता शक्ती, नमो नमः.'

* * *

''ती लवकरच पंतप्रधान होईल आणि आम्हीही लवकर तिच्या अनौरस संततीची बातमी उघड करतोय,'' सोमाणी गंगासागरना म्हणाला, ''वर्तमानपत्रं या खमंग बातमीवर तुटून पडतील.''

''असं काही करण्याआधी मी खूप काळजीपूर्वक विचार केला असता. मी असा झटपट निर्णय कधीही घेत नाही,'' खोकल्याची उबळ येऊ नये याची सावधानता बाळगत, ते शांत व हळू आवाजात म्हणाले.

''गंगासागर, तुम्ही आता आमच्यावर कोणताही दबाव आणू शकत नाही. शिवाय तुम्हांला आता तिची काळजी वाटायचं काहीच कारण नाही. स्वतःच्या भल्यासाठी तिनं तुम्हांला रामराम ठोकलाय,'' रुंगठा म्हणाले.

''हजारो लोक जेव्हा एखाद्या दगडी मूर्तीसमोर नतमस्तक होऊन प्रार्थना करतात, तेव्हा ते आपली स्वतःची शक्ती त्या मूर्तीला प्रदान करत असतात. त्या मूर्तीला काय वाटतंय, हा प्रश्न तिथं गैरलागू ठरतो. चंदिनी ही ती मूर्ती आहे

आणि तिची माझ्याविषयी काय मतं आहेत, याची मी पर्वा करत नाही. तिला पंतप्रधान करणं, हा माझा एक कलमी कार्यक्रम आहे.''

''तुमचा कार्यक्रम तर केव्हाच धुळीला मिळालाय. भारतासारखा पुराणमतवादी देश कधीही एका चारित्र्यहीन स्त्रीला पंतप्रधान होऊ देणार नाही, गंगासागरजी,'' सोमाणी म्हणाला.

''आता चारित्र्यहीन किंवा अनैतिक वर्तन करणाऱ्या स्त्रियांचा विषय आलाच आहे तर...'' गंगासागर काही क्षण बोलायचे थांबले. त्यांनी दोघांकडे एक क्षण रोखून पाहिलं व मग म्हणाले, ''माझ्या एका जवळच्या मैत्रिणीची, मला तुम्हा दोघांशी ओळख करून द्यायची आहे. आमच्या अभानस पक्षाची ती आधारस्तंभ आहे.''

''कोण?'' सोमाणीनं उत्सुकतेनं विचारलं.

पुढच्या क्षणी बॉलीवूड सौंदर्यसम्राज्ञी अंजलीनं तिथे मोठ्या डौलात प्रवेश केला. तिनं अंगाला घट्ट लपेटलेली काळी साडी नेसली होती. समोर बसलेल्या दोन्ही पुरुषांकडे साफ दुर्लक्ष करत तिनं नखरेलपणे सिगारेट शिलगावली.

''उत्तर प्रदेश विधानसभा निवडणुकीच्या काळात चंदिनीला पाठिंबा व्यक्त करण्याची तुम्ही अंजलीला विनंती केली, याबद्दल अभानस पक्ष आपला कायमच ऋणी राहील. आम्हीदेखील कृतज्ञता व्यक्त करण्यासाठी उत्तर प्रदेशमधून राज्यसभेच्या जागेसाठी तिची निवड केली. समुद्राला सामोऱ्या असणाऱ्या आलिशान बंगल्यात ती राहते, हे तर तुम्हांला ठाऊकच आहे. अंजली कायम माझ्या संपर्कात असते. रोज रात्री तिचा एक मित्र तिला भेटायला येतो, असं ती मला नेहमी सांगते,'' गंगासागर म्हणाले.

सोमाणीचा चेहरा पडला. गंगासागर त्याच्याकडे कटाक्ष टाकत म्हणाले, ''तिचा हा खास मित्र खूप श्रीमंत आहे. पण असं दिसतंय की त्याची धर्मपत्नी काही बाबतीत त्याचं समाधान करू शकत नाही. आता माझ्या मनात असा विचार येतो की भारतासारख्या पुराणमतवादी देशात सोमाणीजींची सुंदर पत्नी, तिच्या पतीचे रोज रात्री चालणारे हे खेळ सहन करेल?''

संतापलेल्या रुंगठांनी सोमाणीकडे संतापून पाहिलं. ''मी कायम तुला स्वत:वर संयम ठेवायला सांगितलं होतं. कोणताही धोका न पत्करणं, पूर्ण दक्षता घेणं ही विशेषत: आपल्यासारख्यांसाठी अतिशय आवश्यक गोष्ट असते,'' संयम सुटून ते गंगासागरजींच्याच समोर सोमाणीवर डाफरले.

''अगदी बरोबर, रुंगठाजी. आपण आपल्या सुरक्षेबद्दल खूप जागरूक असायला हवं,'' गंगासागर म्हणाले, ''अहो, या जगात ऐंशी टक्के लोक केवळ अपघाताने जन्माला येतात.''

* * *

''आमच्या कमाईतील दहा टक्के हिस्सा अग्रवालजींना देण्याचा जो सौदा आम्ही केला होता, तो रद्द करायला हवा,'' शीघ्रकोपी रुंगठा घुश्शात म्हणाले. गंगासागरनी आपल्या शिडातील सारी हवाच काढून टाकल्याची त्यांना जाणीव झाली होती.

''तुमचा प्रस्ताव मला मान्य आहे,'' गंगासागर म्हणाले, ''दहा टक्के रक्कम देण्याचं, आता आपण थांबवू या.''

''काय म्हणता? तुम्ही इतके सहज तयार व्हाल असं वाटलं नव्हतं,'' सोमाणी थक्क होत म्हणाला.

''आता मी तुमची जी दहा टक्के रक्कम वाचवली, ती तुम्ही तुमच्या कामगारांना द्यायला हवी. तुमच्या धंद्यामध्ये जी भरभराट झाली त्याचं सारं श्रेय तुमच्या कामगारांना आहे आणि त्यापैकी पंचाहत्तर टक्क्यांहून जास्त कामगार हे आमच्या एबीएनकेयु युनियनचे सदस्य आहेत,'' गंगासागर म्हणाले.

''ही गोष्ट अगदीच विसंगत, अवाजवी आहे! कोणताही मालक आपल्या नफ्यातील दहा टक्के रक्कम कामगारांना देत नाही!'' रुंगठा अस्वस्थ होत म्हणाले.

''मला वाटतं, अंजलीनं तुमच्या कामगारांची भेट घ्यावी अशी तुमची इच्छा दिसतेय. आमच्या एबीएनकेयू युनियनच्या पुढच्या आठवड्यातील बैठकीला मी तिला बोलावू?''

* * *

माजी अर्थमंत्र्यांना यायला उशीर होत होता. त्यांचं व्याख्यान लांबलं होतं. ते दहा मिनिटांत इथे पोहोचतील असं त्यांच्या सचिवानं गंगासागरना सांगितलं.

''मी वाट पाहतो त्यांची, माजी अर्थमंत्र्यांच्या अभ्यासिकेतील आरामखुर्चीत बसत गंगासागर सचिवाला म्हणाले.

काही मिनिटांतच माजी मंत्रीमहाशय तिथे आले. त्यांनी सावधपणे गंगासागरजींचं स्वागत केलं. ''गंगासागरजी, आपण इथे कसं येणं केलंत?'' त्यांनी काहीशा कठोरपणे विचारलं.

''एक गोष्ट तुमच्या कानावर घालायची होती. आता तुमच्या मित्रांशी माझीही दोस्ती झालीय. रुंगठा आणि सोमाणींबरोबर झालेले मतभेद मी विसरून जायचं ठरवलंय,'' गंगासागर म्हणाले.

''त्यांच्याशी तुमची दोस्ती झाली, याचा अर्थ आपणही आता मित्र झालोय असा होत नाही,'' माजी मंत्री चिडून म्हणाले, ''तुम्ही तर मला पुरतं बरबाद केलंत. आता तुमची पट्टशिष्या चंदिनी, जर समजा पंतप्रधान झालीच तर ती त्या पदावर एक दिवसही टिकणार नाही, याची मी तुम्हांला हमी देतो,'' ते म्हणाले.

''मी तुमच्या भावना पूर्णपणे समजू शकतो,'' गंगासागर म्हणाले. ''मला

फक्त एवढंच सांगा की आता मी पत्रकार परिषद बोलावू की तुम्ही बोलावताय?'' बोलता बोलता सीबीडीटीच्या अध्यक्षांनी पाठवलेलं टाचण पुढे सरकवत गंगासागर म्हणाले.

माननीय अर्थमंत्री, आर अॅन्ड एस गटाच्या विविध कंपन्यांमध्ये झालेल्या व्यवहाराची तपासणी करत असताना, त्यात बऱ्याच गफलती आढळून आल्या आहेत. करपात्र उत्पन्न कमी करण्याच्या उद्देशाने खर्चाच्या स्तंभाखालील अनेक खात्यातील रक्कमा वाढवून दाखवण्यात आल्या आहेत. तसंच नफ्याची रक्कम विभागण्यासाठी नव्या बनावट खासगी भागीदारी कंपन्यांची निर्मिती केली आहे. करविभागाला द्यावा लागणारा कर टाळण्यासाठी महसूल स्तंभाखालील बऱ्याच खात्यात रक्कम वसुली होऊनही, ती काही काळानंतर मिळणार असल्याचं नमूद केलं आहे. काही व्यवहाराच्या विशेषत: मालमत्तांच्या खरेदी-विक्रीसंबंधातील व्यवहारात, मालमत्तांचे मूल्यांकन शंकास्पदरीत्या केलेले आढळले. त्यामुळे कागदोपत्री करदायित्वाची रक्कम आणखी कमी करण्यात आली आहे. अशा परिस्थितीत वरील गैरव्यवहाराच्या संबंधात काय निर्णय घ्यावा, यासाठी मला आपल्या सल्ल्याची गरज आहे. धन्यवाद. अध्यक्ष, केंद्रीय प्रत्यक्ष कर मंडळ.

त्या टिपणाखाली अर्थमंत्र्यांनी स्वहस्ते लिहिलं होतं :

आपण त्यांच्याशी अत्यंत सौम्यपणे व सहानुभूतीने व्यवहार करायला हवा. त्यांच्या भक्कम पाठिंब्याशिवाय कोणतंही सरकार सत्तेत टिकू शकत नाही. याबाबततीत आपण पुरेशी लवचिकता दाखवायला हवी, असं मी सुचवतो. स्नेहपूर्वक अर्थमंत्री.

* * *

हिंदू धर्मशाळेतील पुरोहितानं आपल्याकडे आलेल्या सन्माननीय अतिथीचं आनंदाने स्वागत केलं. त्यानं पसरलेल्या चटईवर बसत, गंगासागरनी विचारलं, ''तुझ्या मुलाचं शिक्षण कसं चाललंय? वैद्यकीय महाविद्यालयात प्रवेश मिळाल्याचा, त्याला फायदा झाला ना?''

पुरोहित समाधानानं हसला. टक्कल पडलेल्या पुरोहिताच्या चेहऱ्यावर सुरकुत्या पडल्या होत्या आणि तोंडाचं बोळकं झालं होतं. ''होय गंगासागरजी. लवकरच तो पदवीधर होईल. आपण दाखवलेल्या औदार्यामुळेच हे साध्य होऊ शकलं,'' तो म्हणाला.

''तुला तो पत्रकार आठवतोय ना... एक खास बातमी छापण्यासाठी तुला शोधत तो इथे आला होता, पण त्याला हवे असलेले कागद तू काही शेवटपर्यंत दिले नाहीस.''

“हो.”

“ते कागद अजून तुझ्यापाशी आहेत ना?”

त्या वृद्ध पुरोहितानं गंगासागरजींच्या हातात, पोस्टकार्ड्स आणि पत्रं आणून दिली. एक गरोदर माता व तिच्यापासून दूर गेलेला पण तिच्या उदरात असलेल्या बाळाचा पिता, यांनी एकमेकांना लिहिलेली ती प्रेमपत्रं होती. त्या दोघांच्या प्रेमप्रकरणाचा तो अस्सल पुरावा होता.

“धन्यवाद,” गंगासागर म्हणाले.

दात नसलेला म्हातारा पुन्हा समाधानानं हसला.

* * *

भूतपूर्व पंतप्रधान व त्यांची अनौरस कन्या, यांचा मुक्काम सिमल्याला होता. हवेत खूपच गारठा होता आणि पाइन वृक्षाचा विलक्षण सुगंध सारीकडे दरवळत होता. गंगासागरना त्या प्रवासात खूपच त्रास झाला, पण थंड हवेमुळे शरीरावर अनुकूल परिणाम होईल, अशी त्यांची अपेक्षा होती.

गंगासागर आलेले पाहून दोघेही चकित झाले पण तरीही त्यांनी आपल्या पाहुण्याचं सौहार्दपूर्ण स्वागत केलं. नोकरानं पनीर पकोडा व संफरचंदाचा रस आणून दिल्यावर, गंगासागरनी आपल्या हातातील कागदाचा गठ्ठा त्यांच्याकडे सोपवला. “ह्या कागदांची मालकी, तुम्हा दोघांची आहे. एखाद्या कुटुंबाच्या खासगी जीवनात नाक खुपसण्याचा कोणालाही अधिकार नसतो,” ते म्हणाले.

माजी पंतप्रधानांनी त्या कागदांवरून नजर फिरवली आणि त्यांच्या ओठांवर एक मंद स्मित उमटलं. आपण साध्वीच्या आईच्या प्रेमात किती बुडून गेलो होतो, हे त्यांना आठवलं. विलक्षण स्त्री होती ती – बुद्धिवान आणि रूपवान –तिच्या मुलीसारखीच.

“खूप धन्यवाद, गंगासागरजी, पण तुम्ही असं का करताय? म्हणजे तुम्ही तुमच्या हातातील हुकुमाचे पत्तेच वाया घालवले,” माजी पंतप्रधान म्हणाले. साध्वी शांतपणे ध्यान करत होत्या.

“मला ही सगळी पत्रं नको होती. त्यातील काही निवडक अजूनही माझ्याकडे आहेत. मी ती बँकेच्या लॉकरमध्ये ठेवली आहेत. तुम्हांला त्याच्या किल्ल्या कधी मिळतील, हे मी माझ्या मृत्युपत्रात लिहून ठेवलंय. कोर्टाकडून मृत्युपत्र शाबित झाल्याचा दाखला मिळाला की मग त्या तुमच्या हातात येतील,” गंगासागर म्हणाले.

“पण का?” अचानक डोळे उघडून साध्वीनं विचारलं.

“मृत्युपत्र शाबित होण्यासाठी भारतासारख्या देशात काही वर्षं जावी लागतात.

समजा उद्या जरी माझा मृत्यू झाला तरी चंदिनीला पंतप्रधानपदावर जम बसवायला पुरेसा अवधी मिळेल.''

* * *

काळजीवाहू पंतप्रधानांच्या घरात उत्साहाचं वातावरण होतं. निवडणूक हरली असली तरी त्यांच्या पक्षाने चंदिनीबरोबर युती करण्यात यश मिळवलं होतं. त्यांच्या पक्षाचे खासदार चंदिनीला पंतप्रधानपदासाठी पाठिंबा देणार होते, पण त्या बदल्यात त्यांना मंत्रिमंडळात स्थान हवं होतं. गंगासागर निराश दिसत होते, पण काळजीवाहू पंतप्रधान त्यांच्या या नव्या डावपेचांनी फसणार नव्हते. त्यांना ठाऊक होतं की गंगासागर निराश असल्यासारखं दाखवत असले, तरी ते आतून चिडलेले असणार, कदाचित आता त्यांच्यात तो जोश उरलेला नसेल.

''तुम्ही चंदिनीशी सौदा केलाय, हे मला ठाऊक आहे,'' गंगासागर म्हणाले. ''आणि मला आशा आहे की तुम्ही तिचं सरकार अकाली कोसळवण्याचा प्रयत्न करणार नाही.''

''तुम्हांला त्याची पर्वा वाटायचं, काय कारण?'' काळजीवाहू पंतप्रधानांनी विचारलं. ''तुमच्या शिष्येनं तुमच्याशी बोलणंही सोडल्याचं, मी ऐकलंय.''

''हो. तुम्ही ऐकलं ते बरोबरच आहे. काही वेळा आम्ही भांडतोदेखील, पण ते केवळ इतरांची दिशाभूल करण्यासाठी,'' गंगासागर म्हणाले. ''आणि आमचा हेतू साध्य झालाय. आमच्यात भांडणं झाली नसती, तर तुम्ही तिला कधीही पाठिंबा दिला नसता,'' गंगासागर काळजीवाहू पंतप्रधानांच्या डोळ्यात रोखून बोलत होते. पाहता पाहता त्यांचा चेहरा रागानं लालबुंद झाल्याचा, पंडितजींना दिसला.

* * *

''माझ्यात किती दम आहे ना, ते आता मी तुला आणि तुझ्या त्या कठपुतळी बाहुलीला दाखवतोच,'' काळजीवाहू पंतप्रधान कडाडले, ''माझ्यापाशी इतका दारूगोळा आहे की तुम्हा दोघांच्याही ठिकऱ्या ठिकऱ्या उडतील! चंदिनीच्या अनौरस मुलाच्या शिक्षणाच्या आणि राहण्याच्या खर्चासाठी तुम्ही एक विश्वस्त निधी उभारलाय. माझ्याकडे त्याचा कागदोपत्री पुरावा आहे. ती पंतप्रधान होताच मी तो सादर करून तिला दिलेला पाठिंबा काढून घेणार आहे. सर्वांत कमी काळ पंतप्रधानपद भूषवलेली स्त्री, म्हणून तिची इतिहासात गणना केली जाईल!''

''तुम्ही असं ठरवायला नको होतं,'' आईनं मुलाला त्याची चूक सौम्य शब्दांत समजावून सांगावी, तसं गंगासागर त्यांना म्हणाले.

''तिनं स्वत:हून बाजूला व्हायला हवं. ती पंतप्रधानपदाची शपथ घेऊ शकत नाही. देशाच्या सर्वोच्च पदी एका छिनाल स्त्रीला आम्ही कधीही बसू देणार

नाही!'' पंतप्रधान संतापून म्हणाले.

''पंतप्रधान साहेब, आपण आपल्या निर्णयाचा फेरविचार करावा, असं मला मनापासून सुचवावंसं वाटतं,'' गंगासागर शांतपणे म्हणाले.

''का म्हणून?''

''कारण लिटनस्टाईन बँकेच्या एका खात्याची कागदपत्रं माझ्यापाशी आहेत. त्या खात्यामध्ये उत्तर कोरिया आणि लिबियामधून रक्कम जमा झाल्याच्या नोंदी आहेत. मला असं समजलंय की परमाणू स्फोटकासाठी लागणारे पदार्थ बनवण्यासाठी जे सेन्ट्रिफ्यूज लागतात, त्यांच्या रचना ह्या दोन्ही देशांच्या सरकारला विकण्यात आल्या आहेत. मुख्य गोष्ट म्हणजे या खात्याचे लाभार्थी आपण आहात. त्यामुळे मी जर तुमच्या जागी असतो तर पुढची पाच वर्षं तरी या नव्या सरकारचा पाठिंबा काढून घ्यायचा विचारही माझ्या मनात आणला नसता.''

* * *

कानपूरच्या धुळीनं भरलेल्या रस्त्यावरून एक रुग्णवाहिका वेगानं इस्पितळाकडे निघाली होती. आतमध्ये गंगासागरजींच्या तोंडावर प्राणवायूपूरक मुखपट्टी आणि हातात सलाइनची नळी लावली होती. सकाळची वर्तमानपत्रं वाचून झाल्यावर पंडितजी अचानक जमिनीवर कोसळले आणि मेनननं घाबरून ताबडतोब रुग्णवाहिका बोलावली. अखिल भारतीय आयुर्विज्ञान संस्थेच्या दिल्लीतील डॉक्टरांनी गंगासागरजींना विमानानं दिल्लाला आणण्यास सुचवलं होतं. पण कानपूरमध्येच उपचार करून घेण्यावर पंडितजी ठाम होते.

मेनन बाजूलाच बसला होता. पंडितजींना श्वासोच्छ्वास करणं, कठीण जात होतं. त्यांनी मेननचा हात घट्ट पकडला होता. मेननचे डोळे अश्रूंनी डबडबले होते. गंगासागरजी, हेच त्याचं जग होतं. इतक्या गंभीर अवस्थेतही पंडितजी मेननलाच धीर देऊ पाहत होते. 'आदि शक्ती...' ते शब्द उच्चारण्याचा प्रयत्न करू लागले, पण धाप लागल्यामुळे त्यांच्या तोंडून शब्द बाहेर पडू शकले नाहीत.

* * *

काही तासांनंतर गंगासागरजी इस्पितळातील आपल्या खोलीत काहीसे स्थिरस्थावर झाले. त्यांच्या प्रकृतीतही थोडी सुधारणा झाली होती. मेनन व अग्रवालजी त्यांच्या बाजूला बसले होते. पंडितजी अगदी अस्पष्ट आवाजात प्रार्थना म्हणत होते.

''हे आदिम शक्ती, मी तुला नमस्कार करतो, हे सर्वसमावेशक शक्ती, मी तुला नमस्कार करतो, ज्यामधून परमेश्वर निर्मिती करतो, मी त्या शक्तीला नमस्कार करतो, सर्वांची माता असलेल्या कुंडलिनी शक्तीला, तिच्यातील निर्मितीक्षमतेला मी नमस्कार करतो.''

दुसऱ्या दिवशी पाठीमागून उंच केलेल्या पलंगावर गंगासागरजी पडून होते. त्यांनी मेननला विचारलं, "मी इथे आहे, हे तिला सांगितलं नाहीस ना?"

"नाही सांगितलं," मेननन खोटंच सांगितलं. खरं तर इस्पितळात आल्या क्षणीच त्यानं चंदिनीला फोन केला होता.

"गुप्तचर विभागातील आपल्या मित्राला मला भेटायचंय," ते मेननशी घोगऱ्या आवाजात कुजबुजले. डॉक्टरांनी कोणालाही पंडितजींना भेटायला सक्त मनाई केली आहे, हे मेननला ठाऊक होतं. त्यांच्या सध्याच्या परिस्थितीत पंडितजींना कोणत्याही प्रकारचे श्रम होऊन चालणार नव्हतं. अग्रवालजींनी ही गोष्ट अगदी सौम्य शब्दात गंगासागरजींना सांगितली.

"तो डॉक्टर, त्याच्या औषधांनी आता मला बरं करू शकणार नाही, तो आता फक्त इथलं बिल वाढवत मला मारणार. मला त्या डॉक्टरचं काही ऐकायचं नाही. त्या संचालकाला आधी इथे घेऊन या."

* * *

हमीदा एका अस्वच्छ, बकाल खोलीत शिरली आणि परवानगी न घेता तिथे काम करत असलेल्या माणसासमोर जाऊन बसली. खोलीच्या भिंतीचे पोपडे उडून आतल्या विटा दिसत होत्या. टेबलावर एक दिवा विचित्रपणे टांगलेला होता. त्या माणसाने ओढलेल्या चिरुटाचा वास खोलीत भरून राहिला होता. त्यानं मान वर करून हमीदाकडे एक कटाक्ष टाकला आणि दुसऱ्याच क्षणी किळस येऊन त्यानं पुन्हा मान फिरवली.

"ए बाई तू इथे कशाला तडमडलीयेस?" त्यानं वैतागून विचारलं.

"तुझ्याबरोबर इश्कबाजी करायला नाही आले. आज मी तुझ्याकडे भीक मागायला नव्हे, काहीतरी खरेदी करायला आलेय."

"काय पाहिजे तुला... बोल लवकर," तो म्हणाला.

"पिस्तूल," हमीदानं उत्तर दिलं.

"माफ कर. तृतीय पंथीयांना मी असल्या गोष्टी विकत नाही. पिस्तूल चालवणं, हे मर्दानी काम आहे, समजलं?"

"ए काळतोंड्या, मी काय सांगते ते नीट ऐक. मला योग्य किमतीत स्टिंगर-२२ मॅग्नम पेन पिस्तूल विकत घ्यायचंय. तुला ते विकायचं नसेल तर मी सचला देवीला रोज इथे पाठवते. चालेल तुला?"

तो चिडून स्वत:शीच पुटपुटला. "जगातील सगळी विचित्र गिऱ्हाइकं माझ्याकडेच का येतात? आपण हा धंदाच बदलायला हवा." मनातून चिडला असला तरी तो नाइलाजानं हमीदाला हवं असलेलं पिस्तूल शोधू लागला.

गुप्तचर विभागातील एक हस्तक बाहेर हमीदाच्या हालचालींवर बारीक लक्ष ठेवून होता. त्यानं लगेच त्यासंबंधीची माहिती संचालकाला कळवली.

* * *

त्यानंतर हमीदा, प्रतिबंधित वस्तू मिळणाऱ्या दुकानात पोहोचली. तिला पाहताच दुकानमालकाच्या कपाळावर आठ्या पडल्या. "तुला पैसे पाहिजेत ना? हे घे," असं म्हणत त्यानं तिच्या हातात पन्नास रुपयांची नोट ठेवली, "पण कृपा करून इथून लवकर निघून जा, नाहीतर माझ्या दुकानातील गिऱ्हाइकं गायब होतील."

"आज तुझा भाग्याचा दिवस आहे," हमीदा म्हणाली. "आज मी तुला पैसे देणार आहे. मला असाही कंपनीचा वापरलेला पेन्टॅक्स ३५ मिलिमीटर एसएलआर कॅमेरा विकत घ्यायचाय."

"तू माझ्याच दुकानात का कडमडलीस? दुसऱ्या एखाद्या दुकानात तुला जाता आलं नसतं का?" दुकानदार म्हणाला.

"तू दिसायला किती गोड आहेस... म्हणून तुझ्याकडे आले," हमीदा खवचटपणे म्हणाली.

मालकाने एक उसासा सोडला व तो हमीदाला हवा असलेला कॅमेरा शोधू लागला.

गुप्तचर विभागातील हस्तकानं ती माहिती ताबडतोब आपल्या संचालकाला कळवली.

* * *

हमीदा तिच्या खोलीतील एका छोट्या टेबलाच्या बाजूला वाकून उभी होती. तिच्यासमोर वेगवेगळे भाग सुटे करून ठेवलेला पेन्टॅक्स कॅमेरा व पेनच भासेल असं स्टिंगर-२२ मॅग्नम पिस्तूल होतं. तिनं कॅमेराचा अंतर्भाग रिकामा केला व तिथे ते स्टिंगर काळजीपूर्वक बसवलं. कॅमेऱ्याच्या फिल्म पुढे सरकवण्याच्या कळीने ते पिस्तूल वापरण्यासाठी तयार आहे ना, हे तिला एकदा तपासून बघावं लागलं. आता फोटो काढण्याचं बटण दाबून त्या पिस्तुलातून पुढील भागातील काचेचं भिंग फोडत गोळी झाडता येणार होती.

टेबलाच्या एका कोपऱ्यात तिनं पंतप्रधानांच्या खासगी सचिवाचा चोरलेला पास पडलेला होता. तिला आशा होती की तो पास अजूनही वैध असेल व तिला तो राष्ट्रपती भवनात प्रवेश मिळवून देईल. जर पाहुण्यांना दिलेल्या साध्या प्रवेशिकेमुळे नॉर्थ ब्लॉक, साऊथ ब्लॉक व राष्ट्रपतीभवनात जाता येत असेल तर वरिष्ठ अधिकाऱ्यांच्या पासावर तिथे नक्कीच प्रवेश मिळेल, याची हमीदाला खात्री होती.

खासगी सचिवाकडून मागच्या खेपेस मिळालेल्या सूट, शर्ट आणि टायला

हमीदानं काळजीपूर्वक इस्त्री केली होती. 'गंगासागर, तुम्हांला मारून आता मला काय फायदा होणार,' हमीदा मनात म्हणाली. तुमच्यावर सूड घेण्याची संधी आता निघून गेली आहे. आता तुमच्या लाडक्या चंदिनीला बळी जावं लागणार आहे.

* * *

राष्ट्रपती भवनातील अशोका सभागृहाची रचना एखाद्या रत्नपेटीसारखी दिसत असली तरी, खरं पाहता ती अगदी साधी बत्तीस मीटर्स लांब व वीस मीटर्स रुंदीची एक आयताकृती होती. सभागृहाच्या छतावर रंगवलेलं चित्र, हा त्यातील सर्वांत लक्षणीय भाग होता. शाही शिकार मोहिमेचं ते चित्र, खास पर्शियन शैलीत चितारलं होतं. मुळात ब्रिटिश व्हाईसरॉय उपस्थित असणाऱ्या समारंभाच्या वेळी त्या सभागृहाचा, नृत्यगृह म्हणून वापर केला जायचा. अशोका सभागृहातही लाकडी नृत्यमंच होता. अशा या नृत्यगृहात पंतप्रधान व इतर मंत्र्यांनी आपल्या पदाच्या पवित्रतेची व गुप्ततेची शपथ घेणं, हे उपरोधिकच होतं. कारण सर्वोच्च पदावर पोहोचण्यासाठी सर्वच पंतप्रधानांकडे विजिगीषु वृत्ती असणं आवश्यकच असतं आणि त्यांची उरलेली कारकीर्द म्हणजे महान भारतीय लोकशाहीचं अविभाज्य अंग असलेल्या पक्षांतर, बंडखोरी आणि अराजकतेसारख्या समस्यांशी सतत सामना केलेलं तारेवरचं नृत्यच असतं.

काही वेळातच सरकार स्थापन करणाऱ्या पक्षांचे निवडून आलेले सदस्य आणि विरोधी पक्षातील महत्त्वाचे खासदार त्या ऐतिहासिक समारंभासाठी एकत्र आल्याने अशोका सभागृह खचाखच भरून गेलं. एका नागरी सरकारकडून दुसऱ्या नागरी सरकारकडे शांततेने सत्तांतर होण्याचा तो महत्त्वपूर्ण प्रसंग होता. फिकट सोनेरी काठ असलेली भुऱ्या रंगाची साडी नेसलेल्या चंदिनीनं सभागृहात प्रवेश केला. हिऱ्यांच्या कुड्यांखेरीज तिच्या अंगावर एकही दागिना नव्हता. सर्व सभासदांनी उभं राहून केलेलं स्वागत, नम्रपणे स्वीकारत ती पहिल्या रांगेत, बिहारच्या मुख्यमंत्र्याशेजारी जाऊन बसली. आपली युती प्रभावी व अजिंक्य असल्याचं त्या दोघांनी सिद्ध केलं होतं. उत्तर प्रदेश व बिहार या भारतातील दोन मोठ्या राज्यात त्यांनी अभूतपूर्व विजय संपादन केला होता. काळजीवाहू पंतप्रधानांनी त्या दोघांना बहुमताचा आकडा पार करण्यासाठी लागणाऱ्या उरलेल्या खासदारांचा पाठिंबा मिळवून दिला होता. कारण गंगासागर आणि चंदिनीमध्ये आता शत्रुत्व निर्माण झालंय, असं त्यांनी गृहीत धरलं होतं.

बिगूल वाजलं गेलं आणि सुरक्षारक्षकांच्या ताफ्यासह राष्ट्रपतींचं सभागृहात आगमन झालं. राष्ट्रगीताला सुरुवात होताच सारं सभागृह उभं राहिलं. आपली छबी दूरदर्शनच्या कॅमेऱ्यांमध्ये नीट टिपली जातेय, याची प्रत्येक जण खबरदारी घेत

होता. सभागृहाचा एक तृतीयांश भाग हा पत्रकार व छायाचित्रकारांनी व्यापला होता. त्यामध्येच एक जण पेन्टॅक्स कॅमेरा हातात घेऊन उभा होता, पण दुर्दैवानं शेवटपर्यंत त्याच्या कॅमेऱ्यातून फ्लॅश उडालाच नाही.

* * *

राष्ट्रपती भवनात घडणारा प्रसंग, गंगासागर एकचित्तानं पाहत होते. माननीय राष्ट्रपती चंदिनीला तिच्या पदाची शपथ देत होते. तिच्यासमोर शपथेचा मजकूर लिहिलेला कागद ठेवलेला होता, पण तो बघून वाचण्याची तिला गरजही भासत नव्हती. जणू आयुष्यभर ती ह्या प्रसंगाचीच तयारी करत होती. सुस्पष्ट ऑक्सफर्ड उच्चारात ती शपथ घेऊ लागली, "मी चंदिनी गुप्ता, ईश्वराला साक्ष ठेवून शपथ घेते की कायद्याद्वारे स्थापित झाले आहे अशा भारतीय संविधानाबद्दल मी खरी श्रद्धा व निष्ठा बाळगेन. मी भारताची सार्वभौमता व एकात्मता उन्नत राखेन. पंतप्रधान म्हणून मी माझी कामे निष्ठापूर्वक व शुद्ध बुद्धीने पार पाडेन आणि संविधान व कायदा यानुसार सर्व तऱ्हेच्या लोकांना मी निर्भयपणे व निःस्पृहपणे, तसेच कोणाच्याही विषयी ममत्वभाव किंवा आकस न बाळगता, न्याय्य वागणूक देईन."

चंदिनीचा धर्मपिता स्वतःशीच हसला. म्हणे निर्भयपणे... निःस्पृहपणे... कोणाविषयीही ममत्वभाव किंवा आकस न बाळगता... सगळा भंपकपणा नुसता! गंगासागर त्यांची प्रार्थना म्हणत राहिले. एकेक शब्द त्यांना कष्टपूर्वक उच्चाराता लागत होता. "हे आदिम शक्ती, मी तुला नमस्कार करतो; हे सर्वसमावेशक शक्ती, मी तुला नमस्कार करतो; ज्यामधून परमेश्वर निर्मिती करतो, त्या शक्तीला मी नमस्कार करतो; सर्वांची माता असलेल्या कुंडलिनी शक्तीला, तिच्यातील निर्मितीक्षमतेला मी नमस्कार करतो."

भारताची अठरावी पंतप्रधान म्हणून जिनं आज शपथ ग्रहण केली होती, त्या आपल्या लाडक्या शिष्येकडे त्यांनी कौतुकानं पाहिलं. चंदिनी हात जोडून दूरचित्रवाणीच्या छायाचित्रकारांचे नम्रपणे आभार मानत होती आणि तेवढ्यात अचानक तोल जात ती मागे कोसळली. तिच्या डाव्या दंडावर रक्ताचा लाल ठिपका उमटला आणि हातावर पसरत गेला. सारं काही अगदी मंद गतीने घडत होतं. तिच्यावर स्टिंगर .२२ मॅग्नम पिस्तुलातून गोळी झाडली होती. त्याचा छोटा आकार आणि ध्वनीपेक्षा कमी वेगानं जाणारी गोळी, ह्यामुळे ते रूगर १०/२२ ह्या ध्वनिनियंत्रकाबरोबर वापरण्यासाठी अगदी योग्य होतं. हे पिस्तूल प्राणघातक, ध्वनीरोधक व अगदी भरवशाचं होतं.

राष्ट्रपती भवनातील सुशोभित अशोका सभागृहात, गोळ्या झाडलेल्या दिसताच,

एकच हाहाकार उडाला आणि शेकडो राजकीय नेते स्वत:चा जीव वाचवण्यासाठी सैरावैरा पळत आसरा शोधू लागले. त्यानंतर काही मिनिटांतच गुप्तचर विभागाच्या संचालकानं हमीदाचा मृतदेह तिथून हलवला आणि अशोका सभागृहाच्या लाकडी नृत्यमंचावर रक्तबंबाळ होऊन बेशुद्ध पडलेल्या चंदिनीवर उपचार करण्यासाठी निम्न वैद्यकीय कर्मचारी धावत तिच्यापाशी पोहोचले.

राजकीय नृत्याला आता सुरुवात झाली होती!

* * *

टेलिव्हिजनवर ते सारं दृश्य पाहत असलेले पंडित गंगासागर मिश्रा, अग्रवालजींना म्हणाले, ''मी लिहिलेलं टिपण गन्झीमधील वकिलाकडे पोहोचवण्याची जबाबदारी, तुमची. माझ्या मित्रा, मी तुला दिलेला हा अखेरचा आदेश आहे, असं समज!''

अग्रवालजी आणि मेनन त्यांच्या बिछान्याजवळ उभे होते. गंगासागरनी प्रार्थनेसाठी शांतपणे डोळे मिटले, आणि ते पुन्हा उघडण्याची तसदी घेतली नाही.

◆

उपसंहार

तिनं तिची खास आवडती भुऱ्या रंगाची साडी नेसली होती. अर्थात, तिला आपल्या पोशाखात अपरिहार्यपणे काही बदल करावे लागले होते. कडाक्याच्या थंडीमुळे तिला आपल्या नेहमीच्या सुती साडीऐवजी रेशमी साडी नेसावी लागली होती आणि तिनं चपलाऐवजी पायमोजे आणि बूट घातले होते. तिच्या चेहऱ्यावर वय झाल्याची एकही खूण दिसत नसली तरी तिच्या डोळ्यांतून मात्र जणू तिची जीवनकहाणीच वाचता येत होती. तिच्या त्या सुंदर पाचूसारख्या हिरव्या डोळ्यांनी खूप काही पाहिलं होतं. तिच्या डोळ्यांना अनेकदा वाटायचं की सतत माणसाची काळी बाजूच पाहत राहण्यापेक्षा, आज जशी ती हाइड पार्कमध्ये आनंदानं व मुक्तपणे फिरतेय, तसं कायम फक्त जीवनाचं सौंदर्य टिपत राहावं.

तिच्याबरोबर एकवीस वर्षांचा एक उमदा तरुण होता. त्यानं निळ्या रंगाचा साविल रोव सूट आणि हिरवा पट्ट्यापट्ट्यांचा ऑक्सफर्ड टाय परिधान केला होता. त्याचे हिरवे डोळे, त्याच्या पोशाखाला अगदी शोभून दिसत होते. कपाळावर येणाऱ्या काही बटा सोडता, त्याचे कुरळे केस व्यवस्थित विंचरले होते. चालताना, त्यानं तिचा हात घट्ट पकडला होता.

आदल्या रात्री ब्रिटिश पंतप्रधानांनी चंदिनीच्या सन्मानार्थ एका खास समारंभाचं आयोजन केलं होतं. श्रेष्ठ सतार वादिका राधिका शंकरन हिनं, ब्रिटनच्या रॉयल ॲकेडेमीचा बहुचर्चित व प्रतिभाशाली व्हायोलिन वादक, हॅरी रिचर्डसनसह त्या कार्यक्रमात सतार वादन केलं. सतार आणि व्हायोलिन ह्यांच्या जुगलबंदीतून राधिका आणि हॅरीनं भारतीय शास्त्रीय संगीतातील रागदारीचं जणू एक अनोखं जरतारी वस्त्रच विणलं होतं. दोघेही एकमेकांच्या स्वरमालांचा वेध घेत, स्वत:च्या शैलीत ते पेश करत होते. खरोखरच त्या दोघांची ती एक रोमांचकारी अदाकारी होती, हे नि:संशय. कार्यक्रम संपल्यावर चंदिनी व ब्रिटिश पंतप्रधानांनी उभं राहून टाळ्या वाजवत, दोन्ही कलाकारांचं कौतुक व अभिनंदन केलं.

“पंतप्रधानांनी तुझा हात धरून तुला खुर्चीतून उठवण्याची काय गरज होती?” हॅरीनं तिला विचारलं.

“त्यांची बायको त्यांच्यासोबत नव्हती ना, म्हणून.” ती मिश्कीलपणे म्हणाली. वय वाढलं असलं तरी तिचा खट्याळपणा कमी झाला नव्हता. ते दोघे निवांतपणे गप्पा मारत फिरत असले तरी तिच्या शरीररक्षकांचं पथक, त्यांच्यापासून विशिष्ट अंतर राखत दोघांच्या मागे-पुढे चालत होतं.

“मी तुझा मुलगा आहे, हे त्यांना मला खूप आधीच सांगता आलं असतं,” हॅरी म्हणाला. “आणि त्यांनी नाही, तर निदान तुला सांगायला काहीच हरकत नव्हती.”

“तुला खरं सांगते, ते मलाही ठाऊक नव्हतं. हे गुपित फक्त दोनच व्यक्तींना ठाऊक होतं. गंगा काका आणि जोसेफिन. तुझे आई-वडील कोण आहेत ते वयाच्या एकविसाव्या वर्षी फक्त तुलाच, मला नव्हे, उघड केलं जाईल याची तजवीज गंगाकाकांनी विश्वस्त नाम्यामध्ये करून ठेवली होती.”

“मग अजूनही ही गोष्ट तू जगापासून लपवूनच ठेवणार आहेस का?” हॅरीनं विचारलं. सगळे जण आपल्याकडे विचित्र नजरेनं पाहतात. आपण आपल्या आईसाठी भार ठरतोय, याचं शल्य त्याच्या मनाला सलत होतं.

“हे बघ हॅरी, गेली पंधरा वर्षं मी भारताची पंतप्रधान आहे,” ती म्हणाली. “हा कालावधी खूप मोठा आहे, हे कोणीही मान्य करेल. गंगा काका नेहमी म्हणायचे की राजकीय नेते हे लहान मुलांच्या लंगोट्यांसारखे असतात. त्यांना वारंवार बदलावं लागतं,” ती हसत म्हणाली, “पण आता माझ्या आयुष्यात माझ्यासाठी एकच महत्त्वाची गोष्ट आहे, आणि ती म्हणजे मला मुलगा आहे. तेच माझं खरं सुख आहे.”

“मला वडिलांची उणीव नेहमीच भासली. जोसेफिन आई मला सांगायची की माझे वडील भारतीय होते आणि विमान दुर्घटनेत त्यांचा अंत झाला,” हॅरी म्हणाला.

“पण तुझं हे देखणं रूप, तुला तुझ्या आईमुळे लाभलंय, हे जोसेफिननं तुला सांगितलंय की नाही?” त्यांच्या संवादाला लागलेलं गंभीर वळण, हलकंपुलकं करण्यासाठी तिनं मुद्दाम विषय बदलला.

“माझ्या मते, मला आता दोन आई मिळाल्या आहेत,” आपलं आधीचं बोलणं विसरून, हॅरी मोकळेपणानं हसत म्हणाला.

“आणि दोघींचं तुझ्यावर जिवापाड प्रेम आहे,” त्याचा हात घट्ट दाबत चंदिनी म्हणाली. “आमच्याशिवाय आणखीही एक व्यक्ती तुझ्यावर प्रेम करतेय, वाटतं?” ती खळखळून हसत म्हणाली.

"कोण?" हॅरीनं निरागसपणे विचारलं.

"राधिका शंकरन. काल रात्री सतार वाजवताना तिची तुझ्यावरची नजर हटतच नव्हती." दोघेही एका बाकावर बसले, वाऱ्याची मंद झुळूक दोघांनाही सुखावून गेली.

हॅरीनं आपल्या जाकिटाच्या आतल्या खिशातून एक बंद लिफाफा काढत, चंदिनीच्या हातात ठेवला. गंगासागरनी त्या लिफाफ्यावर चंदिनीचं नाव ठळक अक्षरात लिहिलं होतं. "हे पाकीट वकिलांपाशी होतं. त्यांनी ते मला तुला द्यायला सांगितलं," तो म्हणाला. तिनं लिफाफा काळजीपूर्वक उघडला आणि त्यातील पत्र बाहेर काढून, ती वाचू लागली.

प्रिय चंदिनी,

सुरुवातीलाच मला तुझी माफी मागायची आहे. मी त्या निशाणबाजाला म्हणजेच गुप्तचर विभागाच्या संचालकाला – पुन्हा तुझ्या उजव्या दंडावर गोळी मारायला सांगितलं, ते जरा चुकलंच. पूर्वी अलाहाबादलाही तुझ्या त्याच दंडावर गोळी चालवली होती. हमीदाच्या हातातील साधन निकामी केल्याचं, त्यानं मला आधीच कळवलं होतं, पण नंतर त्यानं तिचा कामयचाच निकाल लावून टाकायचं, ठरवलं. तुला झालेली जखम अगदी वरवरची असेल, हेही त्यानं मला सांगितलं होतं. राजकीय कारकिर्दीत काही गोष्टींचा त्याग करावा लागतो, काहींना मुकावं लागतं. तुझ्याबाबतीत, तुला तुझ्या दोन्ही खांद्यांना आणि तुझ्या दोन्ही प्रियकरांना मुकावं लागलं.

हे पत्र वाचत असशील, तेव्हाही तू भारताची पंतप्रधानच असशील, अशी मी प्रार्थना करतो. माझी रणनीती यशस्वी ठरली, हेच त्यातून सिद्ध होईल. आपल्या देशात त्यागाला, बलिदानाला अपरंपार महत्त्व आहे. अशा गुणांमुळे लोक तुम्हांला महान समजू लागतात. अखेरपर्यंत ठामपणे उभं राहायचं असेल, तर अधूनमधून पडावंही लागतं. दुर्दैवानं आपल्या दोघांमधील अखेरचा संवाद हा भांडणाच्या स्वरूपात झाला. आपल्या राजकीय शत्रूंचा आणि प्रसारमाध्यमातील विघ्नसंतोषी लोकांचा गैरसमज व्हावा, या हेतूनं आपल्याला भांडण केल्याचं नाटक वठवावं लागलं. नाहीतर मी तुला जवळ घेऊन सांगितलं असतं की चंदिनी, मला तुझा खूप, खूप अभिमान वाटतो.

हे पत्र वाचत असताना, तुझ्या बाजूला हॅरी बसलेला असेल याची मला खात्री आहे. तुझी राजकीय कारकीर्द सुरक्षित राहावी, म्हणूनच सारं काही मला त्याच्यापासून लपवावं लागलं. जॉफरीच्या बाबतीत बोलायचं तर तो एक नीच माणूस होता. शंकरची मात्र वेगळी गोष्ट होती. त्याचं खरंच तुझ्यावर प्रेम होतं, पण अनेकदा

तिरस्कारापेक्षा प्रेमच माणसाला अधिक बरबाद करतं. इंग्लंडवर अखंड राज्य करण्यासाठी पहिल्या एलिझाबेथने आधी स्वत:मध्ये परिवर्तन घडवून आणलं. तिनं लोकांच्या नजरेत 'पवित्र कुमारिका' अशी स्वत:ची प्रतिमा निर्माण केली. तू ही तसंच करावंस, अशी माझी इच्छा होती.

जोसेफिननं हॅरीला सांगितिलं की, त्याच्या वडिलांचं टोपण नाव, हॅरी असल्यामुळं त्याचंही तेच नाव ठेवण्यात आलं. नावामुळे तो आपल्या वडिलांशी कायमचा जोडला गेला. एक गोष्ट मात्र तिनं त्याला सांगितली नाही की 'हरी'चा हिंदी भाषेत 'हिरवा' असा अर्थ होतो आणि मुलाच्या पाचूसारख्या हिरव्या रंगाच्या डोळ्यांमुळे, तिनं ते नाव निवडलं होतं, त्या डोळ्यांचं तुझ्या डोळ्यांशी साम्य आहे, आज तुला तुझ्या मुलाचा सार्थ अभिमान वाटत असेल, पण त्यांच्या उत्तम संगोपनासाठी मी कधीही खर्चाची पर्वा केली नाही.

भारताची एकता व अखंडता कायम राखण्यासाठी बळकट आणि धीरोदात्त नेतृत्वाची गरज असते, पण त्या सर्वोच्च पदावरील नेत्याला अनेकदा कुटिल डाव रचावे लागतात. चाणक्यानं त्याचा शिष्य चंद्रगुप्तासाठी ते रचले आणि मलाही माझी प्रिय शिष्या – चंदिनी गुप्तासाठी तेच करावं लागलं, होय, आता शक्तीनं शिवावर विजय मिळवलाय. हा आजच्या काळाचा महिमा आहे. माझ्या मनात त्याबद्दल जराही दु:ख नाही.

पत्राची नीट घडी घालत, चंदिनी बाकावरून उठली. "इथून आता आपण रात्रीच्या भोजनासाठी ला-कॅप्रिसला जायचं ना?" तिनं विचारलं.

"मला नक्कीच आवडलं असतं. पण आजच्या ऐवजी आपण उद्या तिथे गेलो तर चालेल तुला? आज मला दुसऱ्या एका व्यक्तीला भेटायचंय," हॅरी म्हणाला.

"कोण?"

"राधिका शंकरन," हॅरीनं किंचित लाजत उत्तर दिलं.

"म्हणजे आज मला एकट्यानंच जेवावं लागणार?" चंदिनी लटक्या रागाने म्हणाली.

"मी ऐकलंय की तिथलं जेवण, अगदीच बेचव असतं," हॅरी म्हणाला.

"ला-कॅप्रिसचं?" चंदिनीनं विचारलं

"नाही. १०, डाऊनिंग स्ट्रीटचं. त्यांची बायको आज घरी नाहीये ना?" हॅरी म्हणाला.

◆